'ಸ್ಟೈಲಿಂಗ್ ಅಟ್ ದಿ ಟಾಪ್' ಕೃತಿಗೆ ಸಂದ ಪ್ರಶಂಸೆಯ ನುಡಿಗಳು

' "ಸ್ಟೈಲಿಂಗ್ ಅಟ್ ದಿ ಟಾಪ್", ಎಂಬ ನೆನಪಿನ ಹೊತ್ತಗೆಯಲ್ಲಿ ಶಿವ ಅವರು ತಮ್ಮ ಬದುಕಿನ ಪಯಣ, ಹೋರಾಟ ಮತ್ತು ಕಠಿಣ ದುಡಿಮೆಯ ಅನುಭವಗಳನ್ನು ನೀಡಿದ್ದಕ್ಕಾಗಿ ಅವರನ್ನು ಅಭಿನಂದಿಸುತ್ತ, ಇಂದಿನ ಯುವಜನಾಂಗಕ್ಕೆ ಸ್ವಂತ ಉದ್ಯೋಗ ಮತ್ತು ಕೆಲಸದಲ್ಲಿ ನಾವೀನ್ಯತೆಯನ್ನು ತರುವ ನಿಟ್ಟಿನಲ್ಲಿ ಅದು ಸ್ಫೂರ್ತಿದಾಯಕವಾಗಲಿ ಎಂದು ಹಾರೈಸುತ್ತೇನೆ.'

ಸಿ ವಿದ್ಯಾಸಾಗರ್ ರಾವ್, ಮಹಾರಾಷ್ಟ್ರ ರಾಜ್ಯದ ರಾಜ್ಯಪಾಲರು

'ಈ ಪುಸ್ತಕ, ಶಿವ ತಮ್ಮ ಬದುಕನ್ನು ವಿನಮ್ರತೆಯಿಂದ ಆರಂಭಿಸಿ ಹೇಗೆ ಕೇಶ ವಿನ್ಯಾಸಕಾರರಾಗಿ ಉತ್ತುಂಗಕ್ಕೆ ಏರಿದರು ಎಂಬ ಕಥೆಯನ್ನು ಹೇಳುತ್ತದೆ. ಮುಖ್ಯವಾದ ಅಧ್ಯಾಯವೆಂದರೆ ಯುವ ಕೇಶವಿನ್ಯಾಸಕಾರರಿಗೆ ಎಮ್‌ಎಎನ್‌ಎಎಸ್ (ಮೌಲಾನಾ ಅಝಾದ್ ನ್ಯಾಶನಲ್ ಅಕಾಡೆಮಿ ಫಾರ್ ಸ್ಕಿಲ್ಸ್) ಆಶ್ರಯದಲ್ಲಿ ಮುತುವರ್ಜಿ ವಹಿಸಿ ತರಬೇತಿ ನೀಡಿದ ಅಂಶಗಳು. ಶಿವ ಎದುರಿಸಿದ ಹೋರಾಟದ ಬದುಕು ನಿಜಕ್ಕೂ ಯುವ ಕೇಶವಿನ್ಯಾಸಕಾರರಿಗೆ ಮಾರ್ಗದರ್ಶಿಯಾಗಿ ಅವರ ಯಶಸ್ವೀ ಬದುಕಿಗೆ ದಾರಿದೀಪವಾಗುವುದರಲ್ಲಿ ಸಂದೇಹವಿಲ್ಲ.'

ದೇವೇಂದ್ರ ಫಡ್ನವೀಸ್, ಮಹಾರಾಷ್ಟ್ರ ರಾಜ್ಯದ ಮುಖ್ಯಮಂತ್ರಿ

'ಸ್ಟೈಲಿಂಗ್ ಅಟ್ ದಿ ಟಾಪ್' ಆಕರ್ಷಕ ಓದನ್ನು ಒದಗಿಸುತ್ತ, ಯುವ ಜನಾಂಗಕ್ಕೆ ಶಕ್ತಿಪ್ರದವಾದ ಸಂದೇಶವನ್ನು ನೀಡುತ್ತದೆ. ಶಿವ ಅವರ ಬದುಕಿನ ಪಯಣ, ಕಠಿಣ ಪರಿಶ್ರಮ ಮತ್ತು ಸಮರ್ಪಣಾ ಭಾವ ಮಾತ್ರವೇ ಯಶಸ್ಸನ್ನು ಗಳಿಸುವುದಕ್ಕಿರುವ ಮೂಲ ಸೂತ್ರವೆಂದು ತೋರಿಸುತ್ತದೆ. ಏನೂ ಇಲ್ಲದ ಒಬ್ಬ ವ್ಯಕ್ತಿ ಓರ್ವ ಗಮನಾರ್ಹ ವ್ಯಕ್ತಿಯಾಗಿ ಮಾರ್ಪಟ್ಟಿರುವುದಕ್ಕೆ ಶಿವ ಅವರೇ ಒಂದು ಜ್ವಲಂತ ಉದಾಹರಣೆ.'

ಉದ್ಧವ್ ಟಾಕ್ರೆ, ಶಿವ ಸೇನಾ ಮುಖ್ಯಸ್ಥರು

"ಸ್ಟೈಲಿಂಗ್ ಅಟ್ ದಿ ಟಾಪ್" ಎಂಬ ನಿಮ್ಮ ಪುಸ್ತಕವನ್ನು ಓದುವುದಕ್ಕೆ ನನಗೆ ಅತೀವ ಸಂತಸವೆನಿಸಿತು. ಒಬ್ಬ ಯುವಕ ತನ್ನ ವೃತ್ತಿಯಲ್ಲಿ ತನ್ನದೇ ಹಾದಿಯನ್ನು ಕಂಡುಕೊಂಡು ಬದುಕಿನಲ್ಲಿ ಮಹತ್ವದ್ದನ್ನು ಸಾಧಿಸಬಹುದು ಎಂಬುದನ್ನು ಇದು ಬೆಳಕಿಗೆ ತಂದಿದೆ. ಪುಸ್ತಕವನ್ನು ಉಪಯುಕ್ತ ಮಾಹಿತಿಗಳೊಂದಿಗೆ ಮತ್ತು ಪ್ರೇರಣಾತ್ಮಕವಾಗಿ ಹೊರತರಲಾಗಿದೆ.'

ಪದ್ಮವಿಭೂಷಣ ಡಾ। ಡಿ. ವೀರೇಂದ್ರ ಹೆಗ್ಗಡೆ,
ಧರ್ಮಾಧಿಕಾರಿ, ಶ್ರೀಕ್ಷೇತ್ರ ಧರ್ಮಸ್ಥಳ, ಕರ್ನಾಟಕ

‘ಪುಸ್ತಕ, ಶಿವ ಅವರ ಬದುಕಿನ ಒಂದು ಬೃಹತ್ ಚಿತ್ರಣವನ್ನೇ ನಮ್ಮೆದುರು ಹಿಡಿಯುತ್ತದೆ. ಅದು ಅವರ ಪ್ರಕ್ಷುಬ್ಧವಾಗಿದ್ದ, ಯಾತನಾಮಯ ಬದುಕಿನ ಪಯಣದೊಂದಿಗೆ ನಮ್ಮನ್ನು ಒಯ್ಯುತ್ತ, ಅವರು ಎದುರಿಸಿದ ಕಠಿಣ ಗಳಿಗೆಗಳನ್ನೂ, ಕಷ್ಟದ ದಿನಗಳನ್ನೂ ವಿವರಿಸುತ್ತದೆ; ಜತೆಗೆ ತಾನು ತನ್ನ ಮನೋಬಲದಿಂದ ಮತ್ತು ಧೈರ್ಯದಿಂದ ಸಾಧಿಸಿದ ಯಶೋಗಾಥೆಯನ್ನು ಪ್ರಸ್ತುತ ಪಡಿಸುತ್ತದೆ.’

ಮಧೂರ್ ಭಂಡಾರ್‌ಕರ್,

ರಾಷ್ಟ್ರೀಯ ಪ್ರಶಸ್ತಿ ಪುರಸ್ಕೃತ ಸಿನಿಮಾ ನಿರ್ದೇಶಕರು ಮತ್ತು ಪದ್ಮಶ್ರೀ ಪುರಸ್ಕಾರ ವಿಜೇತರು

‘ಶಿವ ಅವರು ನಿಜವಾಗಿಯೂ ಓರ್ವ ಮಹಾ ಸಾಧಕರೆಂದು ಅದರ ನಿಜ ಶಬ್ದಾರ್ಥದಲ್ಲೇ ಹೇಳಬಹುದು. ಇಂದಿನ ಯುವ ಪೀಳಿಗೆ ತಮ್ಮ ಆದರ್ಶ ವ್ಯಕ್ತಿಯನ್ನು ಶಿವ ಅವರಲ್ಲಿ ಕಾಣುವುದಷ್ಟೇ ಅಲ್ಲ, ಅವರ ಉಲ್ಲೇಖನೀಯ ಯಶಸ್ಸು ಹಾಗೂ ಸಿನಿಮಾ ಉದ್ಯಮಕ್ಕೆ ಅವರು ನೀಡಿದ ಕೊಡುಗೆಯನ್ನು ಸ್ಮರಿಸಿಕೊಳ್ಳುವುದು ಉಚಿತವೆನ್ನಬೇಕು. ಮುಂದಿನ ಬದುಕಿನಲ್ಲಿ ಅವರು ಇನ್ನಷ್ಟು ಫಲಪ್ರದವಾಗಿ ಉಜ್ವಲವಾಗಿ ಸಾಗಲಿ ಎಂದು ಹಾರೈಸುವೆ.’

ರವೀನಾ ಟಂಡನ್, ರಾಷ್ಟ್ರೀಯ ಪ್ರಶಸ್ತಿ ವಿಜೇತ ನಟಿ

‘ನಾನು ಕಂಡ ಅತ್ಯಂತ ಪರಿಶ್ರಮದಿಂದ ದುಡಿಯುವ ವ್ಯಕ್ತಿಗಳಲ್ಲಿ ಶಿವ ಒಬ್ಬರು. ಅವರು ಕೇವಲ ಚೂರು-ಪಾರಿನಿಂದ ತೊಡಗಿ ಒಬ್ಬ ಗುರುತಿಸಲ್ಪಡುವ ವ್ಯಕ್ತಿಯಾಗಿ ಪರಿವರ್ತನೆಗೊಂಡ ರೀತಿ ನಿಜಕ್ಕೂ ಅಭಿನಂದನೀಯ. ಅವರ ಬದುಕಿನ ಕಥೆ ಅನೇಕರಿಗೆ ಒಂದು ಸ್ಫೂರ್ತಿದಾಯಕ ಯಶೋಗಾಥೆಯಾಗುವುದರ ಜತೆಗೆ ಅವರೊಬ್ಬ ಸೃಜನಶೀಲ ಕೇಶವಿನ್ಯಾಸಕರಾಗಿ ಹೊರಹೊಮ್ಮಿದ ಬಗೆಯನ್ನು ಈ ಪುಸ್ತಕ ಸಾದರ ಪಡಿಸುತ್ತದೆ.

ಸೋನೂ ಸೂದ್, ನಟ

ಕಾಯಕವೇ ಕೈಲಾಸವೆಂದು ತಿಳಿದು, ತನ್ನ ಎಳೆ ವಯಸ್ಸಿನಲ್ಲಿ ಮುಂಬೈ ಎಂಬ ಮಹಾಸಾಗರದಲ್ಲಿ ದೇವರು ಅನುಗ್ರಹಿಸಿದ ವಿದ್ಯೆ ಮತ್ತು ಸದ್ಗುಣಗಳನ್ನು ಮಾಡುವ ಪ್ರವೃತ್ತಿಯಲ್ಲಿ ಅಳವಡಿಸಿ, ಗೃಹಜೀವನ ಹಾಗೂ ವ್ಯವಹಾರದಲ್ಲಿ ಸುಖ-ಕಷ್ಟಗಳನ್ನು ಸಮುದ್ರದ ತೆರೆಗಳಂತೆ ಅನುಭವಿಸಿ, ಇಷ್ಟ-ಬಂಧು ಮಿತ್ರರಲ್ಲಿ ಅಪಾರ ಸ್ನೇಹದಿಂದಿದ್ದು, ಸಮಾಜದಲ್ಲಿ ಪದವಿಯನ್ನು ಸ್ವೀಕರಿಸಿ, ಬಲ್ಲಿದ-ಬಡವರ ಸಂಕಷ್ಟಕ್ಕೆ ಸ್ಪಂದಿಸಿ ಸಹಾಯವನ್ನು ನೀಡಿದ ತಮಗೆ ಹಾಗೂ ತಮ್ಮನ್ನು ಆಶ್ರಯಿಸಿದ ಬಂಧುವರ್ಗದವರಿಗೆ, ಹಾಗೂ ತಮ್ಮ ವೃತ್ತಿಜೀವನದಲ್ಲಿ ಭಗವಂತನು ಶುಭ ಫಲವನ್ನು ನೀಡಿ, ನಿತ್ಯ ನೈಮಿತ್ತಿಕ ಜೀವನದಲ್ಲಿ ಉತ್ತಮ ಸ್ಥಾನಮಾನ-ಕೀರ್ತಿಯನ್ನು ಅನುಗ್ರಹಿಸಲೆಂದು ಪ್ರಾರ್ಥಿಸುವ,

ನಾಗರಾಜ ಜಿ.ಭಟ್ (ಅರ್ಚಕರು),

ಶ್ರೀಕೃಷ್ಣಧಾಮ, ದರೆಗುಡ್ಡೆ-ಕೆಲ್ಲಪುತ್ತಿಗೆ, ಮಂಗಳೂರು ದ.ಕ.

ಸ್ಟೈಲಿಂಗ್ ಅಟ್ ದಿ ಟಾಪ್

ಶಿವರಾಮ ಭಂಡಾರಿಯ ಜೀವನ ಪಯಣ

ಬಾಲಿವುಡ್‌ನ ಸುಪ್ರಸಿದ್ಧ ಕೇಶವಿನ್ಯಾಸಕರು

ಇಂಗ್ಲಿಷ್‌ನಲ್ಲಿ

ಜಯಶ್ರೀ ಶೆಟ್ಟಿ

ಕನ್ನಡಕ್ಕೆ : ಡಾ। ಶಿವಾನಂದ ಬೇಕಲ್

MANJUL

ಮಂಜುಳ ಪಬ್ಲಿಷಿಂಗ್ ಹೌಸ್

First published in India by

MANJUL

Manjul Publishing House

Corporate and Editorial Office

• 2 Floor, Usha Preet Complex, 42 Malviya Nagar, Bhopal 462 003 - India

Sales and Marketing Office

• 7/32, Ansari Road, Daryaganj, New Delhi 110 002 - India

Website: www.manjulindia.com

Distribution Centres

Ahmedabad, Bengaluru, Bhopal, Kolkata, Chennai,
Hyderabad, Mumbai, New Delhi, Pune

Kannada translation of *Styling at the Top* by *Jayashree Shetty*

This edition first published in 2019

Jayashree Shetty asserts the moral
right to be identified as the author of this work

ISBN 978-93-89143-44-7

Translation by Dr. Shivanand Bekal

Cover design by Bhavi Mehta

Printed and bound in India by Thomson Press (India) Ltd.

ಅನುಕ್ರಮಣಿಕೆ

ಶಿವ ಅವರ ಬಗೆಗಿನ ಪ್ರಶಂಸೆಯ ನುಡಿಗಳು

ಮೂಲಭೂತವಾಗಿ ಶಿವ ಸದಾ ಕಾಲ ಹೊಸತನ್ನು ಕಲಿಯುವುದಕ್ಕೆ ಆತುರ ಪಟ್ಟವರು. ಅವರಿಗೆ ಕೇಶವಿನ್ಯಾಸ, ಕೇಶಶೈಲಿ ಮತ್ತು ಕೇಶ ಸೌಂದರ್ಯಗಳಲ್ಲಿ ಅತೀವ ಆಸಕ್ತಿ. ತಮ್ಮ ವೃತ್ತಿ ಕ್ಷೇತ್ರದಲ್ಲಿ ಮಹತ್ವದ್ದನ್ನು ಸಾಧಿಸಬೇಕೆಂಬುದು ಅವರ ಮಹತ್ವಾಕಾಂಕ್ಷೆ. ಈ ಗುಣಗಳೇ ಉದ್ಯಮದಲ್ಲಿ ಯಶಸ್ಸನ್ನು ಸಾಧಿಸುವುದಕ್ಕಿರುವ ಆಧಾರ ಸ್ಥಂಭಗಳು.

ಶಿವ ಅವರನ್ನು ಜನಸಾಮಾನ್ಯರ ಆಪ್ತ ಎಂದು ಖಂಡಿತವಾಗಿಯೂ ವರ್ಣಿಸಬಹುದು. ಅವರು ತಮ್ಮ ಕೌಶಲ್ಯವನ್ನು ಮತ್ತು ಅನುಭವಗಳನ್ನು ತಮ್ಮಷ್ಟಕ್ಕೇ ಸೀಮಿತಗೊಳಿಸಿದವರಲ್ಲ; ಅದನ್ನು ತಮ್ಮ ಸಿಬ್ಬಂದಿಗಳ ಮೂಲಕ, ಅವರಲ್ಲಿ ಕಲಿಯುವ ಆಕಾಂಕ್ಷೆಯುಳ್ಳವರ ಮೂಲಕ ಹಾಗೂ ಶಿವಾಸ್ ಸಲೂನ್ ಮೂಲಕ ಮುಂದಕ್ಕೆ ಒಯ್ಯಲು ಆಸಕ್ತರಾಗಿರುವವರು. ಲಾ'ಒರೆಲ್ (L'Oreal) ನಲ್ಲಿ ನಾವು ಕಂಡುಕೊಂಡ ತಳಮಟ್ಟದ ಮೌಲ್ಯಗಳಂತೆ, ಅವರು ಶಿಕ್ಷಣ ಮತ್ತು ಮಾಹಿತಿಗಳನ್ನು ಹಂಚಿಕೊಳ್ಳುವ ಸ್ವಭಾವವನ್ನು ಹೊಂದಿರುವವರು.

ನಾನು ಅವರಿಗೂ ಅವರ ತಂಡಕ್ಕೂ ಶುಭಾಶಯಗಳನ್ನು ಕೋರುತ್ತೇನೆ. ಲಾ'ಒರೆಲ್ (L'Oreal) ಸದಾ ಕಾಲ ಅವರ ಮತ್ತು ಅವರ ಸಲೂನ್‌ನ ಜತೆಗಿರುತ್ತದೆ.

–ಅಸೀಮ್ ಕೌಶಿಕ್, ನಿರ್ದೇಶಕರು, ಲಾ'ಒರೆಲ್ (L'Oreal) ಪ್ರೊಫೆಶನಲ್ ಪ್ರಾಡೆಕ್ಟ್ಸ್

'ಅಪ್ರತಿಮ ಸಾಧಕನ ಯಶೋಗಾಥೆ' : ವೃತ್ತಿನಿಷ್ಠೆ, ಪ್ರೀತಿ–ವಿಶ್ವಾಸ ಮತ್ತು ಸ್ವಾಭಿಮಾನದಿಂದ ಕಳೆದ 30ವರ್ಷಗಳಿಂದ ಮುಂಬಯಿಯಲ್ಲಿ ಕೇಶವಿನ್ಯಾಸ ಉದ್ಯಮದಲ್ಲಿ ಅಪ್ರತಿಮ ಸಾಧನೆ ಮಾಡಿ, ವಿವಿಧ ಪ್ರಶಸ್ತಿಗಳನ್ನು ತನ್ನ ಮುಡಿಗೇರಿಸಿಕೊಂಡು, ತಮ್ಮ ಸಾಧನೆಗಾಗಿ ಡಾಕ್ಟರೇಟ್ ಪದವಿ ಪುರಸ್ಕೃತರಾದ ಮೊತ್ತಮೊದಲ ಕೇಶವಿನ್ಯಾಸಕರು ಡಾ। ಶಿವರಾಮ ಭಂಡಾರಿಯವರು.

ಅತೀ ಬಡತನದಲ್ಲಿ ಬೆಳೆದು, ಕೇಶವಿನ್ಯಾಸ ಕ್ಷೇತ್ರಕ್ಕೆ ಕಾಲಿಟ್ಟವರು ಇವರು. ತನ್ನ ಕೆಲಸವನ್ನು ದೇವರ ಕೆಲಸವೆಂದು ನಂಬಿ ಬಹು ಶ್ರದ್ಧಾಭಕ್ತಿ ಮತ್ತು ಪ್ರೀತಿಯಿಂದ ಬೆಳಗ್ಗಿನಿಂದ ರಾತ್ರಿಯವರೆಗೆ ಅವಿರತವಾಗಿ ದುಡಿದು ಹಂತಹಂತವಾಗಿ ಬೆಳೆದು ಅಪಾರ ಶ್ರಮದಿಂದ 'ಶಿವಾಸ್' ಸಂಸ್ಥೆ ಸ್ಥಾಪಿಸಿ ಆ ಮೂಲಕ ಕೇಶವಿನ್ಯಾಸದಲ್ಲಿ ಅದ್ಭುತ ಸಾಧನೆ ಮಾಡಿ ದೇಶ–ವಿದೇಶಗಳಲ್ಲಿ ಪ್ರಖ್ಯಾತರಾದ ಇವರದ್ದು ರೋಚಕ ಸಾಧನೆಯಾಗಿದ್ದು, ಇವರ ನಡೆನುಡಿ ಅನುಕರಣೀಯವೂ ಹೌದು. ತಮ್ಮ ಭಂಡಾರಿ ಸಮಾಜದ ಅಭಿವೃದ್ಧಿಯಲ್ಲೂ ಅಪಾರ ದೇಣಿಗೆ ನೀಡಿ ಸಹಕರಿಸಿದ್ದಾರೆ.

ಡಾ। ಶಿವರಾಮ ಭಂಡಾರಿಯವರ ಯಶಸ್ವೀ ಜೀವನ ಪಯಣ ಪುಸ್ತಕ ರೂಪದಲ್ಲಿ ಹೊರಬರುತ್ತಿರುವುದು ಅತ್ಯಂತ ಶ್ಲಾಘನೀಯ. ಈ ಗ್ರಂಥ ಮುಂಬರುವ ಪೀಳಿಗೆಗೆ ಪ್ರೇರಣೆ ನೀಡಲಿ ಎಂದು ಹರಸುತ್ತಾ, ಶುಭ ಹಾರೈಸುತ್ತೇನೆ.

ಕಡಂದಲೆ ಸುರೇಶ್ ಭಂಡಾರಿ,

ಆಡಳಿತ ಮೊಕ್ತೇಸರರು ಮತ್ತು ಅಧ್ಯಕ್ಷರು, ಕಚ್ಚೂರು ಶ್ರೀ ನಾಗೇಶ್ವರ ದೇವಸ್ಥಾನ ಸೇವಾ ಟ್ರಸ್ಟ್(ರಿ.); ಸ್ಥಾಪಕಾಧ್ಯಕ್ಷರು, ಭಂಡಾರಿ ಮಹಾಮಂಡಲ(ರಿ.)

ಲೇಖಕಿಯ ಅನಿಸಿಕೆಗಳು

ದೊಡ್ಡದಾಗಿ ಯೋಚಿಸಿ, ದೊಡ್ಡದಾಗಿ
ಕನಸು ಕಾಣಿರಿ, ಅಂದಾಗ ಫಲಿತಾಂಶವೂ ದೊಡ್ಡದಾಗಿರುತ್ತದೆ.
–ಅನಾಮಿಕ

ಕೇಶವಿನ್ಯಾಸಕಾರನ ಯಶೋಗಾಥೆ, ಅದರಲ್ಲೂ ಮುಂಬಯಿಯಂಥ ಥಳುಕು ಬಳುಕಿನ ಸಿನಿಮಾ ತಾರೆಯರ, ಸಿನಿಮಾಗಳ ನಡುವೆ ಮತ್ತು ಚಾಡಿಮಾತುಗಳೇ ತುಂಬಿರುವ ಫ್ಯಾಶನ್ ಜಗತ್ತಿನಲ್ಲಿ, ಉಪ್ಪುಖಾರ ಸೇರಿಸಿ ನಾಲಗೆಯಾಡಿಸುವ ಮಂದಿಗಳೇ ಇರುವ ಥಳುಕಿನ ನಗರದಲ್ಲಿ ಹೇಗಿರುತ್ತದೆ ಎಂದು ಯಾರೂ ಊಹಿಸಬಹುದು. ಆದರೆ ಇದು ಅವೆಲ್ಲಕ್ಕೂ ದೂರ.

ಇದು ಕೇಶವಿನ್ಯಾಸಕಾರ, ಶಿವ ಎಂದೇ ಖ್ಯಾತನಾಮರಾಗಿರುವ ಶಿವರಾಮ ಭಂಡಾರಿಯವರ ಬದುಕಿನ ಕಥೆ. ಹೃದಯವಿದ್ರಾವಕವಾದ ನೋವು ಮತ್ತು ಸಂಕಟ, ಗೌರವಾನ್ವಿತ ಮತ್ತು ಶೋಭಾಯಮಾನವಾದ, ಕಠಿಣ ದುಡಿಮೆಯಿಂದ ಪ್ರೇರಿಸಲ್ಪಟ್ಟವರ ಜೀವನಗಾಥೆ. ವಿರೋಧಾತ್ಮಕವಾದ ಸನ್ನಿವೇಶಗಳು ಇದ್ದಾಗ್ಯೂ, ಸೂಕ್ತವಾದ ಗುರಿಯನ್ನು ಕಲ್ಪಿಸಿಕೊಂಡಾಗ, ಒಬ್ಬ ವ್ಯಕ್ತಿ ಹೇಗೆ ತನ್ನ ವೃತ್ತಿಜೀವನದ ಉತ್ತುಂಗಕ್ಕೆ ಏರಬಲ್ಲ ಎಂಬುದನ್ನು ಇದು ಓದುಗರಿಗೆ ಮನಮುಟ್ಟಿಸುತ್ತದೆ.

ಸ್ವಯಾರ್ಜಿತ ಉದ್ಯಮಿಯಾಗಿರುವ ಶಿವ ಅವರ ಸಂದರ್ಭದಲ್ಲಿ, ಮೇಲೆ ಹೇಳಲಾದ ಗಾದೆಯ ಮಾತು ನಿಜವೆಂದೇ ಹೇಳಬಹುದು. ಉತ್ತರ ಮುಂಬಯಿಯ ಔದ್ಯಮಿಕ ಕ್ಷೇತ್ರದಲ್ಲಿನ ಒಂದು ಮೂಲೆಯಲ್ಲಿದ್ದ ಸಣ್ಣ ಅಂಗಡಿಯಿಂದ ಪ್ರಾರಂಭವಾದ ದಂಥೆ, ಇಂದು ನಗರಾದ್ಯಂತ ವ್ಯಾಪಕವಾಗಿ ಇಪ್ಪತ್ತು ಸಲೂನ್‌ಗಳಾಗಿ, ಅದರಲ್ಲಿ ಕೆಲವು ಹೆಂಗಳೆಯರಿಗೆ ಮೀಸಲಾಗಿಟ್ಟು, ವಾಲ್ಕೇಶ್ವರ್ ಹಾಗೂ ಜುಹುವಿನ ಮಾರುಕಟ್ಟೆಯ ಪ್ರದೇಶದಲ್ಲಿ ಸಿಗ್ನೇಚರ್ ಸಲೂನ್‌ಗಳಾಗಿ ಶೋಭಿಸುತ್ತಲಿವೆ.

ಶಿವಾಸ್–ಅಂದರೆ ಆ ಬ್ರ್ಯಾಂಡ್‌ನ ಹಿಂದಿರುವ ವ್ಯಕ್ತಿಯೂ ಆಗಿ–ಬಹುದೂರದ ಪಯಣವನ್ನು ಸಾಗಿ ಬಂದವರು. ಮತ್ತು ನಿಶ್ಚಿತವಾಗಿಯೂ ಇಲ್ಲೇ ಅವರು ನೆಲೆಯಾಗಿ ಉಳಿಯುವವರು.

ಶಿವ ಅವರ ಮಹತ್ವಾಕಾಂಕ್ಷೆಗಳಲ್ಲಿ, ಆಕರ್ಷಕ ಸಲೂನ್‌ಗಳ ನಿರ್ಮಾಣ, ಸೌಂದರ್ಯ ಹಾಗೂ ಕೇಶಶೈಲಿಯಲ್ಲಿ ಹೊಸ ಪ್ರತಿಭೆಗಳನ್ನು ಗುರುತಿಸಿ ಅವರಿಗೆ ತರಬೇತಿ ನೀಡುವುದು ಹಾಗೂ ಸಂಸ್ಥೆಯನ್ನು ಇನ್ನೂ ಮುಂದಕ್ಕೆ ಒಯ್ಯುವ ಯೋಜನೆಗಳು ಸೇರಿವೆ.

ಶಿವ ಅವರು ಈಗಾಗಲೇ ತಮ್ಮ ಉಪ–ಅಂಕಿತವಾದ 'ಶಿವಾಸ್ ಟ್ರೆಂಡ್' ಮೂಲಕ ಸೌಂದರ್ಯವರ್ಧಕಗಳನ್ನೂ, ಕೇಶ–ರಕ್ಷಣೆಯ ಉತ್ಪನ್ನಗಳನ್ನೂ ಹೊರತಂದಿರುತ್ತಾರೆ. ಅವುಗಳನ್ನು ಅತಿವಿರಳವಾಗಿ ಲಭ್ಯವಾಗುವ ಗಿಡಮೂಲಿಕೆಗಳ ಮತ್ತು ಪ್ರಾಕೃತಿಕ ಸತ್ವಗಳಿಂದ ತಯಾರಿಸಲಾಗುತ್ತಿದ್ದು, ಅವುಗಳಲ್ಲಿ ಮುಖ್ಯವಾದುವುಗಳೆಂದರೆ, ಕೇಶವರ್ಧಕ (ಶಾಂಪೂ), ಕಂಡಿಷನರ್‌ಗಳು, ಚರ್ಮದ ದ್ರವಸಾರ (skin serums), ಉಜ್ಜುವ ಜೆಲ್‌ಗಳು (scrub gels), ತಿಕ್ಕುವ ಜೆಲ್‌ಗಳು (massage gels), ತಿಕ್ಕುವ ಮುಲಾಮುಗಳು (massage creams), ಮುಖದ ಪ್ಯಾಕ್‌ಗಳು (facial packs), ಮತ್ತು ಚರ್ಮದ ಟೋನರ್‌ಗಳು (skin toners) ಸೇರಿವೆ. ಅವುಗಳನ್ನೆಲ್ಲ ಇದೀಗ ಸಲೂನ್‌ಗಳಲ್ಲಿ ಬಳಸಲಾಗುತ್ತಿದ್ದು, ಗ್ರಾಹಕರಿಂದ ಅತ್ಯುತ್ತಮ ಪ್ರತಿಕ್ರಿಯೆಯನ್ನು ಪಡೆದಿವೆ. ಈ ಉತ್ಪನ್ನಗಳು ಎಲ್ಲಾ ಬಗೆಯ ಚರ್ಮಗಳಿಗೂ ಉಪಯೋಗಿಸಲು ಅರ್ಹವಾಗಿದ್ದು, ಮಾರಾಟಕ್ಕೆ ಲಭ್ಯವಿವೆ.

ಈ ಸಂಸ್ಮರಣೆ ಮುಂದಿನ ಪೀಳಿಗೆಗೆ ಯೋಗ್ಯವಾಗಿದ್ದು, – ಶಿವ ಅವರು ತನ್ನ ಜೀವನಾನುಭವವನ್ನು ದಾಖಲಿಸುವ ಸಂದರ್ಭದಲ್ಲಿ ಅದನ್ನು ಕಾಲಾನುಕ್ರಮದಲ್ಲಿ ನನಗೆ ವಿವರಿಸಿದ್ದಾರೆ.

ಅವರ ಆತ್ಮಕಥೆಯನ್ನು ಹೇಳುವಾಗ, ತಮ್ಮ ನೆನಪಿನಲ್ಲಿನ ಸೂಕ್ಷ್ಮಗ್ರಾಹಿ ಚಿತ್ರಾತ್ಮಕ ವಿಚಾರಗಳನ್ನು ಅಂದರೆ, ತಾವು ಐದು ವರ್ಷದ ಬಾಲಕನಾಗಿದ್ದಾಗಿನಿಂದಲೂ ಪಡೆದ ಅನುಭವಗಳನ್ನು ದಾಖಲಿಸಲು ಅನುವು ಮಾಡಿಕೊಟ್ಟಿದ್ದಾರೆ. ಓದುಗರೊಂದಿಗೆ ಅವರು ಹಂಚಿಕೊಳ್ಳಲು ಬಯಸಿದ ಅನೇಕ ವೈವಿಧ್ಯಮಯ ಕಥಾಪ್ರಸಂಗಗಳೂ, ಪ್ರಾಸಂಗಿಕ ಉಪಕಥೆಗಳೂ ಈ ಪುಸ್ತಕದಲ್ಲಿ ಸಮಗ್ರವಾಗಿ ಸೇರಿವೆ. ಅವರು ತಮ್ಮ ಬದುಕಿನ ವಿವಿಧ ಮಜಲುಗಳಲ್ಲಿ ಎದುರಿಸಿದ ಅಸಾಧಾರಣವೆನ್ನುವ ಅನುಭವಗಳು ಒಂದೊಂದೂ ಅಧ್ಯಾಯದಲ್ಲಿ ಸಾಕಾರಗೊಂಡಿವೆ.

ನಿಜಕ್ಕೂ ಇದೊಂದು ಸಾಮಾನ್ಯ ನೆನಪಿನಲ್ಲಿ ಉಳಿಯುವ ಬಾಲ್ಯದ ಘಟನೆಗಳ ಗುಚ್ಛ– ಪರಿವಾರ ಮತ್ತು ಸ್ನೇಹಿತರ ಜತೆಗೆ, ಶಾಲೆಯಲ್ಲಿ, ಆಟ ಆಡುವಾಗ, ಅಧ್ಯಯನದಲ್ಲಿ ನಿರತರಾಗಿದ್ದಾಗ ಸವೆಸಿದ ಸೊಗಸಾದ ಕ್ಷಣಗಳಲ್ಲ... ಅಂತಹ ಅನುಭವಗಳು ಶಿವ ಅವರಿಗೆ ಸಿಗಲೇ ಇಲ್ಲ. ಅವರದ್ದು ಬಾಲ್ಯವೇ ಆಗಿರಲಿಲ್ಲ, ಅವರು ಬೇಗನೇ ವಯಸ್ಕರಾಗಿ ದುಡಿಮೆಗೆ ಹೆಗಲೊಡ್ಡುವ ಪ್ರಸಂಗವಿತ್ತು. ಇದೀಗ ಅವರು ತಮ್ಮ ಇಬ್ಬರು ಶಾಲೆಗೆ ಹೋಗುವ ಮಕ್ಕಳೊಂದಿಗೆ ತಮ್ಮ ಕಳೆದು ಹೋದ ಜೀವನವನ್ನು ಸವಿಯುತ್ತಿದ್ದಾರೆ ಎನ್ನಬಹುದೇನೋ.

ಅವರ ಬದುಕಿನ ಘಟನೆಗಳು, ಅದೂ ಕ್ಷೌರದೊಂದಿಗೆ ಹೊಸೆದುಕೊಂಡ ಶಿಥಿಲವಾದ

ಸಂಬಂಧಗಳು, ಅವನ್ನು ವ್ಯಾಪಕವಾಗಿ ವಿವರಿಸುವ ಅಗತ್ಯತೆ ಇದೆ, ಯಾಕೆಂದರೆ ಆ ಅನುಭವಗಳೇ ಅವರಲ್ಲಿ ಅಚಲವಾದ ಸಂಕಲ್ಪಶಕ್ತಿಯನ್ನು ಉದ್ದೀಪನಗೊಳಿಸಿ, ಅವರು ಈಗಿರುವಂತೆ ಮಾಡಿದ್ದು.

ಶಿವ ಅವರ ಬದುಕು ಎರಡು ವೈರುಧ್ಯಗಳ ಕಲಾವಧಿಯನ್ನು ಹೊಂದಿವೆ– ಅವರ ಗ್ರಾಮೀಣ ಅಸ್ತಿತ್ವ ಮತ್ತು ನಗರ ಜೀವನದ ಶೈಲಿ. ಕೊನೆಯಿಲ್ಲದ ಸಂಕಟಗಳಿಂದ ಮುತ್ತಲ್ಪಟ್ಟ, ಜೀವನ ನಿರ್ವಹಣೆಗೆ ಹೆಣಗಾಡುವ ವಿಧವೆ ತಾಯಿಯ ಬವಣೆಯಲ್ಲಿ ಬೆಂದ, ಗ್ರಾಮೀಣ ದಟ್ಟದರಿದ್ರ ಹುಡುಗನೊಬ್ಬನ ಕಥೆಯಿದು. ಅಂತಹ ಯಾತನಾಮಯ ಸನ್ನಿವೇಶಗಳು ಆತನನ್ನು ಬೆಳಗ್ಗಿನಿಂದ ಸಂಜೆಯವರೆಗೆ ಹೊಲಗಳಲ್ಲಿ ಹಾಗೂ ಬಾರ್ಬರ್ ಶಾಪುಗಳಲ್ಲಿ ಯಾವುದೇ ವೇತನವಿಲ್ಲದೆ ದುಡಿಯುವಂತೆ ಆಗ್ರಹಿಸಿದ್ದಷ್ಟೇ ಅಲ್ಲ, ತನ್ನ ಸ್ವಂತ ಕುಡುಕ ಚಿಕ್ಕಪ್ಪನಿಂದಲೇ ನಿತ್ಯವೂ ಬಲವಂತಕ್ಕೆ ಒಳಗಾಗುವಂತೆ ಮಾಡಿತು. ಅನೇಕ ರಾತ್ರಿಗಳಲ್ಲಿ ಉಪವಾಸ ಮಲಗಿ, ಶೋಕತಪ್ತನಾಗಿ, ಎಲುಬುಗಳಲ್ಲಿ ನೋವನ್ನು ಸೈರಿಸಿ, ಅನುಭವಿಸಿದ ನೆನಪುಗಳಿವೆ ಆತನಲ್ಲಿ. ಅವೆಲ್ಲಾ ಆತನನ್ನು ಪರೀಕ್ಷೆಗೊಡ್ಡಿದ ದಿನಗಳಾಗಿದ್ದವು.

ಅಂತಹ ವಿಷಮ ಪರಿಸ್ಥಿಯಲ್ಲೂ ಆತ, ಕೇಶವಿನ್ಯಾಸದ ಜಗತ್ತಿನಲ್ಲೇ ಅತ್ಯಂತ ಶ್ರೇಷ್ಠ ಅಕಾಡೆಮಿಯಲ್ಲಿ ತರಬೇತಿ ಪಡೆಯುವ ಮತ್ತು ವಿದೇಶಗಳಲ್ಲಿ ಕೆಲಸ ಮಾಡುವ ಅವಕಾಶ ಗಿಟ್ಟಿಸಿ–ಓರ್ವ ಬಾಲಿವುಡ್‌ನ ಪ್ರಿಯನಾದ ಕೇಶವಿನ್ಯಾಸಕನಾಗಿ ಹೊರಹೊಮ್ಮಿದ್ದಷ್ಟೇ ಅಲ್ಲ ಯಶಸ್ವೀ ಉದ್ಯಮಿಯೂ ಆದರು.

ಯಶಸ್ಸನ್ನು ಸಾಧಿಸುವ ಛಲ ಮತ್ತು ಅಸಂಘಟಿತ ಚೂರುಪಾರಾದ ಬದುಕನ್ನು ಸರಿದಾರಿಗೆ ತರುವಲ್ಲಿ ಆತ ಕೆಲವೊಂದು ನಿರ್ಣಾಯಕ ನಿರ್ಧಾರಗಳನ್ನು ತೆಗೆದುಕೊಂಡುದಿವೆ. ಅದು ಇಂದಿಗೂ ನಿಜವೇ, ಯಾವುದೇ ವೈಯಕ್ತಿಕ ಅಥವಾ ಔದ್ಯಮಿಕ ನಿರ್ಧಾರವನ್ನು ತೆಗೆದುಕೊಳ್ಳುವ ಮೊದಲು ಆತ ಪರಿಸ್ಥಿತಿಯನ್ನು ಅಧ್ಯಯನ ಮಾಡಿ ಒಂದು ನಿರ್ಣಾಯಕ ನಿಲುವನ್ನು ಹೊಂದುತ್ತಾರೆ. ನಿಜಕ್ಕೂ ಅವರು ಸವಾಲುಗಳನ್ನು ಎದುರಿಸುವುದರಿಂದಲೇ ತ್ವರಿತವಾಗಿ ಬೆಳೆಯುತ್ತಾರೇನೋ.

ಕೇಶವಿನ್ಯಾಸಕಾರರಾಗಿ, ಬೋಧಕರಾಗಿ ಮತ್ತು ಉದ್ಯಮಿಯಾಗಿರುವ ಹೊರತಾಗಿ ಶಿವ ಒಬ್ಬ ದಾನಿಯೂ ಹೌದು, ವೃದ್ಧಾಶ್ರಮಗಳಿಗೆ ಸೇವೆಯನ್ನೊದಗಿಸುತ್ತ, ಮಕ್ಕಳಿಗೂ ಧಾರ್ಮಿಕ ಸಂಸ್ಥೆಗಳಿಗೂ ದಾನಧರ್ಮಗಳನ್ನು ಧಾರಾಳ ನೀಡುತ್ತ ಬಂದಿದ್ದಾರೆ.

2001ರಲ್ಲಿ ಒಬ್ಬ ಗ್ರಾಹಕನ ಕೇಶವಿನ್ಯಾಸವನ್ನು ವಿಲಕ್ಷಣವಾಗಿ ಮಾಡಿದ್ದನ್ನು ಕಂಡು ನಾನು ಮೊತ್ತ ಮೊದಲ ಬಾರಿಗೆ ಶಿವ ಅವರನ್ನು ಸಂದರ್ಶನ ಮಾಡಲು ಭೇಟಿ ಮಾಡಿದೆ. ಆ ಸಮಯದಲ್ಲಿ ದೇಶ ಅದೊಂದು ಯುದ್ಧಾಸ್ತ್ರದ ವಹಿವಾಟಿನಲ್ಲಿ ಓಲಾಡುತ್ತಿದ್ದಿತು. ಈ ಸ್ಕೂಪ್‌ಗೆ ಕಾರಣವಾದ ಮಾಧ್ಯಮ ಮನೆಯವರು ಹೊರಡಿಸಿದ ಚಿಹ್ನೆಯೊಂದನ್ನು ಶಿವ ತಮ್ಮ ಗಿರಾಕಿಯ ತಲೆಯಲ್ಲಿ ಕೆತ್ತುವ ಸನ್ನಾಹ ಮಾಡಿದರು. ಈ ಸಾಹಸಕಾರ್ಯ ರ್‍ಯಾಟರ್‌ನ್ಯೂಸ್‌ವಯರ್ ಸಂಸ್ಥೆ ಸುದ್ದಿಯಾಗಿ ಪ್ರಕಟಿಸಿದಾಗ ಅದೊಂದು ಜಾಗತಿಕ ಮಟ್ಟದಲ್ಲಿ ಪ್ರಚಾರ ಪಡೆಯಿತು. ಅನೇಕ ಮಿತ್ರರು ಮತ್ತು

ಮಧ್ಯ ಪೂರ್ವ ದೇಶಗಳಲ್ಲಿನ ಗಿರಾಕಿಗಳು ಕೂಡಾ ಅವರನ್ನು ತುರ್ತಾಗಿ ಸಂಪರ್ಕಿಸಿದರು.

ತದನಂತರ, ಅವರ ವಿನ್ಯಾಸಗಳು, ಮುಖ್ಯವಾಗಿ ದೈನಂದಿನ ವಾರ್ತೆಗಳಿಗೆ ಸಂಬಂಧಿಸಿದ, ಕ್ರಿಕೆಟ್ ಮತ್ತು ಫೂಟ್‌ಬಾಲ್ ಮ್ಯಾಚ್‌ಗಳಿಗೆ ಸಂಬಂಧಿಸಿದ, ಚುನಾವಣೆ ಮತ್ತು ಸಿನಿಮಾ ತಾರೆಯರ ಸುದ್ದಿಗಳಿಗೆ ಸಂಬಂಧಿಸಿದ, ಭಾವಚಿತ್ರಗಳು ಮತ್ತು ಸೌಂದರ್ಯ ಸ್ಪರ್ಧೆಗಳೂ ಸೇರಿದಂತೆ ಪ್ರಚಾರಗಿಟ್ಟಿಸತೊಡಗಿದವು. ಅವರ ಸಲೂನ್‌ಗಳ ಎದುರುಗಡೆಯ ಕ್ಯೂಗಳೇ ಅವರ ಪ್ರತಿಭೆಯನ್ನು ಕೊಂಡಾಡುವ ದ್ಯೋತಕಗಳಾಗಿದ್ದು, ಗಿರಾಕಿಗಳು ಅವರಿಂದ ತರಾವರಿಯ ವಿಲಕ್ಷಣ ವಿನ್ಯಾಸಗಳನ್ನು ಮಾಡಿಸಿಕೊಳ್ಳಲು ತುದಿಗಾಲ ಮೇಲೆ ನಿಂತಿರುತ್ತಾರೆ.

ತನ್ನ ಬಿಡುವಿಲ್ಲದ ದುಡಿಮೆಯ ನಡುವೆ ಬಿಡುವು ಮಾಡಿಕೊಂಡು ತಮ್ಮ ಬದುಕಿನ ಆರಂಭಿಕ ಹಂತಗಳಲ್ಲಿ ನಡೆದ ಹೇರಳವಾದ ಏರುಪೇರುಗಳನ್ನೂ, ಸ್ವಂತ ಕುಟುಂಬ ಸದಸ್ಯರಿಂದ ಎದುರಿಸಿದ ಹಿಂಸೆ, ಅಪಹಾಸ್ಯ ಮತ್ತು ತಾರತಮ್ಯ ಧೋರಣೆಗಳನ್ನೂ ವಿಷದವಾಗಿ ನಿರೂಪಿಸಿದರು. ಹಲವು ಮಜಲುಗಳಲ್ಲಿ, ಪೌಷ್ಟಿಕ ಬಿಸ್ಕೆಟ್‌ಗಳ ಚೂರುಗಳನ್ನು ಮೆಲ್ಲುತ್ತ, ವಿವೇಕಯುತವಾಗಿ ಬಳಸಿದ ಸಕ್ಕರೆಯ ಲೆಮೆನ್ ಚಹಾವನ್ನು ಗುಟುಕರಿಸುತ್ತ – ಯಾಕೆಂದರೆ ಇದೀಗ ಕೆಲಸದ ದಟ್ಟಣೆಯಲ್ಲಿ ಆರೋಗ್ಯದ ಕಡೆಗೆ ಹೆಚ್ಚು ಗಮನ ನೀಡುವ ಅವಾರ್ಯತೆಯಿದ್ದುದರಿಂದ – ಅವರು ನಿಷ್ಕಪಟತೆಯಿಂದ ತಮ್ಮ ಬದುಕಿನ ನಿರ್ಣಯಾತ್ಮಕ ಕ್ಷಣಗಳನ್ನು ಬಿಚ್ಚಿಕೊಳ್ಳುತ್ತಿದ್ದರು.

ಬಹುದೊಡ್ಡ ದಾಖಲೆಯ ಭಾಗ, ಸುಲಭವಾಗಿ ಅವರ ಯೋಚನೆಯ ವೈವಿಧ್ಯಮಯ ಘಟನೆಗಳಾಗಿ ಹೊರಹೊಮ್ಮಿದವು, ಯಾಕೆಂದರೆ ಅವೆಲ್ಲಾ ಇನ್ನೂ ಅವರ ಮನಸ್ಸಿನಲ್ಲಿ ಹಚ್ಚಹಸುರಾಗಿಯೇ ಉಳಿದುಕೊಂಡಿದ್ದವು. ಯಾವುದೇ ಘಟನೆ ಪೇಲವವಾಗಿ ಮೂಡಿ ಬರಲಿಲ್ಲ. ಉಚ್ಚ ಸ್ವರದಲ್ಲೂ ಅವರು ಅಂತಹ ಘಟನೆಗಳನ್ನು ನಿರೂಪಿಸಿದ್ದಿದೆ – ಒಂದು ಮಿಂಚಿನಕೋಲು ಹೃದಯವನ್ನು ತತ್ತರಿಸಿ ನಾಟಿದ ಹಾಗೆ ಅಂತಹ ಘಟನೆಗಳು ಪ್ರಕಟವಾಗಿವೆ.

ಕೆಲವೊಮ್ಮೆ ತಮ್ಮ ದುಃಖ ಮತ್ತು ನೋವಿನ ಭಾವನೆಗಳನ್ನು ಹತ್ತಿಕ್ಕಲಾರದ ಸಂಭವಗಳೂ ಇದ್ದವು; ಅವುಗಳಲ್ಲಿ ಮುಖ್ಯವಾದವು ಅಂದರೆ, ಬಾಲ್ಯದ ಯಾತನಾಮಯ ಕ್ಷಣಗಳು, ಮೊದಲ ಹೆಂಡತಿ ಕ್ಯಾನ್ಸರ್‌ನಿಂದ ಬಳಲುತ್ತಿದ್ದು ಚಿಕಿತ್ಸೆ ಪಡೆಯುತ್ತಿದ್ದಾಗ, ಅತೀವ ನೋವಿನಿಂದ ನರಳುತ್ತಿದ್ದ ಕ್ಷಣಗಳು ಸೇರುತ್ತವೆ. ಇದೀಗ ಅವರು ತಮ್ಮ ತಾಯಿ, ಮಡದಿ ಅನುಶ್ರೀ ಮತ್ತು ಇಬ್ಬರು ಮಕ್ಕಳೊಂದಿಗೆ ಮುಂಬಯಿಯಲ್ಲಿ ವಾಸ್ತವ್ಯ ಹೂಡಿದ್ದಾರೆ.

ಒಂದು ಇತಿವೃತ್ತವನ್ನು ದಾಖಲಿಸುವ ವೇಳೆ ನಿರೂಪಕನಿಗೆ ಸಂಕಟಮಯವಾದ ಕ್ಷಣಗಳನ್ನು ಎದುರಿಸಬೇಕಾಗುತ್ತದೆ, ಆ ಬೀಭತ್ಸ ಹಂತಗಳನ್ನು ಮತ್ತೆ ಅನುಭವಿಸಿದಂತಾಗುತ್ತದೆ. ಮಿಕ್ಕುಳಿದವು ವಿವರಣೆಯನ್ನು ಒದಗಿಸುವಾಗ ಒಂದು ವಿರೇಚಕದಂತೆ, ಅಂದರೆ ನಿರೂಪಕ ಯಾವುದೇ ಮುಲಾಜಿಲ್ಲದೆ, ಸ್ವಚ್ಛಂದವಾಗಿ,

ಇತರ ಸಮಯದಲ್ಲಿ ತಮ್ಮ ಆತ್ಮೀಯರನ್ನು ಬಿಟ್ಟು ಇನ್ನಾರಲ್ಲೂ ಎಂದಿಗೂ ಹೇಳಿರದ ವಿಷಯಗಳನ್ನು ಬಿಚ್ಚಿಡುತ್ತಾರೆ.

ಕ್ರಮೇಣ ಆ ಮಿಕ್ಕುಳಿದವು ದುಃಖ, ವ್ಯಸ್ತ ಹೃದಯದ ಪಾತಳಿಯಲ್ಲಿ ಮಡುಗಟ್ಟಿ ಅಲ್ಲೇ ಉಳಿದಿರುತ್ತವೆ. ಬದುಕಿನ ಒಂದು ಹಂತದಲ್ಲಿ ಅದು ಹೊರಬರಲು ಒಂದು ರಹದಾರಿ ಬೇಕಾಗುತ್ತದೆ, ಸಂಪೂರ್ಣವಾಗಿ ಅಲ್ಲವಾದರೂ, ಭಾಗಶಃವಾಗಿ ಆ ಕಠೋರವಾದ ವಿವರಗಳು ತಮ್ಮ ಆಶಯಕ್ಕೆ ವಿರುದ್ಧವಾಗಿ ಹೊರಹೊಮ್ಮುವ ಸಾಧ್ಯತೆಗಳಿರುತ್ತವೆ, ಆ ಮೂಲಕ ತಮ್ಮನ್ನೂ ಇತರರನ್ನೂ ಕ್ಷಮಿಸಿದಂತಾಗುತ್ತದೆ.

ಕಾಲಾನುಕ್ರಮದಲ್ಲಿ ಶಿವ ಅವರು ಭಾವನಾತ್ಮಕವಾಗಿ ಬಿಗುವಾಗುತ್ತ ಬಂದಿದ್ದು,ಅದು ತಮ್ಮ ಅಕಾಡೆಮಿಯಲ್ಲಿ ಸೌಂದರ್ಯ ಹಾಗೂ ಕೇಶವಿನ್ಯಾಸದ ಬಗೆಗೆ ಕಲಿಯಲು ಬರುವ ವಿದ್ಯಾರ್ಥಿಗಳ ಸಮ್ಮುಖದಲ್ಲಿ ಬಹಿರಂಗದಲ್ಲಿ ಬಿಚ್ಚಿಕೊಂಡ ಪ್ರಸಂಗಗಳಿವೆ. ತರುಣ ಮನಸ್ಸುಗಳಿಗೆ ಅಂತಹ ತಮ್ಮ ಸ್ವಂತ ಅನುಭವಗಳು ಹೆಚ್ಚು ಉಪಯುಕ್ತವಾದಾವು ಎಂದು ಅವರು ಎಣಿಸುತ್ತಾರೆ. ತಮ್ಮ ಬದುಕಿನಲ್ಲಿ ಎದುರಾಗುವ ಅಡೆತಡೆಗಳನ್ನು ಮೀರಿ ನಡೆಯುವುದಕ್ಕೆ ಸಹಾಯಕವೆಂದು ಅವರು ಭಾವಿಸುತ್ತಾರೆ.

ಹಾಗಿದ್ದರೂ ಅವರ ಕಣ್ಣುಗಳು ಹನಿಗೂಡುತ್ತವೆ. ನೋವಿನಿಂದ ಗಂಟಲು ಗದ್ಗದಿತವಾಗುತ್ತದೆ. ಅವರು ತಮ್ಮ ಒದ್ದೆ ಹಸ್ತಗಳನ್ನು ತಿಕ್ಕಿಕೊಳ್ಳುತ್ತಾರೆ, ಮತ್ತೆ ಸ್ವಲ್ಪ ನೀರು ಗುಟುಕರಿಸಿ ಮಾತಿಗೆ ಸನ್ನದ್ಧರಾಗುತ್ತಾರೆ. ಮೊತ್ತಮೊದಲು ಅವರು ಮಾಡುವ ಕೆಲಸವೆಂದರೆ, ತಮ್ಮ ಆ ನೋವುಗಳನ್ನು ಬದಿಗಿರಿಸಿ ಮತ್ತೆ ನಗಲು ಯತ್ನಿಸುತ್ತಾರೆ. ಅದು ಅವರು ಯಾವುದೇ ಕಠಿಣ ಪರಿಸ್ಥಿತಿಯನ್ನೂ ಮೀರಿ ಕೆಲಸದತ್ತ ಮುನ್ನಡೆಯುವ ಛಾತಿಯನ್ನು ನಿರೂಪಿಸುತ್ತದೆ.

ತನ್ನ ಕನಸುಗಳನ್ನು ನೆನಸು ಮಾಡಿಕೊಳ್ಳುವುದಕ್ಕೆ ಅವರೆಷ್ಟು ಸಿದ್ಧರಿರುತ್ತಾರೆ ಎಂಬುದನ್ನು ಈ ಅಡೆತಡೆಗಳನ್ನು ಮೀರಿ ಮುನ್ನುಗ್ಗುವ ರೀತಿ ಪ್ರತಿಪಾದಿಸುತ್ತದೆ. ಅವರಂತೆ ಬದುಕಿನಲ್ಲಿ ಕಠೋರವಾದ ಹೊಡೆತಗಳನ್ನು ಅನುಭವಿಸಿ ಶಕ್ತಿಯುತವಾಗಿ ಮತ್ತು ವಿವೇಕಶಾಲಿಯಾಗಿ ಹೊರಬಂದವರು ವಿರಳವೆನ್ನಬೇಕು. ಅದು ನಿಜವಾದ ಸಾಧಕರ ಕುರುಹು ಎನ್ನಬಹುದು.

ಈ ನೆನಪಿನ ಗಾಥೆಯನ್ನು ಬರೆಯಲು–ಅವರ ಸ್ವಂತ ನಿರೂಪಣೆಗಳ ಸಹಿತವಾಗಿ ಅವರು ಸಂಬಂಧವಿಟ್ಟುಕೊಂಡವರ ಜತೆಗೆ ಮಾತುಕತೆ ನಡೆಸಿದ್ದರ ಹೊರತಾಗಿ–ಅವರ ಹುಟ್ಟೂರಿಗೆ ತೆರಳಿ, ತಮ್ಮ ಸ್ವಂತ ಉದ್ಯೋಗದಲ್ಲಿ ತೊಡಗುವ ಮೊದಲು ಮೊತ್ತಮೊದಲು ಕೆಲಸವನ್ನು ಆರಂಭಿಸಿದ ಸಲೂನ್‌ಗಳನ್ನೂ, ಹಳ್ಳಿಯ ವಿವಿಧ ಪ್ರದೇಶಗಳನ್ನೂ, ವಾಸ್ತವ್ಯಕ್ಕಿದ್ದ ಮುಂಬಯಿಯ ಚಾಲುಗಳನ್ನೂ ಸಂದರ್ಶಿಸಬೇಕಾಯಿತು.

ಮುಖ್ಯವಾಗಿ, ಅವರ ದೈನಂದಿನ ಚಟುವಟಿಕೆಗಳನ್ನು, ಅಂದರೆ ತಮ್ಮ ಗಿರಾಕಿಗಳೊಂದಿಗಿನ ವ್ಯವಹಾರ, ಗಿರಾಕಿಗಳು ಅವರ ಬಗೆಗೆ ತಳೆದಿರುವ ಅಭಿಪ್ರಾಯ ಮತ್ತು ಅವರು ಗಿರಾಕಿಗಳೊಂದಿಗೆ ಸ್ಪಂದಿಸಿದ ರೀತಿಗಳನ್ನು ದಾಖಲಿಸಬೇಕಾಯಿತು. ಓರ್ವ ಪ್ರತ್ಯಕ್ಷದರ್ಶಿಯಾಗಿ ಹೇಳಬೇಕಾದರೆ, ಅವರ ನಡೆತೆಯ ಕ್ಷಣಗಳು

ಪ್ರಚೋದಾತ್ಮಕವಾಗಿದ್ದು, ಅವು ಅಂತಃಪ್ರೇರಣೆಯ ಸಹಿತವಾಗಿ, ಎಲ್ಲಾ ಆಯಾಮಗಳನ್ನು ನೋಡುವ ವಿಧಾನವಾಗಿತ್ತು. ಚೌಕಟ್ಟಿನಿಂದ ಹೊರಗಿದ್ದುಕೊಂಡು, ಚಿತ್ರದ ಸೂಕ್ತ ಸಂಯೋಜನೆಯನ್ನು ಮನವರಿಕೆ ಮಾಡುವುದು ಈ ವಿಧಾನದಿಂದಷ್ಟೇ ಸಾಧ್ಯ.

ಇಪ್ಪತ್ತೈದು ವರ್ಷಗಳನ್ನು ಪೂರ್ತಿಗೊಳಿಸುವ ಸಂಭ್ರಮದಲ್ಲಿರುವ ಶಿವ ಅವರ ದಂಥೆ, ಮಾತಿನ ರೂಪವನ್ನು ತಳೆಯುತ್ತಿದೆ–ರಜತ ಮಹೋತ್ಸವ ಒಂದು ಯಶಸ್ವೀ ಮಾರ್ಗದರ್ಶಿಯಾಗಿ, ಅವರ ಪೂರ್ತಿ ಕಾಯಕದ ಕಾಯಕಲ್ಪವನ್ನು ಮತ್ತು ಅವರ ಪ್ರತಿಭೆಯನ್ನು ಬಿಂಬಿಸುವ ಸನ್ನಾಹವಿದು. ಅದೊಂದು ವಿಶಿಷ್ಟ ಕಾಲವಾಗಿದ್ದು, ಕೇಶವಿನ್ಯಾಸಕಾರನ ದೀರ್ಘಕಾಲೀನ ಕಾಯಕ ಫಲದಾಯಕವಾಗುತ್ತಿದೆ ಎನ್ನಬಹುದು. ಅದು ಅವರೊಬ್ಬ ಕೇಶವಿನ್ಯಾಸಕಾರನಾಗಿ ಶ್ರೇಷ್ಠತೆಯನ್ನು ಹೊಂದಬೇಕು ಮತ್ತು ಸ್ವತಃ ಸವಾಲುಗಳನ್ನು ಎದುರಿಸುತ್ತ ಇರಬೇಕು ಎಂದು ಸದಾ ಕಾಲ ಬಯಸುತ್ತಿದ್ದಅವರ ಹೊಸ ಮಜಲಿನ ಮಾರ್ಗಸೂಚಿಯೂ ಆಗಿರಬಹುದು.

ಕಾಕ್‌ಟೈಲ್ ಮತ್ತು ಭೋಜನವನ್ನು ಏರ್ಪಡಿಸಲಾಗಿದ್ದ ಪಕ್ಕದ ಆಯಕಟ್ಟಿನ ಜಾಗದಲ್ಲಿ ಅತಿಥಿಗಳ ಗಡಣವೇ ಸೇರಿ ಅದು ತುಂಬಿತುಳುಕುತ್ತಿದ್ದರೂ, ಈ ಎಲ್ಲಾ ಸಂಭ್ರಮಕ್ಕೆ ಕಾರಣವಾಗಿದ್ದ ವ್ಯಕ್ತಿ ಮಾತ್ರ ಏಕಾಂಗಿಯಾಗಿ, ಇದೀಗಷ್ಟೇ ಒಂದು ವಿಶಿಷ್ಟವಾದ ಕೇಶಶೈಲಿಯ ಬೆರಗುಗೊಳಿಸಿವ ಫ್ಯಾಶನ್ ಷೋ ನಡೆದ ಸಭಾಂಗಣದ ಮೆಟ್ಟಿಲ ಮೇಲೆ ಕುಳಿತು ಕೊಂಡಿದ್ದರು. ಆತ ತನ್ನ ಹುಬ್ಬುಗಳಿಂದ ತೊಟ್ಟಿಕ್ಕುತ್ತಿದ್ದ ಬೆವರನ್ನು ಒರೆಸುತ್ತ ವಿಷಾದದಲ್ಲಿದ್ದಂತೆ ತೋರಿತು. ತನ್ನ ಪರಿಸರದಿಂದ ತೀರಾ ಸಂಬಂಧ ಕಳೆದುಕೊಂಡಿರುವಂತೆ ತೋರಿತು, ಅವರ ಮಗ ರೋಹಿಲ್ ಅಲ್ಲೇ ಸನಿಹದಲ್ಲಿ ಆಟವಾಡುತ್ತಿದ್ದ ಪ್ರಜ್ಞೆಯೂ ಅವರನ್ನು ವಿಚಲಿತರನ್ನಾಗಿ ಮಾಡಿರಲಿಲ್ಲ.

ದೀರ್ಘ ಕಾಲೀನ ಯಾತನೆ ಮತ್ತು ದುಃಖದಿಂದ ಬಳಲಿದವರಿಗೆ ಯಶಸ್ಸಿನ ಸಂಭ್ರಮದಲ್ಲಿ ಭಾಗಿಯಾಗುವುದು ಪ್ರಾಯಶಃ ಅಂತಹ ಸುಲಭದ ಕೆಲಸವೇನೂ ಅಲ್ಲ. ಸಂತೋಷ ಕೆಲವೊಮ್ಮೆ ಹೊರೆಯಾಗಿ ಪರಿಣಮಿಸುತ್ತದೆಯೋ ಏನೋ.

ಆದ್ದರಿಂದ, ಇದು ನನ್ನದೊಂದು ವಿಶೇಷ ಅವಕಾಶವೋ, ಗೌರವವೋ, ಏನೋ, ಶಿವ ಅವರ ಜೀವನಗಾಥೆಯನ್ನು ಜಗತ್ತಿಗೆ ನೀಡಲು ಅವಕಾಶ ನೀಡಿ ಅದಕ್ಕೆ ನಾನೊಂದು ಸಾಧನವಾಗುತ್ತಿರುವುದು, ಅದಕ್ಕಾಗಿ ನಾನು ಅವರಿಗೆ ಕೃತಜ್ಞತೆಯನ್ನು ಸಲ್ಲಿಸುತ್ತೇನೆ.

ಮುಂಬಯಿಯ ಪ್ರಖ್ಯಾತ ಮನಃಶಾಸ್ತ್ರಜ್ಞರೂ, ನನ್ನ ಪತಿ ಗೋಪಾಲ್ ಶೆಟ್ಟಿಯವರ ದೀರ್ಘಕಾಲೀನ ಸ್ನೇಹಿತರೂ ಆಗಿರುವ ಡಾ। ಘನಶ್ಯಾಮ್ ಭಿಮಾನಿಯವರೇ ನಿಮಗೆ ಕೃತಜ್ಞತೆ ಸಲ್ಲಿಸುತ್ತೇನೆ. ನೀವು ಪುಸ್ತಕಕ್ಕೆ ಒಂದು ಅದ್ಭುತವಾದ ಮತ್ತು ಸೂಕ್ತವಾದ ಶೀರ್ಷಿಕೆಯನ್ನು ಸೂಚಿಸಿದ್ದೀರಿ–ಸ್ಟೈಲಿಂಗ್ ಅಟ್ ದಿ ಟಾಪ್. 'ಟಾಪ್' ಎನ್ನುವ ಪದ ಚಿಕ್ಕದಾಗಿದ್ದು, ಪ್ರಿಯವೂ, ಶಿವ ಅವರ ಕಿರೀಟಪ್ರಾಯದ ವೈಭವದ ವೃತ್ತಿಯನ್ನು ಸೂಕ್ತವಾಗಿ ಅಭಿವ್ಯಕ್ತಿಸುವಂಥದ್ದೂ ಆಗಿದೆ. ಅದು ಅವರು ಜನರ ತಲೆಗೂದಲಿನ ಜತೆಗೆ ನಡೆಸುವ ಮ್ಯಾಜಿಕ್‌ನಂತೆ ಮತ್ತು ತಮ್ಮ ಕ್ಷೇತ್ರದಲ್ಲಿ ಅವರು ಸಾಧಿಸಿದ

ಅನನ್ಯತೆಯನ್ನೂ ಸೂಚಿಸುವಂತಿದೆ.

ಓರ್ವ ಸ್ಥಿರ (ಸ್ಟಿಲ್) ಛಾಯಾಗ್ರಾಹಕರೂ, ಟಿ.ವಿ.ವಾರ್ತಾ ಛಾಯಾಗ್ರಾಹಕರೂ ಆದ ಗೋಪಾಲ್ ಶೆಟ್ಟಿಯವರೇ ನಿಮ್ಮ ಬೆಂಬಲ ಮತ್ತು ಸಹಾಯಕ್ಕಾಗಿ ಅನಂತ ವಂದನೆಗಳು. ನಿಮ್ಮ ಹೊರತಾಗಿ ಈ ಪುಸ್ತಕ ಹೊರಬರುತ್ತಲೇ ಇರಲಿಲ್ಲ. ಶಿವ ಅವರ ಜತೆಗಿನ ಗೋಪಾಲ್ ಅವರ ಸಂಬಂಧ 1997ರಷ್ಟು ಹಿಂದಕ್ಕೆ ಹೋಗುತ್ತದೆ, ಆಗ ಅವರು ಕೇಶಕರ್ತರ ಬಗೆಗೆ ಟೆಲಿವಿಷನ್‌ಗಾಗಿ ವಾರ್ತಾ ರೂಪಕಗಳನ್ನು ನಿರ್ಮಿಸಿದ್ದರು, ಅದು ETV ವಾರ್ತೆ, NTV ಮತ್ತು Mid-Day TV/Zee TVಗಳಲ್ಲಿ ಪ್ರಸಾರ ಕಂಡಿದ್ದವು. ಈ ಪುಸ್ತಕವನ್ನು ಬರೆಯುವ ವೇಳೆ ನಾವು ಶಿವ ಅವರ ಅನೇಕ ಸ್ಥಳಗಳನ್ನು ಸಂದರ್ಶಿಸಿದ್ದೆವು, ಆಗ ಅವರು ತೆಗೆದ ಛಾಯಾಚಿತ್ರಗಳನ್ನು ಇಲ್ಲಿ ಅಳವಡಿಸಲಾಗಿವೆ.

ನಮ್ಮ ಸಂಪಾದಕಿ, ಲಕ್ಷ್ಮಿ ಕೃಷ್ಣನ್ ಅವರೇ, ನಿಮ್ಮ ಸಲಹೆಗಳಿಗಾಗಿ ಮತ್ತು ಮುನ್‌ಸಂಪಾದನೆಗಾಗಿ ನನ್ನ ಹೃದಯದಾಳದ ಕೃತಜ್ಞತೆಗಳು ಸಲ್ಲುತ್ತವೆ. ಈ ಪುಸ್ತಕದಬಗೆಗಿನ ನಮ್ಮೊಳಗಿನ ಮಾತುಕತೆ ಮತ್ತು ಸಂಬಧಿಸಿದ ನೆನಪುಗಳು ಬಹಳ ಕಾಲ ಹೃದಯದಲ್ಲಿರುತ್ತವೆ, ಇತರ ಹೊಸದೇ ವಿಷಯಗಳ ಕುರಿತು ನಾವು ಚರ್ಚಿಸಿದ್ದನ್ನು ಪ್ರತ್ಯೇಕವಾಗಿ ಉಲ್ಲೇಖಿಸಬೇಕಾಗಿಲ್ಲ ಎಂದುಕೊಂಡರೂ. ಇಂತಹ ಅತೀವ ಗಹನವಾದ ಪುಸ್ತಕವನ್ನು ಬರೆಯುತ್ತಿದ್ದ ಕ್ಷಣಗಳಲ್ಲಿ ಬಹುಶಃ ಅಂತಹ ಲವಲವಿಕೆಯ, ಸಂತಸದಾಯಕ ಚರ್ಚೆಗಳು ಅನಿವಾರ್ಯವಾಗಿದ್ದುವೇನೋ.

ಮಂಜುಳ್ ಪಬ್ಲಿಷಿಂಗ್ ಹೌಸ್ (Manjul Publishing House)ನ ಒಂದು ಇಂಪ್ರಿಂಟ್ (Imprint)ಆಗಿರುವ ಅಮರಿಲ್ಲಿಸ್ (Amaryllis)ಗೆ ನನ್ನ ಮನಃಪೂರ್ವಕ ಕೃತಜ್ಞತೆಗಳು. ಮಂಜುಳ್‌ನ ವ್ಯವಸ್ಥಾಪಕ ನಿರ್ದೇಶಕರಾಗಿರುವ ಶ್ರೀ ವಿಕಾಸ್ ರಖೇಜಾ, ಶ್ರೀ ಮನೋಜ್ ಕುಲಕರ್ಣಿ, ಕು. ರಶ್ಮಿ ಮೆನನ್ ಹಾಗೂ ಈ ಹೊತ್ತಗೆಯನ್ನು ಹೊರತರುವಲ್ಲಿ ವಿವಿಧ ಹಂತಗಳಲ್ಲಿ ಶ್ರಮಿಸಿದ ತಂಡದ ಎಲ್ಲ ಸದಸ್ಯರಿಗೂ ನನ್ನ ಕೃತಜ್ಞತೆಗಳು ಸಲ್ಲುತ್ತವೆ.

ಜಯಶ್ರೀ ಶೆಟ್ಟಿ
ಲೇಖಕಿ–ಪತ್ರಕರ್ತೆ

ಮುನ್ನುಡಿ

ಪ್ರತಿಭೆ ಅಂದರೆ ಒಂದು ಪ್ರತಿಶತ ಪ್ರೇರಣೆ
ಮತ್ತು ತೊಂಭತ್ತೊಂಭತ್ತು ಪ್ರತಿಶತ ದುಡಿಮೆ

–ಥಾಮಸ್ ಅಲ್ವಾ ಎಡಿಸನ್, ಅಮೆರಿಕನ್ ಸಂಶೋಧಕ,
ಜಗತ್ತಿಗೆ ಇಲೆಕ್ಟ್ರಿಕ್ ಬಲ್ಬ್‌ನ್ನು ನೀಡಿದಾತ

ಅದೊಂದು ಚಿಕ್ಕ ಕನಸಾಗಿದ್ದಿತು

ಒಬ್ಬ ಬಾಲಕನಾಗಿ, ನನಗೊಂದು ಸರಳವಾದ ಬಯಕೆ ಇತ್ತು. ಆಗ ನಾನು ದಕ್ಷಿಣ ಕರ್ನಾಟಕದ ಮಂಗಳೂರಿನ ಸಮೀಪದ ಒಂದು ಚಿಕ್ಕ ಹಳ್ಳಿಯಲ್ಲಿದ್ದೆ. ತೆಂಗಿನ ಮರದ ಮಡಲುಗಳಿಂದ ಒಂದು ಪುಟ್ಟ ಅಳತೆಯ ಕ್ಷೌರದಂಗಡಿಯನ್ನು ನಿರ್ಮಿಸುವ ತವಕದಲ್ಲಿ ನಾನು ಸಂಭ್ರಮಿಸುತ್ತ ಓಡಾಡಿದ್ದೆ. ನನ್ನ ಅವಶ್ಯಕತೆಗಳು ಮಿತವಾಗಿದ್ದವು: ಗಿರಾಕಿ ಕುಳಿತುಕೊಳ್ಳುವುದಕ್ಕೆ ಅಗತ್ಯವಾದ ಒಂದು ಅಗ್ಗದ ಬಿದಿರಿನ ಸ್ಟೂಲ್, ಒಂದು ಬಾಚಣಿಗೆ ಮತ್ತೊಂದು ಕತ್ತರಿ. ನನ್ನ ತಾಯಿ ಹಾಗೂ ನಮ್ಮ ಕುಟುಂಬದ ನಿರ್ವಹಣೆಗೆ ಸ್ವಲ್ಪ ಹಣಗಳಿಕೆಯಾದರೆ ಸಾಕಿತ್ತು, ಅದಕ್ಕೆ ಒಂದು ಪುಟ್ಟದಾದ ಜಾಗವಷ್ಟೇ ಅಗತ್ಯವಿದ್ದಿತು.

ನಾಲ್ಕು ದಶಕಗಳ ಬಳಿಕ, ದೇವರು ನನಗೆ ಯಥೇಷ್ಟ ನೀಡಿದ್ದಾನೆ. ಈಗ ಭಾರತದ ಮೋಹಕ ರಾಜಧಾನಿ ಎಂದೇ ಪ್ರಖ್ಯಾತವಾದ ಮುಂಬಯಿ ನಗರದಲ್ಲಿ ಯಶಸ್ವಿಯಾಗಿ ನಡೆಯುತ್ತಿರುವ 'ಶಿವಾಸ್' ಎಂಬ ಹೆಸರಿನ ನನ್ನದೇ ಆದ ಸರಣಿ ಸಲೂನ್‌ಗಳಿವೆ. ಒಂದು ಅದ್ಭುತ ಕುಟುಂಬ ನನ್ನದು–ಸದಾ ಬೆಂಬಲಕ್ಕಿರುವ ತಾಯಿ, ಸ್ಫೂರ್ತಿ ನೀಡುವ ಮಡದಿ ಮತ್ತು ನನ್ನನ್ನು ಯಾವಾಗಲೂ ನಗುವಿನಲ್ಲಿಡುವ ಇಬ್ಬರು ಭೂಷಣಪ್ರಾಯ ಮಕ್ಕಳು– ವಿಶ್ವಾಸಾರ್ಹ ಕೆಲವು ಮಿತ್ರರು, ನನಗೆ ಸದಾ ಮಾರ್ಗದರ್ಶನ ನೀಡುವ ಹಿತೈಷಿಗಳು, ಸಮರ್ಪಣಾಭಾವದಿಂದ ದುಡಿಯುವ ಸಿಬ್ಬಂದಿಗಳು, ಮತ್ತು ಎಲ್ಲಕ್ಕೂ ಮಿಗಿಲಾಗಿ, ಅನಿರ್ಬಂಧಿತರಾಗಿ, ನಿಷ್ಠಾವಂತರಾಗಿ ನನ್ನ ಸಲೂನ್‌ಗೆ ಖುಷಿಯಿಂದ ಭೇಟಿ ನೀಡುವ ಗ್ರಾಹಕರು ಇದ್ದಾರೆ.

ಹಾಗೆಯೇ ನಾನು ನನ್ನ ಪಯಣದ ಹಿಂದಕ್ಕೊಮ್ಮೆ ನೋಡುತ್ತಿದ್ದಂತೆ, ನನ್ನ ಬಗೆಗೆ ವಿಶ್ವಾಸವನ್ನು ಹೊಂದಿರುವವರ ಕಡೆಗೆ ಮತ್ತು ನನ್ನ ಕಷ್ಟದ ದಿನಗಳಲ್ಲಿ ನನ್ನ ಬೆಂಬಲಕ್ಕೆ ನಿಂತವರ ಕಡೆಗೆ ಆಭಾರದೊಂದಿಗೆ ನನ್ನ ಹೃದಯ ತುಂಬಿ ಬರುತ್ತದೆ. ಅವರನ್ನೆಲ್ಲ ಹೊಂದಿರುವ ನಾನು ನಿಜಕ್ಕೂ ಭಾಗ್ಯಶಾಲಿ.

ಅಂತಹ ಶುಭಾಕಾಂಕ್ಷಿಗಳು ನನ್ನನ್ನು ಕೇಳುವುದಿದೆ–ಶಿವ, ನಿಮ್ಮ ಕಥೆಯನ್ನು

ಯಾಕಾಗಿ ಬರೆಯಬಾರದು? ಮತ್ತು ಅನೇಕ ಸಾರಿ ಅವರ ಸಲಹೆಯ ಬಗೆಗೆ ನಾನು ಗಂಭೀರವಾಗಿ ಯೋಚಿಸಿದ್ದೂ ಇದೆ. ಅದು ನಿಜವೇ, ಯಾಕೆಂದರೆ ನನ್ನದು ಅದೊಂದು ವಿಶೇಷ ಘಟನೆಗಳಿಂದ ಕೂಡಿದ, ನಷ್ಟ, ನೋವು, ಸಂಕಟ ಮತ್ತು ಬಲಿಪಶುವಾದ ಸಂಗತಿಗಳಿಂದ ತುಂಬಿದ ಅನನ್ಯ ಅನುಭವಗಳನ್ನು ಹೊತ್ತ ಬದುಕಿನ ಪಯಣವಾಗಿತ್ತು. ನನ್ನನ್ನು ದಿಕ್ಕು ತೋಚದಂತೆ ಮಾಡಿದ ಮತ್ತು ಭಾವನಾತ್ಮಕವಾಗಿ ಘಾಸಿಗೊಳಿಸಿದ ಅನೇಕ ಸವಾಲುಗಳು ಮತ್ತು ಹಿಂಜರಿತಗಳು ನನ್ನನ್ನು ತಲ್ಲಣಗೊಳಿಸಿದ್ದವು. ಆದರೆ ಪ್ರತಿಸಲವೂ ಚೇತರಿಸಿಕೊಳ್ಳುವ ಶಕ್ತಿ ಮತ್ತು ಅಪಾರವಾದ ಭರವಸೆ ನಾನು ಅವನ್ನೆಲ್ಲ ಮೆಟ್ಟಿ ಪಾರಾಗುವಂತೆ ಮಾಡಿದ್ದವು.

ನನ್ನ ಸದಾ ಕಾಲದ ಲವಲವಿಕೆ ಮತ್ತು ಆಶಾವಾದದ ಸ್ಥಿತಿಯ ಹಿಂದಿರುವ ರಹಸ್ಯದ ಬಗ್ಗೆ ಜನರು ನನ್ನನ್ನು ಪ್ರಶ್ನಿಸುವುದಿದೆ. ಓರ್ವ ಕೇಶವಿನ್ಯಾಸಕಾರನಾಗಿ, ಯಾವುದೇ ರೋಮಾಂಚಕ ಸನ್ನಿವೇಶಗಳಲ್ಲೂ ನಾನು ನನ್ನ ತುದಿಗಾಲಲ್ಲಿ ನಿಲ್ಲುವ, ಸೈ ಎಂದು ಮುನ್ನುಗ್ಗುವ ಮನಸ್ಥಿತಿಯನ್ನು ತಿಳಿಯಲು ಕತೂಹಲ ಪಟ್ಟವರಿದ್ದಾರೆ.

ಬದುಕಿನ ಕಥೆಯನ್ನು ಹೇಳಿಕೊಳ್ಳುವುದೆಂದರೆ ಅದೊಂದು ಅತೀವ ಮಾನವೀಯ ಪ್ರಕ್ರಿಯೆ. ಪಾರಾಗಲು ಸಹಾಯಕವಾದ ಹುಟ್ಟು ಪ್ರವೃತ್ತಿ ನಮ್ಮ ನರನಾಡಿಗಳಲ್ಲಿ ಹರಿಯುತ್ತಿರುತ್ತದೆ. ಬದುಕು ಅದೆಷ್ಟು ನಮ್ಮನ್ನು ಹೊತ್ತೊಗೆಯುತ್ತದೆಯೋ ಅಷ್ಟೇ ನಾವು ಬಲವಂತರಾಗುತ್ತೇವೆ. ಅದೇ ನಮ್ಮನ್ನು ನಮ್ಮ ಅನುಭವಗಳನ್ನು ಇತರರ ಜತೆಗೆ ಹಂಚಿಕೊಳ್ಳುವುದಕ್ಕೆ ಕಾತುರರಾಗಿರುತ್ತೇವೆ. ನನಗೂ ಈ ಅನುಭವವಾಗಿದೆ. ಹಾಗಾಗಿ ನನ್ನ ಕಥೆಯನ್ನು ಜಗತ್ತಿನ ಜತೆಗೆ ಹಂಚಿಕೊಳ್ಳುವುದಕ್ಕೆ ಸನ್ನದ್ಧನಾದೆ. ಬಹಳ ವಿನೀತವಾಗಿ ಈ ಅನುಭವಗಳನ್ನು ಹಂಚಿಕೊಳ್ಳುವುದಕ್ಕೆ ಇನ್ನೊಂದು ಪ್ರಬಲವಾದ ಕಾರಣವೆಂದರೆ, ಇದು ನನ್ನ ರೀತಿಯಲ್ಲೇ ಬದುಕಿನ ಸವಾಲುಗಳನ್ನು ಎದುರಿಸಿದ ಮಂದಿಗೆ ಅವನ್ನು ಎದುರಿಸುವ ಎದೆಗಾರಿಕೆ ನೀಡಲಿ ಮತ್ತು ಅವರೆಲ್ಲ ಗೆಲುವಿನೊಂದಿಗೆ ಹೊರಹೊಮ್ಮಲಿ ಎಂಬುದೇ ನನ್ನ ಆಶಯ.

ನನ್ನ ಪ್ರಾರಂಭಿಕ ದಿನಗಳು ದಟ್ಟದಾರಿದ್ರ್ಯದಲ್ಲೇ ಕಳೆಯಿತು. ನನ್ನ ಬಾಲ್ಯವನ್ನು, ಹದಿಹರೆಯವನ್ನು ಮತ್ತು ವಯಸ್ಸಿಗೆ ಬಂದ ಮೇಲೂ ಕೆಲವು ಕಾಲ ಬಡತನದಲ್ಲೇ ಕಳೆದಿದ್ದೇನೆ. ನನ್ನ ಪೂರ್ತಿ ಬದುಕು ಕಷ್ಟಗಳನ್ನು ಮೀರಿ ಹೋರಾಡುವುದರಲ್ಲಿ, ಸಂಕುಚಿತ ಸನ್ನಿವೇಶಗಳನ್ನು ಎದುರಿಸುವಲ್ಲಿ ಮತ್ತು ಅಂತಹ ಸನ್ನಿವೇಶಗಳಿಂದ ಪಾರಾಗಿ ಯಶಸ್ಸನ್ನು ಸಾಧಿಸುವುದರಲ್ಲೇ ಕಳೆದುಹೋಯಿತು. ಅವಮಾನ, ಬಯ್ಗುಳ, ನಷ್ಟ, ಸಾಕಷ್ಟು ಕಂಡವನು ನಾನು. ನಿಮ್ಮ ಕೈಗಳು ಕೊಳೆಯಾಗದೇ ಹೋದರೆ ಅದನ್ನು ಸ್ವಚ್ಛಗೊಳಿಸುವ ಅವಕಾಶವಾದರೂ ನಿಮಗೆ ಹೇಗೆ ಲಭಿಸುತ್ತದೆ ಹೇಳಿ? ಹಾಗಾಗಿ ನನ್ನ ನಿರ್ಧಾರಗಳು, ಯಶಸ್ಸನ್ನು ಸಾಧಿಸುವ ಛಲ, ಏಳುಬೀಳುಗಳನ್ನು ತಹಬಂದಿಗೆ ತಂದು ಉತ್ತುಂಗದಲ್ಲೇ ನಿಲ್ಲಿಸಿದವು. ಸುರಂಗ ಎಷ್ಟೇ ಕತ್ತಲಿನಿಂದಲೇ ಆವರಿಸಿರಲಿ, ಒಂದು ಬೆಳಕಿನ ಮಿಣುಕು ಆ ಕಡೆಯ ಅಂಚನ್ನು ತಲುಪುವುದಕ್ಕೆ ಸದಾ ಕಾಲ ಕಾದಿರುತ್ತದೆ ಎಂದು ಬಲವಾಗಿ ನಂಬಿದವನು ನಾನು.

ಒಂದು ಕಠಿಣ, ಆಘಾತಪೂರ್ಣ ಪ್ರಾರಂಭಿಕ ಬದುಕು ಜೀವನದಲ್ಲಿ ವಿವೇಕದ

ಮತ್ತು ಹೆಚ್ಚು ಗ್ರಾಹ್ಯ ಬಾಳನ್ನು ಒದಗಿಸುತ್ತದೆ. ಇಂದು ಯುವಕರು ನನ್ನ ಸಲೂನನ್ನು ಪ್ರವೇಶಿಸುವ ಸಮಯ ನಾನು ಕಳಕೊಂಡಿದ್ದನ್ನು, ಆ ಏನನ್ನೋ ಜ್ಞಾಪಿಸುವಂತೆ ಮಾಡುತ್ತದೆ. ಅನೇಕ ಯುವ-ವಯಸ್ಕರು ಮತ್ತು ಸೌಂದರ್ಯ ಹಾಗೂ ಕೇಶವಿನ್ಯಾಸದ ಉದ್ಯಮಕ್ಕೆ ಕಾಲಿಡುವವರು ಭೂತ ಸದೃಶ ನಿಲುವನ್ನು ಅಥವಾ ತಮ್ಮ ಸಮಯ ಹಾಗೂ ಹಣವನ್ನು ಪೋಲು ಮಾಡುತ್ತಿರುವ ವಿಧಾನ ನಿಜಕ್ಕೂ ಅಚ್ಚರಿ ಮೂಡಿಸುತ್ತದೆ. ಕುಟುಂಬದ ಕಡೆಗೆ ಅಥವಾ ಸಮಾಜದ ಬಗೆಗೆ ಅವರ ನಡವಳಿಕೆ ಇನ್ನೂ ಅವರು ಹೆಚ್ಚು ಮುತುವರ್ಜಿಯಿಂದ ನಡೆಯಬೇಕಾಗಿರುವ ಅವಶ್ಯಕತೆಯನ್ನು ಸೂಚಿಸುತ್ತದೆ.

ನಲ್ವತ್ತು ವರ್ಷಗಳಿಗೂ ಮೀರಿದ ವೃತ್ತಿ ಜೀವನದಲ್ಲಿ, ಒಂದು ಬ್ರ್ಯಾಂಡ್ ಹೆಸರನ್ನು ರೂಪಿಸುವಲ್ಲಿ ಕಳೆಯುತ್ತ, ಈ ಯುವಜನಾಂಗ ಎಲ್ಲಿ ತಪ್ಪುತ್ತಿದ್ದಾರೆ ಎಂದು ನಾನು ಭೇಟಿಯಾದ ಅಸಂಖ್ಯ ಜನರಿಂದ ತಿಳಿದಿದ್ದೇನೆ. ಮುದ್ದು ಮಾಡಲ್ಪಟ್ಟ ಮಕ್ಕಳು ಹೇಗೆ ತಮ್ಮ ಪಾಕೆಟ್ ಮನಿಯನ್ನು ಪೋಲು ಮಾಡುತ್ತಾರೆ ಎಂದು ಕಂಡಿದ್ದೇನೆ. ಎಳೆಯ ಯುವಕ ಯುವತಿಯರು ತ್ವರಿತವಾಗಿ ವಿಲಾಸೀ ಜೀವನ ಅನುಭವಿಸಲು ಹೇಗೆ ಅಪ್ರಾಮಾಣಿಕವಾಗಿ ಹಣ ಸಂಪಾದನೆ ಮಾಡುತ್ತಾರೆ ಎಂಬುದನ್ನು ನೋಡಿದ್ದೇನೆ. ಭೌತಿಕವಾಗಿ ಐಷಾರಾಮಿ ಜೀವನ ಸಾಗಿಸಲು ಕೆಟ್ಟ ಹಾದಿಯನ್ನು ತುಳಿಯುತ್ತ ಹೇಗೆ ತಮ್ಮ ಮೇಲೆ ಒತ್ತಡವನ್ನು ಹೇರಿಕೊಂಡಿದ್ದಾರೆ ಎಂದು ಕಂಡಿದ್ದೇನೆ. ಈ ಪೀಳಿಗೆಗೆ ನನ್ನ ಒಂದೇ ಒಂದು ಸಂದೇಶವೆಂದರೆ, ಅವರು ತಾವು ಕೈಗೊಂಡ ಕಾರ್ಯಗಳತ್ತ ಗಮನವಿಡಲಿ, ತಮ್ಮ ಸಂಬಂಧಗಳತ್ತ, ತಾವು ನೈಸರ್ಗಿಕವಾಗಿ ಪಡೆದ ಅಮೂಲ್ಯ ಕೊಡುಗೆಗಳತ್ತ ಹೆಚ್ಚು ಮೌಲ್ಯಯುತವಾಗಿ ನಿಗಾಹರಿಸಲಿ ಎಂಬುದು.

ನಾನೊಂದು ವಿನೀತ ಕುಟುಂಬದ ಹಿನ್ನೆಲೆಯಿಂದ ಬಂದವನು. ನನ್ನ ಬಡ ಮತ್ತು ನಿರಕ್ಷರಿಗಳಾದ ಹೆತ್ತವರು, ಮಂಗಳೂರಿಗೆ ಸಮೀಪದ ಕಾರ್ಕಳದ ಅಂಚಿನ ಅತ್ತೂರು ಎಂಬ ಹಳ್ಳಿಯಲ್ಲಿ ವಾಸ್ತವ್ಯಕ್ಕಿದ್ದರು. ಸೃಷ್ಟಿ ನಮ್ಮ ಮೇಲೆ ಮೊದಲ ಪ್ರಹಾರವನ್ನು ನೀಡಿದ್ದು ಯಾವಾಗಪೆಂದರೆ, ನಾನಿನ್ನೂ ಮೂರು ವರ್ಷದವನಿದ್ದಾಗ, ನನ್ನ ತಂದೆ ಕೃಷ್ಣ ಭಂಡಾರಿ ತೀರಿಕೊಂಡು ತಾಯಿ ಗುಲಾಬಿ ಭಂಡಾರಿ, ತಂಗಿ ಶೋಭಾ ಸೇರಿದಂತೆ ಎಲ್ಲರನ್ನೂ ಬಡತನದ ಬೇಗೆಯಲ್ಲಿ ತಳ್ಳಿದಾಗ. ನನ್ನ ತಾಯಿ ಬಟ್ಟೆ ಹೊಲಿಗೆಯ ಮೂಲಕ ಕಷ್ಟದಿಂದ ಜೀವನ ನಿರ್ವಹಣೆಗೆ ತೊಡಗಿದರು. ಮನೆಯ ಉಸ್ತುವಾರಿಗಾಗಿ ನಾನು ಶಾಲೆಯನ್ನು ಬಿಡಬೇಕಾಯಿತು. ಬಹುಬೇಗನೇ ಇನ್ನೊಂದು ಆಘಾತ ನಮ್ಮನ್ನು ಸುತ್ತಿಕೊಂಡಿತು, ಆಗಷ್ಟೇ ನಾಲ್ಕು ವರ್ಷದವಳಾಗಿದ್ದ ಶೋಭಾಳನ್ನು ನಾವು ಕಳಕೊಂಡೆವು. ಆಹಾರದ ಕೊರತೆ ಮತ್ತು ಸೂಕ್ತ ವೈದ್ಯಕೀಯ ಚಿಕಿತ್ಸೆಯಿಲ್ಲದೆ ಅವಳು ತೀರಿಕೊಂಡಿದ್ದಳು.

ಮುಂದಿನ ಕೆಲವು ವರ್ಷಗಳ ಕಾಲ, ಏನಾದರೂ ಪರಿಹಾರ ಒದಗಬಹುದು ಎಂದುಕೊಂಡು ನಾವು ಒಬ್ಬ ಮಾವನ ಮನೆಯಿಂದ ಇನ್ನೊಬ್ಬರ ಮನೆಗೆ ವಾಸ್ತವ್ಯವನ್ನು ಬದಲಾಯಿಸುತ್ತ ಬಂದೆವು. ಆದರೆ ಪ್ರತಿ ಸಲ ಅವರೆಲ್ಲ ನಮ್ಮನ್ನು ಹೊರಗೆ ದಬ್ಬಿದರು. ಮನೆಯೂ ಇಲ್ಲದೆ ಹಣವೂ ಇಲ್ಲದೆ ನಾವು ನಿರ್ಗತಿಕರಾದೆವು. ಆ ಹತಾಶ ದಿನಗಳು ನಿಜಕ್ಕೂ ಭೀಕರವೆನಿಸಿದವು. ಆದರೂ ವಿಶೇಷವೆಂದರೆ ನಾವಿಬ್ಬರೂ ತಾಯಿ-ಮಗ ಒಬ್ಬರನ್ನೊಬ್ಬರು ಬಿಟ್ಟುಕೊಡಲೇ ಇಲ್ಲ.

ಭಾರತದಲ್ಲಿ ಇನ್ನೂ ಕುಟುಂಬ ವ್ಯವಸ್ಥೆಯಲ್ಲಿ ಅಜ್ಜ-ಅಜ್ಜಿಯರು ಸಹಿತವಾಗಿ, ಮಾವಂದಿರು, ಅತ್ತೆಯಂದಿರು, ನಿಕಟ ಸಂಬಂಧಿಗಳು, ದೂರದ ಚಿಕ್ಕಪ್ಪ ದೊಡ್ಡಪ್ಪಂದಿರ

ಮಕ್ಕಳು ಇತ್ಯಾದಿಯಾಗಿ ಜತೆಯಲ್ಲಿ ಬಾಳುವ ಅವಿಭಕ್ತ ಕುಟುಂಬ ಪದ್ಧತಿ ಇದೆ. ಸಂಪ್ರದಾಯ, ನೀತಿನಿಯಮಗಳನ್ನು ಪಾಲಿಸುತ್ತಿದ್ದರೂ, ಕುಟುಂಬದ ಹಿರಿಯನ ನಿರ್ಧಾರವೇ ಅಂತಿಮವಾಗಿರುತ್ತದೆ. ಇತರರು ಅದನ್ನು ಪಾಲಿಸಬೇಕಷ್ಟೆ; ಯಾರೂ, ಯಾವುದೇ ನಿರ್ಧಾರವನ್ನು ಪ್ರಶ್ನಿಸುವ ಹಾಗಿಲ್ಲ. ತಂದೆಯವರು ತೀರಿಕೊಂಡ ಹೊಸದರಲ್ಲಿ ನನ್ನ ಸೋದರ ಮಾವಂದಿರು, ಚಿಕ್ಕಪ್ಪಂದಿರು (ನನ್ನ ಬಾಲ್ಯದ ವಿವಿಧ ಹಂತಗಳಲ್ಲಿ ನನ್ನ ಪೋಷಕರಾಗಿದ್ದವರು) ನನ್ನ ಬಗ್ಗೆ ತೀರ್ಮಾನ ತೆಗೆದುಕೊಂಡರು ಮತ್ತು ನಾನು ಅವರ ಆಜ್ಞೆಯನ್ನು ಪಾಲಿಸಲೇ ಬೇಕಾಗಿತ್ತು. ಆ ನಿರ್ಧಾರಗಳು ನನ್ನ ಪ್ರಸಕ್ತದ ಅಥವಾ ಭವಿಷ್ಯದ ದೃಷ್ಟಿಯಿಂದ ಯಾವ ಪರಿಣಾಮ ಉಂಟುಮಾಡಬಹುದು ಎಂಬುದರ ಬಗ್ಗೆ ಅವರಿಗೆ ಕಾಳಜಿಯಿರಲಿಲ್ಲ; ನನ್ನ ಸೇವೆಯನ್ನು ಅವರ ಅನುಕೂಲಕ್ಕೆ ತಕ್ಕಂತೆ ಮೋಜಿಗಾಗಿ ಬಳಸಿಕೊಂಡರು. ನೀವೊಬ್ಬ ತಂದೆಯಿಲ್ಲದ ಹುಡುಗನಿದ್ದಾಗ ನಿಮ್ಮ ರಕ್ಷಣೆಗೆ ಯಾರೂ ಬರುವುದಿಲ್ಲ; ನೀವು ಯಾರ ಮಗನೂ ಆಗಿರುವುದಿಲ್ಲ; ನಿಮ್ಮನ್ನು ಉಚಿತವಾಗಿ ಕೆಲಸಗಳಿಗೆ ಉಪಯೋಗಿಸಿಕೊಳ್ಳುತ್ತಾರೆ, ಅಷ್ಟೇ.

ನನ್ನ ಚಿಕ್ಕಪ್ಪನ ಬಲವಂತಕ್ಕೆ ಕಟ್ಟುಬಿದ್ದು, ನಾನು ಮಂಗಳೂರು ಜಿಲ್ಲೆಯ ಪಕ್ಕದ ಜಿಲ್ಲೆಯಾದ ಚಿಕ್ಕಮಗಳೂರು ಜಿಲ್ಲೆಯ ಎಲೆಮಡಲು ಎಂಬ ಚಹಾತೋಟಗಳಿದ್ದ ಸ್ಥಳದ ಅವರ ಕ್ಷೌರದಂಗಡಿಗೆ ಕೆಲಸಕ್ಕೆ ಸೇರಬೇಕಾಯಿತು. ನನ್ನನ್ನು ಆತ ಓರ್ವ ಸಹಾಯಕನ ನೆಲೆಯಲ್ಲಿ ತೆಗೆದುಕೊಂಡಿದ್ದರೂ, ನೌಕರನಂತೆ ದುಡಿಸಿಕೊಂಡರು. ನನಗೆ ಉಚಿತವಾಗಿ ಊಟ ಮತ್ತು ವಸತಿಯನ್ನು ನೀಡುತ್ತಿದ್ದಾರೆ ಎಂದು ಯಾವತ್ತೂ ಉಸಿರೆತ್ತಲಿಲ್ಲ. ನನ್ನ ಕೆಲಸಕ್ಕೆ ಸಂಬಳ ನೀಡುವುದಂತೂ ಯಾವತ್ತೂ ಪರಿಗಣನೆಗೆ ಬರಲೇ ಇಲ್ಲ.

ಗಿರಾಕಿಗಳಿಗೆ ಕ್ಷೌರ ಮಾಡುವುದನ್ನು ನೋಡುವುದರಲ್ಲೇ ನನ್ನ ದಿನಗಳುರುಳಿದವು. ಕ್ಷೌರಿಕನ ಕೆಲಸಕ್ಕೆ ಹೊಂದಿಕೊಳ್ಳುವ ನಿಟ್ಟಿನಲ್ಲಿ ಕ್ಷೌರದ ಸಲಕರಣೆಗಳನ್ನು ಬಳಸಿ ನನ್ನದೇ ಕೈಕಾಲುಗಳನ್ನು ಶೇವ್ ಮಾಡಿಕೊಂಡೆ, ನಂತರ ಚಿಕ್ಕಪ್ಪನ ಕತ್ತರಿಯನ್ನೇ ಬಳಸಿ ನನ್ನ ಸ್ವಂತ ಕ್ಷೌರ ಮಾಡಿಕೊಂಡೆ. ಹೀಗೆ ಈ ಸಲಕರಣೆಗಳನ್ನು ಬಳಸಲು ಒಮ್ಮೆ ಸಾಧ್ಯವಾದಾಗ, ಗಿರಾಕಿಗಳ ಕೆಲಸಗಳು ಸರಳವಾಗಿಬಿಟ್ಟವು ನನಗೆ.

ನನ್ನ ಕುಡುಕ ಚಿಕ್ಕಪ್ಪ ತನ್ನ ಹತಾಶೆಗಳನ್ನು ನನಗೆ ಹೊಡೆಯುವ ಮೂಲಕ, ನನ್ನನ್ನೂ ತನ್ನ ಮಡದಿಯನ್ನೂ ದೈಹಿಕವಾಗಿ ಬಳಸಿಕೊಳ್ಳುವ ಮೂಲಕ ಶಮನಗೊಳಿಸಿಕೊಳ್ಳಲು ತೊಡಗಿದರು. ಶರಾಬಿನ ಕುಡಿತದ ವ್ಯಸನ ಆತನ ಪ್ರಾಯಶ್ಚಿತ್ತವಾಗಿಬಿಟ್ಟಿತು. ನಿಧಾನವಾಗಿ ಆತ ಗಿರಾಕಿಗಳತ್ತ ಹೋಗದೆ, ನನಗೆ ಆ ಕೆಲಸವನ್ನು ಒಪ್ಪಿಸುವಂತಾಯಿತು.

ಎಲೆಮಡಲಿನಲ್ಲಿ ದುಡಿಯುವುದೆಂದರೆ ಅದೊಂದು ಶ್ರಮದಾಯಕ ಮತ್ತು ಹಿಮಚ್ಛಾದಿತ ವಾತಾವರಣದ ಸಮ್ಮಿಳನದೊಂದಿಗೆ ವಿಷಮವೆನಿಸಿತು. ಇಂದಿಗೂ ನನಗೆ ಶೀತ ಹವೆ ಒಗ್ಗುವುದಿಲ್ಲ. ಮುಂಬಯಿಯಲ್ಲಿ ಸೆಖೆ ಮತ್ತು ಉಷ್ಣದ ವಾತಾವರಣವಿದ್ದಾಗ್ಯೂ, ಎಸಿಯಿಂದ ಹೊರಡುವ ಶೀತವಾಯು ನನಗೆ ಇಂದಿಗೂ ಸುಖಮಯ ಎನಿಸುವುದಿಲ್ಲ. ರೂಮಿನಲ್ಲಿನ ಗಾಳಿಯನ್ನು ಪರ್ಯಾಪ್ತವಾಗಿ ಬಳಸುವುದಕ್ಕೆ ಫ್ಯಾನ್ ಗಾಳಿಯನ್ನೇ ಇಷ್ಟಪಡುತ್ತೇನೆ.

ಆದರೂ ಕೂಡಾ, ವೈಶಿಷ್ಟ್ಯವೇ ಇಲ್ಲದ ಆ ಹಳ್ಳಿಗೆ ನಾನು ಋಣಿಯಾಗಿದ್ದೇನೆ,

ಯಾಕೆಂದರೆ, ಶೀತ ಹವೆಯ ಹೊಡೆತ ಮತ್ತು ಹೊಟ್ಟೆಪಾಡಿನ ಜೀವನ, ಶಾಪಿನ ಗುಲಾಮಗಿರಿ, ಎಲ್ಲ ವಿರೋಧಾತ್ಮಕ ಸನ್ನಿವೇಶಗಳನ್ನು ಎದುರಿಸಿದರೂ ಕೂಡಾ, ನನ್ನ ಬದುಕಿನ ಕರೆಯನ್ನು ಕೇಳಿಸಿಕೊಂಡದ್ದು ಅಲ್ಲಿಂದಲೇ.

ಯಾರನ್ನು ನಾನು ಮೌಲ್ಯಯುತವಾಗಿ ಕಾಣುತ್ತೇನೋ, ಯಾರ ಬಗ್ಗೆ ನನಗೆ ಅತ್ಯಂತ ಗೌರವವಿದೆಯೋ ಅಂತಹ ವ್ಯಕ್ತಿಗಳ ಹೃದಯವನ್ನು ಗೆಲ್ಲಲು, ಈ ವೃತ್ತಿಯೇ ಕಾರಣವಾಯಿತು. ನಾನು ನನ್ನ ಗ್ರಾಹಕರ ಬಗೆಗೆ ಸ್ವಯಂಪ್ರೇರಿತ ಹಾಗೂ ಬದ್ಧತೆಯ ಭಾವನೆಯಿಂದ ಸೇವೆಸಲ್ಲಿಸುವ ಮನಸ್ಥಿತಿಯನ್ನು ಸದಾ ಕಾಲ ಹೊಂದಿರುತ್ತೇನೆ. ಯಾವುದೇ ಗಿರಾಕಿ ಕ್ಷೌರದ ನಮೂನೆಯನ್ನು ವಿವರಿಸುವ ಮೊದಲೇ, ಅವರಿಗೆ ಯಾವುದು ಯೋಗ್ಯ ಎನ್ನುವುದನ್ನು ನಾನು ನನ್ನ ಸ್ವಯಂಪ್ರೇರಣೆಯಿಂದ ತಿಳಿದಿರುತ್ತೇನೆ.

ಸಾಂಪ್ರದಾಯಿಕ ಶಿಕ್ಷಣದಿಂದ ವಂಚಿತನಾದ ನಾನು, ಬದುಕಿನಲ್ಲಿನ ಪ್ರತಿಯೊಂದು ಕ್ಷಣವೂ ಅಮೂಲ್ಯ ಎನ್ನುವ ಭಾವನೆಯನ್ನು ನನ್ನಲ್ಲಿ ಗ್ರಹಿಸಿಕೊಂಡೆ. ಸಮಯ ವ್ಯರ್ಥವಾದರೆ ಅದು ಹೊರಟು ಹೋದಂತಯೇ ಸರಿ ಎಂಬುದು ನನ್ನ ಅನ್ನಿಸಿಕೆ. ಒಬ್ಬ ಒಳ್ಳೆಯ ಗ್ರಾಹ್ಯಶಕ್ತಿಯಿರುವ ನಾನು ಇನ್ನೊಬ್ಬರು ಹೇಳುವುದನ್ನು ಶ್ರದ್ಧೆಯಿಂದ ಕೇಳಿಸಿಕೊಂಡು ನನ್ನ ತಳಹದಿ ಮಾಡಿಕೊಳ್ಳುವ ಪ್ರಯತ್ನ ನನ್ನದು. ನಾನು ಸಂಧಿಸುವ ಪ್ರತಿಯೊಬ್ಬ ವ್ಯಕ್ತಿಯನ್ನೂ ನನ್ನ ಬೋಧಕರೆಂದು ಪರಿಗಣಿಸುತ್ತೇನೆ.

ನಾನು ನನ್ನ ಸಿಬ್ಬಂದಿಗಳಿಗೆ ಇದ್ದುದರಲ್ಲೇ ತೃಪ್ತಿ ಕಾಣುವುದನ್ನು ಬಿಟ್ಟು ದೊಡ್ಡದಾಗಿ ಯೋಚಿಸುವ, ಎತ್ತರಕ್ಕೆ ಏರುವ ಯೋಚನೆ ಮಾಡಿ ಎನ್ನುವುದಿದೆ. ಮಳೆಗಾಲಕ್ಕೆ ತಮ್ಮ ಸಂಪಾದನೆಯಲ್ಲಿ ತುಸು ಉಳಿತಾಯ ಮಾಡಿ, ದುಂದುವೆಚ್ಚವನ್ನು ಕಡಿಮೆ ಮಾಡುವಂತೆ ಹೇಳುವುದಿದೆ. ನನ್ನ ಔದ್ಯಮಿಕ ಸೂತ್ರ ಸರಳವಾದುದು: ಉಳಿತಾಯ ಮಾಡಿ ಪ್ರಗತಿ ಸಾಧಿಸುವುದು. ಆ ಮೂಲಕವೇ ನಾನು ಸಣ್ಣ ಒಂದು ಸಲೂನ್‌ನ್ನು ಪ್ರಾರಂಭಿಸಿ, ಅಂತಹ ಸರಣಿ ಅಂಗಡಿಗಳನ್ನು ಸ್ಥಾಪಿಸಲು ಸಾಧ್ಯವಾಯಿತು. ಹಾಗೆಯೇ ಎಷ್ಟು ಸಲೂನ್‌ಗಳನ್ನು ಸ್ಥಾಪಿಸಲು ಸಾಧ್ಯವೋ ಅಷ್ಟನ್ನು ಸ್ಥಾಪಿಸುವ ಇರಾದೆ ನನ್ನದು.

1988ರಷ್ಟು ಹಿಂದೆ, ಮುಂಬಯಿ ನಗರದ ಹೊರಭಾಗದಲ್ಲಿ ಸಣ್ಣ ಉದ್ದಿಮೆಗಳ ಪ್ರದೇಶವಾದ ಥಾಣೆಯ ವಾಗ್ಲೆ ಎಸ್ಟೇಟ್‌ನ ಸಮೀಪ ನಾನೊಂದು ಚಿಕ್ಕ ಕ್ಷೌರದಂಗಡಿಯನ್ನು 'ಶಿವಾಸ್ ಸ್ಟೈಲೋ' ಎಂಬ ಹೆಸರಲ್ಲಿ ತೆರೆದಿದ್ದೆ. ಅಷ್ಟೇನೂ ಔಚಿತ್ಯಪೂರ್ಣವಲ್ಲದ ಸ್ಥಳದಲ್ಲಿ ನನ್ನ ಉಳಿತಾಯದ ಹಣಕ್ಕೆ ಒಗ್ಗುವ ಸ್ಥಾವರ ಅದಾಗಿತ್ತು ಮತ್ತು ಅನುಕೂಲದ ಪರಿಸ್ಥಿತಿ ಅಂದರೆ ಆ ಪರಿಸರದಲ್ಲಿ ನನ್ನದೊಂದೇ ಕ್ಷೌರದಂಗಡಿಯಿತ್ತು. ಕೂಡಲೇ ಕಾರ್ಮಿಕ ವರ್ಗ ತಮ್ಮ ಸೌಕರ್ಯದ ಹೆಸರಲ್ಲಿ ನನ್ನ ಅಂಗಡಿಗೆ ಎಡತಾಕತೊಡಗಿದರು. ಮುಂದೆ ಶಾಲಾ ಮಕ್ಕಳು ಕೂಡಾ ತಮ್ಮ ಕ್ಷೌರಕ್ಕಾಗಿ ಬರತೊಡಗಿದರು.

ನನ್ನ ವೃತ್ತಿಜೀವನದಲ್ಲಿ ಸದ್ಯ ತೃಪ್ತಿಯಿದ್ದರೂ, ಹೊಸದಾಗಿ ಏನಾದರೂ ಸಾಹಸ ಕೈಗೊಳ್ಳಬೇಕೆಂದು ಯಾವಾಗಲೂ ಹಾತೊರೆಯುತ್ತಿದ್ದೆ. ನನ್ನ ಸ್ವಂತದ ನಿರ್ಧಾರವಾಗಿತ್ತು. ಎಲ್ಲಾದರೂ ನಾನು ಸೋತರೆ ನನ್ನಷ್ಟಕ್ಕೇ ದೂರಿಕೊಳ್ಳಬೇಕಿತ್ತೇನೋ. ಈ ನಡೆಯ ಹಿನ್ನಡೆ ಅಂದರೆ ಅಷ್ಟೇ ಸಾಕಾಗಿತ್ತು. ಮೊದಲ ದಿನ ನಾನು ರಾತ್ರಿ 11ಗಂಟೆಯ ತನಕ ದುಡಿದೆ, ಪೂರ್ತಿ ದಿನದ ಆದಾಯ ರೂ.165/– ಬಂದಿತ್ತು. ಅದೊಂದು ಅಚ್ಚುಕಟ್ಟಾದ

ಚಿಕ್ಕ ಮೊತ್ತವಾಗಿತ್ತು ಮತ್ತು ಜನರು ನನ್ನ ಅಸ್ತಿತ್ವವನ್ನು ಗುರುತಿಸಿದ್ದಾರೆ ಎನ್ನುವಂತಿತ್ತು.

ಮುಂದಿನ ಐವತ್ತೈದು ದಿನಗಳ ಪರ್ಯಂತ ನಾನು ಎಡೆಬಿಡದೆ ದುಡಿದೆ, ವಾರಾಂತ್ಯದ ರಜಾ ದಿನವೂ ಇಲ್ಲದೆ, ಸಲೂನ್‌ನಲ್ಲೇ ಉಳಿದುಕೊಂಡು, ಸಪೂರವಾದ ಒಂದು ಬೆಂಚಿನ ಮೇಲೆ ಮಲಗುತ್ತ. ಆ ಬೆಂಚು ನನ್ನ ಉದ್ದಕ್ಕೆ ಸಾಕಾಗದೆ ಕಾಲುಗಳು ಹೊರಕ್ಕೆ ಚಾಚುವಂತಿದ್ದವು. ದಿನವಿಡೀ ದುಡಿಮೆಯಲ್ಲಿ ನಿರತನಾಗಿದ್ದರಿಂದ ನನ್ನ ಎಲುಬುಗಳಿಗೆ ವಿಶ್ರಾಂತಿಯ ಅವಶ್ಯಕತೆ ಇತ್ತು. ಹೊರಗಡೆ ಅಯಾಚಿತವಾಗಿ, ನಿರಂತರ ಕೆಟ್ಟ ವಾಸನೆ ಹೊಮ್ಮಿಸುವ ಒಂದು ಚರಂಡಿ ಇದ್ದಾಗ್ಯೂ, ಎದುರಿನ ಬಾಗಿಲನ್ನು ತೆರೆದಿಟ್ಟು ಗಾಳಿಯ ಪ್ರವೇಶಕ್ಕೆ ಅನುವು ಮಾಡಿಕೊಟ್ಟಿದ್ದೆ.

ಪ್ರತಿದಿನ ಮುಂಜಾನೆ 5.30ಕ್ಕೆ ಏಳುತ್ತಿದ್ದೆ, ಅಂಗಡಿಯ ಒಂದು ಮೂಲೆಯಲ್ಲಿ ಸಂಘಟಿಸಿದ ಒಂದು ಸ್ಟೌವ್‌ನಲ್ಲಿ ಚಹಾ ತಯಾರಿಸಿ, ಬೇಯಿಸಿದ ಮೊಟ್ಟೆಗಳನ್ನು ಬೆಳಗ್ಗಿನ ಉಪಾಹಾರಕ್ಕೆ ಬಳಸುತ್ತಿದ್ದೆ. ಅಂಗಡಿಯ ಹಿಂಗಡೆ ಇದ್ದ ಮುನಿಸಿಪಲ್ ನೀರಿನ ನಳ್ಳಿ, ನನ್ನ ಸ್ನಾನಕ್ಕೂ, ಗಿರಾಕಿಗಳಿಗೆ ಉಪಯೋಗಿಸಿದ ಮತ್ತು ನನ್ನ ಬಟ್ಟೆಗಳನ್ನು ಒಗೆಯುವುದಕ್ಕೂ ಉಪಯೋಗಕ್ಕೆ ಬೀಳುತ್ತಿತ್ತು. ಸರಿಯಾಗಿ 7ಗಂಟೆಗೆ ಅಂಗಡಿಯನ್ನು ತೆರೆಯುತ್ತಿದ್ದೆ. ಬೆಳಗ್ಗೆ ವ್ಯಾಯಾಮಕ್ಕೆ ನಡೆಯುವವರು ನನ್ನ ಗಿರಾಕಿಗಳಾಗಿರುತ್ತಿದ್ದರು, ನಂತರ ಶಾಲಾ ಮಕ್ಕಳು, ತದನಂತರ ಕಾರ್ಮಿಕರು ಬರುತ್ತಿದ್ದರು. ಅದು ತಡರಾತ್ರಿಯವರೆಗೂ ಸಾಗುತ್ತಿತ್ತು. ದಕ್ಷಿಣ ಭಾರತದಿಂದ ಬರುತ್ತಿದ್ದ, ಕನ್ನಡ, ಮಲಯಾಳಂ ಮತ್ತು ತಮಿಳು ಭಾಷೆಗಳನ್ನಾಡುತ್ತಿದ್ದ ಗ್ರಾಹಕರು ನನಗೆ ಕೆಲವೇ ಸಮಯದಲ್ಲಿ ಆತ್ಮೀಯರಾಗಿಬಿಟ್ಟರು, ನನಗೂ ಆ ಭಾಷೆಗಳು ಬರುತ್ತಿದ್ದುದರಿಂದ. ಗಿರಾಕಿಗಳ ಸಂಖ್ಯೆ ಹೆಚ್ಚಿದಂತೆ, ಮಧ್ಯಾಹ್ನದ ಊಟಕ್ಕೂ ಬಿಡುವಿಲ್ಲದಾಯಿತು. ತಳ್ಳುಗಾಡಿಯಲ್ಲಿ ಮಾರಾಟಕ್ಕೆ ಬರುತ್ತಿದ್ದವರಿಂದ 'ವಡಾಪಾವ್' (ಬ್ರೆಡ್‌ನ ಹೋಳುಗಳ ಮಧ್ಯೆ ಆಲೂಗಡ್ಡೆ ಮತ್ತು ಮೆಣಸಿನ ಮಸಾಲೆಯ ಜತೆಗೆ ಬೆಳ್ಳುಳ್ಳಿಯ ಚಟ್ನಿಯ ಒಂದು ಸಂಘಟನೆ)ನ್ನು ಕೊಂಡು ಮೆದ್ದು ಅಷ್ಟಕ್ಕೇ ತೃಪ್ತಿಪಡಬೇಕಾದ ಪ್ರಮೇಯ ಒದಗುತ್ತಿತ್ತು.

ಮುಂದಿನ ಕೆಲವೇ ತಿಂಗಳುಗಳಲ್ಲಿ ಗಿರಾಕಿಗಳ ಸಂಖ್ಯೆ ಜಾಸ್ತಿಯಾಗಿ, ಒಬ್ಬ ಹುಡುಗನನ್ನು ತರಬೇತಿಗಾಗಿ ನನ್ನಲ್ಲಿ ತೆಗೆದುಕೊಂಡು ನಿಭಾಯಿಸಬೇಕಾಯಿತು. ಸಂಖ್ಯೆ ಇನ್ನೂ ಹೆಚ್ಚಾದಾಗ, ನಾನು ಮಂಗಳೂರು ಮತ್ತು ಆಸುಪಾಸಿನ ಹಳ್ಳಿಗಳಿಂದ ಇನ್ನೂ ಮೂವರು ಹುಡುಗರನ್ನು ಕರೆದು ನೇಮಿಸಿದೆ. ನನ್ನಲ್ಲಿ ಇಂದಿಗೂ ಅವಿಭಜಿತ ಸೌತ್‌ಕೆನರಾ ಜಿಲ್ಲೆಯಿಂದ (ಇದೀಗ ದಕ್ಷಿಣ ಕನ್ನಡ ಮತ್ತು ಉಡುಪಿ ಜಿಲ್ಲೆಗಳಾಗಿವೆ) ಬಂದಿರುವ ಅನೇಕ ಕೆಲಸಗಾರರು ಸೇವೆ ಸಲ್ಲಿಸುತ್ತಿದ್ದಾರೆ. ಈ ಪ್ರದೇಶಗಳಿಂದ ಬರುವಂಥ ಕೆಲಸಗಾರರ ಒಂದು ವಿಶೇಷತೆ ಅಂದರೆ ಅವರು ಶೀಘ್ರವಾಗಿ ಕಲಿತುಕೊಳ್ಳುತ್ತಾರೆ ಮತ್ತು ಅವರು ಜ್ಞಾನಪಿಪಾಸುಗಳೂ ಆಗಿರುತ್ತಾರೆ. ಅವರು ತಮ್ಮ ಸಂಬಂಧಿಗಳನ್ನು ಮತ್ತು ಸ್ನೇಹಿತರನ್ನು ಪ್ರೇರೇಪಿಸಿ ತಮ್ಮ ಜತೆಗೆ ಕರೆತಂದು ಅಡುಗೆಯನ್ನೂ ವಾಸಸ್ಥಳವನ್ನೂ ಹಂಚಿಕೊಂಡು ಮುಂಬಯಿಯಲ್ಲೇ ಕ್ರಮೇಣ ತಂಗುವ ಮತ್ತು ಕುಟುಂಬವನ್ನು ಸ್ಥಾಪಿಸಲು ಹವಣಿಸುತ್ತಾರೆ. ಅಂತಹ ಅನೇಕ ಹುಡುಗರು ನನ್ನ ಥಾಣೆ ಅಪಾರ್ಟ್‌ಮೆಂಟ್‌ನಲ್ಲಿ ನನ್ನ ಜತೆಗೆ ಉಳಕೊಂಡಿದ್ದರು. ಅಲ್ಲಿ ನನ್ನ ತಾಯಿ ಎಲ್ಲರಿಗೂ ಅಡುಗೆ ಮಾಡಿ ಬಡಿಸುತ್ತಿದ್ದರು. ನನ್ನ ಸಿಬ್ಬಂದಿಗಳಲ್ಲಿ

ಅನೇಕ ಮಂದಿ ಇಂದಿಗೂ ಅಲ್ಲಿಯೇ ವಾಸ್ತವ್ಯಕ್ಕಿದ್ದಾರೆ.

ನಮ್ಮ ಥಾಣೆ ಅಂಗಡಿಗೆ ಇದೀಗ 'ಶಿವಾಸ್' ಎಂದು ಪುನರ್ನಾಮಕರಣವಾಗಿದ್ದು, ಅದು ನನ್ನ ಎಲ್ಲ ಅಂಗಡಿಗಳಿಗೆ ಮುಂಛೂಣಿಯದ್ದಾಗಿದೆ ಎನ್ನಬಹುದು. ಸೆಕೆಂಡ್-ಹ್ಯಾಂಡ್ ಪೀಠೋಪಕರಣ, ಅಂದರೆ ಸಾಕಷ್ಟು ಹರಿದುಹೋದ ಎರಡು ಕುರ್ಚಿಗಳು, ಒಂದು ನಿಲುವಿನ ಕನ್ನಡಿ, ಬಳಕೆಯಾದ ಒಂದು ಕೂದಲ ಸಿಂಪಡಿಕೆಯ ಶೀಷೆ ಅದರಲ್ಲಿ ಒಳಗೊಂಡಿದ್ದರೆ, ಇಂದು ಅದೇ ವ್ಯಾಪಕವಾಗಿ ಬೆಳೆದಿದ್ದು, ಫೇಶಿಯಲ್, ಮ್ಯಾನಿಕ್ಯೂರ್, ಪೆಡಿಕ್ಯೂರ್ ಮುಂತಾದ ಸವಲತ್ತುಗಳನ್ನೂ ಒದಗಿಸುವಷ್ಟು ಮುಂದುವರಿದಿದೆ. ಮೊದಲೆಲ್ಲ ನಮಗೆ ಔದ್ಯಮಿಕ ಕ್ಷೇತ್ರದಿಂದ ಮತ್ತು ಸುತ್ತಮುತ್ತ ವಾಸಿಸುವವರು ಬರುತ್ತಿದ್ದರೆ, ಇಂದು ಆ ಹಳಬರ ಜತೆಗೆ ನಗರ ಪ್ರದೇಶದಿಂದಲೂ ಸಾಕಷ್ಟು ಗಿರಾಕಿಗಳು ಬರುತ್ತಾರೆ.

ಮುಂಬಯಿಯಲ್ಲಿನ ಸಲೂನ್‌ನ್ನು 1993ರಲ್ಲಿ ತೆರೆಯಲಾಯಿತು. ಈ ಸಮಯದಲ್ಲೇ ಮಡಿದು ಹೋದ ಮಡದಿ ಹರಿಣಾಕ್ಷಿಯ ಭೇಟಿಯಾದದ್ದು. ಆಕೆ ಪಕ್ಕದಲ್ಲೇ ಒಂದು ಹೆಂಗಳೆಯರಿಗೆ ಮೀಸಲಾದ ಪಾರ್ಲರ್‌ನ್ನು ತೆರೆದಳು. ಇದೀಗ ಈ ಪಾರ್ಲರ್‌ನ್ನು ನವೀಕರಿಸಲಾಗಿದ್ದು, ಹರಿಣಾಕ್ಷಿ ಇದ್ದಾಗಿನ ಅದೇ ನಿಷ್ಠಾವಂತ ಗಿರಾಕಿಗಳು ಇಂದಿಗೂ ಬರುತ್ತಾರೆ. ಸಿನಿಮಾ ಮತ್ತು ಟೆಲಿವಿಷನ್‌ನ ಆಕರ್ಷಕ ವ್ಯಕ್ತಿತ್ವಗಳನ್ನು ಸೆಳೆಯುವ ಸಲುವಾಗಿ, 'ಶಿವಾಸ್'ನ್ನು ಮತ್ತಷ್ಟು ವಿಸ್ತರಿಸುತ್ತ ಲೋಖಂಡ್‌ವಾಲಾ, ಅಂಧೇರಿಗಳಲ್ಲಿ ತೆರೆಯಲಾಯಿತು. ಹೊಸ ನಮೂನೆಯ ಕೇಶಶೈಲಿ, ಉನ್ನತ ಮಟ್ಟದ ಸೌಂದರ್ಯ ಸ್ಪಾ ಚಿಕಿತ್ಸೆಗಳು ಇಲ್ಲಿನ ಆಕರ್ಷಣೆಗಳಾದವು. ನನಗೆ ಈ ಮಾಯಾನಗರಿಯ ಸಂಬಂಧ ಯಾವಾಗ ಏರ್ಪಟ್ಟಿತು ಅಂದರೆ, ಅದಾಗಲೇ ಹೆಸರುಗಳಿಸಿದ ಮತ್ತು ಉದಯೋನ್ಮುಖ ಸಿನಿಮಾ ನಿರ್ಮಾತೃಗಳು ಮತ್ತು ನಟರು ನನ್ನ ಗ್ರಾಹಕರಾಗಿ ಕೇಶವಿನ್ಯಾಸವನ್ನೂ ಸೌಂದರ್ಯ ಚಿಕಿತ್ಸೆಯನ್ನೂ ಪಡೆಯಲು ನನ್ನ ಅಂಗಡಿಗಳಿಗೆ ಬರತೊಡಗಿದಾಗ. ಈ ಸರಣಿಯನ್ನು ಇನ್ನೂ ಬೆಳೆಸುವ ಇರಾದೆಯಿಂದ ಜುಹುವಿನಲ್ಲೊಂದು ಅಂಗಡಿಯನ್ನು ಸ್ಥಾಪಿಸಲಾಯಿತು. ಜತೆಜತೆಗೆ ಶಿವಾಸ್ ತರಬೇತಿ ಅಕಾಡೆಮಿಯನ್ನು ಅಂಧೇರಿ ಲಿಂಕ್ ರೋಡ್‌ನಲ್ಲಿ ಪ್ರಾರಂಭಿಸಲಾಯಿತು. ಅಕಾಡೆಮಿ ಪೂರ್ತಿ ತಪ್ಸೀಲಿನಲ್ಲಿ ನಡೆಯುತ್ತಿದ್ದು, ತರಗತಿಗಳು ಕೇಂದ್ರ ಸರಕಾರದ ಅಲ್ಪಸಂಖ್ಯಾತ ಸಚಿವಾಲಯದ 'ಮೌಲಾನಾ ಆಝಾದ್ ನ್ಯಾಶನಲ್ ಅಕಾಡೆಮಿ ಫಾರ್ ಸ್ಕಿಲ್ಸ್' MANAS (Maulana Azad National Academy for Skills) ಮತ್ತು MT Educareನ ಸಹಯೋಗದೊಂದಿಗೆ ನಡೆಸಲಾಗುತ್ತಿದ್ದು, ಇದರಲ್ಲಿ ಅಲ್ಪಸಂಖ್ಯಾತ ವಿಭಾಗದ ವಿದ್ಯಾರ್ಥಿಗಳು ಕೇಶಶೈಲಿ ಮತ್ತು ಸೌಂದರ್ಯ ಚಿಕಿತ್ಸೆಯ ತರಬೇತಿ ಪಡೆದು ತಮ್ಮದೇ ಸ್ವಂತ ಉದ್ಯಮವನ್ನು ಸ್ಥಾಪಿಸುವಂತೆ ಅವರಿಗೆ ಪ್ರೋತ್ಸಾಹ ನೀಡಲಾಗುತ್ತಿದೆ.

ಮುಂದೆ ತೆರೆಯಲಾದ ಶಾಪ್‌ಗಳೆಂದರೆ, ಮಲಾಡ್, ಗಿರ್‌ಗಾಂವ್ ಚೌಪಾಟಿಯಲ್ಲಿ ಮರೀನ್ ಲೈನ್ಸ್ ಸಮೀಪ, ಮಾಟುಂಗಾ, ಬಾಂದ್ರಾ-ಕುರ್ಲಾ ಕಾಂಪ್ಲೆಕ್ಸ್, ದೊಂಬಿವಿಲಿಯ ಉತ್ತರದ ಹೊರವಲಯವಾದ ವಾಲ್ಕೇಶ್ವರ್‌ನಲ್ಲಿ, ಇಲ್ಲಿ ಮಹಿಳೆಯರಿಗಾಗಿ ಒಂದು ವಿಶೇಷ ಸಲೂನ್ ಸ್ಥಾಪಿಸಲಾಗಿದೆ ಹಾಗೂ ಕರ್ನಾಟಕದ ಮಂಗಳೂರು ಸಮೀಪದ ಪ್ರಮುಖ ಶೈಕ್ಷಣಿಕ ಪ್ರದೇಶಗಳಲ್ಲಿ ಒಂದಾದ ಮೂಡುಬಿದಿರೆಯಲ್ಲಿ ಸ್ಥಾಪಿಸಲಾಗಿದೆ.

ಹರಿಣಾಕ್ಷಿಯ ನಿಧನದ ನಂತರ ನಾನು ಅನುಶ್ರೀಯನ್ನು ಮದುವೆಯಾಗಿದ್ದು, ಅವಳು ನನಗೆ ಆಡಳಿತಾತ್ಮಕವಾಗಿ ಲೋಖಂಡವಾಲಾ ಮತ್ತು ಜುಹು ಸ್ಥಾಪನೆಗಳನ್ನು ನಿಭಾಯಿಸಲು ಸಹಕರಿಸುತ್ತಾಳೆ. ನಮ್ಮ ವ್ಯಾಪಕವಾದ ಗ್ರಾಹಕರ ತಳಹದಿ ಮತ್ತು ಬಹುದೊಡ್ಡ ಸಿಬ್ಬಂದಿವರ್ಗ, ಸಲೂನ್‌ಗಳು– ಒಂದು ಪುರುಷ, ಸ್ತ್ರೀಯರಿಗೆ ಜತೆಯಾಗಿ ಮತ್ತು ಇನ್ನೊಂದು ಮಹಿಳೆಯರಿಗೇ ಪ್ರತ್ಯೇಕ ಮೀಸಲಾಗಿ– ಇರುವುದರಿಂದ ನಮ್ಮ ಸಂಘಟಿತ ನಿಗಾ ಅವಶ್ಯವೆನಿಸುತ್ತದೆ.

ಜನಸಾಂಧ್ರತೆಯ ಮಲಬಾರ್ ಹಿಲ್‌ನಲ್ಲಿರುವ ಶಿವಾಸ್ ಸಿಗ್ನೇಚರ್ ಸಲೂನ್ ಬಗ್ಗೆ ಹೇಳಬೇಕೆಂದರೆ, ಅದನ್ನು ವಿಶಾಲ ಕಲಾತ್ಮಕತೆ ಹರಡಿಕೊಂಡಿರುವ ಜಾಗದಲ್ಲಿ, ವಿಶೇಷವಾಗಿ ಸೌಂದರ್ಯವರ್ಧನೆಯಲ್ಲಿ ಅತ್ಯಾಧುನಿಕ ಮಾದರಿಯ ಸೇವೆಗಳನ್ನು ನೀಡುವಂತೆ ಸಜ್ಜುಗೊಳಿಸಲಾಗಿದೆ. ನಮ್ಮ ಭವಿಷ್ಯದ ಯೋಜನೆಗಳಲ್ಲಿ, ಇಂತಹ ಇನ್ನಷ್ಟು ಸ್ವಿಸ್ ಮಾದರಿಯ ಶಾಪ್‌ಗಳನ್ನು ತೆರೆಯುವುದು, ಕೆಲವು ಹಳೆಯ ಪಾರ್ಲರ್‌ಗಳನ್ನು ಶಿವಾಸ್ ಸಿಗ್ನೇಚರ್ ಮಾದರಿಯಲ್ಲಿ ಮೇಲ್ಮಟ್ಟಕ್ಕೆ ಏರಿಸುವುದು ಮುಂತಾದವು ಸೇರಿವೆ.

1988ರಲ್ಲಿ ಸ್ಥಾಪನೆಯಾದ ಲಾಗಾಯ್ತು, ಶಿವಾಸ್, ತನ್ನ ಗ್ರಾಹಕರೊಂದಿಗೆ ಮೂವತ್ತು ವರ್ಷಗಳಿಗೂ ಮೀರಿ, ಒಂದು ಪ್ರಬಲವಾದ ಬಂಧವನ್ನು ಹೊಂದಿದೆ ಎನ್ನಬಹುದು. ಶಾಲಾ ಬಾಲಕರಾಗಿ ನಮ್ಮ ಸಲೂನ್‌ಗಳಿಗೆ ಭೇಟಿ ನೀಡುತ್ತಿದ್ದ ಮಂದಿ ಇಂದು ಯುವಕರಾಗಿ ಬೆಳವಣಿಗೆ ಹೊಂದಿ, ಕೆಲವರಂತೂ ಯಶಸ್ವೀ ಉದ್ಯಮಿಗಳಾಗಿ ಹೊರಹೊಮ್ಮಿದ್ದಾರೆ. ಕೆಲವರ ತಲೆ ಬೋಳಾಗುತ್ತಾ ಬಂದಿದ್ದರೂ, ಅವರೆಲ್ಲ ಶಿವಾಸ್ ಜತೆಗಿನ ನಿಷ್ಠೆಯನ್ನು ಇನ್ನೂ ಉಳಿಸಿಕೊಂಡಿದ್ದಾರೆ. ಗಿರಾಕಿಗಳು ತಮ್ಮ ವಸತಿಯನ್ನು ಬೇರೆಡೆಗೆ ಬದಲಾಯಿಸಿದರೂ, ಅವರ ಸಮೀಪದ ನಮ್ಮ ಸ್ಥಾಪನೆಗಾಗಿ ಹುಡುಕುತ್ತಾರೆ. ಒಂದಲ್ಲ ಒಂದು ದಿನ ಶಿವಾಸ್ ನಮ್ಮ ದೇಶದಾದ್ಯಂತ ಪ್ರತಿಯೊಂದು ಪೇಟೆ, ನಗರ ಮತ್ತು ಹಳ್ಳಿಗಳಲ್ಲೂ ತನ್ನ ಅಸ್ತಿತ್ವವನ್ನು ಹೊಂದಲಿ ಎಂಬುದೇ ನನ್ನ ಹಾರೈಕೆ. ಅದು ನನ್ನ ಕನಸು ಕೂಡಾ.

ಈ ಪುಸ್ತಕ ಒಂದು ಅದ್ಭುತ ಪಯಣದ ಕಥೆ; ಶಿವಾಸ್ ಎಂಬ ಹೆಸರು ಬ್ರ್ಯಾಂಡ್ ಆಗಿ ಗುರುತಿಸಲ್ಪಟ್ಟಿತು ಎನ್ನುವ ಕಥೆ. ಈ ಬ್ರ್ಯಾಂಡ್‌ನ ಸ್ಥಾಪನೆಯ ಜತೆಜತೆಗೇ ಸಮಾನಾಂತರವಾಗಿ ನನ್ನ ಬದುಕೂ ಸಾಗಿದೆ, ವೈಯಕ್ತಿಕವಾಗಿ ಮತ್ತು ವೃತ್ತಿಯ ಮೂಲಕವೂ. ಕೆಲವು ಜೀವನ ಪರಿವರ್ತನೆಯ ಕ್ಷಣಗಳನ್ನೂ ಈ ಪುಸ್ತಕ ದಾಖಲಿಸುತ್ತದೆ ಮತ್ತು ಅಂತಹ ಆಖ್ಯಾಯಿಕೆಗಳನ್ನು ಓದುಗರ ಜತೆಗೆ ಹಂಚಿಕೊಳ್ಳುತ್ತದೆ. ಇದರ ವಸ್ತು ನನ್ನ ಕನ್ನಡ, ತುಳು, ಹಿಂದಿ ಮತ್ತು ಕೆಲವೊಮ್ಮೆ ಇಂಗ್ಲಿಷ್‌ನಲ್ಲಿನ ನಿರೂಪಣೆಗಳೊಂದಿಗೆ ಸೇರಿಕೊಂಡಿವೆ. ಓದುಗರು ನನ್ನ ಅನುಭವಗಳನ್ನು ಇಷ್ಟಪಡುತ್ತಾರೆ ಮತ್ತು ಅದರಿಂದ ಸ್ಫೂರ್ತಿ ಪಡೆಯುತ್ತಾರೆ ಎಂದು ಭಾವಿಸುತ್ತೇನೆ. ಬೇರೇನೂ ಇಲ್ಲವಾದರೂ, ನಾವು ಒಬ್ಬ ಕೇಶವಿನ್ಯಾಸಕಾರನ ಉಬ್ಬರವಿಳಿತದ ಪಯಣದ ನಾವೆಯಲ್ಲಿ ಜತೆಯಾಗಿ ಸಾಗೋಣ.

ಶಿವರಾಮ ಭಂಡಾರಿ

ಕೇಶವಿನ್ಯಾಸಕಾರರು, ಮುಂಬಯಿ

ಸಾವಿರಾರು ಮೈಲಿಗಳ ಒಂದು ಪಯಣ,
ಒಂದು ಹೆಜ್ಜೆಯಿಂದಲೇ ಪ್ರಾರಂಭವಾಗುತ್ತದೆ.

–ಲಾವೋ ತ್ಸು, ಚೀನಾದ ತತ್ತ್ವಜ್ಞಾನಿ

ಅಧ್ಯಾಯ ಒಂದು

ವಿಧವೆಯ ಶಿಖೆ

ನನ್ನ ಮೊತ್ತಮೊದಲ ನೌಕರಿ : ಎಳೆಯ ಹನ್ನೆರಡು ವರ್ಷ ಪ್ರಾಯದ ವಿಧವೆಯ ಕೇಶ ಮುಂಡನ

ಮುಂಜಾನೆಯ ಮಂಜಿನ ಹನಿಗಳಂತೆ, ಆ ನಿರ್ವಿಣ್ಣ ಬೆಳಗ್ಗಿನ ನೆನಪುಗಳು ಇನ್ನೂ ನನ್ನ ಮನಸ್ಸಿನಲ್ಲಿ ಹಚ್ಚಹಸುರಾಗಿ ಅಚ್ಚೊತ್ತಿವೆ. ಅದು ನನ್ನ ವೃತ್ತಿ ಜೀವನದ ಮೊತ್ತ ಮೊದಲ ದಂಧೆಯಾಗಿತ್ತು. ಎಳೆಯ ಪ್ರಾಯದ ವಿಧವೆಯೊಬ್ಬಳ ಕೇಶ ಮುಂಡನ. ನನ್ನ ಚಿಕ್ಕಪ್ಪನ ಕೈಕೆಳಗೆ, ಅವರ ಕೆಲಸಗಳನ್ನು ನಿಕಟವಾಗಿ ವೀಕ್ಷಿಸುತ್ತ, ಸಾಂಪ್ರದಾಯಿಕವಾಗಿ ತರಬೇತಿ ಪಡೆಯುತ್ತಿದ್ದ ನನಗೆ, ಆತನೇ ಈ ಕೆಲಸವನ್ನು ವಹಿಸಿದ್ದರು. ಈ ಕೆಲಸವನ್ನು ನಾನು ಬಹಳ ಜಾಣ್ಮೆಯಿಂದ ನಿರ್ವಹಿಸಬಹುದೆಂದು ಆತ ತಿಳಿದಿದ್ದಿರಬಹುದು, ಯಾಕೆಂದರೆ ಕೇಶ ಮುಂಡನದಲ್ಲಿ ಬರೀ ಗೀಸುವ ಕೆಲಸವಷ್ಟೇ ಹೊರತು ಬೇರೆ ಯಾವುದೇ ಕೇಶ ವಿನ್ಯಾಸದ ಅಥವಾ ಕಲೆಗಾರಿಕೆಯ ಕೌಶಲ್ಯವಾಗಲೀ ಬೇಕಾಗಿರಲಿಲ್ಲ. ನಿಜ ಹೇಳಬೇಕೆಂದರೆ, ನಾನಿನ್ನೂ ಕ್ಷೌರದ ಮೂಲಭೂತ ನಿರ್ವಹಣಾ ಕಲೆಯನ್ನು ಗ್ರಹಿಸಿಕೊಳ್ಳುವುದರಲ್ಲಿ ತೊಡಗಿದ್ದೆನಷ್ಟೇ?

ನಾನು ಯಾವುದೇ ಹಿಂಜರಿಕೆಯಿಲ್ಲದೆ ಕೆಲಸವನ್ನು ಒಪ್ಪಿಕೊಂಡಿದ್ದೆ. ಆದರೆ ಕೆಲಸದ ಮುನ್ನಾ ದಿನ ರಾತ್ರಿ ನಿದ್ದೆ ಹೋದಾಗ, ಅದ್ಹೇಗೆ ಆ ಕೆಲಸವನ್ನು ನಿರ್ವಹಿಸಬಲ್ಲೆ ಎಂಬ ಆತಂಕದಿಂದ ಚಿಂತಿತನಾದೆ. ಯಾಕೆಂದರೆ ಅದು ನನ್ನ ಮೊತ್ತಮೊದಲ ಪ್ರಯೋಗವಾಗಿತ್ತಷ್ಟೇ? ಪುರುಷರಿಗೆ ಮಾಡುವ ಶೇವಿಂಗ್ ಅಥವಾ ಮುಖ ಮಾರ್ಜನಕ್ಕೂ ಇದಕ್ಕೂ ಸಾಮ್ಯವಿದೆ ಎಂದುಕೊಂಡೆ ನಾನು. ಒಂದು ನೇರವಾದ ಬಾಳು (ಸ್ಟ್ರೈಟ್ ರೇಝರ್) ಹೇಗೆ ಶೇವಿಂಗ್ ಮಾಡುವಾಗ, ಗಲ್ಲ, ಕತ್ತು ಅಥವಾ ಗದ್ದದ ಕೂದಲನ್ನು ಸಲೀಸಾಗಿ, ಕೂದಲ ಬೇರು ಸಹಿತವಾಗಿ ಗೀಸುತ್ತದೆಯೋ ಅದರಂತೆಯೇ ತಾನೇ ಇದು ಕೂಡಾ ಎಂದುಕೊಂಡೆ. ಅಂತೆಯೇ, ಅದಾಗಲೇ ನಾನು ಬ್ಲೇಡನ್ನು ನಯವಾಗಿ ಮತ್ತು ಮೃದುವಾಗಿ ಚರ್ಮದ ಮೇಲೆ ಆಡಿಸುವ ಕಲೆಯನ್ನು ಕರಗತಮಾಡಿಕೊಂಡಿದ್ದೆ.

ಅಂದು ನಸುಕಿನ ಕತ್ತಲಲ್ಲೇ ನಾನು ನನ್ನ ದಂಧೆಗೆ ಹೊರಟಿದ್ದೆ- ಒಂದು ನೇರ

ಬಾಳು ಹಾಗೂ ಬಾಚಣಿಗೆ ಮುಂತಾದ ಸಲಕರಣೆಗಳನ್ನು ಒಂದು ಬಟ್ಟೆಯಲ್ಲಿ ಸುರುಳಿಸುತ್ತಿ ಕಂಕುಳಲ್ಲಿ ಇರಿಸಿಕೊಂಡು ಹೊರಟಿದ್ದೆ. ನನ್ನೂರು ಎಲೆಮಡಲಿನಿಂದ ದೂರದ ಬ್ರಾಹ್ಮಣ ಕೇರಿಯ ನೇತ್ರಗುಂಡ ಹಳ್ಳಿಯ ಕಡೆಗಿತ್ತು ನನ್ನ ಪಯಣ.

ಚಿಕ್ಕಮಗಳೂರಿನ ನಾಲ್ಕು ಮೈಲಿಗಳಷ್ಟು ದೂರ ಕ್ರಮಿಸಿದ್ದೆ. ಈ ನಡುವೆ ಚಹಾ ಮತ್ತು ಕಾಫಿ ಗಿಡಗಳ ತೋಪುಗಳನ್ನು ದಾಟಿ, ಬೇಲಿಗಳನ್ನು ಹಾದು, ಕಂಟಿಬೇಲಿಗಳ ಕೆಳಗೆ ನುಸುಳಿ ಯಶಸ್ವಿಯಾಗಿ ನನ್ನ ದಾಪುಗಾಲಿನ ಪಯಣ ಸಾಗಿತ್ತು. ಚಳಿಯಿಂದ ನಡುಗುತ್ತ, ಕತ್ತಲಲ್ಲಿ ಅಷ್ಟೂ ಉದ್ದಕ್ಕೆ ಸಾಗಿದರೂ ಸೋಜಿಗವೆಂದರೆ ದಾರಿಯಲ್ಲಿ ಒಂದೇ ಒಂದು ನರಪಿಳ್ಳೆಯೂ ಎದುರಾಗಲಿಲ್ಲ. ಮಣ್ಣಿನ ಹಾದಿಯಲ್ಲಿ ನಡೆದು ಸಾಗಿದಾಗ, ಕಾಫಿ ಗಿಡಗಳ ಗೆಲ್ಲುಗಳೂ, ಹೂವು ಎಲೆ ಕಲ್ಲುಗಳೂ ಎದುರಾದರೂ ಯಾವುದೇ ಭಯ ನನಗೆ ಇದ್ದಿರಲಿಲ್ಲ. ಇಂತಹ ಪಯಣದಲ್ಲಿ ಕ್ರಿಮಿಕೀಟಗಳು ಬರಿಗಾಲಿಗೆ ಮುತ್ತಿಕೊಂಡು ಕಾಡುತ್ತಿದ್ದರೂ, ಇಂತಹ ಸಾಹಸ ನನಗೆ ಮೊದಲಿನದ್ದಾಗಿರಲಿಲ್ಲ ಅನ್ನಿ. ಅರ್ಧ ತೋಳಿನ ಹತ್ತಿಬಟ್ಟೆಯ ಷರ್ಟು ನನ್ನ ಮೈಯ್ಯನ್ನು ಆ ಶೀತ ವಾತಾವರಣದಲ್ಲಿ ಬೆಚ್ಚಗಾಗಿಡಲು ಹೆಣಗಾಡಿದಂತಿತ್ತು.

ಹದವಾಗಿ ಬೀಸುತ್ತಿದ್ದ ತಂಗಾಳಿ, ನಮ್ರವಾಗಿ, ಮಿದುವಾಗಿ ಉಸಿರಾಡುತ್ತಿದ್ದ ಕಾಲಡಿಯ ತರಗೆಲೆಗಳ ಸದ್ದು ಮನಸ್ಸಿಗೆ ಮುದನೀಡುವಂತಿತ್ತು. ಮತ್ತೊಂದು ಏಕೈಕ ಸದ್ದೆಂದರೆ ನನ್ನದೇ ಉಸಿರಾಟ, ಕೆಲವೊಮ್ಮೆ ಅದು ಏದುಸಿರಿಗೆ ತಿರುಗಿದರೂ, ಇಕ್ಕಟ್ಟಾದ ಓಣಿಯಲ್ಲಿ ನನ್ನ ಪಯಣ ಚೇತೋಹಾರಿಯಾಗಿ ಸಾಗಿತ್ತು.

ಕಾಫಿ ತೋಟದ ಕೊನೆಯ ಅಂಚಿಗೆ ತಲುಪಿದಾಗ, ಒಂದು ಸಮತಟ್ಟಾದ ಬಯಲು ಪ್ರದೇಶ ಎದುರಾಗಿ ನಾನು ನಿಟ್ಟುಸಿರುಬಿಟ್ಟೆ. ಭತ್ತದ ಗದ್ದೆಗಳ ಕಟಾವು ಮುಗಿದಿದ್ದು, ಹೊಲಗಳು ಬೋರಲಾಗಿ ಮಲಗಿದ್ದವು. ಅದಾಗಲೇ ಸೂರ್ಯ ರಶ್ಮಿ ರಬ್ಬರ್ ತೋಟದ ಮರಗಳ ನಡುವಿನಿಂದ ಇಣುಕಲು ತೊಡಗಿದ್ದವು. ಜತೆಗೆ ಸನಿಹದ ಕೆರೆತೊರೆಗಳ ನೀರಿನ ಮೇಲಿನಿಂದ ಸೂರ್ಯರಶ್ಮಿ ಪ್ರತಿಫಲಿಸಿ ಫಳ ಫಳ ಹೊಳೆಯ ತೊಡಗಿತ್ತು.

ಮುಂದುವರಿದಂತೆ, ದೂರದಲ್ಲೇ ಹಂಚುಹೊದಿಸಿದ ಬೃಹತ್ ಮನೆಯೊಂದು ನನ್ನ ಕಣ್ಣಿಗೆ ಗೋಚರವಾಯಿತು. ನಿಧಾನವಾಗಿ ಮನೆಯ ಹಿಂದುಗಡೆಯಿಂದ ಸಾಗಿ, ದನದ ಕೊಟ್ಟಿಗೆಯನ್ನು ದಾಟಿ ನಾನು ಮುಂದುವರಿದೆ. ಹಾಗೆ ಸಾಗಿದವನು, ಬಾವಿಯ ಕಟ್ಟೆಯೊಂದನ್ನು ಕಂಡು, ಅದರ ಸಮತಟ್ಟಾದ ದಿಣ್ಣೆಯ ಮೇಲೆ ನಾನು ತಂದಿದ್ದ ಸಲಕರಣೆಗಳನ್ನು ಹರವಿ ಕುಳಿತೆ. ನನ್ನ ಬದುಕಿನ ಮೊತ್ತಮೊದಲ ಗಿರಾಕಿಯ ಬರವಿಗಾಗಿ ಎದುರು ನೋಡತೊಡಗಿದೆ.

ಒಂದು ಬಗೆಯ ಸ್ಮಶಾನ ಮೌನ ಆವರಿಸಿತ್ತು. ಮರಗಳ ಕೊಂಬೆಗಳು ತೊನೆದಾಡಿದ ಸದ್ದಲ್ಲದೆ ಬೇರೇನೂ ಕೇಳಿಸದೆ ನಾನು ದಂಗಾಗಿ ಕುಳಿತೆ. ಮನೆಯಲ್ಲಿ ಯಾರೂ ಇಲ್ಲವೇ ಎಂಬಂತಾಯಿತು ನನ್ನ ಪಾಡು, ಹಾಗೆ ಹಣುಕಿಯೂ ಹಾಕಿದೆ. ಮನೆ ಶೋಕಾಚರಣೆಯ ವಾತಾವರಣದಲ್ಲಿ ಮುಳುಗಿದ್ದು, ಕುಟುಂಬದ ಸಮಸ್ತ ಸದಸ್ಯರು ಅಲ್ಲೊಂದು ಪ್ರೇತಕಳೆ ಮೂಡುವಂತೆ ಮಾಡಿದ್ದರೋ ಎನ್ನುವಂತಿತ್ತು. ದನಕರುಗಳೂ ಅಲುಗಾಡದೆ ಅಚಲವಾಗಿದ್ದವೇನೋ. ದೂರದ ಹೊಲದ ಕಡೆಯಿಂದ ಕಾಡು

ನರಿಯೊಂದು ಗೂಳಿಟ್ಟ ಭಯಾನಕ ಸದ್ದು ಕೇಳಿಸಿತು.

ಮರುಕ್ಷಣವೇ, ಅಪ್ಪಟ ಶ್ವೇತವಸನಧಾರಿ ಹುಡುಗಿಯೊಬ್ಬಳು ಮನೆಯಿಂದ ಹೊರಕ್ಕೆ ಸುಳಿದು ನೇರವಾಗಿ ನನ್ನತ್ತ ನಡೆದು, ಮೊದಲೇ ಸಜ್ಜುಗೊಳಿಸಿದ್ದ ಮರದ ಮಣೆಯೊಂದರ ಮೇಲೆ ಬಂದು ಕುಳಿತಳು. ನನ್ನೆದುರು ತಲೆಬಾಗಿ ಕುಳಿತಲ್ಲಿಂದಲೇ ಆಕೆ ತುಸು ಮೆಲ್ಲನೆ ಬಿಕ್ಕುತ್ತಿರುವ ಸದ್ದು ಅವ್ಯಾಹತವಾಗಿ ಕೇಳಿಸತೊಡಗಿತು. ಬ್ಲೇಡನ್ನು ಓಡಿಸುವ ಮೊದಲು, ನನ್ನಲ್ಲಿ ಅನಿರ್ವಚನೀಯವಾದ ಭಾವನೆಯೊಂದು ಪುಟಿದೆದ್ದಿತು. ಆಕೆಯ ಕೂದಲ ರಾಶಿಯ ಮೇಲೆ ಬಾಳಿನ ಬ್ಲೇಡನ್ನು ಓಡಿಸಲು ನನಗೆ ಅತೀವ ಅಂಜಿಕೆಯಾಯಿತು. ತುಸು ಹೊತ್ತು ಮೌನ ಆವರಿಸಿತು. ಅದೊಂದು ಪಲಾಯನವಾದವೋ ಎಂಬಂತೆ, ನಾನು ಆಕೆಗೆ ಕೇಳಿದೆ, ಕೂದಲನ್ನು ಚಿಕ್ಕದಾಗಿಸಿದರಷ್ಟೇ ಸಾಕೇ ಅಂತ.

ಅದೊಂದು ಪೆದ್ದು ಪ್ರಶ್ನೆಯಾಗಿತ್ತು ಎಂದು ನನಗೆ ಮನವರಿಕೆ ಮಾಡಿಕೊಳ್ಳಲು ಹೆಚ್ಚು ಸಮಯ ಹಿಡಿಯಲಿಲ್ಲ. ನನ್ನ ಚಿಕ್ಕಪ್ಪನ ಅಣತಿಯ ಪ್ರಕಾರ ಆ ಹುಡುಗಿಯ ಕೇಶಮುಂಡನ ಮಾಡುವುದಕ್ಕೆ ನಾನು ನಿಯುಕ್ತನಾಗಿದ್ದೆನಷ್ಟೇ. ನನ್ನದೇ ತುಮುಲದೊಳಗೆ ನಾನು ಮುಳುಗಿದ್ದೆ ಅಂತ ಅನ್ನಿಸಿತು– ಇಷ್ಟಕ್ಕೂ ಒಬ್ಬ ಹುಡುಗಿ ತನ್ನ ತಲೆಯನ್ನು ಮುಂಡನ ಮಾಡಿಸಿಕೊಳ್ಳುವುದಾದರೂ ಯಾತಕ್ಕಾಗಿ, ಎಂಬ ಪ್ರಶ್ನೆ? ಪ್ರಾಯಶಃ ಆಕೆಯ ಇಚ್ಛೆಗೆ ವಿರುದ್ಧವಾಗಿ ಬಲವಂತವಾಗಿ ಆಕೆ ಮುಂಡನ ಮಾಡಿಸಿಕೊಳ್ಳುತ್ತಿರಬೇಕು ಎಂಬ ನನ್ನ ಅನ್ನಿಸಿಕೆ ನಿಜವಾಗಿರಬೇಕು.

ಅದೊಂದು ಗೊಡ್ಡು ಸಂಪ್ರಾಯದ ಕುರುಹಾಗಿ ಆಕೆ ಮುಂಡನ ಮಾಡಿಸಿಕೊಳ್ಳುತ್ತಿದ್ದಾಳೆ ಎಂದು ನನಗೆ ಮನವರಿಕೆಯಾಯಿತು. ಆಕೆ ಏನಾದರೂ ಪಡಿನುಡಿಯಬಹುದೆಂದು ನಾನು ತುಸು ಹೊತ್ತು ಕಾದೆ. ಆಕೆ ಅದೇನೋ ಉಸುರುವುದಕ್ಕಾಗಿ ನನ್ನತ್ತ ಪೇಲವವಾಗಿ ನಿರುಕಿಸಿದಳು... ಆ ಕಂಗಳು, ಆ ನೋಟ, ಆ ಮುಗ್ಧ ಮುಖ ಎಲ್ಲವೂ ಬರಿದಾಗಿದ್ದವು. ಆ ನೋಟವನ್ನು ನಾನೆಂದೂ ಮರೆಯಲಾರೆ. ಆದರೆ ಆಕೆಯೊಬ್ಬ ದಿಟ್ಟ ಹೆಣ್ಣು ಎಂಬುದನ್ನಂತೂ ನಾನು ದೃಢಪಡಿಸಿಕೊಂಡೆ.

ನನ್ನ ಬದುಕಿನಲ್ಲಿ ಪ್ರಥಮ ಬಾರಿಗೆ ಕ್ಷೌರಿಕನ ನೇರ ಬಾಳನ್ನು, ಆ ಹದಿಹರೆಯಕ್ಕೆ ಕಾಲಿಡುತ್ತಿರುವ ಹೆಣ್ಣಿನ ಹೆರಳ ರಾಶಿಯ ಮೇಲೆ ಬಳಸುತ್ತಿದ್ದೇನೆ ಎಂಬ ಅಳುಕು ನನ್ನಲ್ಲುಂಟಾಗಿ ತುಸು ವಿಚಲಿತನಾದೆ, ಯಾಕೆಂದರೆ, ಅದು ನನ್ನ ವೃತ್ತಿಜೀವನದ ಮೊದಲ ಹೆಜ್ಜೆಯಾಗಿತ್ತು.

ಕೆಲವೇ ಶಬ್ದಗಳಲ್ಲಿ ಉಸುರುತ್ತ ಆಕೆ, ತನ್ನ ತಲೆಯನ್ನು ಬೋಳಿಸುವುದಕ್ಕೆ ಅಣತಿ ನೀಡಿದಳು. ನಾನು ಕಾರ್ಯ ತತ್ಪರನಾದೆ. ದಟ್ಟವಾಗಿ, ಸೊಗದಸ್ತಾಗಿ ಬೆಳೆದ ಹೆರಳ ರಾಶಿ ಆಕೆಯ ಭುಜಗಳ ಮೇಲೆ ಸರಿಯುತ್ತ ನೆಲದ ಮೇಲೆ ಗುಪ್ಪೆ ಗುಪ್ಪೆಯಾಗಿ ಬೀಳತೊಡಗಿತು. ಸಾಲು ಸಾಲು ಗುಡ್ಡಗಳ ಹಿನ್ನೆಲೆಯಿರುವ ಆ ಪುರಾತನ ಬಂಗಲೆಯಂತಹ ಮನೆಯ ಹೊರಾಂಗಣದಲ್ಲಿ ಗುಪ್ಪೆಗುಪ್ಪೆಯಾಗಿ ಬೀಳುತ್ತಿರುವ ಹೆರಳ ರಾಶಿ, ಅಸಹಾಯಕ, ಅನಿಶ್ಚಿತ ಪರಿಭ್ರಮೆಯ ಭಾರವನ್ನು ಇಳಿಸುತ್ತಿರುವ ಭಾವವನ್ನು ಮೂಡಿಸಿತು.

ಆಗ ನಾನು ಕೂಡಾ ಬಹುಶಃ ಹನ್ನೆರಡು ವರ್ಷದವನಿರಬೇಕು, ಓರ್ವ ವೃತ್ತಿಪರನ ಕೈಲಿದ್ದ ಸಲಕರಣೆಯಂತೆ ಅತ್ಯಂತ ಚಾಣಾಕ್ಷತೆಯಿಂದ, ದೃಢತೆಯಿಂದ ನನ್ನ ಕೈಲಿದ್ದ ಬಾಳು ಕೆಲಸ ಮಾಡಿತು ಎನ್ನಬೇಕು.

ಒಂದರ ಮೇಲೊಂದರಂತೆ ಕೂದಲ ರಾಶಿ ಗುಪ್ಪೆಗುಪ್ಪೆಯಾಗಿ ಆಕೆಯ ಮುಂದಲೆಯಿಂದ ಪ್ರಾರಂಭವಾಗಿ ಉರುಳತೊಡಗಿದ್ದು, ದಟ್ಟವಾಗಿ ಆಕೆಯ ಮಡಿಲನ್ನು ತುಂಬತೊಡಗಿತು.

ಆ ಸಂಕಟದ ಕ್ಷಣದಲ್ಲೂ, ಆಕೆಯ ದೇಹದ ಚೌಕಟ್ಟು ಬಿಗುವಾಗಿ ಒಂದು ಕಗ್ಗಲ್ಲಿನಂತೆ ಸ್ಥಿರವಾಗಿ ಕುಳಿತ್ತಿದ್ದಂತೆ ನನಗನ್ನಿಸಿತು. ಅದೊಂದು ಸಂದಿಗ್ಧತೆಯನ್ನು ಎದುರಿಸಲು ಆಕೆ ತನ್ನಲ್ಲಿರುವ ಸಮಸ್ತ ದಿಟ್ಟತನವನ್ನು ಒಂದುಗೂಡಿಸಿಕೊಂಡಿರುವಂತೆ ಭಾಸವಾಯಿತು. ನನಗೆ ಆ ಕಾಯಕ ಒಂದು ಅಗ್ನಿಪರೀಕ್ಷೆಯಂತಾಗಿದ್ದರೂ, ನನ್ನ ಒಂದು ಕರ್ತವ್ಯವೆಂಬಂತೆ ಅದನ್ನು ನಾನು ನಿಭಾಯಿಸಿದ್ದೆ. ಎಷ್ಟೇ ವಿಚಲಿತನಾದರೂ, ಅದನ್ನೊಂದು ಸವಾಲಿನಂತೆ ನಾನು ಸ್ವೀಕರಿಸಿದ್ದೆ. ಕೆಲವೇ ನಿಮಿಷಗಳಲ್ಲಿ ಪೂರ್ತಿ ತಲೆಗೂದಲು ಗೀಸಿಕೊಂಡು ಆಕೆಯ ತಲೆ ಬಣಬಣವಾಗಿ ಬೋಳಾಗಿ ನಿಂತಿತ್ತು!

ಹಳ್ಳಿಗಾಡಿನ ಮನೆತನಗಳಲ್ಲಿ ಮನೆಮಾಡಿರುವ ಇಂತಹ ವಿಧವಾ ಸ್ತ್ರೀಯರ ಬದುಕು ಹೇಗೆ ಸುತ್ತಮುತ್ತಲಿನ ಹೆಂಗಳೆಯರ ಬಿರುಮಾತಿಗೆ ಗ್ರಾಸವಾಗಿ, ಆ ವಿಧವಾ ಬಾಳನ್ನು ನರಕ ಸದೃಶ ಮಾಡುತ್ತದೆ ಎನ್ನುವ ವಿಭ್ರಮೆ ನನ್ನನ್ನು ಸಾಕಷ್ಟು ಕಾಡಿತು. ಸಂಪ್ರದಾಯಿಕ ಪುರೋಹಿತ ಬ್ರಾಹ್ಮಣ ಕುಟುಂಬಗಳು, ಅವು ಜಾತಿ ವ್ಯವಸ್ಥೆಯಲ್ಲಿ ಭಾರತದ ಅತ್ಯುನ್ನತ ಶ್ರೇಣಿಯನ್ನು ಹೊಂದಿದ್ದರೂ, ಗಂಡ ಕಳಕೊಂಡಾಗ ಹೆಣ್ಣೊಬ್ಬಳನ್ನು ತಮ್ಮ ಹಳೆಯ ಗೊಡ್ಡು ಸಂಪ್ರದಾಯಕ್ಕೆ ಹೇಗೆ ಒಗ್ಗಿಸಿಬಿಡುತ್ತಾರೆ ಎಂಬುದು ದಿಗ್ಭ್ರಮೆ ಹುಟ್ಟಿಸುವಂತಿತ್ತು. ಆ ಯುವತಿ ಮುಂದೆ ಜಗತ್ತಿನಿಂದ ಪ್ರತ್ಯೇಕವಾಗಿ, ಒಂಟಿ ಜೀವನವನ್ನು ಸವೆಸುತ್ತ, ಹೇಗೆ ಭವದ ಆನಂದಗಳಿಂದ ವಂಚಿತಳಾಗಿ ಕಳೆಯುವಳೋ ಎಂಬುದೇ ಸೋಜಿಗವಾಗಿತ್ತು. ಆಕೆ ಸಮಾಜದಿಂದಲೂ ಬಹಿಷ್ಕೃತೆಯಾಗಿರುತ್ತಿದ್ದಳು.

ವಿಧವಾ ಹೆಣ್ಣುಗಳ ಬಗೆಗಿನ ಮೂಢನಂಬಿಕೆಗಳು ಕಠೋರವಾಗಿದ್ದವು. ಆಕೆ ತನ್ನ ಹಿಂದಿನ ಜನ್ಮಗಳಲ್ಲಿ ಮಾಡಿದ ಪಾಪಕ್ಕೆ ಪ್ರಾಯಶ್ಚಿತ್ತವಾಗಿ ಈ ಅವಸ್ಥೆಯನ್ನು ಪಡೆದಿರುವುದಾಗಿ ಕೆಲವರು ಭಾವಿಸುತ್ತಾರೆ. ಪ್ರಸಕ್ತ ಬದುಕಿನಲ್ಲಿ ಆಕೆ ಶುದ್ಧ ಬದುಕನ್ನು ಸಾಗಿಸಿ, ಹಿಂದಿನ ಜನ್ಮಗಳಲ್ಲಿನ ಪಾಪಗಳಿಗೆ ಪ್ರಾಯಶ್ಚಿತ್ತ ಮಾಡಿಕೊಳ್ಳಬೇಕಿತ್ತು. ಆಕೆ ಇದೀಗ ಸಾರ್ವಜನಿಕ ಸ್ಥಳಗಳಲ್ಲಿ ಕಣ್ಣಿಗೆ ಬೀಳುವುದೇ ಒಂದು ಅವಲಕ್ಷಣವಾಗಿತ್ತು. ಧಾರ್ಮಿಕ ಕಾರ್ಯಕ್ರಮಗಳಲ್ಲಂತೂ ಆಕೆ ಭಾಗವಹಿಸುವ ಹಾಗಿರಲಿಲ್ಲ.

ನಮ್ಮ ಸಮಾಜವೂ ಈ ಮತಾಂಧ ಪದ್ಧತಿಗೆ ಬಲಿಪಶುವಾಗಿ ಈ ಅನಾಗರಿಕ ಪದ್ಧತಿಯನ್ನು ಕುರುಡಾಗಿ ಅನುಸರಿಸುತಿತ್ತು. ಅಂತಹ ಪದ್ಧತಿ ಬಹಳ ಕಾಲದವರೆಗೆ ಆಚರಣೆಯಲ್ಲಿದ್ದುದು ನನ್ನ ಬೇಸರಕ್ಕೆ ಕಾರಣವಾಗಿತ್ತು, ಆದರೆ ಇಂದಿನ ದಿನಗಳಲ್ಲಿ ಅದು ವಿರಳವಾಗುತ್ತ ಬಂದಿರುವುದೇ ಸಮಾಧಾನದ ವಿಷಯ. ನನ್ನ ಹುಟ್ಟೂರಿನ ಪ್ರದೇಶಗಳಲ್ಲಿ ಕಾಲದ ಬದಲಾವಣೆಯೊಂದಿಗೆ ವಿಧವೆಯರನ್ನು ನಡೆಸಿಕೊಳ್ಳುವ ರೀತಿಯಲ್ಲಿ ಸಾಕಷ್ಟು ಬದಲಾವಣೆಯಾಗಿದ್ದರೂ ಸಮಾಜದ ಮುಖ್ಯ ವಾಹಿನಿಗೆ ಅವರನ್ನು ಕರೆತರುವ ಕಾರ್ಯ ಇನ್ನೂ ಆಗಬೇಕಿದೆ.

ಆ ವಿಧವೆ (ಆಕೆಯ ಹೆಸರು ನನಗೆ ತಿಳಿದಿರಲಿಲ್ಲ) ನನ್ನ ಕಡೆಗೆ ದೃಷ್ಟಿ ಬೀರುತ್ತ ತನ್ನ ಪಾದಗಳ ಸುತ್ತ ಹರವಿಬಿದ್ದ ನವಿರಾದ ಹೆರಳ ರಾಶಿಯನ್ನು ಕಂಡು ಎಡೆಬಿಡದೆ ಬಿಕ್ಕಳಿಸಿದಳು. ಅದೊಂದು ಮುಂಬರುವ ಕರಾಳ ದಿನಗಳ ಪ್ರತೀಕವೋ ಎಂಬಂತಿತ್ತು.

ಭಾವನಾತ್ಮಕ ನೆಲೆಯಲ್ಲಿ, ನನಗೆ ಅತೀವ ನೋವಾದರೂ, ಪ್ರಾಯೋಗಿಕ ದೃಷ್ಟಿಯಿಂದ ಹೇಳುವುದಾದರೆ, ಹರವಿ ಬಿದ್ದ ಹೆರಳ ರಾಶಿಯಂತೆ ನಾನು ಕೂಡಾ ಆ ಸಮಯದಲ್ಲಿ ಅಸಹಾಯಕನೂ ಅಸಮರ್ಥನೂ ಆಗಿದ್ದೆ. ನನಗೆ ಏನು ಹೇಳಬೇಕೆಂದೇ ತೋಚಲಿಲ್ಲ. ನನ್ನೆಲ್ಲ ಶಕ್ತಿಯನ್ನೂ ಒಂದುಗೂಡಿಸಿ ಸಮಾಧಾನಪಡಿಸುವಂತೆ ಉಸುರಿದೆ: 'ದೇವರಿದ್ದಾನೆ. ಅವನು ನಿಮ್ಮನ್ನು ರಕ್ಷಿಸುತ್ತಾನೆ,' ಹೇಗೋ ಅಷ್ಟು ಹೇಳಿ ಮುಗಿಸಿದ್ದೆ.

ಆದರೆ ಆಕೆಯ ಅವಸ್ಥೆಯನ್ನು ಕಂಡು ನಿಜಕ್ಕೂ ನನಗೆ ಅತೀವ ಬೇಸರವಾಯಿತು. ಆಕೆ ತನ್ನ ಮುದ್ದಾದ ಉದ್ದವಾದ ಕೂದಲನ್ನು ಕಳೆದುಕೊಂಡಿದ್ದಳು. ನಾನು ಓರ್ವ ಹೆಣ್ಣಿನ ಲಾವಣ್ಯಕ್ಕೆ ಕಾರಣವಾಗುವ ಹೆರಳ ರಾಶಿಯನ್ನು ಕಿತ್ತೊಗೆಯುವಲ್ಲಿ ಪರೋಕ್ಷವಾಗಿ ಕಾರಣವಾಗಿದ್ದೆ. ಅದು ನಾನೇ ಆಗಿರಬೇಕೇ? ಆಕೆಯ ಕೇಶ ಮುಂಡನವನ್ನು ನಾನೇ ಯಾಕೆ ಮಾಡಬೇಕಿತ್ತೋ?

ಪ್ರತಿಯೊಬ್ಬ ಕ್ಷೌರಿಕ ಅಥವಾ ಕೇಶಾಲಂಕಾರಿಗೂ ತನ್ನ ಗಿರಾಕಿಯ ಕಡೆಗೆ ಒಂದು ಜವಾಬ್ದಾರಿಯ ಪ್ರಜ್ಞೆ ಇರುತ್ತದೆ; ಓರ್ವ ಕೇಶವಿನ್ಯಾಸಕಾರನಾಗಿ ಗಿರಾಕಿಯ ಕೂದಲನ್ನು ಕತ್ತರಿಸಿ, ಒಪ್ಪ ಓರಣಗೊಳಿಸಿ, ಆಕರ್ಷಕವಾಗಿ ವಿನ್ಯಾಸಗೊಳಿಸಿ, ಆತನ ವ್ಯಕ್ತಿತ್ವಕ್ಕೆ ಹೊಸ ಆಯಾಮ ನೀಡುವ ಹಂಗು ಇರುತ್ತದೆ. ಎಲ್ಲಕ್ಕೂ ಮಿಗಿಲಾಗಿ, ನಾವು ನಮ್ಮ ಗಿರಾಕಿ ಸೆಲೂನ್‌ನಿಂದ ಹೊರಕ್ಕೆ ಸಾಗುವಾಗ ಒಂದು ಬಗೆಯ ಆನಂದೋತ್ಸಾಹದಿಂದ ತೆರಳಬೇಕೆಂಬ ಭಾವನೆ ನಮ್ಮಲ್ಲಿ ಇರುತ್ತದೆ. ನಮ್ಮ ಗಿರಾಕಿ ಎಂದಿಗೂ ಅನಾಕರ್ಷಕನಾಗಿ ಸೆಲೂನ್‌ನಿಂದ ಹೊರಗೆ ಕಾಲಿಡಬಾರದು ಎಂಬ ಮಹದಾಸೆ ಇದ್ದೇ ಇರುತ್ತದೆ ಎನ್ನಿ!

ನನ್ನ ಮೊದಲ ದಂಧೆಯೇ ಈ ವಿಷಯಕ್ಕೆ ತೀರಾ ತದ್ವಿರುದ್ಧವಾಗಿತ್ತು– ನಾನೊಂದು ಹುಡುಗಿಯನ್ನು ಅತ್ಯಂತ ಕುರೂಪಿಯಾಗಿ ರೂಪಿಸಿದ್ದೆ. ಓರ್ವ ಮಹಿಳೆಯ ಕೂದಲು ಅವಳ ವೈಭವಪೂರ್ಣ ಸೊತ್ತಾಗಿದ್ದು, ಇದೀಗ ನಾನು ಅಂತಹ ವೈಭವವನ್ನು ಆಕೆಯಿಂದ ಅಯಾಚಿತವಾಗಿ ಕಸಿದುಕೊಂಡಿದ್ದೆ– ಆಕೆಯ ಹೇರಳವಾಗಿ ಬೆಳೆದ ಕೇಶರಾಶಿಯನ್ನು ನೀಗಿಸುವುದರ ಮೂಲಕ. ನಿಜಕ್ಕೂ ನನ್ನ ಹೃದಯ ಭಗ್ನಗೊಂಡಿತ್ತು.

ಕೇಶಮುಂಡನದ ಧಾರ್ಮಿಕ ಆಚರಣೆಯ ಬಳಿಕ, ಅದೊಂದು ಸಾಂಪ್ರದಾಯಿಕ ಶುಚಿಗೊಳಿಸುವ ವಿಧಿವಿಧಾನ ನಡೆಯಿತು. ಆಕೆ ಸ್ವತಃ ಬಾವಿಯಿಂದ ನೀರನ್ನು ಸೇದಿ ಆ ತಣ್ಣೀರಿನಲ್ಲೇ ಸ್ನಾನವನ್ನು ಕೈಗೊಂಡು, ಒದ್ದೆ ಬಟ್ಟೆಯಲ್ಲೇ ಆಕೆ ಹಿತ್ತಲ ಬಾಗಿಲಿನಿಂದ ಮನೆಯನ್ನು ಪ್ರವೇಶಿಸಬೇಕಿತ್ತು. ಬದುಕು ಎಂದಿಗೂ ಒಂದೇ ರೀತಿಯಲ್ಲಿರುವುದಿಲ್ಲ. ಆಕೆ ಏಕಾಂತ ಜೀವನ ಸಾಗಿಸಬೇಕಿತ್ತು, ಪ್ರಾಯಶಃ ಆಧ್ಯಾತ್ಮಿಕ ಸಾಧನೆಗಳನ್ನು ನಿರ್ವಹಿಸುತ್ತ, ಜತೆಗೆ ಮಕ್ಕಳನ್ನು ನಿಭಾಯಿಸುವ ಹೊಣೆಗಾರಿಕೆಯೂ ಆಕೆಗಿದ್ದಿರಬೇಕು.

ವಿಪರ್ಯಾಸವೆಂಬಂತೆ, ಆಕೆಯ ಈ ಸಂತಾಪದ ಅವಸ್ಥೆಯಿಂದ ನಾನೊಂದು ಪಾಠವನ್ನು ಕಲಿತೆ. ನನ್ನ ಬದುಕಿಗೆ ಆಕೆಯನ್ನು ಹೊಂದಿಸಿ ತುಲನೆ ಮಾಡುತ್ತ, ನನ್ನಲ್ಲಿ ಅಪಾರವಾದ ಧೈರ್ಯ ಒಡಮೂಡುವಂತಾಯಿತು. ಆಕೆ ಅದೊಂದು

ಸಾಂಪ್ರದಾಯಿಕ ವ್ಯವಸ್ಥೆಯೊಳಗೆ ಸಿಲುಕಿಕೊಂಡಿದ್ದಳು. ತನ್ನ ಬದುಕನ್ನು ಉತ್ತಮವಾಗಿ ಬದಲಾಯಿಸಿಕೊಳ್ಳುವ ಅವಕಾಶ ಆಕೆಗೆ ವಿರಳವಾಗಿತ್ತು. ಆಕೆ ಅಸಹಾಯಕಳಾಗಿ, ಕರಾಳ ಭವಿಷ್ಯ ಆಕೆಯ ಮೋರೆಯಲ್ಲಿ ಬಿಂಬಿಸುವಂತಾಗಿತ್ತು.

ಬದುಕಿನಲ್ಲಿ ಜರಗುವ ಪ್ರತಿಯೊಂದು ವಿಷಯಕ್ಕೂ ಒಂದು ಕಾರಣವಿದೆ ಎಂದು ಹೇಳುವುದಿದೆ. ನಾನು, ಹಾಗೆಯೇ ಯಾವತ್ತೂ ದುರದೃಷ್ಟದ ಬಾಳನ್ನೇ ಹೊತ್ತುತಂದಿರುವ ಒಬ್ಬ ವ್ಯಕ್ತಿ ಎಂದು ಪರಿಗಣಿಸಿದ್ದೆ. ಈಗ ನನಗೆ ಈ ಘಟನೆ ತುಸು ಸಮಾಧಾನದ ಭರವಸೆಯನ್ನು ನೀಡಿತು. ನಾನೊಬ್ಬ ಎಳೆಯ ಹುಡುಗನಾಗಿದ್ದು, ನನ್ನ ಮುಂದೆ ಅಪಾರವಾಗಿ ಹಲವು ವರ್ಷಗಳೇ ಬಿದ್ದುಕೊಂಡಿವೆ ಎಂದು ಭಾವಿಸಿದೆ. ಈ ವಿಶಾಲ ಹೊರಜಗತ್ತಿನಲ್ಲಿ ನಾನೊಬ್ಬ ನಿರ್ಭೀತ ವ್ಯಕ್ತಿಯಾಗಿದ್ದೆ. ನನ್ನ ಚಿಕ್ಕಪ್ಪನ ಹಿಡಿತದಿಂದಾಗಿ ನಾನಿನ್ನೂ ನನ್ನ ಮನಸ್ಸಿಗೆ ತೋಚಿದಂತೆ ನಡೆಯಲು ಸಾಧ್ಯವಾಗದಿದ್ದರೂ, ಆ ವಿಧವೆಯಂತೆ ನಾನು ಸಾಮಾಜಿಕ ಬದ್ಧತೆಗಳ ಶೃಂಖಲೆಯೊಳಗೆ ತೊಳಲಾಡುವಂತಿರಲಿಲ್ಲ. ನನ್ನ ಹೃದಯದೊಳಗೆ ಅಂತಹದೊಂದು ಆಶಾಭಾವನೆಯ ಕಿಡಿ ಹೊತ್ತಿಕೊಂಡಿತು.

ನನಗೆ ಅವಕಾಶ ಸಿಕ್ಕಾಗ, ಬಹುಶಃ ನಾನು ನನ್ನ ಗುರಿಯತ್ತ ಯಾವುದೇ ಉತ್ತುಂಗಕ್ಕೂ ಏರಬಹುದಿತ್ತು. ನನ್ನಲ್ಲಿ ಅಪಾರ ಧೈರ್ಯ ಸ್ಫುರಿಸಿತು– ಎಂತಹುದೇ ವೈಪರೀತ್ಯಗಳು ಎದುರಾದರೂ ಧೈರ್ಯದೊಂದಿಗೆ ಹೋರಾಡಿ ಭವಿಷ್ಯವನ್ನು ಕಟ್ಟಬಹುದಿತ್ತು.

ನನ್ನ ಮೊದಲ ಗಿರಾಕಿಯಿಂದಲೇ ನಾನು ಸಾಕಷ್ಟು ಕಲಿತುಕೊಂಡಿದ್ದೆ. ನಾನು ನಿಜಕ್ಕೂ ಆಕೆಗೆ ಬಹಳಷ್ಟು ಆಭಾರಿಯಾಗಿದ್ದೇನೆ. ನನ್ನ ಬಿಡುವಿನ ಸಮಯದಲ್ಲೆಲ್ಲ, ಆಕೆಗೋಸ್ಕರ ನನ್ನ ಮೌನ ಪ್ರಾರ್ಥನೆಯನ್ನು ಹೃತ್ಪೂರ್ವಕ ಸಲ್ಲಿಸುತ್ತ ಬಂದಿದ್ದೇನೆ.

ಇಪ್ಪತ್ತು ನಿಮಿಷಗಳೊಳಗೆ ನನ್ನ ಕೆಲಸವನ್ನು ಪೂರ್ತಿಗೊಳಿಸಿದ ಬಳಿಕ, ಆ ಮನೆಯ ಹಿರಿಯು ನನಗೆ ಒಂದು ಕಪ್ ಫಿಲ್ಟರ್ ಕಾಫಿಯನ್ನು ನೀಡಿದರು. ಅದನ್ನು ಕುಡಿದು, ನಾನು ನನ್ನ ಸರಂಜಾಮುಗಳನ್ನು ಕಟ್ಟಿಕೊಂಡು, ಮುಂಜಾನೆ ಸಾಗಿ ಬಂದ ಅದೇ ಹಾದಿಯಲ್ಲಿ, ಈಗ ಮತ್ತಷ್ಟು ಬಿಸಿಲಿಗೊಡ್ಡಿಕೊಂಡು ನನ್ನ ಮನೆಯ ದಾರಿ ಹಿಡಿದೆ. ಸಣ್ಣಪುಟ್ಟ ಕಲ್ಲಿನ ಗೋಡೆಗಳನ್ನು ಹಾರುತ್ತ, ಓರೆಕೋರೆ ಬದುಗಳನ್ನು ದಾಟುತ್ತ, ಚುಚ್ಚುವ ಮುಳ್ಳಿನ ಕಂಟಿಗಳಿಂದ ಪಾರಾಗಿ, ದಾಪುಗಾಲು ಹಾಕುತ್ತ ಮನೆಯ ಕಡೆಗೆ ಸಾಗಿದೆ. ನನ್ನ ಅಲ್ಪ ಪ್ರಯಾಣ ಮುಂದಿತ್ತು.

ಕ್ಷೌರಿಕನ ವೃತ್ತಿಗೇ ನನ್ನ ಬದುಕು ನನ್ನನ್ನು ಕಾದಿರುತ್ತದೆ ಎಂದು ನಾನೆಂದೂ ಕಲ್ಪಿಸಿಕೊಂಡಿರಲಿಲ್ಲ. ನಾನೊಬ್ಬ ಕೇಶವಿನ್ಯಾಸಕಾರನಾಗಿ, ಜನರ ಕೂದಲನ್ನು ಓರಣಗೊಳಿಸುತ್ತ, ಅವರಿಗೆ ಸೌಂದರ್ಯವನ್ನು ನೀಡುತ್ತ, ಅವರ ವ್ಯಕ್ತಿತ್ವವನ್ನು ಬದಲಾಯಿಸುವವನಿದ್ದೇನೆ, ಅಥವಾ ಕೆಲವೊಮ್ಮೆ ಬರಿದೇ ಕೂದಲನ್ನು ಕತ್ತರಿಸಿ ಒಪ್ಪವಾಗಿಸುತ್ತೇನೆ ಎಂದುಕೊಂಡಿರಲಿಲ್ಲ.

ಮುಂಡನವನ್ನು ಯಾವುದೇ ಅಪರಾಧಕ್ಕೆ ಶಿಕ್ಷೆಯಾಗಿ ವಿಧಿಸುವ ಕ್ರಮ ಇಂದಿಗೂ ಹಳ್ಳಿಗಾಡಿನಲ್ಲಿ ಪ್ರಚಲಿತದಲ್ಲಿದೆ. ಹಾಗಾಗಿ ಮುಂಡನವೆಂಬ ಶಬ್ದವನ್ನು ವಿರೋಧಾತ್ಮಕವಾಗಿ ಆಡುಮಾತಿನಲ್ಲಿ ಬಳಸುವ, ಅಥವಾ ಯಾವುದೇ ಪಂಥದಲ್ಲಿ ಸೋತವನು ತನ್ನ ತಲೆಯನ್ನು ಬೋಳಿಸಿಕೊಳ್ಳುವ, ಇಲ್ಲವೇ ತನ್ನ ಎದುರಾಳಿಯನ್ನು

ಬಗ್ಗುಬಡಿಯುವಾಗ ಅದೊಂದು ಬೈಗುಳದ ಪದವಾಗಿ ಬಳಸುವ ಕ್ರಮ ಇಂದಿಗೂ ಚಾಲ್ತಿಯಲ್ಲಿದೆ. ಎಲ್ಲಕ್ಕೂ ಮಿಗಿಲಾಗಿ ಆಂಧ್ರದ ತಿರುಪತಿ ದೇವಾಲಯದ ಅತ್ಯಂತ ಹೆಸರಾದ ಸಂಪ್ರದಾಯದ ಪದ್ಧತಿಯಾಗಿ ಆಚರಣೆಯಲ್ಲಿದೆ. ತಮ್ಮ ಹರಕೆಯ ಅಂಗವಾಗಿ ಪುರುಷರೂ ಮಹಿಳೆಯರೂ ದೇವರಿಂದ ಅನುಗ್ರಹವನ್ನು ಪಡೆಯುವ ಸಲುವಾಗಿ ಈ ಕೇಶಮುಂಡನ ಸಂಪ್ರದಾಯವನ್ನು ಅನುಸರಿಸುತ್ತಾರೆ. ಹಿಂದಿರುಗಿ ನೋಡಿದಾಗ, ನಾನು ಇದನ್ನೊಂದು ಕರ್ತವ್ಯದ ದಂಥೆಯಾಗಿ ಸ್ವೀಕರಿಸಿದೆ ಎನ್ನಬಹುದು. ನೇರವಾದ ಬಾಳನ್ನು ಪೂರ್ತಿ ವಿಶ್ವಾಸದೊಂದಿಗೆ ದೃಢವಾಗಿ ಹಿಡಿದುಕೊಳ್ಳುವ ಕೌಶಲ್ಯವನ್ನು ನಾನಿಂದಿಗೂ ನೆನಪಿಸಿಕೊಳ್ಳುತ್ತೇನೆ. ಆ ಎಳೆಯ ಹುಡುಗಿಯ ನೆತ್ತಿಯಲ್ಲಿ ಕೆಲವು ಬೊಬ್ಬೆಗಳು ಎದ್ದಿದ್ದವು, ಪ್ರಾಯಶಃ ಸ್ನಾನವಿಲ್ಲದೆ ಇದ್ದಿರಬಹುದು. ಹಾಗಾಗಿ ಅಂತಹ ಜಾಗದಲ್ಲಿ ನಾನು ಜಾಗರೂಕವಾಗಿ ಕತ್ತರಿಯನ್ನು ಪ್ರಯೋಗಿಸಿ ಆಕೆಗೆ ಗಾಯದ ಜಾಗಗಳಲ್ಲಿ ನೋವಾಗದಂತೆ ನೋಡಿಕೊಂಡಿದ್ದೆ.

'ವಿಧವೆಯ ಶಿಖೆ'ಯ ಪ್ರತೀಕವಾಗಿ, ಆಕೆಯ ಮುಂದಲೆಯಲ್ಲಿ ಒಂದು V–ಆಕಾರವನ್ನು ಒಬ್ಬ ಕೇಶವಿನ್ಯಾಸಕಾರನ ಕೈಚಳಕದಿಂದ ನಾನು ಮೂಡಿಸಿದ್ದನ್ನು ಇಂದಿಗೂ ನೆನಪಿಸಿಕೊಳ್ಳುತ್ತೇನೆ. ಅದು ಆಕೆಯ ಬೋಳಾದ ತಲೆಯಲ್ಲಿ ಸ್ಪಷ್ಟವಾಗಿ ಗೋಚರಿಸುವ ಹಾಗಿತ್ತು. ವಿಧವೆಯ ಆ ಶಿಖೆ ಕಟ್ಟುಕತೆಯೊಂದರಲ್ಲಿ ಅದ್ದಲ್ಪಟ್ಟು ಸಂಪ್ರದಾಯದ ಪ್ರತೀಕವಾಗಿತ್ತು, ಆದರೆ ಈಗ ಅದೊಂದು ಸಾರ್ವತ್ರಿಕ ವಿನ್ಯಾಸವಾಗಿ ಹೊರಹೊಮ್ಮಿದೆ. ನಾನೊಬ್ಬ ಕೇಶವಿನ್ಯಾಸಕಾರನಾಗಿ ಮುಂದೊಂದು ದಿನ ಆ ಅಭಿವ್ಯಕ್ತಿಯ ಅರ್ಥವನ್ನು ಮನವರಿಕೆ ಮಾಡಿಕೊಂಡಿದ್ದೆ. ಕೆಲವು ದೇಶಗಳಲ್ಲಿ ಇಂದಿಗೂ V–ಆಕಾರವನ್ನು ಅವಲಕ್ಷಣವೆಂದು ಪರಿಗಣಿಸಲಾಗುತ್ತಿದ್ದರೆ, ಇನ್ನು ಕೆಲವರು ಅದನ್ನೊಂದು ಕೇಶವಿನ್ಯಾಸದ ಅಲಂಕಾರದ ದ್ಯೋತಕವೆಂದು ಪ್ರದರ್ಶಿಸುತ್ತಿದ್ದಾರೆ.

ನನ್ನ ಚಿಕ್ಕಪ್ಪನ ಕೈಕೆಳಗೆ ತರಬೇತಿಯಲ್ಲಿದ್ದ ನಾನು ಅಂತಹ ಕೆಲಸಗಳನ್ನು ಇನ್ನಷ್ಟು ಮಾಡುವ ಸದವಕಾಶ ಒದಗಿ ಬಂತು. ಶೋಕಾಚರಣೆಯಲ್ಲಿದ್ದ ಮತ್ತು ಸಂಭ್ರಮಾಚರಣೆಯಲ್ಲಿರುವ ಮನೆಗಳಿಗೆ ಭೇಟಿ ನೀಡುವ ಅವಕಾಶಗಳಾಗಿದ್ದವು. ಕೆಲವೊಮ್ಮೆ ತಂದೆಯನ್ನು ಕಳೆದುಕೊಂಡಾಗ ಮಕ್ಕಳು ಮುಂಡನ ಮಾಡಿಸಿಕೊಳ್ಳುತ್ತಿದ್ದರೆ, ಇನ್ನು ಕೆಲವು ಸಲ, ಪ್ರತ್ಯೇಕವಾಗಿ ಬ್ರಾಹ್ಮಣರ ಕುಟುಂಬಗಳಲ್ಲಿ, ಎಳೆಯ ಹುಡುಗರು ಪ್ರಾಯಕ್ಕೆ ಬರುತ್ತಿರುವಾಗ ಕೇಶಮುಂಡನ ಮಾಡಿಸುವ ಸಂಭ್ರಮಾಚರಣೆ ಇದ್ದಿತು. ನನ್ನ ಚಿಕ್ಕಪ್ಪ ಯಾವತ್ತೂ ಸೂರ್ಯೋದಯಕ್ಕಿಂತ ಮೊದಲು ಏಳುತ್ತಿರಲಿಲ್ಲವಾದ್ದರಿಂದ ಶೋಕಾಚರಣೆಯ ಮನೆತನಗಳಿಗೆ ವಿಧವಾ ಮುಂಡನಕ್ಕೆ ಯಾವತ್ತೂ ಹೋಗುತ್ತಿರಲಿಲ್ಲ.

ಕೇಶವಿನ್ಯಾಸದ ಬೃಹತ್ ಜಗತ್ತಿನಲ್ಲಿ ಮಹತ್ವಾಕಾಂಕ್ಷೆಯ ಅವಕಾಶಗಳಿಗೆ ನಾನು ಒಡ್ಡಿಕೊಳ್ಳುವ ಆತುರದಲ್ಲಿ ಮನೆಯನ್ನು ಬಿಟ್ಟು ತೆರಳಿದ ಬಳಿಕ ನನಗೆ ಚಿಕ್ಕಪ್ಪನ ಅಂತಹ ಮಸಲತ್ತಿನ ಸನ್ನಿವೇಶಗಳನ್ನು ಎದುರಿಸುವ ಪಾಡು ಸದ್ಯ ಒದಗಿ ಬರಲಿಲ್ಲ ಎನ್ನಬಹುದು.

ನಮ್ಮ ಬದುಕಿನಲ್ಲಿ ಭೇಟಿಯಾಗುವ ಪ್ರತಿಯೊಬ್ಬರಿಂದಲೂ ನಾವು ಏನನ್ನಾದರೂ ಕಲಿಯುತ್ತಿರುತ್ತೇವೆ. ಕೆಲವು ಪಾಠಗಳು ನೋವಿನ ಮೂಲವಾಗಿದ್ದರೆ, ಇನ್ನು ಕೆಲವು ಆಶಾದಾಯಕವಾಗಿರುತ್ತವೆ. ಆದರೆ ಎಲ್ಲವೂ ಅನರ್ಘ್ಯವೆನ್ನಬಹುದು.

–ಅನಾಮಿಕ

ಅಧ್ಯಾಯ ಎರಡು

ಕರ್ತವ್ಯಬದ್ಧ ಮಗ ಅನಿಷ್ಟವನ್ನು ಗೆಲ್ಲುತ್ತಾನೆ

ಸೂಲಗಿತ್ತಿಯ ಭವಿಷ್ಯ ನುಡಿ

ಹೊಕ್ಕುಳಬಳ್ಳಿ ನನ್ನ ಹೆಗಲಿನಿಂದ ಸೊಂಟದವರೆಗೆ ಒಂದು ಅಂಗವಸ್ತ್ರದ ಥರ ಸುತ್ತಿಕೊಂಡಿತ್ತಂತೆ, ಹಿಂದುಗಳಲ್ಲಿ ಉಪನಯನದ ಸಂದರ್ಭದಲ್ಲಿ ಯಜ್ಞೋಪವೀತವನ್ನು ಧರಿಸುವ ಹಾಗೆ.

ಇದನ್ನು ಗಮನಿಸಿದ ದಾದಿ ಇದೊಂದು ಶುಭಶಕುನವೆಂದು ಹೇಳಿದಳಂತೆ. ನಮ್ಮ ಪೂರ್ವಾರ್ಜಿತ ಮನೆಯಲ್ಲಿ ನನ್ನ ಜನನ ಕಾಲದಲ್ಲಿ ಸಹಕರಿಸಿದ ಹಿರಿಯ ಹೆಂಗಸೊಬ್ಬರು, ಈತ ಜೀವನದಲ್ಲಿ ಎಲ್ಲಾ ಅಡೆತಡೆಗಳನ್ನು ಮೀರಿ, ತಾನು ಬಯಸುವ ಯಾವುದೇ ಕೆಲಸದಲ್ಲಿ ಯಶಸ್ಸನ್ನು ಸಾಧಿಸುತ್ತಾನೆ ಎಂದು ಘೋಷಿಸಿದರಂತೆ. ಆಕೆ ನನಗೆ ಒಂದು ಸಂಭ್ರಮದ ಭವಿಷ್ಯ ಕಾದಿದೆ ಎಂದು ಹೇಳುತ್ತ, ಈ ವಿಷಯವನ್ನು ನನ್ನ ತಾಯಿಗೆ, ಅತ್ತೆಗೆ ಮತ್ತು ಕುಟುಂಬದ ಎಲ್ಲಾ ಹಿರಿಯರಿಗೆ ತಿಳಿಸುತ್ತ, ಈ ಮಗು ಒಂದು ಅನುಗ್ರಹ ಪಡೆದ ಬಾಲಕನಾಗುತ್ತಾನೆ ಎಂದು ಹೇಳಿದರಂತೆ.

ನನ್ನ ಚಿಕ್ಕಪ್ಪ ಗೋವಿಂದ ಭಂಡಾರಿಯ ಪ್ರಕಾರ ನಾನು ಹುಟ್ಟಿದ್ದು 1962ರ ಎಪ್ರಿಲ್ 23ರಂದು, ಹಾಗೆಂದು ನನ್ನ ಹುಟ್ಟಿದ ದಿನ ಅವರು ತನ್ನ ದಿನಚರಿಯಲ್ಲಿ ಬರೆದಿಟ್ಟಿದ್ದ ಒಂದು ದಾಖಲೆಯನ್ನು ನನಗೆ ತೋರಿಸಿದ್ದರು. ನಾನು ನನ್ನ ಜನ್ಮದಿನಾಚರಣೆಯನ್ನು ಅದೇ ದಿನ ಆಚರಿಸುತ್ತ ಬಂದಿದ್ದೇನೆ, ಯಾಕೆಂದರೆ ನನ್ನ ಚಿಕ್ಕಪ್ಪ ಜಾಗ್ರತೆಯಿಂದ ಆ ಪುಸ್ತಕವನ್ನು ಕಾಪಾಡಿಕೊಂಡು ಬಂದಿದ್ದು, ಅದರಲ್ಲಿ ಎಲ್ಲಾ ಹಣದ ಲೆಕ್ಕಗಳನ್ನು, ಅದು ಮನೆಯ ಖರ್ಚಾಗಲೀ, ಸಲೂನ್(ಇಲ್ಲೇ ನನ್ನ ಪ್ರಾರಂಭಿಕ ತರಬೇತಿ ನಡೆದದ್ದು)ನಿಂದ ಬರುತ್ತಿದ್ದ ಆದಾಯವಾಗಲೀ, ಕ್ರಮಬದ್ಧವಾಗಿ ನಿಷ್ಠೆಯಿಂದ ಬರೆದಿಡುತಿದ್ದರು. ಮುಂದಿನ ಪುಟಗಳಲ್ಲಿ ಅವರ ಜತೆಗಿನ ನನ್ನ ಕಥೆಯನ್ನು ದಾಖಲಿಸಿದ್ದೇನೆ.

ಸಂಪ್ರದಾಯದ ಪ್ರಕಾರ ನನ್ನ ತಾಯಿ ತನ್ನ ಮೊದಲ ಹೆರಿಗೆಯನ್ನು ತನ್ನ ತಾಯಿಯ ಮನೆಯಲ್ಲಿ ಮಾಡಬೇಕಾಗಿತ್ತು. ಆಕೆಯ ಹೆತ್ತವರಿಬ್ಬರೂ ಕಾಲವಾಗಿದ್ದ

ಕಾರಣ, ಅವಳು ನನ್ನನ್ನು ಹೆತ್ತಿದ್ದು ತನ್ನ ಮಲಸೋದರಿ ಕಮಲಾ ಭಂಡಾರಿಯ ಮನೆಯಲ್ಲಿ. ಹಾಗಾಗಿ ನನ್ನ ಜನ್ಮಸ್ಥಳವೆಂದರೆ, ಕಾರ್ಕಳದ ಅತ್ತೂರಿನ ಸಮೀಪದ ನಾಗೊಲಿ ಎಂಬ ಪುಟ್ಟ ಹಳ್ಳಿ. ಅಲ್ಲಿಯೇ ನಾನು ನನ್ನ ಬಾಲ್ಯವನ್ನೆಲ್ಲ ಕಳೆದಿದ್ದೆ.

ಈವೊತ್ತು, ನನ್ನ ದೊಡ್ಡಮ್ಮನ ಮಗ ಸುಂದರ ಭಂಡಾರಿ ಆ ಜಾಗದಲ್ಲಿ ಹೊಸದೊಂದು ಮನೆಯಲ್ಲಿ ವಾಸ್ತವ್ಯಕ್ಕಿದ್ದಾನೆ. ನಾನು ಜನಿಸಿದ ಹುಲ್ಲಿನ ಮನೆಯ ಜಾಗದಲ್ಲಿ ಒಂದು ಹೊಸ ಕಾಂಕ್ರೀಟ್ ಕಟ್ಟಡ ತಲೆಯೆತ್ತಿದ್ದು ಅದನ್ನು ಲೀಸಿನ ಮೇಲೆ ಪರಭಾರೆ ಮಾಡಲಾಗಿದೆ. ನನ್ನ ತಾಯಿ ಹೇಳುವುದುಂಟು ಅಲ್ಲಿನ ಬಾವಿಯೊಂದನ್ನು ಕಂಡರೆ ಆಕೆಗೆ ಭಯವಿತ್ತಂತೆ, ಯಾಕೆಂದರೆ ಅದರಲ್ಲಿ ನಾನು ಇಣುಕಿ ನೋಡುವುದಿತ್ತಂತೆ. ನಮ್ಮ ಮನೆಗೆ ಅದೊಂದೇ ನೀರಿನ ಆಶ್ರಯವಿದ್ದು ಅದರಲ್ಲಿ ನಾನು ಬಿದ್ದುಬಿಡಬಹುದೆಂಬ ಹೆದರಿಕೆ ನನ್ನ ತಾಯಿಗೆ. ನಾನು ಆ ಜಾಗದಲ್ಲಿ ಅಂಬೆಗಾಲಿಡುತ್ತಿದ್ದುದು ಯಾಕೆಂದರೆ ತಾಯಿ ಅದರಿಂದ ನೀರನ್ನು ಸೇದುತ್ತಿದ್ದರು.

ಅದೇ ಹಳ್ಳಿಯಲ್ಲಿ ಆರಾಧಿಸಲ್ಪಡುತ್ತಿದ್ದ ವೇಣುಗೋಪಾಲ ಎಂಬುದೊಂದು ದೇವಸ್ಥಾನವಿತ್ತು. ಸಂಪ್ರದಾಯದಂತೆ ನನ್ನ ತಾಯಿ ಆ ದೇವಸ್ಥಾನದ ಪುರೋಹಿತರನ್ನು ಭೇಟಿಯಾಗಿ, ನನಗೆ ನಾಮಕರಣ ಮಾಡುವ ಸಲುವಾಗಿ ನನ್ನ ಜಾತಕದಲ್ಲಿನ ನಕ್ಷತ್ರಕ್ಕೆ ಅನುಗುಣವಾದ ಅಕ್ಷರಗಳನ್ನು ಹುಡುಕಿ ಹೇಳುವಂತೆ ಆಗ್ರಹಿಸಿದರಂತೆ. ವಿಶೇಷ ದಿನದಂದು ನನಗೆ ಹೆಸರಿಡುವ ಸಲುವಾಗಿ. ಪುರೋಹಿತರು ಜಾತಕವನ್ನು ಜಾಲಾಡಿಸಿ, ನನಗೆ 'ಶ' ಅಥವಾ 'ರಾ' ಅಕ್ಷರದಿಂದ ಮೊದಲಾಗುವ ಹೆಸರನ್ನು ಇಡುವಂತೆ ಹೇಳಿದರಂತೆ. ಆ ಪ್ರಕಾರ ಹಿಂದೂ ದೇವತೆಗಳಲ್ಲಿ ಬಹಳ ಪ್ರಶಸ್ತವಾದ ಎರಡು ಹೆಸರುಗಳೆಂದರೆ-ಶಿವ ಮತ್ತು ರಾಮ, ಶಿವ ಅಂದರೆ ತ್ರಿಮೂರ್ತಿಗಳಲ್ಲಿ ದುಷ್ಟತನವನ್ನು ನಿಗ್ರಹಿಸುವವನು ಮತ್ತು ರಾಮ ಅಂದರೆ, ಶಿಸ್ತುಬದ್ಧನಾದ ರಾಜ, ರಾಮಾಯಣ ಪುರಾಣದಲ್ಲಿ ಹೇಳುವಂತೆ. ತಾಯಿಯವರು ಇವೆರಡೂ ಹೆಸರುಗಳನ್ನು ಸೇರಿಸಿ ಶಿವರಾಮ ಎಂದು ನಾಮಕರಣ ಮಾಡುವುದೇ ಲೇಸು ಎಂದು ನಿರ್ಧರಿಸಿದರು. ಚಿಕ್ಕವನಿಂದಲೇ ಅವಳು ನನ್ನನ್ನು ಪ್ರೀತಿಯಿಂದ 'ಅಣ್ಣ' ಎಂದು ಕರೆಯುತ್ತಿದ್ದಳು, ಅಂದು ಕರ್ನಾಟಕದಲ್ಲಿ ಗಂಡಸರನ್ನೂ ಮಕ್ಕಳನ್ನೂ ಆತ್ಮೀಯವಾಗಿ ಹಾಗೆ ಕರೆಯುವ ಪದ್ಧತಿಯಿತ್ತು.

ತಾಯಿಯವರು ಈಗ ನನ್ನನ್ನು ಶಿವರಾಮ ಎಂದೇ ಕರೆಯುತ್ತಾರೆ, ಉಳಿದವರಿಗೆಲ್ಲ ನಾನು ಬರೀ ಶಿವ. ನನ್ನ ಉದ್ಯಮ ಮತ್ತು ಸರಣಿ ಸಲೂನ್‌ಗಳೆಲ್ಲ ಶಿವಾಸ್ ಎಂಬ ಹೆಸರಿನಿಂದಲೇ ಪ್ರಸಿದ್ಧ.

ತಾಯಿಗೆ ಸಹಾಯ ನೀಡುವುದಕ್ಕೆ ಶಾಲೆಗೆ ತಿಲಾಂಜಲಿ

ನನ್ನ ತಾಯಿಗೆ ಒಟ್ಟು ಆರು ಮಂದಿ ಸಹೋದರ ಸಹೋದರಿಯರು, ಅವರಲ್ಲಿ ಒಬ್ಬ ಸ್ವಂತ ಸಹೋದರ ಮತ್ತು ಓರ್ವ ಸ್ವಂತ ಸಹೋದರಿ, ಮತ್ತು ಮಿಕ್ಕವರು ಮಲಸಹೋದರರು ಮತ್ತು ಮಲಸಹೋದರಿಯರು. ನನ್ನ ತಂದೆಯವರ ನಿಧನಾನಂತರ,

ನಾನು ಮತ್ತು ನನ್ನ ತಾಯಿ ಒಂದು ಮನೆಯಿಂದ ಇನ್ನೊಂದಕ್ಕೆ ನೆಗೆದಾಡುತ್ತಲೇ ಇರಬೇಕಾಯಿತು, ಎಲ್ಲ ಸಂಬಂಧಿಗಳೂ ನಮ್ಮನ್ನು ಹೀನಾಯವಾಗಿಯೇ ಕಂಡು ಆಶ್ರಯ ಒದಗಿಸಿದರು. ಆನಂದ ಭಂಡಾರಿ, ತಾಯಿಯ ಮಲಸಹೋದರ, ನಮ್ಮನ್ನು ಅವರ ಪೂರ್ವಜರ ಮನೆಗೆ ಒಯ್ದು ಅಲ್ಲಿ ನೆಲೆಸುವಂತೆ ಮಾಡಿದರು. ಅದು ಕಾರ್ಕಳದ ಸಮೀಪದ ಕಾಬೆಟ್ಟು ಹಳ್ಳಿಯ ಹೊಲಗಳ ನಡುವೆ ಇತ್ತು. ಒಬ್ಬ ರೈತನೊಂದಿಗೆ ಮೂವತ್ತು ಮಂದಿಯಿದ್ದ ದೊಡ್ಡ ಕುಟುಂಬ, ನನ್ನ ಮಾವ ಎಲ್ಲರ ಉಸ್ತುವಾರಿಯನ್ನು ನಿಭಾಯಿಸಬೇಕಿತ್ತು, ಅವರಲ್ಲಿ ಅವರ ಗಂಡು ಮಕ್ಕಳು, ಹೆಣ್ಣು ಮಕ್ಕಳು, ಹಾಗೂ ಅವರ ಕುಟುಂಬ, ಒಬ್ಬ ಅಜ್ಜಿ, ಮತ್ತು ಕೆಲವು ಶಿಶುಗಳು, ಎಲ್ಲರೂ ಒಂದೇ ಸೂರಿನಡಿಗೆ ಜೀವನ ಸಾಗಿಸಬೇಕಿತ್ತು. ಆಶ್ಚರ್ಯವೆಂದರೆ, ಕುಟುಂಬದ ಯಾವ ಸದಸ್ಯನೂ ಹೊರಗಡೆಗೆ ಕೆಲಸಕ್ಕೆ ಹೋಗುತ್ತಿರಲಿಲ್ಲ; ಹೊಲದಿಂದ ಬಂದ ಉತ್ಪತ್ತಿಯಲ್ಲೇ ಎಲ್ಲರೂ ಜೀವನ ಸಾಗಿಸಲು ಹೆಣಗಾಡುತ್ತಿದ್ದರು.

ನಿತ್ಯವೂ ಮನೆ ಜನರಿಂದ ತುಂಬಿತುಳುಕುತಿತ್ತು, ಆದರೆ ಯಾರೊಬ್ಬರೂ ನನ್ನ ಮತ್ತು ಅಮ್ಮನ ಕಡೆ ನಿಗಾ ಇಡುತ್ತಿರಲಿಲ್ಲ, ಯಾರೊಬ್ಬರೂ ಸೌಜನ್ಯದಿಂದ ಮಾತಾಡುತ್ತಿರಲಿಲ್ಲ– ಅದು ಸ್ವಾಭಾವಿಕವೇ–ಯಾತನೆಯಲ್ಲಿರುವ ಸಂಬಂಧ ತಾನೇ. ನಾವು ಅದಾಗಲೇ ಮಿತಿಮೀರಿ ಹೋಗಿದ್ದ ಕುಟುಂಬಕ್ಕೆ ಹೆಚ್ಚುವರಿ ಬಾಧೆಯಾಗಿ ಪರಿಣಮಿಸಿದ್ದೆವು. ಊಟ ತಯಾರಾದಾಗ ಹಿರಿಯರೆಲ್ಲ ಅಡುಗೆ ಕೋಣೆಗೆ ಆತುರದಿಂದ ಸಾಗಿ ತಮ್ಮ ಮಕ್ಕಳಿಗೆ ಉಣಿಸುತ್ತಿದ್ದರು. ನಾವು ಅವರ ಜತೆಗೆ ಸೇರಿಕೊಳ್ಳಲು ಹಿಂಜರಿಕೆಯಾಗುತ್ತಿತ್ತು, ಇಷ್ಟಾಗಿ ಯಾರೊಬ್ಬರೂ ನಮ್ಮನ್ನು ಆಹ್ವಾನಿಸುತ್ತಿರಲಿಲ್ಲ. ಮಧ್ಯಾಹ್ನದ ಊಟದ ಸಮಯ, ಪಾತ್ರೆಗಳ, ಮಡಕೆಗಳ ಮತ್ತು ಊಟದ ತಟ್ಟೆಗಳನ್ನು ಎಳೆದು ಬಡಿಸುವ ಸದ್ದು ನನ್ನ ಹಸಿವನ್ನು ಇಮ್ಮಡಿಗೊಳಿಸುತ್ತಿತ್ತು. ಎಲ್ಲರ ಊಟವಾದ ಬಳಿಕ ಅಂಜಿಕೆಯಿಂದಲೇ ಅಮ್ಮ, ನಾನು ಮತ್ತು ನನ್ನ ಸೋದರಿ ಅಡುಗೆ ಕೋಣೆಗೆ ಹೋದರೆ ಮಣ್ಣಿನ ಒಲೆಗಳ ಮೇಲೆ ದೊಡ್ಡದಾದ ಪಾತ್ರೆಗಳು ಬರಿದಾಗಿ ಕುಳಿತಿರುತ್ತಿದ್ದವು. ನಾವು ಉಳಿದುಕೊಂಡ ಅಲ್ಪ ಸ್ವಲ್ಪ ಗಂಜಿಯ ತಿಳಿ ಇಲ್ಲವೇ ಅಗುಳನ್ನು ಶೇಖರಿಸಿ ತಿನ್ನುವುದರಲ್ಲೇ ತೃಪ್ತಿಪಡಬೇಕಾಗುತ್ತಿತ್ತು. ನಮಗೆ ಯಾವತ್ತೂ ಸಾಕಷ್ಟು ಆಹಾರ ಸಿಗುತ್ತಲೇ ಇರಲಿಲ್ಲ.

ಕುಟುಂಬದ ಸದಸ್ಯರಿಗೆ ನಾವು ಅಲ್ಲಿ ತಂಗುವುದು ಇಷ್ಟವಿದ್ದಿರಲಿಲ್ಲವೆಂದು ನನ್ನಮ್ಮ ಸ್ವಲ್ಪದರಲ್ಲೇ ಅಂದಾಜು ಮಾಡಿದಳು. ಜಗಳ ಮತ್ತು ವಾಗ್ವಾದಗಳು ದಿನನಿತ್ಯದ ಕಾರ್ಯಕ್ರಮವಾಗಿ ಅದು ದಿನೇ ದಿನೇ ಉಲ್ಬಣಿಸುತ್ತಲೇ ಹೋಯಿತು. ಒಂದು ದಿನ, ಅಂತಹ ಒಂದು ಕಹಿ ಮಾತುಗಳ ಚಕಮಕಿ ನಮಗೆ ಮನೆಯ ಬಾಗಿಲಿನಿಂದ ಹೊರಕ್ಕೆ ಸಾಗುವಂತೆ ಮಾಡಿತು.

ಸೋದರ ಮಾವ ಸಂಜೀವ ಭಂಡಾರಿ ಅತ್ತೂರಿನ ಸಮೀಪವಿದ್ದು, ನಾವು ಅವರ ಮನೆಗೆ ಸಾಗಿದೆವು. ಇಲ್ಲಿ ನಮ್ಮಮ್ಮ ದೈನಂದಿನ ಖರ್ಚನ್ನು ತೂಗಿಸುವ ಸಲುವಾಗಿ ಟೈಲರಿಂಗ್ ಕೆಲಸವನ್ನು ಮಾಡಿದರೆ, ನಾನು ಸಮೀಪದ ಕನ್ನಡ ಮಾಧ್ಯಮದ ಸೈಂಟ್ ಲಾರೆನ್ಸ್ ಶಾಲೆಗೆ ದಾಖಲಾದೆ. ಯಾವುದೇ ಶಾಲಾ ಸಮಾರಂಭದಲ್ಲಿ ನಾನು

ಹಾಡುವ ತುಳು ಭಾಷೆಯ ಹಾಡುಗಳು ನನ್ನ ಶಾಲಾ ಬದುಕನ್ನು ಅನುಗ್ರಹೀತನನ್ನಾಗಿಸಿತು. ಒಂದು ಅಣುಕು ಮೀಸೆ ಮತ್ತು ದೊಡ್ಡ ಮುಂಡಾಸನ್ನು ತಲೆಗೆ ಸುತ್ತಿಕೊಂಡು ನಾನು ಈ ಮೂರು ಸಾಲುಗಳನ್ನು ಹಾಡಬೇಕಿತ್ತು:

ಯಾನ್ ಒರಿ ಬೊಂಬಾಯ್‌ಗ್ ಪೋದು ವರ್ಷ ಪತ್ತಾಂಡ್ (ನಾನು ಬೊಂಬಾಯಿಗೆ ಹೋಗಿ ಒಂದು ದಶಕವೇ ಕಳೆಯಿತು)

ಯಾನ್ ಇತ್ತೆ ಊರ್‌ಗ್ ಪೋದು ಮದ್‌ಮೆ ಆಪೊಡು (ನಾನು ಈಗ ಊರಿಗೆ ಹೋಗಿ ಮದುವೆ ಆಗ್ಬೇಕು)

ಯನ್ನ ಕೈತ ನೋಟು ಒಂದು ಸಾವಿರ ಕಾತಂಡೆ (ನನ್ನ ಕೈಲಿರುವ ನೋಟಿನ ಬೆಲೆ ಸಾವಿರ ಲೆಕ್ಕದ್ದು)

(ಈ ಮೇಲಿನ ದ್ವಿಪದಿಯೋ ತ್ರಿಪದಿಯೋ ಮಂಗಳೂರು ಸಮೀಪದ ಹಳ್ಳಿಗಳಲ್ಲಿ ಸಾಧಾರಣವಾಗಿ ಹಾಡುವಂಥದ್ದು ಮತ್ತು ಮುಂಬಯಿಗೆ ಹೋಗಿ ನೆಲೆಸಿದವರ ನೈಜ ಬದುಕೂ ಹೌದು. ನಾನು ಕೂಡಾ ನನ್ನ ಹಳ್ಳಿಯಿಂದ ಮುಂಬಯಿಗೆ ತೆರಳಿ, ಅಲ್ಲಿ ವಾಸ್ತವ್ಯ ಹೂಡಿ, ಮರಳಿ ಹಳ್ಳಿಗೆ ಬಂದು ನಮ್ಮದೇ ಬಳಗದ ಹುಡುಗಿಯೊಬ್ಬಳನ್ನು ಮದುವೆಯಾದೆ.)

ನನ್ನ ಹಾಡುಗಾರಿಕೆಯ ನಡುವೆ ಮುಖವೆತ್ತಿ ನೋಡಿದರೆ, ಸಭಾಂಗಣದಲ್ಲಿ ಜನಸಾಗರವೇ ನೆರೆದಿತ್ತು. ನನಗೆ ಸಭಾಕಂಪನ ಉಂಟಾಗಿ ವೇದಿಕೆಯಿಂದ ಓಟಕಿತ್ತೆ. ಆ ಬಗೆಯ ಹೆದರಿಕೆ ಇಂದಿಗೂ ನನ್ನನ್ನು ಪೀಡಿಸುತ್ತ ಬಂದಿದೆ. ಅಂತಹ ಭಯ ನನ್ನನ್ನು ಯಾವುದಾದರೂ ಸಮಾರಂಭಕ್ಕೆ ಕರೆದು ನನ್ನ ಯಶಸ್ಸಿನ ಕಥೆಯನ್ನು ಹೇಳುವಂತೆ ಆಗ್ರಹಿಸಿದರೆ ನಾನು ಭಯದಿಂದ ನಡುಗುತ್ತೇನೆ. ಅಂತಹ ಭೀತಿಯಿಂದ ಪಾರಾಗಲು ನಿಧಾನವಾಗಿ ಈ ದಿನಗಳಲ್ಲಿ ನಾನು ಪ್ರಯತ್ನಿಸುತ್ತಲೇ ಬಂದಿದ್ದೇನೆ.

2012ರಲ್ಲಿ ಸೈಂಟ್ ಲಾರೆನ್ಸ್ ಶಾಲೆ ನನ್ನನ್ನು ಸನ್ಮಾನಿಸುವುದಕ್ಕಾಗಿ ಒಂದು ವಿಶೇಷ ಸಮಾರಂಭವನ್ನು ಹಮ್ಮಿಕೊಂಡಿತ್ತು. ತಮ್ಮ ಹಳೆ ವಿದ್ಯಾರ್ಥಿಗಳಲ್ಲಿ ಸಲೂನ್ ಬಿಸಿನೆಸ್‌ನಲ್ಲಿ ಒಬ್ಬ ಯಶಸ್ವೀ ವ್ಯಕ್ತಿಯಾಗಿ ಮೂಡಿಬಂದಿರುವ ಪ್ರಯುಕ್ತ ಅವರೆಲ್ಲ ಹೆಮ್ಮೆ ಪಟ್ಟಿದ್ದರು. ಪ್ರಿನ್ಸಿಪಾಲ್ ಫಾದರ್ ಆರ್ಥರ್ ಪಿರೇರಾ ಅವರು ನಾನೊಬ್ಬ ಆದರ್ಶ ವ್ಯಕ್ತಿಯೆಂದೂ, ಅವರಿಗೆಲ್ಲ ಸೂಕ್ತ ಮಾರ್ಗದರ್ಶಿಯೂ ಎಂದು, ನಾನು ಹೇಗೆ ಕಷ್ಟದಿಂದ ಮೇಲಕ್ಕೆ ಬಂದು ಒಳ್ಳೆಯ ಹೆಸರನ್ನು ಸಂಪಾದಿಸಿದ್ದೇನೆ ಎಂಬುದನ್ನೂ ವಿವರಿಸಿದ್ದರು. ಐದನೇ ತರಗತಿಯಷ್ಟೇ ಆ ಶಾಲೆಯಲ್ಲಿ ಓದಿದ್ದ ನನಗೆ ಅದರ ಹಳೆಯ ವಿದ್ಯಾರ್ಥಿ ಎಂಬ ನೆಲೆಯಲ್ಲಿ ಗುರುತಿಸಿದ್ದು ನನಗೆ ಅತೀವ ಸಂತೋಷವನ್ನು ತಂದಿತ್ತು. ಆರ್ಥಿಕ ಮುಗ್ಗಟ್ಟಿನ ಕಾರಣದಿಂದ ನಾನು ಶಾಲೆಯಿಂದ ನಿರ್ಗಮಿಸಬೇಕಾಯಿತು. ಅದೇ ಶಾಲೆಯ ಆವರಣದಲ್ಲಿರುವ ಸೈಂಟ್ ಲಾರೆನ್ಸ್ ಚರ್ಚ್‌ಗೆ, ನಾನು ಊರಿಗೆ ಬಂದಾಗಲೆಲ್ಲ ಸಂದರ್ಶಿಸುವ ಪರಿಪಾಠ ಇಟ್ಟುಕೊಂಡಿದ್ದೇನೆ. ನಾನು ನನ್ನ ಅನೇಕ ಕಷ್ಟದ ಸಮಯಗಳಲ್ಲಿ ಅಲ್ಲಿ ಸಮಯ ಕಳೆಯುತ್ತ ಪ್ರಾರ್ಥನೆಯನ್ನು ಸಲ್ಲಿಸಿದ್ದಿದೆ.

ಶಿಕ್ಷಣ ಯಾರದೇ ಬದುಕಿನಲ್ಲಿ ಒಂದು ಆಧಾರ ಸ್ತಂಭವಾಗಿರುತ್ತದೆ ಮತ್ತು

ಅದಕ್ಕೆ ಯಾವುದೂ ಪರ್ಯಾಪ್ತವಲ್ಲ. ನನ್ನ ಏಳಿಗೆಯ ಬದುಕಿನಲ್ಲಿ ಕಷ್ಟದ ದಾರಿಯನ್ನೇ ಸವೆಸಿದ್ದೇನೆ ಮತ್ತು ಆ ಹಾದಿಯಲ್ಲಿ ಶಿಕ್ಷಣದ ಅಭಾವ ಸುಲಭವಾದ ಪ್ರಗತಿಯನ್ನು ಕುಂಠಿತಗೊಳಿಸಿದೆ ಎನ್ನಬಹುದು. ನನ್ನ ಬಾಳುವೆಯಲ್ಲಿ ಬೋಧಕರ ಮತ್ತು ಮಾರ್ಗದರ್ಶಕರ ಕೊರತೆ ಸದಾ ಕಾಲ ಕಂಡುಬಂದಿದೆ. ಹಾಗಾಗಿ, ನನ್ನ ಮಟ್ಟಿಗೆ ಹೇಳುವುದಾದರೆ ಶಿಕ್ಷಣ, ನನ್ನ ದೈನಂದಿನ ಆಗುಹೋಗುಗಳಲ್ಲಿ ಸಂಪರ್ಕಕ್ಕೆ ಬಂದವರ ಜತೆಗಿನ ಮಾತುಕತೆಗಷ್ಟೇ ಸೀಮಿತವಾಯಿತು. ನಾನೊಬ್ಬ ಸೂಕ್ಷ್ಮಗ್ರಾಹಿ, ನನ್ನ ಸುತ್ತಲಿನ ಜಗತ್ತನ್ನು ಸೂಕ್ಷ್ಮವಾಗಿ ನಿರುಕಿಸುತ್ತೇನೆ, ಎಲ್ಲರನ್ನೂ ಶ್ರದ್ಧೆಯಿಂದ ಕೇಳಿಸಿಕೊಳ್ಳುತ್ತೇನೆ, ಮತ್ತು ಅವನ್ನು ನನ್ನಲ್ಲಿ ಅಳವಡಿಸಿಕೊಂಡು ಹೇಗೆ ಯಾವುದೇ ಸನ್ನಿವೇಶದಲ್ಲಿ ನಾನು ಕಲಿತದ್ದನ್ನು ಉಪಯೋಗಿಸಲು ಸಾಧ್ಯ ಎಂಬುದನ್ನು ಯೋಚಿಸುತ್ತೇನೆ. ಈ ಪ್ರಕ್ರಿಯೆಯೇ ನನ್ನ ಮಟ್ಟಿನ ಶಿಕ್ಷಣ. ಇದು ನನ್ನ ಬದುಕಿನುದ್ದಕ್ಕೂ ಸಾಗಿ ಬಂದಿದೆ.

ನಾವು ಸಂಜೀವ ಮಾವನ ಮನೆಯಲ್ಲಿ ಎರಡು ವರ್ಷಗಳನ್ನು ಕಳೆದೆವು. ಈ ಕಾಲಾವಧಿಯಲ್ಲಿ ತೀವ್ರ ಅಸೌಖ್ಯದ ಕಾರಣ ನನ್ನ ತಂಗಿ ತೀರಿಕೊಂಡಳು. ಆ ದಿನ ರಾತ್ರಿ ದುರ್ದೈವದಿಂದ ನಾನು ನನ್ನ ದೊಡ್ಡಮ್ಮನ ಮಗ ಕೃಷ್ಣನ ಮನೆಯಲ್ಲಿ ತಂಗಿದ್ದೆ. ನನಗೆ ಈ ಕೆಟ್ಟ ಸುದ್ದಿಯ ಯಾವುದೇ ಸುಳಿವಿರಲಿಲ್ಲ. ನಾನಿನ್ನೂ ಎಳೆಯ ಪ್ರಾಯದವನಾಗಿದ್ದರಿಂದ ನನಗೆ ತಿಳಿಸುವುದು ಬೇಡವೆಂದು ಕುಟುಂಬ ವರ್ಗದವರು ಎಣಿಸಿರಬೇಕು. ನನ್ನ ತಂಗಿ, ಅವಳ ಅಂತಿಮ ಕ್ಷಣದಲ್ಲಿ ನನ್ನ ಹೆಸರನ್ನು ಕೂಗಿದಳು ಅಂತ ಆಮೇಲೆ ಅಮ್ಮ ನನಗೆ ಹೇಳಿದರು. ನಾನು ಆ ರಾತ್ರಿ ನಿದ್ದೆಯಲ್ಲಿ ಓಲಾಡುತ್ತಿದ್ದಾಗ ಕೃಷ್ಣನ ತಂದೆ ಈ ಸುದ್ದಿಯನ್ನು ಪರಿವಾರದವರಿಗೆ ತಿಳಿಸಿದ್ದನ್ನು ನಾನು ಕೇಳಿಸಿಕೊಂಡೆ. ತನ್ನ ಮಗಳು ತನ್ನ ಕಣ್ಣೆದುರೇ ಸಾಯುವುದನ್ನು ಕಂಡ ನನ್ನ ತಾಯಿಯ ಗೋಳು ಹೇಳತೀರದು. ಅವಳು ನನ್ನ ಸುತ್ತ ಇಲ್ಲದಿರುವ ಪ್ರಜ್ಞೆ ನನ್ನಲ್ಲಿ ಅತ್ಯಂತ ನೋವನ್ನುಂಟು ಮಾಡಿತು; ಆ ನಿರ್ವಾತವನ್ನು ಬೇರಿನ್ನಾವುದೂ ತುಂಬಲು ಸಾಧ್ಯವಿರಲಿಲ್ಲ. ಅವಳು ನನ್ನನ್ನು 'ಅಣ್ಣಾ...' 'ಅಣ್ಣಾ..' ಎಂದೇ ಕರೆಯುತ್ತಿದ್ದಳು ಮತ್ತು ಈ ಜಗತ್ತನ್ನು ಅವಳು ಬಿಟ್ಟುಹೋಗುವ ಸಮಯದಲ್ಲಿ ಅದೇ ಶಬ್ದಗಳನ್ನು ಕೂಗಿದ್ದಳು. ನಾನು ಪ್ರೀತಿಸಿದ ವ್ಯಕ್ತಿಯನ್ನು ಕಳಕೊಂಡದ್ದು ಇದೇ ಪ್ರಥಮ ಬಾರಿಯದ್ದೇನೂ ಆಗಿರಲಿಲ್ಲ, ನನ್ನ ತಂದೆಯನ್ನೂ ಕಳಕೊಂಡಿದ್ದೆ, ಆದರೆ ಆಗ ಸನ್ನಿವೇಶದ ಗಾಂಭೀರ್ಯವನ್ನು ಅರ್ಥ ಮಾಡಿಕೊಳ್ಳುವಷ್ಟು ನಾನು ದೊಡ್ಡವನಾಗಿರಲಿಲ್ಲ.

ಸಂಜೀವ ಮಾವನ ಮನೆಯಲ್ಲಿ ಉಳಕೊಳ್ಳುವುದು ಅಷ್ಟೇನೂ ಸ್ವಸ್ಥದ ವಿಷಯವೇನೂ ಆಗಿರಲಿಲ್ಲ. ಕುಟುಂಬದ ಸದಸ್ಯರು ನಮ್ಮ ವಾಸ್ತವ್ಯಕ್ಕೆ ವಿರೋಧ ವ್ಯಕ್ತಪಡಿಸಿದರು ಮತ್ತು ನಾವು ಅಲ್ಲಿಂದ ಹೊರಡುವುದು ಒಂದು ನೋವಿನ ಪ್ರಕರಣವಾಗಿತ್ತು. ಪ್ರಾರಂಭದಿಂದಲೇ ನಮ್ಮಲ್ಲಿ ಭಿನ್ನಾಭಿಪ್ರಾಯ ತಲೆದೋರಿತ್ತು ಮತ್ತು ಆ ತಾರತಮ್ಯ ಧೋರಣೆ ಅವರ ನಡವಳಿಕೆಯಲ್ಲೂ ನಮ್ಮ ನಿರ್ವಹಣೆಯಲ್ಲೂ ಸ್ಪಷ್ಟವಾಗಿತ್ತು. ನಾನು ನನ್ನ ಮಾವನ ಅಂಗಡಿಯಲ್ಲಿ ಕ್ಷೌರ ಮಾಡಿಸಿಕೊಳ್ಳಬೇಕಿದ್ದರೆ, ನನ್ನ ಕೂದಲನ್ನು ಸಿಕ್ಕಾಬಟ್ಟೆ ಜಗ್ಗಿ ಎಳೆದಾಡಿ ಮಾಡುತ್ತಿದ್ದರು, ಕೆಲವು ಏಟುಗಳೂ ತಲೆಗೆ ಬೀಳುತ್ತಿದ್ದವು. ನನ್ನನ್ನು ಜರೆದು, ಹೋಗು ದಾರಿಬದಿಯ ಯಾವುದಾದರೂ ಕ್ಷೌರಿಕನಿಂದ ಮಾಡಿಸಿಕೋ, 'ನೀನು ಇಲ್ಲಿ ಸೇವೆ ಮಾಡಿಸಿಕೊಳ್ಳುವಷ್ಟು ಅರ್ಹನಲ್ಲ, ಇದು ಫಾಕ್ಸ್‌ಚರ್ಮ ಹೊದಿಸಿದ

ಕುರ್ಚಿಗಳು ಮತ್ತು ಷೋಕಿಯ ಕನ್ನಡಿಗಳಿರುವ ಅತ್ಯಾಧುನಿಕ ಸಲೂನ್' ಎಂದು ಬಿಡುತ್ತಿದ್ದರು. ನನ್ನಲ್ಲಿ ಹಣವಿಲ್ಲ, ಆದ್ದರಿಂದ ಮನೆಯಲ್ಲಿರುವ ಕ್ಷೌರದ ಕತ್ತರಿಗಳಿಂದಲೇ ತಲೆಗೂದಲನ್ನು ರಟ್ಟಿಸುವ ಸನ್ನಾಹಕ್ಕಿಳಿದೆ.

ಒಬ್ಬ ಮಗ ಮತ್ತು ಒಂಟಿ ಹೆಂಗಸು ಎನ್ನುವ ವಿಚಾರದಲ್ಲಿ ತಾಯಿಯ ಪರಿಸ್ಥಿತಿ ಚಿಂತಾಜನಕವಾಗಿತ್ತು. ಮನೆವಾರ್ತೆಯಲ್ಲಿ ಅಮ್ಮ ಸಹಕರಿಸುತ್ತಿದ್ದರೂ, ಮಾವನ ಹೆಂಡತಿ ಜಾನಕಿಗೂ ಅಮ್ಮನಿಗೂ ದಿನವೂ ಒಂದಲ್ಲ ಒಂದು ವಿಷಯಕ್ಕೆ ತಕರಾರು ಇದ್ದೇ ಇರುತ್ತಿತ್ತು. ಒಂದು ದಿನ ಅವರೊಳಗಿನ ಮಾತಿನ ಚಕಮಕಿ ಗೌರವಕ್ಕೆ ಧಕ್ಕೆ ತಂದಿತು. ನಮ್ಮನ್ನು ಮನೆಯಿಂದ ಹೊರಕ್ಕೆ ಹಾಕುವುದು ವಿಧಿವತ್ತಾಗಿ ನಡೆಸುವ ನಿಮಿತ್ತ ಜಾನಕಿ ನಮ್ಮ ವಸ್ತುಗಳನ್ನೂ, ಪಾತ್ರೆಪಗಡಿಗಳನ್ನೂ ಮನೆಯಿಂದ ಹೊರಕ್ಕೆ ಎಸೆದರು. ಮತ್ತೊಮ್ಮೆ ನಾವು ಮನೆಯಿಲ್ಲದೆ ನಿರ್ಗತಿಕರಾದೆವು.

ಆ ಹಿತ್ತಲಿನ ತೆಂಗಿನ ಮರವೊಂದರ ಬುಡದಲ್ಲಿ ಅಡುಗೆ ಮಾಡಿ ಬಟ್ಟಬಯಲಿನಲ್ಲಿ ನಾನು ಮತ್ತು ನನ್ನಮ್ಮ ಮೂರು ದಿನಗಳನ್ನು ಕಳೆದೆವು. ನಾವಿಬ್ಬರೇ ಆ ಸಂಕಟದ ಸ್ಥಿತಿಯ ಕ್ಷಣಗಳಲ್ಲಿ ಬಿಡಿಗಾಸೂ ಇಲ್ಲದೆ, ತಲೆಯ ಮೇಲೊಂದು ಸೂರೂ ಇಲ್ಲದೆ ಇದ್ದವರು.

ಮೂರು ಕಲ್ಲುಗಳನ್ನು ಒಂದೆಡೆ ಇಟ್ಟು, ಆ ಆವರಣದೊಳಗೆ ಸಿಕ್ಕಿದ ಮರದ ಕೊಂಬೆರೆಂಬೆಗಳನ್ನು ಬಳಸಿ ಬೆಂಕಿ ಉರಿಸಿ ಅಡುಗೆ ಮಾಡಿದೆವು. ಮೂರನೇ ದಿನ ಗಂಜಿಯ ತಿಳಿ ಸಾಬೂನಿನ ವಾಸನೆಯಿಂದ ಹೊರಹೊಮ್ಮಿತು. ಯಾರೋ ನಮ್ಮನ್ನು ಆ ಆವರಣದಿಂದಲೂ ದೂರಕ್ಕೆ ಓಡಿಸುವ ಕ್ರೂರವಾದ ಹುನ್ನಾರ ನಡೆಸಿದ್ದಂತೆ ತೋರಿತು. ಜಗಳ ಮತ್ತೆ ಪ್ರಾರಂಭವಾಯಿತು. ಮನೆಮಂದಿ, ಬೈಗಳಿಂದ ನಮ್ಮನ್ನು ಆ ಆವರಣದಿಂದಲೂ ಹೊರಕ್ಕೆ ಓಡಿಸಲು ಸನ್ನದ್ಧರಾದರು. ಅವು ಬಹಳ ಕಠಿಣ ಸಮಯವಾಗಿದ್ದಿತು. ಒಂದು ತೊಂದರೆಯ ಹಿಂದೆಯೇ ಇನ್ನೊಂದು ನಮ್ಮ ಬೆನ್ನಟ್ಟಿ ಬರುತ್ತಿತ್ತು. ನನ್ನ ತಾಯಿಯನ್ನು ಸಮಾಧಾನ ಪಡಿಸಲು ಸಾಧ್ಯವೇ ಆಗಲಿಲ್ಲ. ಆಕೆ ಅಷ್ಟೊಂದು ಅಸಹಾಯಕಳಾಗಿದ್ದುದನ್ನು ನನ್ನ ಬದುಕಿನಲ್ಲಿ ಎಂದೂ ಕಂಡಿರಲಿಲ್ಲ. ಒಬ್ಬ ಒಂಟಿ ಹೆಂಗಸು ಒಂದು ಮಗುವಿನ ಸಹಿತ ಏನು ತಾನೇ ಮಾಡಬಲ್ಲಳು?

ಒಂದು ಹೇಳಿಕೆ ಇದೆ, ಯಾವತ್ತಾದರೂ ಎಲ್ಲಾ ಬಾಗಿಲುಗಳು ಮುಚ್ಚಿಕೊಂಡಾಗ ಒಂದು ಕ್ಷೀಣ ಬೆಳಕಿನ ಕಿರಣ ಕತ್ತಲೆಯ ಸಂದಿಯಲ್ಲಿ ಇಣುಕುತ್ತದೆ ಅಂತ. ಕರಿಮಿನಾ ಬಾಯಿ ಎಂಬ ರೂಪದಲ್ಲಿ ಆ ಬೆಳಕು ಕಾಣಿಸಿಕೊಂಡಿತು. ನೆರೆಹೊರೆಯ ಆ ಹೆಂಗಸು, ನಮಗೆ ಆಶ್ರಯ ನೀಡಲು ಒಪ್ಪಿಕೊಂಡು, ಆಕೆಯ ಮನೆಯ ಒಂದು ಭಾಗವನ್ನು ಅಲ್ಪ ಹಣದ ಬಾಡಿಗೆಯ ಮೇಲೆ ನೀಡಿದಳು. ಹಾಗೆ ಬಾಡಿಗೆಗೆ ಪಡೆದ ಬಳಿಕ ನನಗೆ ಹೆಚ್ಚುವರಿ ಕೆಲಸಗಳು ಪ್ರಾಪ್ತವಾದವು– ತೋಟಕ್ಕೆ ನೀರು ಬಿಡುವುದು, ಹಣ್ಣು ಮತ್ತು ತೆಂಗಿನಕಾಯಿಗಳನ್ನು ಕೀಳುವುದು, ಮತ್ತಿತರ ಉಪಕೆಲಸಗಳು ಆಕೆಯ ಆಗ್ರಹದ ಮೇರೆಗೆ ಹೆಗಲೇರಿದವು. ಇದೇ ಕಾಲಕ್ಕೆ ನಾನು 5ನೇ ಕ್ಲಾಸಿನಲ್ಲೇ ವಿದ್ಯಾಭ್ಯಾಸ ನಿಲ್ಲಿಸಿ, ಸ್ಕೂಲನ್ನು ತೊರೆದು, ಬಾಡಿಗೆಯ ಸಹಿತವಾಗಿ, ಮನೆಯ ನಿಭಾವಣೆಗೆ ನನ್ನ ಸಂಪಾದನೆಯನ್ನು ತೂಗಿಸಿಕೊಳ್ಳ ತೊಡಗಿದ್ದು. ತಾಯಿ ದರ್ಜಿಯ ಕೆಲಸವನ್ನು

ಮುಂದುವರಿಸಿದಳು. ಹೆಚ್ಚುವರಿ ಸಂಪಾದನೆಗಾಗಿ ಅವಳು, ವೈಯಕ್ತಿಕವಾಗಿ ಬಟ್ಟೆಗಳನ್ನು ಪಡೆದು ಮನೆಯಲ್ಲೇ ಹೊಲಿಯತೊಡಗಿದಳು. ಹಳ್ಳಿಯ ಜನರ ಲಂಗಗಳನ್ನೂ ರವಿಕೆಗಳನ್ನೂ ಒಂದು ಸೆಕೆಂಡ್–ಹ್ಯಾಂಡ್ ಮೆಷಿನ್‌ನಲ್ಲಿ ಹೊಲಿಯುತ್ತ ಕೂತಿರುವ ಭಂಗಿಯನ್ನು ನಾನಿವತ್ತಿಗೂ ಸ್ಪಷ್ಟವಾಗಿ ಜ್ಞಾಪಿಸಿಕೊಳ್ಳಬಲ್ಲೆ.

ಕರಿಮಿನಾಬಾಯಿಯ ಮನೆಯಲ್ಲಿ ನಾವು ತಂಗಲು ಸ್ವಲ್ಪ ಸಮಯ ಬೇಕಾಯಿತು. ಯಾರಲ್ಲಿ ಹಣವಿಲ್ಲವೋ, ಯಾರು ಅಸಹಾಯಕರೋ, ಸ್ವಲ್ಪವೇ ಕೆರಳುವಂತಾದರೂ ಜನರು ಅವರತ್ತ ಬೆರಳು ತೋರಿಸುತ್ತಾರೆ ಎಂದು ಯಾವತ್ತೋ ಕಂಡುಕೊಂಡಿದ್ದೆ. ಕರಿಮಿನಾಬಾಯಿಗೆ ಇಬ್ಬರು ಹೆಣ್ಮಕ್ಕಳಿದ್ದರು–ಹಿರಿಯವಳು ಜೆಸ್ಸಿ, ಹನ್ನೊಂದನೇ ಕ್ಲಾಸಿನಲ್ಲಿ ಕಲಿಯುತ್ತಿದ್ದರೆ, ಎರಡನೆಯಾಕೆ ಬೆನ್ನಿ, ಹತ್ತನೇ ತರಗತಿಯಲ್ಲಿ ಓದುತ್ತಿದ್ದಳು. ಬೆನ್ನಿ ಒಂದು ದಿನ ತನ್ನ ಪೆನ್ನನ್ನು ಕಳಕೊಂಡಿದ್ದು ಮತ್ತು ನಾನು ಅದನ್ನು ಕದ್ದಿರುವುದಾಗಿ ಬೆರಳು ತೋರಿದಳು.

ನನ್ನ ಅತಿಕ್ರಮದ ಆರೋಪವನ್ನು ಕೇಳಿ ಕರಿಮಿನಾಬಾಯಿ ನನ್ನ ತಾಯಿಯತ್ತ ಕೂಗಾಡಿದಳು. ಅಂತಹ ಒಂದು ದೂರನ್ನು ಕೇಳಿದ ಅಮ್ಮ ನಾನು ನಿರಪರಾಧಿ ಎಂದು ಎಷ್ಟು ಗೋಗರೆದರೂ ಲೆಕ್ಕಿಸದೆ ನನ್ನನ್ನು ಕೇಳಿಸಿಕೊಳ್ಳಲೇ ಇಲ್ಲ. ನಾನು ನಿಜಕ್ಕೂ ಪೆನ್ನನ್ನು ತೆಗೆದಿದ್ದೇನೆ ಎಂದು ಬಾಯಿಬಿಡುವ ತನಕ ಅವಳು ನನ್ನನ್ನು ಬೆತ್ತದಿಂದ ಹೊಡೆದಳು. ಅದನ್ನು ಅದರ ಒಡತಿಗೆ ಹಿಂದಿರುಗಿಸುವವರೆಗೆ ಸುಮ್ಮನಿರುವುದಿಲ್ಲವೆಂದಳು. ಬೆತ್ತದ ಹೊಡೆತದ ಗುರುತುಗಳು ನನ್ನ ಬೆನ್ನ ಮೇಲೆ ಎದ್ದವು ಮತ್ತು ನನಗೆ ಅಷ್ಟಿಷ್ಟಲ್ಲದೆ ನೋವಾಯಿತು. ಆದರೆ ನಾನು ಸ್ಥಿತಪ್ರಜ್ಞನಾದೆ; ನಾನು ಪೆನ್ನನ್ನು ತೆಗೆದೇ ಇಲ್ಲವಾಗಿದ್ದಾಗ, ತಪ್ಪಿತಸ್ಥನೆಂದು ಯಾಕಾಗಿ ಒಪ್ಪಿಕೊಳ್ಳಬೇಕು?

ಈ ಮಧ್ಯೆ ನಾನು ಸತ್ಯವನ್ನೇ ಹೇಳುತ್ತಿದ್ದೇನೆ ಎಂಬುದಾಗಿ ಅಮ್ಮನಿಗೆ ಮನವರಿಕೆಯಾಯಿತು. ದುಃಖವನ್ನು ತಡೆಯಲಾಗದೆ ಅವಳೂ ಬಳಬಳನೆ ಅತ್ತಳು ಮತ್ತು ನನ್ನ ಬೆನ್ನಿಗಾದ ಗಾಯಗಳನ್ನು ಎಣ್ಣೆನೀವಿ ನೋವನ್ನು ಶಮನ ಮಾಡಿದಳು. ನನಗೆ ಅಷ್ಟೊಂದು ತೀವ್ರವಾಗಿ ಹೊಡೆದದ್ದಕ್ಕೆ ಅವಳಿಗೆ ಪಶ್ಚಾತ್ತಾಪವಾಯಿತು ಮತ್ತು ಅಂತಹ ಸುಳ್ಳು ಆಪಾದನೆಯನ್ನು ನಂಬಿದ್ದಕ್ಕೆ ತುಂಬಾ ನೊಂದುಕೊಂಡಳು. ದುರ್ದೈವದಿಂದ ಸಮಾಜದಲ್ಲಿ ಅಮ್ಮನ ಶೋಚನೀಯ ಸ್ಥಿತಿಯ ಕಾರಣದಿಂದಾಗಿ, ಯಾವಾಗಲೂ ಅವಳು ಬೈಸಿಕೊಳ್ಳುವವಳೇ. ಅವಳ ಕಷ್ಟಗಳಿಗೆ ತುದಿಮೊದಲಿರಲಿಲ್ಲ.

ಕಾಲಕ್ರಮದಲ್ಲಿ ಕರಿಮಿನಾಬಾಯಿಯವರ ಮನೆ ವಾಸಕ್ಕೆ ಸಾಕಷ್ಟು ಉತ್ತಮ ಸ್ಥಳವಾಗಿ ಮಾರ್ಪಟ್ಟಿತು– ನಾವು ಅಲ್ಲಿ ನಾಲ್ಕು ವರ್ಷಕ್ಕೂ ಹೆಚ್ಚು ಕಾಲ ವಾಸ್ತವ್ಯ ಹೂಡಿದ್ದೆವು. ಯಾವುದೇ ಎದಿರೇಟು ಇಲ್ಲದೆ, ನಾನು ಆಕೆಯ ಎಲ್ಲಾ ಆಜ್ಞೆಗಳನ್ನು ಶಿರಸಾ ಪಾಲಿಸುತ್ತಿದ್ದುದರಿಂದ ಆಕೆ ಸಂತೋಷಪಟ್ಟಳು. ಬಾವಿಯಿಂದ ನೀರನ್ನು ಸೇದುವುದು, ಗಿಡಗಳಿಗೆ ನೀರು ಬಿಡುವುದು, ಮಲ್ಲಿಗೆ, ದಾಸವಾಳದಂತಹ ಹೂವುಗಳನ್ನು ಕೀಳುವುದು, ಬಸಳೆ ಸೊಪ್ಪು (Malabar spinach)ಸಂಗ್ರಹಿಸುವುದು ಮುಂತಾದ ಕೆಲಸಗಳನ್ನು ನಾನು ನಿರ್ವಹಿಸುತ್ತಿದ್ದೆ. ನೆಲದಲ್ಲಿ ಉದ್ದವಾದ ಬಿದಿರಿನ ಕಂಬಗಳನ್ನು ನಾಟುವುದಕ್ಕೆ ನಾನು ಆಳವಾದ ಹೊಂಡಗಳನ್ನು ತೋಡಿ, ಸಮಾನಾಂತರವಾಗಿ, ಸುರುಳಿಯಾಗಿ ಬೆಳೆದ ಮಿಕ್ಕ ಹಸಿರು ಬಿದಿರುಗಳನ್ನು ಅದಕ್ಕೆ ಆಧಾರವಾಗಿ ಕಟ್ಟಬೇಕಿತ್ತು.

ಚಿಕ್ಕು (sapota), ಪೇರಳೆ (guava), ಮಾವು ಮತ್ತು ಹಲಸಿನ ಹಣ್ಣಿನ ಮರಗಳಲ್ಲಿ ಹಣ್ಣಾದವುಗಳನ್ನು ಕೊಯ್ಯುವ, ಅವುಗಳಿಗೆ ಕೀಟಗಳು ಬರದಂತೆ ನೋಡಿಕೊಳ್ಳುವ ಕೆಲಸಗಳೂ ನನ್ನ ಪಾಲಿಗಿದ್ದವು.

ಕರಿಮಿನಾಬಾಯಿ, ಇಬ್ಬರು ಹೆಣ್ಮಕ್ಕಳ ಜತೆಗಿದ್ದ ಒಂಟಿ ಹೆಂಗಸು, ಒಬ್ಬ ಲಜ್ಜೆಗೇಡಿ ಸಾಮರ್ಥ್ಯದವಳು ಎನ್ನಬಹುದು. ಆಕೆಯ ಸೊಕ್ಕಿನ ಫಲವಾಗಿ ನಾನು ಒಂದು ಮುಡಿ ಅಕ್ಕಿಯನ್ನು– ಸುಮಾರು ಮೂವತ್ತೆಂಟು ಕಿಲೋಗ್ರಾಂ ತೂಕದ ಮೂಟೆ– ತಲೆಯ ಮೇಲೆ ಹೊತ್ತುಕೊಂಡು ಅತ್ತೂರು ಬಸ್‌ಸ್ಟ್ಯಾಂಡ್‌ನಿಂದ ಮನೆಗೆ ಸಾಗಬೇಕಿತ್ತು. ಮೊದಲ ಬೆಳೆಯ ಅಕ್ಕಿ ಇದಾಗಿದ್ದು, ಸಮೀಪದ ಫಾರ್ಮ್‌ನಿಂದ ಆಕೆ ಅದನ್ನು ಕೊಂಡುಕೊಂಡು ಬಸ್‌ಸ್ಟ್ಯಾಂಡ್‌ಗೆ ತರುತ್ತಿದ್ದಳು. ನನ್ನನ್ನು ಬಸ್‌ಸ್ಟ್ಯಾಂಡ್‌ನಲ್ಲಿ ಕಾಯುವುದಕ್ಕೆ ಹೇಳಿ, ಆ ಭಾರದ ಮುಡಿಯನ್ನು ನನ್ನ ತಲೆಯ ಮೇಲೆ ಹೊರಿಸುತ್ತಿದ್ದಳು; ಬೇರೆ ಕೂಲಿಕಾರರಿಗೆ ಹೇಳಿದರೆ ಅವರಿಗೆ ಪಾವತಿಸಬೇಕಲ್ಲ? ತಲೆಯ ಮೇಲಿನ ಹೊರೆಯಿಂದಾಗಿ, ನನ್ನ ಕಾಲುಗಳು ಅತ್ತಿಂದಿತ್ತ ವಾಲುತ್ತಿದ್ದವು, ಕೆಲವೊಮ್ಮೆ ಜೋಲಿಹೊಡೆದು ಕಾಲುಗಳು ಹಿಂದಕ್ಕೂ ಮುಂದಕ್ಕೂ ಅಡ್ಡಾದಿಡ್ಡಿ ತೆರಳುತ್ತಿದ್ದವು. ಮುಡಿಯ ಕಟ್ಟನ್ನು ಬಲವಾಗಿ ಹಿಡಿದುಕೊಂಡು ಆ ಅರ್ಧ ಕಿಲೋಮೀಟರ್ ಹಾದಿಯನ್ನು ಹೇಗಾದರೂ ಕ್ರಮಿಸುತ್ತಿದ್ದೆ. ಉಸಿರೆಳೆಯಲು ಶ್ರಮಪಡುತ್ತ, ಶರೀರವೆಲ್ಲ ಬೆವರಿನಿಂದ ಒದೆಮುದ್ದೆಯಾಗುತ್ತ, ಬರಿಗಾಲಲ್ಲಿ ಸುಡುಬಿಸಿಲಿನಲ್ಲಿ ಈ ಕಾಯಕವನ್ನು ಆಕೆಯ ಆಜ್ಞಾಧಾರಕನಾಗಿ ಸಲ್ಲಿಸುತ್ತಿದ್ದೆ.

ಒಂದು ದಿನ ನಾನು ಮಾರುಕಟ್ಟೆಗೆ ಸಮಾಚಾರ ಪತ್ರಿಕೆಯನ್ನು ತರುವುದಕ್ಕೆ ಹೋಗಬೇಕಿತ್ತು, ಯಾಕೆಂದರೆ ಆವತ್ತು ಹತ್ತನೇ ತರಗತಿಯ ಬೋರ್ಡ್ ಪರೀಕ್ಷೆಯ ಫಲಿತಾಂಶ ಬರುವುದಿತ್ತು. ಬೆನ್ನಿ ಫಲಿತಾಂಶಕ್ಕಾಗಿ ಆತುರದಿಂದ ಕಾದಿದ್ದಳು. ಎಂದಿನಂತೆ ನನ್ನಲ್ಲಿದ್ದ ಒಂದೇ ಚೆಡ್ಡಿಯನ್ನು ನಾನು ಒಗೆದು ಅದನ್ನು ಒಣಗಿಸುವುದಕ್ಕಾಗಿ ಒಲೆಯ ಮೇಲ್ಗಡೆ ತೂಗುಹಾಕಿದ್ದೆ. ಕೆಳಗಡೆ ಮಧ್ಯಾಹ್ನದ ಊಟದ ಸಲುವಾಗಿ, ಕುಚ್ಚಲು ಅಕ್ಕಿಯ ಅನ್ನ ಮತ್ತು ಸಾಂಬಾರಿಗಾಗಿ ಒಲೆ ಧಗಧಗನೆ ಉರಿಯುತ್ತಿತ್ತು. ಸಾಮಾನ್ಯವಾಗಿ ಚೆಡ್ಡಿಯನ್ನು ಒಗೆದು ಹಾಕಿದ ಸಮಯ ನಾನು ಒಂದು ಸಣ್ಣ ಬೈರಾಸನ್ನು ಸುತ್ತಿಕೊಂಡು ಕೆಲಸಕಾರ್ಯಗಳಲ್ಲಿ ತೊಡಗಿಸಿಕೊಳ್ಳುತ್ತಿದ್ದೆ.

ಆ ದಿವಸ ಒಮ್ಮಿಂದೊಮ್ಮೆಗೇ ಅದೇನೋ ಬಟ್ಟೆ ಹೊತ್ತಿದ ವಾಸನೆ ಬರತೊಡಗಿತು. ನೋಡುತ್ತೇನೆ, ನನಗೆ ಒಮ್ಮೆಲೆ ದಿಗಿಲು. ನನ್ನ ಚೆಡ್ಡಿ ಬೆಂಕಿಯಲ್ಲಿ ಬಿದ್ದು ಸುಡುತ್ತಿತ್ತು. ನಾನು ಹೌಹಾರಿ ಚೆಡ್ಡಿಗೆ ಹತ್ತಿದ ಬೆಂಕಿಯನ್ನು ಊದಿ ಆರಿಸಿದೆ ಮತ್ತು ಧೂಳನ್ನು ಝಾಡಿಸಿದೆ. ಆ ಖಾಕಿ ಚೆಡ್ಡಿಯಲ್ಲಿ ದೊಡ್ಡದೊಂದು ತೂತು. ಅದೆಷ್ಟು ದೊಡ್ಡದಾಗಿತ್ತು ಅಂದರೆ ಅದನ್ನು ತೊಡುವುದೇ ಸಾಧ್ಯವಿರಲಿಲ್ಲ. ನನಗೆ ಏನು ಮಾಡಬೇಕೆಂದೇ ತೋಚಲಿಲ್ಲ. ಹರಿದ ಆ ಬಟ್ಟೆಯನ್ನು ತೊಡುವುದಾದರೂ ಹೇಗೆ? ಅದನ್ನು ಹೊಲಿದು ಸರಿಪಡಿಸುವ ಯತ್ನ ಮಾಡಿದೆ. ಸಹಾಯಕ್ಕೆ ಆ ಹೊತ್ತು ಅಮ್ಮ ಕೂಡಾ ಮನೆಯಲಿಲ್ಲ. ಆಕೆ ಹೊಲಿಯುವುದನ್ನು ನಾನು ಹಲವು ಸಲ ಕಂಡಿದ್ದೇನೆ. ಚೆಡ್ಡಿಯ ತೂತಿಗೆ ಸರಿಹೊಂದುವಂತೆ ಹಳೆಯ ಹರಿದ ಕೊಡೆಯೊಂದರ ಬಟ್ಟೆಯನ್ನು ಹರಿದು, ತೂತಿನ ಮೇಲಿಟ್ಟು ಹೊಲಿದೆ. ದುರದೃಷ್ಟದಿಂದ ಹೊಲಿದ ಭಾಗ ಹೊರಗಡೆ

ಇದ್ದಿರಬೇಕೇ? ಅದೊಂದು ಅಡ್ಡಾದಿಡ್ಡಿಯ ಪತ್ತೆಯಾಗಿತ್ತು. ಈಗಿನ ದಿನಗಳಲ್ಲಿ ಆಗಿದ್ದರೆ ಅದೊಂದು ಫ್ಯಾಶನ್‌ನ ಹೊಸಬಗೆಯಾಗಿರುತ್ತಿತ್ತು. ನನಗೆ ಅದಾಗಲೇ ತಡವಾಗಿತ್ತು. ಆ ಹೊಲಿದ ಬಟ್ಟೆಯನ್ನು ಬಿಚ್ಚಿ ಮತ್ತೆ ಒಳಭಾಗಕ್ಕೆ ಸರಿಸಿ ಹೊಲಿಯುವಷ್ಟು ಸಮಯವಿರಲಿಲ್ಲ.

ಈಗ ಅತ್ಯಂತ ಸಂದಿಗ್ಧತೆಯ ಭಾಗ ಗೋಚರಕ್ಕೆ ಬಂತು. ನಾನು ಪೇಪರ್‌ನ ಅಂಗಡಿಗೆ ತೆರಳಬೇಕಿದ್ದರೆ, ಬಹುಳಷ್ಟು ಸಂಬಂಧಿಗಳ ಮನೆಗಳನ್ನು ದಾಟಿ ಸಾಗಬೇಕಿತ್ತು. ಅದರಲ್ಲೂ ನಮ್ಮನ್ನು ಮನೆಯಿಂದ ಹೊರಹಾಕಿದ ಮಾವನ ಮನೆಯನ್ನೂ ದಾಟಬೇಕಿತ್ತು. ಇಂತಹ ಹರಿದ ಬಟ್ಟೆಯಲ್ಲಿ ನನ್ನನ್ನು ಕಂಡರೆ ನಿಜಕ್ಕೂ ಅವರೆಲ್ಲ ನನ್ನ ಮರ್ಯಾದೆ ತೆಗೆಯುವವರೆ. ಬಹಳ ಮುಜುಗರವಾಯಿತು. ಹಾಗಾಗಿ ಹರಿದ ಜಾಗದಲ್ಲಿ ನನ್ನ ಹಸ್ತವನ್ನಿಟ್ಟು ಹೋಗುವಾಗ ಸಾಗಿದೆ. ಹಿಂತಿರುಗಿ ಬರುವ ವೇಳೆ ಪೇಪರ್ ಅಡ್ಡಕ್ಕೆ ಹಿಡಿದಾಗ ರಕ್ಷಣೆ ಸಿಕ್ಕಿತು. ಆ ದಿನ ಕಾರ್ಕಳದ ಮುಖ್ಯ ರಸ್ತೆಯಲ್ಲಿ ನಾನು ಸಾಗಿದ ದಾರಿ ಮುಗಿಯುವಂತೆಯೇ ತೋರಲಿಲ್ಲ. ನಿಜಹೇಳಬೇಕೆಂದರೆ, ಮುಂದೊಂದು ದಿನ ನಾನು ಈ ಸಂಭವವನ್ನು ಮತ್ತೆ ಅವಲೋಕಿಸಿದಾಗ, ಆ ದಿನ ನನ್ನನ್ನು ಯಾರೂ ಗಮನಿಸಿಯೇ ಇರಲಿಲ್ಲ ಎಂಬ ವಾಸ್ತವವನ್ನು ಅರಿತೆ. ಯಾರೂ ನನ್ನತ್ತ ಅಷ್ಟೊಂದು ಆಸಕ್ತಿಯಿಂದ ನೋಡುತ್ತ ಕುಳಿರುವ ಸಾಧ್ಯತೆಯೂ ಇದ್ದಿರಲಿಲ್ಲವೆನ್ನಿ. ನಾನು ಎಷ್ಟೊಂದು ನಾಚಿಕೆಯಿಂದ ಮುದುಡಿ ಹೋಗಿದ್ದೆ ಅಂದರೆ ದಾರಿಯುದ್ದಕ್ಕೂ ನೆಲದ ಕಡೆಯಿಂದ ಕಣ್ಣೆತ್ತಲೇ ಇಲ್ಲ, ನನ್ನನ್ನು ಅಪಹಾಸ್ಯ ಮಾಡಬಹುದು ಎಂಬ ಒಂದೇ ಕಾರಣದಿಂದ. ಬಡತನ ಮತ್ತು ಅದರಿಂದ ಹುಟ್ಟಿಕೊಳ್ಳುವ ನಾಚಿಕೆ, ಒಬ್ಬನಲ್ಲಿ ಬಹುಬಗೆಯ ಭಾವನೆಗಳನ್ನು ಹುಟ್ಟುಹಾಕಬಲ್ಲುದು. ಅಂತಹ ತೀವ್ರವಾದ ನಿಂದನೆಯನ್ನು ಕೇಳಬಹುದೆಂಬ ಭಾವನೆ ನನ್ನ ತಲೆಯಲ್ಲಿ ತುಂಬಿಕೊಂಡಿತ್ತು.

ನಾವು ಸಂಪಾದಿಸಿದ ಹಣ ನಮ್ಮ ದೈನಂದಿನ ಖರ್ಚಿಗೆ ಸಾಕಾಗುತ್ತಿರಲಿಲ್ಲ. ಬಟ್ಟೆಯನ್ನು ಖರೀದಿಸುವುದೆಂದರೆ ಅದೊಂದು ದುಬಾರಿಯ ಕೆಲಸವೇ ಆಗಿತ್ತು. ನಮ್ಮ ಬಡಸ್ಥಿತಿಯಿಂದಾಗಿ ಹೊಸ ಬಟ್ಟೆಗಳನ್ನು ಖರೀದಿಸುವುದು ಸಾಧ್ಯವಾಗುತ್ತಿರಲಿಲ್ಲ. ವರ್ಷಕ್ಕೆ ಒಂದು ಸಲ ಯುಗಾದಿ ಹಬ್ಬದ ಸಂದರ್ಭದಲ್ಲಿ ನಾನು ಒಂದು ಚೆಡ್ಡಿಯನ್ನು ಕೊಳ್ಳುತ್ತಿದ್ದೆ. ಅಂತಹ ಸಂದರ್ಭದಲ್ಲಿ ತಾಯಿ ಅಸೌಖ್ಯಳಾದಳು ಎಂದಾಗ ನನ್ನ ಅವಸ್ಥೆಯನ್ನು ಯಾರೂ ಊಹಿಸಬಹುದು–ಅದೊಂದು ದುಃಸ್ವಪ್ನವಾಗಿತ್ತು. ಚಿಕಿತ್ಸೆಯ ಸಲುವಾಗಿ ವೈದ್ಯರು ಆಕೆಯನ್ನು ಸರಕಾರಿ ಆಸ್ಪತ್ರೆಗೆ ಸೇರಿಸಿದರು, ಅಲ್ಲಿನ ಚಿಕಿತ್ಸೆ ಹೆಚ್ಚುಕಡಿಮೆ ಉಚಿತವಾಗಿತ್ತು. ಆದರೂ ಕೂಡಾ, ಆಸ್ಪತ್ರೆಯಿಂದ ಬಿಡುಗಡೆ ಮಾಡುವ ಸಮಯ ಸಣ್ಣ ಮೊಬಲಗನ್ನು ಪಾವತಿಸಬೇಕಿತ್ತು. ನನಗೆ ಏನು ಮಾಡಬೇಕೆಂದೇ ತೋಚಲಿಲ್ಲ.

ಅಮ್ಮನನ್ನು ಮನೆಗೆ ಕರೆತರುವ ದಿವಸ, ನಾನು ಆಸ್ಪತ್ರೆಯತ್ತ ನಡೆದು ಹೋಗುತ್ತಿದ್ದೆ. ನನ್ನ ಅದೃಷ್ಟವೋ ಎನ್ನುವಂತೆ ನಡೆದುಹೋಗುತ್ತಿದ್ದ ದಾರಿಯಲ್ಲಿ ಒಂದು ಹತ್ತು ರೂಪಾಯಿಯ ನೋಟು ಬಿದ್ದಿರುವುದು ಕಂಡಿತು. ಅದರ ತುಂಬ ಕೊಳೆ ತುಂಬಿಕೊಂಡಿದ್ದರಿಂದಲೋ ಅದು ಬಹಳ ಹೊತ್ತು ಯಾರ ಕಣ್ಣಿಗೂ ಬಿದ್ದಿರಲಿಲ್ಲ ಎಂದುಕೊಂಡೆ. ಆ ಹಣ ಖಂಡಿತವಾಗಿಯೂ ಆ ಸಮಯದಲ್ಲಿ ನಾವು ಎದುರಿಸುತ್ತಿದ್ದ

ಬಹುತೇಕ ಸಮಸ್ಯೆಗಳಿಗೆ ಪರಿಹಾರ ನೀಡಬಹುದೆಂದುಕೊಂಡೆ. ನಾನು ಅದನ್ನು ಎತ್ತಿಕೊಂಡು ಕೊಂಚಕಾಲ ಹಾಗೆಯೇ ಅಲ್ಲಿ ನಿಂತೆ, ಕಳೆದುಕೊಂಡಾತ ಹುಡುಕುತ್ತಾ ಬರಬಹುದೆಂದು. ಆಶ್ಚರ್ಯವೆಂದರೆ, ಆ ಹಣ ಸ್ಟೈಲೋ ಎಂಬ ಹೆಸರಿನ ಅಂಗಡಿಯ ಮುಂದೆ ಬಿದ್ದಿತ್ತು, ಸಿದ್ಧ ಉಡುಪುಗಳ ಅಂಗಡಿ ಅದಾಗಿತ್ತು.

ಕೆಲವು ಬಾಲ್ಯದ ಆಕರ್ಷಣೆಗಳು ಶಾಶ್ವತವಾಗಿರುತ್ತವೆ. ಈ ಹೆಸರಿನಿಂದ ಪ್ರೇರಿತನಾದ ನಾನು (ಅದೇ ಜಾಗದಲ್ಲಿ ನನಗೆ ಅದೃಷ್ಟ ಒಲಿದಿದ್ದರಿಂದಲೂ ಇರಬಹುದು) ನನ್ನ ಮೊತ್ತಮೊದಲ ಥಾಣೆಯಲ್ಲಿ ತೆರೆದ ಸಲೂನ್‌ಗೆ 'ಶಿವಾಸ್ ಸ್ಟೈಲೋ' ಎಂದೇ ಹೆಸರು ಕೊಟ್ಟಿದ್ದೆ. ಅದೇ ತರಹ ನನ್ನ ಮೋಟರ್ ಬೈಕ್‌ನ ವಿಷಯವೂ. ನಾನು ಒಂದು ರಾಯಲ್ ಎನ್‌ಫೀಲ್ಡ್ ಬುಲೆಟ್ ಬೈಕ್‌ನ್ನು ಮೊತ್ತಮೊದಲು ಕೊಂಡುಕೊಂಡಿದ್ದೆ, ಕಾಫಿ ತೋಟಗಳಲ್ಲಿ ಸೂಪರವೈಸರ್‌ಗಳಾಗಿ ಕೆಲಸ ಮಾಡುವವರು ಅದೇ ವಾಹನವನ್ನು ಓಡಿಸುತ್ತಿದ್ದರು. ಮೈಮರೆತು ನಾನು ಅವರ ಆ ಗಾಡಿಗಳನ್ನು ನೋಡುತ್ತಿದ್ದೆ. ಕೊನೆಗೂ, ನಾನು ಅದೇ ಮಾಡೆಲ್‌ನ ಗಾಡಿಯನ್ನು ಕೊಂಡುಕೊಂಡಾಗ ನನ್ನ ಕನಸು ಫಲಪ್ರದವಾಗಿತ್ತು.

ಆ ದಿನ ಸ್ಟೈಲೋದ ಎದುರುಗಡೆ ನನಗೆ ಆ ನೋಟು ಸಿಕ್ಕಿದ ಬಳಿಕ ನಮ್ಮ ಬದುಕಿನ ಹಾದಿಯೇ ಬದಲಾಯಿತು. ನನ್ನ ತಾಯಿಯನ್ನು ಆಸ್ಪತ್ರೆಯಿಂದ ಬಿಡುಗಡೆ ಮಾಡುವ ಪಾವತಿಗೆ ಅದು ಸಹಾಯ ಒದಗಿಸಿತು. ಮಿಕ್ಕುಳಿದ ಹಣದಲ್ಲಿ ಅವಶ್ಯವೆನಿಸಿದ ಕೆಲವು ವಸ್ತುಗಳನ್ನು ಕೊಂಡೆವು. ಒಂದು ಅಲ್ಯುಮಿನಿಯಮ್ ನೀರಿನ ಕೊಡವನ್ನೂ, ನೀರನ್ನು ಬಾವಿಯಿಂದ ಸೇದಲು ಒಂದು ಬಾವಿಯ ಹಗ್ಗವನ್ನೂ ಕೊಂಡುಕೊಂಡೆವು. ಆ ಬಾವಿಯೇ ನಮ್ಮ ನೀರಿನ ಏಕೈಕ ಮೂಲವಾಗಿತ್ತು. ನಾವು ಹಿಂದೆ ಉಪಯೋಗಿಸುತ್ತಿದ್ದ ಹಗ್ಗ ಹರಿದು ಹೋಗುವ ಸ್ಥಿತಿಯಲ್ಲಿತ್ತು ಮತ್ತು ಬಿಂದಿಗೆಯಂತೂ ಹಲವು ತೂತುಗಳಿಂದ ಉಪಯೋಗಿಸುವ ಸ್ಥಿತಿಯಲ್ಲೇ ಇರಲಿಲ್ಲ. ಅದೊಂದು ತಮಾಷೆಯ ದೃಶ್ಯವಾಗಿತ್ತು. ನಾವು ಬಾವಿಯಿಂದ ನೀರನ್ನು ಸೇದುವಾಗ, ನೀರಿನ ಅರ್ಧಾಂಶ ನೀರು ಬಿಂದಿಗೆಯ ತೂತುಗಳಿಂದ ಒಂದು ಕಾರಂಜಿಯಂತೆ ಸೋರಿ ಸಲ್ಪ ನೀರೇ ಅದರಲ್ಲಿ ಉಳಿದಿರುತ್ತಿತ್ತು. ಮಿಕ್ಕ ನೀರೆಲ್ಲಾ ಬಾವಿಗೇ ಬೀಳುತ್ತಿತ್ತು.

ಅಂತಹ ದಯನೀಯ ಪರಿಸ್ಥಿತಿ ನಮ್ಮದಾಗಿತ್ತು. ನಮಗೆ ಅಗತ್ಯವಾಗಿ ಬೇಕಾದ ಎರಡು ಬಿಂದಿಗೆ ನೀರಿಗೆ ನಾವು ನಾಲ್ಕೋ ಐದೋ ಬಿಂದಿಗೆ ನೀರನ್ನು ಸೇದಬೇಕಾಗಿತ್ತು. ಹಾಗೆ ಮತ್ತೆ ಮತ್ತೆ ನೀರನ್ನು ಸೇದುತ್ತ ನನ್ನಮ್ಮನ ಹಸ್ತಗಳಲ್ಲಿ ವ್ರಣಗಳೂ, ಬೊಬ್ಬೆಗಳೂ ಎದ್ದಿದ್ದವು.

ಸಾವಿನ ಕರೆ

ನಾನು ದೈಹಿಕವಾಗಿ, ಎಷ್ಟೇ ಕೆಲಸ ಮಾಡಿದರೂ ನನಗೆ ಸುಸ್ತಾಗುವುದಿಲ್ಲ ಅಂತ ಕರಿಮಿನಾಬಾಯಿಗೆ ಗೊತ್ತಿತ್ತು. ಒಂದು ದಿನ ಆಕೆ ನನ್ನನ್ನು ಬಾವಿಯೊಳಗೆ ಇಳಿದು ಅದರ ಕೆಸರನ್ನು ತೆಗೆಯುವಂತೆ ಹೇಳಿದಳು. ನನಗೆ ಬಹಳ ಹೆದರಿಕೆ ಇದ್ದುದರಿಂದ ನಾನು ಒಲ್ಲೆ ಅನ್ನಬೇಕಿತ್ತು. ಆದರೆ ಯಾರಿಗೆ ತಾನೇ ನಾನು ದೂರು ಹೇಳಲಿ? ಆ ಕೆಲಸವನ್ನು ಒಲ್ಲೆ ಎನ್ನಲೇ? ನಮಗೂ ಕರಿಮಿನಾಬಾಯಿಗೂ ಒಂದು ಅಲಿಖಿತ

ಒಪ್ಪಂದವಿತ್ತು, ಅದು ಆಕೆಯ ದಯಾಪರತೆ ಒಂದೆಡೆಯಾದರೆ, ನಮಗೂ ತಲೆಯ ಮೇಲೊಂದು ಸೂರು ಬೇಕಾಗಿತ್ತು ತಾನೇ?

ಆ ಕತ್ತಲು ತುಂಬಿದ ಬಾವಿಯೊಳಗೆ ಇಳಿಯಲು ನಾನು ಬಹಳ ಭಯಪಟ್ಟೆ. ಬಾವಿಯ ಒಳಗೆ ಸಪೂರವಾದ ಮೆಟ್ಟಿಲುಗಳಿದ್ದು, ಬಕೆಟ್ ಕಟ್ಟಿದ ಹಗ್ಗವೊಂದರ ಆಧಾರದ ಮೂಲಕ ನಾನು ಅದರ ತಳವನ್ನು ತಲುಪಬೇಕಿತ್ತು. ಜೀವಭಯದಿಂದ ನಾನು ಹಗ್ಗವನ್ನು ಆತುಕೊಂಡಿದ್ದೆ. ಬಕೆಟ್ ಯಾಕೆಂದರೆ, ಅದರಲ್ಲಿ ಬಾವಿಯ ತಳದ ಕೆಸರನ್ನು ತುಂಬಿಸಿ ಮೇಲಕ್ಕೆ ಕಳುಹಿಸಬೇಕಿತ್ತು. ತಳದ ಕೆಸರನ್ನು ತೆಗೆದು ಖಾಲಿ ಮಾಡಿದರೆ ಬಾವಿಯ ಒಳಗೆ ನೀರಿನ ಒಳಹರಿವಿನ ಒರತೆಗಳು ತೆರೆದುಕೊಳ್ಳುತ್ತವೆ ಅಂತ. ಹಾಗೆ ಸ್ವಚ್ಛಗೊಳಿಸಿದ ಬಳಿಕ ಬಾವಿಯಲ್ಲಿ ಶುದ್ಧವಾದ ನೀರು ಸಿಗುವ ಆಸ್ಪದವಿತ್ತು. ಈ ಪ್ರಕ್ರಿಯೆ ಹೇಗಿತ್ತು ಅಂದರೆ ನಾನು ಬಕೆಟ್‌ನಲ್ಲಿ ಕೆಸರನ್ನು ತುಂಬಿಸಬೇಕು. ಬಾವಿಯ ಮೇಲ್ಗಡೆ ನಿಂತ ಕರಿಮಿನಾಬಾಯಿಯ ಕುಟುಂಬದ ಸದಸ್ಯರು ಹಗ್ಗದ ಮೂಲಕ ಅದನ್ನು ಮೇಲಕ್ಕೆ ಸೇದಿ ಬರಿದು ಮಾಡಿ ಮತ್ತೆ ನನಗೆ ಕಳುಹಿಸುವುದು. ಇನ್ನಿಬ್ಬರು ಕೆಲಸದವರು ಬಂದವರು ಬಾವಿಯ ಅರ್ಧ ಭಾಗಕ್ಕೆ ಸಾಗಿ ತಮ್ಮಿಂದ ಸಾಧ್ಯವಿಲ್ಲವೆಂದು ಬರಿಗೈಯಲ್ಲಿ ಹೊರಟು ಹೋಗಿದ್ದರು. ನನಗೆ ಬೇರೆ ವಿಧಿಯಿರಲಿಲ್ಲ.

ನಾನು ಬಾವಿಯಲ್ಲಿ ಇಳಿಯುತ್ತಿದ್ದ ಹಾಗೆ ಗಾಳಿ ಸುಗಮವಾಗಿ ಆಹ್ಲಾದಕರವಾಗಿ ಉಸಿರಾಡಲು ಸಾಧ್ಯವಾಗಿತ್ತು. ಬಹಳ ಎಚ್ಚರದಿಂದ ಒಂದೊಂದೇ ಹೆಜ್ಜೆಯನ್ನು ಮೆಟ್ಟಿಲುಗಳ ಮೇಲೆ ಇರಿಸುತ್ತ ಇಳಿಯುತ್ತಿದ್ದೆ. ಬಾವಿಯ ಗೋಡೆಯ ಕೆಲವು ಭಾಗಗಳು ತೇವದಿಂದ ಆವರಿಸಿದ್ದರೆ ಕೆಲವು ಭಾಗಗಳು ನೆನೆದಿದ್ದವು. ನಾಜೂಕಾದ ಪುಟ್ಟ ಹಂಸಪಾದಿ ಗಿಡಗಳು ಅಲ್ಲೆಲ್ಲ ಹರಡಿದ್ದವು. ಎಳೆಯ ಮತ್ತು ಕಲಾತ್ಮಕ ಆಕಾರದ ಈ ಹಂಸಪಾದಿಯ ಗಿಡಗಳನ್ನು ಔಷಧಗಳಲ್ಲೂ, ಅದರ ಒಣಗಿದ ಎಲೆಗಳನ್ನು ಅಲಂಕಾರಿಕವಾಗಿ ಗ್ರೀಟಿಂಗ್ ಕಾರ್ಡ್‌ಗಳಲ್ಲೂ ಬಳಸುತ್ತಾರೆ, ಹಳ್ಳಿಗಳಲ್ಲಿ ಅಲ್ಲ, ಪೇಟೆಪಟ್ಟಣಗಳಲ್ಲಿ. ಅದೇ ಅದರ ಔಚಿತ್ಯ. ಅಂತಹ ಸೊಗಸಾದ ಎಲೆಗಳು ಗಾಳಿಬೆಳಕು ಆಡದ ಆ ಕತ್ತಲಿನ ಪ್ರದೇಶದಲ್ಲಿ ಹೇಗೆ ತಾನೇ ಬೆಳೆಯುತ್ತವೆ ಎಂದು ನಾನು ಅಚ್ಚರಿಪಟ್ಟೆ. ಅದಕ್ಕೇ ಹೇಳುವುದು, ಪ್ರಾಕೃತಿಕ ಸೌಂದರ್ಯ ಯಾವಾಗಲೂ ಅನೈಚ್ಛಿಕ ಸ್ಥಳಗಳಲ್ಲೇ ಕಾಣಸಿಗುವುದು ಅಂತ.

ಜೇಡರ ಬಲೆಗಳನ್ನು ನೀಗಿಸುತ್ತ ನಾನು ಕೆಳಗೆ ಕ್ರಮಿಸಿದ ಹಾಗೆ, ಗಾಳಿ ಬಿಗುವಾಗುತ್ತ ಬಂದು ಉಸಿರಾಡಲು ಕಷ್ಟವಾಗಲು ತೊಡಗಿತು. ಬೆಳಕು ಮಂದವಾಗಿತ್ತು. ಕಳೆಗಿಡಗಳ ನೆರಳಿನ ಆಟ ನನ್ನ ಭಯವನ್ನು ಇನ್ನಷ್ಟು ಹೆಚ್ಚಿಸಿತು. ಬಾವಿಯ ಇನ್ನೂ ಆಳಕ್ಕೆ ಸಾಗಿದಾಗ ನಿಧಾನವಾಗಿ ರಾತ್ರಿಯಾದಂತೆ ತೋರಿ, ಆ ಕತ್ತಲು ನನ್ನನ್ನು ಆವರಿಸಿತು. ನನ್ನ ಹಸ್ತಗಳು ಬೆವರಲಾರಂಭಿಸಿದವು. ಶರೀರವಿಡೀ ಬೆವರಿನಿಂದ ತೊಯ್ದಿತು. ಹೃದಯದ ಬಡಿತ ಹೆಚ್ಚಾಯಿತು. ಒಂದು ಪಾದವನ್ನು ಮೆಟ್ಟಿಲ ಮೇಲೆ ಇರಿಸಿ, ಇನ್ನೊಂದನ್ನು ವಕ್ರವಾಗಿ ಅದರ ಅಂಚಿನಲ್ಲಿ ತೂರಿಸುತ್ತದ್ದೆ. ಈಗ, ನಾನು ಬಾವಿಯ ತಳದ ಮೇಲೆ ಹರವಿದ ದಪ್ಪ ಹಾವಸೆಯ ಮೇಲೆ ಜಾರತೊಡಗಿದೆ.

ಕೆಳಗಿಡುವ ಪ್ರತಿಯೊಂದು ಹೆಜ್ಜೆಯೂ ಮೃತ್ಯುವಿನ ಬಾಯಿಯೊಳಗೆ ಇಡುತ್ತಿದ್ದಂತೆ ತೋರಿತು. ಒಂದು ಹೆಜ್ಜೆ ಮುಂದಿಡುವಾಗಲೂ ಅದು ಪ್ರಾಣಾಪಾಯದ ಹೆಜ್ಜೆ

ಎಂದು ಹಿಂದೆ ಸರಿಯುವಂತೆ ಮಾಡುತ್ತಿತ್ತು. ಆ ನೂರಕ್ಕೂ ಹೆಚ್ಚು ಮೆಟ್ಟಿಲುಗಳನ್ನು ದಾಟಿ ಬಾವಿಯ ತಳವನ್ನು ಸೇರುವ ವೇಳೆಗೆ ನಾನು ಸಾವಿರ ಸಲವಾದರೂ ಸಾವನ್ನು ಕಂಡಿದ್ದೆ. 'ಮಾಡು–ಇಲ್ಲವೇ–ಮಡಿ' ಎನ್ನುವ ಸ್ಥಿತಿಯಲ್ಲಿದ್ದೆ ನಾನು. ಆ ನಿಷ್ಕರುಣೆಯ ಪಯಣವನ್ನು ನಾನು ಪೂರ್ತಿಗೊಲಿಸಲೇ ಬೇಕಿತ್ತು.

ನಾನು ನನ್ನಷ್ಟಕ್ಕೇ ಕಲ್ಪಿಸಿಕೊಂಡಿದ್ದ ಕೆಲಸವನ್ನು ದೃಢ ಸಂಕಲ್ಪದಿಂದ ಮುಗಿಸಿದೆ. ಇಂತಹ ಗಟ್ಟಿಯಾದ ಸಂಕಲ್ಪಗಳನ್ನು ಹಮ್ಮಿಕೊಳ್ಳುವ ಧೋರಣೆ ನನ್ನ ಬದುಕಿನ ಅಂಗವಾಗಿತ್ತು ಮತ್ತು ಈ ತತ್ತ್ವವನ್ನು ನಾನು ಯಾವುದೇ ಸವಾಲನ್ನು ಎದುರಿಸುವ ಸಂದರ್ಭಗಳಲ್ಲಿ ಉಪಯೋಗಿಸುತ್ತ ಬಂದಿದ್ದೇನೆ. ಹಾಗಾಗಿ ನಿವಾರಿಸಲಾಗದಂತಹ ಯಾವುದೇ ಸಮಸ್ಯೆಗಳು ನನಗೆ ತೋಚುವುದಿಲ್ಲ. ಮನಸ್ಸಿದ್ದರೆ ಮಾರ್ಗವಿದ್ದೇ ಇರುತ್ತದೆ... ಈ ಸೂಕ್ತಿಯಲ್ಲಿ ಭರವಸೆ ಇಟ್ಟವನು ನಾನು.

ನನ್ನೊಳಗಿನ ಭಯವನ್ನು ಬಲ್ಲ ಅಮ್ಮ ಬಾವಿಗಿಳಿದ ವಿಚಾರವನ್ನು ಕೇಳಿ ಹೌಹಾರಿದಳು. *'ಅವರು ನಿನ್ನನ್ನು ಎಂದಿಗೂ ಬಿಡುವುದಿಲ್ಲ, ಹೌದೇ? ನಾನು ಕೆಲಸಕ್ಕೆ ಹೋಗಿರುವಾಗಲೇ ನಿನ್ನನ್ನು ಬಾವಿಗಿಳಿಸಿದ್ದಾರೆ ನೋಡು...'*, ಎನ್ನುತ್ತ ನಾನಾ ವಿಧವಾಗಿ ಹಲುಬಿದಳು, ಮರುಗಿದಳು. ಆ ದಿನ ರಾತ್ರಿ ಊಟ ಮಾಡುವ ವೇಳೆ ನಾವಿಬ್ಬರೂ ಕೂತು ಹೀಗೆ ಮಾತುಕತೆ ನಡೆಸಿದಾಗ, ಅವಳ ಸ್ವರ ಗದ್ಗದಿತವಾಗಿತ್ತು.

ಬಾವಿಗೆ ಇಳಿಸುವ ಆ ಅಗ್ನಿಪರೀಕ್ಷೆ, ನನ್ನ ಮನಸ್ಸಿಗೆ ಹೋದಾಗ ನಡೆದಿರಬಹುದಾದ ಭೀತಿಯನ್ನು ಅವಳು ಕಲ್ಪಿಸಿಕೊಂಡಿರಬೇಕು. *'ನಿನ್ನನ್ನು ಕಳೆದುಕೊಂಡಿದ್ದರೆ ನಾನು ಹೇಗಿರಬೇಕಿತ್ತು?'* ಅವಳು ಬಿಕ್ಕುತ್ತ ಕೇಳಿದಳು. ನನಗೆ ಉತ್ತರಿಸಲು ಆಗಲಿಲ್ಲ, ಯಾಕೆಂದರೆ ನನ್ನೊಳಗೆ ಆ ದಿನ ಬೆಳಗ್ಗಿನಲ್ಲಿ ಕುಂಟುತ್ತ ಸಾಗಿದ ಆ ಭಯ ಇನ್ನೂ ಜಾಗೃತವಾಗಿತ್ತು. ಅದನ್ನೂ ಅವಳು ಹೇಳಿದಳು, ಒಂದು ವೇಳೆ ಅವಳು ಮನೆಯಲ್ಲಿ ಇದ್ದಿರುತ್ತಿದ್ದರೆ ಸರ್ವಥಾ ಬಾವಿಗೆ ಇಳಿಯಲು ತಾನು ಸಮ್ಮತಿ ನೀಡುತ್ತಿರಲಿಲ್ಲವೆಂದು. ವರ್ಷಗಳ ಬಳಿಕವೂ ಆ ನೆನಪು ನನ್ನನ್ನು ಮಂಜುಗಟ್ಟಿದಂತೆ ಮಾಡುತ್ತದೆ.

ವ್ಯತ್ಯಸ್ಥ ದಂಧೆಗಳು–ರೈತ, ಹಾಲಿನವ, ಗೊಬ್ಬರ ತಯಾರಕ

ಸಲೂನ್ ಕೆಲಸದಲ್ಲಿ ತಲೆಯೂರಿ ಕೆಲಸಕ್ಕೆ ಹಚ್ಚಿಕೊಳ್ಳುವ ಮುನ್ನ, ನಾನು ವಿವಿಧ ದಂಧೆಗಳಲ್ಲಿ ವ್ಯಸ್ತನಾಗಿದ್ದೆ. ಯಾವುದೇ ಗ್ರಾಮೀಣ ಪ್ರದೇಶದಲ್ಲಿ ಇಂತಹ ಕೆಲಸಗಳು ಸಾಮಾನ್ಯವಾಗಿದ್ದರೂ, ಅವೆಲ್ಲ ಸಾಕಷ್ಟು ದೈಹಿಕ ಸಾಮರ್ಥ್ಯವನ್ನು ಬೇಡುತ್ತಿದ್ದ ಕೆಲಸಗಳೇ. ಸಗಣಿಯನ್ನು ಹೆಕ್ಕುವುದರಿಂದ ಪ್ರಾರಂಭಿಸಿ, ದನಗಳತ್ತ ತಿರುಗಿ, ಅವುಗಳಿಗೆ ಮೇವು ಉಣಿಸುವ, ಮೇಯಿಸುವ, ಮಾರುಕಟ್ಟೆಯಲ್ಲಿ ಹಾಲನ್ನು ಮಾರಾಟ ಮಾಡುವ, ಗದ್ದೆಯಲ್ಲಿ ಬೇಸಾಯ ಮಾಡುವ, ತರಕಾರಿ, ಹಣ್ಣುಹಂಪಲುಗಳನ್ನು ಬೆಳೆದು, ಅವನ್ನು ಮಾರಾಟ ಮಾಡುವ ಕಸುಬುಗಳು– ಅದಕ್ಕೆ ತುದಿಮೊದಲೇ ಇರಲಿಲ್ಲ. ಹುಡುಗನಾಗಿದ್ದಾಗಲೇ, ನಿಟ್ಟೆ ಎಂಬ ನಮ್ಮ ಪೂರ್ವಾರ್ಜಿತ ಸ್ಥಳದಲ್ಲಿ ನನ್ನ ಅಜ್ಜನೊಂದಿಗೆ ಹೊಲ ಉಳುವುದನ್ನು ಕರಗತ ಮಾಡಿಕೊಂಡಿದ್ದೆ. ಅದು ಮಂಗಳೂರಿನ ಹೊರವಲಯದಲ್ಲಿದ್ದು, ಇದೀಗ ನಗರೀಕರಣಗೊಳ್ಳುತ್ತಿದ್ದು, ನಗರದ ವ್ಯಾಪ್ತಿಯಲ್ಲಿ ಬಂದು ಪ್ರಸಿದ್ಧ ಶೈಕ್ಷಣಿಕ ಕೇಂದ್ರಗಳನ್ನೊಳಗೊಂಡಿದೆ.

ಸೆಗಣಿಯನ್ನು ಗೊಬ್ಬರಕ್ಕೆ ಅಳವಡಿಸುವ ಕಸುಬನ್ನು ನಮ್ಮ ಕುಟುಂಬದ ಯಾವ ಸದಸ್ಯನೂ ಸ್ವಯಂ ಪ್ರೇರಣೆಯಿಂದ ಕೈಗೊಳ್ಳದೆ ಇರುವುದಕ್ಕೆ ಅದರಿಂದ ಕೈಗಳಿಗೆ ಕೊಳೆ ಮೆತ್ತಿಕೊಳ್ಳುವುದೇ ಕಾರಣವಾಗಿತ್ತು. ಹಾಗಾಗಿ ನನ್ನ ಬಾಲ್ಯದಲ್ಲಿ ಸಗಣಿಯನ್ನು ಸಂಗ್ರಹಿಸಿ, ಮನೆವಾರ್ತೆಯಲ್ಲಿ ಉರುವಲಾಗಿ ಉಪಯೋಗಿಸುವ ಬೆರಣಿಯನ್ನು ತಟ್ಟುತ್ತಿದ್ದೆ. ಅದು ಒದ್ದೆಯಾಗಿದ್ದಾಗ ನೆಲ ಸಾರಿಸಲು ಹಳ್ಳಿಗಳಲ್ಲಿ ಬಳಸುತ್ತಾರೆ. ನಾನು ಸಗಣಿಯನ್ನು ಸಂಗ್ರಹಿಸಿ, ನೀರು ಮತ್ತು ಹುಲ್ಲಿನೊಂದಿಗೆ ಅದನ್ನು ಬೆರೆಸಿ ಅದರಿಂದ ಬೇಸಾಯಕ್ಕೆ ಬೇಕಾದ ಸರಳವಾದ ಸಾವಯವ ಗೊಬ್ಬರವನ್ನು ತಯಾರಿಸುತ್ತಿದ್ದೆ.

ಇನ್ನೊಂದು ದೀರ್ಘ ಪ್ರಕ್ರಿಯೆಯ ವಿಧಾನವೆಂದರೆ, ಸಗಣಿಯನ್ನು ಗ್ಲೆರಿಸಿಡಿಯಾ ಎಂಬ ಹಸುರು ಎಲೆಗಳನ್ನು ಸೇರಿಸಿ ಗೊಬ್ಬರ ಮಾಡುವಂಥದ್ದು. ಅದನ್ನು ಸ್ಥಳೀಯವಾಗಿ ಗೊಬ್ಬರ ಸೊಪ್ಪು ಎಂದೇ ಕರೆಯುತ್ತಿದ್ದರು. ಈ ಗಿಡಗಳನ್ನು ಹೊಲಗಳ ಅಂಚುಗಳಲ್ಲಿ ನೆಟ್ಟು ಅದರ ಎಲೆಗಳನ್ನು ಗೊಬ್ಬರಕ್ಕೆ ಕೂಡಿಸುತ್ತಿದ್ದರು. ಅದರ ಎಲೆಗಳು ನೈಟ್ರೋಜನ್‌ನ್ನು ಕೂಡಿಸುತ್ತಿದ್ದರೆ ಅದು ಕಾಂಪಾಸ್ಟ್ ಗೊಬ್ಬರಕ್ಕೆ ಹೇಳಿ ಮಾಡಿಸಿದಂತಿರುತ್ತಿತ್ತು– ಈ ಬಗೆಯ ಸಾವಯವ ಗೊಬ್ಬರವನ್ನು ತಯಾರಿಸುವ ವಿಧಾನವನ್ನು ನನಗೆ ಹೇಳಿಕೊಟ್ಟಿದ್ದರು– ತಳಭಾಗದಲ್ಲಿ ಮಣ್ಣು, ಅದರ ಮೇಲೆ ಸ್ವಲ್ಪ ಮರಳಿನ ಮಿಶ್ರಣ, ಮತ್ತೆ ಸೊಪ್ಪು ಮತ್ತು ಇತರ ಗಿಡಗಂಟಿಗಳ ಕಳೆ ಹಾಗೂ ಮೇಲ್ಭಾಗದಲ್ಲಿ ಸಗಣಿ. ಈ ಪ್ರಕ್ರಿಯೆಯನ್ನು ಪುನರಾವರ್ತಿಸುತ್ತ, ಹಂತ ಹಂತದಲ್ಲಿ ಸಾವಯವ ಗೊಬ್ಬರವನ್ನು ತಯಾರಿಸಲಾಗುತ್ತದೆ. ನಾನು ಇದರ ಬಗ್ಗೆ ಒಂದು ಎಚ್ಚರದ ದೃಷ್ಟಿಯನ್ನು ಇಟ್ಟಿರಬೇಕಾಗಿತ್ತು. ನಾನು ಬೆರಣಿ ತಟ್ಟುವುದಕ್ಕೂ ಸಹಾಯ ಮಾಡುತ್ತಿದ್ದು, ಅದನ್ನು ಇಂಧನವಾಗಿ ಅಡುಗೆಗೆ ಹಾಗೂ ಸ್ನಾನದ ನೀರು ಕಾಯಿಸಲು ಉಪಯೋಗಿಸುತ್ತಿದ್ದರು.

ಸವಿಸವಿಯಾದ ಶಿವಾ–ಕೃಷ್ಣರ ಕಥೆಗಳು

ಹೀಗೆ ಬೇಕಾಬಿಟ್ಟಿ ಕೆಲಸಗಳನ್ನು ಮಾಡುವುದರ ಜತೆಗೆ ಕೆಲವೊಮ್ಮೆ ನಾನು ಯಾರಿಗೂ ಧಕ್ಕೆ ತಾರದಂಥ ಹುಚ್ಚು ವರ್ತನೆಗಳಲ್ಲಿ ತೊಡಗಿರುತ್ತಿದ್ದೆ. ನಾನು ಇನ್ನೂ ಚಿಕ್ಕ ವಯಸ್ಸಿನವನಾಗಿದ್ದರಿಂದ ತುಸು ವಿನೋದದ ದೃಷ್ಟಿಯಿಂದ ಇದನ್ನು ಮಾಡುತ್ತಿದ್ದೆ. ನನ್ನ ಬಾಲ್ಯಕಾಲದ ಗೆಳೆಯ, ನನ್ನ ದೊಡ್ಡಮ್ಮನ ಮಗ ಕೃಷ್ಣ, ಬಹುಶಃ ನನಗಿದ್ದ ಗೆಳೆಯನೆಂದರೆ ಅವನೊಬ್ಬನೇ, ನಾವು ತಳ್ಳುಗಾಡಿಯ ವ್ಯಾಪಾರಿಯನ್ನು ಸಂಪರ್ಕಿಸಿ, ಅದನ್ನು ತಳ್ಳುವುದಕ್ಕೆ ವ್ಯಾಪಾರಿಗೆ ಸಹಾಯ ಮಾಡುತ್ತಿದ್ದೆವು; ಪೂರ್ತಿ ತುಂಬಿರುವುದರಿಂದ ಅದು ಭಾರವಾಗಿರುವುದಂತೂ ನಿಜ. ಗಾಡಿಯನ್ನು ಹಿಂದಿನಿಂದ ತಳ್ಳಿದರೆ, ಮತ್ತೊಂದು ಕೊನೆಯಿಂದ ಎಳೆಯುವುದಕ್ಕೆ ಸುಲಭವಾಗುತ್ತದೆ.

ನಾವು ಬೆಲ್ಲವನ್ನು ತುಂಬಿರುವ ತಳ್ಳುಗಾಡಿಯವರಿಗಷ್ಟೇ ಸಹಾಯವನ್ನು ಒದಗಿಸುತ್ತಿದ್ದೆವು ಎಂಬುದಕ್ಕಿರುವ ಕಾರಣ ಸ್ಪಷ್ಟವೇ ಇದೆ. ಗಾಡಿಯವ ನಮಗೆ ಸ್ವಲ್ಪ ಹಣವನ್ನು ಕೊಡುವುದರ ಜತೆಗೆ ಬೊಗಸೆ ತುಂಬ ಬೆಲ್ಲವನ್ನೂ ಕೊಡುತ್ತಿದ್ದ. ಗಾಡಿಯನ್ನು ತಳ್ಳುವ ಸಮಯದಲ್ಲಿ ಬೆಲ್ಲದಿಂದ ಕೊಂಚ ಚಿವುಟಿಕೊಳುತ್ತ, ಸ್ವಲ್ಪ ಸ್ವಲ್ಪವೇ ನಮ್ಮ ಜೇಬುಗಳಿಗೆ ರವಾನಿಸುತ್ತಿದ್ದೆವು. ನಮ್ಮಿಬ್ಬರಲ್ಲಿ ನಾನೇ ತುಸು ತುಂಟ ಎನ್ನಬಹುದು, ಕೃಷ್ಣ ಮೃದು ಸ್ವಭಾವದವನು, ನಾನು ಹೇಳಿದಂತೆ ಶಿರಸಾವಹಿಸಿ ಪಾಲಿಸುತ್ತಿದ್ದ.

ನಮ್ಮ ದಂಧೆ ಕಳೆದ ಬಳಿಕ ನಮ್ಮಲ್ಲಿ ಬೆಲ್ಲದ ದೊಡ್ಡ ಭಂಡಾರವೇ ಉಳಿದಿರುತ್ತಿತ್ತು. ನಮ್ಮ ಪುಟ್ಟ ಲೂಟಿಯಿಂದ ಪ್ರೇರಿತಗೊಂಡು, ನಾವು ಹೊಲಗಳತ್ತ ಪಲಾಯನ ತೆಗೆದು, ಯಾವುದಾದರೂ ಮರದ ನೆರಳಲ್ಲಿ ಕುಳಿತು ನಮ್ಮ ಮನಸ್ಸಿಗೆ ತೃಪ್ತಿಯಾಗುವಷ್ಟು ಸವಿಯೂಟ ನಡೆಯುತ್ತಿತ್ತು.

ಮದುವೆ ಸಮಾರಂಭಗಳಲ್ಲಿ ಬಡಿಸಲಾಗುವ ಭೋಜನಗಳು ಪುಷ್ಕಳವಾಗಿರುತ್ತವೆ. ನಾವಿಬ್ಬರೂ ಅಂತಹ ಸಮಾರಂಭಗಳಿಗೆ ತೆರಳಿ ಸಂಭ್ರಮವನ್ನು ಸಾಧಿಸುತ್ತಿದ್ದೆವು. ವರ್ಷದ ಮಂಗಳಕರ ಸಮಯದಲ್ಲಿ ಕಾರ್ಕಳದ ಯಾವ ಯಾವ ದೇವಸ್ಥಾನ ಅಥವಾ ಸಭಾಂಗಣಗಳಲ್ಲಿ ಮದುವೆ ಸಮಾರಂಭಗಳು ಜರಗುತ್ತವೆ ಎಂಬುದು ನಮಗೆ ತಿಳಿದಿರುತ್ತಿತ್ತು. ಅಂತಹ ಕಡೆ ಒಂದು ಮೃಷ್ಟಾನ್ನ ಭೋಜನದ ಜತೆಗೆ ರುಚಿಕಟ್ಟಾದ ಸಿಹಿತಿಂಡಿ ಮತ್ತು ಪಾಯಸ (ನನಗೆ ತುಂಬಾ ಇಷ್ಟವಾದದ್ದು) ಸಿಗುತ್ತದೆ ಎಂಬುದು ಖಾತ್ರಿಯಿತ್ತು. ಹೆಣ್ಣು ಅಥವಾ ಗಂಡಿನ ಕಡೆಯವರ ಕಣ್ಣಿಗೆ ಬೀಳದಂತೆ ನಾವು ಊಟ ಮುಗಿದ ತಕ್ಷಣ ಜಾಗ ಖಾಲಿ ಮಾಡಿರುತ್ತಿದ್ದೆವು. ನಮ್ಮನ್ನು ಯಾರೇ ಕಂಡರೂ ಅವರ ಕಣ್ಣು ತಪ್ಪಿಸಿ ಆ ಪರಿಸರ ಬಿಟ್ಟು ನಾವು ನಾಗಾಲೋಟದಿಂದ ಓಡುತ್ತಿದ್ದೆವು.

ದಿನವಿಡೀ ನಡೆಯುವ ದೇವಸ್ಥಾನದ ಉತ್ಸವಗಳಲ್ಲಂತೂ, ಅಲ್ಲಿ ಸುತ್ತಮುತ್ತ ಓಡಾಡುತ್ತ, ಆ ಆಚಾರ ವಿಧಿಗಳಲ್ಲಿ ಆಸಕ್ತಿಯಿಂದ ಪಾಲ್ಗೊಳ್ಳುತ್ತಿದ್ದೇವೋ ಎನ್ನುವಂತೆ ನಟಿಸುತ್ತಿದ್ದೆವು. ಆದರೆ ನಿಜಕ್ಕೂ ನಮ್ಮ ಉದ್ಧೇಶ ಅಲ್ಲಿ ಇಕ್ಕುವ ರುಚಿವತ್ತಾದ ಊಟದ ಕಡೆಗಿದ್ದು, ಅದಕ್ಕಾಗಿ ಕಾದುಕೊಂಡಿರುತ್ತಿದ್ದೆವು. ನಾವು ನೂರಾರು ಜನರ ನಡುವೆ ಅನಪೇಕ್ಷಿತ ಅತಿಥಿಗಳಾಗಿದ್ದು, ಊಟವಾದ ತಕ್ಷಣ, ಪುರೋಹಿತರು ನಮ್ಮ ಸುಳ್ಳುನೆಪದ ಮನೋಗತವನ್ನು ಪತ್ತೆಹಚ್ಚುವುದಕ್ಕೆ ಮುಂಚಿತವಾಗಿ ಅಲ್ಲಿಂದ ಪಲಾಯನ ತೆಗೆಯುತ್ತಿದ್ದೆವು.

ಇನ್ನಿತರ ಸಮಯದಲ್ಲಿ, ನಾವು ಯಕ್ಷಗಾನ ಆಟವನ್ನು ನೋಡುವುದಕ್ಕೆ ತೆರಳುತ್ತಿದ್ದೆವು. ನಾವು ಯಾವಾಗಲೂ ತಾತ್ಕಾಲಿಕವಾಗಿ ಹಾಕಿದ ಆ ಡೇರೆಗಳ ಒಳಗೆ ತಡವಾಗಿಯೇ ನುಸುಳುತ್ತಿದ್ದೆವು. ಅದು ಎದುರಿನ ಗೇಟಿನ ಬದಲು ಹಿಂಭಾಗದಲ್ಲೆಲ್ಲೋ ಎಡೆಯಲ್ಲಿ ತೂರಿಕೊಳ್ಳುವುದಿತ್ತು, ಯಾಕೆಂದರೆ ಎದುರುಗಡೆಯಿಂದ ಹೋದರೆ ಹಣ ತೆತ್ತು ಟಿಕೆಟ್‌ನ್ನು ಪಡಕೊಂಡು ಪ್ರವೇಶಿಸಬೇಕಿತ್ತು. ಹಾಗೆ ಒಳಗಡೆ ನುಸುಳಿದ ಬಳಿಕ ನೆಲದ ಮೇಲೆ ಕುಳಿತು ಆಟವನ್ನು ಸ್ವಲ್ಪ ಹೊತ್ತು ನೋಡಿ, ಭಾಗವತರ ಅಷ್ಟೊಂದು ಎತ್ತರದ ಸ್ವರದ ಹಾಡುಗಾರಿಕೆ, ಚೆಂಡೆಗಳ ಸದ್ದು, ಹಾಡುಗಳಿಗೆ ತಕ್ಕ ಕುಣಿತ, ಇವೆಲ್ಲ ಇದ್ದಾಗ್ಯೂ, ನಾವು ಅರಸಿಕರಾಗಿ ಅಲ್ಲೇ ನೆಲದಲ್ಲಿ ನಿದ್ದೆಗೆ ಶರಣಾಗುತ್ತಿದ್ದೆವು. ಮುಂದಿನ ಬೆಳಿಗ್ಗೆಯಷ್ಟೇ ಸಂಯೋಜಕರು ಬಂದು ಎಬ್ಬಿಸುವಾಗಲೇ ನಮಗೆ ಎಚ್ಚರವಾಗುತ್ತಿದ್ದುದು.

ಸಣ್ಣ ಸಣ್ಣ ಸುಖಾನುಭವಗಳೇ ನಮಗೆ ಹೆಚ್ಚು ಸಂತೋಷವನ್ನುಂಟುಮಾಡುತ್ತಿದ್ದವು.

ನನ್ನ ಅನಿರ್ವಚನೀಯವಾದ ಕೆಲವು ಕ್ಷಣಗಳು ಕೃಷ್ಣನ ಸಂಗಡ ಇದ್ದಾಗಲೇ ನಡೆದಿದ್ದವು. ನಾವು ಇಂದಿಗೂ ಆ ಪ್ರಬಲವಾದ ಸಂಬಂಧವನ್ನು ಇಟ್ಟುಕೊಂಡಿದ್ದೇವೆ. ಕಾರ್ಕಳದಲ್ಲಿ ನಾವು ಭೇಟಿಯಾದಾಗ, ಅಲ್ಲೊಂದು ಆತನಿಗೆ ಸಲೂನ್ ಇದೆ, ನಾವು ನಮ್ಮ ಬಾಲ್ಯದ ದಿನಗಳನ್ನು ಮತ್ತೆ ನೆನಪಿಗೆ ತಂದುಕೊಂಡು ಮತ್ತೆ ಅದೇ ತುಂಟ

ಮಕ್ಕಳಾಗಿ ಬಿಡುತ್ತೇವೆ. ಅವ ನನ್ನ ಅಮ್ಮನಿಗೆ ಆಪ್ತಳಾದ ನನ್ನ ದೊಡ್ಡಮ್ಮನ ಮಗ. ಕೃಷ್ಣ ಸ್ವಲ್ಪ ಸಮಯ ನನ್ನ ಜತೆಗೆ ಮುಂಬಯಿಯಲ್ಲೂ ಇದ್ದ. ಆತ ನನ್ನ ಜತೆಗೆ ಘಾಟ್‌ಕೋಪರ್‌ನಲ್ಲಿದ್ದ ಒಂದು ಸಲೂನ್‌ನಲ್ಲಿ ಕೆಲಸ ಮಾಡಿದ್ದು, ನಾವು ರಮಾಬಾಯಿ ಕಾಲೊನಿಯ ಕೊಳೆಗೇರಿಯಲ್ಲಿ ವಾಸ್ತವ್ಯಕ್ಕಿದ್ದೆವು.

ಘಾಟ್‌ಕೋಪರ್‌ನ ಸಲೂನ್‌ನಲ್ಲಿ ಕೆಲಸ ಮುಗಿದ ಬಳಿಕ, ನಾವು ರಾತ್ರಿಯ ಸಮಯ ಒಂದು ಕೈಗಾಡಿಯಲ್ಲಿ ದೋಸೆಯನ್ನೂ, ನಿಂಬೆ ಹಣ್ಣಿನ ಷರಬತ್ತನ್ನೂ ಮಾರಾಟ ಮಾಡುವ ದಂಧೆಯಲ್ಲಿ ತೊಡಗಿದ್ದೆವು. ಈ ವ್ಯಾಪಾರ ನಮ್ಮೊಬ್ಬ ದೂರದ ಸಂಬಂಧಿ ಶಿವಣ್ಣನವರಿಗೆ ಸಹಾಯ ಮಾಡುವ ಸಲುವಾಗಿ ಆಗಿತ್ತು. ಅದು ಚೆನ್ನಾಗಿಯೇ ನಡೆಯುತ್ತಿತ್ತು, ಯಾಕೆಂದರೆ, ತಡರಾತ್ರಿಯಲ್ಲಿ ಸಿನಿಮಾಕ್ಕೆ ಹೋಗುವವರಿಗೆ, ಹೊಟೇಲಿನ ಸಿಬ್ಬಂದಿಗಳಿಗೆ, ಕಾರ್ಮಿಕ ವರ್ಗದವರಿಗೆ ಮನೆಗೆ ತೆರಳುವ ಲೋಕಲ್ ಗಾಡಿಯನ್ನು ಹಿಡಿಯುವ ಮೊದಲು ಇದೊಂದು ಅಪ್ಯಾಯ ಉಪಾಹಾರವಾಗಿರುತ್ತಿತ್ತು.

ಒಂದು ರಾತ್ರಿ, ನಾವು ಶಿವಣ್ಣನಿಗೆ ಕೈಗಾಡಿಯನ್ನು ತಳ್ಳುವಂತೆ ಹೇಳಿ, ನಾವು ಅವರ ಹಿಂದೆ ಇಳಿಜಾರಿನಲ್ಲಿ ನಡೆದು ಹೋಗುತ್ತಿದ್ದೆವು. ಒಮ್ಮಿದೊಮ್ಮೆಗೇ ಆ ಅಜಾಗರೂಕ ಮನುಷ್ಯ ಕೈಗಾಡಿಯ ಮೇಲಿನ ತನ್ನ ಹಿಡಿತವನ್ನು ಕಳಕೊಂಡು, ಕೆಳಗಿನ ಸೇತುವೆಯ ಸಮೀಪಕ್ಕೆ ಪೂರ್ತಿ ವೇಗದಿಂದ ಸಾಗಲು ಬಿಟ್ಟುಬಿಟ್ಟ. ಅದು ದೊಡ್ಡ ಬ್ಯಾಂಗ್ ಸದ್ದಿನೊಂದಿಗೆ ಎದುರುಗಡೆ ಪಾರ್ಕ್ ಮಾಡಿದ್ದ ಕಾರೊಂದಕ್ಕೆ ಹೋಗಿ ಬಡಿಯಿತು. ಕಾರಿನ ಕಿಟಕಿಯ ಗಾಜುಗಳೆಲ್ಲ ಒಡೆದು ನುಚ್ಚುನೂರಾಯಿತು. ಕಾರಿನ ಮಾಲೀಕನಿಗೆ ಅವನ ನಷ್ಟವನ್ನು ತುಂಬಿಸುವುದಕ್ಕೆ ನಮ್ಮ ವ್ಯಾಪಾರದಿಂದ ಬಂದಿದ್ದ ಸಂಪಾದನೆಯನ್ನೆಲ್ಲ ತೆರಬೇಕಾಗಿ ಬಂದು, ಅಲ್ಲಿಗೇ ನಮ್ಮ ದಂಧೆಗೆ ಮುಕ್ತಾಯ ಹಾಡಿದೆವು.

ನನ್ನ ಇಷ್ಟವಾದ ಹಣ್ಣು

ಎಲ್ಲಿಯವರೆಗೆ ಪ್ರಾಮಾಣಿಕತೆ ಮತ್ತು ನಂಬಿಕೆಗೆ ಅರ್ಹರಾಗಿರುತ್ತೇನೆಯೋ, ನನಗೆ ಯಾವುದೇ ಕೆಲಸ, ಸಣ್ಣದಿರಲಿ ಅಥವಾ ದೊಡ್ಡದಿರಲಿ ನಾನು ಕೈಗೊಳ್ಳುತ್ತೇನೆ. ಓರ್ವ ಪೂರ್ತಿ ವೃತ್ತಿಪರನಂತೆ ನಾನು ಅದನ್ನು ಮಾಡುತ್ತೇನೆ. ನನಗೆ ಸಾಂಪ್ರದಾಯಿಕ ಶಿಕ್ಷಣದ ಕೊರತೆಯಿರುವುದರಿಂದ ನನ್ನಲ್ಲಿ ಮಿತಿಗಳಿವೆ ಎಂದು ನಾನು ಬಲ್ಲೆ. ಯಾವುದೇ ನಿರ್ದಿಷ್ಟ ಉದ್ಯೋಗವನ್ನು ಕೇಳಿಕೊಂಡು ಒಂದು ಆಫೀಸಿಗೆ ನುಗ್ಗಿ ಕೆಲಸ ಕೇಳುವಷ್ಟು ನಾನು ಅದೃಷ್ಟವಂತನಾಗಿಲ್ಲ. ನನ್ನ ಜಾಯಮಾನವೆಂದರೆ, ಪರಿಸರದಲ್ಲಿ ನನ್ನ ಅನುಭವಕ್ಕೆ ಬರುವ ಎಲ್ಲಾ ಸಂಗತಿಗಳನ್ನು ಕಲಿತುಕೊಂಡು ಅದನ್ನು ಕಾರ್ಯರೂಪಕ್ಕೆ ತರಬಲ್ಲೆ.

ನಾನು ಶಾಲೆಯನ್ನು ಮಧ್ಯದಲ್ಲೇ ಬಿಟ್ಟಿರುವ ಕಾರಣ, ನನಗೆ ಓದುವ ಅಥವಾ ಬರೆಯುವ ಪ್ರಾಥಮಿಕ ಜ್ಞಾನವೂ ಅಷ್ಟಕಷ್ಟೇ. ಒಂದು ಪೈಸೆಯನ್ನು ಸಂಪಾದನೆ ಮಾಡುವುದೆಂದರೆ ನನಗೆ ಅದೊಂದು ದೊಡ್ಡ ಸಾಧನೆ ಎನ್ನುವಂತಿತ್ತು; ಈ ನಾಣ್ಯ ಈಗ ಚಲಾವಣೆಯಲ್ಲಿ ಇದ್ದಿರಲಾರದು, ಅಥವಾ ಇಂದಿನ ತಲೆಮಾರು ಅದರ ಹೆಸರನ್ನೂ ಕೇಳಿರಲಾರರು, ಆದರೆ ಅದಕ್ಕೆ ಒಳ್ಳೆಯ ಬೆಲೆಯಿತ್ತು, ನನ್ನ ಬಾಲ್ಯದ ದಿನಗಳಲ್ಲಿ. ನಾನು ಅಂಥದ್ದರಲ್ಲಿ ಇಪ್ಪತ್ತೈದು ಪೈಸೆಯನ್ನು ಅಂದರೆ ನಾಲ್ಕು ಆಣೆಯನ್ನು ಕಾಬೆಟ್ಟು ಎಂಬ ಹಳ್ಳಿಯಿಂದ ಅತ್ತೂರಿಗೆ ಬರುವ ಹಾದಿಯಲ್ಲಿ ಕಳಕೊಂಡೆ ಎಂದರೆ

ನನ್ನ ಪರಿಸ್ಥಿತಿ ಏನಾಗಿರಬೇಡ, ನೀವೇ ಊಹಿಸಿ. ಹಲವು ಕಾರಣಗಳಿಂದ ಅದೊಂದು ದೊಡ್ಡ ಮೊಬಲಗೇ ಆಗಿತ್ತು ಎನ್ನಬಹುದು.

ಮತ್ತೆ ನೆನಪಿನಲ್ಲಿ ಹಿಂದಕ್ಕೆ ತೆರಳಿದರೆ, ನಾನು ಸುಮಾರು 2.5ಕಿಲೋ ಮೀಟರ್ ಸೈಕಲ್ ಮೇಲೆ ಸಾಗಬೇಕಿತ್ತು, ಆದರೆ ಹಾದಿ ಮಧ್ಯದಲ್ಲಿ ಒಂದೆಡೆ ನನಗಿಷ್ಟವಾದ ಬಹಳ ರುಚಿಕರವಾದ, ಸಿಹಿ ಹುಳಿ ಮಿಶ್ರಿತ ಸ್ವಾದದ ಜಾರಿಗೆ ಹಣ್ಣಿನ ಮರ ಸಿಗುತ್ತಿತ್ತು. ಆ ಬೃಹತ್ ಮರ ಮಾರ್ಗದ ಬದಿಯ ಬಯಲಿನಲ್ಲಿ ಮರಳಿನ ಜಾಗದಲ್ಲಿತ್ತು. ಮುಂದಕ್ಕೆ ಸಾಗಿದರೆ ಇತರ ಮರಗಳೂ, ಗುಡ್ಡಗಳೂ ಸಿಗುತ್ತಿದ್ದವು. ನಾನು ಸೈಕಲ್‌ನ್ನು ಮರದ ಕಾಂಡಕ್ಕೆ ಆನಿಸಿ ಇಟ್ಟು, ಆ ಮರಳಿನ ರಾಶಿಯಲ್ಲಿ ಅಡ್ಡಾಡುತ್ತ, ಕಾಲಕಳೆಯುವುದಿತ್ತು. ಹಾಗೆಯೇ ಕಲ್ಲುಗಳನ್ನೆತ್ತಿ ಮರದತ್ತ ಎಸೆಯುತ್ತ ಆ ಹಣ್ಣುಗಳು ನೆಲಕ್ಕೆ ಬೀಳುವ ಮೊದಲು ಹಿಡಿದುಕೊಂಡು ಸಂಗ್ರಹಿಸುತ್ತಿದ್ದೆ. ಮರದ ನೆರಳಲ್ಲೇ ಕುಳಿತು ಆ ರಸಭರಿತ ಹಣ್ಣಿನ ಸ್ವಾದವನ್ನು ಮನದಣಿಯೆ ಸವಿಯುತ್ತಿದ್ದೆ. ಆ ಹುಳಿಸಿಹಿಯ ರುಚಿ ಇನ್ನೂ ನನ್ನ ನಾಲಗೆಯ ಮೇಲಿದೆ ಎನ್ನುವ ಹಾಗೆ ಆ ಯೋಚನೆ ಬಂದರಷ್ಟೇ ಸಾಕು ನನ್ನ ನಾಗೆಯಲ್ಲಿ ಇಂದಿಗೂ ನೀರೂರುತ್ತದೆ.

ಯಾವತ್ತಾದರೂ ನಾನು ಆ ವಿಷಯಗಳನ್ನು ನೆನಪಿಸಿಕೊಳ್ಳುವಾಗ, ಮರದ ತುದಿಯಲ್ಲಿರುವ ಆ ಹಣ್ಣುಗಳನ್ನು ಗುರಿಯಿಟ್ಟು ಎಗರಿಸುವ ಪ್ರಕ್ರಿಯೆಗೆ ನಾನು ವ್ಯಯಿಸಿದ ಸಮಯ ಮತ್ತು ಪ್ರಯತ್ನ ಬಹುಶಃ ಒಂದು ಪ್ರಶಸ್ತಿಯನ್ನು ಪಡೆಯುವುದಕ್ಕೆ ಸಮವಿತ್ತೆಂದು ಅನ್ನಿಸುತ್ತದೆ. ಏನಿದ್ದರೂ ನನ್ನ ಬಾಲ್ಯದ ದಿನಗಳಿಗೆ ಹೋಲಿಸಿದರೆ, ಈವೊತ್ತು ಹಳ್ಳಿ ಪ್ರದೇಶಗಳಲ್ಲಿ ಕೆಲವೇ ಅಂತಹ ಮರಗಳು ಉಳಿದುಕೊಂಡಿವೆ ಎಂದು ಹೇಳಬಹುದು. ನನ್ನ ಇತ್ತೀಚಿನ ಊರಿನ ಭೇಟಿಯ ಸಂದರ್ಭಗಳಲ್ಲಿ ಕೆಲವೇ ರೈತರು ಅಂತಹ ಮರಗಳನ್ನು ತಮ್ಮ ಹೊಲಗಳಲ್ಲಿ ಬೆಳೆದಿರುವುದನ್ನು ಕಂಡಿದ್ದೇನೆ.

ಒಂದು ದಿನ ನಾನು ಎಂದಿನಂತೆ ಆ ಎತ್ತರದ ಮರದ ಹಣ್ಣಿಗೆ ಕಾಲೆತ್ತಿ ಕಲ್ಲನ್ನು ಎಸೆಯುವ ಸಂದರ್ಭದಲ್ಲಿ, ಅದೇನೋ ಲೋಹದ ತುಂಡು ಕೆಳಗಿನ ಕಲ್ಲಿಗೆ ತಾಕಿದ ಸದ್ದು ಕೇಳಿಸಿತು. ತುಸು ಗಲಿಬಿಲಿಗೊಂಡು, ಕಲ್ಲೆಸೆಯುವುದನ್ನು ನಿಲ್ಲಿಸಿ, ನಾನು ನನ್ನ ಚೆಡ್ಡಿಯ ಕಿಸೆಯನ್ನೊಮ್ಮೆ ಮುಟ್ಟಿನೋಡಿಕೊಂಡೆ. ನನ್ನ ಕಿಸೆಯಲ್ಲಿರಿಸಿದ್ದ ನಾಣ್ಯವೊಂದು ಕಿಸೆಯ ತೂತಿನ ಮೂಲಕ ಹೊರಗೆ ತೂರಿ ಬಿದ್ದುಹೋಗಿದ್ದನ್ನು ಕಂಡು ಅತೀವ ದಿಗಿಲಾಯಿತು. ನಾನು ಹತಾಶೆಯಿಂದ ನಾಣ್ಯಕ್ಕಾಗಿ ಎಲ್ಲಾ ಕಡೆ ಹುಡುಕಿದೆ. ಆದರೆ ನನ್ನ ಹುಡುಕಾಟ ನಿರರ್ಥಕವಾಗಿತ್ತು. ಮುಂದಿನ ಮೂರು ದಿನಗಳ ಕಾಲ ನಾನು ಅದೇ ಸ್ಥಳಕ್ಕೆ ಮತ್ತೆ ಮತ್ತೆ ಭೇಟಿ ನೀಡಿದೆ. ಆ ಪರಿಸರದಲ್ಲಿ ಕಣ್ಣಲ್ಲಿ ಕಣ್ಣಿಟ್ಟು ಹುಡುಕಿದೆ, ಮರಳನ್ನು ಎತ್ತಿ ಎತ್ತಿ ಕುಕ್ಕಿ, ಕಳೆಗಳನ್ನು ನೀಗಿಸಿ, ಸಣ್ಣ ಸಣ್ಣ ಕಲ್ಲುಗಳನ್ನು ಸರಿಸುತ್ತ ದೊಡ್ಡಕಲ್ಲುಗಳನ್ನು ಮಗುಚಿ ಹಾಕಿ ಹುಡುಕಿದೆ. ಆದರೆ ಆ ನಾಣ್ಯ ಎಲ್ಲೂ ಸಿಗಲಿಲ್ಲ. ಹಾಯ್! ಅದನ್ನು ಎಂದೆಂದಿಗೂ ನಾನು ಕಳಕೊಂಡಿದ್ದೆ.

ನನ್ನ ತಂಗಿಯ ಆನಂದವನ್ನು ಕಸಿದ ಕಾಗೆ

ಶಾಲೆಯಲ್ಲಿ ವಾರಕ್ಕೆ ಎರಡು ಸಲ ನಮಗೆ ಉಪಾಹಾರವನ್ನು ಕೊಡುವ ಪದ್ಧತಿಯಿತ್ತು.

ಆ ದಿನಗಳಿಗಾಗಿ ಮಕ್ಕಳು ಅತ್ಯಂತ ಕಾತರದಿಂದ ಎದುರು ನೋಡುವುದಿತ್ತು. ರವೆಯಿಂದ ತಯಾರಿಸುತ್ತಿದ್ದ ಅದೊಂದು ರುಚಿಕರವಾದ ತಿಂಡಿಯಾಗಿದ್ದು, ಸ್ಥಳೀಯವಾಗಿ ಅದನ್ನು ಸಜ್ಜಿಗೆ ಎಂದು ಕರೆಯುತ್ತಿದ್ದರು ಅಥವಾ ಇನ್ನೊಂದು ಹೆಸರೆಂದರೆ ಉಪ್ಮಾ. ನನಗೆ ಅದೆಷ್ಟು ಇಷ್ಟವಾಗಿತ್ತೆಂದರೆ, ಅದನ್ನು ಮನಸಾ ಮೆಲ್ಲುತ್ತಿದ್ದೆ ಮತ್ತು ಸ್ವಲ್ಪ ಅಂಶವನ್ನು ಒಂದು ಟಿಫಿನ್ ಬಾಕ್ಸ್‌ನಲ್ಲಿ ಸೇರಿಸಿಕೊಂಡು ಮನೆಗೊಯ್ದು ನನ್ನ ಪ್ರೀತಿಯ ಪುಟ್ಟ ತಂಗಿಗೆ ಕೊಡುತ್ತಿದ್ದೆ. ಹುಡುಗರು ಈ ಟಿಫಿನ್ ಬಾಕ್ಸ್‌ನ್ನು ಕಂಡು ನನ್ನನ್ನು ತಮಾಷೆ ಮಾಡುತ್ತಿದ್ದರು. ಆದರೆ ನನ್ನ ಪುಟ್ಟ ತಂಗಿ ನಾನು ಒಯ್ಯುವ ಈ ಸಜ್ಜಿಗೆಯನ್ನು ಕಂಡು ಚಪ್ಪಾಳೆ ತಟ್ಟುತ್ತ ಸಂತಸದಿಂದ ಕುಣಿದು ಕುಪ್ಪಳಿಸುತ್ತಿದ್ದಳು. ಅದನ್ನು ಕಾಣುವುದೇ ನನ್ನದೊಂದು ಮಹದಾಸೆಯಾಗಿರುತ್ತಿತ್ತು ಮತ್ತು ಆ ಸಂಭ್ರಮ ಎಲ್ಲಕ್ಕೂ ಸಮವಾಗಿತ್ತು.

ಒಂದು ದಿನ, ನಾನು ಶಾಲೆಗೆ ಟಿಫಿನ್ ಬಾಕ್ಸ್‌ನ್ನು ಒಯ್ಯಲು ಮರೆತಿದ್ದೆ ಮತ್ತು ಉಪಾಹಾರವನ್ನು ಕಟ್ಟಿಕೊಳ್ಳಲು ಆಗಲಿಲ್ಲ. ಹಾಗಾಗಿ ನಾನು ಸ್ಥಳೀಯ ಹೊಟೇಲಿಗೆ ಹೋಗಿ ಅಂತಹುದೇ ತಿಂಡಿಯನ್ನು ಒಂದು ಪೊಟ್ಟಣದಲ್ಲಿ ಕಟ್ಟಿಕೊಂಡು, ಬಿರಬಿರನೆ ಮನೆಯತ್ತ ಹೆಜ್ಜೆ ಹಾಕಿದೆ. ಅದನ್ನು ನನ್ನ ಬಲಗೈಯಲ್ಲಿ ಭುಜದಿಂದ ಮೇಲಕ್ಕೆ ಎತ್ತಿ ಹಿಡಿದುಕೊಂಡು ಹೋಗುತ್ತಿದ್ದೆ. ಒಂದು ಕಪ್ಪುರೆಕ್ಕೆಗಳ ಜಂತು ನನ್ನ ತಂಗಿಯ ಅತೀವ ಸಂತಸಕ್ಕೆ ಕಾರಣವಾಗುತ್ತಿದ್ದ ತಿಂಡಿಯನ್ನು ನನ್ನ ಕೈಯಿಂದ ಎಗರಿಸಿಕೊಂಡು ಮೇಲಕ್ಕೆ ಹಾರಿತು!

ಅದೊಂದು ಕಾಗೆಯಾಗಿತ್ತು, ನನ್ನ ತಲೆಯ ಮೇಲಕ್ಕೆ ಹಾರಿ, ತಿಂಡಿಯ ಪ್ಯಾಕೆಟ್‌ನ್ನು ಅನಾಮತ್ತಾಗಿ ಕುಕ್ಕಿ ಹಿಡಿದು, ನಾನು ಅದನ್ನು ಪ್ರತಿಕ್ರಿಯಿಸುವ ಮೊದಲೇ ಜಿಗಿದು ಹಾರಿತ್ತು. ನಾನು ದಾಪುಗಾಲು ಹಾಕುತ್ತಾ, ಅದರ ಹಿಂದೆಯೇ ಓಡಿದೆ, ಅದನ್ನು ಕೂಗುತ್ತಾ, ಕರೆಯುತ್ತಾ, ಆದರೆ ಅದು ನಿರ್ದಾಕ್ಷಿಣ್ಯವಾಗಿ ಹೊರಟೇ ಹೋಯಿತು.

ವಿಭ್ರಮೆ ಮತ್ತು ತಲ್ಲಣದೊಂದಿಗೆ, ನಾನು ನಿಂತಲ್ಲೇ ಮಂಜುಗಟ್ಟಿದೆ. ಅದು ಮೇಲೆ ಮೇಲೆ ಹಾರಿಹೋದಂತೆ, ನಾನು ತಲೆಯೆತ್ತಿ ನೋಡುತ್ತಲೇ ಇದ್ದೆ. ಆಕಾಶದ ಹಿನ್ನೆಲೆಯಲ್ಲಿ ಅದೊಂದು ಕಪ್ಪುಚುಕ್ಕೆಯಷ್ಟು ಸಣ್ಣದಾಗಿ ತೋರಿಬರುವವರೆಗೆ ನಾನು ನೋಡುತ್ತಲೇ ಇದ್ದೆ. ಕಾಗೆಯ ಕೊಕ್ಕಿನಲ್ಲಿ ಆ ತಿಂಡಿಯ ಪ್ಯಾಕೆಟ್ ಸಣ್ಣ ಸಣ್ಣದಾಗಿ ಹೋಗುತ್ತಿರುವುದು ಕಾಣಿಸುತ್ತಲೇ ಇತ್ತು. ಕಟ್ಟಕಡೆಗೆ ಆ ದೃಶ್ಯವೇ ಕಣ್ಣಿಂದ ಮರೆಯಾಯಿತು. ಕಾಗೆಯ ಕೊಕ್ಕಿನಿಂದ ಆ ಪ್ಯಾಕೆಟ್ ಎಲ್ಲಿಯಾದರೂ ಜಾರಿ ಬೀಳಬಹುದೇ, ಅದನ್ನೆತ್ತಿ ಮನೆಗೆ ಓಡಿಹೋಗಬಹುದೇ ನಾನು, ಎಂದು ಕಾತರದಿಂದ ಕಾದೆ. ಆದರೆ ನನ್ನ ತಂಗಿಯ ಸಂತೋಷವನ್ನು ಕಸಿದುಕೊಂಡು ಪಲಾಯನ ತೆಗೆದ ಆ ಕಾಗೆ ಕಪ್ಪಿನ ಸಣ್ಣ ಸಣ್ಣ ಬಿಂದುವಾಗುತ್ತ ಹೋಗುವ ತನಕ ನೋಡುತ್ತಲೇ ನನ್ನ ಕತ್ತು ನೋಯತೊಡಗಿತು.

ಈ ಘಟನೆ ನನ್ನ ಮನಸ್ಸಿನ ಮೇಲೆ ಅಳಿಸಿ ಹೋಗದಂಥ ಮಸಿಯಿಂದ ಮಾಡಿದ ಚುಕ್ಕಿಯಂತೆ ಉಳಿದುಹೋಗಿದೆ. ನಾನು ಎಂದಾದರೂ ಒಂದು ಕಾಗೆಯನ್ನು ಕಂಡಾಗ ನನ್ನ ತಂಗಿಯ ನೆನಪು ನನಗೆ ಬರುತ್ತದೆ, ಅವಳನ್ನು ನಾನು ಅಷ್ಟೊಂದು ಪ್ರೀತಿಸುತ್ತಿದ್ದೆ. ನಾವು ಆಟ ಆಡುತ್ತಿದ್ದೆವು, ಜತೆಯಾಗಿ ನೋವನ್ನೂ ನಲಿವನ್ನೂ ಅನುಭವಿಸಿದ್ದೆವು, ಅವಳು ನನ್ನ ಸರ್ವಸ್ವವಾಗಿದ್ದಳು, ನಮ್ಮ ಕೌಟುಂಬಿಕ ಆಗುಹೋಗುಗಳು ಅವಳಿಗೆ

ತನ್ನ ಎಳೆಯ ಪ್ರಾಯದಿಂದಾಗಿ ತಿಳಿಯದೆ ಹೋಗಿದ್ದರೂ, ನಮ್ಮ ಸಮಸ್ಯೆಗಳು ಒಂದೇ ಬಗೆಯದ್ದಾಗಿದ್ದವು. ನಾವು ಊಟವನ್ನು ಪಾಲು ಮಾಡಿಕೊಂಡು ಉಣ್ಣುತ್ತಿದ್ದೆವು, ಸ್ವಲ್ಪವೇ ಬಟ್ಟೆಯನ್ನು ತೊಡುತ್ತಿದ್ದೆವು. ನನಗೆ ನೆನಪಿದೆ, ಮಗುವಾಗಿದ್ದಾಗ ಅವಳ ಮೈಮೇಲೆ ಎಲ್ಲಾ ಸಮಯವೂ ಬಟ್ಟೆಯೇ ಇರುತ್ತಿರಲಿಲ್ಲ. ಮನೆಯಲ್ಲಿನ ಇತರ ಮಕ್ಕಳು ಲಂಗ, ಪೈಜಾಮ, ಝುಂಪರ್‌ಗಳನ್ನು ತೊಡುತ್ತಿದ್ದರು.

ನಾಲ್ಕು ವರ್ಷದವಳಿರುವಾಗಲೇ ಅವಳು ತೀರಿಕೊಂಡಾಗ, ನಾನು ಏಕಾಂಗಿಯಾಗಿದ್ದೆ. ನಮ್ಮ ಮೂವರಲ್ಲಿ–ನಾನು, ಅಮ್ಮ ಮತ್ತು ಅವಳು–ಅವಳಿಗೇ ಹೆಚ್ಚು ಬಡತನದ ಬವಣೆ ತಟ್ಟಿತೇನೋ. ನನಗೆ ಈಗ ಪಾಪಪ್ರಜ್ಞೆ ಕಾಡುತ್ತಿದೆ. ನೀರು ಸ್ಥಂಭನದ ಕಾಯಿಲೆಯಿಂದ ಅವಳು ಬಳಲುತ್ತಿದ್ದಳು, ಅವಳ ಚರ್ಮದಲ್ಲಿ ಹೊಟ್ಟು ಎದ್ದಿತ್ತು, ಅದಕ್ಕೂ ಹೆಚ್ಚಾಗಿ ನಮ್ಮ ದಾರುಣ ಪರಿಸ್ಥಿತಿಯಿಂದಾಗಿ, ಅವಳಿಗೆ ಸಾಕಷ್ಟು ಪೌಷ್ಟಿಕ ಆಹಾರ ದೊರೆಯುತ್ತಿರಲಿಲ್ಲ. ಅವಳ ರೋಗಕ್ಕೆ ಸೂಕ್ತ ಚಿಕಿತ್ಸೆಯನ್ನು ಕೂಡಾ ಮಾಡುವುದಕ್ಕೆ ನಮ್ಮಿಂದ ಆಗಲಿಲ್ಲ. ಅಲಕ್ಷ್ಯದ ಕಾರಣದಿಂದಾಗಿಯೇ ಅವಳು ಕೊನೆಯುಸಿರೆಳೆದಿದ್ದಳು.

ಮೊದಲು ಅವರು ನಿಮ್ಮನ್ನು ಕಡೆಗಣಿಸಬಹುದು, ಮತ್ತೆ ನಿಮಗೆ ತಮಾಷೆ
ಮಾಡಬಹುದು, ಆಮೇಲೆ ನಿಮ್ಮಲ್ಲಿ ಹೊಡೆದಾಟಕ್ಕೆ ನಿಲ್ಲಬಹುದು,
ಆಗ ನೀವು ಗೆದ್ದ ಹಾಗೆ.

–ಮಹಾತ್ಮಾ ಗಾಂಧಿ, ರಾಷ್ಟ್ರಪಿತ

ಅಧ್ಯಾಯ ಮೂರು

ಬಾರ್ಬರ್‌ನಿಂದ ಮುಂಚೂಣಿಯ ಕೇಶವಿನ್ಯಾಸಕನಾಗಿ

ನನ್ನ ಕೆಲಸ, ನನ್ನ ಸೊಗಸಾದ ಆಕರ್ಷಣೆ

ನನಗೆ ದುಡಿಮೆಯೇ ದೇವರು. ಅದು ಅಧ್ಯಾತ್ಮ; ನನ್ನ ನಂಬಿಕೆ ಮತ್ತು ನನ್ನ ಧರ್ಮ.

ಯಾವಾಗ ಹೃದಯ ಮತ್ತು ಆತ್ಮವನ್ನು ಕೆಲಸದಲ್ಲಿ ತೊಡಗಿಸುತ್ತೇವೋ, ಆವಾಗ ಎಲ್ಲವೂ ಸುಗಮವಾತ್ತದೆ. ಬದುಕು ಯಾವತ್ತೂ ಸುಲಭವಲ್ಲ. ಹಾದಿ ಕಷ್ಟಗಳಿಂದ ಮುಕುರಿರುತ್ತದೆ. ಕೆಲಸಕ್ಕೆ ಎಷ್ಟು ಬೇಕಾದರೂ ತೊಡಗಿಸಿ, ನೂರು ಪ್ರತಿಶತ ಪ್ರಯತ್ನವಿರಲಿ, ಆಗ ಅದು ಎರಡೋ ಮೂರು ಪಟ್ಟಾಗಿಯೋ ಹಿಂದಕ್ಕೆ ಬರುತ್ತದೆ.

ನನಗೆ ಯಾವ ವಿಧವಾದ ಕೆಲಸವನ್ನು ಮಾಡುವುದಕ್ಕು ಮುಜುಗರ ಆಗುವುದಾಗಲೀ, ಅದರಲ್ಲಿ ಅನಾಸ್ಥೆಯೋ ಇರುವುದಿಲ್ಲ. ಅದೆಷ್ಟೇ ಕಷ್ಟದ್ದಿರಲಿ, ಅಥವಾ ಪ್ರಯಾಸದ್ದಿರಲಿ, ದೈಹಿಕವಾಗಿ ದಣಿವಿನದ್ದಿರಲಿ ನನಗೆ ನಗಣ್ಯ.

ಒಬ್ಬ ಬಾರ್ಬರ್‌ನಾಗಿ ನನ್ನ ಕುಶಲತೆಯನ್ನು ನಾನೇ ಸ್ವತಃ ಅಭ್ಯಾಸ ಮಾಡಿ ಕಲಿತುಕೊಂಡಿದ್ದು. ನಾನು ಈ ಕಲೆಗಾರಿಕೆಯನ್ನು ವಿದೇಶಕ್ಕೆ ತೆರಳಿ, ಜಗತ್ತಿನ ಅತ್ಯಂತ ಉತ್ತಮ ದರ್ಜೆಯ ಅಕಾಡೆಮಿಗಳಲ್ಲಿ ತರಬೇತಿ ಪಡೆದು ಕಲಿತುಕೊಂಡೆ. ಹಾಗಾಗಿ ನನಗೆ ಒಬ್ಬ ಸೃಜನಾತ್ಮಕ ಕಲಾಕಾರನಾಗಿ ಹೊರಹೊಮ್ಮಲು ಸಾಧ್ಯವಾಯಿತು.

ಬಹುತೇಕ ಸಂಬಂಧಿಗಳು ನನ್ನ ಪ್ರಯತ್ನದ ಬಗ್ಗೆ ಅನುಮಾನವನ್ನು ವ್ಯಕ್ತಪಡಿಸಿದ್ದರು. ಅವರು ಅಸಹ್ಯವಾದ ಟೀಕೆಗಳನ್ನು ಮಾಡಿದ್ದರು. 'ಅರೆ... ನೀನೇನು ಕಲೀತೀಯಾ? ಭವಿಷ್ಯದಲ್ಲಿ ಏನು ಮಾಡುತ್ತೀಯಾ?' ಅಂತ. ಮತ್ತಿತರರು ಜರೆಯುವಂಥ ವಿಮರ್ಶೆಯನ್ನು ಮಾಡಿದರು: 'ಛೀ... ಛೀ...!'

ನಾನು ಯಾವುದಕ್ಕೂ ಮೌನವಾಗಿಯೇ ಇದ್ದೆ. ಆದರೆ ನನ್ನ ಯೋಚನೆಗಳು ಉದ್ರೇಕಿಸುತ್ತಿದ್ದವು: 'ಏನು! ನಾನು ಕೊಳೆ ಬಟ್ಟೆಯನ್ನು ಹಾಕ್ಕೊಂಡಿದ್ದೇನೆಯೇ?

ನನ್ನ ಉದ್ಯೋಗದಲ್ಲಿನ ಕೊರತೆಯಾದರೂ ಏನು?'

ಜನರ ದೂಷಣೆಯಿಂದ ಯಾರನ್ನಾಗಲೀ ತಡೆಯಲಾಗುವುದಿಲ್ಲ, ನಾನು ನನ್ನ ಉದ್ಯೋಗದ ಬಗೆಗಿನ ನನ್ನ ಭಾವನೆಗಳನ್ನು ವಿವರಿಸಲು ಒಂದು ಪ್ರಯತ್ನವನ್ನು ಮಾಡಿದೆ. ನಮ್ಮ ಸಮಾಜದಲ್ಲಿನ ಎಳೆಯ ಹುಡುಗರು ಬಾರ್ಬರ್ ಎಂದು ಕರೆಸಿಕೊಳ್ಳಲು ನಾಚಿಕೆ ಪಡುವುದನ್ನು ಕಂಡು ನನಗೆ ಅಚ್ಚರಿಯಾಯಿತು. ಅವರು ಬೇರೊಂದು ಕ್ಷೇತ್ರದಲ್ಲಿ ಕೆಲಸವನ್ನು ಆಯ್ದುಕೊಳ್ಳುತ್ತಿದ್ದರು, ಸಮಾಜದಲ್ಲಿ ಗೌರವವನ್ನು ಸಂಪಾದಿಸುವ ಸಲುವಾಗಿ.

'ಇದೊಂದು ವಸ್ತುನಿಷ್ಠವಾದ ಕೆಲಸ. ಇದಕ್ಕೆ ಕೌಶಲ್ಯ, ಕಲೆ ಮತ್ತು ಪ್ರತಿಭೆ ಬೇಕಾಗುತ್ತದೆ. ಪ್ರಾಮಾಣಿಕತೆಯೂ ಸಮರ್ಪಣಾಭಾವವೂ ಇದರಲ್ಲಿದೆ' ಎಂದು ನಾನು ವಿವರಿಸಲು ಪ್ರಯತ್ನಿಸಿದೆ. ನಿಜಕ್ಕೂ ಹಲವು ಪೀಳಿಗೆಯಿಂದ ನಮ್ಮ ಭಂಡಾರಿ ಸಮಾಜ ಈ ವಿಧವಾದ ಕೆಲಸದೊಂದಿಗೆ ಜೋಡಿಸಲ್ಪಟ್ಟಿದೆ–ಕೂದಲಿನ ಕ್ಷೌರ ಮತ್ತು ಗಡ್ಡದ ಶೇವಿಂಗ್. ಹಳಬರು, ಕುಟುಂಬ–ಸ್ಥಾಪಿಸಿದ ಅಂಗಡಿಗಳಲ್ಲಿ, ಅದು ಹಾದಿಬದಿಯಲ್ಲಿರುತ್ತವೆ, ಕೇವಲ ಸಾಧಾರಣ ಮರದ ಕುರ್ಚಿಗಳನ್ನು ಜೋಡಿಸಿ ಕೆಲಸ ಮಾಡುವವರು. ಸ್ವಲ್ಪ ಪ್ರಗತಿ ಪಡೆದವರು ಲ್ಯಾಮಿನೇಶನ್‌ನ ಮೇಜುಗಳನ್ನು ಮತ್ತು ಪ್ಲಾಸ್ಟಿಕ್‌ನಿಂದ ಅವನ್ನು ಹೊದಿಸಿರುತ್ತಾರೆ. ಹಿಂದಿನ ಕಾಲದಲ್ಲಿ ಗಂಡಸರಿಗೆ ಮಾತ್ರ ಸೇವೆ ಲಭ್ಯ, ಮಕ್ಕಳನ್ನು ಹಿರಿಯರು ಕರೆತಂದು ಅವರಿಗೂ ಮಾಡಿಸುವುದಿತ್ತು.

ಸಾಂಪ್ರದಾಯಿಕವಾಗಿ, ಬಾರ್ಬರ್‌ಗಳು ಸಮಾಜದಲ್ಲಿ ಅತ್ಯಂತ ಪ್ರಮುಖ ಪಾತ್ರವನ್ನು ವಹಿಸುತ್ತಿದ್ದರು. ಅವರು ರಾಜರುಗಳ ಸಂದೇಶ ವಾಹಕರಾಗಿದ್ದರು, ಉತ್ತಮ ಸಂದೇಶ ವಾಹಕರಾಗಿದ್ದರಿಂದ ಘರ್ಷಣೆಗಳು ಸಂಭವಿಸಿದಾಗ ಅವನ್ನು ಸುಲಭವಾಗಿ ಪರಿಹರಿಸುತ್ತಿದ್ದರು, ಗಂಡು, ಹೆಣ್ಣಿನ ನಂಟನ್ನು ನಿಭಾಯಿಸುತ್ತಿದ್ದರು, ಅದಕ್ಕೂ ಮುಖ್ಯವಾಗಿ ಅವರು ಸಂಗೀತದ ಬ್ಯಾಂಡ್‌ಗಳಲ್ಲಿ ಸೊಗಸಾಗಿ ವಾದ್ಯಗಳನ್ನು ನುಡಿಸುವವರಾಗಿದ್ದರು. ಒಂದು ಕಾಲದಲ್ಲಿ, ಸಂಪ್ರದಾಯದಂತೆ, ಕ್ಷೌರ ಇಲ್ಲವೇ ಮುಖಮಾರ್ಜನ ಬೆಳಗ್ಗಿನ ಹೊತ್ತು, ಅಂದರೆ ಕನಿಷ್ಠ ಬೆಳಗ್ಗಿನ ಹನ್ನೊಂದು ಗಂಟೆಯ ಒಳಗೆ ಮಾಡುವ ಪರಿಪಾಠವಿತ್ತು. ಹಾಗಾಗಿ ಗಿರಾಕಿಗಳು ಮಧ್ಯಾಹ್ನದ ಒಳಗೆ ಬಾರ್ಬರ್ ಶಾಪ್‌ನ್ನು ತಲುಪುತ್ತಿದ್ದರು. ಉಳಿದ ಸಮಯ ಅವರು ಮದುವೆಯಲ್ಲಿ ಬ್ಯಾಂಡ್ ಬಾರಿಸಿ ಒಳ್ಳೆಯ ಸಂಪಾದನೆಯನ್ನು ಮಾಡುತ್ತಿದ್ದರು. ಅವರು ಪ್ರಖ್ಯಾತವಾದ ಶೆಹನಾಯ್ ಮತ್ತು ನಾದಸ್ವರಗಳಂತಹ ವಾದ್ಯಗಳನ್ನು ಬಾರಿಸುತ್ತಿದ್ದರು. ಪಲಿಮಾರಿನ ಒಬ್ಬ ನಿಕಟ ಸಂಬಂಧಿಯ ಅಂಗಡಿಯ ಮುಂದೆ ಒಂದು ಬೋರ್ಡ್ ಕಾಣಿಸುತ್ತದೆ, 'ಕೇಶವಿನ್ಯಾಸಕ ಮತ್ತು ಸ್ಯಾಕ್ಸೋಫೋನ್ ವಾದಕ'. ಹಳೆಯ ಇತಿಹಾಸದ ಪುಸ್ತಕಗಳಲ್ಲಿ, ಬಾರ್ಬರ್ ಕೆಲಸ ಮಾಡುವವರು, ಸಣ್ಣ ಮಟ್ಟಿನ ಶಸ್ತ್ರಚಿಕಿತ್ಸೆಯನ್ನು ಮತ್ತು ದಂತಚಿಕಿತ್ಸೆಯನ್ನು ಮಾಡುವುದನ್ನು ಕಾಣಬಹುದು. ಸಮಾಜದಲ್ಲಿ ಬಾರ್ಬರ್ ಒಬ್ಬನ ಪಾತ್ರ ಬಹಳ ಹಿಂದಿನ ಕಾಲದಿಂದಲೂ ಮಹತ್ವದಿದ್ದು, ಅವು ಕರ್ತವ್ಯ ಮತ್ತು ಬದ್ಧತೆಯ ಸಮ್ಮಿಶ್ರಣವಾಗಿದೆ.

ನಾನು ಬಾರ್ಬರನ ಬ್ಲೇಡನ್ನು ಉಪಯೋಗಿಸಲು ಶುರು ಮಾಡಿದ್ದು, ಅದನ್ನು ನನ್ನ ಚರ್ಮದ ಮೇಲೆಯೇ ಪ್ರಯೋಗ ಮಾಡಿ, ಅದರಿಂದ ಪರಿಪೂರ್ಣತೆಯನ್ನು

ಸಾಧಿಸಿದ ಬಳಿಕ ನನ್ನ ಗಿರಾಕಿಗಳ ಮೇಲೆ ಬಳಸಲು ಪ್ರಾರಂಭಿಸಿದೆ. ಮೊದಲು ನನ್ನ ಕೈಗಳ ಮತ್ತು ಕಾಲುಗಳ ಮೇಲೆ ಬ್ಲೇಡನ್ನು ಆಡಿಸುವುದಕ್ಕೆ ತೊಡಗಿ, ಕ್ರಮೇಣ ಅದನ್ನು ಶರೀರದ ಇತರ ಭಾಗಗಳ ಮೇಲೆ ಪ್ರಯೋಗಿಸತೊಡಗಿದೆ. ಹೀಗೆ ನನ್ನ ಕೆಲಸದಲ್ಲಿ ನಂಬಿಕೆ ಹುಟ್ಟಿದ ಬಳಿಕ ನಾನು ಒಬ್ಬ ಇಪ್ಪತ್ತನಾಲ್ಕು ವರ್ಷ ವಯಸ್ಸಿನ ಎಸ್ಟೇಟ್ ಕಾರ್ಮಿಕನ ಗಡ್ಡವನ್ನು ಗೀಸಿದೆ. ಅದು ಅವನದೂ ಮೊದಲ ಅನುಭವವಾಗಿತ್ತು. ಅವನಿಗೆ ಕೆಲವೇ ಕೂದಲ ಎಳೆಗಳಿದ್ದವು, ಆದರೆ ನಿಯಮಿತ ಶೇವ್‌ನ ಬಳಿಕ ಆತನಿಗೆ ದಪ್ಪವಾಗಿ ಗಡ್ಡ ಬಂತು. ಅವನ ಎಳೆಯ, ಮೃದುವಾದ ಚರ್ಮದ ಮೇಲೆ ಕ್ಷೌರದ ಕತ್ತಿಯನ್ನು ಆಡಿಸುವಾಗ ನನಗೋ ಭಯವೇ ಆಗಿತ್ತು, ಆದರೆ ಆತ ಬಲವಂತವಾಗಿ ಮಾಡಿಸಿಕೊಂಡ. ದೇವರ ದಯದಿಂದ ಎಲ್ಲವೂ ಸಲೀಸಾಗಿ ನಡೆಯಿತು.

ನನ್ನನ್ನು ಕೇಶ ವಿನ್ಯಾಸಕಾರ, ಕೇಶಾಲಂಕಾರಿ, ಕ್ಷೌರಿಕ ಅಥವಾ ಉದ್ಯಮಿ ಏನೆಂದೇ ಕರೆಯಿರಿ, ಅದು ಕೇವಲ ಒಂದು ಗ್ರಹಿಕೆ ಅಷ್ಟೇ. ನೀವೊಂದು ಕೆಲಸವನ್ನು ನಿಮ್ಮ ಹೃದಯ ಮತ್ತು ಆತ್ಮವನ್ನು ಒಂದಾಗಿಸಿ ನಡೆಸಿದರೆ ಅಲ್ಲಿ ನಿಮಗೆ ದೇವರ ದರ್ಶನವಾಗುತ್ತದೆ. ಹಾಗಿಲ್ಲವಾದರೆ ನಿಮಗೆ ಭೂತ ದರ್ಶನವಾಗುತ್ತದೆ. ನನಗೆ ನನ್ನ ವೃತ್ತಿಯ ಮೇಲೆ ಅಪಾರ ಪ್ರೀತಿ ಮತ್ತು ಭಾವನಾತ್ಮಕತೆ ಇದೆ. ಪರಿಪೂರ್ಣತೆಯನ್ನು ಸಾಧಿಸುವ ನಿಟ್ಟಿನಲ್ಲಿ ನಾನು ನನ್ನನ್ನೇ ಅರ್ಪಿಸಿಕೊಂಡಿದ್ದೇನೆ, ಹಾಗಾಗಿ ನಾನು ಕೂದಲಿನೊಂದಿಗೆ ಒಂದು ಆತ್ಮೀಯ ಸಂಬಂಧವನ್ನು ಬೆಳೆಸಿಕೊಂಡಿದ್ದೇನೆ. ಇದು ನಿಜಕ್ಕೂ ವಿಚಿತ್ರ ಎನಿಸಬಹುದು, ಆದರೆ, ಒಮ್ಮೆ ನಾನು ಒಬ್ಬ ಗ್ರಾಹಕನ ತಲೆಯ ಜತೆಗೆ ಕೆಲಸಕ್ಕೆ ತೊಡಗಿದರೆ, ಕೂದಲನ್ನು ಪರೀಕ್ಷೆಗೆ ಹಚ್ಚಿ, ಕತ್ತರಿಸುವ ನಿರ್ಣಯ ತೆಗೆದುಕೊಂಡಾಗ, ಆ ಹೆರಳು ನನ್ನೊಂದಿಗೆ ತಾದಾತ್ಮ್ಯ ಹೊಂದುತ್ತದೆ, ಯಾವ ರೀತಿಯಲ್ಲಿ ನಾನು ಅದನ್ನು ಕತ್ತರಿಸಬೇಕೆಂದು ಮಾರ್ಗದರ್ಶನ ನೀಡುತ್ತದೆ ಮತ್ತು ಅಂತಿಮ ಫಲಿತಾಂಶ ಗಿರಾಕಿಗೆ ಅತ್ಯಂತ ಸೂಕ್ತ ರೀತಿಯದ್ದಾಗಿರುತ್ತದೆ.

ನನ್ನ ಗಿರಾಕಿಗಳು ಬಹಳಷ್ಟು ತೃಪ್ತಿಯೊಂದಿಗೆ ತೆರಳುವಾಗ, ನನಗೆ ಅತೀವ ಆನಂದವಾಗುತ್ತದೆ, ಅವರ ಸಂತೋಷಕ್ಕೆ ನಾನು ಕಾರಣವಾದೆನಲ್ಲಾ ಎನ್ನುವ ಕಾರಣಕ್ಕಾಗಿ. ಓರ್ವ ಕೇಶವಿನ್ಯಾಸಕಾರನಾಗಿ ನನಗೆ ಅನೇಕ ಪ್ರಖ್ಯಾತ ಮತ್ತು ಪ್ರಾಮುಖ್ಯ ವ್ಯಕ್ತಿಗಳನ್ನು ಭೇಟಿ ಮಾಡುವ ಅವಕಾಶ ಲಭಿಸಿದೆ. ಓರ್ವ ಕೇಶವಿನ್ಯಾಸಕನ ಅಸ್ತಿತ್ವ ಬರೀ ಸಲೂನ್‌ಗೆ ಮಾತ್ರ ಸೀಮಿತವಾಗಿರುವುದಿಲ್ಲ, ಗ್ರಾಹಕರ ಮನಸ್ಸು, ಹೃದಯಗಳೆರಡರಲ್ಲೂ ಆತನಿಗೆ ಸ್ಥಾನವಿರುತ್ತದೆ. ಉದಾಹರಣೆಗೆ, ನಮಗೆ ಕಾಯಿಲೆಯಾದಾಗ ನಾವು ವೈದ್ಯರನ್ನು ನೆನಪಿಸಿಕೊಳ್ಳುತ್ತೇವೆ. ಅದೇ ವೇಳೆ ನಮ್ಮ ಕೇಶವಿನ್ಯಾಸಕನನ್ನು ಕನ್ನಡಿಯಲ್ಲಿ ಪ್ರತಿಬಿಂಬವನ್ನು ನೋಡಿಕೊಂಡಾಗೆಲ್ಲ ಸ್ಮರಿಸಿಕೊಳ್ಳುತ್ತೇವೆ. ತಾತ್ಪರ್ಯವೆಂದರೆ, ಒಂದು ಕೇಶವಿನ್ಯಾಸ, ಗಿರಾಕಿಯೊಂದಿಗೆ ಒಂದು ವೈಯಕ್ತಿಕ ಸಂಬಂಧವನ್ನು ಕಲ್ಪಿಸಿಕೊಡುತ್ತದೆ, ಅವರು ಪ್ರತಿಯೊಂದು ಸಲದ ಕ್ಷೌರದ ಒಪ್ಪ ಓರಣಕ್ಕೂ ಗೆಳೆಯರಾಗಿ ಪರಿಣಮಿಸುತ್ತಾರೆ.

ನಾನು ನನ್ನ ಕೆಲಸದಲ್ಲಿ ತಾದಾತ್ಮ್ಯವನ್ನು ತುಂಬಾ ಎಳೆಯ ಪ್ರಾಯದಲ್ಲೇ ಪಡೆದೆ. ನಾನು ಹದಿಮೂರು ವರ್ಷ ಪ್ರಾಯದವನಿದ್ದಾಗ, ಹಿಂದಿನ ಪ್ರಧಾನಿ ಶ್ರೀಮತಿ ಇಂದಿರಾ ಗಾಂಧಿಯವರು, ಎರಡು ವರ್ಷಗಳ ತುರ್ತುಪರಿಸ್ಥಿತಿಯ ಹೇರಿಕೆಯ ಬಳಿಕ ರಾಯ್‌ಬರೇಲಿಯಲ್ಲಿ ಸೋತ ನಂತರ ಚಿಕ್ಕಮಗಳೂರು ಉಪ–ಚುನಾವಣೆಯಲ್ಲಿ

ಸ್ಪರ್ಧಿಸಿದ್ದರು. ಎಲ್ಲೆಲ್ಲೂ ದೊಡ್ಡ ದೊಡ್ಡ ವರ್ಣಮಯ ಬಾವುಟ ತೋರಣಗಳು, ಭಿತ್ತಿಚಿತ್ರಗಳು, ಮತ್ತು ಅವರು ಭಾಷಣ ಮಾಡುವ ವೇದಿಕೆಗಳನ್ನು ಹೂಮಾಲೆಗಳಿಂದ ಅಲಂಕರಿಸಿದ್ದರಿಂದ ಆ ಸಮಯದಲ್ಲಿ ಒಂದು ಬಗೆಯ ಉತ್ಸವದ ವಾತಾವರಣ ಉಂಟಾಗಿತ್ತು. ಪೂರ್ತಿ ಹಳ್ಳಿಯೇ ಆಕೆಯ ಆಗಮನದೊಂದಿಗೆ ಕ್ರಿಯಾಶೀಲವಾಗಿತ್ತು. ಬೇಸಾಯಗಾರರು, ರೈತರು ಮತ್ತು ಕಾರ್ಮಿಕವರ್ಗ ಬಹಳ ಸಂಖ್ಯೆಯಲ್ಲಿ ಭಾಷಣ ಕೇಳಲು ನೆರೆದಿದ್ದರು.

ಸ್ವಾತಂತ್ರ್ಯಾನಂತರ 1975ರಿಂದ 1977ರವರೆಗೆ ಅತ್ಯಂತ ಅಂಧಕಾರಮಯ ಸಮಯವಾಗಿತ್ತು. ಎಲೆಮಡಲಿನಂಥ ಸಣ್ಣ ಹಳ್ಳಿಯಲ್ಲಿ ಜಮೀನ್ದಾರರು ಬಡಜನರನ್ನು ಬಹಳಷ್ಟು ಶೋಷಣೆಗೆ ಒಳಪಡಿಸಿದ್ದರು. ಜನರ ಮೇಲೆ ಅನೇಕ ನಿರ್ಬಂಧಗಳನ್ನು ಒತ್ತಾಯಗಳನ್ನು ಹೇರಲಾಗಿದ್ದವು, ಅವರಿಗೆ ಅವು ನಿತ್ಯದ ಗೋಳಾಗಿದ್ದಿತು. ಅವರಿಗೆ ಶ್ರೀಮತಿ ಗಾಂಧಿ ನಿರ್ಬಂಧ ಹೇರಲಿ ಬಿಡಲಿ ಅದೇನೂ ವ್ಯತ್ಯಾಸವಾಗುತ್ತಿರಲಿಲ್ಲ. ಆದರೂ ವಿಪರ್ಯಾಸವೆಂಬಂತೆ, ಅವರು ಹೇರಳವಾಗಿ ಜಮೀನು ಇದ್ದ ಶ್ರೀಮಂತರಿಂದ ಬಡವರಿಗೆ ಬಟವಾಡೆ ಮಾಡುವಲ್ಲಿ ಮುತುವರ್ಜಿ ವಹಿಸಿದರು. ಇಡೀ ದೇಶವೇ ಶ್ರೀಮತಿ ಗಾಂಧಿಯವರ ನಿರಂಕುಶ ಕಾರ್ಯನಿರ್ವಹಣೆಯನ್ನು ವಿರೋಧಿಸಿದರೂ, ಹಳ್ಳಿಯ ಬಡಜನರು ಆಕೆಯನ್ನು ತಮ್ಮ ತಾಯಿಯಂತೆಯೇ ಭಾವಿಸಿದರು. ಏನಿದ್ದರೂ ಜನರು ಒಂದೇ ಒಂದು ವಾರ್ತಾ ಮಾಧ್ಯಮ ರೇಡಿಯೋ ಮಾತ್ರವಾಗಿದ್ದು, ಅದೂ ಸರಕಾರೀ ಹಿಡಿತದಲ್ಲಿತ್ತು.

ನಮ್ಮ ಸಲೂನ್‌ಗೆ ಸಮೀಪದಲ್ಲಿ ಅವರು ಚುನಾವಣಾ ಪ್ರಚಾರದ ಭಾಷಣವನ್ನು ಮಾಡುತ್ತಿದ್ದಾಗ ಅವರನ್ನು ನನಗೆ ಅತೀ ಸಮೀಪದಿಂದ ನೋಡುವ ಅವಕಾಶವಾಯಿತು. ನನ್ನ ಕಣ್ಣಿಗೆ ಸೆಳೆದದ್ದು ಏನೆಂದರೆ, ಆಕೆಯ ಬೆಳ್ಳಿ ಕೂದಲಿನ ಒಂದು ವಿಸ್ತ್ರತ ರೇಖೆ, ಅದು ಆಕೆಗೊಂದು ರಾಜಗಾಂಭೀರ್ಯದ ಪ್ರಭೆಯನ್ನು ನೀಡುತ್ತಿತ್ತು. ಆಕೆಯ ಆ ನಿಲುವಿನಿಂದ ನಾನೆಷ್ಟು ಸಂಪ್ರೀತನಾದೆ ಅಂದರೆ, ನನ್ನ ಹುಡುಗಾಟಿಕೆಯಲ್ಲಿ ಯೋಚನೆಯೊಂದು ಹಣಕಿ ಹಾಕಿತು, ಆಕೆಯ ಆ ಬಾಬ್‌ನ್ನು ನಾನು ಹೇಗೆ ವಿನ್ಯಾಸದ ಶೈಲಿಗೊಡ್ಡಿ ಆಕೆಯ ಶಕ್ತಿಯನ್ನು ಹೇಗೆ ಹೊರಚಿಮ್ಮುವಂತೆ ಮಾಡುತ್ತಿದ್ದೆ ಎಂಬುದಾಗಿ. ಆಕೆ ಅಧಿಕಾರಯುತವಾಗಿ ಮತ್ತು ಪೂರ್ತಿ ಹತೋಟಿಯಲ್ಲಿದ್ದಂತೆ ತೋರಿತು. ಆಕೆಯನ್ನು ಒಬ್ಬ ದೇವತೆಯಂತೆ ಜನರು ಆರಾಧಿಸುತ್ತಿದ್ದರು. ನನ್ನ ತಲೆಯಲ್ಲಿ ಅಸಂಖ್ಯ ಸೃಜನಾತ್ಮಕ ಕಲ್ಪನೆಗಳು ಹರಿಯುತ್ತಿದ್ದವು, ವಿವಿಧ ರೀತಿಯ ಶೈಲಿಗಳು ಆಕೆಗೆ ಹೇಗೆ ಒಪ್ಪಬಹುದೆಂದು ಅದು ಯೋಚಿಸುತ್ತಿತ್ತು, ಒಬ್ಬ ದೇಶದ ಅತ್ಯಂತ ಪ್ರಮುಖವಾದ ಸ್ಥಾನವನ್ನು ಆಕೆ ಹೊಂದಿರುವ ಪ್ರಯುಕ್ತ.

ಕಾಡುಕುರಿಯನ್ನು ಬೇಟೆಯಾಡಿದ್ದು

ಎಂದಾದರೂ ನಾನು ದುಃಖವನ್ನು ಅನುಭವಿಸುತ್ತಿದ್ದಾಗ, ನನಗೆ ಸಾಂತ್ವನ ನೀಡುತ್ತಿದ್ದುದೆಂದರೆ, ಆ ಎಲೆಮಡಲು ಮಾವನ ಮನೆಯ ಆಚೆ ಬದಿಗಿದ್ದ ಗುಳು ಗುಳು ಎನ್ನುತ್ತ ಹರಿಯುತ್ತಿದ್ದ ಹೊಳೆ ಮಾತ್ರ. ಈ ಸ್ಥಳದಲ್ಲೇ ನಾನು ಸ್ನಾನ ಮಾಡುತ್ತಿದ್ದೆ, ಬಟ್ಟೆಗಳನ್ನು ಒಗೆಯುತ್ತಿದ್ದೆ ಮತ್ತು ಹರಿಯುವ ಆ ತಣ್ಣೀರಿನಲ್ಲಿ ಆಟವಾಡುತ್ತಿದ್ದೆ.

ಆ ಒಟ್ಟು ಪರಿಸರವೇ ಒಂದು ವಿಧವಾಗಿ ಸಮ್ಮೋಹನಗೊಳಿಸಿದಂತೆ, ಶಾಂತ ಭಾವನೆಯನ್ನು ನಮ್ಮ ಇಂದ್ರಿಯಗಳಿಗೆ ನೀಡುತ್ತಿದ್ದಂತೆ ತೋರುತಿತ್ತು.

ಎತ್ತರದ ಬಿದಿರು ಮೆಳೆಗಳ ನೆರಳನ್ನು ಆ ನೀರಿನಲ್ಲಿ ಕಾಣುವುದೇ ಒಂದು ಮೋಜು. ಬಿದಿರಿನ ಸಣ್ಣ ಗಿಡಗಳೂ ನೀರಿನಲ್ಲಿ ಉದ್ದವಾಗಿದ್ದಂತೆ ಭ್ರಮೆ ಹುಟ್ಟಿಸುತ್ತಿದ್ದವು. ತುಸು ಗಾಳಿ ಬೀಸಿದರೂ, ನೀರಿನ ಮೇಲೆ ಅಲೆಗಳೆದ್ದು ಎಲೆಗಳು ನೀರಿನ ಸ್ಪರ್ಶಕ್ಕೆ ಬಂದು ಅಲೆಗಳನ್ನು ಎಬ್ಬಿಸುವುದನ್ನು ಬಂಡೆಯ ಮೇಲೆ ಕುಳಿತು ನೋಡುತ್ತಿದ್ದೆ. ಬಾಗಿದ ಮರಗಳ ಎಲೆಗಳು ನೀರಿನಲ್ಲಿ ಓಲಾಡಿ, ಅದರ ಒಣ ಎಲೆಗಳು ಹರಿವ ನೀರಿನಲ್ಲಿ ನಿಧಾನವಾಗಿ ತೇಲಿಹೋಗುವುದನ್ನು ಕಾಣಬಹುದಿತ್ತು.

ಅಂತಹ ನದಿ ದಂಡೆಯಲ್ಲಿ ಎರಡೂ ಬದಿಗಳಲ್ಲಿ ಮರದ ದಿಮ್ಮಿಗಳು ಬಿದ್ದಿರುತ್ತಿದ್ದವು. ಪ್ರಾಯಶಃ ಅವನ್ನು ನೀರು ಎಳೆದುಕೊಂಡು ಬಂದಿರಬಹುದು. ಅವುಗಳಿಗೆ ಆ ಪರಿಸರದಲ್ಲಿ ನಡೆಯುವಂಥದ್ದು, ಆ ದಟ್ಟಕಾಡಿನಲ್ಲಿ, ಆ ಹರಿವ ನೀರಲ್ಲಿ ಮತ್ತು ಸುತ್ತಲಿನ ನಾಡಿನಲ್ಲೂ ನಡೆಯುವುದೆಲ್ಲವೂ ತಿಳಿದಿರಬಹುದು ಎಂಬುದು ನನ್ನ ಭಾವನೆ.

ನಿಸರ್ಗದ ಆ ಪ್ರಶಾಂತತೆ ನನ್ನ ಮನಃಸ್ಥಿತಿಯ ಮೇಲೆ ಕುಳಿತಿರುತ್ತಿತ್ತು. ನಾನು ಬಂಡೆಗಳ ಮೇಲಕ್ಕೆ ಹಾರುತ್ತಿದ್ದೆ, ನೀರಿನ ಝರಿಗಳಲ್ಲಿನ ಮೀನುಗಳ ಜತೆಗೆ ಆಡುತ್ತಿದ್ದೆ, ಚಿಪ್ಪುಗಳನ್ನು ಆಳಕ್ಕೆ ಮುಳುಗಿ ಹೊರತೆಗೆಯುತ್ತಿದ್ದೆ, ಒಂದು ಮರದ ದಿಮ್ಮಿಯ ಮೇಲೆ ಕುಳಿತು ಇನ್ನೊಂದಕ್ಕೆ ಹಾರುತ್ತಿದ್ದೆ, ಅದೊಂದು ನನ್ನ ಹಡಗು, ಇನ್ನೊಂದು ದಡಕ್ಕೆ ಒಯ್ಯುತ್ತಿದೆ ಎಂದು ಅಂದುಕೊಳ್ಳುವೆ. ನನ್ನ ಬರಿಗೈಯಲ್ಲೇ ನಾನು ಮೀನನ್ನು ಹಿಡಿಯಲು ಯತ್ನಿಸುತ್ತಿದ್ದೆ, ಹಾಗೆ ಹಿಡಿದಾಗ ನಾನು ರೋಮಾಂಚಿತನಾಗುತ್ತಿದ್ದೆ. ಅಂತಹ ಮಂಜಿನಷ್ಟು ಚಳಿಯ ನೀರಿನಲ್ಲಿ ಗಾಳವನ್ನಾಗಲೀ, ಇರುಗುಳಿಯನ್ನಾಗಲೀ ಹಾಕಬೇಕೆಂದು ಎಂದೂ ನನಗೆ ಅನಿಸಲಿಲ್ಲ. ಸ್ಥಳೀಯ ಮೀನುಹಿಡಿಯುವ ಕುಪ್ಪಣ್ಣ ಗಾಳವನ್ನು ಉಪಯೋಗಿಸುತ್ತಿದ್ದ. ತಲೆಕೆಳಗಾಗಿ ನಾನು ನೀರಲ್ಲಿ ಮುಳುಗುವುದನ್ನು ಕಂಡು ಆತ ಗೊಳ್ಳೆಂದು ನಗುತ್ತಿದ್ದ, ಜೀವಂತ ಮೀನನ್ನು ಹಿಡಿಯುವ ನನ್ನ ಆತುರವನ್ನು ಕಂಡು. ಅಂತಹ ಬಾಲಿಶಃ ಲವಲವಿಕೆ ನನ್ನಲ್ಲಿತ್ತು. ನನಗೆ ಯಾರಾದರೂ ಒಳ್ಳೆಯವರೆಂದು ಕಂಡರೆ, ನಾನು ಹೇಗಾದರೂ ಅವರ ಮನಸ್ಸನ್ನು ಗೆಲ್ಲುವ ಪ್ರಯತ್ನ ಮಾಡುತ್ತಿದ್ದೆ. ಕುಪ್ಪಣ್ಣ ಅಂತಹ ಒಬ್ಬ ಮನುಷ್ಯನಾಗಿದ್ದ. ನಾನು ಅವನ ಬಾಲಂಗೋಚಿಯಾದೆ, ಸಮೀಪದ ಕಾಡಿಗೆ ತೆರಳಿ ಆತ ಬೇಟೆಯಾಡುವ ಸಮಯ ಆತನ ಸಹಾಯಕನಾದೆ. ಬ್ಯಾಗ್‌ನ್ನು ಹಿಡಿದುಕೊಳ್ಳುವುದು, ಟಾರ್ಚ್, ಗ್ಯಾಸ್-ಲೈಟ್ (ಲಾಟೀನು), ಸರ್ಚ್‌ಲೈಟ್ ಮತ್ತೊಂದು ಫ್ಲಾಸ್ಕ್.

ಬೇಟೆಬೂಟು, ಬೌಲರ್ ಹ್ಯಾಟ್, ತಲೆಯ ಮುಂಭಾಗ ಒಂದು ಸರ್ಚ್‌ಲೈಟ್ ಮತ್ತು ಭುಜದ ಮೇಲೆ ಬಂದೂಕು ಒಳಗೊಂಡು ಆತ ಕತ್ತಲಲ್ಲಿ ಮುಂದಡಿಯಿಟ್ಟರೆ, ನಾನು ಆತನನ್ನು ಬರಿಗಾಲಲ್ಲಿ, ಚೆಡ್ಡಿಯಲ್ಲಿ ಹಿಂಬಾಲಿಸುತ್ತಿದ್ದೆ. ನನ್ನ ಉತ್ಸಾಹ ಇಮ್ಮಡಿಸುತ್ತಿತ್ತು ಯಾಕೆಂದರೆ ನನ್ನ ಬಗೆಗಿನ ಆತನ ಕರುಣೆ ಅಷ್ಟಿಷ್ಟೇನೂ ಅಲ್ಲ.

ಒಂದು ರಾತ್ರಿ ಆತ ಒಂದು ಮಜಬೂತಾಗಿ ತೋರುವ ಕುರಿಗೆ ಗುರಿಯಿಟ್ಟು ದಟ್ಟ ಕಾಡಿನ ನಡುವೆ ಬಂದೂಕಿನಿಂದ ಗುಂಡುಹಾರಿಸಿದ. ಆ ಮೇಲೆ ಆತ ಆ ಕುರಿ ಹೆಚ್ಚು

–ಕಡಿಮೆ ಯಾವ ದಾರಿಹಿಡಿದು ಕಟ್ಟಕಡೆಗೆ ಎಲ್ಲಿ ಸತ್ತು ಬೀಳಬಹುದೆಂದು ಅಂದಾಜಿನಿಂದ ಹೇಳಿದ.

ಅವನ ಬೇಟೆಯ ಸಾಮಾನುಗಳನ್ನು ಆತನ ಮನೆಯಲ್ಲಿ ಹಾಕಿದ ಬಳಿಕ, ನಾನು ಆ ಪ್ರಾಣಿಯ ಜಾಡುಹಿಡಿಯುತ್ತ ಕಾಡಿಗೆ ತೆರಳಿದೆ. ಒಂದೆಡೆ ರಕ್ತ ಸೋರುತ್ತಿದ್ದ ಕುರಿ ಬಿದ್ದಿರುವುದನ್ನು ನಾನು ನೋಡಿದೆ. ನನ್ನ ದೇಹಪ್ರಕೃತಿಗೆ ಬಹಳಷ್ಟು ದೊಡ್ಡದೂ, ಭಾರವೂ ಎನಿಸುವ ಆ ಬೃಹತ್ತಾದ ಪ್ರಾಣಿಯನ್ನು ಬಹಳ ಪ್ರಯಾಸಪಟ್ಟು ಹಳ್ಳಿಯ ಅಂಚಿಗೆ ತಂದು, ಒಂದು ಕುರುಚಲು ಗಿಡಗಳ ಸಮೀಪವಿಟ್ಟು, ಅದರ ಮೇಲೆ ಎಲೆಗಳನ್ನು ಹೊದಿಸಿ, ಅದು ಇತರ ಹೊಂಚುಹಾಕುವ ಕಣ್ಣುಗಳಿಗೆ ಕಾಣಿಸದಂತೆ ಮಾಡಿದೆ. ಮರುದಿನ ಬೆಳಿಗ್ಗೆ, ನಾನು ಬೇಟೆಗಾರನನ್ನು ಆತ ಬಲಿತೆಗೆದುಕೊಂಡ ಸೊತ್ತಿನ ಕಡೆಗೆ ಒಯ್ದೆ. ಪೂರಾ ಚಕಿತನಾಗಿ, ನನ್ನ ಬಗ್ಗೆ ಅತೀವ ಮೆಚ್ಚುಗೆ ಹೊಂದಿ, ಆತ ನನ್ನ ಬೆನ್ನು ತಟ್ಟಿದ. ಮನೆಗೆ ಹಿಂದಿರುಗುವ ಸಮಯ ನಾನು ಜಗತ್ತನ್ನೇ ಗೆದ್ದಂತೆ ಆಗಿತ್ತು. ಅಂತಹ ಹೊಗಳಿಕೆ ನನಗೆ ವಿರಳವಾಗಿದ್ದವು. ಆಮೇಲೆ ಹಳ್ಳಿಯ ಜನರು ಆ ಪ್ರಾಣಿಯ ಮಾಂಸವನ್ನು ಹಂಚಿಕೊಂಡು ಮೆದ್ದರು.

ಈ ಘಟನೆಯನ್ನು ನಾನು ಇಲ್ಲಿ ಪ್ರಸ್ತಾಪಿಸುವುದಕ್ಕೆ ಕಾರಣವೆಂದರೆ, ನಾನು ಯಾವುದೇ ಕೆಲಸವನ್ನು ಕೈಗೆತ್ತಿಕೊಂಡರೆ ಅದನ್ನು ಪೂರ್ತಿಯಾಗಿ ಮುಗಿಯುವವರೆಗೆ ಅದರ ಹಿಂದೆಯೇ ಬಿದ್ದು ಅದರಲ್ಲಿ ಯಶಸ್ಸು ಪಡೆಯುವ ತನಕ ವಿರಮಿಸುವುದಿಲ್ಲ. ಅದು ಎಂತಹುದೇ ಅಡೆತಡೆ ಬಂದಿರಲಿ. ನನ್ನ ಬಾವಂದಿರು ಕಾರ್ಕಳದ ಮುಖ್ಯ ಮಾರುಕಟ್ಟೆಯಲ್ಲಿ ಫ್ರೂಟ್ ಸಲಾಡ್‌ನ್ನು ಮೆಲ್ಲುವ ದೃಶ್ಯ ಸಾಮಾನ್ಯವಾಗಿತ್ತು. ಅದೊಂದು ದುಬಾರಿಯ ಬನಾವಣೆಯೆಂದು ನನಗನಿಸಿತು. ಒಂದು ಅನನ್ಯ ಅನುಭವವೆಂದೂ ಎಣಿಸಿದೆ. ಅದಕ್ಕೆ ಬೇಕಾದಷ್ಟು ಹಣ ನನ್ನಲ್ಲಿರಲಿಲ್ಲ. ನನ್ನೆಲ್ಲ ಊಟಾದಿ ಆಹಾರಗಳೆಲ್ಲ ಮನೆಯಲ್ಲೇ ತಯಾರಿಸಿದ್ದೇ ಆಗಿರುತ್ತಿದ್ದವು. ಮತ್ತು ಯಾವತ್ತೂ ಒಂದು ರೆಸ್ಟೋರೆಂಟ್ ಆಗಲೀ, ಹೊಟೇಲ್‌ಗಾಗಲೀ ಹೋಗಿ ನಾನು ಅಲ್ಲಿನ ತಿಂಡಿಗಳ ರುಚಿ ನೋಡಿದ್ದಿರಲಿಲ್ಲ. ಕೇವಲ ಶ್ರೀಮಂತ ವರ್ಗ ಮಾತ್ರವೇ ಅಂತಹ ವಿಲಾಸದ ಮೇಲೆ ಖರ್ಚು ಮಾಡಬಹುದಿತ್ತು.

ಫ್ರೂಟ್ ಸಲಾಡ್ ಅಂದರೆ, ಹಣ್ಣುಗಳ ಮಿಶ್ರಣದ ಮೇಲೆ ಸ್ವಲ್ಪ ಗೇರುಬೀಜವನ್ನು ಉದುರಿಸಿ ತಯಾರಿಸುವ ತಿನಿಸು ಎಂದು ಕೇಳಿದ್ದೆ. ನನ್ನ ಯೋಜನೆ ಕಾರ್ಯರೂಪಕ್ಕೆ ತರುವ ಸನ್ನಾಹ ಮಾಡಿದೆ.

ಪೇಟೆ ಹೊರವಲಯದಲ್ಲಿ ಗೇರು ತೋಟವೊಂದಿತ್ತು. ನಾನು ಅಲ್ಲಿನ ಒಂದಷ್ಟು ಗೇರುಬೀಜಗಳನ್ನು ಹೆಕ್ಕಿಕೊಂಡು, ತಂದು ಮಾರುಕಟ್ಟೆಯಲ್ಲಿ ಮಾರಾಟ ಮಾಡಿ ಒಂದಿಷ್ಟು ಹಣ ಕೂಡಿಹಾಕಿದೆ. ಆ ಹಣದಿಂದ ಸಮೀಪದ ಒಂದು ಹಣ್ಣಿನ ಪಾರ್ಲರ್‌ಗೆ ತೆರಳಿ ಒಂದು ತಟ್ಟೆಯಷ್ಟು ಫ್ರುಟ್ ಸಲಾಡನ್ನು ಮನಸಾರೆ ಸವಿದೆ.

ನನ್ನ ಮಾವಂದಿರು ಮತ್ತು ಬಾವಂದಿರು ಈ ನನ್ನ ಕ್ಷುಲ್ಲಕ ಕಥೆಯನ್ನು ಕೇಳಿ ಅಚ್ಚರಿಪಟ್ಟರು. ಸಣ್ಣ ಸಣ್ಣ ಪೇಟೆಗಳಲ್ಲಿ ಇಂತಹ ಘಟನೆಗಳು ಸಾಮಾನ್ಯವಾಗಿ ಚರ್ಚೆಗೆ ಗ್ರಾಸವಾಗುತ್ತವೆ. ನನ್ನ ಅಚ್ಚರಿಗೆ ಕಾರಣವಾದುದೆಂದರೆ, ನಾನು ಗೇರುಬೀಜವನ್ನು ಹೆಕ್ಕಿ ಅದನ್ನು ಮಾರಾಟ ಮಾಡಿದ್ದರಲ್ಲಿ ತಪ್ಪೇನಿದೆ ಅಂತ. ನನಗೆ ನೆಲದಲ್ಲೆಲ್ಲಾ

ಹರವಿಬಿದ್ದ ಆ ಗೇರುಬೀಜಗಳನ್ನು ಹೆಕ್ಕಿ ಸಂಗ್ರಹಿಸುವುದರಲ್ಲಿ ಸಾಕಷ್ಟು ಸಮಯವೂ ಹಿಡಿದಿತ್ತು, ಪ್ರಯಾಸವೂ ಆಗಿತ್ತು. ನನ್ನ ಔತಣವನ್ನು ನಾನೇ ಸಂಪಾದಿಸಿದ್ದೆ ತಾನೇ?

ಗೇರುಬೀಜ, ಹಲಸಿನ ಹಣ್ಣು ಅಥವಾ ಮಾವಿನಹಣ್ಣನ್ನು ತಿನ್ನುವುದು ಶ್ರೀಮಂತರ ವಿಶೇಷ ಹಕ್ಕು ಎನ್ನುವಂತಿತ್ತು. ಬಡವರು ಮಾತ್ರ ಶ್ರೀಮಂತರು ತಿಂದು ಬಿಟ್ಟುಳಿದದ್ದರಲ್ಲೇ ತೃಪ್ತಿಪಡಬೇಕಾಗಿತ್ತೇನೋ. ನಿಟ್ಟೆಯಲ್ಲಿದ್ದ ನನ್ನ ಅಜ್ಜನ ಮನೆಯಲ್ಲಿ ಹಲಸಿನಹಣ್ಣನ್ನು ಮನಸಾರೆ ಮೆದ್ದ ಒಂದು ಅನಿರ್ವಚನೀಯವಾದ ನೆನಪು ಇಂದಿಗೂ ನನ್ನನ್ನು ಕಾಡುತ್ತಲೇ ಇರುತ್ತದೆ. ಹಲಸಿನ ಹಣ್ಣಿನ ಮೇಲೆ ತಟ್ಟಿ ಅದು ತಿನ್ನಲು ಹದವಾಗಿದೆಯೇ ಎಂದು ತಿಳಿಯುವ ಉಪಾಯವನ್ನು ಹೇಳಿಕೊಡಲಾಗಿತ್ತು.

ಅದರಿಂದ 'ಡಬ್... ಡಬ್...' ಅಂತ ಸದ್ದು ಬಂದರೆ, ಒಳಗಿನ ಹಣ್ಣು ತಿನ್ನಲು ತಯಾರಾಗಿದೆ ಎನ್ನುವುದು, 'ಟಕ್... ಟಕ್...' ಅಂತ ಸದ್ದು ಬಂದರೆ ಇನ್ನೂ ಹಣ್ಣು ಹದವಾಗಿಲ್ಲ ಎನ್ನುವುದಿತ್ತು. ಒಂದು ಹಲಸಿನ ಹಣ್ಣಿನ ಮರವನ್ನಷ್ಟೇ ಕಾಣುವಾಗ, ಅದರ ಮುಳ್ಳು ಮುಳ್ಳಾದ ಹೊರ ಭಿತ್ತಿಯನ್ನು ಹೊತ್ತು ಮರಗಳಲ್ಲಿ ಜೋತಾಡುವುದನ್ನು ಕಂಡಾಗ, ಇಂದಿಗೂ ಅದೊಂದು ವಿಧವಾದ ಹಳವಂಡ ಅನುಭವ ಕಾಡುತ್ತದೆ. ಅದು ನನ್ನ ಮುಖದ ಮೇಲೆ ಒಂದು ಮಂದಹಾಸವನ್ನು ಮೂಡುವಂತೆ ಇಂದಿಗೂ ಮಾಡುತ್ತದೆ.

ಭಯವಿಲ್ಲದೆ ನನ್ನಲ್ಲಿ ಧೈರ್ಯ ಮೂಡಿದ್ದಲ್ಲ, ಭಯದ ಮೇಲಿನ ಗೆಲುವಿನಿಂದ ಮೂಡಿದ್ದು. ಧೈರ್ಯವಂತ ಮನುಷ್ಯ ಯಾರೆಂದರೆ, ಭಯ ಇಲ್ಲದವನಲ್ಲ, ಅದರ ಮೇಲೆ ಗೆಲುವನ್ನು ಸಾಧಿಸಿದವ

–ನೆಲ್ಸನ್ ಮಂಡೇಲಾ, ದಕ್ಷಿಣ ಆಫ್ರಿಕಾದ ಮೊದಲ ಕರಿಯ ಅಧ್ಯಕ್ಷ, ಅವರು ಅಹಿಂಸಾ–ವಿಧಾನದಿಂದ ವರ್ಣಭೇದ ನೀತಿಯ (ಅಪಾರ್ಥೈಡ್) ವಿರುದ್ಧ ಚಳವಳಿಯನ್ನು ನಡೆಸಿದ್ದರು

ಅಧ್ಯಾಯ ನಾಲ್ಕು

ಪೀಡಕ ಚಿಕ್ಕಪ್ಪ

ಬೆದರುಗೊಂಬೆಯ ದಂಥೆ

ಬೇಸಗೆಯಲ್ಲಿ ಅದೊಂದು ಅತ್ಯಂತ ಉಷ್ಣದ ದಿನವಾಗಿತ್ತು. ಬೇಸಗೆಯೂ ಕರಾವಳಿಯ ಹಳ್ಳಿ ಪ್ರದೇಶವಾದ ಪಲಿಮಾರಿನಲ್ಲಿ ಸುಖಕರವಾಗಿರುತ್ತಿತ್ತು. ಅದು ಕಾರ್ಕಳದಿಂದ ಸುಮಾರು ಹದಿನಾರು ಕಿಲೋ ಮೀಟರ್ ದೂರದಲ್ಲಿತ್ತು. ಆ ಸಮಯದಲ್ಲಿ ನಾನು ನನ್ನ ಸೋದರತ್ತೆಯ ಅಳಿಯ ಸೇಸು ಭಂಡಾರಿ ಮತ್ತು ಅವರ ಹೆಂಡತಿ ಯಮುನಾರ ಮನೆಯಲ್ಲಿ ವಾಸ್ತವ್ಯಕ್ಕಿದ್ದೆ. ನಾನು ಅವರಿಗೆ ಸೈಕಲ್ ಶಾಪಿನಲ್ಲಿ, ಅಡುಗೆಮನೆಯ ಕೈತೋಟದಲ್ಲಿ ತರಕಾರಿ ಬೆಳೆಯುವುದರಲ್ಲೂ ಸಹಾಯಕನಾಗಿ ಕೆಲಸ ಮಾಡುತ್ತಿದ್ದೆ.

ನನಗೆ ಪ್ರಿಯವಾಗಿದ್ದ ಆ ಸಮಯದಲ್ಲಿ, ದ್ವಿಚಕ್ರ ವಾಹನಗಳಲ್ಲಿ ನನ್ನ ಕೈಗೆಟುಕುವ ವಾಹನವಾಗಿತ್ತು ಸೈಕಲ್. ನಾಲ್ಕೈದು ಅಡಿ ಎತ್ತರದ ಆ ಸೈಕಲ್, ಶಾಪಿನಲ್ಲಿದ್ದು ನನಗೆ ಹೇಳಿ ಮಾಡಿಸಿದಂತಿತ್ತು. ನಾನು ಅದನ್ನು ಏರಿಕೊಂಡು ಹಳ್ಳಿಯ ಸುತ್ತಮುತ್ತಲಿನ ಓಣಿ ಓಣಿಯಲ್ಲಿ ಓಡಾಡುವುದಿತ್ತು. ಒಂದು ಸಾಧಾರಣ ಅಳತೆಯ ಆ ಸೈಕಲ್ ಮೇಲೆ ಒಂದು ರಾತ್ರಿ ನಾನು ಅದೊಂದು ಅಂಕುಡೊಂಕಾದ ಕತ್ತಲಿನ ಹಾದಿಯಲ್ಲಿ ಸಾಗಿದಾಗ, ನೀವೇ ಊಹಿಸಬಹುದು, ನಾನು ಅಲ್ಲೊಂದು ಕಡೆ ಮಗುಚಿ ಬಿದ್ದು ಗಾಯ ಮಾಡಿಕೊಂಡೆ. ನನ್ನ ಬದುಕಿನಲ್ಲಿ ಗಾಯಗಳು, ಬಾವುಗಳು, ಜಜ್ಜುಗಳು ಸರ್ವೇಸಾಮಾನ್ಯವಾಗಿರುತ್ತಿದ್ದವು. ನಾವು ಆ ಮಣ್ಣಿನ ಹೆಂಟೆಗಳನ್ನು ಝಾಢಿಸಿ ಬಿಡುತ್ತಿದ್ದೆ, ಮತ್ತು ತಕ್ಷಣ ಸವಾರಿ ಮಾಡುವುದಕ್ಕೆ ಮೊದಲಾಗುತ್ತಿದ್ದೆ. ಸೈಕಲ್ ಸವಾರಿಯ ಉಲ್ಲಾಸವೇ ಬೇರೆ. ನನಗೆ ಇಷ್ಟವಾದಷ್ಟು ಸಮಯ ಸವಾರಿ ಮಾಡುತ್ತಲೇ ಇರುತ್ತಿದ್ದೆ.

ಸರ್ಕಸ್‌ಗಳಲ್ಲಿ ಕಲಾವಿದರು ಮಾಡುವ, ಹಳ್ಳಿಗಳಲ್ಲಿ ಸಾಹಸ ಕಾರ್ಯಗಳನ್ನು ನೋಡಿ, ನಾನು ಕೂಡಾ ಅವರಂತೆಯೇ ಮಾಡಲು ಹವಣಿಸುತ್ತಿದ್ದೆ. ಉದಾಹರಣೆಗೆ ಒಬ್ಬ ಸೈಕಲ್ ಸಾಹಸಿ, ಹತ್ತು ದಿನಗಳ ಪರ್ಯಂತ ಸೈಕಲ್ ಮೇಲೆಯೇ ಸಾಗುತ್ತ,

ಕೆಳಗಿಳಿಯದೆ ಮಾಡಿದ ಸಾಹಸವನ್ನು ಕಂಡು ನಾನು ನಿಜಕ್ಕೂ ಸಂಪ್ರೀತನಾಗಿದ್ದೆ. ಆತ ಹಲ್ಲನ್ನು ಉಜ್ಜುವುದೂ, ಊಟ ಮಾಡುವುದೂ, ವಿಶ್ರಾಂತಿ ಪಡೆಯುವುದೂ ಸೈಕಲ್ ಮೇಲೆಯೇ ನಡೆದಿತ್ತು. ಒಂದು ಅಪವಾದವೆಂದರೆ, ಬಹಿರ್ದೆಸೆಗೆ ಹೋಗುವುದು ಮಾತ್ರ. ಹಾಗೊಂದು ಆಚರಣೆಯಾಗಿ, ನಾನು ಸಮೀಪದ ದೇವಸ್ಥಾನದ ಸುತ್ತಲೂ ಅಂತಹ ಸೈಕಲ್‌ನ ಚತುರಾತ್ಮಕ ಲೀಲೆಗಳನ್ನು ಪ್ರದರ್ಶಿಸಲು ಸಾಧ್ಯವಾಯಿತು.

ಈ ದೇವಸ್ಥಾನದ ಸುತ್ತಲೂ ಬಹುದೊಡ್ಡ ಮೈದಾನವಿದ್ದು, ಅಲ್ಲಲ್ಲಿ ನುಗ್ಗೆ ಮರಗಳನ್ನು ಬೆಳೆಸಿದ್ದರು. ಅದರಿಂದ ಸಿಗುವ ನುಗ್ಗೆ ಕಾಯಿ, ನನ್ನ ಪ್ರಿಯವಾದ ಆಹಾರವಾಗಿದ್ದು, ಅದನ್ನು ಸಾಂಬಾರಿನಂತಹ ಪದಾರ್ಥಗಳಲ್ಲಿ ಯಥೇಷ್ಟ ಉಪಯೋಗಿಸುವುದಿದೆ. ಅದೊಂದು ಮೇಲೋಗರವಾಗಿದ್ದು ಅದನ್ನು ಇಡ್ಲಿ ಅಥವಾ ದೋಸೆಯ ಜತೆಗೆ ಬೆಳಗ್ಗಿನ ಉಪಾಹಾರದಲ್ಲಿ ಮೆಲ್ಲುವುದಿತ್ತು.

ದೇವಸ್ಥಾನದ ಲೌಡ್ ಸ್ಪೀಕರ್‌ನಿಂದ ಹೊಮ್ಮುತ್ತಿದ್ದ ಹೃದಯಪೂರ್ವಕ ಗೀತೆಗಳನ್ನು ನಾನು ನೆನೆದುಕೊಳ್ಳುವುದಿದೆ. ಭಜನೆಗಳು ಅಥವಾ ಸ್ತುತಿಗಳು ಗಣೇಶನನ್ನು ಉದ್ಧೇಶಿಸಿ ಪ್ರಸಾರ ಮಾಡಲಾಗುತ್ತಿದ್ದು, ಆ ಗಣಪತಿಯ ಮುಖವನ್ನು ನಾನು ನಿಚ್ಚಳವಾಗಿ ಇಂದಿಗೂ ಜ್ಞಾಪಿಸಿಕೊಳ್ಳಬಲ್ಲೆ. ಈ ಹಾಡುಗಳ ಹಿನ್ನೆಲೆಯಲ್ಲಿ ನನ್ನ ಸೈಕಲ್ ಸವಾರಿ ಅವ್ಯಾಹತವಾಗಿ ನಡೆಯುತ್ತಿತ್ತು. ಸುಮಾರು ಒಂದು ತಾಸಿನ ಕಾಲ. ಆ ಸಂಗೀತ ಹಕ್ಕಿಗಳ ಚಿಲಿಪಿಲಿಗಳನ್ನು ಮುಳುಗಿಸಿಬಿಡುತ್ತಿತ್ತು. ಒಮ್ಮೆ ಹಾಡು ಮುಗಿದು ವಾತಾವರಣ ಸ್ತಬ್ಧವಾದಾಗ ಮತ್ತೆ ಹಕ್ಕಿಗಳ ಚಿಲಿಪಿಗುಟ್ಟುವ ಸದ್ದು ಕೇಳಿ ಬರುತ್ತಿತ್ತು. ಸೈಕಲ್ ಸವಾರಿ ಮಾಡುವ ವೇಳೆ ಈ ನೈಸರ್ಗಿಕ ನಾದಮಯ ವಾತಾವರಣವನ್ನು ಮನಸಾ ಆನಂದಿಸುತ್ತಿದ್ದೆ. ಕೊನೆಗೆ ಒಂದು ಪುಷ್ಕಳವಾದ ಆಟದ ಬಳಿಕ ತುಸು ಸುಸ್ತಾಗಿ ನಾನು ಮನೆಯ ಕಡೆಗೆ ತಿರುಗುತ್ತಿದ್ದೆ.

ಮೂರು ತಿಂಗಳು ಹೀಗೆ ಸೊಗಸಾಗಿ ಹಳ್ಳಿಯಲ್ಲಿ ಸುಗಮವಾಗಿ ಶಾಂತಿಯಿಂದ ಕಳೆದುಹೋಯಿತು. ಆದರೆ ವಿಧಿಗೆ ಇತರ ಯೋಜನೆಗಳಿದ್ದವು ಅಂತ ಕಾಣಿಸುತ್ತದೆ. ನನಗಾಗಿ ಮತ್ತೆ ಸುಖಮಯ ಸಮಯ ಹೆಚ್ಚು ಉಳಿಯಲಿಲ್ಲ.

ಒಂದು ದಿನ, ಆವೊಂದು ಹಳೆಯ ತುಂಡಾದ ಚಕ್ರವನ್ನು ಸರಿಪಡಿಸುತ್ತ, ಕೆನ್ನೆಯ ಮೇಲೆ ಮೂಡಿದ ಬೆವರನ್ನು ಒರೆಸಿಕೊಳ್ಳುತ್ತಿದ್ದಾಗ, ನನಗೆ ಅದೊಂದು ಉಗ್ರವಾದ ಚಿರಪರಿಚಿತವಾದ ಸ್ವರ ಕೇಳಿಸಿತು. ತಿರುಗಿ ನೋಡಿದಾಗ, ಎದೆ ಝಲ್ ಎನ್ನುವ ಹಾಗೆ, ಹತ್ತಾರು ಹಳೆಯ ಸೈಕಲ್‌ಗಳಿಗೆ ಆಶ್ರಯವಾಗಿದ್ದ ಆ ಹಂಚಿನ ಸೂರಿನ ಇನ್ನೊಂದು ಬದಿಯಲ್ಲಿ ಒಂದು ರಾಕ್ಷಸಾಕಾರದ ಆಕೃತಿ ಗೋಚರಿಸಿತು. ಆ ಹಳೆಯ ಸೈಕಲ್‌ಗಳನ್ನು ತಾಸಿನ ಮೇಲೆ ಬಾಡಿಗೆಗೆ ಗಿರಾಕಿಗಳಿಗೆ ನೀಡಲಾಗುತ್ತಿತ್ತು. ಆ ಆಕೃತಿ ಸಮೀಪಿಸಿದ ಹಾಗೆ ಆ ನೆರಳು ಚಿಕ್ಕಪ್ಪ ಭಂಡಾರಿಯದೆಂದು ಸ್ಪಷ್ಟವಾಯಿತು. ಆತ ಮಲೆಗಳಿಂದ ಆವ್ರತವಾದ್ದ ಎಲೆಮಡಲು ಗುಡ್ಡ ಪ್ರದೇಶದಿಂದ ಪಲಿಮಾರನ್ನು ದಾಟಿ ಬಂದಿದ್ದು, ಅದು ನನ್ನ ಯೋಗಕ್ಷೇಮವನ್ನು ವಿಚಾರಿಸಿಕೊಳ್ಳಲು ಕೈಗೊಂಡ ಪ್ರಯಾಣವಾಗಿರಲಿಲ್ಲ ಎಂದು ನನಗೆ ಅದಾಗಲೇ ಸ್ಪಷ್ಟವಾಗಿತ್ತು. ಹಿಂದೆ ನನ್ನ ಬೇಸಗೆಯ ರಜೆಯನ್ನು ಈ ಚಿಕ್ಕಪ್ಪನ ಮನೆಯಲ್ಲಿ ಆತನಿಗೆ ಸಲೂನ್‌ನಲ್ಲಿ ಸಹಾಯ ಮಾಡುತ್ತ ಕಳೆದದ್ದು ನನ್ನ ಜ್ಞಾಪಕದಲ್ಲಿತ್ತು. ಆ ಮನುಷ್ಯನನ್ನು ಚೆನ್ನಾಗಿ ಬಲ್ಲ ನಾನು ಈ ವಿಶಿಷ್ಟ

ಸಂದರ್ಶನದ ಕಾರಣವನ್ನು ಶಂಕಿಸಿದೆ.

ಒಂದು ಮರದ ಸ್ಟೂಲನ್ನು ಎಳೆದುಕೊಂಡು, ಆತ ಕುಳಿತುಕೊಳ್ಳುವುದಕ್ಕೆ ಸೌಕರ್ಯ ಕಲ್ಪಿಸಿಕೊಂಡರು. ಆ ಮೇಲೆ ಬಹಳ ತಗ್ಗಿದ ಸ್ವರದಲ್ಲಿ ನನ್ನ ಸದ್ಯದ ಕೆಲಸದ ಬಗ್ಗೆ ವಿಚಾರಿಸತೊಡಗಿದರು. ಮೃದುವಾದ, ಗಂಭೀರವಾದ ಸ್ವರದಲ್ಲಿ ಆತ ನನ್ನನ್ನು ತನ್ನ ಜತೆಗೆ ಒಯ್ಯುವ ಪ್ರಸ್ತಾಪವನ್ನು ಮಾಡಿದರು, ಹಾಗೊಮ್ಮೆ ತೆರಳಿದರೆ, ಆತ ನನ್ನನ್ನು ಕ್ಷೌರಿಕ ಕೆಲಸವನ್ನು ಕಲಿಸಿಕೊಡುವ ಆಶ್ವಾಸನೆಯನ್ನೂ ನೀಡಿದರು. ಆ ಸ್ವರ ತುಸು ಶಾಂತಭಂಗಿಯದ್ದಾಗಿತ್ತಾದರೂ, ಅದು ತನ್ನ ಆಜ್ಞೆಯನ್ನು ಪಾಲಿಸಲೇಬೇಕು ಎನ್ನುವಂತೆ ಒತ್ತಾಯವನ್ನು ಹೇರುವಂತೆ ತೋರಿತು. ತೋರಿಕೆಯಲ್ಲಿ ಆ ಆಜ್ಞೆಯಲ್ಲಿ ನನ್ನ ಸಮ್ಮತಿಯನ್ನು ಕೇಳುವ ಧ್ವನಿ ಸ್ಫುರಿಸಿರಲಿಲ್ಲ. ಚಿಕ್ಕಪ್ಪ ಅಂದರೆ ನನ್ನ ತಂದೆಯ ತಮ್ಮ, ಒಬ್ಬ ತಲೆಹೊಯ್ಕ ವ್ಯಕ್ತಿಯಾಗಿದ್ದು ಯಾವತ್ತೂ ತನ್ನದೇ ಅಂತಿಮ ನಿರ್ಧಾರವೆನ್ನುವ ಹಾಗೆ ಮಾತಾಡುವ ಸ್ವಭಾವದವರಾಗಿದ್ದು, ಎಂದಿಗೂ ಇನ್ನೊಬ್ಬರ ಮಾತಿಗೆ ಸೊಪ್ಪುಹಾಕುತ್ತಿರಲಿಲ್ಲ; ಏನಿದ್ದರೂ ಅವರ ಆಜ್ಞೆಯನ್ನು ಪಾಲಿಸಲೇ ಬೇಕಿತ್ತು.

ಅವರ ಮಾತಿನ ಪ್ರಕಾರ ನಡೆದುಕೊಳ್ಳುವುದೆಂದರೆ ಅದೊಂದು ಅಪಾಯದ ಕೆಲಸವಾಗಿತ್ತು. ಆದರೆ ಆತ ಒಂದು ಭರವಸೆಯನ್ನು ನೀಡಿದ್ದೆಂದರೆ, ಒಂದು ವೇಳೆ ನಾನು ಆತನ ಕರೆಗೆ ಒಪ್ಪಿದರೆ, ನಮ್ಮ ಪೂರ್ವಾರ್ಜಿತ ನನ್ನ ತಂದೆಯ ಪಾಲನ್ನು ನೀಡುವುದಾಗಿತ್ತು. ಅದನ್ನು ನನ್ನ ತಾಯಿಗೆ ನೀಡುವುದಾಗಿ ಹೇಳಿದರು. ಅದೊಂದು ಕ್ಯಾರೆಟ್‌ನ್ನು ನನ್ನೆದುರು ಓಲಾಡಿಸಿ ಹಿಡಿದಂತಾಗಿತ್ತು.

ನನ್ನ ಮುಖ ಅರಳಿತು. ಇದು ನನಗೆ ಹಳೆಯ ಸೈಕಲ್ ಶಾಪಿನಲ್ಲಿ ಕಳೆಯುವುದಕ್ಕಿಂತ ಒಂದು ಹೊಸ ಕೌಶಲ್ಯವನ್ನು ಕಲಿಯುವುದಕ್ಕೆ ದಾರಿಯಾಗಬಹುದೆಂದು ಅನ್ನಿಸಿತು. ತಕ್ಷಣ ನಾನು ಆತನ ಸಂಗಡ ಆತನ ಮನೆಯಲ್ಲಿ ಉಳಿಯುವುದಾಗಿಯೂ, ನನ್ನ ತಾಯಿ ಕಾರ್ಕಳದ ಅದೇ ಕರಿಮಿನಾಬಾಯಿಯ ಬಾಡಿಗೆ ಮನೆಯಲ್ಲಿ ತಂಗಿದ್ದು, ತನ್ನ ಹೊಲಿಗೆಯ ಕೆಲಸವನ್ನು ಮುಂದುವರಿಸುವುದಾಗಿ ನಿರ್ಧಾರವಾಯಿತು.

ನನ್ನ ಬದುಕಿಗೊಂದು ಒಳ್ಳೆಯ ದಾರಿಯನ್ನು ಕಾಣುವ ಆಕಾಂಕ್ಷೆಯಿಂದ ನಾನು ಚಿಕ್ಕಪ್ಪನನ್ನು ಹಿಂಬಾಲಿಸಿ ಎಲೆಮಡಲಿನ ಚಳಿಯ ವಾತಾವರಣದ ಪ್ರದೇಶಕ್ಕೆ ಪಯಣ ಬೆಳೆಸಿದೆ. ಮುಂದಿನ ನಾಲ್ಕು ವರ್ಷಗಳು ಚಿಕ್ಕಪ್ಪನ ಮನೆಯಲ್ಲಿ ನನ್ನ ಬದುಕೇ ಬದಲಾಗಬಹುದೆಂಬ ಸ್ವಲ್ಪವೂ ಅನುಮಾನ ನನಗೆ ಬಂದಿರಲಿಲ್ಲ. ಅವು ನನ್ನ ಜೀವನದ ಅತ್ಯಂತ ಭೀಕರ ದಿನಗಳಾಗಿದ್ದವು. ನಾನು ತಿಳಕೊಂಡಂತೆ, ದೇವರು ನನ್ನನ್ನು ಭವಿಷ್ಯದಲ್ಲಿ ಎದುರಾಗಬಹುದಾದ ಅನಿರೀಕ್ಷಿತ ಸಂದರ್ಭಗಳಿಗೆ ಸಜ್ಜುಗೊಳಿಸುವುದಕ್ಕಾಗಿ, ಹೀಗೊಂದು ಪರಿಸ್ಥಿತಿಯನ್ನು ಸೃಷ್ಟಿಸಿರಬಹುದು ಎಂದು ಕೊಂಡಿದ್ದೇನೆ. ಆ ಅನುಭವಗಳು ನನ್ನನ್ನು ಭಾವನಾತ್ಮಕವಾಗಿ ಬಹಳಷ್ಟು ಗಟ್ಟಿ ಮನುಷ್ಯನನ್ನಾಗಿ ರೂಪಿಸಲು, ಮನುಷ್ಯ ಸ್ವಭಾವವನ್ನು ಸರಿಯಾಗಿ ಅರ್ಥ ಮಾಡಿಕೊಳ್ಳಲು ಸಹಕಾರಿಯಾಯಿತು ಎಂದು ಹೇಳಬಹುದು. ಆ ಹಾದಿ ಗಟ್ಟಿಯಾದ ಹಾದಿಯಾಯಿತು ಎನ್ನಿ. ಆದರೆ ಆ ನನ್ನ ಪ್ರಾರಂಭಿಕ ಹದಿಹರೆಯದ ಪ್ರಾಯದಲ್ಲಿ, ಕುಟುಂಬದ ಓರ್ವ ಹಿರಿಯ ಸದಸ್ಯ ಹೇಗೆ ದೌರ್ಜನ್ಯವನ್ನು ಎಸಗಬಹುದು ಎಂದು ಊಹಿಕೊಳ್ಳಲು ನನಗೆ ಸಾಧ್ಯವಾಗಿರಲಿಲ್ಲ. ಮತ್ತು, ನಾನು ಬಹಳ ಆಶಾಭಾವನೆಯಿಂದ

ಕಟ್ಟಿಹಾಕಲ್ಪಟ್ಟಿದ್ದರಿಂದ, ಅಲ್ಲಿನ ಪರಿಸ್ಥಿತಿ ನನಗೆ ಇನ್ನಷ್ಟು ಭಯಾನಕ ದಿಗಿಲನ್ನು ಹುಟ್ಟಿಸಿತು. ನಾನು ಅದಕ್ಕೆ ತಯಾಗಿದ್ದಿರಬೇಕೆಂದು ನನಗೆ ಅನ್ನಿಸಿತು. ನನ್ನ ಮೊತ್ತಮೊದಲ ದಂಥೆ ಅಂದರೆ ಓರ್ವ ಬೆದರುಗೊಂಬೆಯಂತೆ ದೇಹವನ್ನು ಒಗ್ಗಿಸುವುದಾಗಿತ್ತು!

ನನ್ನ ಚಿಕ್ಕಪ್ಪನ ಮನೆ ಒಂದು ಪ್ರಶಸ್ತವಾದ ಗುಡ್ಡದ ಮೇಲೆ ಸ್ಥಿತ್ಯವಾಗಿತ್ತು. ಅದು ಮೂರು ಹಂತಗಳಿರುವ ಒಂದು ಇಳಿಜಾರಿನ ಭಾಗವಾಗಿತ್ತು. ಗುಡ್ಡವನ್ನು ಏರುವುದಕ್ಕೆ ಮೆಟ್ಟಿಲುಗಳ ಮೊದಲ ಹಂತ, ನಂತರ ತೋಟದ ಹಂತ, ಆಮೇಲೆ ತುಸು ಮುಂದಕ್ಕೆ ಸಾಗಿದರೆ, ಗುಡ್ಡದ ತುತ್ತತುದಿಯಲ್ಲಿ ಮನೆ. ಅದಕ್ಕೊಂದು ಸೊಟ್ಟಗಾಗಿದ್ದ ಬೇಲಿಯಿದ್ದು ಬಿದಿರ ಮೆಳೆಯ ಸಲಾಕೆಗಳಿಂದಲೂ, ಗಿಡಗಂಟಿಗಳಿಂದಲೂ ಕಟ್ಟಲಾಗಿತ್ತು. ಚಳಿಯ ಪ್ರದೇಶವಾಗಿದ್ದರಿಂದ ವರ್ಷದ ಹೆಚ್ಚಿನ ಸಮಯ ಕುಳಿರ್ಗಾಳಿ ಬೀಸುತ್ತಿತ್ತು. ಹೊಲದ ಮನೆಗೆ ಸರಾಗವಾಗಿ, ಧಾರಾಳವಾಗಿ ತರಗೆಲೆಯೂ, ಒಣಗಿದ ಹೂ ದಳಗಳೂ ಹಾರಿಬರುತ್ತಿದ್ದವು. ನಾನು ಕೈಗೆಟುಕುವ ತೇಲಿ ಬರುವ ಹತ್ತಿಯ ಉಂಡೆಯಂತೆ ಕಾಣುವ ಬಿಳಿ ಮೋಡಗಳನ್ನು ಕೈಯಲ್ಲಿ ಹಿಡಿಯುವುದಕ್ಕೆ ಪ್ರಯತ್ನಿಸುತ್ತಿದ್ದೆ, ನನಗೆ ತಡೆಯಲಾಗುತ್ತಿರಲಿಲ್ಲ. ಗುಡ್ಡದಿಂದ ಮೇಲೇರಿ ಬರುತ್ತಿದ್ದ ಮೋಡ ಮನೆಯ ಹಿತ್ತಿಲ ಬಾಗಿಲಿನಿಂದ ಹೊರಟು ಎದುರಿನ ಬಾಗಿಲಿನಿಂದ ನಿಷ್ಕ್ರಮಿಸುತ್ತಿತ್ತು.

ಸುಮಾರು ಎರಡು ಎಕ್ರೆಗಳಷ್ಟು ವಿಸ್ತಾರವಾಗಿದ್ದ ತನ್ನ ಜಾಗದಲ್ಲಿ ಚಿಕ್ಕಪ್ಪ, ಹೂಗಳನ್ನೂ, ಹಣ್ಣುಗಳನ್ನೂ, ತರಕಾರಿ, ಧಾನ್ಯಗಳನ್ನೂ ಬೆಳೆದು ಅವನ್ನು ತಮ್ಮ ಸಲೂನ್‌ನ ಮೆಟ್ಟಿಲ ಬಳಿಯಲ್ಲೇ ಇಟ್ಟು ಮಾರಾಟ ಮಾಡುತ್ತಿದ್ದರು. ತನ್ನ ನಾನಾ ರೀತಿಯ ವರಮಾನಕ್ಕೆ ಹೆಚ್ಚುವರಿಯಾಗಿ, ಮನೆಯ ಹಿಂಭಾಗ ಒಂದು ದನಗಳ ಹಟ್ಟಿ, ಮತ್ತೊಂದು ಕೋಳಿ ಕೊಟ್ಟಿಗೆಯನ್ನೂ ಕಟ್ಟಿಸಿದ್ದರು. ಅರ್ಧ ಡಜನ್ ದನಗಳಿಂದ ಬರುತ್ತಿದ್ದ ಹಾಲಿನಿಂದ ಅವರಿಗೆ ಸಾಕಷ್ಟು ಲಾಭ ಬರುತ್ತಿತ್ತು.

ಮನೆ ಸೇರಿದ ದಿನವೇ ನಾನು ಮನೆ ಪಕ್ಕದ ಬದಿಯಲ್ಲಿದ್ದ ಜಾಗದಲ್ಲಿ ಟೊಮೆಟೋ ಗಿಡಗಳನ್ನು ನೆಡಲು ಆತನಿಗೆ ಸಹಾಯ ಮಾಡಿದೆ. ಮುಂದಿನ ದಿನಗಳಲ್ಲಿ, ಹೊಸದಾಗಿ ಅರಳಿಕೊಳ್ಳುವ ಹಣ್ಣುಗಳ ಕಡೆಗೆ ನಾನು ನಿಗಾ ಇಡಬೇಕಿತ್ತು. ಯಾಕೆಂದರೆ, ಹೊಸದಾಗಿ ಹೊರಬರುವ ಕೆಂಪು ಹಣ್ಣುಗಳ ಮೇಲೆ ಹಕ್ಕಿಗಳೂ, ಕೀಟಗಳೂ ಎರಗಿ ಹಾಳುಗೆಡಹುವ ಭಯವಿತ್ತು ಚಿಕ್ಕಪ್ಪನಿಗೆ. ಹಾಗಾಗಿ ಆತ ಸ್ಥಿಮಿತ ಕಳಕೊಂಡದ್ದಲ್ಲದೆ ನನ್ನನ್ನು ಒಂದು ಬೆದುರುಗೊಂಬೆಯಾಗಿ ಪರಿವರ್ತಿಸಿದರು.

ನಾನು ಆ ಹಸುರಿನ ಮತ್ತು ಹಣ್ಣುಗಳ ಕೆಂಪು ಮೊಟ್ಟೆಗಳ ನಡುವೆ ಕುಳಿತಿರಬೇಕಿತ್ತು. ಒಂದು ಗೋಣಿಚೀಲ ನನ್ನ ತಲೆಯ ಮೇಲಿರುತ್ತಿತ್ತು. ನಾನು ಶೂ ಎನ್ನುತ್ತ ಹಣ್ಣಿನ ಮೇಲೆ ಎರಗಬಹುದಾದ ಹಕ್ಕಿಗಳನ್ನೂ ಕಾಗೆಗಳನ್ನು ಓಡಿಸಬೇಕಾಗಿತ್ತು. ಪ್ರತಿದಿನ ಆ ದಪ್ಪದ ಗೋಣಿಚೀಲದಲ್ಲಿ ಹತ್ತು ತಾಸುಗಳಿಗೂ ಹೆಚ್ಚು ಹೊತ್ತು ಕುಳಿತು ಆ ರೆಕ್ಕೆಯ ಜಂತುಗಳನ್ನು ಓಡಿಸಬೇಕಾಗಿತ್ತು. ಶೂ... ಹುಶ್... ಹುಶ್... ಹೂಶ್... ಹುಶ್...ಹುಶ್... ಹೂಶ್! ದಿನದ ಬೆಳಗ್ಗಿನಿಂದ ಕತ್ತಲು ಆವರಿಸುವ ತನಕ ಹೀಗೆ ಕೂಗುತ್ತಾ ನನ್ನ ಧ್ವನಿ ಪೆಟ್ಟಿಗೆ ಹರಿದು ಹೋಗುವ ಹಾಗೆ ಆಗಿತ್ತು.

ಟೊಮೆಟೋಗಳಿಂದ ಪಕ್ಷಿಗಳನ್ನು ಯಶಸ್ವಿಯಾಗಿ ಓಡಿಸಿದ ಬಳಿಕ, ನನ್ನ ದಂಥೆ ಬದಲಾಗಿ, ನೆಲದಡಿಯ ಸಿಹಿಗೆಣಸಿನ ತುಂಡುಸೆಲದಲ್ಲಿ ಬಾಗಿ ನಿಂತಿರುವುದು

ಕಾಯಕವಾಯಿತು. ಒಂದು ಬೆತ್ತವನ್ನು ಹಿಡಿದುಕೊಂಡು, ಈ ಸಿಹಿಗೆಣಸಿನ ಗಿಡಗಳ ಮೇಲೆಲ್ಲಾ ಕುಳಿತುಕೊಳ್ಳುವ ಹಾತೆ ಮತ್ತು ಕೀಟಗಳನ್ನು ಓಡಿಸುವುದರಲ್ಲಿ ನಾನು ಹೈರಾಣಾಗುತ್ತಿದ್ದೆ. ಇವಕ್ಕೆ ಹೊರತಾಗಿ, ಬೀನ್ಸ್, ವಿವಿಧ ರೀತಿಯ ಕಾಯಿಪಲ್ಯೆಗಳು, ಕರಿಮೆಣಸು, ಜೋಳ, ಬೆಂಡೆಕಾಯಿ ಮತ್ತು ಬಚ್ಚಂಗಾಯಿಗಳನ್ನು ನೆಲಮಟ್ಟದ ಮೇಲಕ್ಕೆ ಬೆಳೆಯುತ್ತಿದ್ದು ಅವುಗಳನ್ನೆಲ್ಲ ಕಾಡುತ್ತಿದ್ದ ಸಸ್ಯಕೀಟಗಳನ್ನು ಓಡಿಸುವುದಕ್ಕೆ ಬೇರೆ ಬೇರೆ ಬಗೆಯ ಶೂ... ಕಾರಗಳ ಚಮತ್ಕಾರವನ್ನು ವಿವಿಧ ಬಗೆಯಲ್ಲಿ ಅನುಷ್ಠಾನಕ್ಕೆ ತರಬೇಕಾಗಿದ್ದಿತು. ನಾನು ನನ್ನ ನಡುವನ್ನು ಸೊಟ್ಟಗಾಗಿ ಬಗ್ಗಿಸಿ, ಮರದಹುಡಿ ಸಹಿತವಾದ ಕೀಟನಾಶಕವನ್ನು ಸಿಂಪಡಿಸುವುದಕ್ಕೆ ಪ್ರಯತ್ನಿಸಬೇಕಾಗಿದ್ದಿತು. ಯಾಕೆಂದರೆ, ಅಂತಹ ಕೀಟಬಾಧೆಯ ಗಿಡಗಳು ಹೆಚ್ಚು ಎತ್ತರದವೂ ಅಲ್ಲ ಬಹಳ ಕುಬ್ಜ ಜಾತಿಯವೂ ಆಗಿರಲಿಲ್ಲ. ಸಾಧಾರಣ ಎತ್ತರದ ಅವು ತಲೆ ಕತ್ತರಿಸಿದ ಮರಗಳ ಹಾಗಿದ್ದವು. ಪೇರಳೆ ಮತ್ತು ಚಿಕ್ಕು ಮರಗಳಿಗೆ ಉದ್ದವಾದ ಮುಳ್ಳಿನ ಕೋಲುಗಳನ್ನು ಅದರ ಕೊಂಬೆಗಳಿಗೆ ಕಟ್ಟಲಾಗುತ್ತಿದ್ದು ರಾತ್ರಿಯ ಹೊತ್ತು ಗಿಡುಗಗಳು ಅವುಗಳ ಮೇಲೆ ಕುಳಿತುಕೊಳ್ಳುವುದನ್ನು ನಿಯಂತ್ರಿಸಬಹುದಿತ್ತು.

ಇಲಿ, ಹೆಗ್ಗಣಗಳು ಬಹುದೊಡ್ಡ ಸಮಸ್ಯೆಯಾಗಿದ್ದವು. ಗಿರಾಕಿಗಳ ಕತ್ತರಿಸಿದ ಕೂದಲು ಅವಕ್ಕೆ ಸರಿಯಾದ ಮದ್ದಾಗಿ ಉಪಯೋಗಕ್ಕೆ ಬರುತ್ತಿತ್ತು. ಆ ನಿರರ್ಥಕ ಸಾಧನವನ್ನು ಇಲಿಗಳು ಕೊರೆಯುವ ತೂಬುಗಳಿಗೆ ತುಂಬಿಸುವುದಾಗಿತ್ತು.

ಆ ಗುಡ್ಡದ ಅಡ್ಡಾದಿಡ್ಡಿ ಮೆಟ್ಟಿಲುಗಳ ಮೂಲಕ ಮನೆಯಿಂದ ಕೆಳಕ್ಕೂ ಮೇಲಕ್ಕೂ ನಾನು ಆಗಿಂದಾಗ್ಗೆ ಮಿಂಚಿನಂತೆ ಹಾರಿ ನುಸುಳಬೇಕಾಗಿ ಬರುತ್ತಿತ್ತು, ಅದು ಗುಲಾಬಿಯ ಜಲ್ಲೆಗಳ, ಮಲ್ಲಿಗೆ ಮತ್ತು ದಾಸವಾಳ ಹೂಗಳ ನಡುವೆಯೋ, ಪೇರಳೆ, ಹಲಸಿನಮರ, ನುಗ್ಗೆಮರ ಇಲ್ಲವೇ ಗಿಡ್ಡಜಾತಿಯ ತೆಂಗಿನ ಮರಗಳ ನಡುವೆ ಕೈಮೈ ತಾಗಿಸಿಕೊಳ್ಳುತ್ತ ಬರಬೇಕಾಗಿತ್ತು. ಚುಟುಕಾಗಿ ಹೇಳಬೇಕೆಂದರೆ, ಆ ರೆಕ್ಕೆಗಳ ಜೀವಿಗಳಿಂದ ಮತ್ತು ಹಸಿವಿನಿಂದ ಇಳುವರಿಯ ಮೇಲೆ ನೆಟ್ಟ ಕಣ್ಣು ತೆಗೆಯದ ನೈಸರ್ಗಿಕ ಜಂತುಗಳಿಂದ ತೋಟಗಾರಿಕೆಯ ಆ ತುಂಡುನೆಲದ ಸೊತ್ತನ್ನು ದಿನವಿಡೀ ಮೇಲೆ ಕೆಳಗೆ ಲೆಕ್ಕವಿಲ್ಲದಷ್ಟು ಸಲ ಓಡುತ್ತಾ, ಸೇಕುತ್ತಾ ನಿಭಾಯಿಸಬೇಕಿತ್ತು.

ಸೈಕಲ್ ಶಾಪಿನಿಂದ ನನ್ನನ್ನು ಹೊರಕ್ಕೆಳೆದು ತಂದ ಚಿಕ್ಕಪ್ಪನ ಪೊಗದಸ್ತಾದ ಯೋಜನೆ ಈಗ ನಿಜವಾದ ಬಣ್ಣವನ್ನು ತಳೆಯುವುದಕ್ಕೆ ಪ್ರಾರಂಭಿಸಿತ್ತು.

ಸಲೂನ್, ಆ ಹಳ್ಳಿಗೂ ಪರಿಸರದ ನಿವಾಸಿಗಳಿಗೂ ವ್ಯಾಪಾರದ ಒಂದು ಖಾಯಂ ರಹದಾರಿಯಾಗಿದ್ದು, ಬರುವ ಗ್ರಾಹಕರ ದಂಡು ಯಾವತ್ತೂ ಕ್ಷೀಣಿಸಿದ್ದೇ ಇರಲಾರದು. ಆ ಕೆಲಸವನ್ನೆಲ್ಲಾ ಒಬ್ಬಂಟಿಯಾಗಿ ನಿರ್ವಹಿಸುವುದು ಚಿಕ್ಕಪ್ಪನ ಆಯಾಸಕ್ಕೆ ಕಾರಣವಾಗುತ್ತಿತ್ತು. ಆತನ ಮಕ್ಕಳು, ಅಂದರೆ, ಇಬ್ಬರು ಹೆಣ್ಮಕ್ಕಳು ಊರಲ್ಲಿ ಅಜ್ಜ ಅಜ್ಜಿಯ ಜತೆಗಿದ್ದರೆ, ಇನ್ನೊಬ್ಬಾಕೆ ಮತ್ತು ಒಂದು ವರ್ಷದ ಒಂದು ಗಂಡು ಮಗು ಅವರ ಜತೆಯಲ್ಲೇ ಇದ್ದವು.

ಅವು ತೀರಾ ಸಣ್ಣ ಪ್ರಾಯದವಾಗಿದ್ದ ಕಾರಣ ದುಡಿಮೆಗೆ ಅರ್ಹವಾಗಿರಲಿಲ್ಲ. ಬಹಳ ಜಿಪುಣನಾಗಿದ್ದ ಚಿಕ್ಕಪ್ಪ ಹೊರಗಿನವರನ್ನು ಜೀತಕ್ಕೆ ನಿಯುಕ್ತಿಗೊಳಿಸುತ್ತಿರಲಿಲ್ಲ. ದೈನಂದಿನ ವಹಿವಾಟನ್ನು ನಿಭಾಯಿಸುವುದಕ್ಕೆ ಆತನಿಗೆ ಓರ್ವ ಕಷ್ಟಪಟ್ಟು ದುಡಿಯುವ

ಕೆಲಸದವ ಬೇಕಾಗಿತ್ತು. ನಾನು ಎಳೆಯನೂ, ಗಟ್ಟಿಮುಟ್ಟಾಗಿಯೂ ಮತ್ತು ಯಾವ ಕೆಲಸವನ್ನು ಮರುಮಾತಿಲ್ಲದೆ ನಿರ್ವಹಿಸುವವನೂ ಆಗಿದ್ದೆ. ಹೌದು, ದಿನಬೆಳಗಾದರೆ ನಾನು ಮಣ್ಣಲ್ಲಿ ಮಣ್ಣಾಗಿ, ಕ್ರಿಮಿಕೀಟಗಳಿಂದ ಕಚ್ಚಿಸಿಕೊಂಡು ಮೈಕೈಯನ್ನೆಲ್ಲಾ ಕೊಳೆ ಮಾಡಿಕೊಂಡು ದುಡಿಯುವುದಕ್ಕೆ ಸನ್ನದ್ಧನಾಗಿದ್ದೆ.

ಮುಂಜಾನೆ 5.30ಗಂಟೆಗೆ ಕೋಳಿ ಕೂಗುವುದರ ಜತೆಗೆ, ಮಗುವೂ ಸೇರಿದಂತೆ ಎಲ್ಲರೂ ಎದ್ದೇಳುತ್ತಿದ್ದರು. ಚಿಕ್ಕಪ್ಪ ನನಗೊಂದು ಸಮಯದ ಪಟ್ಟಿಯನ್ನು ಹಾಕಿದ್ದರು– 6.00ಗಂಟೆಯ ಹೊತ್ತಿಗೆ ನಾನು ದನದ ಕೊಟ್ಟಿಗೆಯನ್ನು ಸ್ವಚ್ಛಗೊಳಿಸಬೇಕಿತ್ತು, ಗೊಬ್ಬರ ತಯಾರಿಗೆ ಬೇಕಾಗುವ ಸಗಣಿಯನ್ನು ಆ ಹೊಂಡಕ್ಕೆ ಹಾಕಬೇಕಿತ್ತು, ಹಸುಗಳಿಗೆ ಬೇಕಾದ ಮೇವು ಮತ್ತು ನೀರನ್ನು ಒದಗಿಸಬೇಕು, ಆ ಮೇಲೆ ಅವುಗಳನ್ನು ಮೇಯುವುದಕ್ಕಾಗಿ ಹಳ್ಳಿಯ ಹೊರವಲಯಕ್ಕೆ ಬಿಟ್ಟುಬಿಡಬೇಕಾಗಿತ್ತು. ಅಲ್ಲಿ ಹಸುಗಳ ಸಮಾರು ಎರಡು ತಾಸುಗಳ ಕಾಲ ಮೇಯುವುದರಲ್ಲಿ ನಿರತವಾಗಿದ್ದಂತೆ, ನಾನು ಹಾಲನ್ನು ಹಳ್ಳಿಯ ಸುತ್ತಮುತ್ತಲಿನ ಮನೆಗಳಿಗೆ ಬಟವಾಡೆ ಮಾಡುವ ಪ್ರಯುಕ್ತ ಆರು ಕಿಲೋಮೀಟರ್ ಹಾದಿಯನ್ನು ಸೈಕಲ್ ತುಳಿದು ಕ್ರಮಿಸಬೇಕಿತ್ತು. ಹಾಲಿನ ದೊಡ್ಡ ಕ್ಯಾನ್‌ನ್ನು ಹ್ಯಾಂಡಲ್‌ಗೆ ತೂಗಾಡಿಸಿ, ಮಿಕ್ಕದ್ದನ್ನು ಹಿಂಬದಿಯ ಸೀಟಿನ ಮೇಲೆ ಕಟ್ಟಬೇಕಾಗಿತ್ತು.

ಪ್ರೌಢ ವಯಸ್ಸಿನ ಗಂಡಸರು ಉಪಯೋಗಿಸುವ ಒಂದು ಸೈಕಲ್ ನಿಜಕ್ಕೂ ನನ್ನ ಎಳೆಯ ಕಾಲುಗಳಿಗೆ ಒಂದು ಪಂಥಾಹ್ವಾನವೇ ಆಗಿತ್ತು. ಸೀಟಿನ ಮೇಲೆ ಕುಳಿತು ಓಡಿಸಲು ಯತ್ನಿಸಿದರೆ, ನನ್ನ ಕಾಲುಗಳು ಯಾವತ್ತೂ ಪೆಡಲ್‌ಗಳಿಗೆ ತಾಕುತ್ತಲೇ ಇರಲಿಲ್ಲ. ಅಂತಹ ಸೈಕಲ್‌ಗಳಲ್ಲಿ ಹ್ಯಾಂಡಲ್‌ಗೂ ಸೀಟಿಗೂ ಜೋಡಿಸುವ ಒಂದು ಕಬ್ಬಿಣದ ರಾಡ್ ಇದ್ದಿರುತ್ತದೆ. ಸೈಕಲ್ ರಿಪೇರಿಯ ಅಂಗಡಿಯಲ್ಲಿದ್ದಾಗ, ನಾನು ಎಡಗಾಲನ್ನು ಎಡ ಪೆಡಲ್ ಮೇಲೆ ಇರಿಸಿ, ಬಲಗಾಲನ್ನು ಕಬ್ಬಿಣದ ರಾಡ್‌ನ ಕೆಳಗೆ ತೂರಿಸಿ, ಬಲ ಪೆಡಲ್ ಮೇಲೆ ತುಳಿಯುತ್ತ ಓಡಿಸುತ್ತಿದ್ದೆ. ಈ ಅಭ್ಯಾಸದಿಂದಲೇ ನಾನು ಹಾಲನ್ನು ದೂರದ ಪ್ರದೇಶಗಳಿಗೆ ಒಯ್ಯಲು ಸಾಧ್ಯವಾಗುತ್ತಿತ್ತು.

ನನ್ನ ಮುಂದಿನ ದಂಧೆ ಅಂದರೆ, ಚಿಕ್ಕಪ್ಪ ಬೆಳಿಗ್ಗೆ ಸಲೂನ್‌ಗೆ ತಲುಪುವ ಮೊದಲು ಓಡಿ ಹೋಗಿ, ಸಲೂನ್‌ನ ಕಸ ಗುಡಿಸಿ, ಒರೆಸಿ ಸ್ವಚ್ಛಗೊಳಿಸಿ ಇಡುವುದು. ನಾನು ಹಿಂದಿನ ರಾತ್ರಿ ಇದೇ ರೀತಿ ಸಲೂನ್‌ನ್ನು ಸ್ವಚ್ಛಗೊಳಿಸಿರುತ್ತೇನೆ, ಅಂಗಡಿಯನ್ನು ಮುಚ್ಚುವ ಮೊದಲು, ಆದರೆ ಬೆಳಿಗ್ಗೆ ನೀರಿನಿಂದ ಒರೆಸುವುದು ಅನಿವಾರ್ಯವಿತ್ತು. ದಿನವಿಡೀ ನಾನು ಗಿರಾಕಿಗಳಿಗೆ ಬೇಕಾದ್ದನ್ನು ತಂದುಕೊಡುವುದೂ, ಅಂಗಡಿಯ ಮುಂಗಡೆ ಕುಳಿತು ತರಕಾರಿಯನ್ನು ಮಾರುವುದೂ ನಡೆಯುತ್ತಿತ್ತು. ಮಧ್ಯಾಹ್ನದ ಹೊತ್ತು, ಹಣ್ಣಿನ ಮತ್ತು ತರಕಾರಿಯ ಗಿಡಗಳಿಗೆ ನೀರನ್ನು ಸಿಂಪಡಿಸುವ ಕಾಯಕವಿತ್ತು. ಹೊತ್ತುಕಂತುವ ಮುನ್ನ ನಾನು ಹೊಲಗಳಿಗೆ ತೆರಳಿ ಹಸುಗಳ ಹೆಸರೆತ್ತಿ ಕರೆದು ಅವುಗಳನ್ನು ಹಟ್ಟಿಗೆ ಸೇರಿಸಬೇಕಾಗಿತ್ತು.

ಕಮಲಾಕ್ಷಿ.... ಸುಂದರೀ... ಅಮ್ಮಣ್ಣೀ... ಅಮ್ಮೀ... ನಾನು ಅವುಗಳ ಹೆಸರುಗಳನ್ನು ಜೋರಾಗಿ ಕರೆಯುತ್ತಲೇ, ಹುಲ್ಲುಗಾವಲಿನ ಮೇಲೆ ಓಡುತ್ತಾ, ಇತರ ರೈತರಿಗೆ ಸೇರಿದ ಹಸುಕರುಗಳಿಂದ ಬೇರ್ಪಡಿಸುತ್ತ ತರಬೇಕಾಗಿತ್ತು.

ನನ್ನ ಕರೆಯನ್ನು ಕೇಳುತ್ತಲೇ ಆ ಪಶುಗಳು ನನ್ನತ್ತ ಓಡಿಬಂದರೆ, ಅವುಗಳನ್ನು ಬೆಟ್ಟಗಳ ಇಳಿಜಾರಿನಲ್ಲಿ ಬೆತ್ತಗಳಿಂದ ತಹಬಂದಿಗೆ ತಂದು, ನಡೆಸುತ್ತ, ಹೊಲಗಳನ್ನು ದಾಟಿ, ಇಕ್ಕಟ್ಟಾದ ಟಾರು ರಸ್ತೆಯಲ್ಲಿ ಎದುರಿನಿಂದ ಬರುವ ಟ್ರ್ಯಾಕ್ಟರೋ, ಟೆಂಪೋಗಳಿಂದಲೋ ಬಚಾವಾಗಿಸಿ, ಕೊಟ್ಟಿಗೆಗೆ ಸಾಗಹಾಕುತ್ತಿದ್ದೆ. ಹಟ್ಟಿಯನ್ನು ತಲುಪಿದ ಬಳಿಕ ಅವುಗಳಿಗೆ ಮೇವು ಹಾಕಿ, ನೀರು ಕುಡಿಸಿದರೆ, ಚಿಕ್ಕಮ್ಮ ಸಂಜೆಯ ಹಾಲುಕರೆಯುವುದಕ್ಕೆ ಸಹಾಯ ಮಾಡುತ್ತಿದ್ದಳು.

ಹಸುಗಳಿಗೆ ಅದೊಂದು ಇಳಿಜಾರಾದ ಆಯಕಟ್ಟಿನಲ್ಲಿ ಮರದಿಂದ ಕಟ್ಟಲಾದ ಹಟ್ಟಿಯಾಗಿದ್ದು, ಸಾಲಾಗಿ ಅವುಗಳನ್ನು ಗೂಟಕ್ಕೆ ಕಟ್ಟಿ ಮೇವನ್ನು ಹಾಕುವುದಕ್ಕೆ ವ್ಯವಸ್ಥೆಯಿತ್ತು. ಸಮೀಪದಲ್ಲೇ ಸಗಣಿಯನ್ನು ಶೇಖರಿಸುವುದಕ್ಕೊಂದು ಹೊಂಡ, ಅದರಲ್ಲಿ ಸಸ್ಯಗಳ ಗೊಬ್ಬರಕ್ಕಾಗಿ ಹಸಿರೆಲೆ ಮತ್ತು ತರಗೆಲೆಗಳನ್ನು ಮಿಶ್ರಣ ಮಾಡುವ ಅನುಕೂಲವನ್ನು ಕಲ್ಪಿಸಲಾಗಿತ್ತು. ಸಾಮಾನ್ಯವಾಗಿ ಗೊಬ್ಬರಕ್ಕಾಗಿ ಗೊಬ್ಬರ ಸೊಪ್ಪನ್ನೇ ಬಳಸಲಾಗುತ್ತಿತ್ತು. ಸಗಣಿಯ ಬಹಳ ಮಹತ್ವದ ಉಪಯೋಗವೆಂದರೆ, ಅದನ್ನು ಬೆರಣಿಯಾಗಿ ತಟ್ಟಿ ಉರುವಲನ್ನು ತಯಾರಿಸುವುದು. ಬಹಳ ಹೊತ್ತು ಉರಿಯುವ ತಾಕತ್ತು ಬೆರಣಿಗೆ ಇದ್ದು, ಊಟದ ತಯಾರಿಗೂ, ನೀರು ಕಾಯಿಸುವುದಕ್ಕೂ ಹೇರಳವಾಗಿ ಬಳಕೆಯಾಗುತ್ತಿತ್ತು. ಪಶುಗಳ ಆಹಾರವಾಗಿ ಅನ್ನವನ್ನು ಕೂಡಾ ಬೆರಣಿಯನ್ನು ಉಪಯೋಗಿಸಿ ತಯಾರಿಸಲಾಗುತ್ತಿತ್ತು.

ಕೋಳಿಗಳಿಗೆ ಅವುಗಳದೇ ಆದ ಒಂದು ಚಿಕ್ಕ ಪ್ರಪಂಚವಿತ್ತು. ಕೋಳಿ ಮರಿಗಳು ಹಿತ್ತಲಕಡೆಯ ಆವರಣದೊಳಗೆ ಮೇಯ್ದುಕೊಂಡಿದ್ದರೆ, ಹಳದಿ, ಹಸಿರು ಮತ್ತು ಕೆಂಪು ಬಣ್ಣಗಳಿಂದ ಶೋಭಿಸುವ ಕೋಳಿಗಳೂ ಹುಂಜಗಳೂ ಹಂಚಿನ ಸೂರಿನ ಮೇಲೋ, ಮರಗಳ ಗೆಲ್ಲುಗಳ ಮೇಲೋ ಓಡಾಡಿಕೊಂಡಿರುತ್ತಿದ್ದವು. ಸೂರ್ಯ ಮುಳುಗುವ ಸಮಯ ಅವೆಲ್ಲ ಕೆಳಗಿಳಿಯುತ್ತಿದ್ದವು. ಆದರೆ ಕತ್ತಲಾದರೂ ಅವುಗಳ ಆಟ ಮುಗಿಯದಿದ್ದರೆ, ನಾನು ಒದ್ದೆ ಬಟ್ಟೆಯೊಂದನ್ನು ಅವುಗಳತ್ತ ಎಸೆದು ಕೆಳಕ್ಕೆ ಸೆಳೆದು ಗೂಡಿಗೆ ಸೇರಿಸಬೇಕಾಗುತ್ತಿತ್ತು. ಒದ್ದೆಗೊಂಡ ಅವುಗಳ ಕಾಲುಗಳು ಚಳಿಯಿಂದ ಮುರುಟಿಹೋಗುತ್ತಿದ್ದವು. ಇನ್ನೂ ಕಿರುಚುತ್ತಿರುವ ಅವುಗಳನ್ನು ನನ್ನ ಕೈಗಳಲ್ಲಿ ಹಿಡಿದುಕೊಂಡು ಮಣ್ಣಿನಿಂದ ತಯಾರಿಸಿದ ಅವುಗಳ ಗೂಡುಗಳಿಗೆ ಅಟ್ಟುತ್ತಿದ್ದೆ.

ಈ ಕಾಯಕ ನಿರ್ವಿಘ್ನವಾಗಿ ತಿಂಗಳು ತಿಂಗಳು ಸಾಗುತ್ತಿದ್ದರೂ, ನನ್ನ ಸೇವೆಗಾಗಿ ಒಂದು ಬಿಡಿಗಾಸನ್ನೂ ಚಿಕ್ಕಪ್ಪ ಕೊಡುತ್ತಿರಲಿಲ್ಲ. ಕ್ಷೌರವನ್ನು ಕಲಿಸುತ್ತೇನೆಂದು ಆಶ್ವಾಸನೆ ನೀಡಿದ್ದರೂ, ಅದನ್ನೂ ಕಲಿಸಲಿಲ್ಲ. ನಾನು ಮಾಡುವ ಕೆಲಸದಲ್ಲೂ ಆತನಿಗೆ ತೃಪ್ತಿಯಿದ್ದಂತೆ ಕಾಣಿಸುತ್ತಿರಲಿಲ್ಲ, ಅವರ ಜಾಯಮಾನಕ್ಕೆ ಸರಿಯಾಗಿ ನಾನು ದುಡಿಯುತ್ತಿದ್ದರೂ. ಆತ ಒಬ್ಬ ಕ್ರೂರ, ತೀರಾ ಒರಟಾದ ಮತ್ತು ಅಸಹ್ಯಕರ ನಡವಳಿಕೆಯ ದುಡಿಸುವ ಧಣಿಯಾಗಿದ್ದರು. ಆತನ ಇತರ ಸ್ವಭಾವ ಲಕ್ಷಣಗಳಲ್ಲಿ ಯಾವುದೂ ಹೊಗಳತಕ್ಕದ್ದು ಇದ್ದಿರದೆ, ಕಾರಣವಿಲ್ಲದೆ ಬೊಬ್ಬೆಹಾಕಿ ಬೆದರಿಸುವ, ಚೀರುವ ಮತ್ತು ಕಲ್ಲೆಸೆದು ಹೆದರಿಸುವುದರ ಸಹಿತವಾಗಿ ಅದೊಂದು ಕೆಟ್ಟ ಬಾಯಿಯನ್ನೂ ಹೊಂದಿದ್ದರು.

ಮಾಯವಾಗುತ್ತಿದ್ದ ಮದ್ಯಸಾರ

ನನ್ನನ್ನು ಕ್ಷೌರದ ತರಬೇತಿಗೆಂದು ಬನಾವಣೆಯ ಮಾತುಗಳನ್ನಾಡಿ ತಂದರೂ, ಆತ ನನ್ನನ್ನು ಒಬ್ಬ ಜೀತದಾಳಿನಂತೆ ದುಡಿಸಿಕೊಳ್ಳುತ್ತಿದ್ದರು. ಹಟ್ಟಿಯಲ್ಲಿ ಹೊಯ್ಡಾಡುತ್ತ, ತರಕಾರಿ ಫಲಗಳನ್ನು ಬೆಳೆಸಿ ಮಾರಾಟ ಮಾಡುತ್ತ, ಸಲೂನನ್ನು ಸ್ವಚ್ಛಗೊಳಿಸುತ್ತ ಕಾಲಹರಣ ಮಾಡಿದ ನನಗೆ ಕೊನೆಯಲ್ಲಿ ಆತನಿಗೆ ಸಹಾಯಕನಾಗಿ ದುಡಿಯುವಂತೆ ಅವಕಾಶ ಒದಗಿ ಬಂತು. ಹಲವು ನಿಟ್ಟನಿಂದ ಬರುತ್ತಿದ್ದ ಸಂಪಾದನೆಯ ಫಲಸ್ವರೂಪವಾಗಿ ಚಿಕ್ಕಪ್ಪ ಶ್ರೀಮಂತರಾದರು. ಹಾಗಿದ್ದರೂ ಅವರು ನನಗೆ ಸಂಬಳವನ್ನು ಕೊಡುವುದಿರಲಿ, ಒಂದು ಸಣ್ಣ ಇನಾಮನ್ನಾದರೂ ಕೊಡಲಿಲ್ಲ. ನನ್ನಲ್ಲಿ ಕೇವಲ ಒಂದು ಜತೆ ಖಾಕಿ ಚೆಡ್ಡಿ ಮತ್ತೊಂದು ಷರ್ಟ್ ವಿನಾ ಬೇರೇನೂ ಬಟ್ಟೆಯಿರಲಿಲ್ಲ. ಯುಗಾದಿಯ ಸಮಯದಲ್ಲಿ ಮಾತ್ರ ಒಂದು ಜತೆ ಅಂಗಿಯನ್ನು ನೀಡುತ್ತಿದ್ದರು. ಪರಿಸ್ಥಿತಿ ಉಲ್ಬಣಕ್ಕೆ ಹೋಗುತ್ತಿದ್ದಂತೆ, ಚಿಕ್ಕಪ್ಪ ಮದ್ಯಪಾನಕ್ಕೆ ಶರಣಾಗುತ್ತ, ಅದೊಂದು ಕ್ರಮೇಣ ಅಭ್ಯಾಸವಾಗಿ, ಚಟವಾಗಿ ಮಾರ್ಪಟ್ಟಿತು.

ಮನೆಗೆ ಬಾಟ್ಲಿಯನ್ನು ಒಯ್ಯುವುದಕ್ಕೆ ಅಂಜುತ್ತಿದ್ದರು; ಅದನ್ನು ಸಲೂನ್‌ನಲ್ಲೇ ಅಡಗಿಸಿ ಇಡುತ್ತಿದ್ದರು. ಕತ್ತಲು ಮುಸುಕಿದ ಹಾಗೆ, ಸಲೂನ್‌ನ ಕೆಲಸವೆಲ್ಲ ಮುಗಿದ ಮೇಲೆ, ಆತ ತೃಪ್ತಿಯಾಗುವಷ್ಟು ಕುಡಿಯುತ್ತಿದ್ದರು. ಈ ಅಭ್ಯಾಸ ಕೆಲವು ಕಾಲ ಗುಟ್ಟಾಗಿ ನಡೆಯಿತು, ಯಾಕೆಂದರೆ ಚಿಕ್ಕಮ್ಮನ ಎದುರು ಕುಡಿಯುವುದಕ್ಕೆ ಸರಿಬೀಳುತ್ತಿರಲಿಲ್ಲ. ಸಮಯ ಕಳೆದ ಹಾಗೆ ಸಲೂನ್‌ನಲ್ಲಿ ಆತ ಹೆಚ್ಚು ಹೆಚ್ಚು ಗುಟುಕರಿಸುವುದಕ್ಕೆ ತೊಡಗಿ, ಮನೆಗೆ ಒಬ್ಬ ಕುಡುಕನಂತೆ ತೂರಾಡಿಕೊಂಡು ಬರಲು ತೊಡಗಿದರು. ಮುಂದೆ, ಯಾರೇ ಏನೇ ಹೇಳಿಕೊಳ್ಳಲಿ ಎನ್ನುವಂತೆ ಬಾಟ್ಲಿಯನ್ನು ಮನೆಗೆ ಒಯ್ಯಲು ತೊಡಗಿದರು. ಒಂದು ದೊಡ್ಡ ಸರಕಿನ ಸಂಗ್ರಹ ಸಲೂನ್‌ನಲ್ಲೇ ಇರುತಿತ್ತು.

ಈ ನಡುವೆ ಕುಡಿತ ಒಂದು ನಿತ್ಯದ ಅಭ್ಯಾಸವಾಗಿ ಅವರ ಸ್ವಭಾವದಲ್ಲೂ ಬದಲಾವಣೆಯಾಗಿ ಅದು ಆಕ್ರಮಣಕಾರಿಯೂ, ಹಿಂಸಾರೂಪವನ್ನೂ ತಾಳುವುದಕ್ಕೆ ತಿರುಗಿತು. ಸೂಳೆಮಗ ಅಥವಾ ಬೋಳಿಮಗ ಮುಂತಾದ ಕನ್ನಡದಲ್ಲಿ, ತುಳುವಿನಲ್ಲಿ ಬೈಗುಳಗಳು ರಾಚುವಂತೆ ಚೀರುತ್ತಿದ್ದರು, ನಿದ್ದೆಗೆ ಶರಣಾಗುವವರೆಗೆ. ಒಂದು ಬಿದಿರಿನ ಸಲಾಕೆಯಿಂದ ಆತ ನನಗೆ ಹೊಡೆಯಲು ಕೂಡಾ ತೊಡಗಿದರು.

ನಾನೊಬ್ಬ ಸುಲಭವಾದ ಗುರಿಯಾಗಿದ್ದು, ಅವರ ಸನಿಹದಲ್ಲೇ ಕೈಗೆಟುಕುವ ಹಾಗಿದ್ದು, ಬದುಕಿನಲ್ಲಿ ಅವರು ಎದುರಿಸುತ್ತಿದ್ದ ಎಲ್ಲ ಹತಾಶೆಗಳಿಗೂ ಸೋಲುಗಳಿಗೂ ನಾನು ಬಲಿಪಶುವಾಗತೊಡಗಿದೆ. ದುರಹಂಕಾರ ಅವರ ಜನ್ಮಗುಣವಾಗಿತ್ತು, ಆತ ಎಂದೂ ಒಬ್ಬ ಕರುಣೆಯ ಮನುಷ್ಯನಾಗಿ ಕಾಣಿಸಿಕೊಳ್ಳಲೇ ಇಲ್ಲ. ಕುಡಿತಕ್ಕೆ ಬಲಿಯಾದ ಮೇಲೆ ಮತ್ತು ತನ್ನ ಇಂದ್ರಿಯ ಪ್ರಜ್ಞೆಯನ್ನು ಕಳಕೊಂಡ ಬಳಿಕ, ಆತ ಇನ್ನಷ್ಟು ಭಯಾನಕ ಜಂತುವಾಗಿ ಮಾರ್ಪಟ್ಟರು.

ವಿಪರ್ಯಾಸವೆಂಬಂತೆ, ಅವರು ಸೇವಿಸುತ್ತಿದ್ದ ಮದ್ಯವನ್ನು ನಾನು ತರಬೇಕಿದ್ದಿತು.

ಅದಕ್ಕಿಂತ ಅಸಹಜ ಕೆಲಸ ಬೇರೇನಿತ್ತು! ನಾನು ಬಹಳ ದೂರ ನಡೆದುಕೊಂಡು ಹೋಗಿ ಅದನ್ನು ತರಬೇಕಿತ್ತು. ಪ್ರತಿ ವಾರ ನಾನು ಒಳದಾರಿಯಲ್ಲಿ ಸುಮಾರು ನಾಲ್ಕು ಕಿಲೋಮೀಟರ್‌ನಷ್ಟು ನಡೆದು, ದೇವಸ್ಥಾನದ ಪುರೋಹಿತ ವಾಸು ಅವರ ಮನೆಯಿಂದ ಆ ನಾಡ ಮದ್ಯವನ್ನು ತರಬೇಕಿತ್ತು. ಒಮ್ಮೆ ಆತನಿಗೆ ಮದ್ಯ ತಲೆಗೇರಿತೋ, ಬೈಗಳುಗಳ ಸರಮಾಲೆ ನಾಲಗೆಯಲ್ಲಿ ಓಲಾಡಿ, ಚಿಕ್ಕಮ್ಮನನ್ನು ಹೊಡೆದೂ ಬಡಿದೂ, ಕಟ್ಟಕಡೆಗೆ ನನಗೆ ಬಿದಿರಿನ ಬೆತ್ತದಿಂದ ಹೊಡೆತ ಬೀಳುತ್ತಿತ್ತು, ಆತ ಸುಸ್ತಾಗುವ ತನಕ.

ನನ್ನ ಕರ್ತವ್ಯದ ಭಾಗವಾಗಿ, ಬೀಗ ಹಾಕುವ ಮೊದಲು ನಾನು ಸಲೂನನ್ನು ಸ್ವಚ್ಛಗೊಳಿಸಬೇಕಿತ್ತು. ಚಿಕ್ಕಪ್ಪ ಸಂಜೆ ಬೇಗನೇ ಮನೆಗೆ ಹೊರಡುತ್ತಿದ್ದರು. ಗುಡಿಸುವ ಮತ್ತು ಒರೆಸುವ ಕೆಲಸದ ನಡುವೆ ನಾನು ಮದ್ಯದಿಂದ ಒಂದೆರಡು ಗುಟುಕು ಕುಡಿಯಲು ಪ್ರೇರಣೆಗೊಂಡೆ. ಹಾಗೆ ಕುಡಿದ ಬಳಿಕ ಬಾಟ್ಲಿಯನ್ನು ಕುಡಿಯುವ ನೀರಿನಿಂದ ತುಂಬಿಸಿ ಮದ್ಯದ ಪ್ರಮಾಣವನ್ನು ಸರಿದೂಗಿಸುತ್ತಿದ್ದೆ. ಚಿಕ್ಕಪ್ಪ ಕೆಲವೇ ದಿನಗಳಲ್ಲಿ ಅದೇನೋ ಎಡವಟ್ಟಾಗುತ್ತಿದೆ ಎಂದು ಅನುಮಾನ ವ್ಯಕ್ತಪಡಿಸಿದರು, ಆದರೆ ಮದ್ಯ ತೆಳುವಾಗುತ್ತಿದೆ ಎಂದು ಅವರ ಗಮನಕ್ಕೆ ಬರಲಿಲ್ಲ. ಈ ವಿಧಾನ ಮುಂದುವರಿಯಿತು. ನಾನು ಪ್ರತಿದಿನ ಸಂಜೆ ಸ್ವಲ್ಪ ಸ್ವಲ್ಪವೇ ಮದ್ಯವನ್ನು ಹೀರುತ್ತಿದ್ದೆ ಮತ್ತು ದ್ರವ ತೆಳುವಾಗುತ್ತಾ ಹೋಗುತ್ತಿತ್ತು.

ಮದ್ಯದಲ್ಲಿ ನೀರು ಸೇರಿದ್ದರಿಂದ ಸಿಟ್ಟಿಗೆದ್ದ ಚಿಕ್ಕಪ್ಪ, '*ವಾಸುವಿನ ಮದ್ಯ ದಿನೇ ದಿನೇ ಹಾಳಾಗುತ್ತಾ ಬರುತ್ತಿದೆ. ಹಿಂದಿನ ಒಳ್ಳೆಯ ಗುಣವೇ ಈಗ ಕಾಣಿಸುತ್ತಿಲ್ಲ.*' ಎಂದು ಹಲುಬತೊಡಗಿದರು. ಆತನಿಗೆ ಮದ್ಯಕ್ಕೆ ನೀರು ಸೇರಿಸುತ್ತಿರುವ ಚಮತ್ಕಾರ ತಿಳಿಯಲೇ ಇಲ್ಲ. ಆ ದ್ರವ ಗಾಳಿಯಲ್ಲಿ ಆವಿಯಾಗಿಯೂ ಹೋಗುತ್ತಿಲ್ಲ. ಆತನನ್ನು ಹೀಗೆ ಗೋಳುಹೊಯ್ದುಕೊಳ್ಳುತ್ತಿದ್ದುದರಿಂದ, ನಾನು ಖಾಲಿ ಗೋಡೆಗೆ ಮುಖ ಮಾಡಿ ರಹಸ್ಯವಾಗಿ ನಗುತ್ತಿದ್ದೆ. ಈ ಸಣ್ಣ ತುಂಟಾಟ ನನಗೆ ಅಪಾರ ಖುಷಿಯನ್ನು ನೀಡುತ್ತಿತ್ತು. ಈಗಲೂ, ವಿಚಿತ್ರವಾಗಿ, ಅದನ್ನು ನೆನೆದುಕೊಂಡು ನಾನು ನಗುವುದಿದೆ.

ನಾನು ಕಾಲಕ್ರಮೇಣ ಈ ಅಸಹ್ಯವಾಗಿ ವಾಸನೆ ಹೊಡೆಯುವ ದ್ರವಕ್ಕೆ ಕೊಂಚ ವ್ಯಸನಿಯಾಗ ತೊಡಗಿದೆ. ಏನಿದ್ದರೂ ಅದು ಕೆಲವೇ ದಿನಗಳ ವಾಂಛೆಯಾಗಿತ್ತು. ಅದಕ್ಕೂ ಮಿಗಿಲಾಗಿ ಚಿಕ್ಕಪ್ಪನ ಲಹರಿಗೆ ಕುಂದು ತರುವುದೇ ನನ್ನ ಆಶಯವಾಗಿತ್ತು. ಆತನಿಗೆ ಯಾವುದು ಇಷ್ಟವೋ ಅದನ್ನು ಕಸಿಯುವ ಆಶೆ ನನ್ನದು. ಹಾಗೆ ಆತನೊಂದಿಗೆ ನನ್ನ ತಕರಾರು ಹೀಗೆ ಮುಂದುವರಿಯಿತು. ಆದರೆ, ನನಗೇ ಅದೊಂದು ಸಮಸ್ಯೆಯಾಗಿ ಪರಿಣಮಿಸಿದ ಬಳಿಕ, ಅದಕ್ಕೊಂದು ಮಂಗಳ ಹಾಡುವ ನಿರ್ಧಾರ ಕೈಗೊಂಡೆ.

ಈ ನಡುವೆ ಚಿಕ್ಕಪ್ಪನ ವ್ಯಸನ ತೀವ್ರ ರೂಪಕ್ಕೆ ತಿರುಗಿ ಸಮಸ್ಯೆಯಾಗತೊಡಗಿತು. ಆತ ಬಾಟ್ಲಿಯನ್ನು ಮನೆಗೆ ಒಯ್ದು ಊಟವಾದ ಬಳಿಕ ಎಡೆಬಿಡದೆ ಕುಡಿಯತೊಡಗಿದರು. ಅವರು ಎಷ್ಟು ಹೆಚ್ಚು ಕುಡಿದರೋ, ಅಷ್ಟೇ ಪ್ರಮಾಣದಲ್ಲಿ ರಾಕ್ಷಸೀಯವಾಗಿ ನಡೆಯತೊಡಗಿದರು. ಆ ಅಮಲಿನ ಸ್ಥಿತಿಯಲ್ಲಿ ಅವರು ಪತ್ನಿಯನ್ನು ಬೇಕಾಬಿಟ್ಟಿ ಹೊಡೆಯುತ್ತಿದ್ದರು– ಒಮ್ಮೆ ಆಕೆ ಬಾವಿಗೆ ಹಾರುವುದಾಗಿ ಬೆದರಿಕೆ ಒಡ್ಡಿದರು–ಮತ್ತೆ ಅವರ ಎಳೆಯ ಮಗಳಿಗೆ ಹೊಡೆಯುತ್ತಿದ್ದರು. ನನಗೆ ಏನು ಬಿಟ್ಟುಬಿಡುತ್ತಾರೋ? ನಾನಂತೂ ಸದಾ ಅವರ ನೇರ ಗುರಿಗೆ ಬಲಿಯಾಗುತ್ತಿದ್ದೆ;

ಒಂದು ಬೆತ್ತವನ್ನು ಕೈಲಿ ಹಿಡಿದು ಆತ ಮನೆಯ ಒಳಗೆಲ್ಲಾ, ಕಾಂಪೌಂಡಿನ ಸುತ್ತಲೂ ನನ್ನನ್ನು ಹಿಂಬಾಲಿಸಿ ಓಡಿಬರುತ್ತಿದ್ದರು. ಆತನ ಕೈಗೆ ಸಿಕ್ಕಿದೊಡನೆ, ರಪರಪನೆ ಹೊಡೆಯುತ್ತ ಮೈಮೇಲೆ ಬೋರೆಗಳು ಕಪ್ಪು-ನೀಲಿಯಾಗಿ ಏಳುತ್ತಿದ್ದವು. ಆತ ಉಡುಗೊರೆಯಾಗಿ ನೀಡಿದ ಆ ಏಟಿನ ಗುರುತುಗಳು-ಒಂದು ನನ್ನ ಗದ್ದದ ಮೇಲೂ ಇನ್ನೊಂದು ನನ್ನ ತುಟಿಯ ಮೇಲೂ -ಇಂದಿಗೂ ಉಳಿದುಕೊಂಡಿವೆ.

ಕೂಗುತ್ತಾ, ಚೀರುತ್ತಾ, ಬೊಬ್ಬಿಡುತ್ತಾ ಆತ ನನ್ನನ್ನು ಓಡಿಸಿ ಬರುತ್ತಿದ್ದರು, ಕೈಸೋಲುವವರೆಗೆ. ನನ್ನ ಶರೀರದ ಮೇಲೆ ಬೋರೆಗಳು ಯಾವುದೇ ಔಷಧೋಪಚಾರವಿಲ್ಲದೆ ಉಳಿದುಕೊಂಡಿದ್ದರೆ, ಆ ನೋವಿನಲ್ಲೇ ನರಳುತ್ತ ನನಗೆ ನಿದ್ದೆ ಬಂದು ಬಿಡುತ್ತಿತ್ತು. ಕೆಲವೊಮ್ಮೆ ನನ್ನ ಚಿಕ್ಕಮ್ಮ ಮನೆಯಲ್ಲಿ ತಯಾರಾದ ಪೂತಿ ನಾಶಕ ಅರಸಿನ ಮುಲಾಮನ್ನು ಹಚ್ಚಲು ಕೊಡುತ್ತಿದ್ದರು. ಅದು ನನ್ನ ದೈಹಿಕ ಗಾಯವನ್ನು ಶಮನಗೊಳಿಸುತ್ತಿದ್ದವು.

ನನ್ನ ಚಿಕ್ಕಪ್ಪ ಆರ್ಥಿಕವಾಗಿ ಉತ್ತಮ ಸ್ಥಿತಿಯನ್ನು ಹೊಂದಿದ್ದರು. ಆತ ನನ್ನ ಆಗಮನಕ್ಕಿಂತ ಮೊದಲು ಸಂಪಾದಿಸುವುದಕ್ಕಿಂತ ಈಗ ಹೆಚ್ಚಾಗಿ ಸಂಪಾದಿಸುತ್ತಿದ್ದರು. ಯಾಕೆಂದರೆ, ಕೈಕೆಲಸಕ್ಕೆ ನಾನೊಬ್ಬ ಹೆಚ್ಚುವರಿ ಕೆಲಸದಾಳು ಇದ್ದೆ ತಾನೇ? ಹಣ ಹರಿದು ಬರಲು ತೊಡಗಿದಾಗ, ಆತನ ಧಿಮಾಕಿನ ಪ್ರವೃತ್ತಿ ಕೂಡಾ ಹೆಚ್ಚಾಗತೊಡಗಿತು.

ತಳಮಳಗೊಳಿಸಿದ ಪ್ರೇತ!

ನನ್ನ ಬಾಲ್ಯದ ಅತ್ಯಂತ ಭಯಾನಕ ದಿನಗಳೆಂದರೆ ಎಲೆಮಡಲಿನ ಸಮೀಪದ ಶಾಲೆಯೊಂದರ ಅಧ್ಯಾಪಕರು ಸಲೂನಿನ ಪಕ್ಕದ ಮನೆಯಲ್ಲಿ ಹಗ್ಗ ಹಾಕಿಕೊಂಡು ನೇಣುಬಿಗಿದು ಸತ್ತದ್ದು. ಒಂದೇ ಕೋಣೆಯಿದ್ದ ಆ ಮನೆಯಲ್ಲಿ ಅಧ್ಯಾಪಕರು ಒಂಟಿಯಾಗಿ ವಾಸಿಸುತ್ತಿದ್ದರು. ಅವರ ಕುಟುಂಬ ಇನ್ನೊಂದು ಹಳ್ಳಿಯಲ್ಲಿದ್ದು, ಹೆಂಡತಿ ಮಕ್ಕಳು ರಜಾಕಾಲದಲ್ಲಿ ಇಲ್ಲಿಗೆ ಬರುತ್ತಿದ್ದರು.

ಆ ಪರಿಸರದಲ್ಲಿ ಸಾವು ಸಂಭವಿಸಿದ್ದರಿಂದ ಜನರೆಲ್ಲ ಗುಂಪು ಕೂಡಿದರು. ನಲ್ವತ್ತೆರಡು ವರ್ಷ ವಯಸ್ಸಿನ ಆ ಅಧ್ಯಾಪಕರ ಮನೆಗೆ ಪೊಲೀಸರು ತಪಾಸಣೆಗೆ ಬಂದರು. ಜನರು ಬಾಯಿಗೆ ಬಂದ ಹಾಗೆ ಮಾತಾಡತೊಡಗಿ, ಆ ವ್ಯಕ್ತಿಗೆ ಸಂಸಾರದಲ್ಲಿ ಹಲವು ಸಮಸ್ಯೆಗಳಿದ್ದುವೆಂದು ತೀರ್ಮಾನಿಸಿದರು. ಅವರು ರಸ್ತೆಯ ಎದುರುಗಡೆಯ ಶಾಲೆಯಲ್ಲಿ ಕಲಿಸುತ್ತಿದ್ದರು. ಆ ಸಮಸ್ಯೆಗಳೇನು ಎಂದು ಯಾರಿಗೂ ತಿಳಿಯದು. ಅನೇಕ ಕಾರಣಗಳನ್ನು ಊಹಿಸುತ್ತ ಅದರ ಒತ್ತಡದಿಂದಲೇ ಆತ ತನ್ನನ್ನು ಕೊನೆಗಾಣಿಸಿಕೊಂಡಿದ್ದಾರೆ ಎನ್ನುತ್ತಿದ್ದರು.

ಈ ಘಟನೆ ನನ್ನನ್ನು ಕಾಡಿದ್ದು ಅಷ್ಟಿಷ್ಟಲ್ಲ. ಹಳ್ಳಿಯ ಜನರು, ಹೆಚ್ಚಾಗಿ ಚಿಕ್ಕಪ್ಪನ ಸ್ನೇಹಿತರು, ಆ ಮನುಷ್ಯನ ಪ್ರೇತ ಬಂದು ನಾನು ಮಲಗಿರುವ ಸಮಯ ನನ್ನ ಕತ್ತನ್ನು ಹಿಸುಕಬಹುದೆಂದು ಹೆದರಿಸುತ್ತಿದ್ದರು. ಕೆಲವು ರಾತ್ರಿಗಳಲ್ಲಿ ನನಗೆ ಒಂದಿಷ್ಟೂ ನಿದ್ದೆ ಬರುತ್ತಿರಲಿಲ್ಲ. ನಿಜಕ್ಕೂ ನನ್ನ ಚಾಪೆಯಲ್ಲಿ ಎಚ್ಚರದಿಂದಲೇ ಕೂತಿರುತ್ತಿದ್ದೆ. ಆ ಭೀಕರ ಪ್ರೇತ ನನ್ನನ್ನು ಹೆದರಿಸಿ ನನ್ನ ಕೊರಳನ್ನು ಕೈಗಳಿಂದ ಹಿಸುಕುತ್ತ ನನ್ನನ್ನು ಕೊಂದುಬಿಡಬಹುದೆಂಬ ಯೋಚನೆ ನನಗೆ ಬರುತ್ತಿತ್ತು. ಅದೊಂದು ವಿಚಿತ್ರವಾದ

ಭಾವಪರಿವರ್ತನೆ ಮತ್ತು ಭಯಪಡಿಸುವ ಹುನ್ನಾರವಾಗಿತ್ತು.

ನಾನು ಸಾಮಾನ್ಯವಾಗಿ ಯಾವುದೇ ವ್ಯಕ್ತಿ ಮುಟ್ಟಿ, ಚಿವುಟಿ ಅಥವಾ ಇನ್ನಾವುದೇ ಆಂಗಿಕ ಸ್ಪರ್ಶದ ಮೂಲಕ ಮಾತಾಡುವುದನ್ನು ಹೇಸುತ್ತಿದ್ದೆ. ಅದು ಪ್ರಾಯಶಃ ಅವರ ಆತ್ಮೀಯತೆಯ ಪ್ರಕಟಣೆಯ ದ್ಯೋತಕವಾಗಿರಬಹುದು. ಯಾವುದೋ ಕಾರಣದಿಂದ ಅದು ನನ್ನಲ್ಲಿ ಅಸಹ್ಯಕರ ಭಾವನೆಯನ್ನು ಮೂಡಿಸುತ್ತಿತ್ತು. ಅದೂ ಪ್ರೇತವೊಂದು ನನ್ನನ್ನು ಹಿಡಿಯಬಹುದು ಅಥವಾ ನನ್ನ ಕೊರಳನ್ನು ಹಿಸುಕಬಹುದೆಂಬ ಯೋಚನೆ ನನಗೆ ಹೇಗಾಗಿರಬೇಡ! ಆ ಭೀಭತ್ಸ ಕಲ್ಪನೆ ನನ್ನನ್ನು ಧೃತಿಗೆಡುವಂತೆ ಮಾಡುತ್ತಿತ್ತು.

ಚಿಕ್ಕಪ್ಪನ ಸ್ನೇಹಿತರು ಪ್ರೇತದ ಗೋಚರವನ್ನು ತಮಾಷೆಯಾಗಿ ಹೇಳುವುದನ್ನು ಮುಂದುವರಿಸಿದರು. ಬಹುಶಃ ನಾನೊಬ್ಬ ಮಾತ್ರ ಅದಕ್ಕೆ ಬಲಿಯಾಗುತ್ತಿದ್ದ ಓರ್ವ ಎಳೆಯ ಹುಡುಗನಾಗಿದ್ದೆ. ಅಧ್ಯಾಪಕರು ಸತ್ತು ಹಲವು ತಿಂಗಳುಗಳು ಕಳೆದರೂ, ನನಗೆ ಮಾತ್ರ ಅದೊಂದು ಸಂಗತಿ, ಯಾವತ್ತೂ ಒಂದು ಸ್ವಾಭಾವಿಕ ಸಾವನ್ನು ಕಂಡು ಕೊನೆಗಾಣುವ ಹಾಗಿರಲಿಲ್ಲ. ಭಯಾನಕ ಕನಸುಗಳು ನನ್ನನ್ನು ಬೆನ್ನಟ್ಟಿ ಬಂದು, ರಾತ್ರಿಯಿಡೀ ನಾನು ಮಲಗದೆ, ನನ್ನನ್ನು ಹೀನಾಯವಾಗಿ ಬಲಿತೆಗೆದು ಕೊಳ್ಳುತ್ತಿದ್ದವು. ಅಗೋಚರ ಭಯ ನನ್ನಲ್ಲಿ ಮೂಡಿ ಪೂರ್ತಿ ಬದುಕು ಅಸುರಕ್ಷಿತ ಎನಿಸತೊಡಗಿತು. ಈ ಪರಿಸ್ಥಿತಿಯಲ್ಲಿ ನನಗೇ ಮುಜುಗರವಾಗುವಂತೆ ನಾನು ಮಲಗಿದಾಗ ನನ್ನ ಚಾಪೆ ಹೊದಿಕೆಗಳೆಲ್ಲ ಒದ್ದೆಯಾಗತೊಡಗಿದವು. ಚಾಪೆ ಒದ್ದೆ ಮಾಡಿಕೊಳ್ಳುವುದೆಂದರೆ ಅದೊಂದು ನಾಚಿಕೆಯ ಸಂಗತಿ, ಅದೂ ನನ್ನ ನಿಯಂತ್ರಣವನ್ನು ಮೀರಿ.

ನಾನು ಎಲೆಮಡಲಿನಲ್ಲಿ ಚಿಕ್ಕಪ್ಪ ಗೋವಿಂದರ ಜತೆಗೆ ಎಷ್ಟುಕಾಲ ಇದ್ದೆನೋ ಆ ಸಮಯ ಪೂರ್ತಿ ಈ ಸಮಸ್ಯೆ ಕಾಡಿತು. ಬೆಳಗ್ಗಿನ ಹೊತ್ತು ನಾನು ಎದ್ದಾಗ, ನನ್ನ ಅಚ್ಚರಿಗೆ, ಮಲಗಿದ್ದಾಗ ಹೊದ್ದುಕೊಂಡಿದ್ದ ಹೊದಿಕೆ ಸಹಿತವಾಗಿ ಹುಲ್ಲುಚಾಪೆ ಒದ್ದೆಯಾಗಿ ತಣ್ಣಗಾಗಿರುತ್ತಿತ್ತು. ನನ್ನ ಚಿಕ್ಕಮ್ಮ ಕೂಗುವ ಮೊದಲು ನಾನೆದ್ದು, ರಸ್ತೆಯ ಆಚೆ ಬದಿಯಲ್ಲಿ ಹರಿಯುತ್ತಿದ್ದ ಹೊಳೆಗೆ ಹೋಗಿ ಹರಿಯುವ ನೀರಿನಲ್ಲಿ ಚಾಪೆ, ಹೊದಿಕೆ, ನನ್ನ ಚೆಡ್ಡಿ ಮುಂತಾದವನ್ನು ಒಗೆದುಕೊಂಡು, ಆ ಹೆಪ್ಪುಗಟ್ಟಿಸುವ ಚಳಿಯಲ್ಲಿ ತಣ್ಣೀರಲ್ಲೇ ಸ್ನಾನ ತೀರಿಸಿ ಬರುತ್ತಿದ್ದೆ.

ನನ್ನ ಪ್ರಶ್ನಾತೀತ ಸಮಸ್ಯೆಯನ್ನು ಚಿಕ್ಕಪ್ಪ ಹೋಗಲಾಡಿಸುವುದಕ್ಕೆ ಅಡುಗೆ ಕೋಣೆಯಲ್ಲಿ ಉರಿಯುವ ಬೆಂಕಿಯಲ್ಲಿ ಕಬ್ಬಿಣದ ಸಲಾಕೆಯನ್ನಿಟ್ಟು ಅದು ಕೆಂಪಗಾದಾಗ, ಅದನ್ನು ನನ್ನ ಕುಂಡೆಯ ಮೇಲಿಟ್ಟು ಬರೆಯೆಳೆದರು. ಈ ಸನ್ನಿವೇಶ ನನ್ನ ಅವಸ್ಥೆಯನ್ನು ಮತ್ತೂ ದುರ್ಬರಗೊಳಿಸಿತು. ನಿಜ ಹೇಳಬೇಕೆಂದರೆ, ಅದೊಂದು ವೈದ್ಯಕೀಯ ಸಮಸ್ಯೆಯಾಗಿತ್ತು, ನೇರವಾಗಿ ಮನಸ್ಸಿನ ಮೇಲೆ ಪ್ರಹಾರ ಮಾಡುವ ಭೀತಿಯ ಸಮಸ್ಯೆಯಾಗಿತ್ತು. ಆ ನಿಟ್ಟಿನಲ್ಲಿ ಅವರಿಗೆ ಯೋಚಿವಷ್ಟು ವ್ಯವಧಾನವಿರಲಿಲ್ಲ. ಅವರಿಗೆ ನನ್ನ ದುರಿತವನ್ನು ಇನ್ನಷ್ಟು ಹದಗೆಡಿಸಿ ನನ್ನನ್ನು ಮತ್ತಷ್ಟು ಹಿಂಸಿಸುವ ಇರಾದೆಯಾಗಿತ್ತು. ನನ್ನ ಸಮಸ್ಯೆಯನ್ನು ಯಾವುದೂ ನಿಲ್ಲಿಸಲಿಲ್ಲ; ಅದು ನನ್ನ ಚೆಡ್ಡಿಯನ್ನು ಪ್ರತಿರಾತ್ರಿಯೂ ಒದ್ದೆ ಮಾಡುತ್ತಲೇ ಇತ್ತು.

ಸಲೂನ್‌ನಲ್ಲಿ ನನ್ನ ಗತಿಯನ್ನು ಕಂಡು ಗ್ರಾಹಕರು ವಿಷಾದ ವ್ಯಕ್ತಪಡಿಸುತಿದ್ದರು, ನನ್ನ ಗಾಯಗಳ ಬಗ್ಗೆ ಅವರಿಗೆ ಕಾಳಜಿಯಿದ್ದಿತು. ಕೆಲವರು, ನನ್ನ ಚಿಕ್ಕಪ್ಪ ಒಬ್ಬ 'ಮನುಷ್ಯ ಜೀವಿಯೇ ಅಲ್ಲ' ಎಂದು ದೂರುತ್ತಿದ್ದರು. ಇನ್ನು ಕೆಲವರು, ಆತನ ಅಮಾನುಷ ಕೃತ್ಯವನ್ನು ಕಂಡು, 'ಆತನ ನರಗಳಲ್ಲಿ ಹರಿದಾಡುವುದು ರಕ್ತವೇ ಅಲ್ಲ'ವೆಂದು ಹೀಯಾಳಿಸುತ್ತಿದ್ದರು.

ನಿಜಕ್ಕೂ ಅವರು ಆತನನ್ನು ಒಬ್ಬ ಸಾಮಾನ್ಯ ಮನುಷ್ಯನಂತೆ ಕಾಣುತ್ತಿರಲಿಲ್ಲ. ಅವರ ದಯಾಪರತೆ ನನಗೆ ಕೊಂಚ ಸಾಂತ್ವನ ನೀಡುತ್ತಿತ್ತು. ಜನರು ಆತನ ರಾಕ್ಷಸೀಯ ವಿಧಾನಗಳನ್ನು ಸ್ವಲ್ಪವಾದರೂ ತಿಳಿದಿದ್ದಾರೆ ಎಂದು ನನಗೀಗ ವೇದ್ಯವಾಯಿತು. ಇನ್ನಷ್ಟು ಜನ ಚಿಕ್ಕಪ್ಪನಿಗೆ ನನ್ನ ಜತೆಗೆ ಕರುಣೆಯಿಂದ ನಡೆಯುವಂತೆ ಉಪದೇಶಿಸಿದರು. ಆತ ಯಾವತ್ತೂ ಅವರ ಮಾತುಗಳಿಗೆ ಕಿವಿಗೊಡದೆ, ಅವರನ್ನೆಲ್ಲ ಜರೆದು ಭಂಗಿಸುತ್ತಿದ್ದರು.

ಮಣ್ಣಾದ ನೋಟುಗಳ ಮಾಳ

ನನಗೆಷ್ಟು ಜೀವಭಯವಿತ್ತೆಂದು ಯಾರಿಗೂ ಊಹಿಸಲಾಗದು. ಅದು ನನ್ನ ಪರಿಮಿತಿಗೂ ಮೀರಿದ್ದಾಗಿತ್ತು.

ನನ್ನ ಮೇಲಿನ ದೌರ್ಜನ್ಯ ಮೀರುತ್ತಿದ್ದಂತೆ, ನಾನು ನನ್ನ ಅಸಮರ್ಪಕತೆಯನ್ನು ಕಂಡುಕೊಳ್ಳಲು ತೊಡಗಿದೆ. ನನ್ನ ಆಯ್ಕೆಗಳು ಸೀಮಿತವೆಂದು ನನಗನಿಸತೊಡಗಿತು.

ನನ್ನ ತಂದೆಯ ಮರಣಾನಂತರ ದುಡಿಮೆಯ ಸಲುವಾಗಿ ನಾನು ನನ್ನ ಶಾಲೆಯನ್ನು ಬಿಡಬೇಕಾಗಿ ಬಂದಿತ್ತು. ನನ್ನ ಶಿಕ್ಷಣವನ್ನು ಪೂರ್ತಿಗೊಳಿಸಲು ಸಾಧ್ಯವಾಗದ್ದಕ್ಕೆ ನಾನು ಸಾಕಷ್ಟು ಮರುಗಿದ್ದೇನೆ. ನಾನು ಒಂದು ವೇಳೆ ಶಾಲೆಗೆ ಹೋಗಿ ನನ್ನ ಶಿಕ್ಷಣವನ್ನು ಪೂರ್ತಿಗೊಳಿಸಿ ಮುಂದಿನ ವಿದ್ಯಾಭ್ಯಾಸವನ್ನು ಕೈಗೊಂಡಿದ್ದರೆ, ಸಮಾಜದಲ್ಲಿ ನನಗೆ ಗೌರವ ಲಭಿಸುತ್ತಿತ್ತು ಎಂದು ಹಲುಬಿದ್ದದೆ. ನಾನು ಆ ಉಸಿರುಗಟ್ಟುವ ಸನ್ನಿವೇಶದಿಂದ ಯಾವಾಗ ಒಮ್ಮೆ ಸ್ವತಂತ್ರವಾಗಿ ಹೊರಗೆ ಬರುವುದೆಂದು ದಿನಾ ಕಾಯುತ್ತಿದ್ದೆ.

ಚಿಕ್ಕಪ್ಪ ಮತ್ತು ಚಿಕ್ಕಮ್ಮ ಇಬ್ಬರೂ ನನ್ನನ್ನು ಒಬ್ಬ ನಾಲಾಯಕ್ಕು ವ್ಯಕ್ತಿ ಎಂಬುದಾಗಿ ಪರಿಗಣಿಸಿದ್ದರು. ನೆರೆಯ ಧೋಬಿಯ ಕತ್ತೆಗಿಂತಲೂ ಹೀನಾಯವಾಗಿ ಅವರು ನನ್ನನ್ನು ದುಡಿಸಿಕೊಳ್ಳುತ್ತಿದ್ದರು. ಆ ಸಮೀಕರಣ ಅವಾಸ್ತವ ಎನಿಸಿದರೂ, ಕತ್ತೆಯ ಯಜಮಾನ ನನ್ನ ಚಿಕ್ಕಪ್ಪನಿಗಿಂತಲೂ ಹೃದಯವಂತನಾಗಿ ಆ ಜೀವಿಯನ್ನು ನಡೆಸಿಕೊಳ್ಳುತ್ತಿದ್ದ. ಆ ಜೀವಿಗೆ ಕಾಲಕಾಲಕ್ಕೆ ಉಣಿಸನ್ನಾದರೂ ಹಾಕುತ್ತಿದ್ದ.

ನನ್ನ ಸಂಕಟ ನನ್ನದೇ ಆಯಿತು, ಅದು ಅದಾಗಲೇ ನನ್ನ ಮೇಲೆ ವ್ಯತಿರಿಕ್ತ ಪರಿಣಾಮವನ್ನು ಬೀರಲು ತೊಡಗಿತು. ಸಾಮಾನ್ಯವಾಗಿ ಒಬ್ಬ ಸಾಧು ಸ್ವಭಾವದ ಹುಡುಗನಾಗಿದ್ದರಿಂದ, ನಾನು ಮಾತಾಡುತ್ತಲೇ ಇರಲಿಲ್ಲ, ಅಥವಾ ಯಾರಲ್ಲೂ ನಗುತ್ತಿರಲಿಲ್ಲ. ಸಂಭಾಷಣೆಯನ್ನು ಪ್ರಾರಂಭಿಸುವ ಜಾಯಮಾನವಂತೂ ಯಾವತ್ತೂ ಇರಲಿಲ್ಲ. ಕೇಳಿದ ಪ್ರಶ್ನೆಗೆ ಉತ್ತರಿಸುತ್ತಿದ್ದೆ ಅಷ್ಟೆ. ಕೆಲವೊಮ್ಮೆ ಕೆದಕಿದರೆ ಮಾರುತ್ತರ ಕೊಡುತ್ತಿದ್ದೆ. ಒಂದು ದೃಷ್ಟಿಯಿಂದ ನಾನು ಸಂಪೂರ್ಣವಾಗಿ ಒಬ್ಬ ಮೊಂಡು ಸ್ವಭಾವದ ವ್ಯಕ್ತಿಯಾಗಿ ಮಾರ್ಪಟ್ಟಿದ್ದೆ. ಯಾವ ವಿಷಯ ಎದುರಾದರೂ ನಾನು

ನನ್ನದೇ ನಂಬಿಕೆಗಳಿಗೆ ಬದ್ಧನಾಗಿರುತ್ತಿದ್ದೆ.

ಮನರಂಜನೆಯ ದೃಷ್ಟಿಯಿಂದ ನಾನು ಯಾವುದೇ ಆಹ್ಲಾದಮಯ ಸಂಗತಿಗಳಲ್ಲಿ ತನ್ಮಯನಾಗಿದ್ದು ನೆನಪಿಲ್ಲ. ಹಳ್ಳಿಯ ಇತರ ಮಕ್ಕಳು ಆಟ ಆಡಿದ್ದಂತೆ ನಾನು ಆಟ ಆಡುತ್ತಿರಲಿಲ್ಲ, ನನಗೆ ಗೆಳೆಯರೇ ಇದ್ದಿರಲಿಲ್ಲ. ಕೆಲವೊಮ್ಮೆ ಮಾತ್ರ ಸಲೂನ್‌ನ ಆವರಣದೊಳಗೆ ಮಕ್ಕಳು ಆಡುತ್ತಿದ್ದ ಕ್ರಿಕೆಟ್ ಪಂದ್ಯದಲ್ಲಿ ನಾನು ಭಾಗಿಯಾಗುವುದಿತ್ತು. ನಾವು ರಬ್ಬರ್ ಬಾಲ್‌ನ್ನು ಉಪಯೋಗಿಸುತ್ತಿದ್ದು, ತೆಂಗಿನ ಮಡಲಿನ ಹೆಡೆ ನಮ್ಮ ಬ್ಯಾಟ್ ಮತ್ತು ಸ್ಟಂಪ್‌ಗಳಾಗಿರುತ್ತಿದ್ದವು.

ನನ್ನ ಭವಿಷ್ಯದ ಭಂಡಾರದಲ್ಲಿ ಏನೇನು ಅಡಗಿ ಕೂತಿದೆ ಎನ್ನುವ ಬಗ್ಗೆ ನಾನು ಆತಂಕಿತನಾಗಿದ್ದೆ.

ಚಿಕ್ಕಪ್ಪನ ಗಧೃ ದೃಷ್ಟಿಯಿಂದ ದೂರದಲ್ಲಿ, ಸಲೂನಿನ ಗೋಡೆ ಮತ್ತು ಸೂರಿನ ನಡುವಿನ ಮಾಳವೊಂದರಲ್ಲಿ ನಾನು ನನ್ನ ಹಿಂದಿನ ಸಂಪಾದನೆಯಿಂದ ಉಳಿಸಿದ ಸ್ವಲ್ಪ ಹಣವನ್ನು ಇರಿಸಿದ್ದೆ. ಚಿಕ್ಕಪ್ಪ ತನ್ನ ಹೊಸ ದೊಡ್ಡ ಮನೆಗೆ ಬದಲಾಯಿಸುವ ಮುನ್ನ, ಸಲೂನಿನ ಪಕ್ಕದಲ್ಲೇ ಇದ್ದ ಒಂದು ಸಣ್ಣ ಅಡುಗೆ ಕೋಣೆಯ ಹಾಳುಬಿದ್ದ ಒಲೆಯ ತೂಬಿನಲ್ಲೂ ಒಂದಿಷ್ಟು ಹಣವನ್ನು ಇರಿಸಿದ್ದೆ. ಈ ಹಣದಲ್ಲಿ ಸ್ವಲ್ಪವನ್ನು ಚಿಕ್ಕಪ್ಪನ ಹಿಡಿತದಿಂದ ತಪ್ಪಿಸಿಕೊಳ್ಳುತ್ತ, ನನ್ನ ಊರಿನ ಪ್ರಯಾಣದ ಸಮಯದಲ್ಲಿ ಉಪಯೋಗಿಸುತ್ತಿದ್ದೆ. ಮಿಕ್ಕುಳಿದ ಹಣವನ್ನು ನನ್ನ ಮುಂಬಯಿ ಪಯಣದ ಕಾಲದಲ್ಲಿ ಉಪಯೋಗಿಸಿದ್ದೆ. ಆದರೂ ಆ ಸೂರಿನ ಮೂಲೆಯ ತೂತಿನಲ್ಲಿ ಇನ್ನೂ ಒಂದಿಷ್ಟು ಹಣ ಉಳಿದುಕೊಂಡಿತ್ತು.

ನಾನದನ್ನು ಗಂಟುಗಟ್ಟಿದ್ದು ಮಳೆಗಾಲದ ದಿನಗಳಲ್ಲಿ ಬಳಸುವ ಸಲುವಾಗಿ ಇದ್ದಿತು. ನನ್ನ ಸಂಪಾದನೆಯ ಹಣದ ಬಗೆಗೆ ಇದು ನನ್ನ ಧೋರಣೆಯಾಗಿತ್ತು. ನಾನು ಅದನ್ನು ಉಪಯೋಗಿಸುತ್ತಿದ್ದೆ, ಸ್ವಲ್ಪ ಖರ್ಚು ಮಾಡುತ್ತಿದ್ದೆ, ಸ್ವಲ್ಪ ಉಳಿತಾಯ ಮಾಡುತ್ತಿದ್ದೆ, ಒಂದಲ್ಲ ಒಂದು ದಿನ ತುರ್ತು ಕೆಲಸಕ್ಕೆ ಅದರ ಅವಶ್ಯಕತೆ ಬೀಳಬಹುದೆಂದುಕೊಂಡು.

ವರ್ಷಗಳ ನಂತರ, ನನ್ನ ವ್ಯಾಪಾರವನ್ನು ಮುಂಬಯಿಯಲ್ಲಿ ಸಂಘಟಿಸಿದ ಬಳಿಕ, ನಾನು ನನ್ನ ಚಿಕ್ಕಪ್ಪನನ್ನು ಸಲೂನ್‌ನಲ್ಲಿ ಸಂಧಿಸಿದಾಗ, ಆ ಮಾಳದಲ್ಲಿಟ್ಟಿದ್ದ ಹಣದ ನೋಟುಗಳೆಲ್ಲ ಮಣ್ಣಾಗಿ, ಹರಿದು ಹೋಗಿ ನಾಶವಾಗಿ ಹೋಗಿತ್ತು. ಅಷ್ಟು ಸಮಯ ಆ ಮಾಳದಲ್ಲಿ ಹಣವಿದ್ದು ಯಾರೂ ಮುಟ್ಟದೆ ಇದ್ದುದನ್ನು ಕಂಡು ಚಿಕ್ಕಪ್ಪ ದಂಗುಬಡಿದು ನಿಂತರು. ಆ ನಿಧಿ ಆತನ ಕಣ್ತಪ್ಪಿ ಹೇಗೆ ಉಳಿಯಿತು ಎಂಬುದೇ ಅವರ ಅಚ್ಚರಿಗೆ ಕಾರಣವಾಗಿತ್ತು! ತಾನು ಹಾಗೆ ಮಂಗನಾದ ಪ್ರಯುಕ್ತ ನಾಚಿಕೊಂಡದ್ದು ಸ್ಪಷ್ಟವಿತ್ತು, ಆದರೆ ನಾನು ಆತ ಗಲಿಬಿಲಿಯಾದ ಸನ್ನಿವೇಶವನ್ನು ಕಂಡು ಮನಸಾರೆ ಆನಂದಪಟ್ಟೆ.

ಸಾವಿನ ಆಚರಣೆಗಳು–ನನ್ನ ತಲೆಯ ಮುಂಡನ, ಶೀತಗಟ್ಟಿದ ನೀರಿನಲ್ಲಿ ಸ್ನಾನ

ಸಲೂನ್‌ಗೆ ಇನ್ನೂ ಚಿಕ್ಕಪ್ಪ ಬಂದಿರಲಿಲ್ಲವಾದ್ದರಿಂದ ನಾನು ಗಿರಾಕಿಗಳನ್ನು ನಿಭಾಯಿಸುವುದರಲ್ಲಿದ್ದೆ. ನಾನು ಮೊದಲೇ ಹೇಳಿದಂತೆ ನನಗೆ ಹೊಟ್ಟೆ ತುಂಬ

ಊಟ ಸಿಗುತ್ತಿರಲಿಲ್ಲ. ಮತ್ತು ಆದಿನ ನಾನು ಬೆಳಗ್ಗಿನ ಉಪಾಹಾರವಿಲ್ಲದೆ ಮನೆ ಬಿಟ್ಟಿದ್ದೆ. ಹಸಿವೆಯಿಂದ ನನ್ನ ಹೊಟ್ಟೆ ತಳಮಳವಾಗಿದ್ದು, ಕಂಗಾಲಾದೆ. ನಾನು ದೋಸೆ ಮತ್ತು ಸಾಂಬಾರು ತಿನ್ನುವುದಕ್ಕೆ ಸಮೀಪದ ಹೊಟೇಲೊಂದಕ್ಕೆ ತೆರಳಿದೆ. ನಾನು ನನ್ನ ಬಿಲ್ಲನ್ನು ಹೊಟೇಲ್ ಮಾಲೀಕನಿಗೆ ತೆತ್ತು ಬಂದಿದ್ದೆ–ಅದೆಷ್ಟು ಹಣವೆಂದು ನನಗೆ ನೆನಪಿಲ್ಲ, ಆದರೆ ಅದೊಂದು ಸಣ್ಣ ಮೊತ್ತವಾಗಿತ್ತು. ಈ ಮಧ್ಯಾಹ್ನದ ನನ್ನ ಉಪಾಹಾರವನ್ನು ಚಿಕ್ಕಪ್ಪನಿಗೆ ಹೇಳುವುದು ಬೇಡವೆಂದು ನಾನು ಹೊಟೇಲ್ ಮಾಲೀಕನಲ್ಲಿ ಭಿನ್ನವಿಸಿಕೊಂಡಿದ್ದೆ. ಆದರೆ ಆ ಮನುಷ್ಯ ತಪ್ಪದೆ ಈ ವಿಷಯವನ್ನು ಚಿಕ್ಕಪ್ಪನಿಗೆ ಹೇಳಿ ದೂರಿದ. ಚಿಕ್ಕಪ್ಪ ನನಗೆ ಬಿಡಿಗಾಸನ್ನೂ ಸಂಬಳವಾಗಿ ಕೊಡುತ್ತಿರಲಿಲ್ಲವೆಂದು ಆತನಿಗೆ ಖಂಡಿತವಾಗಿಯೂ ತಿಳಿದಿತ್ತು. ಹಾಗಾಗಿ, ನಾನು ಆ ಹಣವನ್ನು ಸಲೂನ್‌ನ ಹಣದ ಪೆಟ್ಟಿಗೆಯಿಂದ ಲಪಟಾಯಿಸಿರಬೇಕೆಂದು ಅಂದುಕೊಂಡಿರಬೇಕು.

ಮನೆಗೆ ರಾತ್ರಿ ತಲುಪಿದಾಗ, ವಿಷಯ ಪ್ರಸ್ತಾಪಕ್ಕೆ ಬಂದು, ನಾನು ಹಣವನ್ನು ತೆಗೆದಿಲ್ಲವೆಂದು ಪಟ್ಟುಹಿಡಿದೆ. ನನ್ನ ಮಾತನ್ನು ತೆಗೆದುಕೊಳ್ಳದೆ ಚಿಕ್ಕಪ್ಪ ನನಗೆ ನಿರ್ದಾಕ್ಷಿಣ್ಯವಾಗಿ ಹೊಡೆದರು.

ನಾನು ಗಿರಾಕಿಯಿಂದ ಪಡೆದ ಹಣವನ್ನು ಮಾಮೂಲಿನಂತೆ ಹಣದ ಪೆಟ್ಟಿಗೆಗೆ ಹಾಕುವ ಬದಲು, ನನ್ನ ಜೇಬಿಗೆ ಇಳಿಸಿದ್ದೇನೆ ಎಂದು ಒಪ್ಪಿಕೊಳ್ಳುವಂತೆ ದುಂಬಾಲು ಬಿದ್ದರು.

ಹೊಟೇಲ್ ಮಾಲೀಕನ ಬಗ್ಗೆ ನನ್ನಲ್ಲಿ ಹತ್ತಿಕೊಂಡ ಕೋಪ ಅಷ್ಟಿಷ್ಟಲ್ಲ, ಆತ ಚಿಕ್ಕಪ್ಪನ ಅಮಾನುಷ ಸ್ವಭಾವವನ್ನು ತಿಳಿದಿದ್ದ ಹೊರತಾಗಿಯೂ ಈ ಆಟ ಆಡಿದ್ದ. ನನ್ನ ಎಣಿಕೆಯಂತೆ ನಾನು ಹೊಟೇಲ್ ಮಾಲೀಕನಿಗೆ ಹಣ ತೆತ್ತಿದ್ದೆ. ನನಗೆ ಸ್ವಲ್ಪ ಕರುಣೆಯ ಅಗತ್ಯವಿತ್ತು. ದಿನವಿಡೀ ವೇತನವೇ ಇಲ್ಲದೆ ದುಡಿಯುತ್ತಿದ್ದುದರಿಂದ ನಾನೂ ಒಂದಿಷ್ಟು ಭಕ್ಷೀಸು ಬಯಸಿದ್ದೆ, ಅದೂ ಹೊಟ್ಟೆ ಬಹಳಷ್ಟು ಹಸಿದಿರುವ ಸಮಯದಲ್ಲಿ. ಮನೆಯಲ್ಲಿ ಹಾಕುತ್ತಿದ್ದ ಊಟದಿಂದ ನನ್ನ ಹೊಟ್ಟೆ ತುಂಬುತ್ತಿರಲಿಲ್ಲ, ಅದು ಸ್ವಲ್ಪ ಪ್ರಮಾಣದ್ದೇ ಆಗಿರುತ್ತಿತ್ತು.

ಮುಂದೆ ಏನು ಸಂಭವಿಸಿತು ಅಂದರೆ, ಚಿಕ್ಕಪ್ಪ ಇನ್ನಷ್ಟು ಕ್ರುದ್ಧರಾದರು. ನಾನು ಅವರ ಯಾವುದೇ ಚೀರಾಟಕ್ಕೂ, ಕೂಗಾಟಕ್ಕೂ ಬೊಬ್ಬೆಗೂ ಸ್ಪಂದಿಸದೆ ನಿಂತಿದ್ದೆ. ಆತ ನನಗೆ ಬೆತ್ತದಿಂದ ಬಡಿಯುತ್ತಲೇ ಇದ್ದರೂ ನಾನೊಂದು ಪ್ರತಿಮೆಯಂತೆ ಅಲುಗಾಡದೆ ನಿಂತಿದ್ದೆ.

'ಅವನನ್ನು ನೋಡು, ಎಷ್ಟೊಂದು ಹಠದಿಂದ ನಿಂತಿದ್ದಾನೆ! ಈ ರೀತಿಯ ಏಟುಗಳನ್ನು ಇವನಿಗೆ ತಾಗುವುದೇ ಇಲ್ಲವೋ ಅಂತ ನನಗೆ ಅನುಮಾನವುಂಟು!' ಸುಸ್ತಾಗುವ ತನಕ ನನಗೆ ಹೊಡೆದಾದ ಬಳಿಕ ಚಿಕ್ಕಮ್ಮನಿಗೆ ಹೇಳುತ್ತಿದ್ದ ಈ ಮಾತನ್ನು ನಾನು ಕೇಳಿಸಿಕೊಂಡೆ.

ಅಂತಹ ಸಮಯದಲ್ಲಿ, ಆತ ಕೈಲಾಗದೆ ಸಂಪೂರ್ಣ ಸೋತಾಗ, ತಮಾಷೆಯಿಂದ ಕೇಳುವುದಿತ್ತು, 'ನಿನ್ನಪ್ಪ ಸತ್ತ ಮೇಲೆ ನೀನು ತಲೆ ಬೋಳಿಸಿಕೊಂಡಿದ್ದೀಯಾ?'

ಆತ ತಿಳಿಯದೂ ತಿಳಿದೂ ನನ್ನ ಒಂದು ಭಾವನಾತ್ಮಕ ಅಂಶವನ್ನು ಮುಟ್ಟಿದ

ಹಾಗಾಗುತ್ತಿತ್ತು.

ನನ್ನ ತಂದೆಯವರಿಗೆ ಸಂಬಂಧಿಸಿದ ಯಾವುದೇ ಮಾತು ನನ್ನನ್ನು ದಿಕ್ಕೆಟ್ಟು ಕುಸಿದು ಬೀಳುವಂತೆ ಮಾಡುತ್ತದೆ ಎಂದು ಆತನಿಗೆ ಚೆನ್ನಾಗಿ ಗೊತ್ತಿತ್ತು. ಆ ಬಗೆಯ ಹೇಳಿಕೆ ನನ್ನಲ್ಲಿ ಅದೊಂದು ಅನಪೇಕ್ಷಿತ ಸ್ಪಂದನವನ್ನು ಉದ್ರೇಕಗೊಳ್ಳುವಂತೆ ಮಾಡಿತು. ಅದು ನನ್ನ ನೋಟದಲ್ಲೇ ಪ್ರಕಟವಾಯಿತು. ಅದು ನನಗೆ ಅತ್ಯಂತ ಭಾವನಾತ್ಮಕವಾಗಿ ಸಿಟ್ಟಿಗೇಳುವಂತೆ ಪ್ರಚೋದಿಸಿತು, ಮತ್ತು ನಾನು ಬಾಹ್ಯವಾಗಿ ಉಚ್ಚಸ್ವರದಲ್ಲಿ ಅತ್ತುಬಿಡುವಂತೆ ಮಾಡಿತು.

ಚಿಕ್ಕಪ್ಪ ನನ್ನ ಹಣೆಯ ಮೇಲೆ ಬೀಳುತ್ತಿದ್ದ ಕೂದಲನ್ನು ಕಂಡು ಹಾಸ್ಯ ಮಾಡುತ್ತಿದ್ದುದುಂಟು. ನನ್ನ ತಲೆಯಲ್ಲಿ ಒಂದು ಬೃಹತ್ತಾದ ಕೇಶದ ರಾಶಿಯಿದ್ದು ಅದರಲ್ಲಿ ಒಂದಿಷ್ಟು ಎಳೆಗಳು ಕಣ್ಣಿನ ಮೇಲೆ ಬೀಳುವುದನ್ನು ನಾನು ಇಷ್ಟಪಡುತ್ತಿದ್ದೆ. ನಾನು ಆ ಕೂದಲನ್ನು ನೀಗಿಸದಿದ್ದರೆ ನನ್ನ ಕೂದಲನ್ನೆಲ್ಲ ಗೀಸಿ ಬೋಳು ಮಾಡಿಬಿಡುತ್ತೇನೆ ಎಂದು ಬೆದರಿಕೆ ಹಾಕುತ್ತಿದ್ದರು. ಅನುಗಾಲವೂ ನನ್ನ ತಲೆಯನ್ನು ಬೋಳಿಸುವಂತಹ ಆ ಕುಚೋದ್ಯದ ಮಾತುಗಳು ನನಗೆ ಸಹಿಸದ ಹಾಗಾಗಿತ್ತು.

ಹಿಂದೂಗಳಲ್ಲಿ, ತಂದೆಯ ಮರಣಾನಂತರ ಆಚರಣೆಗಳೆಲ್ಲ ಮುಗಿದ ಬಳಿಕ ಗಂಡು ಮಕ್ಕಳು ತಲೆಯನ್ನು ಬೋಳಿಸುವ ಕ್ರಮ ಇದೆ. ಅದರಿಂದ ಆ ಮರಣಹೊಂದಿದ ವ್ಯಕ್ತಿಯ ಆತ್ಮಕ್ಕೆ ಶಾಂತಿ ಸಿಕ್ಕು ಸ್ವರ್ಗಕ್ಕೆ ತೆರಳುತ್ತಾರೆ ಎಂಬುದು ನಂಬಿಕೆ. ಈ ನಿಟ್ಟಿನಲ್ಲಿ, ನನ್ನ ಬಗೆಗಿನ ನಿಂದನೆಯಲ್ಲಿ ನನಗೆ ತಂದೆಯೇ ಇಲ್ಲವೆಂದು ಹೇಳಿದ ಹಾಗಾಗುತ್ತಿತ್ತು. ಹಾಗೆ ಆತ ನನ್ನನ್ನು ದಾಕ್ಷಿಣ್ಯದಿಂದ ತನ್ನಲ್ಲಿ ಇಟ್ಟುಕೊಂಡಿದ್ದಾರೆ ಎನ್ನುವ ಹಾಗಿತ್ತು.

ಮತ್ತೊಮ್ಮೆ ಅದೇ ಹೇಳಿಕೆಯನ್ನು ಆತ ಪುನಃ ನುಡಿದಾಗ–ನನಗೆ ಕೇಳಿ ಕೇಳಿ ಸಾಕಾಗಿ ಹೋಗಿತ್ತು. ಅದೊಂದು ಸಿಟ್ಟಿನ ಭರದಲ್ಲಿ, ಎರಡನೆಯ ಯೋಚನೆಯನ್ನೇ ಮಾಡದೆ, ನಾನು ರಸ್ತೆಯ ಆಚೆಗಿನ ನದಿಯತ್ತ ಓಡುತ್ತಾ ಹೋಗಿ ಆ ನೀರಿನಲ್ಲಿ ತಲೆಯನ್ನು ಅದ್ದಿ, ಆ ಒದ್ದೆ ತಲೆಯಲ್ಲೇ ಮನೆಯಲ್ಲಿದ್ದ ಚಿಕ್ಕಪ್ಪನ ಸಮಕ್ಷಮ ಬಂದು ಕುಳಿತೆ.

ನನ್ನ ತಲೆಯನ್ನು ಆತನ ಎದುರು ಬಗ್ಗಿಸಿ, 'ನನ್ನ ತಂದೆಯವರ ಮರಣಾನಂತರ ಮುಂಡನ ಮಾಡಿಸಿಕೊಂಡ ನೆನಪು ನನಗಿಲ್ಲ. ಈಗ ನೀವು ಅದನ್ನು ನೆರವೇರಿಸಬಹುದು. ನಿಮ್ಮ ಇಚ್ಛೆಯನ್ನು ಪೂರ್ತಿ ಮಾಡಿಕೊಳ್ಳಿ.' ಎಂದೆ.

ಇದು ಆತನನ್ನು ಇನ್ನಷ್ಟು ರೊಚ್ಚಿಗೇಳುವಂತೆ ಮಾಡಿತು. 'ಈ ಹುಡುಗ ಸುಲಭದಲ್ಲಿ ಬಿಟ್ಟು ಕೊಡುವವನಲ್ಲ! ನಾನು ಇವನನ್ನು ಸರಿದಾರಿಗೆ ತರಲೇ ಬೇಕು. ಆ ಬೆತ್ತ ಎಲ್ಲಿ?' ಎಂದು ಅವರು ಕೂಗಾಡಿದರು. ಆ ಮೇಲೆ ಆತ ಅಲ್ಲಿಂದ ಹೊರಟು ಹೋಗುವಾಗ ಅಶ್ಲೀಲ ಶಬ್ದಗಳನ್ನು ಉಗುಳುತ್ತಾ ಹೋದರು.

ಯಾವಾಗೆಲ್ಲ ಆತ ನನ್ನ ಕೂದಲಿನ ನೆಪಹಿಡಿದು ನನ್ನನ್ನು ಬೈಯುತ್ತಿದ್ದರೋ ಆಗೆಲ್ಲ ನಾನು ಆಳವಾದ ಭಾವನೆಯೊಂದಿಗೆ ಉರಿದು ಬೀಳುತ್ತಿದ್ದೆ. ಅದು ನನಗೆ ನೋವನ್ನೂ ಉಂಟು ಮಾಡುತ್ತಿತ್ತು. ನಾನು ಕಿರುಚಿ, ಬೊಬ್ಬೆ ಹೊಡೆದು, ರಂಪಾಟ ಮಾಡುತ್ತಿದ್ದೆ. ಈ ಘಟನೆಯನ್ನು ಈವೊತ್ತು ನಾನು ಜ್ಞಾಪಿಸಿಕೊಂಡಾಗೆಲ್ಲ ಈಗಲೂ

ನನ್ನ ಮೈನವಿರೇಳುತ್ತದೆ, ಚಳಿಯ ಅನುಭವವಾಗಿ ನಾನು ಮರಗಟ್ಟಿದಂತಾಗುತ್ತೇನೆ.

ನನ್ನ ಇತರ ಸಂಬಂಧಿಗಳೇನೂ ಕಡಿಮೆ ದುಷ್ಟರಾಗಿರಲಿಲ್ಲ. ಅನೇಕ ಸಂದರ್ಭಗಳಲ್ಲಿ ಅವರೆಲ್ಲ ನನ್ನನ್ನು ಕುಟುಂಬವನ್ನು ಬಾಧಿಸುವ ಋಣಾತ್ಮಕ ಶಕ್ತಿಯನ್ನು ತೊಲಗಿಸುವ ಒಂದು ಸಾಧನವಾಗಿ ಬಳಸಿದ್ದುಂಟು. ಅದೊಂದು ಅಂಧವಿಶ್ವಾಸವಾಗಿದ್ದರೂ, ನನ್ನನ್ನು ದಿಕ್ಕೆಡುವಂತೆ ಮಾಡಲು ಅಷ್ಟೇ ಸಾಕಾಗಿತ್ತು.

ಯಾವತ್ತಾದರೂ ಕುಟುಂಬದಲ್ಲಿ ಸಾವಾದರೆ, ಹಿರಿಯರು ನನ್ನ ತಲೆಯನ್ನು ಅಮಾವಾಸ್ಯೆಯ ದಿನ ಸಮುದ್ರದ ನೀರಿನಲ್ಲಿ ಮುಳುಗಿಸಿ, ಅವರು ಅಂದುಕೊಂಡಂತೆ, ಅವರನ್ನು ಕಾಡಬಹುದಾದ ಋಣಾತ್ಮಕ ಶಕ್ತಿಗಳನ್ನು ದೂರೀಕರಿಸುವಂತೆ ಮಾಡುತ್ತಿದ್ದರು. ಅವರ ಪ್ರಕಾರ ನಾನು ಅವಲಕ್ಷಣದ ಹುಡುಗ ಯಾಕೆಂದರೆ, ಸಣ್ಣ ವಯಸ್ಸಿನಲ್ಲೇ ತಂದೆಯನ್ನು ಕಳೆದುಕೊಂಡಿದ್ದು. ಕುಟುಂಬದ ಯಾವ ಸದಸ್ಯ ಮರಣ ಹೊಂದಿದ ಎಂಬುದು ಮುಖ್ಯವಾಗಿರಲಿಲ್ಲ, ಅವರು ನನ್ನನ್ನು ಕರೆದು ಈ ಮೂಢನಂಬಿಕೆಯ ಸಾಂಪ್ರದಾಯಿಕ ಹೆಸರಿನಲ್ಲಿ ನನ್ನನ್ನು ಸಮುದ್ರದಲ್ಲಿ ಮುಳುಗಿಸುತ್ತಿದ್ದರು. ಅವರ ಈ ಅಂಧಾನುಕರಣೆಯನ್ನು ಅಲ್ಲಗಳೆಯುವಷ್ಟು ಶಕ್ತಿ ನನ್ನಲ್ಲಿಲ್ಲದೆ, ನಾನು ಮುಗ್ಧನಾಗಿ ಅವರ ಆಚರಣೆಗಳಿಗೆ ಬಲಿಪಶುವಾಗುತ್ತಿದ್ದೆ. ಆದರೆ ನನಗೆ ಒಳಗೊಳಗೆ ಅತೀವವಾದ ನೋವು ಉಂಟಾಗುತ್ತಿತ್ತು.

ಆ ಅನವರತದ ಸಮುದ್ರದ ಮುಳುಗಿನಲ್ಲಿ ನನ್ನ ಪಾಪ ಕರ್ಮಗಳೆಲ್ಲ ಕರಗಿಹೋಗಿವೆ ಎಂದು ನಾನಿಂದು ಭಾವಿಸುತ್ತೇನೆ. ನಾನಿಂದು ಯಾವುದೇ ಸಮುದ್ರ ತೀರದಲ್ಲಿ ಹಾದುಹೋಗುವಾಗ ನನ್ನ ಪ್ರಣಾಮಗಳನ್ನು ಸಮುದ್ರಕ್ಕೆ ಸಲ್ಲಿಸುತ್ತೇನೆ.

ಮುಂಬಯಿಯಲ್ಲಿ ಸಾಮಾನ್ಯವಾಗಿ, ಕರಾವಳಿಯ ಜುಹು, ಬಾಂದ್ರಾ ಅಥವಾ ಮರೀನ್ ಡ್ರೈವ್‌ಗಳಲ್ಲಿ ವಾಹನದಲ್ಲಿ ಸಾಗುವಾಗ, ನಾನು ನನ್ನ ತಲೆಯನ್ನು ಮುಟ್ಟಿಕೊಂಡು, ಕೈಯನ್ನು ಎದೆಯ ಮೇಲಿಟ್ಟುಕೊಳ್ಳುತ್ತೇನೆ, ಅದೊಂದು ಕೃತಜ್ಞತೆಯ ಕುರುಹಾಗಿ.

ಚಿಕ್ಕಪ್ಪ ತುಂಡರಿಸುತ್ತಾರೆ ಕಟ್ಟಿಗೆಯನ್ನೂ, ತನ್ನ ಮೊಣಕಾಲನ್ನೂ

ಒಂದು ದಿನ, ಚಿಕ್ಕಪ್ಪ ಬೆತ್ತ ಹಿಡಿದು ನನ್ನನ್ನು ಓಡಿಸುತ್ತ ಕಾಂಪೌಂಡಿನ ಆವರಣದಲ್ಲೆಲ್ಲ ಸುತ್ತಾಡಿ, ಕೊನೆಗೆ ಅವರ ಕೈಗೆ ನಾನು ಸಿಕ್ಕಾಗ ನನ್ನ ಪ್ರಾಣ ಹೊರಕ್ಕೆ ಬರುವಂತೆ ಹೊಡೆದರು. ಆತನಿಗೆ ಸಿಟ್ಟು ಯಾಕೆಂದರೆ, ನಾನು ಮಧ್ಯಾಹ್ನದ ಊಟದ ಸಮಯದಲ್ಲಿ ಆತನಿಗೆ ಮನೆವಾರ್ತೆಯಲ್ಲಿ ಸಹಾಯ ಮಾಡದೆ ವಿಶ್ರಾಂತಿ ತೆಗೆದುಕೊಂಡೆ ಅಂತ. ನಿಜವೆಂದರೆ ಅದು 3.00ಗಂಟೆ ದಾಟಿದ ಸಮಯ ಮತ್ತು ನಾನು ಸುಸ್ತಾಗಿದ್ದೆ. ಆತ ಯಾವುದೇ ವಿಶ್ರಾಂತಿ ತೆಗೆದುಕೊಳ್ಳುವ ಕುಳುವಲ್ಲ. ಹಾಗಾಗಿ ನಾನು ಅಡುಗೆಕೋಣೆಗೆ ತೆರಳಿ ಊಟವನ್ನು ಬಡಿಸಿಕೊಂಡು ಆಗಷ್ಟೇ ನೆಲದ ಮೇಲೆ ಕುಳಿತು ಊಟ ಶುರು ಮಾಡಬೇಕಿತ್ತು. ಆಗ ಆತ ಬೆತ್ತವನ್ನು ಹಿಡಿದುಕೊಂಡು ಬಂದಿದ್ದರು.

ನಾನು ಬೆಳಗ್ಗಿನಿಂದ ಅವರಿಗೆ ಕಟ್ಟಿಗೆಯನ್ನು ಒಡೆಯುವುದರಲ್ಲಿ ಸಹಾಯ ಮಾಡಿದ್ದೆ, ಸ್ವಲ್ಪ ಸಮಯವನ್ನು ಉಪಾಹಾರಕ್ಕಾಗಿ ಬಳಸಿದ್ದೆ ಅಷ್ಟೆ. ಮಧ್ಯಾಹ್ನ ಕಳೆದರೂ ಕಟ್ಟಿಗೆಯನ್ನು ಸೀಳುತ್ತಲೇ ಇದ್ದೆವು. ಆತ ನಡುನಡುವೆ ಬಿಸಿಯಾದ ಚಹಾ ಕುಡಿಯಲು ಬಿಡುವು

ಮಾಡಿಕೊಳ್ಳುತ್ತಿದ್ದರೆ ನನಗೆ ಅದಾವುದೂ ಸಿಗುತ್ತಿರಲಿಲ್ಲ.

ಆಹಾರದ ಬಗ್ಗೆ ಚಿಕ್ಕಪ್ಪ ಬಹಳ ತಾರತಮ್ಯ ಧೋರಣೆಯನ್ನು ತಾಳುತ್ತಿದ್ದರು. ಮಧ್ಯಾಹ್ನದ ಊಟದಲ್ಲಿ ನಾವು ಅನ್ನ, ಟೊಮೇಟೋ ಸಾರು ಮತ್ತೊಂದು ತರಕಾರಿಯನ್ನು ಬಳಸುತ್ತಿದ್ದೆವು. ಯಾವತ್ತಾದರೂ ಎರಡನೆಯ ಸಲ ಬಡಿಸುವಂತೆ ಕೇಳಿದರೆ ನಾನು ಅವರ ಕೆಂಗಣ್ಣುಗಳನ್ನು ಎದುರಿಸಬೇಕಾಗಿತ್ತು, ಅದೂ ಯಾವುದಾದರೂ ಹಬ್ಬದ ಸಂದರ್ಭದಲ್ಲಿ ಪಾಯಸದಂತಹ ಸಿಹಿ ತಯಾರಿಯನ್ನು ಮಾಡಿದ್ದರೆ. ಚಿಕ್ಕಪ್ಪ ದೊಡ್ಡ ಪ್ರಮಾಣದಲ್ಲಿ ಊಟವನ್ನು ಮೆಲ್ಲುತ್ತಿದ್ದರು, ಮತ್ತು ಕೊನೆಯಲ್ಲಿ ಪುಷ್ಕಳವಾಗಿ ಮೊಸರು ಮತ್ತು ಮಜ್ಜಿಗೆಯನ್ನು ಹಾಕಿಸಿಕೊಳ್ಳುತ್ತಿದ್ದರು. ವಿಶೇಷ ಅಡುಗೆಗಳಾದ ಮೀನಿನ ಪದಾರ್ಥಗಳು ಅವರನ್ನು ಹೊರತು, ಇತರರ ತಟ್ಟೆಗಳಲ್ಲಿ ಕಾಣಿಸಿಕೊಂಡಿದ್ದೇ ಇರಲಾರದು.

ಮೇಲೆ ಹೇಳಿದ ಬೆತ್ತದ ಹೊಡೆತ ನನ್ನ ಹಸಿವನ್ನು ಹೆಚ್ಚುಕಡಿಮೆ ಸಾಯಿಸಿಬಿಟ್ಟಿತ್ತು. ಆತನ ಸಿಟ್ಟನ್ನು ಕಡಿಮೆ ಮಾಡುವ ಸಲುವಾಗಿ ಮತ್ತೆ ನಾನು ಕಟ್ಟಿಗೆಯನ್ನು ಸೀಳಲು ಹಿತ್ತಲ ಕಡೆಗೆ ಹೋದೆ, ಆದರೆ ಆತನ ಮನಸ್ಸಲ್ಲಿ ಇನ್ನೂ ಆತನ ಆಜ್ಞೆಯನ್ನು ನಾನು ಮೀರಿದ್ದರ ಬಗೆಗೆ ಹೊಯ್ದಾಟ ನಡೆದಿತ್ತು ಅಂತ ನನಗೆ ಅನ್ನಿಸಿತು.

ಹಾಗೆ ನಾನು ಮನೆಯ ಒಂದು ಮೂಲೆಯಲ್ಲಿ ಕುಳಿತ್ತಿದ್ದಾಗ, ಆತನ ಕಡೆಯಿಂದ ನಾನೊಂದು ಯಾತನೆಯ ಕೂಗು ಕೇಳಿಸಿಕೊಂಡೆ.

ಕಟ್ಟಿಗೆ ಸೀಳುವ ಕೊಡಲಿಯ ಬ್ಲೇಡ್ ಚಿಕ್ಕಪ್ಪನ ಮೊಣಕಾಲಿಗೆ ತಾಗಿ ದೊಡ್ಡ ಗಾಯವಾಗಿ ಅದರಿಂದ ರಕ್ತ ಹೊಮ್ಮುತ್ತಿತ್ತು. ಅದೊಂದು ತೀವ್ರ ಕೆಟ್ಟ ಗಾಯವಾಗಿತ್ತು. ಒಂದು ಕಾಲಿನಲ್ಲಿ ನಡೆಯಲಾಗದೆ ಆತ ನೆಲದಲ್ಲಿ ಬಿದ್ದರು.

ಆ ಮೇಲಿನ ದಿನಗಳಲ್ಲಿ ಚಿಕ್ಕಪ್ಪನಿಗೆ ಅಲ್ಲಾಡಲೂ ಸಾಧ್ಯವಾಗಲಿಲ್ಲ, ಚಿಕ್ಕಮ್ಮನಿಗೂ ನನಗೂ ಆತನ ಯಥಾಪ್ರಕಾರದ ಬೈಗಳ ಸುರಿಮಳೆ ಓತಪ್ರೋತವಾಗಿ ನಡೆಯುತ್ತಿತ್ತು. ಆತನ ನೋವು ಮತ್ತು ಅಸಹಾಯಕತೆಯನ್ನು ಕಂಡು, ಅದರಲ್ಲೂ ಶೌಚಾಲಯಕ್ಕೆ ಹೋಗುತ್ತಿದ್ದಾಗ, ಖಾಸಗಿಯಾಗಿ ಚಿಕ್ಕಮ್ಮ ಗಟ್ಟಿಯಾಗಿ ನಗುತ್ತಿದ್ದರು. ಇಂಡಿಯನ್ ನಿರ್ಮಿತ ಶೌಚಾಲಯಗಳಲ್ಲಿ ಮೊಣಕಾಲು ಬಗ್ಗಿಸಿ ಕುಳಿತುಕೊಳ್ಳಬೇಕಾಗಿದ್ದುದರಿಂದ, ಸ್ನಾಯುಗಳು ಎಳೆದುಕೊಂಡು ಬಾಗಿದ ಮೊಣಕಾಲಿನ ಎಲುಬುಗಳಿಂದ ಅಸಾಧ್ಯವಾದ ನೋವು ಉಂಟಾಗುವ ಸಾಧ್ಯತೆ ಇದ್ದಿತು. ಚಿಕ್ಕಪ್ಪನ ಕೋಪೋದ್ರಿಕ್ತ ಮುಖ ಮತ್ತು ಕುಂಟುತ್ತಾ ನಡೆಯುವ ಭಂಗಿ ನನ್ನ ಚಿಕ್ಕಮ್ಮನಿಗೆ ಒಂದು ಬಗೆಯ ಕ್ರೌರ್ಯರತಿಯ ಆನಂದ ಸಿಗುವಂತೆ ಮಾಡುತ್ತಿತ್ತು.

'ಅಯ್ಯಯ್ಯೋ ನನ್ನ ಕಾಲು ಹೋಯ್ತಪ್ಪಾ,' ಎನ್ನುವ ಕೂಗು ಶೌಚಾಲಯದಲ್ಲಿ ಕೂರುವ ವೇಳೆ ಹುಣ್ಣುಗಳು ಹಸಿಯಾಗಿದ್ದಾಗ, ಕೇಳಿಸುತ್ತಿತ್ತು. 'ಅದೆಂಥ ವಿಷಗಳಿಗೆಯಲ್ಲಿ ನಿನ್ನನ್ನು ಮುಟ್ಟಿದ್ನೋ... ಅಯ್ಯೊಯ್ಯೊಪ್ಪೋ...,' ಆತ ಕೊನೆಯಿಲ್ಲದೆ ಗೋಳಿಡುತ್ತಿದ್ದರು. ನಾನು ಮತ್ತು ಚಿಕ್ಕಮ್ಮ ಮೌನವಾಗಿರುತ್ತಿದ್ದೆವು, ಮೆಲ್ಲಗೆ ಕೈಗೆತ್ತಿದ ಕೆಲಸವನ್ನು ನಿರ್ವಹಿಸುತ್ತ. ಏನಿದ್ದರೂ, ಯಾವ ಪ್ರಮಾಣದ ನೋವು ಅಥವಾ ಸಂಕಟ ಆತನನ್ನು ನನಗೆ ಬೈಯುವ ಸಮಯದಲ್ಲಿ ತಡೆಯುತ್ತಿರಲಿಲ್ಲ. 'ಇದಕ್ಕೆಲ್ಲ ನೀನೇ ಕಾರಣ,' ತನ್ನ ಉಚ್ಚ ಸ್ವರದಲ್ಲಿ ಆತ ಬೊಬ್ಬಿಡುತ್ತಿದ್ದರು, ನನ್ನನ್ನು ತೋರಿಸುತ್ತ ಮತ್ತು ಗಾಯದ

ಕಡೆಗೆ ಬೆರಳು ತೋರುತ್ತ. ನೋವಿರಲಿ ನಲಿವಿರಲಿ, ಚಿಕ್ಕಪ್ಪನ ಘಾತುಕತನ ಕೊನೆಯಿಲ್ಲದ ಕಥೆಯಾಗಿತ್ತು. 'ಈ ಹುಡುಗ ನನ್ನ ಗತಿ ಕಾಣಿಸ್ತಾನೆ,' ಆತ ಪದೇ ಪದೇ ಉಸಿರಿನ ಅಡಿಯಲ್ಲಿ ಹೇಳುತ್ತಲೇ ಇದ್ದರು, ತನ್ನ ಬೆರಳುಗಳನ್ನು ಗಾಳಿಯಲ್ಲಿ ಆಡಿಸುತ್ತ ಮತ್ತು ಶಾಪವನ್ನು ಹಾಕುತ್ತಾ.

ಆ ಮುರಿದು ಹೋದ ಕಾಲು ಆತನಿಗೆ ಮಾನವೀಯತೆಯ ಗುಣವನ್ನು ಕಲಿಸಬಹುದೆಂದು ನಾನು ಭಾವಿಸಿದೆ. ಬೇಸರದ ಸಂಗತಿ ಎಂದರೆ ಹಾಗಾಗಲಿಲ್ಲ. ಆರು ತಿಂಗಳ ಬಳಿಕ ಗಾಯ ಒಣಗಿ ಯಥಾಸ್ಥಿತಿಗೆ ಮರಳುತ್ತಿದ್ದ ಹಾಗೆ ಆತ, ಮೊದಲಿನ ಹಾಗೆ ರಾಕ್ಷಸೀಯ ಪ್ರವೃತ್ತಿಯನ್ನು ಅನುಸರಿಸತೊಡಗಿದರು.

ಒಂದು ಸಾಮಾನ್ಯ ಸಂಪ್ರದಾಯದಂತೆ, ಜನರು ಕೆಟ್ಟ ದೃಷ್ಟಿಯಿಂದ ಪಾರಾಗುವುದಕ್ಕೆ ವಾಹನಗಳಿಗೆ ಒಂದು ದಾರದಲ್ಲಿ ನಿಂಬೆ ಹಣ್ಣನ್ನು ಮತ್ತು ಹಸಿಮೆಣಸನ್ನು ಸುರಿದು ಕಟ್ಟುವುದಿರುತ್ತದೆ. ಚಿಕ್ಕಪ್ಪನ ಮನಸ್ಸಿನಲ್ಲಿ ಅಂತಹ ಒಂದು ತಾಯತವೆಂದರೆ, ಮನೆಯ ಪ್ರತಿಯೊಂದು ಕೋಣೆಯ ಮೂಲೆಯಲ್ಲೂ ಒಂದೊಂದು ಬೆತ್ತವನ್ನು ಇರಿಸುವುದೆಂದು ತೋರಿ ಬಂತು. ಭೂತಪ್ರೇತಗಳ ನೃತ್ಯಕ್ಕೆ ಅವೇ ಸಮಾಧಾನ ಎನ್ನುವಂತಿತ್ತು. ಇದೊಂದು ಚಿಕ್ಕಪ್ಪನ ಪೀಡಾತ್ಮಕ ಸ್ವಭಾವವನ್ನು ವರ್ಣಿಸುವಂತಿದೆ ಎಂದು ನಾನು ನನ್ನಷ್ಟಕ್ಕೇ ಹೇಳಿಕೊಳ್ಳುವುದಿತ್ತು.

ಗಾಯದ, ವ್ರಣಗಳಿಂದ ಕೂಡಿದ, ಪರಚಿದ, ಮತ್ತು ಕೆಲವೊಮ್ಮೆ ತುಂಡಾದ ಎಲುಬುಗಳಿಂದ ಕೂಡಿದ ಶರೀರವನ್ನು ಹೊತ್ತು ನಾನು ಅದೊಂದು ಹುಲ್ಲುಚಾಪೆಯ ಮೇಲೆ ಅತೀವ ನೋವಿನಿಂದ ಉರುಳಿಕೊಳ್ಳುತ್ತಿದ್ದೆ. ಒಂದು ಸಾಮಾನ್ಯ ಹೊದಿಕೆಯನ್ನು ಹೊದ್ದುಕೊಂಡು. ಆ ಗಾಯಗಳಿಗೆ ಯಾವತ್ತೂ ಚಿಕಿತ್ಸೆ ನೀಡಿದ್ದು ಇರಲಾರದು. ಆದರೆ ಅವು ನೈಸರ್ಗಿಕವಾಗಿ ಒಣಗಿಹೋಗುತ್ತಿದ್ದವು. ಆದರೆ ಗಾಯಗೊಂಡ ಆ ನೆನಪುಗಳು ಉಳಿದಿರುತ್ತವೆ, ವರ್ಷಗಳೇ ಕಳೆದರೂ ಕೂಡಾ.

ಅತಿಥಿಗಳ ಸಮ್ಮುಖದಲ್ಲಿ ನನ್ನ ಬಗ್ಗೆ ಹೀನಾಯ ಶಬ್ದಗಳನ್ನು ಬೇಕೆಂದೇ ಆಡುತ್ತಿದ್ದುದನ್ನು ನಾನೆಂದೂ ಮರೆಯಲಾಗದು. ಒಂದು ಹೊಗಳಿಕೆಯ ಧಾಟಿಯಲ್ಲಿ ಆತ ತನ್ನ ಲಾಭದಾಯಕ ಸಂಪನ್ಮೂಲಗಳಾದ ಸಲೂನ್, ಮನೆವಾರ್ತೆಯ ಮಿಲ್ಕ್ ಡೈರಿ ಮತ್ತು ತೋಟವನ್ನು ತೋರಿಸುವುದಿತ್ತು.

ನನ್ನ ಚಿಕ್ಕಮ್ಮ ಕೂಡಾ ಅಶ್ಲೀಲವಾದ ಪದಗಳನ್ನು ಬಳಸಿ ನನ್ನ ಕೆಲಸವನ್ನು ದೂರುತ್ತಿದ್ದರು. ಈ ದುಷ್ಟ ವ್ಯಕ್ತಿಗಳಿಗೆ ಏಕಾಧಿಪತ್ಯವೇ ಸರ್ವಸ್ವವೆಂದಾಗ, ಹಾಗೆ ನಡೆಯುವ ಊಳಿಗಮಾನ್ಯದ ದೊರೆಗಳು ಯಾವ ದೃಷ್ಟಿಯಿಂದ ಹಿಂದೆ ಸರಿಯಬೇಕು. ನಾನು ಅಚ್ಚರಿಪಡುತ್ತಿದ್ದೆ. ಅದು ಅವರಿಗೆ ಒಂದು ರೀತಿಯ ಮಿಥ್ಯವಾದ ಸರ್ವಾಧಿಕಾರವನ್ನು ನೀಡುತ್ತಿತ್ತೇನೋ.

ಹಿಂದೆ, ರಜಾದಿನಗಳಲ್ಲಿ ನಾನು ಇದೇ ಚಿಕ್ಕಪ್ಪನ ಮನೆಗೆ ಬಂದಿದ್ದಾಗ, ಚಿಕ್ಕಮ್ಮನ ದುಷ್ಟಬುದ್ಧಿಯ ಗುಣವನ್ನು ರುಚಿಸುವ ಸಂದರ್ಭ ಒದಗಿತ್ತು. ಆ ಸಮಯದಲ್ಲಿ ಇವರು ಸಲೂನಿನ ಅದೇ ಚಿಕ್ಕ ಹಿಂಗಡೆಯ ಕೊಠಡಿಯಲ್ಲಿ ವಾಸಿಸುತ್ತಿದ್ದರು, ಅದರಲ್ಲೇ ಜಗುಲಿ ಮತ್ತು ಅಡುಗೆ ಕೋಣೆಗಳು. ರಾತ್ರಿಯಲ್ಲಿ ಮಲಗುವ ಕೋಣೆಯಾಗಿಯೂ ಅದನ್ನು ಬಳಸುತ್ತಿದ್ದರು.

ಒಂದು ದಿನ, ಆಕೆ ಸಿಟ್ಟಿನ ಭರದಲ್ಲಿ, ನನ್ನನ್ನು ಹಿಡಿದು, ಕೆಂಪು ಮೆಣಸಿನ ಪುಡಿಯನ್ನು ನನ್ನ ಕಣ್ಣುಗಳಿಗೆ, ಮೂಗು ಮತ್ತು ಕಿವಿಗಳಿಗೆ ತುಂಬಿಸುತ್ತ, ನನ್ನ ಗುಹ್ಯಭಾಗಗಳಿಗೂ ಅದನ್ನು ಮೆತ್ತಿದರು. ನಾನು ಆಕೆಯ ಕರೆಗೆ ಓಗೊಡಲಿಲ್ಲ ಎಂಬುದೇ ಆಕೆಯ ಸಿಟ್ಟಿಗೆ ಕಾರಣವಾಗಿತ್ತು. ನಾನು ಪಕ್ಕದ ಮನೆಯಲ್ಲಿನ ಸ್ಪ್ರಿಂಕ್ಲರ್‌ನಿಂದ ನೀರು ಹಾರುವುದನ್ನು ನೋಡುತ್ತ ನಿಂತಿದ್ದೆ. ನಿರಂತರ ತಿರುಗಿದ ನೀರಿನ ಇಂಜಿನಿನ ಸದ್ದಿನಲ್ಲಿ ಆಕೆಯ ಕರೆಯ ಸದ್ದು ಮುಳುಗಿ ಹೋಗಿರಬೇಕು. ಆದರೆ ಆಕೆ ನಾನು ಬೇಕೆಂದೇ ಆಕೆಯ ಕರೆಯನ್ನು ಕೇಳಿಸಿಕೊಳ್ಳದಂತೆ ನಟಿಸಿದೆ ಎಂದು ಭಾವಿಸಿದ್ದರು.

ಆಕೆ ನನ್ನ ಕತ್ತನ್ನು ಹಿಡಿದು, ಮುಷ್ಟಿಯಲ್ಲಿ ಆ ಖಾರದ ಮೆಣಸಿನ ಪುಡಿಯನ್ನು ಹಿಡಿದು, ನನಗೆ ಶಿಕ್ಷಿಸುವ ಸನ್ನಾಹ ಮಾಡಿದ್ದರು. ನಾನು ಎಡೆಬಿಡದೆ ಅದನ್ನು ತಡೆಯುತ್ತ ಮುಖವನ್ನು ಎಡಕ್ಕೂ ಬಲಕ್ಕೂ ತಿರುಗಿಸುತ್ತ ಪ್ರತಿಭಟಿಸಿದ್ದೆ. ನನ್ನ ಕಾಲುಗಳೂ ಭಯದಿಂದ ಬಡಿದಾಡಿಕೊಳ್ಳುತ್ತಿದ್ದವು. ಹೇಗಾದರೂ ಆಕೆಯ ಹಿಡಿತದಿಂದ ತಪ್ಪಿಸಿಕೊಂಡು ನಾನು ಪಲಾಯನ ತೆಗೆದಿದ್ದೆ. ವಿಪರೀತವಾದ ಖಾರದ ಉರಿಯುವ ಅನುಭವ ನನ್ನ ದೇಹದ ಪೂರ್ತಿ ವ್ಯಾಪಿಸಿದ್ದು, ಮೂಗಿನ ಹೊಳ್ಳೆಗಳೂ ಉರಿತದಿಂದ ಬಾಧಿಸಲ್ಪಟ್ಟು ಕೆಮ್ಮುತ್ತ ನನ್ನ ಕತ್ತನ್ನು ಸ್ವಚ್ಛಗೊಳಿಸಲು ಪ್ರಯತ್ನಿಸಿದೆ. ಮೆಣಸಿನ ಖಾರ ನನ್ನ ತಲೆಯಲ್ಲಿ ಒಂದು ಜೇನುಹುಳುವಿನ ಹಾಗೆ ಹೊಕ್ಕು ಅಸಾಧ್ಯವಾದ ನೋವನ್ನು ಉಂಟುಮಾಡಿತ್ತು.

ಆಕೆಯ ಹಿಡಿತದಿಂದ ತಪ್ಪಿಸಿಕೊಂಡ ಬಳಿಕ ದೂರದಲ್ಲಿ ಕುಳಿತು ಮುಖ ಮತ್ತು ಶರೀರದ ಸೂಕ್ಷ್ಮ ಭಾಗಗಳಿಗಾದ ಉರಿಯ ತಾಪವನ್ನು ಪರೀಕ್ಷಿಸಿಕೊಂಡಿದ್ದೆ. ಅದಕ್ಕೆ ಯಾವ ರೀತಿಯ ಚಿಕಿತ್ಸೆ ಎಂಬ ಕುರಿತು ನನಗೆ ಏನೂ ಸುಳಿವಿರಲಿಲ್ಲ.

ಮುಂದೆ, ಏನಿದ್ದರೂ ಚಿಕ್ಕಮ್ಮನ ನನ್ನ ಜತೆಗಿನ ವರಸೆ ಬದಲಾಯಿತು, ಚಿಕ್ಕಪ್ಪ ಕುಡಿತದ ನಶೆಗೆ ಬಲಿಯಾಗಿ ಆಕೆಯನ್ನು ಯದ್ವಾತದ್ವಾ ಹಿಂಸಿಸುವುದಕ್ಕೆ ಪ್ರಾರಂಭಿಸಿದ ಬಳಿಕ. ನನ್ನ ಪರವಾಗಿ ಆಕೆ ನಿಂತು ವಕಾಲತ್ತು ಮಾಡಿದಾಗ ಆಕೆಗೂ ಹೊಡೆತಗಳು ಬೀಳುತ್ತಿದ್ದವು. ಆಕೆ ನನ್ನ ಕುರಿತು ಕರುಣೆ ತೋರಿಸುತ್ತಿದ್ದರು ಎಂದು ಹೇಳಲಾರೆ, ಆದರೆ ನನ್ನ ಕುರಿತು ಹಗೆತನದ ಭಾವನೆಯನ್ನಾದರೂ ತ್ಯಜಿಸಿದ್ದರು.

ಒಂದು ರಾತ್ರಿ ನನ್ನ ಬಾಯಿಯಿಂದ ಹಲ್ಲು ಮುರಿದು ಹೋಗಿ ರಕ್ತ ಸುರಿಯುತ್ತ ನಾನು ಸ್ಮೃತಿ ತಪ್ಪಿದಾಗ, ಆಕೆ ಎಲ್ಲರನ್ನೂ ಎಬ್ಬಿಸಿದ್ದಳು. ನಿಜವೆಂದರೆ, ನಾನು ರಾತ್ರಿ ಒಂದು ಗಿಡಗಳ ಪೊದೆಯ ಸಮೀಪ ಕತ್ತಲಲ್ಲಿ ಮೂತ್ರಶಂಕೆಗೆ ಕುಳಿತ್ತಿದ್ದೆ. ಚಿಕ್ಕಪ್ಪನಿಂದ ಮಾರಾಮಾರಿ ಪೆಟ್ಟು ತಿಂದ ಬಳಿಕ ನನ್ನ ಎಲುಬುಗಳೆಲ್ಲ ನೋಯುತ್ತಿದ್ದವು. ಹೀಗೆ ನಾನು ಎಷ್ಟು ಸಮಯ ಸಂಕಟದ ಬದುಕನ್ನು ಸಾಗಿಸಲಿ ಎಂದು ಯೋಚಿಸುತ್ತಿದ್ದೆ. ನಾನು ನನ್ನ ತಂದೆಯ ಬಗ್ಗೆ ಚಿಂತಿಸಿದೆ– ಅವರು ಜೀವಂತವಾಗಿದ್ದರೆ, ನನ್ನ ಸಂಬಂಧಿಗಳ ದಯೆಯಲ್ಲಿ ನಾನು ಬೀಳುವ ಪ್ರಮೇಯ ಒದಗುತ್ತಿರಲಿಲ್ಲ. ನಾನು ಅದೇ ವ್ಯಾಕುಲದ ಗುಂಗಿನಲ್ಲಿ ನಡೆದಿದ್ದರಿಂದ ಬಾಗಿಲ ಮುಂದಿನ ಕಡೆಯ ಮೆಟ್ಟಿಲಿನ ಹದ ತಪ್ಪಿ ಬಿದ್ದಿರಬೇಕು.

ನಾನು ಬಿದ್ದುಬಿಟ್ಟಿದ್ದೆ, ಮೂರು ಹಲ್ಲುಗಳು ಉರುಳಿದ್ದವು ಮತ್ತು ತುಟಿಯಲ್ಲಿ ಗಾಯವೂ ಆಗಿತ್ತು. ಮುಖದ ತುಂಬ ರಕ್ತ ಹರಿದಿತ್ತು. ಕತ್ತಲೆಯಲ್ಲಿ ನನ್ನ ಕೂಗು ಚಿಕ್ಕಮ್ಮನಿಗೆ ಕೇಳಿರಬೇಕು. ಆಕೆ ನೀರನ್ನು ನನ್ನ ಮುಖದ ಮೇಲೆ ಎಸೆದು, ಗಾಯವನ್ನು ಸ್ವಚ್ಛಗೊಳಿಸಿದ್ದರು. ಮುಂದೆ, ನಾನು ಮುಂಬಯಿಯಲ್ಲಿ ಕೆಲಸ ಮಾಡುತ್ತಿದ್ದಾಗ ಆ ಮುರಿದ ಹಲ್ಲುಗಳನ್ನು ಜೋಡಿಸಿದ್ದು.

ನಾನು ಚಿಕ್ಕಪ್ಪನೊಂದಿಗೆ ಐಚ್ಛಿಕ ಕಾರಣದೊಂದಿಗೆ ಆತನನ್ನು ಹಿಂಬಾಲಿಸುತ್ತ, ಅವರ ಕೈಕೆಳಗೆ ಕೆಲಸ ಮಾಡಲು ಕಾತರನಾದೆ. ನನ್ನ ಒಟ್ಟು ಉದ್ಧೇಶ ಕ್ಷೌರದ ಕೆಲಸವನ್ನು ಕಲಿಯುವುದಾಗಿತ್ತು. ಈಗಾಗಲೇ ನಾನು ಸಲೂನ್‌ನ ಸಮಸ್ತ ಉಸ್ತುವಾರಿಯನ್ನು ನೋಡಿಕೊಳುತ್ತ, ಜನರ ಮನೆಗಳಿಗೆ ಭೇಟಿಯಿತ್ತು ಕ್ಷೌರವನ್ನೋ, ಶೇವಿಂಗ್‌ನ್ನೋ ಕೈಗೊಳ್ಳತೊಡಗಿದ್ದೆ. ಚಿಕ್ಕಪ್ಪನ ಮದ್ಯಪಾನ ಚಟ ಈಗ ದಯನೀಯ ಪರಿಸ್ಥಿತಿಗೆ ಬಂದು ಮುಟ್ಟಿತ್ತು. ಇದು ನನಗೆ ಜವಾಬ್ದಾರಿಯನ್ನು ವಹಿಸಿಕೊಳ್ಳುವ ಅವಕಾಶವನ್ನು ನೀಡಿತು. ಸಲೂನ್‌ನ ಕೆಲಸದ ಸಮಯವನ್ನು ಚುಟುಕುಗೊಳಿಸಿ ಆತ ಮನೆಯಲ್ಲೇ ಹೆಚ್ಚು ಸಮಯ ಕಳೆಯ ತೊಡಗಿದರು. ನನಗೆ ಹೆಚ್ಚುವರಿ ಕೆಲಸದ ಭಾರವನ್ನು ಹೊತ್ತುಕೊಳ್ಳುವುದರಲ್ಲಿ ಯಾವುದೇ ಆಕ್ಷೇಪವಿರಲಿಲ್ಲ, ಯಾಕೆಂದರೆ ಅದು ನನಗೆ ಮೌಲ್ಯಯುತವಾಗಿ ಕೆಲಸದ ಮೇಲೆ ಪ್ರಭುತ್ವವನ್ನು ಸಾಧಿಸುವುದಕ್ಕೆ ಅವಕಾಶ ಒದಗಿಸಿತು.

ಹೀಗಿದ್ದಾಗ್ಯೂ ಚಿಕ್ಕಪ್ಪನ ನನ್ನ ಮೇಲಿನ ದೌರ್ಜನ್ಯ ಕಡಿಮೆಯಾಗಿರಲಿಲ್ಲ. ಅವರ ಪ್ರತಿಯೊಂದು ಮದ್ಯಪಾನದ ಅಮಲಿಗೆ ನಾನು ಬಲಿಪಶುವಾಗುವುದು ನಿರಂತರವಾಗಿ ನಡೆದಿತ್ತು. ಶಾರೀಕವಾಗಿ ಮತ್ತು ಮಾನಸಿಕವಾಗಿ ನನ್ನ ಮೇಲೆ ಮೂಡಿದ್ದ ಗಾಯದ ಕಲೆಗಳು ಅತಿಯಾದ ಹೊರೆಯಾಗಿ ಬಾಧಿಸುತ್ತಿತ್ತು. ನಾನೊಬ್ಬ ಭಾವನಾತ್ಮಕ ಭಗ್ನಾವಶೇಷವಾಗಿದ್ದೆ.

ನಾನು ಅದಾಗಲೇ ನನ್ನದೇ ಸಲೂನ್‌ನ್ನು ಪ್ರಾರಂಭಿಸುವ ವಿಷಯದಲ್ಲಿ ಹಠದಲ್ಲಿದ್ದೆ. ನಾನು ನನ್ನ ಅತ್ತೂರಿನ ಹಳ್ಳಿಗೆ ಮರಳಿ, ತಾಯಿಯ ಜತೆಗೆ ಅದೇ ಕರಿಮಿನಾಬಾಯಿಯ ಬಾಡಿಗೆಯಲ್ಲಿದ್ದು, ರಸ್ತೆ ಬದಿಯಲ್ಲಿ ಒಂದು ಮಟ್ಟ ತೆಂಗಿನ ಸೋಗೆಗಳ ಅಂಗಡಿಯಿಟ್ಟು ಕ್ಷೌರದ ದಂಧೆ ಶುರು ಮಾಡುವುದೆಂದು ಬಗೆದೆ. ಗಿರಾಕಿಗಳಿಗೆ ಕುಳಿತುಕೊಳ್ಳುವುದಕ್ಕೆ ಒಂದು ಮರದ ಸ್ಟೂಲ್, ಒಂದು ಕತ್ತರಿ ಹಾಗೂ ಒಂದು ಬಾಚಣಿಗೆ ಅಷ್ಟೇ ಸಾಕಾಗಿದ್ದವು ಶುರು ಮಾಡುವುದಕ್ಕೆ. ನಾನು ಆರ್ಥಿಕವಾಗಿ ಸಶಕ್ತನಾಗಬೇಕೆಂಬ ಬಲವತ್ತರವಾದ ಒತ್ತಡ ನನ್ನನ್ನು ಕಾಡುತ್ತಿತ್ತು. ನನ್ನ ದುಡಿಮೆಯನ್ನೆಲ್ಲ ಸಾರಾಸಗಟಾಗಿ ಮೂಲೆಗೊತ್ತಿದ್ದ ಚಿಕ್ಕಪ್ಪನ ಜೀತದಾಳಾಗಿ ಬಾಳುವುದನ್ನು ನಿಲ್ಲಿಸಬೇಕೆಂದು ಬಗೆದೆ.

ಹಾಗೆ ಒಂದು ದಿನ ಆ ನರಕ ತೆರೆದುಕೊಂಡಿತು. ಚಿಕ್ಕಪ್ಪನ ದೌರ್ಜನ್ಯ, ಮೂದಲಿಕೆ, ಕೇಡಿನ ಬೆದರಿಕೆ ನನಗೆ ಸಾಕಾಗಿ ಹೋಗಿತ್ತು.

ಆ ಸಂಜೆ ಸಲೂನ್‌ನಿಂದ ಹಿಂದಿರುಗಿ ಬಂದ ಮೇಲೆ ನನ್ನ ಕೋಣೆಯಲ್ಲಿ ಒಳ್ಳೆಯ ಬಟ್ಟೆಯನ್ನು ಬದಲಾಯಿಸಿ, ನನ್ನ ಮಾಮೂಲಿನ ಮನೆವಾರ್ತೆ ಬಟ್ಟೆಯನ್ನು

ಬದಲಾಯಿಸಿಕೊಳ್ಳುತ್ತಿದ್ದೆ. ಚಿಕ್ಕಪ್ಪ ತುಸು ಮೃದುವಾದ ಲಹರಿಯಲ್ಲಿದ್ದರೇನೋ, ಆದರೆ ನನ್ನನ್ನು ಬೆದರಿಸುವ ಖಯಾಲಿ ಅವರಿಗೆ ಹೇಗೆ ಬಂತೋ?

ಅದೊಂದು ನೀಚ ನೋಟದೊಂದಿಗೆ ಆತ ನನ್ನೆಡೆಗೆ ಬಂದು ನನ್ನ ಚೆಡ್ಡಿಯನ್ನು ಕೆಳಗಿಳಿಸ ತೊಡಗಿದರು. ನಾನು ಪ್ರಯತ್ನಪಟ್ಟು ಅದನ್ನು ಮೇಲಕ್ಕೆ ಎಳೆದುಕೊಳ್ಳುತ್ತಲೇ ಇದ್ದೆ. ಆದರೆ ಅವರ ಹಿಡಿತ ಬಿರುಸಾಯಿತು ಮತ್ತು ಕೊನೆಗೆ ನನ್ನ ಬಟ್ಟೆಯನ್ನೆಲ್ಲ ನೀಗಿಸುವುದರಲ್ಲಿ ಆತ ಯಶಸ್ವಿಯಾದರು. ಮುಂದಿನ ಕ್ಷಣದಲ್ಲಿ ನಾನು ಪೂರ್ತಿ ಬತ್ತಲೆಯಾಗಿದ್ದೆ. ಕುಚೋದ್ಯಕ್ಕೂ, ಅವಮಾನಕ್ಕೂ ನಾನು ಬಲಿಪಶುವಾದೆ. ಚಿಕ್ಕಪ್ಪ ಪ್ರತಿಕ್ಷಣವನ್ನು ನಗುವಿನೊಂದಿಗೆ ಆಸ್ವಾದಿಸಿದರು. ನಾನೊಬ್ಬ ಬೆಳೆಯುವ ಹದಿಹರೆಯದ ಹುಡುಗನಾಗಿದ್ದು, ಅಲ್ಲಿ ಹಾಗೆ ನಿಂತ ಅವಸ್ಥೆಯಲ್ಲಿ ನೋವಿನಿಂದ ಕೂಡಿದ ನಾಚಿಕೆಯಲ್ಲಿ ಮುಳುಗಿಹೋದೆ.

ಸಿಟ್ಟಿನಿಂದ ನಾನು ನನ್ನೆಲ್ಲ ಶಕ್ತಿಯನ್ನು ಒಂದುಗೂಡಿಸಿ, ಆತನನ್ನು ಆಚೆಗೆ ತಳ್ಳಿ ನನ್ನ ಚೆಡ್ಡಿಯನ್ನು ಕಸಿದುಕೊಂಡು, ತೊಟ್ಟುಕೊಂಡೆ ಮತ್ತೆ ಹೂಂಗುಡುತ್ತಾ ನನ್ನ ಎದಿರೇಟನ್ನು ತೋರಿಸುವ ಭಂಗಿಯಲ್ಲಿ ಅಲ್ಲಿಂದ ಹೊರಟುಹೋದೆ. ಆತ ಬಯಸಿದ ಕಾರ್ಯಕ್ಕೆ ನಾನು ಸಮ್ಮತಿಸಲಿಲ್ಲ ಎಂಬ ಕಾರಣದಿಂದ ಆತ ನನ್ನನ್ನು ಸಡಿಲಬಿಟ್ಟು ಇನ್ನೊಂದು ಬಗೆಯ ಹಿಂಸಾತ್ಮಕ ಚಟುವಟಿಕೆಗೆ ಮೊದಲಾದರು.

ಒಂದು ಬೆತ್ತವನ್ನು ಹಿಡಿದು ಆತ ಮನೆಯಲ್ಲೆಲ್ಲ ನನ್ನನ್ನು ಬೆನ್ನಟ್ಟಿ ಬಂದರು. ನಾನು ತಪ್ಪಿಸಿಕೊಳ್ಳಲು ಯತ್ನಿಸಿದರೂ ಕೊನೆಗೆ ಅವರ ಬಿದಿರಿನ ಸಲಾಕೆಯ (ಅದನ್ನು ಯಾವಾಗ ಬೇಕೆಂದರೆ ತನ್ನ ಕೈಗೆಟಕುವ ಹಾಗೆ ಮನೆಯ ಎಲ್ಲಾ ಕಡೆ ಇಟ್ಟುಕೊಂಡಿದ್ದರು) ಹೊಡೆತಕ್ಕೆ ಶರಣಾಗಲೇ ಬೇಕಾಯಿತು. ನಿರ್ದಾಕ್ಷಿಣ್ಯವಾಗಿ ಆತ ನನ್ನ ಬೆನ್ನ ಮೇಲೆ, ಕಾಲುಗಳಲ್ಲಿ, ಕೈಗಳಿಗೆ ಮತ್ತು ಹೊಟ್ಟೆಗೆ ಸುಸ್ತಾಗುವ ತನಕ ಹೊಡೆದರು. ನಾನು ಅತೀವ ನೋವಿನಿಂದ ನರಳಿದೆ ಎಂದು ಹೇಳಿದರೆ ಅದೊಂದು ನ್ಯೂನೋಕ್ತಿ ಆಗಬಹುದು. ನಾನು ನನ್ನ ಕಣ್ಣೀರನ್ನು ಹಿಡಿತಲ್ಲಿಟ್ಟುಕೊಂಡು ಅಲ್ಲೇ ನಿಂತೆ, ಹೊಡೆತಗಳನ್ನು ಮೌನವಾಗಿ ಸ್ವೀಕರಿಸುತ್ತ. ನಾನು ಅತೀವ ನೋವಿನಿಂದ ಯಾತನೆಯಲ್ಲಿದ್ದೆ.

ಬಿಸಿಲಿನಲ್ಲಿ ಎಡೆಬಿಡದೆ ದಿನವಿಡೀ ದುಡಿಯುತ್ತಿದ್ದುದರಿಂದ ನಾನು ಶಾರೀರಿಕವಾಗಿ ಪೂರ್ತಿ ಒಣಗಿಹೋಗಿದ್ದೆ. ಚಿಕ್ಕಪ್ಪನ ಆಜ್ಞಾನುಸಾರ ನಾನು ಮೂವತ್ತು ಹೊಂಡಗಳನ್ನು ಕಾಫಿ ತಳಿಗಳನ್ನು ನಡುವರೆ ಅಗೆಯಬೇಕಿತ್ತು. ಆ ಕೆಲಸದ ಅವಧಿಯಲ್ಲಿ ಕಿಂಚಿತ್ತೂ ವಿಶ್ರಾಂತಿ ಇದ್ದಿರಲಿಲ್ಲ. ಅದಾಗಲೇ ಆ ದಿನ ಹದಿನೈದು ಹೊಂಡಗಳನ್ನು ತಯಾರಿಸಿದ್ದೆ. ನನ್ನ ಶರೀರದ ಎಲುಬುಗಳು ನೋಯತೊಡಗಿದವು. ಅದರ ಜತೆಗೆ ಆತ ನನಗೆ ಹೊಡೆದಿದ್ದರು.

ಆಮೇಲೆ ನನಗೆ ಸಮೀಪದ ಅಂಗಡಿಯಿಂದ ನಾಟಿ ಮದ್ಯವನ್ನು ತರಲು ಹೇಳಿದರು. 'ಎಲ್ಲಾ ಸರಿ. ಆದೆದ್ದೆಲ್ಲ ಆಯಿತು, ಮರೆತು ಬಿಡು. ಈಗ ಅರಕ್ ಶಾಪ್‌ಗೆ ಹೋಗು' ಎಂದರು.

ಒಬ್ಬ ವ್ಯಕ್ತಿ ಹೀಗೆ ಯಾವ ಹಂತಕ್ಕೂ ದುಷ್ಟನಾಗಿ ಏರಬಹುದೇ ಎಂದು

ನಾನು ಅಚ್ಚರಿಪಟ್ಟೆ.

ಈ ಸಲ ಮಾತ್ರ ನಾನು ನನ್ನ ಮನಸ್ಸಿಗೆ ಸರಿಯಾಗಿ ನಡೆದೆ. ಇನ್ನಷ್ಟು ನನಗೆ ಅರಗಿಸಿಕೊಳ್ಳಲು ಸಾಧ್ಯವಾಗಿರಲಿಲ್ಲ. ನಾನು ಆತನಿಗೆ ದಿಟ್ಟತನದಿಂದ ಹೇಳಿದೆ, ಈ ಆಜ್ಞೆಯನ್ನು ನಾನು ಪೂರೈಸಬೇಕಿದ್ದರೆ, ನನ್ನನ್ನು ಸಮೀಪದ ದೇವಸ್ಥಾನದಲ್ಲಿ ನಡೆಯುವ ವಾರ್ಷಿಕ ಗಣೇಶ ಹಬ್ಬಕ್ಕೆ ಹೋಗಲು ಬಿಡಬೇಕು–ಅದು ಹತ್ತುದಿನಗಳ ಆರಾಧನೆಯ ಬಳಿಕದ ವಿಸರ್ಜನಾ ಉತ್ಸವವಾಗಿತ್ತು. ಆತನಿಗೆ ನಿಜಕ್ಕೂ ದಿಗ್ಭ್ರಮೆಯಾಯಿತು,ಆದರೆ ತೋರಗೊಡದೆ, ಅದಕ್ಕೆ ಸಮ್ಮತಿಸಿದರು, ತನ್ನ ಮದ್ಯದ ವಿಲೇವಾರಿ ಸದ್ಯಕ್ಕೆ ಆಗಬೇಕಷ್ಟೇ?

ನನ್ನ ಯೋಜನೆ ಏನಾಗಿತ್ತೆಂದರೆ, ಗಣೇಶ ಉತ್ಸವಕ್ಕೆ ಹೋಗುವ ನೆವದಲ್ಲಿ, ಚಿಕ್ಕಪ್ಪನ ಮನೆಯಿಂದ ಊರಿಗೆ ಪಲಾಯನ ತೆಗೆಯುವುದಾಗಿತ್ತು, ಅಮ್ಮನನ್ನು ಸೇರುವುದಕ್ಕೆ.

ನಾನು ಬಿಟ್ಟುಹೋಗುತ್ತಿದ್ದೇನೆಂದು ನನ್ನ ಚಿಕ್ಕಮ್ಮನಿಗೆ ಹೇಳಿದೆ; ಉಳಿದವರು ನನ್ನನ್ನು ಹುಡುಕುವುದಕ್ಕೆ ಪ್ರಯತ್ನಿಸಕೂಡದು ಎಂದೂ ಆಕೆಗೆ ಹೇಳಿದೆ. ಆ ರಾತ್ರಿ ನಾನು ನನ್ನ ಚಿಕ್ಕಪ್ಪನಲ್ಲಿ ಒಂದು ಮಾತನ್ನೂ ಆಡದೆ ಮನೆ ಬಿಟ್ಟೆ. ಸಲೂನ್‌ನಲ್ಲಿ ನಾನು ಅಡಗಿಸಿಟ್ಟಿದ್ದ ಸ್ವಲ್ಪ ಹಣವನ್ನು ತೆಗೆದುಕೊಂಡಿದ್ದೆ. ಆ ದಿನ ರಾತ್ರಿ ಸಲೂನ್‌ನಲ್ಲೇ ಮಲಗಿ ಮರುದಿನ ಬೆಳಿಗ್ಗೆ ಕಾರ್ಕಳಕ್ಕೆ ಹೋಗುವ ಬಸ್ಸನ್ನು ಹಿಡಿಯುವುದು ನನ್ನ ಯೋಜನೆಯಾಗಿತ್ತು.

ಅಮ್ಮನನ್ನು ಭೇಟಿಯಾಗಿ ಸ್ವಲ್ಪ ಹೊತ್ತು ಮಾತನಾಡಿಸಿದೆ. ಓರ್ವ ಕ್ರೂರ ಪೀಡಕನಿಂದ ತಲೆಮರೆಸಿಕೊಂಡು ಹೋಗುವುದು ಆಕೆಗೆ ಸಂತೋಷವನ್ನು ತಂದಿತ್ತು. ಆದರೆ ನನಗೆ ಖಾತ್ರಿಯಿತ್ತು, ಆತ ನನ್ನನ್ನು ಏಕಾಂಗಿಯಾಗಿ ಬಿಡಲಾರ ಎಂಬುದಾಗಿ. ಆದ್ದರಿಂದ ನಾನು ಆತನ ಮಾವನ ಮನೆಯಲ್ಲಿ ತಂಗಿದೆ. ಅವರಿಗೆ ಆತನ ಕುತ್ಸಿತ ಬುದ್ಧಿಗಳೆಲ್ಲ ಗೊತ್ತಿದ್ದವು. ಅದೊಂದು ಸುರಕ್ಷಿತ ವಾಸಸ್ಥಳವಾಗಿತ್ತು.

ಎರಡು ದಿನಗಳ ಬಳಿಕ ಚಿಕ್ಕಪ್ಪ ಬಂದು ನನ್ನನ್ನು ಪುಸಲಾಯಿಸುತ್ತ ತನ್ನ ಜತೆಗೆ ಬರುವಂತೆ ಹೇಳಿದರು. ಅಷ್ಟೆಲ್ಲ ಹಿಂಸೆ ಕೊಟ್ಟ ಬಳಿಕವೂ ನಾನು ಆತನ ಜತೆಗೆ ಹಿಂದಿರುಗಿ ಹೇಗೆ ತಾನೇ ಹೋಗಲು ಸಾಧ್ಯ? ನನಗೆ ಬೇರೆ ದಾರಿಯಿಲ್ಲವೆಂದು ಆತ ಊಹಿಸಿರಬಹುದೇನೋ. ನಾನು ಜಗ್ಗಲಿಲ್ಲ. ಯಾರನ್ನೂ ಸಿಹಿ ಮಾತಿನಿಂದಾಗಲೀ, ಸುಳ್ಳು ಆಶ್ವಾಸನೆಗಳಿಂದಾಗಲೀ ಬಗ್ಗಿಸಲಾಗದು. ನಾನು ನಿರಾಕರಿಸಿದೆ. ಆತ ಹಿಂದೆ ನೀಡಿದ ಭರವಸೆಯಂತೆ ನಮ್ಮ ಪೂರ್ವಾರ್ಜಿತ ಆಸ್ತಿಯಿಂದ ಪಾಲನ್ನು ನೀಡಿರಲಿಲ್ಲ. ಒಂದು ವಾರದ ವಾಸ್ತವ್ಯದ ಬಳಿಕ ನಾನು ಮುಂಬಯಿಗೆ ಪಯಣ ಬೆಳೆಸಿದೆ.

ಚಿಕ್ಕಪ್ಪ ತೀರಿಕೊಂಡರು

2014ರ ಜನವರಿ 16ರಂದು ಗೋವಿಂದ ಭಂಡಾರಿ ತೀರಿಕೊಂಡರು. ಆಗ ಅವರಿಗೆ 78 ವರ್ಷ ವಯಸ್ಸಾಗಿತ್ತು.

ಅವರು ಸಾಕಷ್ಟು ಕಾಲ ಶ್ವಾಸಕೋಶದ ಕ್ಯಾನ್ಸರ್‌ನಿಂದ ನರಳಿದ್ದರು. ಅವರ ಸಾವಿಗೆ ಒಂದು ವಾರಕ್ಕೆ ಮುಂಚೆ ನಾನು ಅವರಲ್ಲಿ ಮಾತಾಡಿದ್ದೆ. 2013ರ ನವೆಂಬರ್‌ನಲ್ಲಿ

ಮುಂಯಿಯಲ್ಲಿನ ನನ್ನ ಪ್ರಥಮ ಸಲೂನಿನ ಸ್ಥಾಪನೆಯ ಬೆಳ್ಳಿಹಬ್ಬದ ಸಮಾರಂಭವನ್ನು ನಾನು ಆಯೋಜಿಸಿದ್ದಾಗ, ಅದರಲ್ಲಿ ಪಾಲ್ಗೊಳ್ಳಬೇಕಂತ ಅವರಿಗೆ ಬಹಳ ಆಸಕ್ತಿಯಿತ್ತು. ತಾನು ನನ್ನ ಗುರು ಮತ್ತು ಟೀಚರ್ ಎನ್ನುವ ಹಾಗೆ ನಮ್ಮ ಜತೆಗೆ ಒಂದು ಗ್ರೂಪ್ ಫೋಟೋ ತೆಗೆಸಿಕೊಳ್ಳಬೇಕೆಂದು ಆತ ಆಸೆಪಟ್ಟಿದ್ದರಂತೆ.

ಅವರ ಬದುಕಿನ ಪರ್ಯಂತ, ಮರಣ ಶಯ್ಯೆಯಲ್ಲಿದ್ದಾಗಲೂ, ಒಮ್ಮೆಯಾದರೂ ನನಗೆ ನೀಡಿದ ಹಿಂಸೆಯ ಬಗ್ಗೆ ಆತ ಪಶ್ಚಾತ್ತಾಪಪಟ್ಟುಕೊಂಡಿದ್ದು ಇಲ್ಲವೆಂದೇ ಹೇಳಬಹುದು. ಚಿಕ್ಕಮ್ಮನೂ, ಸ್ವಲ್ಪ ಸಮಯ ಅನಾರೋಗ್ಯದಲ್ಲಿದ್ದವರು, 2019ರ ಪ್ರಾರಂಭದಲ್ಲಿ ಅಸುನೀಗಿದರು. ಅವರ ಮಗ ಮತ್ತು ಮಗಳು ಮದುವೆಯಾಗಿ ಸಂಸಾರ ಹೂಡಿದ್ದಾರೆ. ಸಲೂನಿನ ಷಟ್ಟರ್‌ಗಳು ಕೆಳಗಿಳಿದಿವೆ, ಹಸುಗಳ ಹಟ್ಟಿ ಬರಿದಾಗಿದೆ, ಮತ್ತು ಹಾಲಿನ ವ್ಯಾಪಾರ ಸ್ಥಗಿತಗೊಂಡಿದೆ.

ಚಿಕ್ಕಪ್ಪ ನನ್ನ ಪತ್ನಿ ಅನುಶ್ರೀಯ ಸೀಮಂತಕ್ಕೆ (ಗರ್ಭಿಣಿಯ ಏಳನೇ ತಿಂಗಳಿನಲ್ಲಿ ನಡೆಸುವ ಆಚರಣೆ) 2010ರಲ್ಲಿ ಮುಂಬಯಿಯಲ್ಲಿ ಆಚರಿಸಿದಾಗ ಬಂದಿದ್ದರು. ಅವರು ನಮ್ಮ ಅಪಾರ್ಟ್‌ಮೆಂಟ್‌ಗೂ ಭೇಟಿ ನೀಡಿದ್ದರು. ನನ್ನ ಹೆಂಡತಿಯ ಗರ್ಭದಲ್ಲಿ ಆಗ ಮಗ ರೋಹಿಲ್ ಬೆಳೆಯುತ್ತಿದ್ದ.

ಚಿಕ್ಕಪ್ಪ ನನ್ನ ಬಗ್ಗೆ ವಾರ್ತಾ ಪತ್ರಿಕೆಗಳಲ್ಲೂ, ಟೆಲಿವಿಷನ್‌ಗಳಲ್ಲೂ ಓದಿ, ಕೇಳಿ ತಿಳಿದುಕೊಂಡಿದ್ದು ನನ್ನ ಸಾಧನೆಗಳ ಬಗ್ಗೆ ಬಹಳ ಅಭಿಮಾನವನ್ನು ವ್ಯಕ್ತ ಪಡಿಸಿದ್ದರು. ನನ್ನ ಕ್ಷೇತ್ರದಲ್ಲಿ ಸಿಕ್ಕಿದ ಯಶಸ್ಸನ್ನು ಗುರುತಿಸಿ, ಆ ಕುರಿತು ಹಿಂಗಡೆಯಲ್ಲಿ ಹೊಗಳುತ್ತಿದ್ದರು. ಎಂದಿಗೂ ಮುಖಾಮುಖಿ ಹೊಗಳಿದ್ದೇ ಇರಲಾರದು, ಹಾಗೊಮ್ಮೆ ಅಂದರೂ ತನ್ನ ತರಬೇತಿಯ ತಳಪಾಯದಿಂದಲೇ ಮೇಲಕ್ಕೆ ಬಂದಿದ್ದು ಎಂದುಬಿಡುತ್ತಿದ್ದರು. ಆ ರೋಗಗ್ರಸ್ತ ಪರಿಸ್ಥಿತಿಯಲ್ಲೂ ಆತ ತನ್ನ ಬಡಾಯಿಯ ಮಾತುಗಳನ್ನು ಬಿಟ್ಟಿರಲಿಲ್ಲ. ಹಾಗೆ ನನ್ನ ಎಲ್ಲಾ ಯಶಸ್ಸಿಗೂ ಆತನೇ ಕಾರಣವೆಂದು ಕೊಚ್ಚಿಕೊಳ್ಳುತ್ತಿದ್ದರು. ನಾನು ಕೇವಲ ನನ್ನ ತಲೆಯನ್ನಾಡಿಸುತ್ತಿದ್ದೆ.

ಆ ಸಂವೇದನಾತ್ಮಕ ವಯಸ್ಸಿನಲ್ಲಿ ಆತನ ಜತೆಗೆ ಕಳೆದಿದ್ದರಿಂದ ನನಗೆ ಬದುಕಿನ ಅನೇಕ ಸ್ಥಿತ್ಯಂತರಗಳನ್ನು ಕಲಿಯಲು ಅವಕಾಶವಾಯಿತು. ದುಃಖದಿಂದ ಆ ದಿನಗಳನ್ನು ನಾನು ಸ್ಮರಿಸಿಕೊಂಡಾಗ, ಆ ನನ್ನ ಬೆಳವಣಿಗೆಯ ಕಾಲದಲ್ಲಿ ಅವೆಲ್ಲ ಒಂದು ಅಸಹಜ ಪ್ರಕ್ರಿಯೆಗಳೆಂದು ನಾನು ಭಾವಿಸುತ್ತೇನೆ. ಏನಿದ್ದರೂ ಆ ಕಾಲಘಟ್ಟವನ್ನು ನನ್ನ ಬದುಕಿನಿಂದ ಅಳಿಸಿ ಹಾಕಲು ಸಾಧ್ಯವೇ ಆಗದು. ನನ್ನ ಬಾಲ್ಯದಲ್ಲಿ ಕಲಿತ ಆ ಪಾಠಗಳನ್ನು ಬೇರೆ ಯಾವುದೇ ಶಾಲೆಯೂ ನನಗೆ ಕಲಿಸಿಕೊಡುತ್ತಿರಲಿಲ್ಲವೇನೋ.

ಎಲ್ಲರೂ ತಪ್ಪು ಮಾಡುತ್ತಾರೆ. ಹಾಗೆ ತಪ್ಪು ಮಾಡಿದವರು ಅದನ್ನು ಅರಿತುಕೊಂಡು ಅವನ್ನು ಸರಿಪಡಿಸಿಕೊಳ್ಳಲು ಪ್ರಯತ್ನಿಸಿದರೆ ಅವರು ಒಳ್ಳೆಯ ಮನುಷ್ಯರಾಗಿ ಜೀವಿಸಲು ಅವಕಾಶವಾಗುತ್ತದೆ. ಬದುಕಿನ ಪಯಣ ಪರಿಪೂರ್ಣತೆಯನ್ನು ಸಾಧಿಸಿರುವ ಭಾವನೆಯನ್ನು ಮೂಡಿಸಬೇಕು. ಪ್ರತಿಯೊಬ್ಬರೂ ಒಂದಲ್ಲ ಒಂದು ದಿನ ಸಾಯುವವರೇ. ಆದರೆ ಅವರ ಕೊನೆಗಾಲದ ಕೆಲವು ದಿನಗಳಾದರೂ ಸಂತೋಷಮಯವಾಗಿ

ಶಾಂತಿಯುತವಾಗಿ ಸಾಗಿದರೆ ಅದೆಷ್ಟು ಚೆನ್ನ.

ನಾನು ನನ್ನ ಚಿಕ್ಕಪ್ಪ ಅಥವಾ ಚಿಕ್ಕಮ್ಮನ ಬಗೆಗೆ ಕೋಪದಿಂದಿಲ್ಲ. ಅವರ ಬಗ್ಗೆ ಸೇಡಿನ ಭಾವನೆಯೂ ಇಲ್ಲ. ಈ ಮೊದಲಿನ ಹಂತ ನನ್ನ ಬದುಕಿನಲ್ಲಿ ಬಾರದೇ ಹೋಗಿದ್ದರೆ ಪ್ರಾಯಶಃ ನನ್ನ ಜೀವನಪ್ರೀತಿಯ ಕರೆ ಎಂದಿಗೂ ಬಂದಿರುತ್ತಿರಲೇ ಇಲ್ಲವೇನೋ. ಹೆಚ್ಚುಕಡಿಮೆ ಆ ನಾಲ್ಕು ವರ್ಷಗಳ ಎಲೆಮಡಲಿನ ನನ್ನ ವಾಸ್ತವ್ಯ ನನಗೊಂದು ಭವಿಷ್ಯವನ್ನು ರೂಪಿಸಲು ಸಹಾಯಕವಾಯಿತು... ಅವರು ನನಗೆ ಒಬ್ಬ ಕೇಶವಿನ್ಯಾಸಕಾರನ ಜಗತ್ತಿಗೆ ಸಾಗುವ ಹಾದಿಯನ್ನು ತೋರಿಸಿಕೊಟ್ಟರೇನೋ.

ನಾನು ಬರೀ ಕೃತಜ್ಞನಿರಬೇಕಷ್ಟೆ.

ನೀವು ಗೌರವಯುತ ಬಾಳನ್ನು ಬದುಕುವುದರಲ್ಲಿ ನಂಬಿಕೆ
ಇಟ್ಟುಕೊಂಡಿದ್ದರೆ, ನೀವು ಸ್ವಸಹಾಯದಲ್ಲಿ ನಂಬಿಕೆ ಇಟ್ಟಿರಿ,
ಅದು ಅತ್ಯಂತ ಉತ್ತಮ ಸಹಾಯವಾಗಿರುತ್ತದೆ.

–ಡಾ। ಬಾಬಾಸಾಹೇಬ್ ಅಂಬೇಡ್ಕರ್, ಭಾರತೀಯ ಸಂವಿಧಾನದ ಪಿತಾಮಹ

ಅಧ್ಯಾಯ ಐದು

ಶ್ರೀಮಂತ, ಬಡವ ಮತ್ತು 'ಸೆಲೂನ್'

ಮಶ್ರೂಮ್ ಕಟ್

ಎಲೆಮಡಲಿನ ಚಿಕ್ಕಪ್ಪನ ಮನೆಯ ಎದುರಿನ ರಮಣೀಯ ವಾತಾವರಣದ ಪೀಡೆಯ ಒಳಗೆ ನಾನು ಬಂಧಿಯಾಗಿದ್ದರೂ, ಅಲ್ಲಿಂದ ಕೆಲವು ಕಿಲೋಮೀಟರ್ ದೂರದ ದುರ್ಗದಬೆಟ್ಟಿನಲ್ಲಿ ಒಂದು ಬಳುಕಿದ ರಸ್ತೆ ಬದಿಯಲ್ಲಿ ಇದ್ದ ಚಿಕ್ಕಪ್ಪನ ಸಲೂನ್ ನನಗೆ ಬೇರೆಯೇ ಪ್ರಪಂಚವಾಗಿತ್ತು.

ಉಷ್ಣವಲಯದ ಕಾಡಿನ ನಡುವೆ, ಹಿನ್ನೆಲೆಯಲ್ಲಿ ಅಡ್ಡಾದಿಡ್ಡಿ ಗುಡ್ಡಗಳ ಸಾಲುಗಳು, ಜುಳು ಜುಳು ಹರಿವ ತೊರೆಗಳು ಅವುಗಳ ನಡುವಿನ ನೆಲಹಾಸು ಹಾಸಿದಂತೆ ತೋರುವ ಚಹಾ ತೋಟ ಮತ್ತು ಕಾಫಿ ಎಸ್ಟೇಟ್‌ಗಳ ಮಧ್ಯೆ ಒಂದೇ ಒಂದು ಕ್ಷೌರದ ಅಂಗಡಿ ಅಂದರೆ ಅದು ಚಿಕ್ಕಪ್ಪನದು. ಏಕಸ್ವರೂಪದಲ್ಲಿ, ಶ್ರೀಮಂತರಿಗೆ, ಬಡವರಿಗೆ, ಅನುಕೂಲಸ್ಥರಿಗೆ, ಮತ್ತು ಕೆಳಗಿನ ಸ್ಥರದವರಿಗೆ ಎಲ್ಲರಿಗೂ ಎಲೆಮಡಲು ಮತ್ತು ಸರಹದ್ದಿನ ಹಳ್ಳಿಗಳಲ್ಲಿ ಇದ್ದದ್ದು ಇದೊಂದೇ ಸಲೂನ್.

ಅಂಗಡಿಯ ಎದುರು ಅದರ ಹೆಸರನ್ನು ನಮೂದಿಸುವ ಯಾವುದೇ ಫಲಕ ಇರಲಿಲ್ಲ. ಆದರೆ ಜನರಿಗೆ ಅದರ ಅಸ್ತಿತ್ವದ ಬಗ್ಗೆ ಅರಿವಿತ್ತು, ಅದನ್ನು 'ಸೆಲೂನ್' ಎಂದು ತಮ್ಮ ಸ್ಥಳೀಯ ಭಾಷೆಯಲ್ಲಿ ಎಳೆಯುತ್ತ ಕರೆಯುತ್ತಿದ್ದರು.

ನಾನೊಬ್ಬ ತರಬೇತಿಗಿದ್ದವ, ಕೆಲಸಗಾರ, ಸಹಾಯಕ, ಸೇವಕ –ಇವೆಲ್ಲವುಗಳ ಒಂದು ಸಮ್ಮಿಶ್ರಣಕ್ಕಿಂತಲೂ ಮೇಲಾಗಿದ್ದೆ, ಅಂಗಡಿಯ ಒಡೆಯರಾಗಿದ್ದ ನನ್ನ ಚಿಕ್ಕಪ್ಪನಿಗೆ. ಚುಟುಕಾಗಿ, ಹೇಳುವುದಿದ್ದರೆ, ನಾನು ಅವರ ಬಂಟನಾಗಿದ್ದೆ.

ನಾನು ಇಲ್ಲಿಯೇ ಐದುಬೆರಳಿನ ಬ್ಲೇಡ್ (five-finger blade) ನ್ನು ಉಪಯೋಗಿಸಲು ಕಲಿತದ್ದು. ಅದೊಂದು ಅಪರೂಪದ ಸಾಧನವಾಗಿದ್ದು, ಈವೊತ್ತಿನ ದಿವಸಗಳಲ್ಲಿ ಬಾರ್ಬರನ ಸಾಮಗ್ರಿಗಳ ಪೆಟ್ಟಿಗೆಯಲ್ಲಿ ಕಾಣಸಿಗಲಾರದು. ಅದರಲ್ಲಿ ಬ್ಲೇಡಿಗೆ ಲಗತ್ತಿಸಿದ ಐದು ಉಂಗುರಗಳಲ್ಲಿ ಬೆರಳನ್ನು ತೂರಿಸಬಹುದಿತ್ತು, ಒಂದು

ಕೈಗ್ಲೌಸ್‌ನ್ನು ಹಾಕಿದ ಹಾಗೆ. ಓರ್ವ ನುರಿತ ಬಾರ್ಬರ್‌ನಿಗೆ, ಈ ಸಾಧನ ತನ್ನ ಹಿಡಿತದಲ್ಲಿದ್ದಾಗ, ಯಾವುದೇ ರೀತಿಯ ಕೂದಲಿಗೆ ತನ್ನ ಕೌಶಲ್ಯವನ್ನು ಒಪ್ಪಿಸಬಹುದಿತ್ತು.

ಈ ಸಲಕರಣೆ 'ಸೀಸರ್‌ಸ್ ಕಟ್'ಗೆ ಹೇಳಿಮಾಡಿಸಿದಂತಿತ್ತು. ಈ ಶೈಲಿಯಲ್ಲಿ ತಲೆಯ ಮೇಲ್ಭಾಗದಲ್ಲಿ ಕೂದಲನ್ನು ಚಿಕ್ಕದಾಗಿಸಿ ಇಟ್ಟು, ಕೆಳಗಿಳಿದಂತೆ ಅದು ಸಪೂರವಾಗುತ್ತ ಹೋಗುತ್ತ, ಕಟ್ಟಕಡೆಗೆ ಚರ್ಮವು ಕಾಣಿಸುವಂತಿರುತ್ತದೆ. ಅದೊಂದು ಅತ್ಯಂತ ಕಾರ್ಯೋನ್ಮುಖ ವಿನ್ಯಾಸವಾಗಿದ್ದು, ಎಂದಿಗೂ ಒಪ್ಪವಿಲ್ಲದ ನೋಟವನ್ನು ಕೊಡುತ್ತಿರಲಿಲ್ಲ ಮಾತ್ರವಲ್ಲ, ಕ್ರೀಡಾತ್ಮಕ ಲವಲವಿಕೆಯ ವ್ಯಕ್ತಿ ಅದನ್ನು ಇಷ್ಟಪಡುತ್ತಿದ್ದ.

ಈಗಿನ ದಿನಗಳಲ್ಲಿ ಪ್ರಚಲಿತವಿರುವ ಒಂದು ಶೈಲಿ ಅಂದರೆ 'ಮಶ್ರೂಮ್ ಕಟ್'. ಈ ಹೆಸರು ಯಾಕೆಂದರೆ, ಅದು ನಾಯಿಕೊಡೆಯ ಹಾಗೆ ಮೇಲಕ್ಕೆ ಅರಳಿ ಕೆಳಗೆ ಸಪೂರವಾಗಿ ಕಂಡುಬರುತ್ತದೆ. ಶಾಲಾ ಬಾಲಕರು, ಕಾಲೇಜು ವಿದ್ಯಾರ್ಥಿಗಳು ಈ ಶೈಲಿಗಾಗಿ ಹಾತೊರೆಯುತ್ತಾರೆ. ಎಪ್ಪತ್ತರ ದಶಕದಲ್ಲಿ ಈ ಶೈಲಿಯನ್ನು 'ಹಿಂದಲೆ ಇಳಿಜಾರು' (slope back) ಎಂದು ಕರೆಯುತ್ತಿದ್ದು 'ರೈಟರ್'ಗಳು, ಅಂದರೆ ಚಹಾ ತೋಟಗಳಲ್ಲಿ ಮತ್ತು ಕಾಫಿ ಎಸ್ಟೇಟ್‌ಗಳಲ್ಲಿ ಕರಣಿಕರಾಗಿ ದುಡಿಯುವವರು ಅದನ್ನೇ ಬಯಸುತ್ತಿದ್ದರು.

ರೈಟರ್‌ಗಳು ಸೌಜನ್ಯದ ಮಂದಿಯಾಗಿದ್ದು, ಸ್ಟಾರ್ಚ್ ಹಾಕಿದ ಚೆಡ್ಡಿಗಳನ್ನೂ, ಒಂದೂ ಕಲೆಯಿಲ್ಲದ, ಶುಭ್ರವಾದ ಬಿಳಿ ಷರಟನ್ನೂ ಹಾಕಿಕೊಂಡು ಹಣೆಯನ್ನು ಬಹುತೇಕ ಮುಚ್ಚುವ ಬೌಲರ್ ಹ್ಯಾಟ್‌ನ್ನು ತೊಟ್ಟುಕೊಳ್ಳುತ್ತಿದ್ದರು. ಪೋಲೀಸ್ ಅಧಿಕಾರಿಗಳಂತೆ ಕೈಯ್ಯಲ್ಲೊಂದು ಕೋಲನ್ನು ಆಡಿಸುತ್ತ, ಬರುತ್ತಿರುವ ಅವರ ಭಂಗಿ ಹಳ್ಳಿಯ ಜನರಲ್ಲಿ ಅಚ್ಚರಿ ಮತ್ತು ಪ್ರಶಂಸೆಯನ್ನು ಮೂಡಿಸುತ್ತಿತ್ತು. ಶೈಕ್ಷಣಿಕವಾಗಿಯೂ ಅವರು ವಿದ್ಯಾವಂತರಾಗಿರುತ್ತಿದ್ದರು. ಒಟ್ಟಿನಲ್ಲಿ ಅವರು ಇತರ ಸಾಮಾನ್ಯ ಜನರ ನಡುವೆ ಪ್ರತ್ಯೇಕವಾಗಿ ಗುರುತಿಸಲ್ಪಡುತ್ತಿದ್ದರು.

ನನಗೆ ಅವರು ಬ್ರಿಟಿಷ್ ಆಧಿಪತ್ಯದ ನೆನಪನ್ನು ಮೂಡಿಸುತ್ತಿದ್ದರು, ಅವರ ಮೊಣಕಾಲನ್ನು ಮುಟ್ಟುವ ಭಾರವಾದ ರಬ್ಬರ್ ಗಮ್ ಬೂಟುಗಳನ್ನು ನೋಡಿದಾಗ. ಅವರು ಹೋದಲ್ಲೆಲ್ಲ ಗೌರವವನ್ನು ಪಡೆಯುತ್ತಿದ್ದರು.

ನಾನು ಮೊತ್ತಮೊದಲಿಗೆ ಫೈ-ಫಿಂಗರ್ ಬ್ಲೇಡ್‌ನ್ನು ಬಳಸಿದ್ದು ಅಂತಹ ಓರ್ವ ರೈಟರ್‌ನ ತಲೆಯ ಮೇಲೆ. ಅದಾಗಲೇ ನಾನು ನನ್ನ ತಲೆಯ ಮೇಲೆ ಸಾಕಷ್ಟು ಸಲ ಓಡಿಸಿದ್ದಾಗಿತ್ತು. ಯಾವುದೇ ಗಿರಾಕಿಯ ಮೇಲೆ ಪ್ರಯೋಗವನ್ನು ಮಾಡುವಾಗ ಕೆಲಸದಲ್ಲಿ ಬಹಳ ನುರಿತಿರಬೇಕೆಂದು ಚಿಕ್ಕಪ್ಪ ನನಗೆ ಎಚ್ಚರಿಸಿ ಹೇಳುತ್ತಿದ್ದರು. ಅದಕ್ಕಾಗಿ ನನ್ನ ತಲೆಯ ಮೇಲೆಯೇ ಹಲವು ಸಲ ಅದನ್ನು ಬಳಸಿದ್ದೆ. ಗಿರಾಕಿಗಳ ಮೇಲೆ ಗೀಸುವ ಬ್ಲೇಡನ್ನು ಬಳಸುವ ಮುನ್ನ, ಕೂದಲು ತುಂಬಿದ ನನ್ನ ಕಾಲುಗಳ ಮೇಲೆಯೇ ಹಲವು ಸಲ ಅದನ್ನು ಬಳಸಿದ್ದೆ.

ಅವು ನನ್ನ ಮೊದಲಿನ ಪಾಠಗಳಾಗಿದ್ದವು, ಆ ಮೂಲಕ ನನಗೆ ನನ್ನ ನಡೆಯಲ್ಲಿ

ಆತ್ಮವಿಶ್ವಾಸವನ್ನು ನೀಡಿದ್ದವು. ನನ್ನ ಚರ್ಮದ ಮೇಲೆ ಉಪಕರಣ ಹೇಗೆ ಕೆಲಸ ಮಾಡುತ್ತದೆ ಎಂಬ ಸಂವೇದನೆಯನ್ನು ಅನುಭವಿಸಿದ ಬಳಿಕ ಗಿರಾಕಿಗಳ ಮೇಲೆ ಅದರ ಪ್ರಯೋಗವನ್ನು ಮಾಡಿ, ಅವರಿಗೆ ಗಾಯವಾಗದಂತೆ ಎಚ್ಚರವಹಿಸುವುದು ಈ ತರಬೇತಿ ಪ್ರಕ್ರಿಯೆಯ ಮುಖ್ಯ ಅಂಶವಾಗಿತ್ತು.

ಅದು ವಿದ್ಯಾರ್ಥಿಗಳಿಗೆ ಹೋಮ್‌ವರ್ಕ್ ನೀಡಿದಂತಿತ್ತು. ಉಪಕರಣಗಳ ಮೂಲಕ ನನ್ನ ಕೌಶಲ್ಯವನ್ನು ತೀಕ್ಷ್ಣಗೊಳಿಸಿ, ಅನಂತರ ಅದನ್ನು ಪ್ರಯೋಗಿಸುವುದೇ ನನ್ನ ಹೋಮ್‌ವರ್ಕ್ ಆಗಿತ್ತು. ಓರ್ವ ರೈಟರ್‌ನ ಕೇಶ ವಿನ್ಯಾಸವನ್ನು ಮಾಡುವ ಅವಕಾಶ ಬಂದಾಗ ನಾನು ಬಹಳ ಉತ್ಸುಕನಾಗುತ್ತಿದ್ದೆ. ಪ್ರತಿ ತಿಂಗಳು ಅರ್ಧ ಡಜ಼ನ್‌ಗೂ ಮಿಕ್ಕು ರೈಟರ್‌ಗಳು ನಮ್ಮ ಸಲೂನ್‌ಗೆ ತಮ್ಮ ಕೂದಲನ್ನು ಅಂದಗೊಳಿಸುವರೆ ಬರುತ್ತಿದ್ದರು. ಅವರು ವರ್ಚಸ್ಸಿನ ಗಿರಾಕಿಗಳಾಗಿದ್ದು, ಅವರಿಗೆ ಗೌರವಾನ್ವಿತ ವ್ಯಕ್ತಿಗಳಿಗೆ ನೀಡುವ ವಿಶೇಷ ನಿರ್ವಹಣೆಯನ್ನು ಒದಗಿಸಲಾಗುತ್ತಿತ್ತು.

ಒಬ್ಬ ರೈಟರ್‌ನ ಆಗಮನ ಸಲೂನ್‌ನಲ್ಲಿ ತರಾತುರಿಯ ಚಟುವಟಿಕೆಗಳಿಗೆ ಕಾರಣವಾಗುತ್ತಿತ್ತು. ಅಂತಹ ಸಂದರ್ಭಗಳಲ್ಲಿ ಪರಿಸರದಲ್ಲಿ ನಿಶ್ಶಬ್ದತೆಯ ವಾತಾವರಣ ಪಸರಿಸಿ, ಕ್ಷೌರದ ಕುರ್ಚಿಗಳಿಂದ ಮಿಕ್ಕವರು ಆತನಿಗೆ ತಕ್ಷಣ ಜಾಗವನ್ನು ತೆರವು ಮಾಡಿಕೊಡುವ ಪರಿಪಾಠವಿತ್ತು. ಆ ಮಿಕ್ಕವರು ಹೊರಗಡೆ ಕಾಯುತ್ತಿದ್ದರು, ಯಾಕೆಂದರೆ ಸಲೂನ್‌ನಲ್ಲಿ ಬರೀ ಎರಡು ವ್ಯಕ್ತಿಗಳಿಗಷ್ಟೇ ಕೂರಲು ಬಾರ್ಬರ್ ಕುರ್ಚಿಗಳಿದ್ದವು. ಅದೊಂದು ಕುತೂಹಲಿ ಜನಸಂದಣಿ ಸಲೂನ್‌ನ ಹೊರಗಿನಿಂದ ಇಣುಕಿ ನೋಡುತ್ತ, ಆತ ಕುರ್ಚಿಯಲ್ಲಿ ಕುಳಿತ ಭಂಗಿಯನ್ನು ಪ್ರಶಂಸಿಸುತ್ತಿತ್ತು.

ಚಿಕ್ಕಪ್ಪ ನನ್ನತ್ತ ನೋಡಿ ಕಣ್ಸನ್ನೆಯಲ್ಲಿ ಸ್ಥಳವನ್ನು ತ್ವರಿತವಾಗಿ ಸ್ವಚ್ಛಗೊಳಿಸುವಂತೆ ನಿರ್ದೇಶಿಸುತ್ತಿದ್ದರು. ಮರದ ಕುರ್ಚಿಗೆ ತಗುಲಿದ ಕೂದಲು ಮತ್ತಿತರ ಕಶ್ಮಲಗಳನ್ನು ಉಜ್ಜಿ, ಝಾಡಿಸಿ ತೆಗೆದು ನಾನು ಅವನ್ನು ಶುಭ್ರಗೊಳಿಸುತ್ತಿದ್ದೆ. ಸ್ಥಳೀಯ ತಯಾರಿಯ ಬಾರ್ಬರ್ ಕುರ್ಚಿಗಳಲ್ಲಿ ಒರಗುವ ಸ್ಥಳದಲ್ಲಿ, ಮೇಲೆ ಕೆಳಗೆ ಸರಿಸಬಹುದಾದ ಒಂದು ಉದ್ದನೆಯ ಪಟ್ಟಿ ಇರುತ್ತಿದ್ದು ಅದರ ಕೊನೆಯಲ್ಲಿ ತಲೆಯನ್ನು ಆನಿಸಿ ನಿಲ್ಲಿಸುವುದಕ್ಕೆ ಒಂದು ಶಿರೋ-ವಿರಾಮ ಇರುತ್ತಿತ್ತು. ಈ ಪಟ್ಟಿಯನ್ನು ಗಿರಾಕಿಯ ಎತ್ತರಕ್ಕೆ ಅನುಗುಣವಾಗಿ ಮೇಲೂ ಕೆಳಗೂ ಸರಿಸಿ ಹೊಂದಿಸಬಹುದಿತ್ತು.

ರೈಟರ್‌ಗಳಿಗೆ ವಿಶೇಷ ಮನ್ನಣೆ ನೀಡುವ ಕುರಿತು ಚಿಕ್ಕಪ್ಪನಿಗೆ ಕಾಳಜಿಯಿತ್ತು. ನಾನು ಇನ್ನೂ ಅನನುಭವಿ ಎನ್ನುವ ಭಾವನೆ ಅವರಲ್ಲಿತ್ತು. ಅವರು ಕುಡಿತಕ್ಕೆ ಪೂರ್ತಿ ಶರಣಾದ ಬಳಿಕವಷ್ಟೇ ಸಲೂನ್‌ನ ಸಮಸ್ತ ಉಸ್ತುವಾರಿ ನನ್ನ ಹೆಗಲ ಮೇಲೆ ಬಿತ್ತು. ಅದರೊಂದಿಗೆ ರೈಟರ್‌ಗಳಿಗೆ ಬಿರುಸಾದ ಕೇಶಶೈಲಿಯಿಂದ ಅಲಂಕರಿಸುವ ಅವಕಾಶ ನನಗೆ ಲಭ್ಯಾವಾಯಿತು. ನನ್ನ ಪ್ರಯತ್ನವನ್ನು ರೈಟರ್‌ಗಳು ಬಹಳಷ್ಟು ಮೆಚ್ಚಿಕೊಂಡರು.

ಗೌರವಾನ್ವಿತ ವರ್ಗಕ್ಕೆ ಸೇರಿದ ಇನ್ನೂ ಕೆಲವು ಗ್ರಾಹಕರು ನಮ್ಮಲ್ಲಿಗೆ ಬರುತ್ತಿದ್ದರು.

ಮಧ್ಯವಯಸ್ಕರಾದ ಹೊಟೇಲ್ ಉದ್ಯಮಿ ಕುಂಞಿಯಪ್ಪ-ಎಲ್ಲರು ಅವರನ್ನು

ಸ್ಯಾಬರೇ ಇಲ್ಲವೇ ಸಾಹೇಬ್ ಎಂದು ಕರೆಯುತ್ತಿದ್ದರು–ನಮ್ಮ ಸಲೂನ್ ಸಮೀಪವೇ ಒಂದು ಸರಕು ಸಾಗಾಣಿಕೆಯ ಉದ್ಯಮವನ್ನು ಅವರು ಮಾಡುತ್ತಿದ್ದರು. ಡೊಳ್ಳುಹೊಟ್ಟೆಯ ಆ ಮನುಷ್ಯ ಯಾವಾಗಲೂ ನೀಲಿ ಮತ್ತು ಬಿಳಿ ಚೌಕಳಿಯ ಲುಂಗಿಯನ್ನು ತೊಟ್ಟು ಅದರ ಮೇಲೆ ಒಂದು ತೂತು ತೂತಾದ ಸಿಂಥೆಟಿಕ್ ಮೇಲಂಗಿಯನ್ನು ಹಾಕಿಕೊಳ್ಳುತ್ತಿದ್ದರು. ಸೊಂಟದಲ್ಲೊಂದು ಚೂರಿಯನ್ನು ಸಿಕ್ಕಿಸಿಕೊಳ್ಳುತ್ತಿದ್ದರು. ಆತನದೊಂದು ಭಯಪಡಿಸುವಂತೆ ತೋರುವ ವ್ಯಕ್ತಿತ್ವವಾಗಿದ್ದು, ಯಾರೂ ಆತನ ಜತೆಗೆ ಕಾದಾಟಕ್ಕೆ ಇಳಿಯುತ್ತಿರಲಿಲ್ಲ.

ಆತ ಅವರ ಬ್ಯಾರಿ ಮುಸ್ಲಿಂ ಸಮುದಾಯದವರಂತೆ ಕಂಡುಬಂದರೂ, ಅವರ ಹಿರಿಯರ ಹಾಗೆ ಈತನೂ ಡ್ರೆಸ್ ಮಾಡಿದ್ದರೂ, ಏನೋ ಕಾರಣದಿಂದ ಕುಞಿಯಪ್ಪ ಹೆದರಿಕೆಯನ್ನೂ ಗೌರವವನ್ನೂ ಹುಟ್ಟಿಸುವಂತೆ ಕಂಡುಬರುತ್ತಿದ್ದರು. ಆದರೆ, ನನಗೆ ಆತ ನಿರುಪದ್ರವಿ, ಸ್ನೇಹಮಯ ವ್ಯಕ್ತಿಯಾಗಿಯೇ ತೋರುತ್ತಿದ್ದರು.

ಎತ್ತರದ, ಆಜಾನುಬಾಹುವಾಗಿದ್ದ ಆತನಿಗೆ ಪೊಗದಸ್ತಾದ ಮೀಸೆಯಿತ್ತು. ಹಾಗಾಗಿ ಕುಞಿಯಪ್ಪ ಒಂದು ವಿನೋದಾತ್ಮಕ ವ್ಯಕ್ತಿಯಾಗಿದ್ದರು. ಅವರ ಗಡ್ಡ ಮತ್ತು ಕೂದಲ ಕ್ಷೌರದ ಬಳಿಕ ಆತ ಒಮ್ಮೆಗೇ ಕುರ್ಚಿಯಿಂದ ನೆಗೆದುಬಿಡುತ್ತಿದ್ದರು, ಒಂದು ಸ್ಪ್ರಿಂಗ್ ಬೋರ್ಡ್‌ನ ಮೇಲಿಂದ ಜಿಗಿದಂತೆ. ಮತ್ತೆ ತನ್ನ ಎರಡೂ ಕೈಗಳನ್ನು ಎತ್ತರಕ್ಕೆ ಗಾಳಿಯಲ್ಲಿ ಹಿಡಿದುಬಿಡುತ್ತಿದ್ದರು! ಅದೊಂದು ರೋಮಾಂಚಕಾರೀ ಸಿನಿಮಾದಲ್ಲಿನ ದೃಶ್ಯದಂತೆ ತೋರುತ್ತಿತ್ತು! ಯಾರೋ ಆತನ ಬೆನ್ನಿಗೆ ಒಂದು ಬಂದೂಕನ್ನು ಹಿಡಿದ ಹಾಗೆ ತೋರುತ್ತಿದ್ದಿತು.

ಅದು ಕರಿಯಪ್ಪನ ಕಂಕುಳಿನ ಕೂದಲನ್ನು ಗೀಸುವಂತೆ ಹೇಳುವ ಆಂಗಿಕ ವರ್ತನೆಯಾಗಿತ್ತು!

ಪ್ರತಿಸಲ ಇದು ನಡೆದಾಗ, ಸಲೂನ್‌ನ ಪ್ರವೇಶ ದ್ವಾರದಲ್ಲಿ ಅದುಮಿದ ನಗುವಿನ ಅಲೆಗಳಿಗೂ, ಪಿಸುಮಾತುಗಳಿಗೂ ಆಸ್ಪದವಾಗುತ್ತಿತ್ತು. ಈ ದೃಶ್ಯವನ್ನು ನೋಡುವುದಕ್ಕೆ ಜನರು ಮುಗಿಬೀಳುತ್ತಿದ್ದರು. ಸಲೂನ್‌ನ ಹೊರಗಡೆ ಸುತ್ತಾಡುವ ಮಂದಿಗೆ ಇದೊಂದು ರೀತಿಯ ಮನರಂಜನೆಯಾಗಿರುತ್ತಿತ್ತು. ಸ್ಪಷ್ಟವಾಗಿ, ಈ ನಾಟಕ ಕುಞಿಯಪ್ಪನ ಹಿಂಭಾಗದಲ್ಲಿ ನಡೆಯುತ್ತಿತ್ತೇ ವಿನಾ ಎದುರುಗಡೆ ಹಾಗೆ ಹಾಸ್ಯ ಮಾಡುವುದಕ್ಕೆ ಯಾರಿಗೂ ಧೈರ್ಯವಿರಲಿಲ್ಲವೆನ್ನಿ.

ಕೆಲವೊಮ್ಮೆ, ನಾನೂ ಕೂಡಾ ವಿನೋದಾತ್ಮಕ ಸನ್ನಿವೇಶದಲ್ಲಿ ಒಳಗೊಳಗೇ ನಗುತ್ತಿದ್ದೆ. ಆದರೆ ಹಾಗೆ ನಮ್ಮ ಗಿರಾಕಿಗಳಿಗೆ ಮುಜುಗರವನ್ನು ತರುವಂತೆ ಎಂದಿಗೂ ನಡೆಯುತ್ತಿರಲಿಲ್ಲ. ನಾನು ನನ್ನ ತಲೆಯನ್ನು ಕೆಳಕ್ಕೆ ಹಾಕಿ ಭಾವರಹಿತನಾಗಿ ಕೆಲಸವನ್ನು ಮುಂದುವರಿಸುತ್ತಿದ್ದೆ.

ಆತನ ಈ ವಿಶಿಷ್ಟವಾದ ಆಂಗಿಕ ಚಲನೆ, ನಮ್ಮ ಮುಂದಿನ ಕೆಲಸವನ್ನು ತೆಗೆದುಕೊಳ್ಳುವುದಾಗಿತ್ತು. ಕುಞಿಯಪ್ಪ ತನ್ನ ಕೈಗಳನ್ನು ಮೇಲೆತ್ತಿ ನಿಂತಾಗ, ಆತನ ಕಂಕುಳನ್ನು ನಾನು ಗೀಸಿ, ಅಲ್ಲಿನ ಕುಳಿಗಳಲ್ಲಿನ ಕಶ್ಮಲಗಳನ್ನು ಸ್ವಚ್ಛಗೊಳಿಸುತ್ತಿದ್ದೆ.

ತಾನು ಒಂದು ತೋಳುಗಳಿಲ್ಲದ ಮೇಲಂಗಿಯನ್ನು ತೊಡುತ್ತಿದ್ದುದರಿಂದ ಕಂಕುಳಿನ ಕೂದಲನ್ನು ತೆಗೆಯುವುದು ಆತನಿಗೆ ಅನಿವಾರ್ಯದ ಸಂಗತಿಯಾಗಿತ್ತು. ನಿಜಹೇಳಬೇಕೆಂದರೆ ಅದೊಂದು ವಾಸನೆ ಹೊರಡಿಸುವ, ಅವಲಕ್ಷಣದ ಕೆಲಸವಾಗಿತ್ತು. ಆದರೆ, ನೈರ್ಮಲ್ಯದ ಬಗ್ಗೆ ಯಾರು ಯಾರಿಗೆ ತಾನೇ ದೂರು ಹೇಳಬಹುದು ಹೇಳಿ? ಇವೆಲ್ಲ ವೃತ್ತಿಪರ ಕಂಟಕಗಳೆಂದು ಹೇಳದೆ ವಿಧಿಯಿಲ್ಲ.

ಆಮೇಲೆ ವಾಸು, ಸ್ಥಳೀಯ ದೇವಸ್ಥಾನದ ಪುರೋಹಿತರು ಮತ್ತು ಚಿಕ್ಕಪ್ಪನಿಗೆ ಮದ್ಯವನ್ನು ಸರಬರಾಜು ಮಾಡುವ ಕುಳ. ನಾನು ಆತನನ್ನು ಕಂಡಾಗೆಲ್ಲ, ಒಳಗೊಳಗೇ ನಗುತ್ತಿದ್ದೆ, ಮತ್ತು ತಕ್ಷಣ ನನ್ನ ಮುಖವನ್ನು ಕೈಯಿಂದ ಮುಚ್ಚಿಕೊಂಡು ಆತನಿಂದ ಮರೆಯಾಗುತ್ತಿದ್ದೆ. ಒಂದು ಬೋಳು ತಲೆ ಮತ್ತು ಒಂದು ಉದ್ದನೆಯ ಮೀಸೆ. ಅದು ತನ್ನ ವ್ಯಕ್ತಿತ್ವದ ನೈತಿಕತೆ ಇತರರಿಗಿಂತ ಮೇಲು ಎನ್ನುಂತೆ ತೋರುತ್ತಿತ್ತು.

ಇತರರಿಗಿಂತ ಆತನ ಪ್ರತ್ಯೇಕತೆ ಏನಿತ್ತೆಂದರೆ, ಆತನ ಕೂದಲು ತುಂಬಿದ ಕಿವಿಯ ಹಾಳೆಗಳು–ಜಪಾನೀಸ್ ಮಾದರಿಯ ಅತಿಚಿಕ್ಕದಾದ ಫ್ಯಾನ್‌ಗಳನ್ನು ನೆನಪಿಸುವಂತಿದ್ದವು –ಕಿವಿಯ ಅಂಚಿನಲ್ಲಿ ಸುರುಳಿ ಸುತ್ತಿ ಕಂಗೊಳಿಸುತ್ತಿದ್ದವು.

ಆ ಈಜುರೆಕ್ಕೆಗಳನ್ನು ಸುರಕ್ಷಿತವಾಗಿಡಲು ಆತ ಹೆಣಗಾಡುತ್ತಿದ್ದರು, ಅದನ್ನು ಪದೇ ಪದೇ ಬಾಚಿಕೊಳ್ಳುತ್ತ. ಆತ ತನ್ನ ಮುಂಡಿನ ಮಡಿಕೆಯೊಳಗೆ ಅದಕ್ಕೋಸ್ಕರವೇ ಒಂದು ಪುಟ್ಟ ಬಾಚಣಿಗೆಯನ್ನು ಜೋಪಾನವಾಗಿ ಇಟ್ಟುಕೊಳ್ಳುತ್ತಿದ್ದರು ಮತ್ತು ನಿಯಮಿತವಾಗಿ ಆ ಕೂದಲನ್ನು ಬಾಚಿಕೊಳ್ಳುತ್ತಿದ್ದರು. ಕಿವಿಯ ಹಾಳೆಗಳ ಮೇಲಿನ ಆ ಕೂದಲನ್ನು ಬಾಚುವ, ಚೊಕ್ಕಟವಾಗಿ ಕತ್ತರಿಸುವ ಮತ್ತು ಅದನ್ನು ಸ್ವಚ್ಛಗೊಳಿಸುವ ಕಾಯಕವಲ್ಲದೆ, ಅದನ್ನು ರಹಸ್ಯವಾಗಿ ಸುರುಳಿ ಸುತ್ತುತ್ತ ಆನಂದ ಪಡುತ್ತಿದ್ದುದು ಸಾಮಾನ್ಯವಾಗಿತ್ತು, ಯಾರ ಸಮ್ಮುಖದಲ್ಲೂ ಈ ಪ್ರಕ್ರಿಯೆ ನಡೆದಿತ್ತು.

ಇವರೆಲ್ಲ ಸಲೂನ್‌ಗೆ ಬರುತ್ತಿದ್ದ ವಿಶೇಷ ಗ್ರಾಹಕರಾಗಿದ್ದರು.

ಶ್ರೀಮಂತರು

ಸಲೂನ್‌ನ್ನು ಯಾವತ್ತೂ ಸಂದರ್ಶಿಸದ ಮಂದಿಯೂ ಇದ್ದರು.

ಅವರೆಲ್ಲ ಅನುಕೂಲಸ್ಥ ವ್ಯಾಪಾರಸ್ಥರು, ಶ್ರೀಮಂತ ರೈತ ಸಮುದಾಯ ಮತ್ತು ಹಳ್ಳಿಯ ಮುಖ್ಯಸ್ಥರಾಗಿದ್ದರು. ಅವರಿಗೆ ಸಲೂನ್‌ಗೆ ಕಾಲಿಡುವುದೆಂದರೆ ಅವಮರ್ಯಾದೆಯಂತಿತ್ತು. ಅವರಿಗೆ ಬಾರ್ಬರ್ ತಮ್ಮ ಮನೆಯಲ್ಲಿ ಸೇವೆ ಸಲ್ಲಿಸಬೇಕಾಗಿತ್ತು. ಪ್ರತಿ ವಾರ, ಇಲ್ಲವೇ ಪ್ರತಿ ಪಕ್ಷದಲ್ಲಿ ನಾನು ಅವರ ಮನೆಗಳಿಗೆ ತೆರಳಿ ಅವರ ಗಡ್ಡಗಳನ್ನು ಶೇವ್ ಮಾಡಿ ಒಪ್ಪಗೊಳಿಸುವುದೋ ಮಾಡಿದ್ದರೆ, ಚಿಕ್ಕಪ್ಪ ಅವರ ಕ್ಷೌರವನ್ನು ನಿಭಾಯಿಸುತ್ತಿದ್ದರು. ಅದು ಕೆಲವೇ ಸಮಯ ನಡೆಯಿತು, ಮುಂದೆ ನಾನೇ ಸ್ವತಃ ಭೇಟಿ ನೀಡುತ್ತಿದ್ದೆ.

ಈ ವಿಹಾರ, ಅದನ್ನು ವಿಶೇಷವಾಗಿ ಪರಿಗಣಿಸುವುದಾದರೆ, ಅಂದರೆ ಚಿಕ್ಕಪ್ಪ

ನನ್ನನ್ನು ಅವರ ಕಣ್ಣಳತೆಯ ಹೊರಗಡೆ ಸಾಗುವುದಕ್ಕೆ ನಿರ್ಬಂಧಿಸುತ್ತಿದ್ದರೆ, ಇದೊಂದು ನನಗೆ ಹೊರ ಪ್ರಪಂಚದ ದರ್ಶನಕ್ಕೆ ಅನುವಾಗುತ್ತಿದ್ದ ಸಂದರ್ಭಗಳಾಗುತ್ತಿದ್ದವು. ಸಲೂನ್‌ನಲ್ಲಿ ಈ ಶ್ರೀಮಂತರ ದುಬಾರಿಯ ಜೀವನ ಶೈಲಿಯನ್ನು ಅವಡುಗಚ್ಚಿ ವಿವರಿಸುತ್ತಿದ್ದುದುಂಟು.

ಇಲ್ಲಿ ನಾನು ಅವರ ಸಮೀಪದಲ್ಲಿ, ಶೇವ್ ಮಾಡುವ, ಗಡ್ಡ ಚೊಕ್ಕಗೊಳಿಸುವ, ಪೊದೆಯಾಗಿ ಬೆಳೆದ ಕೂದಲ ರಾಶಿಯನ್ನು ಕತ್ತರಿಸುವ ಸಮಯ ಅವರ ಮುಖಕ್ಕೆ ತೀರಾ ನಿಕಟವಾಗಿರಬೇಕಾಗಿತ್ತು. ಆ ಸಣ್ಣ ಕೆಲಸಗಳಿಗೂ ಅವರಿಂದ ಸಿಗುತ್ತಿದ್ದ ಸತ್ಕಾರ ಅಮೋಘವಾದ ಕರುಣೆಯಾಗಿತ್ತು. ಅದು ಅವರ ಇತರ ಕಾರ್ಮಿಕರ ಜತೆಗೋ, ಅವರ ಹೊಲಗಳಲ್ಲಿ ಕೆಲಸ ಮಾಡುವವರೊಂದಿಗೋ ಸಿಗುತ್ತಿರಲಿಲ್ಲ. ಆ ಕಾರ್ಮಿಕರು ಶ್ರೀಮಂತ ಮಂದಿಯ ಜತೆಗೆ ಹೆದರಿಕೆಯಿಂದ ಮತ್ತು ಅವರ ಮನ್ನಣೆಯನ್ನು ಹೇಗಾದರೂ ಗಳಿಸಲು ಯತ್ನಿಸುವ ತೆರನಾಗಿತ್ತು.

ನಾನೊಮ್ಮೆ ಒಬ್ಬ ಶ್ರೀಮಂತ ರೈತನ ಗಡ್ಡವನ್ನು ಗೀಸಿದ ಬಳಿಕ ಅದನ್ನು ಒಪ್ಪವಾಗಿಸುವ ಪ್ರಕ್ರಿಯೆಯಲ್ಲಿ ತೊಡಗಿದ್ದೆ. ನಾನು ಆತನ ತಲೆಯ ಸುತ್ತಲೂ ಓಡಾಡುತ್ತ ಬೇಡದ ಕೂದಲ ತುಣುಕುಗಳನ್ನು ನೀಗಿಸುತ್ತಿದ್ದಾಗ, ಆತನ ತಲೆ ಒಂದು ಒರಗು ಕುರ್ಚಿಯ ಆಧಾರದಲ್ಲಿ ಆನಿಸಿ ಕುಳಿತ್ತಿದ್ದಾಗ, ಆತನ ಕಣ್ಣುಗಳು ಸಮೀಪದಲ್ಲೇ ನೀಲ ಆಕಾಶದ ಹಿನ್ನೆಲೆಯಲ್ಲಿ ಓಲಾಡುತ್ತಿದ್ದ ತೆಂಗಿನ ಮರದ ಗರಿಗಳ ಕಡೆಗೆ ನೆಟ್ಟಿರುವುದನ್ನು ಗಮನಿಸಿದೆ. ಪ್ರಾಯಶಃ ಆತನ ಯೋಚನೆಗಳೆಲ್ಲವೂ ಅದೊಂದು ಭ್ರಾಂತ ವಲಯದಲ್ಲಿ ಅಲೆಯುತ್ತಿರುವಂತೆ ತೋರಿತು.

ಆತನ ಸ್ವಲ್ಪ ದೂರದಲ್ಲಿ ಮೊಣಕಾಲೂರಿ ಬೇಡುತ್ತಿದ್ದ ಬಡ ರೈತ ಕಾರ್ಮಿಕನ ಕಡೆಗೆ ಆತನ ದೃಷ್ಟಿ ಇರಲಿಲ್ಲ. ಆ ಬಡವ ನಿಜಕ್ಕೂ ಅಸಹಾಯಕನಾಗಿದ್ದ. 'ದಯ್ಯಿಟ್ಟು ನನಗೆ ಹೊಡೀಬೇಡಿ. ನನಗೆ ಸುಖವಿಲ್ಲ,' ಎನ್ನುತ್ತ ನಡುಗುವ ದನಿಯಲ್ಲಿ ಆತ ಬೇಡಿಕೊಳ್ಳುತ್ತಿದ್ದ. 'ಧಣಿ... ನನಗೆ ವಪರೀತ ಜ್ವರ ಬರ್‍ತಾ ಇದೆ, ನನ್ನ ಮೈಯೆಲ್ಲಾ ನೋಯ್ತಾ ಇದೆ...'

ಶ್ರೀಮಂತ ರೈತನನ್ನು ಧಣಿಯೆಂದು ಕರೆಯಲಾಗುತ್ತದೆ, ಯಾಕೆಂದರೆ ಆತ ಪರಿಸರದ ಸೊತ್ತುಗಳ ಯಜಮಾನನಾಗಿರುತ್ತಾನೆ, ಕೆಲಸಗಾರರಿಗೆ ಆತ, ಸ್ವಾಮಿಯಾಗಿರುತ್ತಾನೆ, ಅವರೆಲ್ಲರ ಪ್ರಭುವಾಗಿರುತ್ತಾನೆ ಆತ. ನನ್ನ ದೈನಂದಿನ ಸುತ್ತಾಟಗಳ ಸಂದರ್ಭಗಳಲ್ಲಿ, ಚಾತೋಟಗಳ ಒಳಸುಳಿಗಳಲ್ಲಿ ನಡೆಯುವ ಕರ್ಮಕಾಂಡವನ್ನು ನಾನು ಕಂಡದ್ದಿದೆ, ಈ ದಣಿಯ ಚೇಲಾಗಳು ಕಾರ್ಮಿಕರನ್ನು ಬೇಕಾಬಿಟ್ಟಿ ಹೊಡೆಯುತ್ತಿದ್ದರು, ಅವರು ದಣಿಯ ಆಶಯಗಳಿಗೆ ವಿರುದ್ಧವಾಗಿ ನಡೆದುಕೊಂಡ ಸಂದರ್ಭಗಳಲ್ಲಿ.

ಕೆಲಸಗಾರರನ್ನು ಚಾಟಿಯಿಂದ ಬಾರಿಸಲಾಗುತ್ತಿತ್ತು– ಅವರ ನೋವುಭರಿತ ಕೂಗುಗಳು, ಆ ನಿಬಿಡ ಮರಗಳ, ಎಲೆಗಳ, ಗಿಡಗಂಟಿಗಳ, ಏಲಕ್ಕಿ ಮತ್ತು ಕರಿಮೆಣಸಿನ ದಟ್ಟ ಪರಿಮಳದಲ್ಲಿ ಮಿಳಿತವಾಗಿ, ಕಾಫಿಯ ತಾಜಾ ಕೆಂಪು ಮತ್ತು ಹಸಿಗು

ಕಾಯಿಗೊಂಚಲುಗಳ ನಡುವೆ ಹಾದು ಸಾಗುವುದನ್ನು ಕೇಳಬಹುದಿತ್ತು. ಆದರೆ ಯಾರೂ ಅವರ ಸಹಾಯಕ್ಕೆ ಒದಗುತ್ತಿರಲಿಲ್ಲ.

ಬೇರೆಯವರಿಗೆ ನೀಡಲಾದ ಹಿಂಸೆಯ ಬಗೆಗೆ ತಿಳಿದಿದ್ದ ಈ ರೈತಾಪಿ ಕಾರ್ಮಿಕ ಕೊಂಚ ರಿಯಾಯಿತಿಗಾಗಿ ಯಾಚಿಸುತ್ತಿದ್ದ. ಹಾಗೆ ಯಾಚಿಸುತ್ತಿದ್ದಾಗ ಆತನ ಶರೀರ ನಡುಗುತ್ತಿದ್ದುದು ಸ್ಪಷ್ಟವಿತ್ತು. ನನ್ನ ಕಣ್ಣಿನ ಕೊನೆಯಿಂದ ನಾನು ಆತನನ್ನು ನೋಡಲು ಪ್ರಯತ್ನಿಸಿದೆ. ನನಗೆ ಅದು ಸಾಧ್ಯವಾಗಲಿಲ್ಲ, ಯಾಕೆಂದರೆ ಆ ಬಡ ರೈತ ತನ್ನ ಶರೀರವನ್ನು ಸಾಧ್ಯವಾದಷ್ಟು ಬಾಗಿಸಿದ್ದ. ನನ್ನ ದೃಷ್ಟಿಗೆ ಬಿದ್ದದ್ದು ಅಂದರೆ ಆತನ ಎದೆ ಪ್ರದೇಶ, ಅಲ್ಲಿ ಎಲುಬುಗಳು ಆ ಸಣಕಲು ಶರೀರದ ತೆಳುವಾದ ಚರ್ಮದಿಂದ ಹೊರಕ್ಕೆ ಉಬ್ಬಿ ಕಾಣಿಸುತ್ತಿದ್ದವು. ಆತನ ಚರ್ಮ ಬಹಳ ನೆರಿಗೆಗಳನ್ನು ಹೊಂದಿದ್ದು, ಅದೊಂದು ಮಲಿನವಾದ ಹತ್ತಿಯ ಬಟ್ಟೆಯನ್ನು ಒದ್ದೆ ಮಾಡಿ ತಿರುಚಿದಂತೆ ತೋರುತ್ತಿತ್ತು. ಆತ ಹಲವು ದಿನಗಳ ತನಕ ಒಂದು ಮುಷ್ಟಿ ಅನ್ನವನ್ನೂ ಉಂಡಿರಲಾರ ಎಂದು ನಾನು ಯೋಚಿಸಿದೆ.

'ಈ ಮನುಷ್ಯರು ಯಾವ ರೀತಿಯವರು?' ನಾನು ನನ್ನಷ್ಟಕ್ಕೇ ಮೌನವಾಗಿ ಯೋಚಿಸಿದೆ, ಕೆಲವೊಮ್ಮೆ ನನಗೆ ದಿಟ್ಟವಾಗಿ ಏನಾದರೂ ಹೇಳಬೇಕೆಂದುಕೊಂಡಾಗ ಹಾಗೆಯೇ ಮಾಡುತ್ತಿದ್ದೆ. ನನ್ನ ಮನಸ್ಸಿನಲ್ಲಿದ್ದುದು ಹಾಗೆಯೇ ಹುದುಗಿಹೋಯಿತು; ನನ್ನ ಯೋಚನೆಯನ್ನ ತಲೆಯಿಂದ ಹೊರಕ್ಕೆ ಹಾಕಿ ಅಪಾಯ ತಂದುಕೊಳ್ಳಲು ಬಯಸಲಿಲ್ಲ.

ಅದಕ್ಕೆ ಸ್ಪಂದಿಸುತ್ತ, 'ಹ್ಲುಂ...' ಎನ್ನುತ್ತ ಆ ಶ್ರೀಮಂತ ರೈತ ಹೂಂಕರಿಸಿದ, ತನ್ನ ಅಧಿಕಾರವನ್ನು ಸ್ಥಾಪಿಸುವ ತೆರನಾಗಿ. ಅಂತಹ ಏಕ ಶಬ್ದದ ಸ್ಪಂದನ ಅಲ್ಲಿನ ಚಳಿಯ ಪರಿಸರದಲ್ಲಿ ಇನ್ನೂ ಹೆಚ್ಚಿನ ಒತ್ತಡವನ್ನು ಹಾಕಿದಂತಾಯಿತು. ಅದು ಓರ್ವ ಜೀತದಾಳು ಮತ್ತು ಆತನ ಪ್ರಭುವಿನ ನಡುವಿನ ಒಂದು ಸಂಬಂಧವನ್ನು ಎತ್ತಿ ಹೇಳಿದಂತ್ತಿತ್ತು.

ಆತ ತನ್ನ ಕಣ್ಣುಗಳನ್ನು ಅರ್ಧ ನಿಮೀಲಿತವಾಗಿ ಮುಚ್ಚಿ, ತನ್ನ ಪಕ್ಕಕ್ಕೆ ಮುಖವನ್ನು ತಿರುಗಿಸಿ, ವಾಲಿದ ಸ್ಥಿತಿಯಲ್ಲಿ ತನ್ನ ಸೂಪರ್‌ವೈಸರ್ ಕಡೆಗೆ ನೋಡಿದರು–ಆತನ ಅಭಿಪ್ರಾಯವನ್ನು ಪಡೆಯುವ ಸಲುವಾಗಿ. ಸೂಪರ್‌ವೈಸರ್ ತನ್ನ ಒಡೆಯನ ಬಹಳ ನಿಕಟವಾಗಿ ನಿಂತಿದ್ದ, ಫೈಲ್‌ಗಳನ್ನು ಎದೆಗವಚಿಕೊಂಡು, ಧಣಿಯ ಆದೇಶಗಳನ್ನು ಪರಿಪಾಲಿಸುವ ತವಕದಲ್ಲಿದ್ದಂತೆ. ಆತನಿಗೆ ಗೊತ್ತಿತ್ತು ಅವನ ಅಭಿಪ್ರಾಯಕ್ಕೆ ಏನೂ ಕಿಮ್ಮತ್ತು ಇರಲಾರದು ಎಂಬುದಾಗಿ, ಏನಿದ್ದರೂ ಅಂದಿನ ಜೀತಪದ್ಧತಿಯಲ್ಲಿ ಆತನ ಭಾಗವಹಿಸುವಿಕೆ ಕೇವಲ ನಾಮ್ ಕೆ ವಾಸ್ತೆ ಅನ್ನುವುದೂ ವ್ಯಕ್ತವಿತ್ತು. ಆತ ಹರಿವಿನ ಜತೆಗೆ ಸಾಗಿದ್ದ.

ಸೂಪರ್‌ವೈಸರ್ ಅಂದರೆ, ಸ್ವತಃ ಓರ್ವ ಪುಟ್ಟ ಜಮೀನ್ದಾರನ ಥರಹವೇ, ತನ್ನ ಸುಪರ್ದಿಗೆ ಬರುವ ಜಮೀನಿನ ಉಸ್ತುವಾರಿ ಜತೆಗೆ ಅವನ ಜತೆಗಿನ ಕೂಲಿಕಾರರು ಅವನ ಅಧಿಕಾರದ ವ್ಯಾಪ್ತಿಗೆ ಒಳಪಡುತ್ತಿದ್ದರು. ಅಂತಹವರು ಅನೇಕರಿದ್ದರು.

ಕಾರ್ಮಿಕರತ್ತ ಅವರು ಅಧಿಕಾರ ಚಲಾಯಿಸುತ್ತ, ಛೀಮಾರಿ ಹಾಕುವುದಿತ್ತು ಮತ್ತು ತಮ್ಮ ನಿಕೃಷ್ಟ ಕ್ರೂರ ಸ್ವಭಾವವನ್ನು ಪ್ರದರ್ಶಿಸುತ್ತಿದ್ದರು. ಅವುಗಳೆಲ್ಲ ಸರಳ ಮಾತುಕತೆಯೂ ಆಗಿರುತ್ತಿರಲಿಲ್ಲ, ನೇರವಾಗಿಯೂ ಇರುತ್ತಿರಲಿಲ್ಲ.

ಧಣಿ ತನ್ನ ಕೈಯನ್ನು ಮೇಲೆತ್ತಿ, ಬೆರಳುಗಳಿಂದ ಧೂಳು ಝಾಡಿಸಿದಂತೆ ಮಾಡಿದರು. ಅದು ರೈತ ಹೊರಟು ಹೋಗಬೇಕೆಂಬ ಸಂಜ್ಞೆಯಾಗಿತ್ತು. ಅನುಮತಿ ಸಿಕ್ಕಿದೆ ಎಂಬುದರ ಸೂಚನೆಯೂ ಅದಾಗಿತ್ತು.

ತನ್ನ ದೊರೆಗೆ ಅತೀವವಾಗಿ ಕೃತಜ್ಞತೆಯನ್ನು ಸಲ್ಲಿಸುತ್ತ ಆ ಬಡ ರೈತ ಕೈಗಳನ್ನು ಮುಗಿದ, ಅವರೇನೋ ದೇವಲೋಕದಿಂದ ಇಳಿದು ಬಂದ ಪ್ರತ್ಯಕ್ಷ ದೇವತೆಯೇನೋ ಎನ್ನುವಂತೆ, ತನ್ನ ತಲೆಯನ್ನು ಹಲವು ಸಲ ನೆಲಕ್ಕೆ ತಾಗಿಸಿದ.

ಈ ನಡುವೆ ನನ್ನ ಕೆಲಸವನ್ನು ಮುಗಿಸಿದ್ದೆ, ನಿಡಿದಾಗಿ ಸಾಗಿದ ಒಂದು ಪ್ರವೃತ್ತಿಯಿಂದ ಉಪಶಮನ ಸಿಕ್ಕಿದ ಹಾಗಾಯಿತು. ನನ್ನ ಕೆಲಸವನ್ನು ತೃಪ್ತಿದಾಯಕವಾಗಿ ಮಾಡಿದ್ದು ಒಂದೆಡೆಯಾದರೆ, ಆ ಕಾರ್ಮಿಕನಿಗೆ ಸಿಕ್ಕಿದ ಪರಿಹಾರವೂ ನನ್ನ ನೆಮ್ಮದಿಗೆ ಕಾರಣವಾಗಿತ್ತು. ಆತ ಆ ದಿನ ವಿಶ್ರಾಂತಿ ಪಡೆಯಬಹುದೆಂಬ ನೆಮ್ಮದಿ.

ವೈಯಕ್ತಿಕ ಭೇಟಿಯಿಂದ ಕೆಲವೊಮ್ಮೆ ರೈತ ಕೆಲಸ ಕಳೆದುಕೊಳ್ಳುವ ಸಾಧ್ಯತೆಯೂ ಇಲ್ಲದಿಲ್ಲ. ಆತ ಸ್ಥಳೀಯನಾಗಿರಲಿಲ್ಲ, ಬರಪೀಡಿತ ಪ್ರದೇಶಗಳಿಂದ ಬಂದಿದ್ದ ಸಮುದಾಯದವನಾಗಿದ್ದ. ಹಸಿವು ಮತ್ತು ಸಾವಿನ ಭಯದಿಂದ ಬರಗಾಲದ ಪ್ರದೇಶದಿಂದ ಗುಳೇ ಎದ್ದು ಬಂದಿದ್ದ ಸಮುದಾಯದವನಿದ್ದ.

ಎಪ್ಪತ್ತರ ದಶಕದ ಆದಿಯಲ್ಲಿ ಕರ್ನಾಟಕದ ಚಿತ್ರದುರ್ಗ, ಶಿವಮೊಗ್ಗ ಮತ್ತು ಹಾಸನ ಜಿಲ್ಲೆಗಳಲ್ಲಿ, ಮಳೆಗಾಲದ ಒಂದು ಹನಿ ನೀರು ಕೂಡಾ ಬೀಳದೆ ಹೊಲಗಳೆಲ್ಲ ಒಣಗಿ ಹೋಗಿ, ಪೇಟೆ, ಪಟ್ಟಣ ಮತ್ತು ಹಳ್ಳಿಗಳೆಲ್ಲ ಬರಗಾಲದಿಂದ ಪೀಡಿತವಾದವು. ನೀರಿನ ಬರದಿಂದಾಗಿ ನೆಲವೆಲ್ಲ ಒಣಗಿ ಬಿರುಕು ಬಿಟ್ಟವು ಮತ್ತು ಸಾಗುವಳಿ ಮಾಡಲು ಸಾಧ್ಯವಾಗಲಿಲ್ಲ.

ಒಂದು ಕಾಫಿ ಎಸ್ಟೇಟ್‌ನಲ್ಲಿ ಯಾವುದೇ ಕಾರ್ಮಿಕ, ಹಿಂಸಾತ್ಮಕ ಹಾಗೂ ವಂಚನೆಗೆ ಒಳಗಾಗುವ ಹೊರತಾಗಿಯೂ, ತಮ್ಮ ಹೆಂಡತಿ, ಮಕ್ಕಳಿಗೆ ಒಂದು ತುತ್ತು ಅನ್ನವಾದರೂ ನೀಡಲು ಶಕ್ತನಾಗುತ್ತಿದ್ದ. ಅದೊಂದು ಉತ್ತಮ ಸನ್ನಿವೇಶದ ಕಾಲವಲ್ಲವಾದರೂ, ಹಸಿವಿನಿಂದ ಇರುವುದು ಮತ್ತಿನ್ನೇನೋ ಆಗುವುದಕ್ಕಿಂತ ಕ್ಷೇಮವೆಂದು ಭಾವಿಸಬಹುದು.

ಹಸಿವಿನ ಯಾತನೆ ಎಷ್ಟು ಗುರುತರ ಎನ್ನುವುದು ನನಗೆ ಚೆನ್ನಾಗಿ ಗೊತ್ತು. ಒಂದು ಖಾಲಿ ಹೊಟ್ಟೆ, ಹಲವು ದಿನ ಉಪವಾಸದಲ್ಲಿಯೇ ನಿದ್ದೆಗೆ ಹೋಗುವಾಗಿನ ನೋವು, ಅದೂ ಮಗುವಾಗಿದ್ದಾಗ, ನಾನು ಎಂದಿಗೂ ಮರೆಯುವುದಿಲ್ಲ. ನಾನು ಎಲ್ಲಾ ಕೃಷಿ ಕಾರ್ಮಿಕರ ಬಗೆಗೆ ಅತೀವ ಸಹಾನುಭೂತಿಯನ್ನು ಹೊಂದಿದ್ದೇನೆ.

ನಾನು ನನ್ನ ಬೆಳಗ್ಗಿನ ಕಾಫಿಯನ್ನು ಕುಡಿಯದೆ ಮುಂಜಾನೆಯೇ ಹೊರಟಿದ್ದೆ. ಕುಳಿರ್ಗಾಳಿ ನನ್ನ ಹೊಟ್ಟೆಯನ್ನು ತಿವಿಯುತ್ತಿತ್ತು. ಅದೊಂದು ವುಲ್ಲನ್ ಮಫ್ಲರ್ ಮಾತ್ರ ನನ್ನ ಜತೆಗಿದ್ದ ಬೆಚ್ಚಗಿನ ವಸ್ತುವಾಗಿದ್ದು, ಕುಳಿರ್ಗಾಳಿಯಿಂದ ರಕ್ಷಣೆ ಪಡೆಯುವುದಕ್ಕೆ

ಅದನ್ನು ಕಿವಿ ಮುಚ್ಚುವಂತೆ ಹೊದ್ದುಕೊಂಡಿದ್ದೆ. ಬಿಸಿಯಾದ ಫಿಲ್ಟರ್ ಕಾಫಿಗಾಗಿ ಮತ್ತು ಹಬೆಯೇಳುವ ಇಡ್ಲಿ ಮತ್ತು ಸಾಂಬಾರ್‌ಗಾಗಿ ಮನಸ್ಸು ಹಾತೊರೆಯುತ್ತಿತ್ತು. ನನ್ನೆಲ್ಲ ಕೆಲಸ ಕಾರ್ಯಗಳು ಮುಗಿಯುವ ತನಕ ನಾನು ಕಾಯಬೇಕಾಗಿತ್ತು.

ಕುಟುಂಬದ ಮುಖ್ಯಸ್ಥನ ಬಳಿಕ ಕುಟುಂಬದ ಇತರ ಸದಸ್ಯರು, ಅಂದರೆ, ಹಿರಿಯರು, ಸಹೋದರರು, ಗಂಡು ಮಕ್ಕಳು, ಅವರ ಮಕ್ಕಳು ಮತ್ತು ಮೊಮ್ಮಕ್ಕಳು ಸರದಿಯಲ್ಲಿ ಕಾದಿದ್ದರು. ಸಾಮಾನ್ಯವಾಗಿ ಯಾವುದೇ ಭೇಟಿಯಲ್ಲಿ ಕುಟುಂಬದ ಸರ್ವ ಸದಸ್ಯರ ಸೇವೆ ಒಳಗೊಂಡಿರುತ್ತದೆ. ಕ್ಷೌರದ ಬಹುದೊಡ್ಡ ಆಚರಣೆ ಬೆಳಗ್ಗಿನಿಂದ ಮೊದಲ್ಗೊಂಡು ಸತತವಾಗಿ ಆ ಹಳೆಯ ಪರಂಪರೆಯ ಸೌಧದ ಹಿತ್ತಲ ಕಡೆ ಅವ್ಯಾಹತವಾಗಿ ಸಾಗಬೇಕಿತ್ತು.

ಶಿಶುಗಳು ಈ ಸರದಿಯಲ್ಲಿ ಅತ್ಯಂತ ಕೊನೆಯಲ್ಲಿ ಬರುವವರು. ದೊಡ್ಡ ಕುಟುಂಬಗಳಲ್ಲಿ ಒಂದೆರಡು ಅಂತಹ ಚಿಕ್ಕವು ಇದ್ದೇ ಇರುತ್ತಿದ್ದವು. ಹರಿದಾಡುವ ಚಿಣ್ಣರನ್ನು ಕುರ್ಚಿಯ ಹ್ಯಾಂಡಲ್‌ನ ಮೇಲೆ ಒಂದು ಮರದ ಹಲಗೆಯನ್ನು ಅಡ್ಡಕ್ಕೆ ಇರಿಸಿ ಅದರ ಮೇಲೆ ಕುಳ್ಳಿರಿಸಲಾಗುತ್ತಿತ್ತು. ಕತ್ತರಿಯನ್ನು ಕಂಡ ಕೂಡಲೇ ಆ ಮಕ್ಕಳು ಜೋರಾಗಿ ಕಿರುಚುತ್ತಿದ್ದವು ಮತ್ತು ಕ್ಷೌರ ಬೇಡವೆಂಬ ಸಂಕೇತವಾಗಿ ಕೈಕಾಲುಗಳನ್ನು ಚಾಚುತ್ತಿದ್ದವು. ಅಂತಹ ಕಿರುಚಾಟ, ರೋದನಗಳು ಸಾಕಷ್ಟು ತಾರಕಕ್ಕೆ ಏರಿದಾಗ ಕುಟುಂಬದ ಹಿರಿಯರಲ್ಲಿ ಯಾರಾದರೂ ಮಗುವಿನ ಹಿಂದಕ್ಕೆ ಬಂದು ಅದನ್ನು ಕೈಗಳಿಂದ ಸುತ್ತುವರಿದು ಹಿಡಿದುಕೊಳ್ಳುತ್ತಿದ್ದರು, ಕೆಲಸ ಮುಗಿಯುವ ತನಕ.

ಬಹಳ ಲವಲವಿಕೆ ಮತ್ತು ಸಂಭ್ರಮಗಳೊಂದಿಗೆ ಸರ್ವಸದಸ್ಯರ ಕ್ಷೌರದ ಅಭಿಯಾನ ಬೆಳಗ್ಗಿನ ಹೊತ್ತು ಸಾಗುತ್ತಿತ್ತು. ಈ ಆಚರಣೆ ಪುಷ್ಕಳವಾದ ಸ್ನಾನದೊಂದಿಗೆ ಪರ್ಯಾವಸಾನವಾಗುತ್ತಿತ್ತು. ಅಲ್ಲೇ ಮನೆಯ ಹಿಂಭಾಗದಲ್ಲಿ ದೊಡ್ಡದಾದ ತಾಮ್ರದ ಹಂಡೆಯನ್ನಿಟ್ಟು, ಕಟ್ಟಿಗೆಯನ್ನು ಉರುವಲಾಗಿ ಹೊತ್ತಿಸಿ ನೀರನ್ನು ಬಿಸಿ ಮಾಡಲಾಗುತ್ತಿತ್ತು. ಆ ನೀರು ನಿಗಿನಿಗಿಯಾಗಿ ಉರಿಯುತ್ತಿರುವ ಕೆಂಡವಿರುವವರೆಗೆ ಬಿಸಿಯಾಗಿಯೇ ಇರುತ್ತಿತ್ತು. ಯಾವ ಕಾರಣದಿಂದಲೋ ಅರಿಯೆ, ನನ್ನ ಕೆಲಸ ಮುಗಿದ ಬಳಿಕ ನನಗೆ ಯಾತಕ್ಕೋ ಚಳಿಯ ಅನುಭವವಾಗುತ್ತಿತ್ತು. ಬೆಚ್ಚಗಾಗಿ ಇಟ್ಟುಕೊಳ್ಳುವ ಸಲುವಾಗಿ ನಾನು ನೀರೊಲೆಯ ಕಡೆಗೆ ಸಾಗಿ ಷರ್ಟಿನ ಕಾಲರ್ ಸಹಿತವಾಗಿ ಬಿಸಿ ಕಾಯಿಸಿಕೊಳ್ಳುತ್ತಿದ್ದೆ. ನನ್ನ ಯಜಮಾನರ ಅನುಮತಿಗೆ ಕಾದು ಆಮೇಲಷ್ಟೇ ನಾನು ಅಲ್ಲಿಂದ ಹಿಂದಿರುಗುತ್ತಿದ್ದೆ.

ಶ್ರೀಮಂತರು ತಮ್ಮದೇ ರೀತಿಯಲ್ಲಿ ಪ್ರಪಂಚದ ಇತರರೊಂದಿಗೆ ವ್ಯವಹಾರ ನಡೆಸುತ್ತಿದ್ದರು. ಎಲ್ಲಾ ಅನುಕೂಲಸ್ಥರು ತಮ್ಮ ವರಸೆಗೆ ಅನುಗುಣವಾಗಿಯೇ ನಮ್ಮನ್ನು ಕೆಲಸಕ್ಕಾಗಿ ಕರೆಯುತ್ತಿದ್ದರು. ಒಂದು ಅಂಬಾಸೆಡರ್ ಕಾರು ಅಥವಾ ಜೀಪನ್ನು ನಮ್ಮ ಮನೆಗೆ ಕಳುಹಿಸುತ್ತಿದ್ದರು ಮತ್ತು ಕೆಲಸವಾದ ಬಳಿಕ ಮತ್ತೆ ತಿರುಗಿ ಕಳುಹಿಸಿಕೊಡುತ್ತಿದ್ದರು. ಯಾಕೆಂದರೆ ಅವರ ಮನೆಗಳು ಮೈಲುಗಟ್ಟಲೆ ದೂರದಲ್ಲಿ

ಇರುತ್ತಿದ್ದವು.

ವೈಶಿಷ್ಟ್ಯವೆಂದರೆ ನಮ್ಮ ಪಾವತಿ ವಾರ್ಷಿಕವಾಗಿ ನಡೆಯುತ್ತಿತ್ತು, ಅದು ಹಣದ ರೂಪದಲ್ಲಿ ಇರುತ್ತಿರಲಿಲ್ಲ, ಬದಲಾಗಿ ಅಕ್ಕಿ, ಧವಸಧಾನ್ಯ ಮುಂತಾದ ಹೊಲಗಳ ಉತ್ಪನ್ನಗಳಾಗಿರುತ್ತಿದ್ದವು. ಅವರು ಅಕ್ಕಿಯನ್ನು ಮುಡಿಯ ರೂಪದಲ್ಲಿ, ಅಂದರೆ, ಸುಮಾರು ಮೂವತ್ತೆಂಟು ಕಿಲೋಗ್ರಾಂ ಅಕ್ಕಿಯನ್ನು ಬೈಹುಲ್ಲಿನಲ್ಲಿ ನಾಜೂಕಾಗಿ ಕಟ್ಟಿದ ಮೂಟೆಯ ರೂಪದಲ್ಲಿ ಕೊಡುತ್ತಿದ್ದರು. ಅದು ನಮ್ಮ ಪ್ರಧಾನ ಆಹಾರ ಧಾನ್ಯವಾಗಿರುತ್ತಿತ್ತು.

ಒಬ್ಬೊಬ್ಬರೇ ಸರದಿಯಲ್ಲಿ ಸ್ನಾನ ಮಾಡುತ್ತಿದ್ದರು, ಆ ವೇಳೆಯಲ್ಲಿ ಮನೆಯ ಯಜಮಾನ ಅವರಿಗೇ ಪ್ರತ್ಯೇಕವಾಗಿರುವ ಮನೆಯ ಹಿಂದಿನ ಆಯಕಟ್ಟಿನ ಜಾಗದಲ್ಲಿರುವ ಸ್ನಾನದ ಮನೆಗೆ ತೆರಳಿ ತನ್ನ ಅಭ್ಯಂಜನ ನೆರವೇರಿಸುತ್ತಿದ್ದರು. ಅದು ಅವರ ವಿಶೇಷ ಸೌಲಭ್ಯ ಎನ್ನಬಹುದು. ಅವರು ಹೊರಗಡೆ ಸಾರ್ವಜನಿಕವಾಗಿ ಸ್ನಾನ ಮಾಡುವುದಾಗಲೀ, ಹೆಚ್ಚು ಮಾತನಾಡುವುದಾಗಲೀ ವಿನೋದದಿಂದ ನಗುವುದಾಗಲೀ ಇರಲಿಲ್ಲ. ಅವರ ಮುಖ ಯಾವತ್ತೂ ಗಂಭೀರವಾಗಿರುತ್ತಿತ್ತು.

ಹಿತ್ತಲಕಡೆಯ ಸ್ನಾನದ ಆಚರಣೆ ಒಂದು ವಿಧದಲ್ಲಿ ವಿಶೇಷವಾಗಿತ್ತು, ಯಾಕೆಂದರೆ ಸ್ನಾನವಾಗದೆ, ಅಂದರೆ, ಮೈಕೈಯನ್ನು ತಲೆಯನ್ನೂ ಸ್ವಚ್ಛಗೊಳಿಸದೆ, ನೀರು ಹೊಯ್ದುಕೊಳ್ಳದೆ, ಅವರು ಯಾರೂ ಮನೆಯ ಒಳಗಡೆ ಪ್ರವೇಶಿಸುವಂತಿರಲಿಲ್ಲ. ಹಿಂದೂಗಳಲ್ಲಿ ಒಂದು ವಿಚಿತ್ರ ಸಂಪ್ರದಾಯವೆಂದರೆ, ಅವರು ಶುದ್ಧವಾಗದೆ ಯಾರಿಂದಲೂ ಮುಟ್ಟಿಸಿಕೊಳ್ಳುತ್ತಿರಲಿಲ್ಲ.

ಈ ಒಂದು ಸಂದರ್ಭದಲ್ಲಿ ಮಾತ್ರ ತಾವು ಅಸ್ಪೃಶ್ಯ ಎನಿಸಿಕೊಳ್ಳುವುದು ವಾಡಿಕೆ. ಬಾರ್ಬರ್ ಕುಟುಂಬದಲ್ಲಿ ಜನಿಸಿದ ನನಗೆ, ನನ್ನ ಕೀಳು ಸಾಮಾಜಿಕ ಸ್ತರವನ್ನು ಇದು ಜ್ಞಾಪಿಸುವಂತೆ ಮಾಡುತ್ತಿತ್ತು. ಭಾವನಾತ್ಮಕವಾಗಿ ವಿಷಾದವನ್ನುಂಟು ಮಾಡುತ್ತಿತ್ತು. ಬಾರ್ಬರ್‌ನ ಅಂಗಡಿಗೆ ಹೋಗುವುದೂ, ಸ್ಮಶಾನದಲ್ಲಿ ಹೆಣವನ್ನು ಸುಟ್ಟು ಬರುವುದೂ ಸಮಾನವಾಗಿ ನೋಡುವುದನ್ನು ಕಂಡು ನಾನು ಅಚ್ಚರಿಪಡುತ್ತಿದ್ದೆ. ಸ್ಮಶಾನದಿಂದ ಹಿಂದಿರುಗಿದ ಬಳಿಕ ಜನರು ತಮ್ಮ ಕೆಲಸಗಳಿಗೆ ತೆರಳುವ ಮುನ್ನ ಸ್ನಾನ ಮಾಡುವುದು ಪದ್ಧತಿ. ಮನೆಯನ್ನು ಪ್ರವೇಶಿಸಬೇಕಾದರೆ ಶುದ್ಧ ಮಾಡಿಕೊಳ್ಳುವುದು ಅನಿವಾರ್ಯವೇ? ಈ ವಿಚಾರ ನನಗೆ ಬಹಳಷ್ಟು ಸಮಸ್ಯೆಯನ್ನೊದಗಿಸುತ್ತಿತ್ತು, ಅವರು ನನ್ನನ್ನು ತಮ್ಮ ಶ್ರೀಮಂತ ವಾಹನದಲ್ಲಿ ನನ್ನನ್ನು ಮನೆಗೆ ಹಿಂದಿರುಗಿಸುವ ಸಂದರ್ಭದಲ್ಲಿ.

ಬಡವರು

ಶ್ರೀಮಂತರು ಮತ್ತು ಬಡವರು ತೀರಾ ವಿರುದ್ಧವಾದ ಮತ್ತು ತಮ್ಮದೇ ಪ್ರತ್ಯೇಕ ವಿಚಿತ್ರವಾದ ಪ್ರಪಂಚಗಳಲ್ಲಿ ಜೀವಿಸುತ್ತಿದ್ದರು.

ಸಿರಿವಂತ ಮಂದಿ, ತಮ್ಮ ತಮ್ಮ ಒನಪು–ವಯ್ಯಾರಗಳಿಗೆ ತಕ್ಕ ಹಾಗೆ ತಮ್ಮ

ಪರಂಪರೆಯ ಮನೆಗಳಿಗೇ ಕರೆಸಿಕೊಂಡು ಚೌಲದ ಕಾರ್ಯಕ್ರಮಗಳನ್ನು ನೆರವೇರಿಸಿಕೊಳ್ಳುತ್ತಿದ್ದರೆ, ಬಡವರಲ್ಲಿ ಬಡವರಾದವರು, ಸಾಮಾಜಿಕ ವ್ಯಾಪ್ತಿಯ ಇನ್ನೊಂದು ದಿಶೆಯಲ್ಲಿರುವವರು ಸಲೂನ್‌ನಲ್ಲಿಯೇ ತಮ್ಮ ವಹಿವಾಟನ್ನು ನಿರ್ವಹಿಸಿಕೊಳ್ಳುತ್ತಿದ್ದರು. ಅವರಿಗೆ ಸಲೂನ್ ಅಂದರೆ, ಅದೊಂದು ವಿಹಾರದ, ನಿಬಿಡವಾದ ಮತ್ತು ಕಾರ್ಯಪ್ರವೃತ್ತಿಯ ಆಗರವೆನ್ನಬಹುದು.

ಸಲೂನ್ ಪಟ್ಟಣದ ಹೊರವಲಯದ ಸಾಮಾನ್ಯವಾಗಿ ಮೌನವಾಗಿರುತ್ತಿದ್ದ ರಸ್ತೆಯ ಬದಿಯ ಪ್ರದೇಶದಲ್ಲಿ ಸ್ಥಿತ್ಯವಾಗಿತ್ತು. ಆ ರಸ್ತೆಗೆ ಭತ್ತದ ಗದ್ದೆಗಳೂ, ಚಹಾತೋಟಗಳೂ, ದ್ರಾಕ್ಷಿಯಂತೆ ತೋರುವ ತಾಜಾ ಕರಿಮೆಣಸಿನ ಗೊಂಚಲುಗಳೂ, ಗಿಡಗಳ ಸುತ್ತ ಪುಟ್ಟ ಗಂಟೆಗಳಂತೆ ಜೋತು ಬೀಳುವ ಏಲಕ್ಕಿಯ ಬೀಜಗಳೂ ಪಟ್ಟಣಕ್ಕೆ ಕಲಾತ್ಮಕ ಮೆರುಗನ್ನು ನೀಡುವಂತ್ತಿತ್ತು.

ಅಂಗಡಿಯ ಎದುರಿನ ಆ ರಸ್ತೆಯಲ್ಲಿ ಸಾಲಾಗಿ ಕ್ಯಾಶ್ವರಿನಾದ ಮರಗಳಿದ್ದು, ಅವುಗಳ ಸೂಜಿಯಂತಿರುವ ಗೆಲ್ಲುಗಳು ಗಾಳಿಯಲ್ಲಿ ಓಲಾಡುವುದು ಸಾಮಾನ್ಯ ದೃಶ್ಯವಾಗಿತ್ತು. ಮುಂದಿನ ದಿನಗಳಲ್ಲಿ ಈ ಜಾತಿಯ ಮರಗಳನ್ನು ಗುಡ್ಡಗಳ ಮೇಲ್ಗಡೆಯೂ ಕಾಣಸಿಗುತ್ತಿದ್ದು, ರಸ್ತೆ ಬದಿಗೆ ಮೇಫ್ಲವರ್ ಮತ್ತು ಪೆರಿವಿಂಕಲ್ ಮರಗಳನ್ನು ನೆಡಲಾಯಿತು.

ಅಂಗಡಿಯ ಸಾಲಿನಲ್ಲಿ, ಮತ್ತಿರುವುದು ಒಂದು ಹೊಟೇಲ್, ಚಾಹಾದಂಗಡಿ, ಒಂದು ಜೀನಸಿನ ಅಂಗಡಿ ಮತ್ತೊಂದು ಬಾಡಿಗೆಗೆ ಕೊಟ್ಟಿದ್ದ ಉಪಾಧ್ಯಾಯರ ಕೋಣೆ. ರಸ್ತೆಯ ವಿರುದ್ಧ ದಿಕ್ಕಿನಲ್ಲಿ, ಹಳ್ಳಿಯ ಇತರ ಕಟ್ಟಡಗಳು, ಅಂದರೆ ಒಂದು ಹೊಟೇಲ್, ಸಗಟು ವ್ಯಾಪಾರದ ಜೀನಸಿನಂಗಡಿ, ಮುನಿಸಿಪಲ್ ಕಚೇರಿ, ಪೋಸ್ಟ್ ಆಫೀಸು ಮತ್ತು ಬಸ್‌ನಿಲ್ದಾಣಗಳಿದ್ದವು. ಇಲ್ಲಿಂದ ಹಳ್ಳಿಗರು ಬಸ್ಸನ್ನು ಹಿಡಿಯುತ್ತಿದ್ದರು. ಬಸ್ಸು, ಜೀಪು, ಮೋಟಾರ್ ಬೈಕ್, ಲಾರಿಗಳು ಮತ್ತು ಟ್ರ್ಯಾಕ್ಟರ್‌ಗಳ ಸಹಿತವಾಗಿ ಎಲ್ಲಾ ವಿಧವಾದ ವಾಹನಗಳು ಈ ರಸ್ತೆಯಲ್ಲಿ ಓಡಾಡುತ್ತಿದ್ದವು. ಅವೆಲ್ಲ ಪಟ್ಟಣಕ್ಕೆ ತೆರಳುವ ಪ್ರಯಾಣಿಕರನ್ನು ಸಾಗಿಸುತ್ತಿದ್ದವು. ಈ ಅನುಕೂಲಗಳನ್ನು ಕಂಡರೆ ಇದೊಂದು ಸ್ವಯಂಪೂರ್ಣ ಸಮುದಾಯವೆನ್ನಬಹುದು; ಆದರೂ ಇದೊಂದು ಸಣ್ಣ ಹಳಿಯಾಗಿಯೇ ಉಳಿದಿತ್ತು.

ಮೇಲೆ ಹೇಳಿದ ಯಾವುದೇ ಜಾಗಗಳಿಗೆ ಬಂದ ಪ್ರಯಾಣಿಕರು, ಪ್ರವಾಸಿಗರು, ವ್ಯಾಪಾರಸ್ಥರು, ಗ್ರಾಹಕರು, ಹಿರಿಯರು, ಕಿರಿಯರು, ಮಕ್ಕಳು ಮತ್ತು ಪ್ರತಿಯೊಬ್ಬರೂ ತಾರತಮ್ಯವಿಲ್ಲದೆ ಸಲೂನ್‌ಗೆ ಭೇಟಿಕೊಡುತ್ತಿದ್ದರು. ಹಳ್ಳಿಯಲ್ಲಿ ಬೇರೇನೂ ಕೆಲಸವಿಲ್ಲದಿದ್ದಾಗ, ಈ ಸ್ಥಳೀಯರಿಗೆ, ಕೆಲಸಗಾರರಿಗೆ, ಕೃಷಿಕಾರ್ಮಿಕರಿಗೆ ಸಲೂನ್ ಒಂದು ಸಮಯ ಕಳೆಯುವ ತಂಗುದಾಣವಾಗಿ ಪರಿಣಮಿಸುತ್ತಿತ್ತು. ಅವರಿಗೆ ಇಲ್ಲಿ ಮಾತುಕತೆಗೂ, ಹರಟೆ ಕೊಚ್ಚಿಕೊಳ್ಳುವುದಕ್ಕೂ ಅವಕಾಶವಿರುತ್ತಿತ್ತು.

ಸಸ್ಯಶ್ಯಾಮಲೆಯ ಮಧ್ಯದಲ್ಲಿ ಈ ಪುಟ್ಟ ಸಲೂನ್ ಅದೊಂದು ವಿಶ್ವದಂತಿತ್ತು.

ಐವತ್ತೈದು ಅಡಿ ಚೌಕಾಕಾರದ ಅಂಗಡಿಯ ಮೇಲು ಹೊದಿಕೆಯಲ್ಲಿ ತಗಡಿನ ಹಾಳೆಯಿದ್ದು ಅದನ್ನು ಅಪಾಯಕಾರಿಯಾಗಿ ಹೊಂದಿಸಿದ ಇಟ್ಟಿಗೆಯ ಗೋಡೆಯ ಮೇಲೆ ಹೊದಿಸಲಾಗಿ, ಅದಕ್ಕೆ ಹೊರಗಡೆಯಿಂದ ಶಿಥಿಲವಾಗಿ ಕಾಣುವ ಬಾಗಿಲ ಚೌಕಟ್ಟು, ಓಲಾಡುವ ಒಂದು ಬಾಗಿಲು ಇವಿಷ್ಟೇ ಇದ್ದವು. ಯಾರಾದರೂ ಗಿರಾಕಿ ಅಂಗಡಿಯ ಒಳಕ್ಕೆ ಬಾಗಿಲನ್ನು ತಳ್ಳಿ ಬಂದಾಗ, ಬಾಗಿಲು ತೆರೆದುಕೊಂಡು ಒಳಕ್ಕೂ ಹೊರಕ್ಕೂ ಓಲಾಡಿ ತನ್ನಷ್ಟಕ್ಕೇ ಮುಚ್ಚಿಕೊಳ್ಳುತ್ತಿತ್ತು. ಒಳಗಡೆಯ ಆಸನಗಳಂತೂ ಎಷ್ಟು ಬೇಕೋ ಅಷ್ಟೇ.

ಎರಡು ಮರದ ಕುರ್ಚಿಗಳು, ಅವಕ್ಕೆ ಉದ್ದವಾದ ತಲೆಯ ಮೇಲಾಸನ, ಒಂದು ಮರದ ಮೇಜು ಮತ್ತು ಎರಡು ಸಣ್ಣ ಕನ್ನಡಿಗಳು, ಕಿತ್ತುಬರುವ ಪೈಂಟ್‌ನ ಗೋಡೆಗಳಿಗೆ ಲಗತ್ತಿಸಿದವುಗಳು. ಮೇಜಿನ ಮೇಲೆ ಹರವಿದ ಬಾರ್ಬರ್‌ನ ಸಾಧನಗಳಲ್ಲಿ ಒಂದು ಉದ್ದವಾದ ನೀರಿನ ಬಾಟ್ಲಿ, ಅದಕ್ಕೆ ಸಿಂಪಡಿಸುವ ಒಂದು ಕೊಳವೆ, ಕೆಲವು ಬಾಚಣಿಗೆಗಳು, ಕತ್ತರಿಗಳು, ಗಾದ್ರೇಜ್ ಕಂಪೆನಿಯ ಸೋಪು, ಅದು ಇತರ ಕಂಪೆನಿಯ ಸಾಬೂನುಗಳಿಗಿಂತ ತುಸು ದುಬಾರಿಯದ್ದಾಗಿರುತ್ತಿದ್ದವು.

ಶೇವಿಂಗ್ ಕ್ರೀಮ್‌ಗಳು ಆ ಕಾಲದಲ್ಲಿ ವಿಲಾಸೀ ವಸ್ತುವಾಗಿತ್ತು; ಅವು ಸಿಗುತ್ತಲೂ ಇರಲಿಲ್ಲ, ಹಳ್ಳಿಗಳಲ್ಲಿ ಬಿಡಿ, ಸಮೀಪದ ಪಟ್ಟಣದಲ್ಲೂ ಲಭ್ಯವಿರುತ್ತಿರಲಿಲ್ಲ. ಆದರೆ ನೆರೆಯ ರಾಜ್ಯ ತಮಿಳುನಾಡಿನ ನಗರವಾದ ಮದ್ರಾಸಿನಲ್ಲಿ (ಈಗಿನ ಚೆನ್ನೈ)ಯಲ್ಲಿ ಮಾತ್ರ ಸಿಗುತ್ತಿತ್ತು. ಸೋಪು ಇಪ್ಪತ್ತೈದು ಪೈಸೆಗಳಿಗೇನೂ ಕಡಿಮೆಯಿರಲಿಲ್ಲ, ಅಂದರೆ ನಾಲ್ಕು ಆಣೆಯದ್ದು, ಅದು ಸಾಕಷ್ಟು ನೊರೆಯನ್ನು ನೀಡುತ್ತಿದ್ದುದರಿಂದ ಶೇವಿಂಗ್ ಕ್ರೀಮಿನ ಅಗತ್ಯವಿರಲಿಲ್ಲ.

ನಿಯತಕಾಲಿಕಗಳಿಂದ ಆರಿಸಿ ಹರಿದುಕೊಳ್ಳಲಾದ ನಾನಾ ಬಗೆಯ ಚಿತ್ರಗಳು ಸಲೂನ್‌ನ ಗೋಡೆಗಳಲ್ಲಿನ ಬಿರುಕಗಳನ್ನೂ, ಒದ್ದೆಯಾಗಿ ಬೂಸುರು ಹಿಡಿದ ಭಾಗಗಳನ್ನೂ ಮರೆಮಾಚಲು ಸೂಕ್ತ ಅಭಿವ್ಯಕ್ತಿಯ ಸಾಧನಗಳಾಗಿದ್ದವು. ಆ ಚಿತ್ರಗಳಲ್ಲಿ ಕನ್ನಡ ಅಭಿನೇತ್ರಿಗಳ ಮತ್ತು ದೇಶಕ್ಕಾಗಿ ಆಡುತ್ತಿದ್ದ ಅಂದಿನ ಕ್ರಿಕೆಟ್ ತಾರೆಗಳ ಫೋಟೋಗಳು ಸೇರಿದ್ದವು. ಕ್ರಿಕೆಟ್ ಪಟುಗಳಲ್ಲಿ ಗುಂಡಪ್ಪ ವಿಶ್ವನಾಥ್, ಚಂದ್ರಶೇಖರ್, ಪ್ರಸನ್ನ, ಬ್ರಜೇಶ್ ಪಟೇಲ್ ಮತ್ತು ರೋಜರ್ ಬಿನ್ನಿಯವರದ್ದು ಪ್ರಮುಖವಾಗಿದ್ದವು. ಅವರೆಲ್ಲ ಕರ್ನಾಟಕದ ಕ್ರಿಕೆಟ್ ಪಟುಗಳಾಗಿದ್ದರು.

ಟೆಸ್ಟ್ ಮ್ಯಾಚ್‌ಗಳ ವೀಕ್ಷಕ ವಿವರಣೆಯನ್ನು ಐದು ದಿನವೂ ಬಿಡದೆ ರೇಡಿಯೋದಲ್ಲಿ ಕೇಳುವ ಗಮ್ಮತ್ತು ಬೇರೆಯೇ ಇತ್ತು. ಪ್ರತಿಯೊಂದು ಬೌಂಡರಿ ಮತ್ತು ಸಿಕ್ಸರ್‌ಗಳಿಗೆ ಚಪ್ಪಾಳೆ ತಟ್ಟುವುದು ತಪ್ಪಿದ್ದಲ್ಲ, ಕೆಲವೊಮ್ಮೆ ಪ್ರತಿ ಬಾಲ್‌ಗೂ ಪ್ರತಿ ಎಸೆತಕ್ಕೂ ಇದು ನಡೆಯುತ್ತಿತ್ತು. ದೀನವಾದ ಟ್ರಾನ್ಸಿಸ್ಟರ್ ವಾರ್ತೆ, ಮಾಹಿತಿ, ಹಾಡುಗಳು ಮತ್ತು ಮನರಂಜನೆಯನ್ನು ಮನೆಗಳಿಗೆ ಅಂಗಡಿಗಳಿಗೆ ತರುತ್ತಿದ್ದವು. ಈಗ ಅದನ್ನು ಕಲ್ಪಿಸಿಕೊಳ್ಳಲೂ ಆಗದು, ಟೆಲಿವಿಷನ್‌ನ ಇಪ್ಪತ್ತನಾಲ್ಕು ಗಂಟೆಗಳ ಪ್ರಸಾರದ ಸಮಯದಲ್ಲಿ, ಇಲ್ಲವೇ ಇಂದಿನ ಇಂಟರ್‌ನೆಟ್‌ನ ಯುಗದಲ್ಲಿ. ಟಿ20 ಮಾದರಿಯ ಮ್ಯಾಚ್‌ಗಳ

ಇಂದಿನ ಕಾಲದಲ್ಲಿ– ಏಕ ದಿನದ ಪಂದ್ಯವೂ ಹಳತಾಗಿ ಹೋಗಿದೆ.

ಒದ್ದೆಯ ಆ ಗೋಡೆಗಳ ಮೇಲೆ ಇತರ ಚಿತ್ರಗಳೂ ಇರುತ್ತಿದ್ದವು. ನಟರ ಹಣೆ ಕೆನ್ನೆಗಳ ಮೇಲೆ ಓಲಾಡುವ ಕೇಶಗುಚ್ಛಗಳನ್ನು ಗಿರಾಕಿಗಳು ಕಂಡು ಮುದಗೊಳ್ಳುತ್ತಿದ್ದರು. ಬಣ್ಣ ಹಚ್ಚಿದ ಮುಖಗಳೂ ಚೆರ್ರಿ ಹಣ್ಣಿನಂಥ ತುಟಿಗಳೂ ಆಕರ್ಷಣೀಯವಾಗಿರುತ್ತಿದ್ದವು. ಅಂತಾರಾಷ್ಟ್ರೀಯ ಟೆನ್ನಿಸ್ ಆಟಗಾರರು ಆಟದ ಬಳಿಕ ಒದ್ದೆಯಾಗಿ, ಬೆವರಿನಿಂದ ತೊಯ್ದಿದ್ದರೆ ಅದೊಂದು ಕಣ್ಣಿಗೆ ಹಬ್ಬವಾಗುತ್ತಿತ್ತು. ಮನಸ್ಸಿನ ಸೂಕ್ಷ್ಮ ಪ್ರಜ್ಞೆಯಲ್ಲಿ ಹಾಗೊಂದು ಕ್ರೀಡಾಪಟುವಾಗಬೇಕೆಂಬ ಬಯಕೆ ಮೊಳಕೆಯೊಡೆದದ್ದು ಆಗಲೇ.

ಮುಂದೆ, ಕತಾರ್‌ನ ಒಂದು ಕ್ಲಬ್‌ನಲ್ಲಿ ಮೆಂಬರ್ ಆಗಿದ್ದಾಗ, ನಾನು ರ್‍ಯಾಕೆಟ್‌ನ್ನು ಹಿಡಿದು ಕ್ರೀಡೆಗೆ ಜೋತುಬಿದ್ದೆ, ಅದು ಇಂದಿಗೂ ನಡೆದಿದೆ.

ಎಲ್ಲರಿಗೆ ಅತ್ಯಂತ ಆಕರ್ಷಿತರಾಗುತ್ತಿದ್ದವರೆಂದರೆ, ತಮಿಳು ಸಿನಿಮಾದ ಎಂ.ಜಿ.ರಾಮಚಂದ್ರನ್ ಅಥವಾ ಜನಪ್ರಿಯವಾಗಿ ಎಂಜಿಆರ್ ಅವರ ಚಿತ್ರಗಳು. ಅವರು ದೇವರಂತೆ ಆರಾಧಿಸಲ್ಪಡುತ್ತಿದ್ದು, ಅವರ ಪೂರ್ಣ ಪ್ರಮಾಣದ ಒಂದು ಫೋಟೋ ಸಲೂನ್‌ನ ಪ್ರವೇಶ ದ್ವಾರವನ್ನೇ ಅಲಂಕರಿಸಿತ್ತು. ಮದ್ರಾಸಿನಿಂದ ಅನೇಕರು ಸಲೂನ್‌ಗೆ ಬರುತ್ತಿದ್ದುದರಿಂದ, ಚಿಕ್ಕಪ್ಪನ ಪ್ರಕಾರ ಎಂಜಿಆರ್ ಫೋಟೋವನ್ನು ಕಂಡು, ಅಲ್ಲಿನ ಗಿರಾಕಿಗಳು ಮೆಚ್ಚಿಕೊಳ್ಳುತ್ತಾರೆ ಎಂದು ಬಗೆದಿದ್ದರು. ಮುಂದೆ, ಎಂಜಿಆರ್ ದಕ್ಷಿಣ ಭಾರತದ ಪ್ರಮುಖ ರಾಜಕಾರಿಣಿಯಾಗಿ ತಮಿಳು ನಾಡಿನ ಮುಖ್ಯಮಂತ್ರಿಯಾಗಿದ್ದಾಗ ಇನ್ನಷ್ಟು ದೊಡ್ಡ ಬಳಗ ಆರಾಧಕರನ್ನು ಸೇರಿಕೊಂಡಿತು.

ಚಿಕ್ಕಪ್ಪ ಸ್ವತಃ ಒಬ್ಬ ಹೀರೋನಂತೆ ಕಾಣುವುದಕ್ಕೆ ಒಂದು ಕೂದಲಿನ ರಾಶಿಯನ್ನು ಮುಂದಲೆಯಲ್ಲಿ ಮತ್ತು ದಪ್ಪನೆಯ ಸೈಡ್‌ಕಟ್‌ಗಳನ್ನು ಮಾಡಿಕೊಳ್ಳುತ್ತಿದ್ದರು. ಬೆಳ್ಳಿತೆರೆಯ ನಟರನ್ನು ಹೋಲುವಂತೆ ಪ್ರತಿ ವಿನ್ಯಾಸವನ್ನು ಅನುಕರಿಸಿ, ಅತಿಶಯವಾದ ಒಂದು ಕೂದಲ ಗುಚ್ಛವನ್ನು ಮುಂದಲೆಯಲ್ಲಿ, ಖಾಕಿ ಚೆಡ್ಡಿ, ಬನಿಯನ್ ಮತ್ತು ಒಂದು ಮದ್ರಾಸ್ ನಿರ್ಮಿತ ಚೌಕಳಿಯ ಷರ್ಟ್ ಹಾಕಿಕೋಳ್ಳುತ್ತಿದ್ದರು. ಅವರು ಲುಂಗಿಯನ್ನು ಧರಿಸಲು ಅಸಹ್ಯ ಪಡುತ್ತಿದ್ದರು, ಯಾಕೆಂದರೆ ಗ್ರಾಮೀಣ ಜನರು ಅದನ್ನು ಧರಿಸುತ್ತಿದ್ದರು.

ಕಾಫಿ ಎಸ್ಟೇಟ್‌ನಲ್ಲಿ ಕೆಲಸ ಮಾಡುತ್ತಿದ್ದ ಕೆಲಸಗಾರರೇ ನಮ್ಮ ಬಹುದೊಡ್ಡ ಗಿರಾಕಿಗಳಾಗಿದ್ದು, ಅವರು ಕೆಸರಿನಿಂದ ಮೆತ್ತಲ್ಪಟ್ಟು, ಶುಚಿತ್ವವಿಲ್ಲದವರಾಗಿರುತ್ತಿದ್ದರು. ಅವರು ಸಾಮಾನ್ಯ ಕೆಲಸದವರಾಗಿದ್ದು ದಿನವಿಡೀ ಉರಿಯುವ ಸೂರ್ಯನ ಬಿಸಿಲಿನಲ್ಲಿ ಅಡ್ಡಾಡುತ್ತಿರುವವರು. ಬರಿಗಾಲಲ್ಲಿ ಸಲೂನ್‌ಗೆ ನುಗ್ಗುವ ಅವರ ಎದೆಯ ಮೇಲಿನ ಕೂದಲಿನಲ್ಲಿ ಬೆವರಿನೊಂದಿಗೆ ಕಶ್ಮಲ ಬೆರೆತಿರುತ್ತಿತ್ತು. ಅವರು ಕೂದಲ ಕ್ಷೌರಕ್ಕಾಗಿ ಬರುತ್ತಿದ್ದರು.

ಅದು ವಾರದ ರಜಾದಿನ, ಅಂದರೆ ಭಾನುವಾರ ಇಲ್ಲವೇ ಶನಿವಾರವಾಗಿರುತ್ತಿತ್ತು– ವಾರದಲ್ಲಿ ಅವತ್ತಷ್ಟೇ ಅವರು ಸ್ನಾನ ಮಾಡುತ್ತಿದ್ದರು–ಆ ಸ್ವಚ್ಛತೆಯ ಕಾಯಕ ನಮ್ಮ ಸಲೂನ್‌ನಿಂದ ಪ್ರಾರಂಭವಾಗುತ್ತಿತ್ತು. ಅವರ ಕ್ರೋಪ್ ಅಂದರೆ ಒಂದೋ ಕ್ರ್ಯೂ ಕಟ್ಟ ಇಲ್ಲವೇ ತೀರಾ ಸಣ್ಣದಾಗಿಸುವ ಶೈಲಿ, ಅದರಿಂದ ಅವರಿಗೆ ಪ್ರತಿದಿನ ಕೂದಲು

ಬಾಚುವ ಪ್ರಸಕ್ತಿ ತಪ್ಪುತ್ತಿತ್ತು.

ಅವರು ಎಂದಾದರೂ ತಮ್ಮ ಮನೆಯಲ್ಲಿ ಕನ್ನಡಿಯನ್ನು ನೋಡಿರಬಹುದೇ ಎಂಬ ಬಗ್ಗೆ ನನಗೆ ನನ್ನದೇ ಆದ ಅನುಮಾನಗಳಿದ್ದವು. ನಾವು ಅವರಿಗೆ ಕ್ಷೌರ ಮಾಡಿದಾಗಷ್ಟೇ ಕನ್ನಡಿಯನ್ನು ನೋಡುವ ಅವಕಾಶ ಸಿಗುತ್ತಿತ್ತೇನೋ. ಅದು ಚೆನ್ನಾಗಿಯೇ ಇದೆ ಎಂದರೆ ಸಾಕಿತ್ತು ಅವರಿಗೆ ಖಂಡಿತವಾಗಿಯೂ ಸಮಾಧಾನವಾಗುತ್ತಿತ್ತು.

ಸಲೂನ್‌ಗೆ ಭೇಟಿಕೊಡುತ್ತಿದ್ದವರ ಆಯ್ಕೆಗೆ ಅನುಗುಣವಾಗಿ ಕ್ಷೌರವನ್ನು ಮಾಡುವಷ್ಟು ವಿನ್ಯಾಸಗಳು ಚಿಕ್ಕಪ್ಪನಿಗೆ ಬರುತ್ತಿರಲಿಲ್ಲ. ಮಾತ್ರವಲ್ಲ, ಗ್ರಾಮೀಣ ಜನರಿಗೆ ಪೇಟೆ ಪಟ್ಟಣಗಳ ಜನರ ಹಾಗೆ ಫ್ಯಾಷನ್ ಮಾಡುವ ಗೋಜಿಗೆ ಅವರು ಹೋಗುತ್ತಿರಲಿಲ್ಲ. ಎಷ್ಟು ಮಾಡಿತೋ ಅಷ್ಟರಲ್ಲೇ ಅವರು ತೃಪ್ತರಾಗುತ್ತಿದ್ದರು.

ಇತರ ಸ್ಥಳೀಯರೂ ತಮ್ಮ ಕೇಶದ ಬಗ್ಗೆ ಕಾಳಜಿ ವಹಿಸುತ್ತಿರಲಿಲ್ಲ. ಮೂಲಭೂತವಾಗಿ ಕೂದಲನ್ನು ಸ್ವಚ್ಛವಾಗಿ ಇಡುವಷ್ಟು ಕೂಡಾ ಅವರಿಗೆ ವ್ಯವಧಾನವಿರಲಿಲ್ಲ. ತತ್ಫಲವಾಗಿ ಅವರ ಕೂದಲಲ್ಲಿ ಹೇನು, ಚೀರು, ತಲೆಹೊಟ್ಟು ಮತ್ತು ದುರ್ಗಂಧ ಸಹಿತ ಗುಳ್ಳೆಗಳಿರುತ್ತಿದ್ದವು. ಅದರಿಂದ ನಮ್ಮ ಕೈಗಳ ಮೇಲೂ ಸೋಂಕು ತಗಲುತ್ತಿತ್ತು. ಆದರೆ ಅವರ ಅಶುಚಿ ನಮಗೇನೂ ಬಾಧಕವಾಗಿರಲಿಲ್ಲ, ನಮ್ಮ ಕರ್ತವ್ಯವನ್ನು ನೆರವೇರಿಸುತ್ತಲೇ ಇದ್ದೆವು.

ಅವರೆಲ್ಲರಿಗೂ ಮೀರಿ ಬಹಳ ಕೆಟ್ಟ ದುರ್ನಾತವನ್ನು ಬೀರುವ ಅಲೆಮಾರಿ ಜನರು, ಅವರು ವಾರ್ಷಿಕ ತೀರ್ಥಯಾತ್ರೆಯನ್ನು ಕೈಗೊಳ್ಳುತ್ತಾರೆ. ಅವರಲ್ಲಿ ಮಹಿಳೆಯರು ವೈವಿಧ್ಯಮಯ ಬಣ್ಣದ ಬಟ್ಟೆಗಳನ್ನು ಉಡುತ್ತಿದ್ದರು, ಕಸೂತಿ, ಹೊಳೆಯುವ ಕನ್ನಡಿಯ ಪಟ್ಟಿಗಳು, ಆಭರಣಗಳು ಮತ್ತು ಗೆಜ್ಜೆಗಳು ಅವರ ಅಲಂಕಾರಗಳಾಗಿದ್ದು ಸ್ಥಳೀಯರಿಗೆ ಅದೊಂದು ರಸದೌತಣವಾಗಿರುತ್ತಿತ್ತು. ಅವರ ವಿಚಿತ್ರವಾದ ವೇಷಭೂಷಣದಲ್ಲಿ ಅದೊಂದು ವಿಶೇಷವೆಂದರೆ, ಕೂದಲಲ್ಲಿ ಹಳೆಯ ನಾಣ್ಯಗಳನ್ನು ಕಟ್ಟಿ ತಮ್ಮ ಗಲ್ಲದ ಕೆಳಭಾಗದವರೆಗೆ ಅದನ್ನು ಜೋತಾಡುವಂತೆ ಇಳಿಬಿಡುತ್ತಿದ್ದರು. ಅದು ಅವರ ಬಹುತೇಕ ಮುಖವನ್ನು ಮುಚ್ಚುವಂತಿರುತ್ತಿದ್ದವು. ಎಲ್ಲಾ ಅಲಂಕಾರಿಕಾ ತಲೆಯುಡಿಗೆ ಬಹಳ ಭಾರವಾಗಿದ್ದು, ಅವು ಕೂದಲನ್ನು ಜಗ್ಗಿ ಅದಕ್ಕೆ ಹೊರೆಯಾಗಿರುವಂತೆ ತೋರುತ್ತಿತ್ತು. ಅದು ಅವರ ಸಾಮಾನ್ಯ ಪೋಷಾಕು ಆಗಿರುತ್ತಿತ್ತು. ಶುಚಿತ್ವದಲ್ಲಂತೂ ಅವರು ಬಹಳ ಹಿಂದೆಯೇ ಇದ್ದರು.

ಬಹಳ ಒರಟಾಗಿರುತ್ತಿದ್ದ ಗಂಡಸರು ಮತ್ತು ಹೆಂಗಸರು, ಮಕ್ಕಳನ್ನು ಹೊತ್ತೊಯ್ಯುತ್ತ, ಟ್ರ್ಯಾಕ್ಟರ್‌ಗಳಲ್ಲಿ ಬರುತ್ತ, ಸಲೂನ್‌ನ ಮುಂದುಗಡೆ ತಮ್ಮ ಗಂಟುಮೂಟೆಗಳೊಂದಿಗೆ ಠಿಕಾಣಿ ಹೂಡುತ್ತಿದ್ದರು. ಅವರ ಸಾಮನು ಸರಂಜಾಮುಗಳಿಗೆ ಬ್ಯಾಗ್‌ಗಳು ಇರುತ್ತಿರಲಿಲ್ಲ, ಅವರು ತಮ್ಮ ಉಡುಪುಗಳನ್ನು ಮತ್ತು ಇತರ ಸಾಮಗ್ರಿಗಳನ್ನು ಬಟ್ಟೆಯಲ್ಲಿ ಕಟ್ಟಿ ಮೂಟೆಯ ಥರ ಒಯ್ಯುತ್ತಿದ್ದರು. ಮೂರು ಅಥವಾ ನಾಲ್ಕು ವರ್ಷದ ಮಕ್ಕಳು ಬಾಗಿ ಮುದುಡಿಕೊಂಡಿರುತ್ತಿದ್ದರು, ನಾನು ಮತ್ತು ಚಿಕ್ಕಪ್ಪ ಅವರ ದಪ್ಪಗಾದ ಜಡೆಕಟ್ಟಿದ ಕೂದಲಿನ ಕ್ಷೌರವನ್ನು ಮಾಡುತ್ತಿರುವಾಗ. ಅದು ಅವರ ಬದುಕಿನ ಮೊತ್ತಮೊದಲ

ಕ್ಷೌರವಾಗಿರುತ್ತಿತ್ತೇನೋ, ಯಾಕೆಂದರೆ ನೋಡುವಾಗಲೇ ಅವರೆಂದೂ ಹುಟ್ಟಿದ ಮೇಲೆ ಸ್ನಾನ ಮಾಡಿರುವ ಹಾಗೆ ತೋರುತ್ತಿರಲಿಲ್ಲ. ಅದೊಂದು ಆಚರಣೆಯಂತೆ ಆ ನಾತ ಹೊಡೆಯುವ ಕೂದಲ ರಾಶಿಯನ್ನು ಸಮೀಪದ ದೇವಸ್ಥಾನಕ್ಕೆ ಹರಕೆಯಾಗಿ ಒಪ್ಪಿಸುತ್ತಿದ್ದರು.

ಅವರು ಆ ಪ್ರದೇಶದಲ್ಲಿ ವಾಸಿಸುವ ಸ್ವಚ್ಛತೆಯಿಲ್ಲದ ಅತ್ಯಂತ ಅನಾರೋಗ್ಯಕರವಾಗಿ ಜೀವಿಸುವ ಮಂದಿಯೆಂದು ನನಗೆ ತೋರುತ್ತಿದ್ದರು.

ಹಗಲಿನಲ್ಲಿ ಅವರು ಕಟ್ಟಡದ ಕೆಲಸದಲ್ಲಿ ತೊಡಗಿಸಿಕೊಂಡಿದ್ದರೆ, ರಾತ್ರಿಯ ಹೊತ್ತು ಗಂಡು ಹೆಣ್ಣಿನ ಭೇದವಿಲ್ಲದೆ ನಾಡ ಸರಾಯಿಯನ್ನು ಕುಡಿದು, ತಮ್ಮ ಪರಿಸರವನ್ನು ಲೆಕ್ಕಿಸದೆ, ಬೀದಿ ಬದಿಯಲ್ಲಿ ತಂಗಿ ಅಲ್ಲಿಯೇ ನಿದ್ದೆಗೆ ಶರಣಾಗುತ್ತಿದ್ದರು. ಬಡವರಲ್ಲಿಯೇ ಬಡವರಾಗಿದ್ದ ಅವರಿಗೆ ಕ್ಷೌರದ ಸೇವೆ ಉಚಿತವಾಗಿರುತ್ತಿತ್ತು.

ನಮ್ಮ ಕನಸುಗಳು ದೊಡ್ಡದಾಗಿರಬೇಕು. ನಮ್ಮ ಮಹಾತ್ವಾಕಾಂಕ್ಷೆಗಳು ಉತ್ತುಂಗವಿರಬೇಕು. ನಮ್ಮ ಬದ್ಧತೆಗಳು ಆಳವಾಗಿರಬೇಕು. ಮತ್ತು ಪ್ರಯತ್ನ ಮಹಾನ್ ಆಗಿರಬೇಕು.

–ಧೀರೂಭಾಯಿ ಅಂಬಾನಿ, ಔದ್ಯಮಿಕ ದೂರದರ್ಶಿ ಮತ್ತು ರಿಲಯನ್ಸ್ ಉದ್ಯಮದ ಸ್ಥಾಪಕರು

ಅಧ್ಯಾಯ ಆರು

ಮುಂಬಯಿಯ ನಾಯಿಗಳು, ಮಿನುಗುವ ಬೆಳಕುಗಳು ಹಾಗೂ ಗಗನ ಚುಂಬಿ ಕಟ್ಟಡಗಳು

ಮುಂಬಯಿಗೆ ತೆರಳುತ್ತಿದ್ದ ಬಸ್ಸಿನಲ್ಲಿದ್ದ ನಾನು ಗಾಢವಾದ ಶಾಂತನಿದ್ದೆಯಿಂದ ಎಚ್ಚೆತ್ತೆ. ಆ ಕನಸಿನ ಕಣ್ಣಿನಿಂದಲೆ ಕಿಟಕಿಯಿಂದ ಹೊರಗೆ ಇಣುಕಿದೆ, ಮುಂಜಾನೆಯ ಆಕಾಶದಲ್ಲಿ ಕಿತ್ತಳೆ ಮತ್ತು ನೇರಳೆ ಬಣ್ಣದ ಗೆರೆಗಳು ಕಂತುವ ಸೂರ್ಯನ ವಿರುದ್ಧ ದಿಕ್ಕಿನಲ್ಲಿ ಹರಡಿದ್ದವು. ಇನ್ನೊಂದು ದಿನ ಕಳೆಯುತ್ತಿತ್ತು, ನಿಧಾನವಾಗಿ ಸಂಜೆ, ರಾತ್ರಿಯೊಂದಿಗೆ ಕರಗುತ್ತಿದ್ದ ಹಾಗೆ, ಸಾಗರದೋಪಾದಿಯ ಬೆಳಕುಗಳು ಗಗನವನ್ನು ಪ್ರಜ್ವಲಿಸುತ್ತಿದ್ದ ಹಾಗೆ.

ನಾವು ಅದಾವುದೋ ಪಟ್ಟಣವನ್ನು ದಾಟುತ್ತಿದ್ದೆವು. ಅದರ ಹೆಸರೇನು ಅಂತ ನನಗೆ ತಿಳಿದಿಲ್ಲ, ಹಾಗೆ ತಿಳಿದೂ ಪ್ರಯೋಜನವಿರಲಿಲ್ಲ. ಕನಸಿನ ನಗರಕ್ಕೆ ಸಾಗುತ್ತಿರುವ ಹಿನ್ನೆಲೆಯಲ್ಲಿ, ನಾನು ಅತ್ಯಂತ ಉತ್ಸುಕನೂ, ಸಂತುಷ್ಟನೂ ಆಗಿದ್ದೆ. ಅದೊಂದು ಸ್ವಾತಂತ್ರ್ಯದ ಅತ್ಯಾನಂದವಾಗಿತ್ತು, ಬಂಧನದ ಶೃಂಖಲೆಯಿಂದ ಮುಕ್ತವಾದ ಅನ್ನಿಸಿಕೆ, ನನ್ನ ಚಿಕ್ಕಪ್ಪನ ಪೀಡೆಯಿಂದ ದೂರ ಸರಿಯುತ್ತಿರುವ ಆನಂದ. ಕೊನೆಗೂ, ನಾನು ನನ್ನಷ್ಟಕ್ಕೇ ಇರಲು ಸಾಧ್ಯವಾದುದಕ್ಕೆ ಚೇತೋಹಾರಿಯಾಗಿದ್ದೆ.

ಮುಂಬಯಿ, ಅಂದರೆ ಯಾರ ಜತೆಗೆ ಈಗ ಪ್ರಯಾಣಿಸುತ್ತಿದ್ದೆನೋ, ಅವರ ಪ್ರಕಾರ ಅದೊಂದು ಮಿರುಗುವ ಬೆಳಕಿನ, ಎತ್ತರವಾದ ಕಟ್ಟಡಗಳ, ಆಡಂಬರದ ಕಾರುಗಳ ಮತ್ತು ಶ್ರೀಮಂತ ಮನುಷ್ಯರ ನಗರ. ಪ್ರತಿಯೊಬ್ಬರೂ ಹಣ ಸಂಪಾದಿಸುವುದಕ್ಕಾಗಿ ಈ ನಗರಕ್ಕೆ ಮುಗಿಬೀಳುತ್ತಾರೆ. ನಾನು ಕೂಡಾ ಒಂದಲ್ಲ ಒಂದು ದಿನ ಶ್ರೀಮಂತನಾಗುವ ಭರವಸೆ ಇತ್ತು.

ಇನ್ನೂ ನಿದ್ದೆಗಣ್ಣಿನಲ್ಲೇ, ನಾನು ಬಸ್ಸಿನ ಒಳಗೆ ಸುತ್ತಲೂ ಒಮ್ಮೆ ಕಣ್ಣಾಡಿಸಿದೆ ಮತ್ತು ನನ್ನ ಪಕ್ಕದಲ್ಲೇ ಕುಳಿತ್ತಿದ್ದ ಸಹಪ್ರಯಾಣಿಕರೊಬ್ಬರನ್ನು ಗಮನಿಸಿದೆ. ಓರ್ವ ಸಂತನಂತೆ ಕಾಣುವ ಹಿರಿಯ ವ್ಯಕ್ತಿ, ಬಣ್ಣಗೆಟ್ಟ ಕಾವಿ ಬಟ್ಟೆ ಮತ್ತು ದಯಾಪರರಾಗಿ

ನನ್ನತ್ತ ನೋಡಿ ನಕ್ಕು, ಮಾತಿಗೆ ತೊಡಗಿದರು. ಅವರ ಬಗ್ಗೆ ಅದೇನೋ ಆಕರ್ಷಣೆಯಿತ್ತು. ಮುಖದ ಮೇಲಿನ ಕುರುಚಲು ಗಡ್ಡ ಮತ್ತು ನೆರೆತ ಕೂದಲು ಮಾಗಿದ ವ್ಯಕ್ತಿತ್ವದ ತೇಜಸ್ಸನ್ನು ಬಿಂಬಿಸುತ್ತಿತ್ತು. ಕಣ್ಣುಗಳು ಶಾಂತತೆಯನ್ನು ಹೊರಸೂಸುತ್ತಿದ್ದವು. ಆತ ಒಂದು ಅಯಸ್ಕಾಂತದಂತೆ ಆಕರ್ಷಕ ವ್ಯಕ್ತಿತ್ವವನ್ನು ಹೊಂದಿದ್ದರು.

ಮೃದುವಾಗಿ ಮತ್ತು ಮೆಲ್ಲನೆ, ತೂಕಮಾಡಿ ಮಾತಾಡಿದಂತಹ ದನಿಯಲ್ಲಿ, ನನ್ನ ಮೇಲೆ ಅವರ ಸಮ್ಮೋಹನಗೊಳಿಸುವ ಪ್ರಭಾವವಾಯಿತು. ನನ್ನ ಬದುಕಿನಲ್ಲಿ ಈ ಸಂತನಂತೆ ಎಂದಿಗೂ ನನ್ನಲ್ಲಿ ಇಷ್ಟೊಂದು ಕರುಣೆಯಿಂದ ಯಾರೂ ಮಾತಾಡಿದ್ದೇ ಇರಲಾರದೇನೋ.

ಅವರು ನನ್ನ ಎದುರಿನ ಸೀಟಿನಲ್ಲಿ ಕುಳಿತ ನನ್ನ ಬಂಧುಗಳಾದ ವಸಂತಿ ಮತ್ತು ಆಕೆಯ ಪತಿ ವಿಠಲ್ ಭಂಡಾರಿಯವರ ಕುರಿತು ವಿಚಾರಿಸಿದರು. ಮುಂಬಯಿಯಲ್ಲಿ ನಡೆಸುತ್ತಿರುವ ತಮ್ಮ ಸಂಬಂಧಿಗಳ ಹಲವು ಸಲೂನ್‌ಗಳಲ್ಲಿ ಯಾವುದಾದರೂ ಒಂದರಲ್ಲಿ ಕೆಲಸ ಮಾಡಿಸಿಕೊಡುವ ಸಹಾಯವನ್ನು ಅವರು ನನಗೆ ಒದಗಿಸುವವರಿದ್ದರು; ಆದರೂ ಮುಟ್ಟಿದ ತಕ್ಷಣ ಕೆಲಸ ಸಿಗುವ ಭರವಸೆಯೇನೂ ಇರಲಿಲ್ಲ.

ಅದು ನನಗೆ ಸಾಕಿತ್ತು. ನನ್ನ ಜತೆಗೆ ಒಂದು ಜತೆ ಹೊಸ ಚೆಡ್ಡಿ ಮತ್ತು ಷರಟುಗಳಿದ್ದವು, ಅವನ್ನು ನಾನು ಇತ್ತೀಚೆಗೆ ಹೊಲಿಸಿಕೊಂಡಿದ್ದೆ, ಮತ್ತು ಸ್ವಲ್ಪ ಹಣ ನನ್ನಲ್ಲಿ ಇತ್ತು, ಸಲೂನ್‌ನ ಮಾಡಿನಲ್ಲಿ ಸಂಗ್ರಹ ಮಾಡಿ ಇಟ್ಟುಕೊಂಡಿದ್ದು. ನಾನು ನನ್ನ ಪ್ರಯಾಣಕ್ಕೆ ರೂಪಾಯಿ 35 ತೆತ್ತು ಟಿಕೆಟ್ ಪಡಕೊಂಡಿದ್ದೆ, ಅದು ಎರಡು ದಿನ ಮತ್ತು ಒಂದು ರಾತ್ರಿಯ ಪ್ರಯಾಣವಾಗಿತ್ತು.

ಆ ದಯಾಪರ ಹಿರಿಯರು, ಮುಂಬಯಿಗೆ ಇದು ನನ್ನ ಮೊದಲ ಪ್ರಯಾಣವೇ ಎಂದು ಕೇಳಿದರು.

'ಮುಂಬಯಿ ಎರಡು ವರ್ಗಗಳಲ್ಲಿ ಮೇಲ್ಪಂಕ್ತಿಯಲ್ಲಿದೆ. ಅಲ್ಲಿ ನರಕವೂ ಇದೆ ಸ್ವರ್ಗವೂ ಇದೆ,' ಅವರು ಯೋಚನಾಮಗ್ನರಾಗಿ ವಿವರಿಸಿದರು. 'ಒಂದು ದಿನ ನೀನೊಬ್ಬ ಕೋಟ್ಯಾಧಿಪತಿಯೂ ಆಗಬಹುದು, ಮರುದಿನವೇ ಒಬ್ಬ ದಿವಾಳಿಯೂ ಆಗಬಹುದು...' ಅವರು ಮುಂದುವರಿಸಿದರು.

ನಾನು ಶ್ರದ್ಧೆಯಿಂದ ಕೇಳಿಸಿಕೊಂಡೆ. ಅವರು ನಗರದ ಸಾಮಾಜಿಕ-ಆರ್ಥಿಕ ಸ್ಥಿತಿಗತಿಯನ್ನು ವಿಶ್ಲೇಷಿಸುತ್ತ, ಮಹಾನಗರಿಯಲ್ಲಿ ವಿವಿಧ ಸಮುದಾಯಗಳ ಜನರು ವಾಸಿಸುವ ಬಗ್ಗೆ, ಅವರಲ್ಲಿ ಅನುಕೂಲಸ್ಥರಾದ ಗುಜರಾತಿಗಳೂ, ಮಾರ್ವಾಡಿಗಳೂ ಸೇರಿರುತ್ತಾರೆ ಎಂದರು. ಅವರ ಉದ್ಯಮ, ನಂಬಿಕೆ, ಮತ್ತು ಹೋರಾಟದ ಬದುಕನ್ನು ವಿವರಿಸುತ್ತ, ಮುಂಬಾದೇವಿ ನಗರವನ್ನು ಸಂರಕ್ಷಿಸುತ್ತಿದ್ದಾಳೆ ಎಂದರು.

ಅವರು ತಿಳಿಸಿದ ಈ ಎಲ್ಲಾ ಮಾಹಿತಿಗಳು ನನಗೆ ಹೊಸದೇ ಆಗಿದ್ದವು. ಹಲವು ವೈವಿಧ್ಯತೆಗಳನ್ನು ಹೊಂದಿರುವ ಆ ನಗರದಲ್ಲಿ ನಾನು ಎಚ್ಚರದಿಂದ ಇರಬೇಕು ಎನ್ನುವ ಭಾವನೆಯಿಂದ ಅವರು ನನ್ನನ್ನು ಸಿದ್ಧಪಡಿಸುತ್ತಿದ್ದಾರೇನೋ ಅಂತ ನನಗೆ ಅನ್ನಿಸಿತು.

'ಗುಂಪುಗಳು ಸೇರಿರುವ ಕಡೆಗೆ ಹೋಗಬೇಡ. ಜನಜಂಗುಳಿಯಿಂದ ದೂರವಿರುವುದು ಕ್ಷೇಮ. ನೀನೊಂದು ಬೀದಿ ಜಗಳವನ್ನು ಕಂಡರೆ, ಅವರೊಂದಿಗೆ ಸೇರಿಕೊಳ್ಳಬೇಡ, ಅಥವಾ ಅದರ ಒಂದು ಭಾಗವಾಗಬೇಡ. ಅಂತಹ ಕಲಹಗಳು ಆಗಿಂದಾಗ್ಯೆ ನಡೆಯುತ್ತಲೇ ಇರುತ್ತವೆ. ಅಲ್ಲೇನು ನಡೆಯುತ್ತದೆ ಎಂಬುದನ್ನು ತಿಳಿಯಲೂ ಯತ್ನಿಸಬೇಡ; ಆ ಕೊಳಕು ಗಲಾಟೆಗೆ ನಿನ್ನನ್ನೂ ಹಿಡಿದು ಸೇರಿಸುವವರಿರುತ್ತಾರೆ...'

ಅದೊಂದು ಇಪ್ಪತ್ತು ನಿಮಿಷದ ಮಾತಿನಲ್ಲಿ ಆತ ನನಗೆ ಹಣದ ವಿಷಯದಲ್ಲಿ ಜಾಗರೂಕನಾಗಿರುವಂತೆ ಉಪದೇಶಿಸಿದರು.

'ಉಳಿತಾಯ ಮಾಡು. ಖರ್ಚು ಮಾಡಬೇಡ. ನಿನ್ನ ನಿಗಾ ವಹಿಸಿಕೊಳ್ಳಬೇಕು.'

ನಾನು ಎಚ್ಚರದಿಂದ ಅವರ ಉಪದೇಶವನ್ನು ಕೇಳಿಸಿಕೊಂಡೆ, ಆ ಮುನ್ನೆಚ್ಚರದ ಮಾತುಗಳನ್ನು ಅನುಸರಿಸಲು ಯತ್ನಿಸಬೇಕೆಂದುಕೊಂಡೆ. ಏನಿದ್ದರೂ, ನನ್ನನ್ನು ಕಾಡಿದ ಒಂದು ವಿಷಯವನ್ನು ಅವರಲ್ಲಿ ಕೇಳಲೇ ಬೇಕೆಂದುಕೊಂಡೆ.

'ಮುಂಬಯಿಯಲ್ಲಿ ನಾಯಿಗಳಿವೆಯೇ?' ನಾನು ಅತ್ಯಂತ ಎಚ್ಚರಿಕೆಯಿಂದ ಕೇಳಿದ್ದೆ, ಸುಲಭವಾಗಿ ನನ್ನ ಮೋಸಹೋಗುವ ಸ್ವಭಾವವನ್ನು ತೆರೆದಿಡುವ ನಿಟ್ಟಿನಿಂದ. ನನ್ನ ಪ್ರಶ್ನೆ ಯಾರನ್ನಾದರೂ ಅಚ್ಚರಿಗೆ ಕಾರಣವಾಗುವಂತ್ತಿತ್ತು, ಆದರೆ, ಆತನಿಗೆ ಹಾಗಾಗಲಿಲ್ಲ, ಅವರು ವಿಚಲಿತರಾಗಲಿಲ್ಲ. ಅವರು ಸುಮ್ಮನೆ ನಕ್ಕರಷ್ಟೇ. ಬಹುಶಃ ನನ್ನ ಮುಗ್ಧತೆ ಅವರನ್ನು ಕುತೂಹಲಿಗರನ್ನಾಗಿಸಿರಬೇಕು.

ಅದೊಂದು ಅಸಹಜ ಪ್ರಶ್ನೆ ಅನ್ನಿಸಬಹುದು, ಪ್ರಪಂಚದ ಎಲ್ಲಾ ಕಷ್ಟಕೋಟಲೆಗಳನ್ನು ಬಿಟ್ಟು, ಅಂದರೆ ಹಣ ಮಾಡುವ ಅಥವಾ ಬದುಕನ್ನು ಸಾಗಿಸುವ ಪ್ರಶ್ನೆಯನ್ನು ಬಿಟ್ಟು ನಾನು ನಾಯಿಗಳು ಕಚ್ಚಬಹುದೇ ಎಂದು ಆತಂಕಿತನಾಗಿದ್ದೆ!

ಈ ಆತಂಕಕ್ಕೆ ಕಾರಣವೆಂದರೆ, ನಾನು ಹಳ್ಳಿಯಲ್ಲಿ ಅನೇಕ ಸಲ ನಾಯಿಗಳಿಂದ ಕಚ್ಚಿಸಿಕೊಂಡಿದ್ದೆ. ಪೇಟೆ ಆಸ್ಪತ್ರೆಯಲ್ಲಿ ಹೊಟ್ಟೆಗೆ ಕೊಡುವ ಆ ಇಂಜೆಕ್ಷನ್‌ಗಳ ನೋವನ್ನು ನಾನು ಎಂದಿಗೂ ಮರೆತವನಲ್ಲ. ಅದಕ್ಕೂ ಹೆಚ್ಚಾಗಿ, ನನ್ನ ಮಿತವಾದ ಉಳಿತಾಯದಿಂದ ಆ ಔಷಧಗಳಿಗೆ ಹಣವೊದಗಿಸುವುದೂ ಇನ್ನೊಂದು ತಾಪತ್ರಯವಾಗಿತ್ತು. ಅದೂ ನನಗೆ ಪರಿಚಿತವಲ್ಲದ ಒಂದು ನಗರದಲ್ಲಿ ಆಸ್ಪತ್ರೆಯ ಬಿಲ್ಲುಗಳಿಗೆ ಹಣ ಸಂದಾಯ ಮಾಡಬೇಕಿತ್ತಲ್ಲವೇ? ಮೇಲಾಗಿ, ನನ್ನ ತಾಯಿಯೂ ಜತೆಗಿಲ್ಲ. ಆಕೆಯಿಂದ ಭಾವನಾತ್ಮಕವಾಗಿ ಬೆಂಬಲ ಸಿಗುತ್ತಿತ್ತು.

ಈ ಸಂತನಂತಿರುವ ವ್ಯಕ್ತಿ ನೀಡುತ್ತಿದ್ದ ಉಪದೇಶದ ಸಂಪೂರ್ಣ ಮಾಹಿತಿಯನ್ನು ನನಗೆ ಗ್ರಹಿಸಿಕೊಳ್ಳಲು ಆಗಲಿಲ್ಲವೇನೋ. ವರ್ಷಗಳೇ ಕಳೆದ ಮೇಲೆ, ಏಕಾಂತದಲ್ಲಿದ್ದಾಗ ಆತ ಹೇಳಿರುವ ಮಾತುಗಳು ಅಪ್ಯಾಯವಾಗಿ ನನ್ನ ಮನಸ್ಸಲ್ಲಿ ತುಡಿಯುತ್ತಿರುತ್ತವೆ. ಆ ವಯಸ್ಸಾದ ವ್ಯಕ್ತಿಯ ರೂಪ ಇಂದಿಗೂ ನನ್ನ ಮನಸ್ಸಲ್ಲಿ ಮೂಡುತ್ತದೆ. ಹಿಂದಕ್ಕೆ ತಿರುಗಿ ನೋಡಿದಾಗ, ಆ ಮನುಷ್ಯನ ಭೇಟಿ, ಅದೊಂದು ದೈವೀ ಪ್ರೇರಣೆಯ ಪ್ರತೀಕವಾಗಿರಬಾರದೇಕೆ ಎಂದು ಅನ್ನಿಸುವುದಿದೆ, ನನಗೆ ಮಾರ್ಗದರ್ಶನ ನೀಡುವಂತೆ, ಭವಿಷ್ಯದ ಬಗ್ಗೆ ನನ್ನನ್ನು ಎಚ್ಚರಿಸುವಂತೆ ಇದ್ದಿರಬಹುದು.

ನಿಜಕ್ಕೂ, ಆ ಉಪದೇಶ ಏನಾದರೂ ದೊಡ್ಡದಾಗಿ ಸಾಧಿಸಬೇಕೆಂಬ ನನ್ನಂತಹ ಉತ್ಸಾಹದಿಂದ ಪುಟಿಯುತ್ತಿದ್ದ ಎಳೆಯನಿಗೆ ದೇವಕಾರುಣ್ಯದಿಂದ ಸಿಕ್ಕಿದ್ದು ಎನ್ನಬಹುದು. ಆ ದಿನ ನಮ್ಮ ಮಾತುಕತೆಯ ಬಳಿಕ ನಾನು ನಿದ್ದೆ ಹೋದೆ. ಒಂದು ತಾಸಿನ ಬಳಿಕ ನಾನು ಎಚ್ಚರಗೊಂಡಾಗ, ನನ್ನ ಪಕ್ಕದ ಸೀಟು ಬರಿದಾಗಿತ್ತು. ನನ್ನ ಸಹಪ್ರಯಾಣಿಕರು ಮಾಯವಾಗಿದ್ದರು, ಅವರು ಅಲ್ಲಿ ಪ್ರತ್ಯಕ್ಷವಾದ ಹಾಗೆಯೇ.

ನಾನು ಬಸ್ಸಿನ ಕಿಟಕಿಯ ಹೊರಗೆ ಹಿಂದಕ್ಕೆ ತೆರಳುತ್ತಿರುವ ಇನ್ನಷ್ಟು ಪೇಟೆಪಟ್ಟಣಗಳನ್ನು ನೋಡಲು ಉತ್ಸುಕನಾದೆ. ದಿಗಂತದಲ್ಲಿ ವ್ಯಾಪಕವಾಗಿ ಹರಡಿರುವ ಸಂಜೆಯ ವಿಶಾಲವಾದ ದೃಶ್ಯ ಹೃದಯಸ್ಪರ್ಶಿಯಾಗಿತ್ತು. ಅದರೊಂದಿಗೆ ಪಸರಿಸಿದಂತೆ ತೋರುವ ಬೆಳಕಿನ ಹಾಸಿನಂತೆ ತೋರುವ ನೋಟವೂ ಕಣ್ಮನ ಸೆಳೆಯುವಂತಿತ್ತು. ಸಾವಿರಾರು ಬೆಳಕಿನ ಮೂಲಗಳು ಮೈಲಿಗಳ ಉದ್ದಕ್ಕೂ ಚಾಚಿಕೊಂಡಿರುವುದರ ಜತೆಗೆ ಮೇಲೆ ಆಕಾಶದ ನಕ್ಷತ್ರಗಳೂ ಮಿಳಿತವಾಗಿ ಆಹ್ಲಾದಕರ ವಾತಾವರಣವನ್ನು ಸೃಷ್ಟಿಸಿತ್ತು. ಆ ಚಿಕ್ಕ ಚಿಕ್ಕ ಬೆಳಕಿನ ಮಿನುಗುಗಳು ನನ್ನ ಭರವಸೆಯನ್ನು ಬಿಂಬಿಸುತ್ತಿದ್ದವೇನೋ ಎಂದು ನನಗೆ ಅನ್ನಿಸಿತ್ತು. ಅದು ಮಾಂತ್ರಿಕವಾಗಿತ್ತು. ಗಾಜಿನ ಕಿಟಕಿಯಲ್ಲಿ ಕಾಣುತ್ತಿದ್ದ ಆ ಹೊರಗಿನ ಕತ್ತಲೆಯ ಲೋಕದಲ್ಲಿ ಬೆಳಕಿನ ವಿಸ್ತಾರದಲ್ಲಿ ಅದೊಂದು ಕಿನ್ನರಲೋಕದಲ್ಲಿ ನಾನು ತೇಲುತ್ತಿರುವೆನೇನೋ ಎಂಬಂತೆ ತೋರಿತು.

ರಾತ್ರಿಯ ಹೊತ್ತು ಮುಂಬಯಿಯ ಅಲಂಕೃತ ಗಗನರೇಖೆಗಳನ್ನು ಕಾಣುವುದೇ ಒಂದು ಮನಕ್ಕೆ ಮುದನೀಡುವ ಅನುಭವ.

ಈಗ ನಾನು ಮುಂಬಯಿಯ ಹೊರವಲಯದ ಓಷಿವಾರ ಕಟ್ಟಡದ ಮೂವತ್ತಾರನೇ ಅಂತಸ್ತಿನಲ್ಲಿ ವಾಸ್ತವ್ಯಕ್ಕಿದ್ದೇನೆ. ರಾತ್ರಿಯ ಹೊತ್ತು ನಾನು ಹಾಸಿಗೆಯಲ್ಲಿ ಮಲಗಿರುವ ಸಮಯ ಕಿಟಕಿಯಿಂದ ನನಗೆ ನಗರದ ಗಗನಚುಂಬಿ ಕಟ್ಟಡಗಳಿಂದ ಅಸಂಖ್ಯಾತ ಬೆಳಕಿನ ಕಿಂಡಿಗಳು ಕಂಡುಬರುತ್ತವೆ, ಕೆಲವು ವೈಭವೋಪೇತ ಅಪಾರ್ಟ್‌ಮೆಂಟ್‌ಗಳಿಂದಲೂ, ಇನ್ನು ಕೆಲವು ಅಷ್ಟು ಅನುಕೂಲ ಸ್ಥಿತಿಯಲ್ಲಿ ಇಲ್ಲದವರ ಮನೆಗಳಿಂದ ಬಂದವು ಆಗಿರುತ್ತವೆ. ದೂರದಲ್ಲಿ ಎಲ್ಲಾ ಬೆಳಕೂ ಒಂದೇ ತೆರನಾಗಿ ಕಾಣಿಸುತ್ತವೆ. ಬದುಕುಳಿಯುವುದೇ ಎಲ್ಲರ ಹೋರಾಟವಾಗಿರುತ್ತದೆ. ನಮ್ಮ ನಮ್ಮ ಕನಸುಗಳು ಮತ್ತು ಗುರಿಗಳು ಮಾತ್ರ ಬೇರೆಯಾಗಿರುತ್ತವೆ.

ಇನ್ನೂ ಎತ್ತರಕ್ಕೆ ಆಕಾಶ ತಾರೆಗಳಿಂದ ಮಿನುಗುತ್ತಿದ್ದವು. ಅಂತಹ ಮಿನುಗುವ ನಕ್ಷತ್ರಗಳ ಸಾನಿಧ್ಯದಲ್ಲಿ ನನ್ನ ಹೃದಯದ ಒಂದೊಂದು ಬಡಿತ ತಪ್ಪಿಹೋಗುತ್ತವೆ. ನಾನು ಮತ್ತೊಮ್ಮೆ ಮಗುವಾಗಿಬಿಡುತ್ತೇನೆ. ನಾನು ಕುಣಿದು ಕುಪ್ಪಳಿಸಬೇಕೆನಿಸುತ್ತದೆ. ಈಗಲೂ ನಾನು ನಮ್ಮ ವಿಮಾನ ನೆಲವನ್ನು ಸ್ಪರ್ಶಿಸುವ ಮೊದಲು ಹೊರಗಿನ ಹೊಳಪನ್ನು ನೋಡಲು ಬಯಕೆಯಾಗುತ್ತದೆ. ಕೆಳಗಿನ ಮಿಲಿಯಗಟ್ಟಲೆ ಬೆಳಕನ್ನು ನೋಡುವುದಕ್ಕಾಗಿಯೇ ನಾನು ವಿಮಾನಯಾನದಲ್ಲಿ ಕಿಟಕಿಯ ಬದಿಯನ್ನು ಆಯ್ಕೆ ಮಾಡಿಕೊಳ್ಳುತ್ತೇನೆ, ಅದು ಮುಂಬಯಿಯ ಪ್ರಭೆಯನ್ನು ಹೊಳೆಯುವ ವಜ್ರಗಳಂತೆ ತೋರುವಂತೆ ಮಾಡುತ್ತದೆ.

ನನ್ನ ಪ್ರಯಾಣದ ವಿಷಯಕ್ಕೆ ಮತ್ತೆ ಸಾಗಿದಾಗ... ಮುಂಬಯಿ ತಲುಪಿದಾಕ್ಷಣ

ಕಂಡು ಬಂದ ಮುಕುರುತ್ತಿದ್ದ ಜನಸಂದಣಿಯನ್ನು ಕಂಡು ನಾನು ಬೆರಗಾದೆ. ಅದು ಅತ್ತಿತ್ತ ಹೊರಳದೆ ಸಾಲಾಗಿ ಸಾಗುತ್ತಿರುವ ಇರುವೆಯ ಸಾಲುಗಳನ್ನು ನನಗೆ ನೆನಪು ಹುಟ್ಟಿಸಿತು. ನಾನು ನನ್ನ ಚಿಕ್ಕಪ್ಪನ ತೋಟದಲ್ಲಿ ಕೆಲಸ ಮಾಡುತ್ತಿದ್ದಾಗ, ಇರುವೆಗಳು ದಂಡು ದಂಡಾಗಿ ಹೋಗುವುದನ್ನು ಗಮನಿಸಿದ್ದೆ. ಅವುಗಳ ಸಾಗಾಟದ ದಿಕ್ಕಿನ ಅರಿವು ಮತ್ತು ಶಿಸ್ತು ನಿಜಕ್ಕೂ ಮೋಹಕವಾದುದು. ಬಸ್ಸಿನ ಕೆಳಗಡೆ ಸಾಲುಸಾಲಾಗಿ ಹೋಗುತ್ತಿದ್ದ ಜನರ ದಂಡನ್ನು ಕಂಡು ನನಗೆ ಆ ನೆನಪು ಮತ್ತೆ ಬಂತು. ಅದು ಇರುವೆಗಳ ದಂಡಿನ ಹಾಗೆ, ವೇಗವಾಗಿ ಮತ್ತು ತ್ವರಿತವಾಗಿ ಸಾಗುತ್ತಿದ್ದಿತು.

ವಾಯುಮಾಲಿನ್ಯದಿಂದಾಗಿ ಗಾಳಿ ದಟ್ಟವಾಗಿತ್ತು, ಸೆಖೆಯಂತೂ ತಡೆಯುವುದಕ್ಕೇ ಸಾಧ್ಯವಿರಲಿಲ್ಲ ಮತ್ತು ಗಾಳಿ ದುರ್ನಾತದಿಂದ ಕಲುಷಿತವಾಗಿತ್ತು. ಹಳ್ಳಿಗಳನ್ನು ತುಲನೆ ಮಾಡಿದರೆ, ಅಲ್ಲಿ ಬೆಳಗ್ಗಿನ ಹೊತ್ತು ಸ್ವಚ್ಛ ಗಾಳಿ, ಸ್ವಸ್ಥ ವಾತಾವರಣವಿರುತ್ತಿತ್ತು. ಆದರೂ ಹವಾಗುಣ ಕಾರ್ಯನಿರ್ವಹಣೆಗೆ ತಡೆಯಾಗಿರಲಿಲ್ಲ. ನಾನು ಕೆಲಸವನ್ನು ಕಂಡುಕೊಳ್ಳಬೇಕಿತ್ತು.

ಮುಂಬಯಿಯಲ್ಲಿ ಕೆಲಸ ಸಿಗುವುದು ಅಷ್ಟೇನೂ ಸುಲಭದ ಮಾತಾಗಿರಲಿಲ್ಲ, ನಾನು ಉಳಿದುಕೊಂಡಿದ್ದ ಬಾಂಡುಪ್‌ನ ವಿಠಲನ ಮನೆಯ ಸುತ್ತಮುತ್ತ ಒಮ್ಮೆ ಸುತ್ತಾಡಿ ಬಂದಿದ್ದೆ. ವಿಠಲ ಒಬ್ಬ ಸಾಧುಸ್ವಭಾವದ ವ್ಯಕ್ತಿಯಾಗಿದ್ದ, ಈಗಲೂ ಕೂಡಾ, ಬಹಳ ಸೌಜನ್ಯದ ಮತ್ತು ಸಹಾಯ ಹಸ್ತ ಚಾಚುವಂಥವನು. ನಮ್ಮ ಒಂದು ಅಲೆದಾಟದಲ್ಲಿ, ಆತ ನನಗೆ ಎತ್ತರವಾದ ಒಂದು ಕಟ್ಟಡವನ್ನು ತೋರಿಸುತ್ತ, ಅಲ್ಲೊಂದು ತನ್ನ ಕುಟುಂಬಕ್ಕೆ ಸೇರಿದ ಸಲೂನ್ ಇದೆಯೆಂದು ಹೇಳಿದ. ಆ ಅನೇಕ ಅಂತಸ್ತಿನ ಮನೆ ಅವರದೇ ಅಂತ ನಾನು ತಪ್ಪುತಿಳಿದುಕೊಂಡಿದ್ದೆ.

ನನ್ನ ಸಂಬಂಧಿಕರ ಸಾಧನೆಯನ್ನು ಕಂಡು ನಾನು ನಿಜಕ್ಕೂ ಹೆಮ್ಮೆ ಪಟ್ಟೆ. ನನ್ನ ಕ್ಷೇತ್ರದಲ್ಲಿ ಹೆಸರು ಮತ್ತು ದಂಧೆಯನ್ನು ಗಳಿಸುವುದರ ಬಗ್ಗೆ ನನಗೇ ಅನುಮಾನವಿತ್ತು. ಯಾಕಾಗಬಾರದು? ಎಂದು ನಾನು ಎಣಿಸಿದೆ. ನನ್ನ ಸಂಬಂಧಿಗಳ ಮಕ್ಕಳಂತೆ ನಾನು ಕೂಡಾ ಪಯತ್ನಪಟ್ಟು ಕಠಿಣ ದುಡಿಮೆಯಿಂದ ಸಾಧಿಸುವುದಕ್ಕಾಗುವುದಿಲ್ಲವೇ? ನನ್ನಷ್ಟಕ್ಕೇ ನಿರ್ವಹಿಸುವುದಕ್ಕೆ ಆಗದೇ?

ಇದೊಂದು ಉತ್ಕಟವಾದ ತಿರುವು ನನ್ನ ಬದುಕಿನದ್ದು ಎಂದುಕೊಂಡೆ. ಆ ಬಹುಮಹಡಿಯ ಕಟ್ಟಡ, ಎಲ್ಲಿ ನಾನು ನಿಂತಿದ್ದೆನೋ, ಅದರಷ್ಟು ಎತ್ತರಕ್ಕೆ ಏರಬೇಕೆಂಬ ಆಕಾಂಕ್ಷೆ ನನ್ನಲ್ಲಿ ಉದಿಸಿತು.

ಹಲವು ಸಲೂನ್‌ಗಳ ಒಡೆಯನಾಗಿ ಅವಕ್ಕೆ ಬೇಕಾದ ಗ್ರಾಹಕರನ್ನು ಪಡೆಯುವುದು ಸುಲಭಸಾಧ್ಯವಾದ ಕೆಲಸವಾಗಿರಲಿಲ್ಲ. ನನಗೆ ಒಂದು ಬ್ಲೋ-ಡ್ರೈಯರ್‌ನ್ನು ಉಪಯೋಗಿಸುವುದಕ್ಕೇ ಬರುತ್ತಿಲ್ಲವಲ್ಲ? ಇಂತಹ ಮೂಲಭೂತ ಜ್ಞಾನ ಮುಂಬಯಿಯಂಥ ನಗರದಲ್ಲಿ ಅತ್ಯಂತ ಅನಿವಾರ್ಯವಾಗಿದ್ದು, ಗ್ರಾಮೀಣ ಪ್ರದೇಶಗಳಲ್ಲಿಯಂತೆ ಅಲ್ಲ. ಈ ಜನರು ಕ್ಷೌರದ ನಂತರ ತಲೆಗೂದಲನ್ನು ಓರಣಗೊಳಿಸುವಾಗ ಸಣ್ಣ ವಿಷಯಗಳಿಗೂ ಗಮನ ಕೊಡುತ್ತಾರೆ. ನಾನು ಗಾಳಿಯಲ್ಲಿ ಅರಮನೆಯನ್ನು ಕಟ್ಟುವ ತೆರನಾಗಿತ್ತು.

ನನ್ನ ಮೊದಲ ನೌಕರಿ ಅಜಂತಾ ಎನ್ನುವ ಒಂದು ಸಣ್ಣ ಸಲೂನ್‌ನಲ್ಲಾಗಿತ್ತು,

ಅದು ವಿಠಲನ ಚಿಕ್ಕಪ್ಪನ ಮಗ ಆನಂದ ಭಂಡಾರಿಯದ್ದಾಗಿತ್ತು. ಅದು ಸ್ಥಾಪಿತವಾದ ಸ್ಥಳ ಬಾಂಡುಪ್ ಪಶ್ಚಿಮದ ಖಿಂಡಿಪಾಡ ಎಂಬ ಬಹಳ ಅಪಾಯಕಾರೀ ಜಾಗದಲ್ಲಿತ್ತು. ಅಲ್ಲಿ ಕೊಲೆಗಳೂ, ಕಾನೂನಿಗೆ ವಿರುದ್ಧವಾದ ಚಟುವಟಿಕೆಗಳೂ ಅವ್ಯಾಹತವಾಗಿ ನಡೆಯುತ್ತಿದ್ದವು. ಒಬ್ಬ ಗಿರಾಕಿ, ಆತುರದಲ್ಲಿದ್ದವನು, ತನ್ನ ಕೂದಲನ್ನು ಒಣಗೊಳಿಸುವ ತರಾತುರಿಯಲ್ಲಿ, ಗಾಡ್ಜೆಟ್ ಒಂದನ್ನು ಉಪಯೋಗಿಸುವುದಕ್ಕೆ ಕಟ್ಟುಬಿದ್ದ. ಅದನ್ನು ಹೇಗೆ ಉಪಯೋಗಿಸುವುದೆಂದೂ ಹೇಳಿದ. ಆ ಹೊತ್ತು ಸಲೂನ್‌ನಲ್ಲಿ ಆನಂದ ಇರಲಿಲ್ಲ, ಅವನಿಗಷ್ಟೇ ಆ ಇಲೆಕ್ಟ್ರಾನಿಕ್ ಉಪಕರಣವನ್ನು ಉಪಯೋಗಿಸುವುದಕ್ಕೆ ಗೊತ್ತಿತ್ತು. ಇದು ನನಗೆ ಕಲಿಯುವ ಒಂದು ಅವಕಾಶವೆಂದುಕೊಂಡೆ.

ನಾನು ಆ ಇಲೆಕ್ಟ್ರಾನಿಕ್ ಡ್ರೈಯರ್‌ನ್ನು ಪ್ರಥಮ ಬಾರಿಗೆ ಹಿಡಿದುಕೊಂಡಾಗ ನನ್ನ ಅವಸ್ಥೆ ಏನಾಗಿರಬೇಡ, ಊಹಿಸಿಕೊಳ್ಳಿ. ನಾನು ಅತ್ತಿತ್ತ ಓಲಾಡುತ್ತಿದ್ದೆ, ಆದರೆ ಅದರಲ್ಲಿನ ಉತ್ಸಾಹ ಮಾತ್ರ ಕಡಿಮೆಯಾಗಿರಲಿಲ್ಲ.

ನನ್ನ ಆನಂದಕ್ಕೆ ಮಿತಿಯೇ ಇರಲಿಲ್ಲ. ಈಗಿನ ಕಾಲದಲ್ಲಿ ಉಪಯೋಗಿಸುವ ದೊಡ್ಡ ಸಲಕರಣೆ ಅದಾಗಿರದೆ, ತೀರಾ ಚಿಕ್ಕದಾಗಿತ್ತು. ನಾನು ಕೊಂಚ ಯದ್ವಾತದ್ವವಾಗಿದ್ದರೂ ಗಿರಾಕಿ ಆತುರದಲ್ಲಿದ್ದ ಕಾರಣ ಆತ ಅದನ್ನು ಲೆಕ್ಕಿಸಿರಲಿಲ್ಲ. ಆತ ತನ್ನ ಕೂದಲನ್ನು ತಕ್ಷಣ ಒಣಗಿಸಿ ಓರಣಗೊಳಿಸುವಂತೆ ನನಗೆ ಆಜ್ಞೆ ನೀಡಿದ್ದ.

ಆ ಮೇಲೆ ನಾನು ಡ್ರೈಯರ್‌ನ್ನು ಓರ್ವ ವೃತ್ತಿಪರನಂತೆ ಉಪಯೋಗಿಸಲು ಸಾಧ್ಯವಾಯಿತು. ಬಾಲಿವುಡ್‌ನ ಸಿನಿಮಾ ನಟರಂತೆ ವಿನ್ಯಾಸ ಬೇಕಿದ್ದಲ್ಲಿ ಅದನ್ನು ಉಪಯೋಗಿಸಬೇಕಿತ್ತು. ಅದು ಎಂಭತ್ತರ ಆರಂಭಿಕ ಕಾಲವಾಗಿದ್ದು, ಪ್ರತಿಯೊಬ್ಬರೂ ನೃತ್ಯದಲ್ಲಿ ಅಪಾರವಾದ ಕೋಲಾಹಲವನ್ನೇ ಎಬ್ಬಿಸಿದ್ದ ಮಿಥುನ್ ಚಕ್ರವರ್ತಿಯಂತೆ ಮತ್ತು ಗಲ್ಲದ ಮೇಲಿನ ಇಳಿಬಿಡುವ ಶೈಲಿ ಅಮಿತಾಬ್ ಬಚ್ಚನ್ ಥರ ಬೇಕಿತ್ತು ಎಂದು ಆಗ್ರಹಿಸುತ್ತಿದ್ದರು.

ಆನಂದ ಒಬ್ಬ ಕರುಣಾಪೂರ್ಣ ಹೃದಯವಂತಿಕೆಯುಳ್ಳವನು. ನಾನು ನನ್ನ ಕೆಲಸಕ್ಕೂ ಮೀರಿ ಪ್ರಪಂಚವನ್ನು ಕಾಣುವುದಕ್ಕೆ ನನಗೊಂದು ಬೆಳಕಿಂಡಿಯಾಗಿದ್ದ. ಆತ ನನ್ನ ಮಾರ್ಗದರ್ಶಕನಾಗಿದ್ದ, ನಿಧಾನವಾಗಿ ಕಲಿಸುತ್ತಿದ್ದ, ಸಲೂನ್‌ಗೆ ಹತ್ತಿರವೇ ಇದ್ದ ಕಂಜೂರ್‌ಮಾರ್ಗ್ ಸ್ಟೇಷನ್‌ಗೆ ರೈಲು ಹತ್ತುವ ಬಗ್ಗೆಯೂ ಮಾಹಿತಿ ನೀಡುತ್ತಿದ್ದ. ನಾನು ಇನ್ನೂ ನನ್ನ ನಿತ್ಯ ಪ್ರಯಾಣದಲ್ಲಿ ಹೆಚ್ಚು ಪಳಗಿಲ್ಲವಾಗಿದ್ದರಿಂದ, ಒಂದೆರಡು ಸಲ ನಾನು ನನ್ನ ದಾರಿಯನ್ನು ತಪ್ಪಿಕೊಂಡಿದ್ದೂ ಇದೆ.

ಒಂದು ದಿನ, ಸೆಂಟ್ರಲ್ ಮುಂಬಯಿಯ ದಾದರ್‌ನಿಂದ ಈಶಾನ್ಯದ ಕಡೆಗೆ ಒಂದು ಭರ್ತಿಯಾದ ಟ್ರೈನ್‌ನ್ನು ಏರುತ್ತಿರುವ ಸಮಯ, ನಾನು ಒಂದು ಕಿಟಕಿಯನ್ನಷ್ಟೇ ಹಿಡಿದುಕೊಂಡು ನೇತಾಡುವಂಥ ಪ್ರಸಂಗ ಒದಗಿತು. ನಗರಕ್ಕೆ ಹೊಸದಾಗಿ ಬಂದಿರುವ ಎಲ್ಲರಂತೆ ನಾನು ಕೂಡಾ ದಿಕ್ಕುಗಳ ಕುರಿತಂತೆ ಬಹಳ ಗೊಂದಲದಲ್ಲಿ ಬೀಳುತ್ತಿದ್ದೆ. ಆ ಟ್ರೈನ್ ಹೊರಪ್ರದೇಶಕ್ಕೆ ತೆರಳುವಂಥದ್ದು, ಸ್ಥಳೀಯವಲ್ಲ ಎನ್ನುವುದೂ ನನಗೆ ತಿಳಿಯಲಿಲ್ಲ. ಅಂದರೆ ಅದು ಮುಂಬಯಿ ಬಿಟ್ಟು ಹೊರಕ್ಕೆ ಹೋಗುವುದಿತ್ತು!

ತೂಗಾಡುತ್ತಾ ಜೀವವನ್ನು ಕೈಲಿ ಹಿಡಿದುಕೊಂಡಿದ್ದ ನನಗೆ ಅದು ಇತರ ಸ್ಥಳೀಯ ಟ್ರೈನ್‌ಗಳನ್ನು ಹಿಂದಿಕ್ಕಿ ವೇಗವಾಗಿ ಮುಂದಕ್ಕೆ ಸಾಗಿದಾಗ ಮಾತ್ರ ಮನವರಿಕೆಯಾಯಿತು.

ಒಂದು ಕತ್ತಲು ಸುರಂಗದಲ್ಲಿ ಮಿಂಚಿನಂತೆ ಸಾಗುತ್ತಿರುವಂತೆ ನನಗೆ ತೋರಿತು. ಒಂದು ಟೇಪ್‌ರೆಕಾರ್ಡರ್‌ನ್ನು, ಅದು ನನ್ನ ಸಂಬಂಧಿಗಳಿಗೆ ನಾನು ದಾದರ್‌ನಲ್ಲಿ ಕೊಂಡಿದ್ದು, ಅದರ ಸ್ಟ್ರಾಪ್‌ನ್ನು ಭುಜಕ್ಕೆ ಜೋತುಬಿಟ್ಟಿದ್ದೆ, ಅದೂ ಓಲಾಡುತ್ತಿತ್ತು. ವೇಗವಾಗಿ ಬೀಸುತ್ತಿದ್ದ ಗಾಳಿಯಿಂದಾಗಿ ನನ್ನ ದೃಷ್ಟಿ ಕೂಡಾ ವಿಚಲಿತವಾಗಿತ್ತು. ಒಳಕ್ಕೆ ನನ್ನನ್ನು ನೂಕಿಕೊಳ್ಳುತ್ತ, ಎದುರಿಗೆ ಟ್ರ್ಯಾಕ್‌ನ ಬದಿಯಲ್ಲಿ ಸಿಗುತ್ತಿದ್ದ ಇಲೆಕ್ಟ್ರಿಕ್ ಕಂಬಗಳನ್ನು ಹೇಗಾದರೂ ತಪ್ಪಿಸಿಕೊಳ್ಳುತ್ತಿದ್ದೆ. ಕಟ್ಟಕಡೆಗೆ ಟ್ರೈನ್ ಕಲ್ಯಾಣದಲ್ಲಿ ತಂಗಿದಾಗ, ಅದು ನಗರದ ಹೊರವಲಯವಾಗಿದ್ದು, ನಾನು ಹೇಗಾದರೂ ಮಾಡಿ ಇನ್ನೊಂದು ಲೋಕಲ್ ಟ್ರೈನ್‌ನ ಪ್ಲಾಟ್ ಫಾರಂಗೆ ಜಿಗಿದೆ, ಮನೆಯನ್ನು ತಲುಪುವ ಆತುರದಿಂದ. ಈ ಅಪ್ರಿಯವಾದ ಘಟನೆಯ ಬಳಿಕ ನಾನು ಟ್ರೈನ್ ಏರುವ ಸಮಯ ಬಹಳ ಜಾಗರೂಕನಾಗಿರುತ್ತಿದ್ದೆ.

ಆನಂದ ಒಂದು ದಿವಸ ನನ್ನನ್ನು ಒಂದು ಕತ್ತಲು ಕವಿದ ಬಾರ್‌ಗೆ ಒಯ್ದಾಗ ಮೊತ್ತಮೊದಲು ಬಿಯರ್‌ನ ರುಚಿ ನೋಡಿದೆ. ಆಲೂಗಡ್ಡೆಯ ಚಿಪ್ಸ್‌ನ್ನು, ಮತ್ತು ಹುರಿದ ನೆಲಗಡಲೆ ಬೀಜಗಳನ್ನು ನಾವು ಹಂಚಿಕೊಂಡು ತಿಂದೆವು. ಆ ಒಗರು ರುಚಿಯ ಪೇಲವ ಪಾನೀಯಕ್ಕಾಗಿ ಜನರು ಯಾತಕ್ಕಾಗಿ ಮುಗಿಬೀಳುತ್ತಾರೋ ನನಗೆ ಅಚ್ಚರಿ ಹುಟ್ಟಿಸುತ್ತಿತ್ತು. ಆ ಹುರಿದ ಐಟಮ್‌ಗಳೇ ನನಗೆ ಇಷ್ಟವಾದದ್ದು. ನಾರ್ತ್ ಇಂಡಿಯನ್ ಐಟಮ್‌ಗಳಲ್ಲಿನ ರೋಟಿ, ತಂದೂರಿ ಚಿಕನ್ ಸುಕ್ಕಾ(ಶುಷ್ಕ) ಮತ್ತು ಗರಂಮಸಾಲದಿಂದ ತಯಾರಾದ ಆಹಾರ ನನಗೆ ಇಷ್ಟವಾದವು, ಪಂಜಾಬಿ ಹೊಟೇಲ್‌ಗೂ ಭೇಟಿಯಾಯ್ತು, ಅದಕ್ಕಾಗಿ ನಾನು ಆನಂದನಿಗೆ ಕೃತಜ್ಞ, ರಾತ್ರಿಯ ಸಮಯ ಆತ ತನ್ನ ಶಾಪ್‌ನಲ್ಲಿ ಮಲಗುವುದಕ್ಕೂ ಅವಕಾಶ ಕಲ್ಪಿಸಿಕೊಟ್ಟ. ಆದರೆ ಆ ಜಾಗ ಅದರ ಕುಖ್ಯಾತಿಗೆ ಪ್ರಸಿದ್ಧವಾಗಿತ್ತು. ಪ್ರತಿ ವಾರ ಕನಿಷ್ಠ ಮೂರು ಕೊಲೆಗಳಾದರೂ ಆಗಿರುತ್ತಿದ್ದು, ಪೊಲೀಸರು ಆ ಪರಿತ್ಯಕ್ತ ಶವಗಳನ್ನು ಎದುರಿಗೆ ಕಾಣುವ ಖಾಲಿ ಜಾಗದಲ್ಲಿಂದ ಎತ್ತಿಕೊಳ್ಳುತ್ತಿದ್ದರು. ಅಷ್ಟೊಂದು ಭಯಪೀಡಿತರಾಗಿದ್ದರಿಂದ ಯಾರೂ ರಾತ್ರಿಯ ಸಮಯ ಹೊರಗಡೆ ಕಾಲಿಡುವ ಧೈರ್ಯ ತೋರುತ್ತಿರಲಿಲ್ಲ. ನಾವು ಕೂಡಾ ಸಲೂನ್‌ನ ಬಾಗಿಲನ್ನು ಬಿಗಿಯಾಗಿ ಹಾಕಿರುತ್ತಿದ್ದೆವು.

ತಿಂಗಳಿಗೆ ರೂಪಾಯಿ 45ರಂತೆ ನಾನು ಇಲ್ಲಿ ಐವತ್ತು ದಿನ ನೌಕರಿ ಮಾಡಿದೆ. ಮತ್ತು ಗಿರಾಕಿಗಳ ಟಿಪ್ಸ್‌ನ್ನು ಸಂಗ್ರಹಿಸಿ ಕೊಂಚ ಹಣವನ್ನೂ ಕೂಡಿಟ್ಟಿದ್ದೆ. ಪ್ರತಿಯೊಬ್ಬ ಗಿರಾಕಿಯೊಂದಿಗೆ ನಾನು ನನ್ನ ಕೆಲಸದಲ್ಲಿ ತೋರುತ್ತಿದ್ದ ತನ್ಮಯತೆಯನ್ನು ಕಂಡು, ಭಾನುವಾರದ ರಜಾ ದಿನಗಳಲ್ಲಿ ನಾನು ಕೆಲಸವನ್ನು ದ್ವಿಗುಣ ಸಮಯಕ್ಕೆ ಹೊಂದಿಸಿದಾಗ, ಆನಂದ ಬಹಳ ಸಂಪ್ರೀತನಾಗಿದ್ದ. ಅದೊಂದು ಹೇಳಿಕೇಳಿ ತಾತ್ಕಾಲಿಕ ನೌಕರಿಯಾಗಿದ್ದು, ಆನಂದ ನನ್ನನ್ನು ಬಾಂಡುಪ್‌ನಲ್ಲಿದ್ದ ಆತನ ಕಿರಿಯ ತಮ್ಮ ರಘುವಿನ ಸಲೂನ್‌ಗೆ ನನ್ನನ್ನು ಬದಲಾಯಿಸಿದ.

ರಘುವಿನ ಸ್ವಭಾವ ವಿಠಲನ ಸ್ವಭಾವಕ್ಕೆ ತೀರಾ ವ್ಯತಿರಿಕ್ತವಾಗಿತ್ತು. ಓರ್ವ ಸ್ವಂತ ದುಡಿಮೆಯಿಂದ ಮೇಲೆ ಬಂದ ರಘು, ಬಹಳ ಭಾವರಾಹಿತ್ಯದಿಂದ ತನ್ನ ದುಡಿಮೆಯಲ್ಲದೆ, ಹೊರಗಿನ ಪ್ರಪಂಚದತ್ತ ಕಣ್ಣೆತ್ತಿಯೂ ನೋಡದಂತವನು. ಆತನೊಬ್ಬ ಸ್ವಭಾವತಃ ಜಿಪುಣನಾಗಿದ್ದರಿಂದ, ಯಾವುದೇ ಪರಿಸ್ಥಿತಿ ಎದುರಾದರೂ, ಯಾರಿಗೂ ಆತ ಸಹಾಯವನ್ನು ಒದಗಿಸುವ ಜಾಯಮಾನದವ ಆಗಿರಲಿಲ್ಲ.

ಆತನ ಸ್ವಭಾವ ನನಗೇನೂ ಆತಂಕದ ವಿಷಯವಾಗಿರಲಿಲ್ಲ. ನನಗೊಂದು ನೌಕರಿ ಬೇಕಾಗಿತ್ತು, ರಘುವಿನ ಸಲೂನ್ ಸಾಕಷ್ಟು ದೊಡ್ಡದೂ ಆಗಿತ್ತು. ಅದರಲ್ಲಿ ಏಕಕಾಲಕ್ಕೆ ನಾಲ್ಕು ಮಂದಿ ಗಿರಾಕಿಗಳಿಗೆ ಸ್ಥಳಾವಕಾಶವಿದ್ದುದರಿಂದ ಹೆಚ್ಚು ಕೆಲಸಕ್ಕೆ ಅವಕಾಶವಿತ್ತು. ನಾನು ಮೊದಲಿಗೆ ಒಂದು ತೊಂದರೆಯನ್ನು ಎದುರಿಸಬೇಕಾಯಿತು, ಯಾವ ಗಿರಾಕಿಗಳು ಯಾವ ಬಾರ್ಬರ್ ಜತೆಗೆ ಅದಾಗಲೇ ತಾದಾತ್ಮ್ಯ ಹೊಂದಿರುತ್ತಾರೋ, ಅವರನ್ನೇ ತಮ್ಮ ಕೆಲಸಕ್ಕೆ ಆಯ್ದುಕೊಳ್ಳುತ್ತಿದ್ದರು. ನಾನು ಕಾದು ಕುಳಿತು ಇತರರ ಕೆಲಸವನ್ನು ನೋಡುತ್ತಿದ್ದೆ.

ಈ ಸಂದರ್ಭವನ್ನು ನಾನು ಸದುಪಯೋಗ ಮಾಡುವುದಕ್ಕೆ ಸುಸಂಧಿಯಾಗಿತ್ತು. ನನ್ನ ಸಹೋದ್ಯೋಗಿಗಳು ಕತ್ತರಿಯನ್ನು ಹೇಗೆ ಬಳಸುತ್ತಾರೆ, ಹೇಗೆ ಕೇಶವಿನ್ಯಾಸವನ್ನು ಮಾಡುತ್ತಾರೆ ಎಲ್ಲವನ್ನೂ ಅತೀ ಶ್ರದ್ಧೆಯಿಂದ ನೋಡಿಕೊಳ್ಳಲು ಸಾಧ್ಯವಾಯಿತು. ನಾನು ಗಿರಾಕಿಗಳ ಜತೆಗೆ ಅವರು ಕ್ಷೌರಕ್ಕಾಗಿ ಕಾದಿರುವಾಗ, ಅವರ ಜತೆಗೆ ಉತ್ತಮ ಸಂಬಂಧವನ್ನು ಬೆಳೆಸಲೂ ಇದು ಅನುಕೂಲದ ಸಮಯವಾಗಿತ್ತು. ನಾನು ಅವರಿಗೆ ಓದಲು ಮ್ಯಾಗಝಿನ್ ನೀಡುವುದೋ, ಕುಡಿಯಲು ನೀರನ್ನು ಒದಗಿಸುವುದೋ ಮಾಡುತ್ತಿದ್ದೆ. ಅವರಲ್ಲಿ ಬಹುತೇಕ ಮಂದಿ ಮಿಲ್ ಕೆಲಸಗಾರರಾಗಿದ್ದರು ಇಲ್ಲವೇ, ಆಸುಪಾಸಿನ ಕಾರ್ಖಾನೆಗಳಲ್ಲಿ ದುಡಿಯುವ ಕಾರ್ಮಿಕ ವರ್ಗದವರಾಗಿದ್ದರು.

ಯಾವನೇ ಗಿರಾಕಿ ಒಂದೊಮ್ಮೆ ಆಕಳಿಸಿದರೆ ಅಥವಾ ಬೇಸರಿಸಿದಂತೆ ತೋರಿದರೆ, ನಾನು ಕೂಡಲೇ ಓಡಿಹೋಗಿ ಒಂದು 'ಕಟ್ಟಿಂಗ್ ಚಾಯ್' ಇಲ್ಲವೇ ಚಹಾವನ್ನು ಸಮೀಪದ ದಾರಿಬದಿಯ ಅಂಗಡಿಯವನಿಂದ ತಂದು ಕೊಡುತ್ತಿದ್ದೆ. 'ಕಟ್ಟಿಂಗ್ ಚಾಯ್' ಸ್ಥಳೀಯ ಹೆಸರಾಗಿದ್ದು, ಮುಂಬಯಿಯಲ್ಲಿ ಪ್ರಸಿದ್ಧ, ಅರ್ಧ ಕಪ್ ಚಹಾ, ಇಲ್ಲಿ ಸಣ್ಣ ಗ್ಲಾಸ್ ಇರುತ್ತಿತ್ತು. ನನಗೆ ಮಂಗಳೂರು, ಕೇರಳ ಮತ್ತು ತಮಿಳುನಾಡಿನಿಂದ ಬರುವ ಗಿರಾಕಿಗಳು ಹೆಚ್ಚು ಹಿಡಿಸುತ್ತಿದ್ದರು. ನಾನು ಅವರದೇ ಭಾಷೆಯಲ್ಲಿ ಮಾತಾಡುತ್ತ ಹೆಚ್ಚು ಆತ್ಮೀಯತೆಯನ್ನು ಗಳಿಸುತ್ತಿದ್ದೆ.

ಒಬ್ಬ ಪೂರ್ಣ ಪ್ರಮಾಣದ ಬಾರ್ಬರ್ ಆಗುವುದಕ್ಕೆ ನನಗೆ ಸಾಕಷ್ಟು ಸಮಯ ಹಿಡಿಯಿತು. ನನ್ನ ಸಹೋದ್ಯೋಗಿ ಮೋಹನ್ ಕೆಲಸ ಬಿಟ್ಟ ಬಳಿಕವಷ್ಟೇ ನನಗೆ ಅಂತಹ ಅವಕಾಶ ಸಿಕ್ಕಿತು.

ನನ್ನ ಒಂದೇ ಒಂದು ಗಮನ ಯಾವುದರ ಮೇಲಿತ್ತೆಂದರೆ, –ಅದು ನನ್ನ ಕೆಲಸ ಮಾತ್ರ. ಸಲೂನ್‌ನಲ್ಲೇ ನನ್ನ ಎಲ್ಲಾ ಕಾರ್ಯದ ಸಮಯವನ್ನು ಕಳೆಯುತ್ತಿದ್ದೆ, ಗಿರಾಕಿಗಳಿಗೆ ಸೇವೆ ಸಲ್ಲಿಸುತ್ತ. ತಿಂಗಳಿಗೆ ನನಗೆ 60 ರೂಪಾಯಿ ಸಂಬಳ ಸಿಗುತ್ತಿತ್ತು, ಹೆಚ್ಚುವರಿಯಾಗಿ ಐದು ಪ್ರತಿಶತ ಕಮಿಷನ್. ನನ್ನ ರಾತ್ರಿಯನ್ನು ಸಮೀಪದ ಶಾಲೆಯ ಜಗುಲಿಯಲ್ಲಿ ಅಥವಾ ಹತ್ತಿರದ ದೇವಸ್ಥಾನದ ಪರಿಸರದಲ್ಲಿ ಕಳೆಯುತ್ತಿದ್ದೆ. ಮಳೆಗಾಲದಲ್ಲಿ, ರಘುವಿನ ಮನೆಯಲ್ಲಿ, ಅದೊಂದು ಒಂದು ಕೊಠಡಿಯ ಮನೆಯಾಗಿದ್ದು, ಸಲೂನ್‌ನ ಹಿಂದುಗಡೆ ಇತ್ತು, ಅವನು ಅಲ್ಲಿ ತನ್ನ ಪತ್ನಿ ಮತ್ತು ಮಗನೊಂದಿಗೆ ವಾಸಿಸುತ್ತಿದ್ದ. ನಾನು ಅಂಜುತ್ತಲೇ ರಘುವಿನಲ್ಲಿ ಕೇಳಿದ್ದೆ, 'ನಾನು ಮಳೆಗಾಲದಲ್ಲಿ ಸಲೂನ್‌ನಲ್ಲಿ ಮಲಗಬಹುದೇ' ಅಂತ. ಆತ ಬೆದರಿಸುತ್ತಲೇ ಉತ್ತರಿಸಿದ್ದ, 'ಇಲೆಕ್ಟ್ರಿಕ್ ಬಿಲ್ ಯಾರು ಕೊಡ್ತಾರೆ?'

ಒಂದೂವರೆ ವರ್ಷ ಕಾಲ ನಾನು ಅಲ್ಲಿ ಕೆಲಸ ಮಾಡಿದ ಬಳಿಕ ರಘು ನನಗೆ ಸಲೂನ್‌ನ ಲೆಕ್ಕದ ವ್ಯವಹಾರವನ್ನೂ ಸೇರಿದಂತೆ, ಜವಾಬ್ದಾರಿಯನ್ನು ವಹಿಸಿ, ಅಲ್ಪ ಕಾಲದ ಸಮಯಕ್ಕೆ ಸೌದಿ ಅರೇಬಿಯಾಕ್ಕೆ ಹೋಗಿದ್ದ.

ಬಾಂಡುಪ್‌ನಲ್ಲಿ ಇದ್ದಷ್ಟು ಕಾಲ ನನ್ನ ಬದುಕಿನ ಬಹಳ ಕಷ್ಟದ ಸಮಯವಾಗಿತ್ತು. ಸಲೂನ್‌ನ ಸಮೀಪವೇ ಒಂದು ಸಾಕಷ್ಟು ವಿಶಾಲವಾದ ಕೊಳೆಗೇರಿಯಿದ್ದು, ಅದು ಕೊಲೆಗಡುಕರು ಮತ್ತು ಸಣ್ಣಪುಟ್ಟ ಕಿಸೆಗಳ್ಳರ ಅಧೀನದಲ್ಲಿತ್ತು. ಮತ್ತು ಒಂದು ರಹಸ್ಯ ಗುಹೆಯಲ್ಲಿ ಕಲಬೆರೆಕೆಯ ಶರಾಬನ್ನು ತಯಾರಿಸುತ್ತಿದ್ದರು. ನಾನೊಮ್ಮೆ ಜನ ನಿಬಿಡ ಮಾರುಕಟ್ಟೆಯಲ್ಲಿ ಸಾಗುತ್ತಿದ್ದಾಗ, ಒಬ್ಬಾತ ನನ್ನ ಹಿಂಭಾಗದ ಕಿಸೆಯಿಂದ ಪರ್ಸ್‌ನ್ನು ಕಿತ್ತುಕೊಳ್ಳಲು ಪ್ರಯತ್ನಿಸಿದ. ಮುಂಜಾಗ್ರತಾ ಕ್ರಮವಾಗಿ, ನಾನು ಅಲ್ಲಿಯೇ ನಿಂತೆ, ಕಾದೆ ಮತ್ತು ಹಿಂದಕ್ಕೆ ತಿರುಗಿದಾಗ ಒಂದು ಕೈ ನನ್ನ ಪರ್ಸ್‌ನ ಮೇಲೆಯೇ ಇತ್ತು. ಒಂದರೆಕ್ಷಣದಲ್ಲಿ ಅದೇನೋ ಕೆಳಗೆ ಬಿದ್ದಂತೆ ಅನ್ನಿಸಿತು.

ಆಗ ನಾನು ಸುತ್ತಲೂ ತಿರುಗಿದೆ, ಅಲ್ಲೊಬ್ಬ ವ್ಯಕ್ತಿ ಕೆಳಗೆ ಬಿದ್ದಿದ್ದ ಪರ್ಸ್‌ನತ್ತ ನನ್ನ ಗಮನ ಸೆಳೆದ. ನಾವಿಬ್ಬರೂ ರಸ್ತೆಯಿಂದ ಅದನ್ನು ಎತ್ತಿಕೊಳ್ಳಲು ಹೋದೆವು. ಆವರೆಗೆ ಏನೂ ನಡೆದೇ ಇಲ್ಲವೆಂಬಂತೆ ನಾವು ನಟಿಸಿದ್ದೆವು. ನಾನು ಪರ್ಸ್‌ನ್ನು ಕೈಗೆ ತೆಗೆದುಕೊಂಡ ಬಳಿಕ, ಆ ಮನುಷ್ಯ ಜನಸಂದಣಿಯಲ್ಲಿ ಕರಗಿ ಹೋದ. ಒಬ್ಬ ಕಳ್ಳನ ಅತೀ ಸಮೀಪದ ಸಮಾಗಮದ ಅನುಭವ ಅದೊಂದೇ ನನಗೆ ಆದದ್ದು.

ಕೊಲೆಗಡುಕರು ಚೂರಿ ಮತ್ತು ಇತರ ಹರಿತವಾದ ಆಯುಧಗಳನ್ನು ತಮ್ಮ ಷರ್ಟಿನ ಒಳಗಡೆ ಇಟ್ಟುಕೊಂಡೇ ಓಡಾಡುತ್ತಿದ್ದರು. ಭಿವಂಡಿಯ ಜಾತೀಯ ಗಲಭೆ ನಮ್ಮ ಪರಿಸರಕ್ಕೂ ವ್ಯಾಪಿಸಿದ ಸಂದರ್ಭ ಅಂತಹ ಗಲಭೆಕೋರರು, ಜನರಿಗೆ ಖಡ್ಗದಿಂದ ಇರಿಯುವುದನ್ನು ನಾನು ಕಂಡಿದ್ದೇನೆ. ಅದು ತ್ರಾಸದ ಸಮಯವಾಗಿತ್ತು. ಒಂದು ಕೋಮು ಇನ್ನೊಂದು ಕೋಮಿನ ಜನರತ್ತ ರಕ್ತ ಪಿಪಾಸುಗಳಂತೆ ನಡೆದುಕೊಳ್ಳುತ್ತಿದ್ದರು. ಒಂದು ದಿವಸ, ಎದುರಿನ ನಾಲ್ಕು ಮಡಿಕೆಯ ಬಾಗಿಲನ್ನು ತಳ್ಳಿ ಒಬ್ಬ ಮನುಷ್ಯ ನಮ್ಮ ಸಲೂನ್‌ಗೆ ರೇಝರ್ ಬ್ಲೇಡ್‌ಗಾಗಿ ಒಳನುಗ್ಗಿದ. ಆತ ಅದನ್ನು ಕೊಲ್ಲುವ ಆಯುಧವನ್ನಾಗಿ ಬಳಸಬೇಕೆಂದಿದ್ದ. ನಾನು ಅವನ ಮುಖವನ್ನು ನೋಡಿದೆ. ಅವನ ಕೆಂಗಣ್ಣುಗಳು ಕೋಪದಿಂದ ಕುದಿಯುತ್ತಿದ್ದವು. ನಾನು ಆ ಕೋಪೋದ್ರಿಕ್ತ ಮನುಷ್ಯನನ್ನು ಸಂತೈಸಲು ಯತ್ನಿಸಿದೆ, ಪುಣ್ಯವಶಾತ್ ಆತ ನಮ್ಮದೇ ಸಲೂನ್‌ನ ಗಿರಾಕಿಯಾಗಿದ್ದ. ರಘುವಿನ ಅನುಪಸ್ಥಿತಿಯಲ್ಲಿ ಸಲೂನ್‌ನ ಜವಾಬ್ದಾರಿ ನನ್ನ ಮೇಲಿದೆ ಎಂದು ವಿವರಿಸಿದೆ.

'ದಯವಿಟ್ಟು ಅದನ್ನು ಮಾಡಬೇಡ,' ನಾನು ಅಂಗಲಾಚಿದೆ. 'ಏನಾದರೂ ಹೆಚ್ಚುಕಮ್ಮಿಯಾದರೆ ಅದು ನನ್ನ ಮೇಲೆ ಬರುತ್ತದೆ.' ಆತ ತನ್ನ ಸೇಡನ್ನು ಯಾರೋ ವ್ಯಕ್ತಿಯ ಮೇಲೆ ತೀರಿಸುವುದಕ್ಕೆ ಕಾದಿದ್ದ. ನಾನಂತೂ ಬಹಳ ಹೆದರಿಕೊಂಡಿದ್ದೆ. 'ದಯವಿಟ್ಟು, ಸ್ವಾಮಿ, ನನಗೆ ತೊಂದರೆಯಾಗುವಂಥ ಯಾವ ಕೆಲಸವನ್ನೂ ಮಾಡಬೇಡಿ,' ನಾನು ಬೇಡಿಕೊಂಡೆ.

ಬಹಳಷ್ಟು ಸಮಾಧಾನ ಹೇಳಿದ ಮೇಲಷ್ಟೇ ಆತ ಸುಮ್ಮಗಾದ. ಆತ ಹರಿತದ ಬ್ಲೇಡ್‌ನ್ನು ಕೊಂಡೊಯ್ಯದೆ ಹೊರಟುಹೋದ, ಆದರೆ ಹೋಗುವ ವೇಳೆ ಯದ್ವಾತದ್ವಾ

ಬಯ್ಯುತ್ತ, ಗುಟುರು ಹಾಕುತ್ತಾ ತೆರಳಿದ. ಹೊರಗಡೆ ಗಾಳಿ ಅಸಹ್ಯಕರವಿತ್ತು, ದುರ್ವಾಸನೆ ಮತ್ತು ಹೊಗೆ ಎಲ್ಲೆಡೆ ಪಸರಿಸಿರುತ್ತಿತ್ತು. ಜನರು ರಬ್ಬರ್ ಟೈರ್‌ಗಳನ್ನು ಸುಡುತ್ತಿದ್ದರು, ಆಗೊಮ್ಮೆ ಈಗೊಮ್ಮೆ ಮನೆಗಳತ್ತ ಕಲ್ಲು ಎಸೆಯುತ್ತಿದ್ದರು. ಎಲ್ಲಕ್ಕೂ ಮಿಗಿಲಾಗಿ, ನನ್ನ ಬದುಕಿನಲ್ಲೇ ಮೊದಲ ಬಾರಿಗೆ ಜನರ ಮುಖದ ಮೇಲೆ ಯಾರೋ ಗೊತ್ತಿಲ್ಲದ ಶತ್ರುವಿನ ಬಗ್ಗೆ ಭೀತಿಯ ಛಾಯೆ ಆವರಿಸಿದ್ದನ್ನು ನಾನು ಗಮನಿಸಿದ್ದೆ. ಪ್ರತಿಯೊಬ್ಬರೂ ಯಾರಾದರೂ ಬಂದು ಅವರನ್ನು ಕೊಲ್ಲುತ್ತಾರೆ ಎಂದೇ ಭಾವಿಸಿದ್ದರು. ಯಾರೂ ಸುರಕ್ಷಿತರಾಗಿರಲಿಲ್ಲ, ಅವರಲ್ಲಿ ನಾನೂ ಒಬ್ಬನಾಗಿದ್ದೆ. ಅಷ್ಟೆಲ್ಲಾ ದಿನಗಳ ಬಳಿಕವೇ ನಾನೊಬ್ಬ ಹೊರಗಿನವ ಎನ್ನುವ ಭಾವನೆ ನನ್ನಲ್ಲಿ ಉಂಟಾಗಿ ಹೇಗಾದರೂ ಅಲ್ಲಿಂದ ಓಡಿಹೋಗಬೇಕೆನಿಸಿತು. ಆದರೆ ಈಗ ನಾನು ಒಂದು ದೊಡ್ಡ ಜವಾಬ್ದಾರಿಯನ್ನು ಹೊರಬೇಕಾಗಿತ್ತು, ರಘುವಿನ ಶಾಪ್‌ನ್ನು ರಕ್ಷಿಸುವುದು. ಒತ್ತಡಗಳೆಲ್ಲ ನಿವಾರಣೆಯಾಗುವ ತನಕ ನಾನು ಅಲ್ಲೇ ಉಳಿಯಬೇಕಾಗಿತ್ತು. ಅದೊಂದು ಅವಧಿ ದುಃಸ್ವಪ್ನದಂತೆ ನಾನು ಎಂದಿಗೂ ಮರೆಯದಂತೆ ಮಾಡಿತು.

ಒಂಭತ್ತು ತಿಂಗಳ ಕಾಲ ರಘುವಿನ ಸಲೂನ್‌ನನ್ನು ನನ್ನದೇ ಎನ್ನುವ ಭಾವನೆಯಿಂದ ನೊಡುತ್ತ ಬಂದಿದ್ದೆ. ನಾನು ಪ್ರತಿಯೊಂದನ್ನೂ ವೈಯಕ್ತಿಕವಾಗಿ, ಅಂದರೆ ಟವೆಲ್‌ನ್ನು ಒಗೆಯುವ, ನೆಲವನ್ನು ಸ್ವಚ್ಛಗೊಳಿಸುವ, ಮತ್ತಿತರ ಎಲ್ಲಾ ಕಾರ್ಯಗಳನ್ನು ಮುತುವರ್ಜಿವಹಿಸಿ ಮಾಡಿದ್ದೆ. ನನ್ನ ಒಂದೇ ಒಂದು ಮನರಂಜನೆ ಅಂದರೆ, ಸಮೀಪದ ಮಹಾರಾಷ್ಟ್ರ ಕುಸ್ತಿ ಮೈದಾನದಲ್ಲಿ ನಡೆಯುತ್ತಿದ್ದ ಕಬಡ್ಡಿ ಆಟಗಳನ್ನು ನೋಡುವುದು. ನಗರದ ಹೊರವಲಯದಿಂದ ಬರುತ್ತಿದ್ದ ದೊಡ್ಡ ದೊಡ್ಡ ತಂಡಗಳು ಸ್ಪರ್ಧಿಸುತ್ತಿದ್ದವು, ಅದು ದೊಡ್ಡ ಜನಸಂದಣಿಯನ್ನೇ ಆಕರ್ಷಿಸುತ್ತಿತ್ತು.

ಆಟ ಮಾತ್ರ ಬಹಳಷ್ಟು ಉತ್ತೇಜಕವಾಗಿದ್ದು, ಪರಿಸರವೆಲ್ಲ ಉತ್ಸಾಹದಿಂದ ಗತಿಶೀಲವಾಗಿತ್ತು. ಯಾವುದೇ ಕುಳಿತುಕೊಳ್ಳುವ ವ್ಯವಸ್ಥೆ ಇದ್ದಿರಲಿಲ್ಲವಾದ್ದರಿಂದ ಎಲ್ಲರೂ ನಿಂತುಕೊಂಡೇ ಪಂದ್ಯವನ್ನು ವೀಕ್ಷಿಸುತ್ತಿದ್ದರು. ತಿಕ್ಕಾಟದ ಜತೆಗೆ ಒಂದು ಸುಖಮಯ ನೋಟದ ಜಾಗಕ್ಕಾಗಿ ನೂಕು ನುಗ್ಗಲೂ ನಡೆಯುತ್ತಿತ್ತು. ನನ್ನ ಸಣ್ಣ ಎತ್ತರ (ನಾನಿನ್ನೂ ಹದಿನೈದರ ಪ್ರಾಯದಲ್ಲಿ ಬೆಳೆಯುತ್ತಿದ್ದೆ) ನನಗೊಂದು ಅಸೌಕರ್ಯದ ಮಾತಾಗಿತ್ತು. ನಾನು ನನ್ನ ಕತ್ತನ್ನು ಅತ್ತಿತ್ತ ಓಡಿಸಿಯೇ ಕೆಲವು ನೋಟಗಳನ್ನು ಕಾಣಬಹುದಿತ್ತು.

ಜನರ ಕಾಲುಗಳ ನಡುವಿನ ಜಾಗದಲ್ಲಿ ಇಣುಕಿ ನೋಡುವ ಅವಕಾಶವಿದ್ದುದರಿಂದ, ನಾನು ಹಿಂಗಡೆ ಕುಳಿತುಕೊಳ್ಳುವ ಸನ್ನಾಹ ಮಾಡಿದೆ. ಕೆಲವು ಅಡ್ಡಾದಿಡ್ಡಿ ದಪ್ಪನೆಯ ತೋಳುಗಳು, ಕೆಲವರು ಉದ್ದನೆಯವರು, ಕುಳ್ಳಗಿನ ಅನೇಕರು, ಅರಳಿದ ಚೆಡ್ಡಿಗಳು ಮತ್ತು ಎಪ್ಪತ್ತರ ದಶಕದಲ್ಲಿನ ಫ್ಯಾಶನ್ ಬೆಲ್‌ಬೋಟಮ್‌ಗಳು ನನ್ನ ನೋಟಕ್ಕೆ ತಡೆಯೊಡ್ಡುತ್ತಿದ್ದವು. ಪ್ರತಿ ಸಲ ಒಂದು ಕಾಲು ಅಲ್ಲಾಡಿದರೂ ನನ್ನ ವೀಕ್ಷಣೆಗೆ ಭಂಗವಾಗುತ್ತಿತ್ತು, ನನ್ನ ನೋಟವನ್ನು ಬದಲಿಸಬೇಕಾಗುತ್ತಿತ್ತು. ನಾನು ಎಡಕ್ಕೂ ಬಲಕ್ಕೂ ತಲೆಯನ್ನು ಓಡಿಸುತ್ತಿದ್ದೆ- ಅದು ನಮ್ಮ ಗ್ರಾಮೀಣ ಪ್ರದೇಶಗಳಲ್ಲಿನ ಟೆಂಟ್‌ಸಿನಿಮಾದೊಳಗೆ ಕಂಬಗಳು ಅಡೆತಡೆ ಒಡ್ಡಿದ ಹಾಗಿತ್ತು.

ಹಾಗೂ ಹೀಗೂ ನನ್ನ ಬೆನ್ನು, ತಲೆಯನ್ನು ತಿರುಗಿಸುತ್ತಲೂ ಬಳುಕಿಸುತ್ತಲೂ,

ವಿವಿಧ ಭಂಗಿಗಳಲ್ಲಿ ನಿಲ್ಲಿಸಿ, ಧೂಳಿನಲ್ಲಿ ಒಂದು ತಂಡ ಇನ್ನೊಂದು ತಂಡದ ಸದಸ್ಯನನ್ನು ಎಳೆದು ಆಟದಿಂದ ಹೊರಗಿಡುವ ಕ್ಷಣವನ್ನು ಒಂದಿಷ್ಟು ತನ್ಮಯತೆಯಿಂದ ಕಂಡದ್ದೇ ದೊಡ್ಡ ಭಾಗ್ಯವಾಗಿತ್ತು. ಎರಡೂ ತಂಡಗಳು ಮತ್ತೊಂದನ್ನು ಸೋಲಿಸಲು ಸರ್ವ ಪ್ರಯತ್ನ ಮಾಡುವುದನ್ನು ನೋಡುವುದೇ ಒಂದು ಮೋಜು. ಪೂರ್ತಿ ಆಟವನ್ನು ನೋಡುವುದು ದೊಡ್ಡ ಸಾಹಸವಾದರೂ, ನಾನು ಅದನ್ನು ಮನಸಾರೆ ಸವಿಯುತ್ತಿದ್ದೆ.

ಒಂದು ರಾತ್ರಿ, ನಾನು ಆ ಬೆಲ್‌ಬೋಟಮ್‌ಗಳ ನಡುವೆ ಎವೆಯಿಕ್ಕದೆ ಆಟವನ್ನು ವೀಕ್ಷಿಸುತ್ತಿದ್ದುದನ್ನು ಕಂಡ ವ್ಯಕ್ತಿಯೊಬ್ಬರು ನನ್ನತ್ತ ಬಾಗಿ, ಮರಾಠಿ ಭಾಷೆಯಲ್ಲಿ ಅದೇನೋ ಪಿಸುಗುಟ್ಟಿದರು, ಆಗಷ್ಟೇ ನಾನು ಮರಾಠಿಯನ್ನು ಕಲಿಯುತ್ತಿದ್ದೆ.

'ಗುಸ್, ಬಾಲಾ, ಗುಸ್,' ಅಂದರೆ, 'ಒಳಗೆ ನುಗ್ಗು, ಮಗುವೇ, ಒಳಗೆ ನುಗ್ಗು,' ಎನ್ನುತ್ತ ಆತ ನನ್ನನ್ನು ಒಳಕ್ಕೆ ತಳ್ಳಿದರು. ನಾನು ತೆವಳುತ್ತ ಒಳಗೆ ನುಗ್ಗಲ್ಪಟ್ಟೆ. ಆ ಉತ್ಸುಕತೆಯಲ್ಲಿ ನಾನು, ಕಾಲುಗಳ, ಪಾದಗಳ, ಬೂಟುಗಳ ಮತ್ತು ಚಪ್ಪಲಿಗಳ ನಡುವೆ ಹಾದುಹೋಗಿ ಕಟ್ಟಕಡೆಗೆ ಮೊದಲ ಸಾಲನ್ನು ತಲುಪಿದ್ದೆ. ಬೊಬ್ಬಿಡುತ್ತಿದ್ದ, ಕೂಗುತ್ತಿದ್ದ, ವಿಸಿಲ್ ಹಾಕಿ ಮಜಾ ನೋಡುತ್ತಿದ್ದ ಗುಂಪು ಗಲಭೆಯಲ್ಲಿ, ಈ ನಾಲ್ಕು ಕಾಲಿನ ಪ್ರಾಣಿ ನುಸುಳುತ್ತಿರುವುದನ್ನು ಗಮನಿಸುವುದಕ್ಕೆ ಯಾರಿಗೆ ತಾನೇ ಪುರುಸೊತ್ತು ಇದ್ದೀತು ಹೇಳಿ? ನನಗೆಷ್ಟು ಖುಷಿಯಾಯಿತೆಂದರೆ ಅದನ್ನು ವಿವರಿಸಲು ಸಾಧ್ಯವೇ ಇಲ್ಲ. ಮತ್ತು ಆ ಮೊದಲ ಸಾಲಿಗೆ ಹಾದುಹೋದ ಬಗೆಯನ್ನು ನೆನಪಿಸಿ ಕೊಳ್ಳುವಾಗಲಂತೂ ನಾನು ಇನ್ನಷ್ಟು ಆನಂದತುಂದಿಲನಾಗುತ್ತಿದ್ದೆ.

ಮುಂದೆ ನಾನು ನೌಕರಿಯನ್ನು ಬಿಡಬೇಕಾಗಿ ಬಂತು, ನನಗೂ ರಘುವಿನ ಹೆಂಡತಿಗೂ ಪರಸ್ಪರ ತಪ್ಪುತಿಳುವಳಿಕೆ ಮೂಡಿದ್ದರ ಪ್ರಯುಕ್ತ. ಅದೊಂದು ಅವಲಕ್ಷಣದ ಗಲಾಟೆಯ ಸನ್ನಿವೇಶದಲ್ಲಿ ನಾನು ಕಾರ್ಕಳದ ನನ್ನಮ್ಮನ ಮನೆಗೆ ಹಿಂದಿರುಗಲು ತೀರ್ಮಾನಿಸಿದೆ. ಏನಿದ್ದರೂ, ಒಂದು ವಾರದೊಳಗೆ ನಾನು ಇನ್ನೊಬ್ಬ ಚಿಕ್ಕಪ್ಪನ ಮಗನ ಶಾಪಿನಲ್ಲಿ ಕೆಲಸಕ್ಕೆ ಹಿಂದಿರುಗಿದೆ.

ಈ ಸಲ ಮುಂಬಯಿಗೆ ನನ್ನ ಪಯಣದ ಸಂದರ್ಭದಲ್ಲಿ, ನಾನು ಹೆಚ್ಚುಕಡಿಮೆ ಸಾವನ್ನಪ್ಪಿದ ಅನುಭವವಾಯಿತು. ನಾನಿದ್ದ ಬಸ್ ಅಪಘಾತಕ್ಕೆ ತುತ್ತಾಯಿತು. ಒಂದು ಕೋಡುಗಲ್ಲಿನಿಂದ ಹತ್ತು ಅಡಿ ಆಳಕ್ಕೆ ಅದು ಮಗುಚಿಕೊಂಡಿತ್ತು, ನನ್ನ ಹಿಂದಿನ ಆಸನದಲ್ಲಿ ಕುಳಿತ್ತಿದ್ದ ಮಹಿಳೆ ಸಾವನ್ನಪ್ಪಿದ್ದಳು. ಒಂದು ವಿಪರೀತ ನಿಲುವಿನಲ್ಲಿ ನಿಂತಿದ್ದ ವಾಹನದಿಂದ, ಡ್ರೈವರ್ ಸೀಟಿನ ಮಗ್ಗುಲಿನ ಗಾಜಿನ ಕಿಟಕಿಯ ಮೂಲಕ ಮಣ್ಣು ಮತ್ತು ಕೆಸರು ಮೆತ್ತಿಕೊಂಡು ಹೊರಕ್ಕೆ ಜಿಗಿದ ಬಗೆ ನನಗೆ ಇನ್ನೂ ಜ್ಞಾಪಕದಲ್ಲಿದೆ!

ಆ ಗಲಾಟೆಯಲ್ಲಿ ಕೈಮುರಿದು ಹೋದ ನನ್ನ ಕೆಂಪು ಬಣ್ಣದ (ಬಣ್ಣ ಕೆಂಪಾಗಿದ್ದರಿಂದ ಅದನ್ನು ಹುಡುಕಲು ಸುಲಭವಾಯಿತು), ಸೂಟ್‌ಕೇಸನ್ನು ಎತ್ತಿಕೊಂಡು ನಾನು ಗುಡ್ಡವನ್ನು ಹತ್ತಿ ಮುಂಬಯಿಗೆ ತೆರಳುವ ಇನ್ನೊಂದು ಬಸ್ಸನ್ನು ಹಿಡಿದೆ. ಆ ಗಂಭೀರ ಅಪಘಾತ ನನ್ನಲ್ಲಿನ ಭಾವನೆಗಳನ್ನೇ ಉಡುಗಿಸಿಬಿಟ್ಟಿತ್ತು. ಮುಂಬಯಿಯನ್ನು ತಲುಪಿದ ಬಳಿಕ ಮತ್ತೆ ಜನರು ತಮ್ಮ ತಮ್ಮ ಕೆಲಸಕಾರ್ಯಗಳ ಕಡೆಗೆ ಓಡಾಡುವ ಕರಾಮತ್ತನ್ನು ಕಾಣುತ್ತ ಅಪಘಾತದಿಂದ ಘಾಸಿಯಾಗಿದ್ದ ನರಗಳೆಲ್ಲ ಯಥಾಸ್ಥಿತಿಗೆ ಬಂದವು. ನನ್ನ

ಎಂದಿನ ಕ್ರಮದ ವಾತಾವರಣಕ್ಕೆ ಹಿಂದಿರುಗಿದ ಬಳಿಕ, ಸುರಕ್ಷಿತೆಯ ಭಾವನೆ ಮೂಡಿ, ಹಾಗೆ ರಕ್ಷಿಸಲ್ಪಟ್ಟದ್ದಕ್ಕಾಗಿ ಧನ್ಯತೆಯನ್ನು ಅನುಭವಿಸಿದೆ.

ರಮಾಬಾಯಿ ನಗರದ ಘಾಟ್‌ಕೋಪರ್ ಈಸ್ಟ್‌ನಲ್ಲಿ ನನ್ನ ಹೊಸ ವಾಸ್ತವ್ಯ ಮೊದಲಾಯಿತು. ಅದರೊಂದಿಗೆ, ನೂರಾರು ಸಾವಿರಾರು ತಗಡಿನ ಹಾಳೆಗಳ ಕೆಳಗೆ, ತೆರೆದ ಚರಂಡಿಯ ಮತ್ತು ಕಸಕಡ್ಡಿಯ ದಿನ್ನೆಗಳ ಸಹವಾಸಿಗಳಾಗಿರುವ ಮಂದಿಯ ಜತೆಗೆ ನಾನೂ ಒಬ್ಬನಾಗಿ ಹೋದೆ. ದುರ್ನಾತವಂತೂ ಅಸಹನೀಯವಾಗಿತ್ತು. ಕಶ್ಮಲ ಮತ್ತು ಕೆಸರಿನ ನಡುವೆ ವಾಸಿಸಲು ಕಲಿಯಬೇಕಾಗುತ್ತದೆ. ಸೊಳ್ಳೆಗಳು ಎಷ್ಟು ಮಜಬೂತವಾಗಿದ್ದವು ಅಂದರೆ, ನನ್ನ ಎಣಿಕೆಯ ಪ್ರಕಾರ, ಹತ್ತು ಸೊಳ್ಳೆಗಳು ಒಬ್ಬ ಮನುಷ್ಯನನ್ನು ಗಾಳಿಯಲ್ಲಿ ಎತ್ತೊಯ್ಯಬಹುದೇನೋ! ಸೊಳ್ಳೆಗಳ ಮೂಲಕ ಹರಡುವ ಸಾಂಕ್ರಾಮಿಕ ರೋಗದ ಭಯ ನನ್ನಲ್ಲಿ ಉಂಟಾಯಿತು. ದೂರದಲ್ಲಿ ವಾಸ್ತವ್ಯಕ್ಕಿದ್ದ ಡಾಕ್ಟರ್‌ಗಳ ಮತ್ತು ಆಸ್ಪತ್ರೆಗಳ ಅಂದಾಜೇ ನನ್ನಲ್ಲಿ ಹೆದರಿಕೆಯನ್ನು ಉತ್ಪತ್ತಿ ಮಾಡಲು ಸಾಕಾಗಿತ್ತು.

ಎರಡು ಜೋಪಡಿಗಳ ನಡುವೆ ಇದ್ದ ಆ ತಗಡಿನ ಜೋಪಡಿ, ವಿಠಲನ ಚಿಕ್ಕಪ್ಪನ ಮಗ ಆನಂದ (ಆತನೂ ಆನಂದನೇ) ಭಂಡಾರಿಗೆ ಸೇರಿದ್ದು, ಜತೆಗೆ ಆತನ ಪತ್ನಿ ರುಕ್ಮಿಣಿ ಅಲ್ಲಿ ವಾಸ್ತವ್ಯಕ್ಕಿದ್ದರು. ರಮಾಬಾಯಿ ಕೊಳೆಗೇರಿಯ ವಿಶೇಷವೆಂದರೆ, ಎಲ್ಲರೂ ಬಹಳ ಸಮೀಪದಲ್ಲಿದ್ದು, ಅಲ್ಲಿ ಏನು ನಡೆದರೂ ಮತ್ತೊಬ್ಬರಿಗೆ ತಿಳಿಯುತ್ತಿತ್ತು. ಅದು ಅವ್ಯವಸ್ಥೆ ಮತ್ತು ಸದಾ ಗಿಜಗುಡುವ ಗೂಡಾಗಿತ್ತು. ಜನರು ಬೊಬ್ಬಿಡುವ, ನೆರೆಕರೆಯವರು ಕೂಗುವ, ಬೆಳಗ್ಗೆ ಎದ್ದೊಡನೆಯೇ ಮುನಿಸಿಪಲ್ ನಳ್ಳಿ ನೀರಿನ ಕಡೆಯಲ್ಲಿ ಜಗಳಗಳ ಸದ್ದು ಅವ್ಯಾಹತವಾಗಿ ಕೇಳುತ್ತಿದ್ದಿತು. ಅಲ್ಲಿನ ನಿವಾಸಿಗಳೆಲ್ಲ ಸ್ನಾನಕ್ಕೆ, ಕುಡಿಯುವುದಕ್ಕೆ ಈ ನೀರನ್ನೇ ಅವಲಂಬಿಸಿದ್ದು ದೊಡ್ಡ ಕ್ಯೂ ಅಲ್ಲಿರುತ್ತಿತ್ತು.

ಅದೊಂದು ವಿಚಿತ್ರ ಜಾಗವೇ ಸರಿ. ನಾವು ಅಲ್ಲಿಯೇ ತೆರೆದ ಜಾಗದಲ್ಲಿ ಸ್ನಾನ ಮಾಡುತ್ತಿದ್ದು, ಮಿಂದ ನೀರು, ತೆರೆದ ಚರಂಡಿ ಮತ್ತು ಕೊಳೆಯುವ ಕಸಕಡ್ಡಿಗಳ ದಿಣ್ಣೆಯ ಸಂದಿಯಲ್ಲಿ ಹರಿದು ಚರಂಡಿಯನ್ನು ಸೇರುತ್ತಿತ್ತು. ಅಂತಹ ಸ್ಥಳದಲ್ಲಿ ಮೀಯುವುದೆಂದರೆ ಸ್ವಚ್ಛವಾಗಿರುವುದಾದರೂ ಹೇಗೆ ಹೇಳಿ? ಅಸಹ್ಯಕರ ದುರ್ನಾತಕ್ಕೆ ಇನ್ನೊಂದು ಕಾರಣವೆಂದರೆ ಕಳ್ಳಭಟ್ಟಿಯ ತಯಾರಿಯ ಘಟಕ ನಮ್ಮ ವಸತಿಯ ಹಿಂದುಗಡೆ ಇದ್ದುದು. ಅದರಲ್ಲಿ ಯಾವುದು ಹೆಚ್ಚು ಆಘಾತಕಾರಿ, ಹೆಚ್ಚು ಅಸಹನೀಯ ಎಂದು ದೂರು ಕೊಡುವ ಸ್ಥಿತಿಯಲ್ಲಿ ನಾನಿರಲಿಲ್ಲ.

ಹಳ್ಳಿಯ ನಮ್ಮ ಪರಿಸರದಲ್ಲಿ ಜನರು ಸಣ್ಣ ಮನೆಗಳಲ್ಲಿ ವಾಸಿಸುತ್ತಿದ್ದರೂ, ಅವರೆಲ್ಲ ಶುಚಿತ್ವದ ಕಡೆಗೆ ಹೆಚ್ಚು ಗಮನ ಕೊಡುತ್ತಿದ್ದರು. ನೆಲಕ್ಕೆ ಟೈಲ್ಸ್ ಹಾಕಲು ಸಮರ್ಥರಿರದ ಬಡ ಜನರು ತಮ್ಮ ಮನೆಯ ನೆಲವನ್ನು ಸಗಣಿಯಿಂದ ಸಾರಿಸುತ್ತಿದ್ದರು, ಅದು ಸಾವಯವ ರೂಪದ ಕ್ರಿಮಿನಾಶಕವಾಗಿರುತ್ತದೆ. ಟಾರು ರಸ್ತೆಯ ಬದಲು ಶಿಲೆಕಲ್ಲುಗಳನ್ನು ರಸ್ತೆಯ ನೆಲಕ್ಕೆ ಹಾಸುತ್ತಾರೆ. ಒಂದು ಮಟ್ಟದ ಶುಚಿತ್ವವನ್ನು ಕಾಪಾಡುವ ವ್ಯವಸ್ಥೆಯಿರುತ್ತಿತ್ತು. ರಸ್ತೆಯ ಬದಿಗಳಲ್ಲಿ ಯಾವತ್ತೂ ಕಸಕಡ್ಡಿಗಳ ರಾಶಿಯನ್ನಂತೂ ಕಾಣಲು ಸಾಧ್ಯವಿರುತ್ತಿರಲಿಲ್ಲ.

ಕೆಲವೇ ಸಮಯದಲ್ಲಿ, ಒಂದು ನೌಕರಿಯ ಕರೆ ಧಾರಾವಿಯಿಂದ ಬಂತು.

ಆ ಪ್ರದೇಶ ಒಂದು ಕಾಲದಲ್ಲಿ ಏಶಿಯಾದ ಬಹುದೊಡ್ಡ ಕೊಳೆಗೇರಿಯೆಂದು ಪ್ರಸಿದ್ಧವಾಗಿತ್ತು. ನಾನು ನೌಕರಿಯನ್ನು ನಿರಾಕರಿಸಿದೆ. ಯಾಕೆಂದರೆ, ಆ ಸಲೂನ್ ದನಗಳನ್ನು ಕಡಿಯುವ ಅಂಗಡಿಯ ಮುಂದೆಯೇ ಇತ್ತು. ಹಸುಗಳನ್ನು ಕಡಿದ ದೊಡ್ಡ ದೊಡ್ಡ ಕೆಂಪು ಮಾಂಸದ ತುಂಡುಗಳನ್ನು ಮಾಡಿಗೆ ತೂಗಿಸಿದ ಕೊಕ್ಕೆಯಲ್ಲಿ ತೂಗಿಸಿರುವುದನ್ನೇ ಕಂಡು ನನಗೆ ವಾಕರಿಕೆ ಬರುವಂತಾಯಿತು. ಕೆಲಸವಿಲ್ಲದಿದ್ದರೂ ಆ ಕೆಲಸವನ್ನು ಒಪ್ಪಿಕೊಳ್ಳುವುದಕ್ಕೆ ನನ್ನ ಮನಸ್ಸು ಸಮ್ಮತಿಸಲಿಲ್ಲ. ನನ್ನ ಬೆಳವಣಿಗೆಯ ಬಹುಪಾಲು ಸಮಯ ದನಗಳ ಜತೆಗೆ ಇದ್ದು, ಅವುಗಳ ಹಾಲುಕರೆಯುವುದು, ಮೇಯಿಸುವುದು ಮತ್ತು ಅವುಗಳಿಗೆ ಮೇವು ತಿನ್ನಿಸುವುದರಲ್ಲೇ ನನ್ನ ಸಮಯ ಕಳೆದಿದ್ದೆ. ಅವುಗಳನ್ನೇ ಕೊಂದು ನನ್ನ ಕಣ್ಣೆದುರೇ ತೂಗಿಹಾಕಿರುವುದನ್ನು ಕಾಣುವುದು ಸಮ್ಮತವಾಗಿರಲಿಲ್ಲ. ಪರಿಸರವೇ ಆತಂಕಿತವಾಗಿದ್ದು ವಾಕರಿಕೆ ತರಿಸುವಂತಿತ್ತು.

ಹದಿನಾಲ್ಕು ದಿನಗಳ ಬಳಿಕ ನನ್ನ ನೌಕರಿಯ ಹುಡುಕಾಟ ಕೊನೆಗೊಂಡಿತು. ಆನಂದ ಜನಸಾಂಧ್ರತೆಯ ಘಾಟ್‌ಕೋಪರ್‌ನ ಗಾಂಧಿ ಮಾರ್ಕೆಟ್‌ನಲ್ಲಿದ್ದ ತನ್ನ ಇನ್ನೊಬ್ಬ ದೂರದ ಸಂಬಂಧಿಯ ಸಲೂನ್ 'ಅಲಂಕಾರ್'ಗೆ ನನ್ನನ್ನು ಶಿಫಾರಸು ಮಾಡಿದ್ದ. ಈ ನೌಕರಿಯ ಒಂದು ಅನುಕೂಲವೆಂದರೆ, ನಾನು ಅಂಗಡಿಯಲ್ಲೇ ನಿದ್ದೆ ಮಾಡಬಹುದಿತ್ತು. ನನ್ನ ಊಟ ವಗೈರೆ ಸಮೀಪದ ಉಪಾಹಾರ ಗೃಹಗಳಲ್ಲಿ ನಡೆಯುತ್ತಿತ್ತು. ತೆರೆದ ಜಾಗದಲ್ಲಿ ಸ್ನಾನ ಮಾಡುವುದಂತೂ ಅಭ್ಯಾಸವಾಗಿ ಹೋಗಿತ್ತು. ಹೆಚ್ಚಿನ ಸಮಯ ನಾನು ಒದ್ದೆ ಬಟ್ಟೆಯಲ್ಲೇ ಇರುತ್ತಿದ್ದೆ, ಯಾಕೆಂದರೆ ಒಗೆದ ಬಟ್ಟೆಗಳೆಲ್ಲ ಒಣಗುತ್ತಿರಲಿಲ್ಲ. ನಾನು ಒದ್ದೆ ಬಟ್ಟೆಗಳನ್ನು ಸಲೂನ್‌ನಲ್ಲೇ ಅದನ್ನು ಮುಚ್ಚಿದ ಬಳಿಕ ಒಣಗಲು ಹಾಕುತ್ತಿದ್ದೆ.

ಕೆಲವು ತಿಂಗಳ ಕಾಲ, ನಾನು ಎರಡು ಕೆಲಸದೊಳಗೆ ಸೇರಿಕೊಂಡೆ. ಹಗಲಿನಲ್ಲಿ ಸಲೂನ್‌ನಲ್ಲೂ, ರಾತ್ರಿಯ ವೇಳೆ ನನ್ನ ದೊಡ್ಡಮ್ಮನ ಮಗ ಕೃಷ್ಣನ ಜತೆಗೆ, ಅವನು ಮುಂಬಯಿಯಲ್ಲಿ ಕೆಲಸ ಹುಡುಕುತ್ತ ಬಂದಿದ್ದ, ರಸ್ತೆ ಬದಿಯಲ್ಲಿ ಲೆಮನೇಡ್‌ನ್ನು ಮಾರಾಟ ಮಾಡುವುದರಲ್ಲೂ ತೊಡಗಿದೆ. ಕೃಷ್ಣ ನನ್ನ ಬಾಲ್ಯದ ಆಟದ ಗೆಳೆಯನಾಗಿದ್ದು, ನಾವು ಬೀಡಿಯನ್ನು ಜತೆಯಾಗಿ, ದೊಡ್ಡವರ ಕಣ್ಣುತಪ್ಪಿಸಿ ರಹಸ್ಯವಾಗಿ ಸೇದುವುದಿತ್ತು. ನಾವು ಒಂದು ಕೈಗಾಡಿಯನ್ನು ಹತ್ತು ರೂಪಾಯಿ ಬಾಡಿಗೆಗೆ ಪಡೆದು, ಒಂದು ಸ್ಟೀಲ್ ಪಾತ್ರೆ, ಸ್ಟೀಲ್ ಡ್ರಮ್, ಚಮಚೆಗಳನ್ನು ಕೊಂಡು, ಗಾಂಧಿ ಮಾರ್ಕೆಟ್‌ನ ಸರ್ಕಲ್‌ನಲ್ಲಿ ಒಂಭತ್ತು ದಿನಗಳ ನವರಾತ್ರಿ ಉತ್ಸವದ ಸಮಯ ಪಾನೀಯವನ್ನು ತಯಾರಿಸಿ, ಬಹಳ ಲಾಭದಾಯಕವಾಗಿ ಮಾರಾಟ ಮಾಡುತ್ತಿದ್ದೆವು. ಒಂದು ಪಕ್ಷದ ನಂತರ, ದೋಸೆ, ಚಟ್ನಿ ಮತ್ತು ಸಾಂಬಾರನ್ನು ತಯಾರಿಸಿ ಮಾರಾಟ ಮಾಡುವ ದಂಧೆಗೆ ಪ್ರಗತಿ ಸಾಧಿಸಿದೆವು.

ಹೀಗೆ ಸಂಪಾದಿಸಿದ ಹೆಚ್ಚುವರಿ ಹಣದಲ್ಲಿ ಸಣ್ಣ ಮೊತ್ತವನ್ನು ಉಳಿತಾಯ ಮಾಡುತ್ತಿದ್ದೆ. ನನ್ನ ಮೊತ್ತಮೊದಲ ಸ್ನೀಕರ್‌ಗಳೆಂದರೆ ದಾರಿಬದಿಯಲ್ಲಿ ಚಮ್ಮಾರನಿಂದ ಪಡೆದ ಸೆಕೆಂಡ್ ಹ್ಯಾಂಡ್ ಸ್ಪೋರ್ಟ್ಸ್ ಷೂ ಉತ್ಪನ್ನವಾಗಿತ್ತು. ಆ ಬೂಟು ನನಗೆ ಬೇಕಾದಂತೆ ಬೆಚ್ಚಗಿನ ಮತ್ತು ಬಿಳಿಬಣ್ಣದ್ದಾಗಿತ್ತು. ಅದು ನನಗೆ ಅತೀವವಾದ ಸುಖಮಯ ಅನುಭವವನ್ನು ನೀಡಿತ್ತು ಮತ್ತು ನನ್ನಲ್ಲಿ ಒಂದು ಬಗೆಯ ಅಧಿಕಾರಯುತ ಭಾವನೆಯನ್ನು

ಮೂಡಿಸಿತ್ತು. ಕೇವಲ ಮೇಲ್ದರ್ಜೆಯ ಅಧಿಕಾರಿಗಳು ಮಾತ್ರ ಬೂಟನ್ನು ತೊಡುತ್ತಾರೆ ಎಂಬ ಭಾವನೆ ನಮ್ಮ ಹಳ್ಳಿಯಲ್ಲಿತ್ತು. ನನ್ನ ಹೊಸ ಬೂಟುಗಳನ್ನು ತೊಟ್ಟು ನಿಜಕ್ಕೂ ನಾನು ಬಹಳ ಉತ್ಸುಕನಾಗಿದ್ದೆ, 15 ರೂಪಾಯಿ ತೆತ್ತು ಕೊಂಡಿದ್ದು, ಅದು ಅಂದಿಗೆ ದೊಡ್ಡ ಮೊತ್ತವೇ ಆಗಿತ್ತು, ನನ್ನ ಉಳಿತಾಯದ ಹಣದಲ್ಲಿ ತಾನೇ ಅದನ್ನು ನಾನು ಕೊಂಡಿದ್ದು?

ಈ ಚಮ್ಮಾರನಿಗೆ ಅದಾವ ಪುಣ್ಯಾತ್ಮ ಈ ಬೂಟುಗಳನ್ನು ಕೊಟ್ಟನೋ, ಅಥವಾ ಮಾರಾಟ ಮಾಡಿದನೋ ಆತನಿಗೆ ಕೃತಜ್ಞತೆ ಅರ್ಪಿಸಿದೆ. ಯಾರ ಷೂ ಇದಾಗಿರಬಹುದು ಎಂಬ ಜಿಜ್ಞಾಸೆಯೂ ನನ್ನಲ್ಲಿತ್ತು. ಆತನೊಬ್ಬ ಅನುಕೂಲಸ್ಥನೇ ಇರಬೇಕು, ಇಂಥದ್ದನ್ನು ಬಿಟ್ಟುಹೋಗಿರಬೇಕೆಂದರೆ. ನಾನು ಆ ಭಾಗ್ಯವಂತನ ಷೂಗಳನ್ನು ತೊಟ್ಟಿದ್ದರಿಂದ ಬಹಳ ಅದೃಷ್ಟವಂತ ಅಂದುಕೊಂಡೆ.

ಸಲೂನ್‌ನಲ್ಲಿ ವ್ಯಾಪಾರ ಬಹಳ ತೀವ್ರಗತಿಯಿಂದ ಸಾಗಿ, ನಮ್ಮ ಕೆಲಸ ರಾತ್ರಿಯ ತನಕವೂ ಸಾಗುತ್ತಿತ್ತು. ಹೆಚ್ಚುವರಿ ಸಮಯವನ್ನು ನಾನು ಸಲೂನ್‌ನಲ್ಲಿ ಕಳೆಯಬೇಕಾಗಿದ್ದುದರಿಂದ, ನನಗೆ ಕೃಷ್ಣನ ತಳ್ಳುಬಂಡಿಯ ಸ್ಟಾಲ್‌ಗೆ ಹೋಗಲು ಸಮಯವೇ ಸಿಗುತ್ತಿರಲಿಲ್ಲ. ನಾನು ನನ್ನ ತಳ್ಳುಬಂಡಿಯ ಕೆಲಸವನ್ನು ಹಳ್ಳಿಯಿಂದ ಬಂದಿದ್ದ ನನ್ನ ದೂರದ ಸಂಬಂಧಿಯಾದ ಶಿವಣ್ಣನೊಂದಿಗೆ ಹಂಚಿಕೊಂಡಿದ್ದೆ, ಯಾಕೆಂದರೆ ಅವನಿಗೆ ನೌಕರಿಯ ಅಗತ್ಯವಿತ್ತು. ಆದರೆ ನಮ್ಮ ವ್ಯಾಪಾರ ಹೆಚ್ಚುಕಾಲ ಉಳಿಯಲಿಲ್ಲ. ಒಂದು ರಾತ್ರಿ ಇಳಿಜಾರಿನಲ್ಲಿ ಗಾಡಿ ಶಿವಣ್ಣನ ಕೈಯಿಂದ ಜಾರಿಕೊಂಡು ಹೋಗಿ ಕೆಳಗೆ ಪಾರ್ಕ್ ಮಾಡಲಾಗಿದ್ದ ಕಾರಿಗೆ ಹೋಗಿ ಬಡಿಯಿತು. ಕಾರಿನ ಗಾಜು ಒಡೆದುಹೋಯಿತು. ಅದಕ್ಕೆ ತಗುಲಿದ ವೆಚ್ಚವನ್ನು ಭರಿಸುತ್ತ ನಮ್ಮ ದಂಧೆಗೆ ಮುಕ್ತಾಯ ಹಾಡಿದೆವು.

ಈ ನಡುವೆ ಕೊನೆಯಿಲ್ಲದೆ ಹರಿದು ಬರುತ್ತಿದ್ದ ಗಿರಾಕಿಗಳ ಕಾರಣದಿಂದಾಗಿ ಅಲಂಕಾರ್ ಒಳ್ಳೆಯ ವ್ಯಾಪಾರವನ್ನು ಕುದುರಿಸಿತು, ಉತ್ತಮ ಲಾಭವೂ ನಮ್ಮದಾಯಿತು. ಆದರೆ, ರಘು ಸೌದಿಯಿಂದ ಮರಳಿದಾಗ, ನನ್ನ ಕೆಲಸಕ್ಕೆ ಧಕ್ಕೆಯಾಯಿತು. ಆತ ನನ್ನನ್ನು ಮತ್ತೆ ತನ್ನ ಸಲೂನ್‌ಗೆ ಸೆಳೆದುಕೊಂಡ. ಅವನ ಹೆಂಡತಿಯಿಂದ ಕಿರುಕುಳವಿರಲಾದೆಂದು ಭರವಸೆ ನೀಡಿದ. ನನಗೆ ರಘುವಿನಲ್ಲಿ ಗೌರವವಿತ್ತು, ಆದರೆ ಆತನ ಪತ್ನಿ ಮಾತ್ರ ಅಸಭ್ಯ ಹೆಣ್ಣು. ನಾನು ಅವನ ಸಲೂನ್‌ನಲ್ಲಿ ಸಹಾಯಕ್ಕೆ ಸೇರಿದೆ.

ನನ್ನ ಜೀವನದಲ್ಲಿನ ಪ್ರತಿಯೊಂದು ಘಟನೆಯೂ ನನಗೊಂದು ಪಾಠವಾಗಿತ್ತು. ನಿಜಕ್ಕೂ ನಾನು ಅದೇನು ಶಾಲೆಯಲ್ಲಿ ಕಳೆದುಕೊಂಡಿದ್ದೆನೋ ಅದನ್ನು ಕಲಿಯಲು ಸಿಗುತ್ತಿತ್ತು. ನನಗೆ ಪಠ್ಯಗಳಲ್ಲಿನ, ಅಂದರೆ, ಇತಿಹಾಸ ಅಥವಾ ಭೂಗೋಳದ ಅರಿವು ಇಲ್ಲದೆ ಇರಬಹುದು, ನನಗೆ ಅಸಂಖ್ಯ ಸವಾಲುಗಳು ಪ್ರಾಯೋಗಿಕವಾಗಿ ಎದುರಿಸುವ ತಾಕತ್ತು ಬಂದಿತ್ತು.

ರಘುವಿನ ಸಲೂನ್‌ನಲ್ಲಿ ನನಗೆ ವೈವಿಧ್ಯಮಯ ಗ್ರಾಹಕರ ಜತೆಗೆ ಹಲವು ಭಾಷೆಗಳನ್ನು ಮಾತನಾಡಿ ಕರಗತಮಾಡಿಕೊಳ್ಳುವ ಅವಕಾಶ, ಅದರಲ್ಲೂ, ತಮಿಳು, ಮಲಯಾಳಂ ಮತ್ತು ಕೊಂಕಣಿ ಭಾಷೆಗಳಲ್ಲಿ, ಅದರ ಶೈಲಿ ಮತ್ತು ಉಪಭಾಷೆಗಳನ್ನು

ಉಚ್ಚರಿಸಲು ಸಾಧ್ಯವಾಗುತ್ತಿತ್ತು. ನನಗೆ ಮಂಗಳೂರಿನ ಬ್ಯಾರಿ ಭಾಷೆಯನ್ನು ಮಾತನಾಡಲು ಕರತಲಾಮಲಕವಾಗಿ ಬರುತ್ತಿತ್ತು. ಅದು ಅನೇಕ ದಕ್ಷಿಣ ಭಾರತದ ಒಂದು ಸಮ್ಮಿಶ್ರ ಭಾಷೆಯಾಗಿತ್ತು, ಮಂಗಳೂರಿನ ಸುತ್ತಮುತ್ತಲಿನ ಮುಸ್ಲಿಂ ಧರ್ಮದವರು ಅದನ್ನು ಮಾತಾಡುತ್ತಿದ್ದರು.

ತುಳು ಮತ್ತು ಕನ್ನಡ ನನ್ನ ಮನೆಯಲ್ಲಿ ಮಾತಾಡುವ ಭಾಷೆ, ಕನ್ನಡ ನಾನು ನನ್ನ ಐದನೆ ತರಗತಿಯವರೆಗೆ ಶಾಲೆಯಲ್ಲಿ ಕಲಿತಿದ್ದೆ. ಅದನ್ನು ಓದುವುದಕ್ಕೂ ಬರೆಯುವುದಕ್ಕೂ ಬರುತ್ತದೆ. ದೇವರ ಪದಗಳನ್ನು ಪ್ರಕಟಿಸಿರುವ ಪುಸ್ತಕಗಳನ್ನು ನಾನು ಓದುತ್ತಿದ್ದೆ ಮತ್ತು ಅವನ್ನು ತುಳುವಿಗೆ ಭಾಷಾಂತರ ಕೂಡಾ ಮಾಡುತ್ತಿದ್ದೆ.

ಸಲೂನ್‌ನಲ್ಲಿ ನಾನು ಸ್ಥಳೀಯವಾಗಿ ಆಡುವ ಹಿಂದಿ, ಮರಾಠಿ ಮತ್ತು ಗುಜರಾತಿ ಭಾಷೆಗಳನ್ನು ಕಲಿತೆ. ಬಹುತೇಕ ಗಿರಾಕಿಗಳು ಇವೇ ಭಾಷೆಗಳನ್ನು ಆಡುತ್ತಿದ್ದದರಿಂದ, ಅವರೊಂದಿಗಿನ ಸಂಭಾಷಣೆಯಲ್ಲಿ ನನಗೆ ಅನುಕೂಲವಾಯಿತು. ಈ ಪರಿಜ್ಞಾನ ನನ್ನ ವೃತ್ತಿಜೀವನದಲ್ಲಿ ನನ್ನನ್ನು ಬಹಳ ಮುಂದಕ್ಕೆ ಒಯ್ಯುತ್ತ, ಗಿರಾಕಿಗಳ ಜತೆಗಿನ ವಿಚಾರ ವಿನಿಮಯ ಸಲೀಸಾಗಿ ನಡೆಯುವಂತೆ ಮಾಡಿತು.

ಕತಾರ್‌ನಲ್ಲಿ ನೌಕರಿ ಮಾಡಿದ ನಂತರ, ಅದನ್ನು ಮುಂದಿನ ಅಧ್ಯಾಯದಲ್ಲಿ ಬರೆಯುವವನಿದ್ದೇನೆ, ನಾನು ದೋಹಾ–ಕತಾರ್ ಉಪಭಾಷೆಯಲ್ಲಿ ಅರೇಬಿಕ್‌ನ್ನು ಮಾತನಾಡಲು ಸಾಧ್ಯವಾಯಿತು. ಅದರ ಜೊತೆಗೇ ನಾನು ಆಡು ಮಾತಿನ ಇಂಗ್ಲಿಷ್‌ನ್ನು ಕಲಿತೆ.

ಪ್ರಾರಂಭದಲ್ಲಿ, ನಾನು ರ್‍ಯಾಪಿಡೆಕ್ಸ್, ಭಾಷಾಧ್ಯಯನಕ್ಕಿರುವ ಮಾರ್ಗದರ್ಶಿ ಪುಸ್ತಕವನ್ನು ಅವಲಂಬಿಸಿ, ಕನ್ನಡ ಶಬ್ದಗಳನ್ನು ಇಂಗ್ಲಿಷ್‌ಗೆ ಅನುವಾದಿಸುತ್ತಿದ್ದೆ. ಸಿನಿಮಾ ಜಾಹೀರಾತುಗಳು ವಾರ್ತಾ ಪತ್ರಿಕೆಗಳಲ್ಲಿ ಚಿತ್ರಗಳ ಜತೆಗೆ ಬರುತ್ತಿದ್ದವುಗಳನ್ನು ನಾನು ಕಲೆಹಾಕಲು ಸಮರ್ಥನಾದೆ. ಸಲೂನ್‌ಗೆ ಬರುತ್ತಿದ್ದ ಮಹಾರಾಷ್ಟ್ರ ಟೈಮ್ಸ್ ಎಂಬ ಮರಾಠಿ ಮ್ಯಾಗಜ಼ೀನ್‌ನ್ನು ಓದುವ ಪ್ರಯತ್ನದಲ್ಲಿ ಹಿಂದಿಗೆ ಬಹಳ ಹತ್ತಿರವಾಗಿದ್ದ, ಪ್ರಾಂತೀಯ ಭಾಷೆಯ ಅಕ್ಷರ ಮತ್ತು ಶಬ್ದಗಳನ್ನು ಗುರುತಿಸಲು ಸಾಧ್ಯವಾಯಿತು. ನಿಕಟವಾಗಿ ಹೋಲುವ ಕನ್ನಡ ಮತ್ತು ಮರಾಠಿ ಸಿನಿಮಾ ಜಾಹೀರಾತುಗಳನ್ನು ಇಂಗ್ಲಿಷ್‌ನ ವಾರಪತ್ರಿಕೆ ಸ್ಕ್ರೀನ್‌ನ ಜತೆಗೆ ಹೋಲಿಸಿಕೊಂಡು, ಪರಸ್ಪರ ತಾಳೆಹಾಕಿ ನಾನು ಓದಲು ಶ್ರಮಿಸುತ್ತಿದ್ದೆ.

ನನ್ನ ಪ್ರಯತ್ನದಲ್ಲಿ ಭಾಷಾಧ್ಯಯನದ ವಿಧಾನ ತುಸು ಗೋಜಲಾಗಿದ್ದರೂ, ನಿಜವಾಗಿಯೂ ಅದೊಂದು ಸರಳ ಸೂತ್ರವಾಗಿತ್ತು. ಏನಾದರೂ ಸಂಶಯ ಬಂದಾಗ, ನಾನು ಗಿರಾಕಿಗಳನ್ನಾಗಲೀ, ಸಲೂನಿನ ಕರ್ಮಚಾರಿಗಳನ್ನಾಗಲೀ ಉಚ್ಚಾರದ ವಿಧಾನ ಮತ್ತು ಶಬ್ದಾರ್ಥಗಳಿಗೆ ಕೇಳುತ್ತಿದ್ದೆ. ಜನರು ನನ್ನ ಗೊಂದಲವನ್ನು ಪರಿಹರಿಸಲು ತುದಿಗಾಲ ಮೇಲೆ ನಿಂತಿರುತ್ತಿದ್ದರು. ನನಗೀಗ ಹಿಂದಿ ಮತ್ತು ಇಂಗ್ಲಿಷ್‌ನ್ನು ಓದಲು ಸಾಧ್ಯವಿದೆಯಾದರೂ, ಶಬ್ದಗಳನ್ನು ಬರೆಯುವುದೆಂದರೆ ಅದೊಂದು ಸಾಹಸವೇ ಸರಿ.

ನನ್ನ ನಂಬಿಕೆ ಪ್ರಕಾರ, ಯಾರೇ ಕಲಿಯುವುದಕ್ಕೆ ಪ್ರಯತ್ನಪಟ್ಟರೆ, ಮನಸ್ಸು ಯಾಂತ್ರಿಕವಾಗಿ ಸಹಾಯ ಒದಗಿಸಿ, ಅದನ್ನು ತಿಳಿಯುವ ಮತ್ತು ಉತ್ತರಗಳನ್ನು

ಒದಗಿಸುವ ಸಹಾಯ ಮಾಡುತ್ತೇನೋ. ನನ್ನ ಹದಿಹರೆಯದ ಮಧ್ಯ ವಯಸ್ಸಿನಲ್ಲಿ, ನಾನು ಕಲಿಯುವುದಕ್ಕೆ ತೊಡಗಿದ್ದರಿಂದ ತಪ್ಪುಗಳನ್ನು ಮಾಡುತ್ತ, ಸುತ್ತಮುತ್ತಲಿನವರನ್ನು ಕೇಳಿ ಮತ್ತೆ ಕಲಿಯುವ ಪ್ರಕ್ರಿಯೆ ಸುಲಭಸಾಧ್ಯವಾಯಿತು ಎನ್ನಬಹುದು. ಜನರನ್ನು ನಿಕಟದಲ್ಲಿ ನಿರುಕಿಸುತ್ತ ಹೋದ್ದರಿಂದ, ಮಾನವ ಸ್ವಭಾವ ಮತ್ತು ನಡವಳಿಕೆಗಳ ವಿಧಾನವನ್ನು ನಾನು ಕಲಿಯುವಂತಾಯಿತು. ಪ್ರತಿಕ್ರಿಯಿಸುವುದಕ್ಕಿಂತ, ಗ್ರಹಿಸಿಕೊಳ್ಳುವುದರಿಂದ ಜನರ ಜತೆಗಿನ ವ್ಯವಹಾರ ನನಗೆ ಸುಲಭವಾಯಿತು.

ಸಲೂನ್‌ನ ಹಿಂದಿದ್ದ ಅಡುಗೆ ಕೋಣೆಯಲ್ಲಿ ರಘುವಿನ ಹೆಂಡತಿ ಚಂದ್ರಾವತಿ ನಮಗೆ ಅಡುಗೆಯನ್ನು ಮಾಡುತ್ತಿದ್ದಳು. ಆಕೆ ಮಾತ್ರ ನಕಾರಾತ್ಮಕ ನಿಲುವಿನ ವ್ಯಕ್ತಿತ್ವ. ನಾವಿಬ್ಬರು, ಅನೇಕ ಸಲ ಮಾತಿನ ಚಕಮಕಿಯಲ್ಲಿ ಬಂಧಿಯಾಗಿರುತ್ತಿದ್ದೆವು. ನಮ್ಮ ಊಟದ ತಟ್ಟೆಗಳನ್ನು, ಸಲೂನ್ ಮತ್ತು ಅಡುಗೆಕೋಣೆಯನ್ನು ವಿಭಾಗಿಸುವ ಗೋಡೆಯಲ್ಲಿನ ಸಣ್ಣ ಕಿಟಕಿಯ ಸಂಧಿಯಲ್ಲಿ ಇರಿಸುತ್ತಿದ್ದಳು.

ನಾನು ಒಂದೊಮ್ಮೆ ಗಿರಾಕಿಯ ಜತೆಗೆ ಸ್ವಲ್ಪ ವ್ಯಸ್ತನಾಗಿದ್ದೆ ಅಂತಂದರೆ, ತುಸು ತಡವಾಗಿ ಪ್ಲೇಟ್‌ನ್ನು ಎತ್ತಿಕೊಂಡರೆ, ನೊಣಗಳೂ, ಇನ್ನಿತರ ಕೀಟಗಳೂ ಬೇಳೆ ಸಾರು ಮತ್ತು ಅನ್ನದಲ್ಲಿ ಸತ್ತುಬಿದ್ದು ತೇಲುವುದಿತ್ತು. ಪ್ಲೇಟ್‌ಗೆ ಮುಚ್ಚಿ ಅಂತಹ ಕೀಟಗಳಿಂದ ರಕ್ಷಿಸಬೇಕೆಂಬ ಕಿಂಚಿತ್ ವ್ಯವಧಾನವೂ ಆಕೆಯಲ್ಲಿರುತ್ತಿರಲಿಲ್ಲ. ಅದೊಂದು ಬೇಕೆಂದೇ ಮಾಡುವ ಕುತಂತ್ರವೆಂದು ನಾನು ತಿಳಿಯುತ್ತಿದ್ದೆ.

ನಮ್ಮ ಒಳಜಗಳವನ್ನು ರಘು ಪರಿಹರಿಸಲು ಯತ್ನಿಸುತ್ತಿದ್ದ. ನಾನು ಅವನ ಜತೆಗಿರುವುದು, ಅವನಿಗೆ ಬಹಳವಾಗಿ ಅಗತ್ಯವಿತ್ತು, ಯಾಕೆಂದರೆ, ವಾರದ ರಜಾದಿನವಾದ ಸೋಮವಾರವೂ ನಾನು ಕೆಲಸ ಮಾಡುತ್ತಿದ್ದೆ. ಅದು ಸಲೂನ್‌ನ ವ್ಯಾಪಾರವನ್ನು 50ರಿಂದ 80ರೂಪಾಯಿಯಷ್ಟು ಹೆಚ್ಚಿಸುವಂತೆ ಮಾಡುತ್ತಿತ್ತು. ಅದು ಸಣ್ಣ ಸಲೂನ್ ಆದರೂ ಕ್ಷೌರಕ್ಕೆ ಕೇವಲ 7ರೂಪಾಯಿ ಮಜೂರಿಯ ಮೊತ್ತಕ್ಕೆ ಆ ಸಂಪಾದನೆ ದೊಡ್ಡ ಕೊಡುಗೆಯೇ ಆಗಿತ್ತು ಎನ್ನಬಹುದು. ನನಗೂ ಆತನ ಹೆಂಡತಿಗೂ ಸರಿಬೀಳುತ್ತಿರಲಿಲ್ಲವಾದರೂ, ರಘು ನನಗೆ ಸೋಮವಾರದ ಸಂಪಾದನೆಯ ಐವತ್ತು ಪ್ರತಿಶತವನ್ನು ನೀಡುತ್ತಿದ್ದನಾದ್ದರಿಂದ ಅಲ್ಲಿಯೇ ನಾನು ಕೆಲಸ ಮುಂದುವರಿಸಿದೆ.

ನನ್ನ ತಾಯಿಯ ಆಸೆ ಏನಿತ್ತೆಂದರೆ, ನಾನು ಮಧ್ಯಪ್ರಾಚ್ಯಕ್ಕೆ ಹೋಗಬೇಕು, ಹಳ್ಳಿಯ ಅನೇಕ ಹುಡುಗರು ಅಲ್ಲಿಗೆ ಹೋಗಿ ಕೈತುಂಬ ಸಂಪಾದನೆ ಮಾಡಿ ತಮ್ಮ ಭವಿಷ್ಯವನ್ನು ರೂಪಿಸುತ್ತಿದ್ದಾರೆ ಎಂದು ಹೇಳುವವಳು. ನಾನು ಕೂಡಾ ಗಲ್ಫ್‌ನಲ್ಲಿ ನೌಕರಿ ಮಾಡುವುದಕ್ಕೆ ಉತ್ಸುಕನಾಗಿದ್ದೆ.

ನಮ್ಮ ಸಲೂನ್‌ನ ನೆರೆಯಲ್ಲಿದ್ದ ಟ್ರಾವೆಲ್ ದಲಾಲಿಯೊಬ್ಬ, ಆತ ನಮ್ಮ ಗಿರಾಕಿಯೂ ಆಗಿದ್ದನಾದ್ದರಿಂದ, ನನಗೆ ವೀಸಾ ಕೊಡಿಸಿ ಕಂಪೆನಿಯೊಂದಕ್ಕೆ ಸಂದರ್ಶನಕ್ಕೆ ಅನುವು ಮಾಡಿಕೊಡುವಲ್ಲಿ ರೂಪಾಯಿ 14,000/- ಫೀಸು ಪಡೆದು, ಸಹಾಯ ಮಾಡುವುದಾಗಿ ಹೇಳಿದ. ಕಷ್ಟಪಟ್ಟು ದುಡಿಯುವವರು ಅವರಿಗೆ ಬೇಕಾಗಿದ್ದರು. ಸಂದರ್ಶನದಲ್ಲಿ, ನನ್ನ ಕ್ಷೌರ ಮತ್ತು ಶೇವಿಂಗ್ ಅನುಭವ ಹಾಗೂ ಇಂಗ್ಲಿಷ್ ಭಾಷಾಜ್ಞಾನವನ್ನು ಕುರಿತಂತೆ ಕೇಳಿದರು.

ನಾನು ಎಲ್ಲದ್ದಕ್ಕೂ ಸಮ್ಮತಿಸಿ ತಲೆಯಾಡಿಸಿದರೆ, ಕೊನೆಯ ಅಗತ್ಯದ ಬಗ್ಗೆ ಮೌನವಾಗಿದ್ದೆ. ಅದು ದೊಡ್ಡ ವಿಷಯವಲ್ಲ, ತಮ್ಮ ಬಾಸ್‌ಗೆ ಕೂಡಾ ಇಂಗ್ಲಿಷ್ ಬರೆಯುವುದಕ್ಕಾಗಲೀ ಓದುವುದಕ್ಕಾಗಲೀ ಬರುವುದಿಲ್ಲವೆಂದು ಸಂದರ್ಶಕರು ಹೇಳಿದಾಗ, ನನ್ನ ಸಂತೋಷಕ್ಕೆ ಪಾರವೇ ಇರಲಿಲ್ಲ. ಕೆಲಸ ಸಿಕ್ಕಿದ ಭರದಲ್ಲಿ ಬೀಗಿದ ನಾನು, ನನ್ನ ಬಾಸ್ ಬಲ್ಲ ದೋಹಾ–ಕತಾರ್ ಉಪಭಾಷೆಯ ಶೈಲಿಯ ಅರೇಬಿಕ್‌ನ್ನು ಕಲಿಯಲು ಮನಸ್ಸು ಮಾಡಿದೆ.

ನಾನಂದುಕೊಂಡಂತೆ ಕೆಲಸಗಳೆಲ್ಲ ಅಷ್ಟು ಸುಲಭವಲ್ಲ ಎಂದು ನನಗೆ ಕೂಡಲೇ ಅರಿವಿಗೆ ಬಂತು. ಎಲ್ಲಕ್ಕೂ ಮುಖ್ಯವಾಗಿ, ನನ್ನ ಪ್ರಯಾಣಕ್ಕೆ ಬೇಕಾಗಿದ್ದ ಹಣವನ್ನು ಒದಗಿಸುವುದು ಅಗತ್ಯವಿತ್ತು. ನನ್ನ ಉಳಿತಾಯ ಕೇವಲ 7,000ರೂಪಾಯಿಗಷ್ಟೇ ಸೀಮಿತವಾಗಿತ್ತು. ಏಜೆಂಟ್‌ನ ಸೇವಾ ಶುಲ್ಕ ರೂ.14,000ವಾಗಿತ್ತು. ರಘು ನನಗೆ ಸಹಾಯ ಮಾಡಬಹುದು ಎಂದುಕೊಂಡಿದ್ದೆ. ನನ್ನ ಉಳಿಕೆಯ ಹೆಚ್ಚಿನ ಹಣ ಹಳ್ಳಿಯಲ್ಲಿ ಮನೆಗೆ ವ್ಯಯವಾಗಿತ್ತು, ಹಿತ್ತಲಿಗೊಂದು ಬೇಲಿ, ಮನೆಯ ನೆಲಕ್ಕೆ ಟೈಲ್ಸ್ ಮತ್ತು ವಿದ್ಯುತ್ ಸಂಪರ್ಕಗಳಿಗೆ ಹಾಗೂ ಅಮ್ಮನಿಗೆ ಸ್ವಲ್ಪ ಚಿನ್ನದ ಆಭರಣ ಮಾಡಿಸುವುದರಲ್ಲಿ ಖರ್ಚಾಗಿತ್ತು.

ರಘು ಸಹಾಯ ಒದಗಿಸಲು ಹಿಂದೇಟು ಹಾಕಿದ. ತನ್ನಲ್ಲಿ ಹಾಗೆ ಹೆಚ್ಚುವರಿ ಹಣವಿಲ್ಲವೆಂದು ಕೈಚೆಲ್ಲಿದ.

'ನಾನು ಎಲ್ಲಿಂದ ಅಷ್ಟೊಂದು ಹಣವನ್ನು ತರಲಿ? ನಾನು ಹೆಚ್ಚಿಗೆ ಹಣವನ್ನೇನೂ ಇಟ್ಟುಕೊಂಡಿರುವುದಿಲ್ಲ' ಎಂದು ಉತ್ತರಿಸಿದ. ಅದು ಅವನಲ್ಲಿನ ಜಿಪುಣತನ ಮಾತಾಡುತ್ತಿದೆ ಎಂದು ನನಗೆ ಗೊತ್ತು, ಆತ ಸಾಕಷ್ಟು ಆರ್ಥಿಕವಾಗಿ ಸಬಲನೆಂದು ನನಗೆ ತಿಳಿದಿತ್ತು, ವ್ಯಾಪಾರವೂ ಅಷ್ಟು ಅಭಿವೃದ್ಧಿಯಲ್ಲಿತ್ತು.

ಬೇರೆ ದಾರಿಗಾಣದೆ, ನಾನು ನನ್ನ ಚಿನ್ನದ ಸರ ಮತ್ತು ಎರಡು ಉಂಗುರಗಳನ್ನು ರಸ್ತೆಯ ಆ ಬದಿಯಲ್ಲಿದ್ದ ಆಭರಣ ವ್ಯಾಪಾರಿಯಲ್ಲಿ (ಆತನೂ ನಮ್ಮ ಗಿರಾಕಿಯಾಗಿದ್ದ), ಅಡವಿಡುವುದಾಗಿಯೂ, ಕತಾರ್‌ನಲ್ಲಿ ನನಗೆ ನೌಕರಿ ಸಿಗುವುದಾಗಿಯೂ ವಿವರಿಸಿದೆ. ನಾನು ಹಿಂದಿರುಗಿ ಬಂದ ಕೂಡಲೇ ಸಾಲವನ್ನು ತೀರಿಸುವುದಾಗಿಯೂ, ಒಂದು ವೇಳೆ ಅದು ಸಾಧ್ಯವಾಗದೇ ಹೋದರೆ ಈ ಚಿನ್ನವನ್ನೇ ಸಾಲಕ್ಕೆ ಮರುಪಾವತಿಯಾಗಿ ಬಳಸಬಹುದು ಎಂದು ಹೇಳಿ ಭರವಸೆ ನೀಡಿದೆ. ಆ ರಾತ್ರಿ ನಾನು ರಘುವಿನಲ್ಲಿ ಮಾತಾಡಿದೆ. ಆತ, ನಾನು ಗಲ್ಫ್‌ಗೆ ಹೊಸ ಕೆಲಸಕ್ಕೆ ಹೋಗುವ ಬಗ್ಗೆ ಇರುಸುಮುರುಸು ತೋರಿಸುತ್ತಲೇ ಇದ್ದ.

'ಕಷ್ಟದಲ್ಲಿರುವವರಿಗೆ ಸಹಾಯ ಮಾಡುವುದು ಒಳ್ಳೆಯದು,' ರಘೂಗೆ ನಾನಂದೆ, ಆತ ಮೌನವಾಗಿದ್ದ. 'ನನಗೆ ಗೊತ್ತು ನಿನ್ನ ಕಪಾಟಿನಲ್ಲಿ ಹಣ ಕೂಡಿಹಾಕಿದ್ದೀಯ ಅಂತ. ಪರವಾಗಿಲ್ಲ ಬಿಡು.' ಅಂದೆ.

ಮಧ್ಯ ಪ್ರಾಚ್ಯದಲ್ಲಿ ದುಡಿಯುವ ಅವಶ್ಯಕತೆಯ ಬಗ್ಗೆ ನಾನು ರಘೂಗೆ ವಿವರಿಸಿ ಹೇಳುತ್ತ, ಅಲ್ಲಿ ಅವಕಾಶ ಅಪಾರವಾಗಿದೆ ಎಂದೂ, ನಾನು ಒಳ್ಳೆಯ ಸಂಪಾದನೆ ಮಾಡಿ ಭವಿಷ್ಯಕ್ಕೆ ಉಳಿತಾಯ ಮಾಡಬೇಕು ಎಂಬುದಾಗಿಯೂ ಹೇಳಿದೆ. ನಾನು ಈವರೆಗೆ ಇಷ್ಟು ಕಷ್ಟಪಟ್ಟು ದುಡಿಯುತ್ತಿದ್ದೆನಾದರೂ ಇವೆಲ್ಲ ನನಗೋಸ್ಕರವೇ ಹೊರತು

ಇನ್ನೊಬ್ಬರಿಗಾಗಿ ಅಲ್ಲ ಎಂದೂ ಹೇಳಿದೆ. ಹಾಗಾಗಿ ಒಳ್ಳೆಯ ಸಂಬಳವಿರುವ ನೌಕರಿ ನನಗೆ ಅಗತ್ಯವಿದೆ ಎಂದು ಹೇಳಿದೆ.

'ನಾನು ಖತಾರ್‌ನಲ್ಲಿ ಒಳ್ಳೆಯದಾಗಿ ದುಡಿಯಬಹುದೆಂದುಕೊಂಡಿದ್ದೇನೆ. ಒಂದು ವೇಳೆ ಅಲ್ಲಿ ಉತ್ತಮ ಸಂಪಾದನೆಯಾದರೆ, ಹಿಂದಿರುಗಿ ಬಂದು ನನ್ನದೇ ಸ್ವಂತ ಅಂಗಡಿಯನ್ನು ತೆರೆಯಬೇಕೆಂದುಕೊಂಡಿದ್ದೇನೆ. ಒಂದು ವೇಳೆ ನಾನು ಯಶಸ್ವಿಯಾಗದಿದ್ದಲ್ಲಿ ಮತ್ತೆ ನಿನ್ನಲ್ಲಿಗೆ ಬರುತ್ತೇನೆ, ನಿನ್ನ ಜತೆಗೆ ದುಡಿಯುತ್ತೇನೆ' ಎಂದು ಅವನಿಗೆ ಭಾಷೆ ನೀಡಿದೆ. 'ಆದರೆ ಈಗಿನ ಪರಿಸ್ಥಿತಿಯಲ್ಲಿ ನಾನು ನಿನ್ನಿಂದ ವಿದಾಯ ಹೇಳಲೇ ಬೇಕಾಗಿದೆ' ಎಂದೆ.

ನಾನೆಂದರೆ ಕೆಲಸಕ್ಕೆ ಸಂಪೂರ್ಣ ಅರ್ಪಿಸಿಕೊಂಡಿರುವಂಥ ವ್ಯಕ್ತಿ. ನಾನು ರಘುವಿಗೆ ಹೇಳಿದೆ, ನೀನೂ ನಿನ್ನ ಕೆಲಸವನ್ನು ಚೆನ್ನಾಗಿಯೇ ಮಾಡ್ತಾ ಇದ್ದೀಯಾ, ಅಂತ. ಆದರೆ ಅವನಲ್ಲಿ ತನ್ನ ದುಡಿಮೆಯಲ್ಲಿ ಅಂತಹ ಉನ್ಮೇಶಶಾಲಿ ಭಾವನೆಗಳಿದ್ದಂತೆ ತೋರಲಿಲ್ಲ.

ರಘು ನನ್ನನ್ನು ಮೌನವಾಗಿ ಕೇಳಿಸಿಕೊಂಡ. ಮರುದಿನ ಮತ್ತೆ ಆತ ನನ್ನಲ್ಲಿ ಮಾತಾಡಿದ, ಸೌಮ್ಯವಾಗಿ, ನನ್ನನ್ನು ತರಾಟೆಗೆ ತೆಗೆದುಕೊಂಡು ಅವೆಲ್ಲ ಮಾತುಗಳು ಅವಶ್ಯವಿಲ್ಲವಾಗಿತ್ತು ಎಂದ.

'ನಾನು ನಿನಗೆ ಯಾಕಾಗಿ ಹಣ ಕೊಡಲಿಲ್ಲ ಅಂತ ನಿನಗೆ ಗೊತ್ತಾ? ನೀನು ನನ್ನ ಬಲಗೈ ಇದ್ದ ಹಾಗೆ. ಒಬ್ಬ ತನ್ನ ಬಲಗೈಯನ್ನು ಕಳಕೊಂಡರೆ ಏನಾಗಬಹುದು ಹೇಳು? ಆತನಿಗೆ ಏನನ್ನಿಸಬಹುದು ಹೇಳು?' ಆತ ನನ್ನನ್ನು ಪ್ರಶ್ನಿಸಿದ, ಅವನು ದಯಾಪೂರ್ಣ ವ್ಯಕ್ತಿ ಎನ್ನುವುದನ್ನು ನನಗೆ ಮನದಟ್ಟು ಮಾಡುವವನಂತೆ.

ಎಲ್ಲಾ ಮುಗಿದ ಬಳಿಕ ರಘು ನನ್ನನ್ನು ಕತಾರ್‌ಗೆ ಬೀಳ್ಕೊಡುವುದಕ್ಕೆ ಏರ್‌ಪೋರ್ಟ್‌ಗೆ ಬಂದಿದ್ದ. ಅದು 1984ರ ಇಸವಿ. ನನ್ನನ್ನು ಬೀಳ್ಕೊಡುತ್ತ, ಮುಖದ ಮೇಲೊಂದು ನಗುವನ್ನು ತಂದುಕೊಂಡಿದ್ದ. ಬೀಳ್ಕೊಟ್ಟ ಒಂದು ಸಂಕೇತವಾಗಿ, ವಿಠಲ ನನಗೆ ನಸುಹಳದಿ ಬಣ್ಣದ ಡಯಲ್‌ನ, ಚಿನ್ನದ ಬಣ್ಣದ ಸ್ಟ್ರಾಪ್‌ನ ಒಂದು ವಾಚನ್ನು ಉಡುಗೊರೆಯಾಗಿ ಕೊಟ್ಟ. ಅದೊಂದು ಅನನ್ಯ ವಸ್ತುವೆಂದು ನಾನು ಮುದಗೊಂಡೆ.

ನಿನ್ನ ಹೃದಯ ಮತ್ತು ಅಂತಃದೃರ್ಷ್ಟಿಯನ್ನು ಅನುಸರಿಸುವ ಧೈರ್ಯಬೇಕು.
ನಿನಗೇನು ಬೇಕೋ, ಅವುಗಳಿಗೆ ಈಗಾಗಲೇ ಹೇಗೋ ತಿಳಿದಿರುತ್ತದೆ.
ಮತ್ತೆ ಮಿಕ್ಕಿದ್ದೆಲ್ಲ ನಗಣ್ಯ.

–ಸ್ಟೀವ್ ಜಾಬ್ಸ್, ಐಟಿ ಜ಼ಾರ್ ಮತ್ತು ಆ್ಯಪಲ್ ಕಂಪ್ಯೂಟರ್‌ನ ಸಹಸ್ಥಾಪಕ

ಅಧ್ಯಾಯ ಆರು

ಗಲ್ಫ್‌ನಲ್ಲಿ ಸಂಪಾದಸಿದ ಅನುಭವದ ಸೊತ್ತು

ನನ್ನ ಹೃದಯ ಸಂತಸದಿಂದ ಹಾರುತ್ತಿತ್ತು. ನಾನು ಸಂತೋಷದಿಂದ ಬಿರಿದು ಹೋಗುವಂತಿದ್ದೆ. ನಗುವನ್ನು ನನ್ನಿಂದ ನಿಲ್ಲಿಸಲೇ ಸಾಧ್ಯವಾಗಲಿಲ್ಲ.

ಹರ್ಷೋನ್ಮಾದದಿಂದ ನಾನು ಕುಣಿದು ಕುಪ್ಪಳಿಸಬೇಕೆಂದುಕೊಂಡೆ, ಸಂದರ್ಶನದ ಬಳಿಕ ನನಗೆ ದೋಹಾದಲ್ಲಿ ನೌಕರಿ ಮಾಡುವುದಕ್ಕೆ ಅವಕಾಶ ಸಿಕ್ಕಿದೆ ಅಂತ. ಗಲ್ಫ್‌ನಲ್ಲಿ ಕೆಲಸ ಮಾಡಬೇಕೆಂಬುದು ನನ್ನ ಕನಸಾಗಿತ್ತು ಮತ್ತು ಆ ಕನಸು ನನಸಾಗುವುದರಲ್ಲಿತ್ತು. ನನ್ನ ನಂಬಿಗೆಯ ಕೆಂಪು ಸೂಟ್‌ಕೇಸ್‌ನಲ್ಲಿ ಒಂದೆರಡು ಷರ್ಟು ಮತ್ತು ಚೆಡ್ಡಿಗಳನ್ನು ಸಜ್ಜುಗೊಳಿಸಿದೆ. ಮುಂಬಯಿಯ ಸಹಾರಾ ವಿಮಾನ ನಿಲ್ದಾಣದಿಂದ ಕತಾರ್‌ನ ಫ್ಲೈಟ್‌ಗೆ ಸನ್ನದ್ಧನಾದೆ.

ಮುಂಬಯಿಯಲ್ಲಿದ್ದಾಗ, ನನ್ನಮ್ಮನಿಗೆ ಪತ್ರ ಬರೆಯುತ್ತಿದ್ದಾಗಲೆಲ್ಲ, ಮಧ್ಯಪ್ರಾಚ್ಯದಲ್ಲಿ ನೌಕರಿ ಹಿಡಿಯುವ ನನ್ನ ಯೋಜನೆಗಳನ್ನೆಲ್ಲ ವಿವರಿಸುತ್ತಿದ್ದೆ. ಪರದೇಶದಲ್ಲಿ ಕೆಲಸವನ್ನು ನೆಚ್ಚಿಕೊಂಡರೆ ನಮ್ಮ ಅಭ್ಯುದಯವಾಗುತ್ತದೆ ಎನ್ನುವ ಅಭಿಪ್ರಾಯ ಅವಳದ್ದೂ ಆಗಿತ್ತು. ಮಂಗಳೂರು ಮತ್ತು ಸುತ್ತಮುತ್ತಲಿನ ಪಟ್ಟಣ ಮತ್ತು ಹಳ್ಳಿಗಳಲ್ಲಿ ಜನರಿಗೆ ಗಲ್ಫ್‌ನಲ್ಲಿ ಉದ್ಯೋಗವೆಂದರೆ ಚಿನ್ನದ ಗಡಿಗೆ ಸಿಕ್ಕಂತೆ ಎಂಬ ಗಾದೆ ಮಾತಿನಂತಿತ್ತು. ನಮ್ಮಲ್ಲಿ ಗಲ್ಫ್ ಉದ್ಯೋಗಕ್ಕೆ ಹೋದ ಬಡವರೆಲ್ಲ ಕೆಲವೇ ವರ್ಷಗಳಲ್ಲಿ ಕೈತುಂಬ ಸಂಪಾದನೆ ಮಾಡಿ ಬಂದ ಬಗ್ಗೆ ಹೇರಳ ಉದಾಹರಣೆಗಳಿದ್ದವು. ಅವರ ಜನ್ಮದಾರಭ್ಯದ ಬಡತನವೆಲ್ಲ ತೊಡೆದು ಹಾಕಿದಂತಾಗಿತ್ತು. ನನ್ನಮ್ಮ ನನಗೆ ದೋಹಾದಲ್ಲಿ ಕೆಲಸ ಸಿಕ್ಕಿದೆ ಎಂದು ತಿಳಿದಾಗ, ಸಹಜವಾಗಿಯೇ ಸಂತೋಷಪಟ್ಟಳು. ಅವಳ ಸಂಭ್ರಮವನ್ನು ನಂತರ ಆಕೆಯ ಜತೆಗೆ ಮಾತನಾಡಿದಾಗ ಅರಿವಾಗಿತ್ತು. ನಮ್ಮ ಊರಿನ ಫೋನ್ ಬೂತ್‌ನಿಂದ ಪಕ್ಕದ ಮನೆಯ ಫೋನ್‌ಗೆ ಸಂಪರ್ಕ ಸಿಕ್ಕಿದಾಗ ಅವಳು ನನ್ನಲ್ಲಿ ಮಾತಾಡುವುದಿತ್ತು.

ಕತಾರ್ ನನ್ನ ವೃತ್ತಿಜೀವನದಲ್ಲಿ ಒಂದು ತಿರುವು ಎಂದೇ ಹೇಳಬಹುದು. ಆ ಅವಧಿ ಸುಮಾರು ನಾಲ್ಕು ವರ್ಷ, ಅಕ್ಟೋಬರ್ 1984ರಿಂದ ಆಗಸ್ಟ್ 1988ರ ತನಕ,

ನನಗೆ ಆರ್ಥಿಕವಾಗಿ ಸುಭದ್ರನಾಗಲು ಸಾಧ್ಯವಾಯಿತು. ಎಲ್ಲಕ್ಕೂ ಮುಖ್ಯವಾಗಿ, ನಾನು ಓರ್ವ ಬಾರ್ಬರ್‌ನಾಗಿ ನನ್ನ ಕೌಶಲ್ಯಗಳಲ್ಲಿ ಅಪಾರವಾದ ಅನುಭವಗಳನ್ನು ಪಡೆದೆ. ಒಂದು ಫೋನ್ ಕರೆ ಅಂದರೆ ತುಟ್ಟಿ ಎನ್ನುವ ದೃಷ್ಟಿಯಿಂದ ನನ್ನಮ್ಮನಿಗೆ ಪತ್ರ ಬರೆಯುವ ಕ್ರಮವನ್ನೇ ಮುಂದುವರಿಸಿದೆ. ನನ್ನ ಹೊಸ ಜೀವನವನ್ನು ಈ ದೇಶದಲ್ಲಿ ವಿವರಿಸುತ್ತ, ಎಲ್ಲಿ ನೋಡಿದರಲ್ಲಿ ಮರಳು ಮತ್ತು ವಾತಾವರಣ, ಅಸಾಧ್ಯ ಸೆಖೆಯಿಂದ ಕೂಡಿದೆ ಎಂದೂ ಬರೆಯುತ್ತಿದ್ದೆ.

ತಿಂಗಳ ಕೊನೆಯಲ್ಲಿ, ನನ್ನ ಸಂಪಾದನೆಯನ್ನು ಊರಿನ ಕೆನರಾ ಬ್ಯಾಂಕ್‌ನ ಅನಿವಾಸಿ ಭಾರತೀಯ (ಎನ್‌ಆರ್‌ಐ) ಖಾತೆಯಲ್ಲಿ ಜಮಾ ಮಾಡುತ್ತಿದ್ದೆ, ಅಮ್ಮ ಆ ಖಾತೆಯನ್ನು ನಿರ್ವಹಿಸುತ್ತಿದ್ದಳು.

ದೋಹಾದಲ್ಲಿ ಜೀವನ ನಿರ್ವಹಣೆಯ ಪ್ರಾರಂಭಿಕ ದಿನಗಳ ಪರಿಸ್ಥಿತಿ ಹೀನಾಯವಾಗಿತ್ತು. ನಾವು ಒಂಭತ್ತು ಮಂದಿ ನೌಕರರು ಒಂದು ಇಕ್ಕಟ್ಟಾದ ವಸತಿಯಲ್ಲಿ ನಿದ್ದೆ ಮಾಡಬೇಕಿತ್ತು ಮತ್ತು ಅಲ್ಲೇ ಅಡುಗೆಯನ್ನು ತಯಾರಿಸಬೇಕಿತ್ತು. ಹಿಂದುಗಡೆಯ ಆವರಣದಲ್ಲಿ ಸ್ನಾನದ ಮನೆ ಮತ್ತು ಶೌಚಾಲಯವಿತ್ತು, ಅದು ಸರದಿ ಪ್ರಕಾರ ನಡೆಯಬೇಕಿತ್ತು–ಒಂದು ಸಣ್ಣ ಹಲಗೆ ಪ್ರವೇಶ ದ್ವಾರದ ಮೇಲ್ಭಾಗವನ್ನು ಮಾತ್ರ ಮುಚ್ಚುತ್ತಿತ್ತು. ಶೌಚಾಲಯದಲ್ಲಿ ಒಬ್ಬ ವ್ಯಕ್ತಿ ಕುಳಿತಾಗ, ಎಲ್ಲರೂ ಆತ ಕಾರ್ಯನಿರತನಾಗಿರುವ ವಿಷಯವನ್ನು ನೋಡಬಹುದಿತ್ತು! ಅದೊಂದು ನಮಗೆಲ್ಲ ಅಸಹನೀಯವಾದ ವಿಷಯವಾಗಿತ್ತು. ಹೇಗಾದರೂ ನಾವು ಹತ್ತಿರದ ತೆರೆದ ಸ್ಥಳಕ್ಕೇ ಹೋಗುವ ಪರಿಪಾಠ ಬೆಳೆಸಿಕೊಂಡೆವು. ನಮಗೆ ಬೇರೆ ಗತ್ಯಂತರವಿರಲಿಲ್ಲ.

ಯಾವ ಕಂಪೆನಿ ನನ್ನನ್ನು ಗುತ್ತಿಗೆಗೆ ಪಡೆದಿತ್ತೋ, ಅದು ಮೊದಲು ನನಗೆ ತಾತ್ಕಾಲಿಕವಾಗಿ ಸ್ಪೋರ್ಟ್ಸ್ ಕ್ಲಬ್‌ನಲ್ಲಿ ಕೆಲಸ ಕೊಟ್ಟರೂ, ನಂತರ ನನ್ನನ್ನು ಕಟ್ಟಡ ನಿರ್ಮಾಣದ ಜಾಗಕ್ಕೆ ಬದಲಾಯಿಸಿತು. ಕ್ಲಬ್, ನಿರ್ಮಾಣದ ಹಂತದಲ್ಲಿ ಇದ್ದುದರಿಂದ ಅದು ಪೂರ್ತಿಯಾಗಿ ಕಾರ್ಯನಿರ್ವಹಣೆಯಲ್ಲಿರಲಿಲ್ಲ. ಅದೊಂದು ಬೆನ್ನು ನೋಯುವ ಕೆಲಸವಾಗಿದ್ದರೂ, ನನಗೆ ಬಹುತೇಕ ಕೆಲಸ ಸೌಕರ್ಯದಿಂದ ಕೂಡಿತ್ತು. ರಬ್ಬರ್ ಗಮ್ ಬೂಟುಗಳನ್ನು ತೊಟ್ಟು, ಕೈಗೆ ಗ್ಲೌಸ್‌ಗಳನ್ನು ತೊಟ್ಟು ನಾನು ಪೈಂಟಿಂಗ್, ಸಿಮೆಂಟ್‌ನ ಚೂರಿನ ರಾಶಿಗಳನ್ನು ಸ್ವಚ್ಛಗೊಳಿಸುವ ಕೆಲಸ ನಿರ್ವಹಿಸುತ್ತ, ಕಟ್ಟಡದ ನಿರ್ಮಾಣದ ತಾಣದಲ್ಲಿ ಸಿಮೆಂಟ್ ಇಟ್ಟಿಗೆಗಳನ್ನು ಸಾಗಿಸುವಾಗ, ತುಂಬಿಸುವ ಮತ್ತು ಇಳಿಸುವ ಕೆಲಸವನ್ನು ಮಾಡುತ್ತಿದ್ದೆ.

ಸುಮಾರು ಎಂಟು ತಿಂಗಳ ಕಾಲ ನಾನು ಓರ್ವ 'ಹೆಲ್ಪರ್–ಸಹಾಯಕ'ನಾಗಿ ಕೆಲಸ ನಿರ್ವಹಿಸಿದೆ. ನಾನು ಸಾಗಿಸುತ್ತಿದ್ದ ಇಟ್ಟಿಗೆಗಳು ಭಾರವಾಗಿದ್ದು, ನನ್ನ ಎಲ್ಲಾ ಬಲವನ್ನು ಪ್ರಯೋಗಿಸಿ ಅದನ್ನು ಒಂದು ಕಡೆಯಿಂದ ಇನ್ನೊಂದು ಕಡೆಗೆ ಸಾಗಿಸುತ್ತಿದ್ದೆ. ನಾನು ಎಲ್ಲರಲ್ಲಿಯೂ ತೀರಾ ಎಳೆಯವನಾಗಿದ್ದ ಕಾರಣ, ನನ್ನ ಹಿರಿಯ ಕೆಲಸಗಾರರು, ನನಗೆ ಬೇರೊಂದು ತುಸು ಸುಲಭದ ಕೆಲಸದ ಜಾಗಕ್ಕೆ ವರ್ಗಾಯಿಸುವಂತೆ ಮೇಲ್ವಿಚಾರಕರಲ್ಲಿ ಮನವಿ ಮಾಡಿಕೊಳ್ಳುವಂತೆ ಹೇಳಿದರು. ನಾನು ನನ್ನ ಕಷ್ಟವನ್ನು ಹೇಳಿಕೊಳ್ಳುವುದಕ್ಕೆ ಹಿಂಜರಿದೆ, ಯಾಕೆಂದರೆ ಅದೊಂದು ದೂರು ನೀಡಿದ ಹಾಗೆ ಆಗಬಹುದೆಂಬ ಭಯ ನನ್ನಲ್ಲಿತ್ತು. ನಾನು ತಿಂಗಳಿಗೆ ಒಂದು ಉತ್ತಮ ಮೊಬಲಗನ್ನು,

ಭಾರತೀಯ ರೂಪಾಯಿ 3,000/– ಸಂಪಾದಿಸುತ್ತಿದ್ದೆ. ನನ್ನ ಮೇಲ್ವಿಚಾರಕರು ನನ್ನನ್ನು ತಪ್ಪುತಿಳಿದು, ಭಾರತಕ್ಕೆ ಹಿಂದಕ್ಕೆ ಕಳುಹಿಸಿದರೆ ಏನು ಮಾಡುವುದು? ಗಲ್ಫ್ ವಲಯದಲ್ಲಿ ಕೆಲಸ ಮಾಡುವ ನನ್ನ ಕನಸನ್ನು ಅದು ಭಗ್ನಗೊಳಿಸಬಹುದು. ನನ್ನ ತಾಯಿಯಂತೂ ಕಂಗಾಲಾಗಿ ಹೋಗುತ್ತಾಳೆ. ನನ್ನ ಊರಿನ ಜನರು ಹಾಗೆ ಹಿಂದಕ್ಕೆ ಕಳುಹಿಸಿದರೆ ಏನಂತ ತಿಳಿದುಕೊಳ್ಳುವುದಿಲ್ಲ? ಅವರು ನನ್ನ ಕಡೆಗೆ ನೋಡಿ ತಮಾಷೆ ಮಾಡುವುದಿಲ್ಲವೇ, ನನ್ನನ್ನು ಒಂದು ತಾತ್ಸಾರದ ಸಾಧನವಾಗಿ ಪರಿಗಣಿಸದೆ ಬಿಡುವರೇ? ಎಲ್ಲಾ ಬಗೆಯ ವಿಲಕ್ಷಣ ಯೋಚನೆಗಳು ನನ್ನ ಮನಸ್ಸನ್ನು ಮುತ್ತಿದವು. ನಾನು ಕೆಲಸ ಮಾಡುವ ಅದೇ ಜಾಗದಲ್ಲಿ ಉಳಿಯಲು ನಿಶ್ಚೈಸಿದೆ.

ಮುಂದಿನ ತಿಂಗಳು, ನಾನು ಒಂದು ಕತ್ತರಿ, ಬಾಚಣಿಗೆ ಮತ್ತು ಒಂದು ಶೇವಿಂಗ್ ಕತ್ತಿಯನ್ನು ಕೊಂಡು ತಂದೆ. ಉದ್ಧೇಶವೇನಿತ್ತೆಂದರೆ, ವಾರಾಂತ್ಯದ ಬಿಡುವಿನಲ್ಲಿ, ನನ್ನ ರೂಮಿನಲ್ಲಿದ್ದವರಿಗೆ ಮತ್ತು ಕಟ್ಟಡದ ಕೆಲಸಗಾರರಿಗೆ ಕ್ಷೌರದ ಮತ್ತು ಶೇವಿಂಗ್‌ನ ಸೇವೆಯನ್ನು ಸಲ್ಲಿಸುವುದು. ಈ ಕಲ್ಪನೆ ಅವರ ಅನುಕೂಲಕ್ಕೆ ತಕ್ಕ ಹಾಗೆ ಇದ್ದು, ಮನೆ ಬಾಗಿಲಿಗೆ ಬಾರ್ಬರ್‌ನೊಬ್ಬ ಬಂದು ಸೇವೆ ನೀಡುವುದೆಂದರೆ ಯಾರಿಗೆ ತಾನೇ ಬೇಡವಾಗುತ್ತದೆ? ಅವರೆಲ್ಲಿ ಹೆಚ್ಚಿನವರು ಬಡ ಕಾರ್ಮಿಕರಾಗಿದ್ದು, ನಾನು ಬಹಳ ಕಡಿಮೆ ವೆಚ್ಚವನ್ನಷ್ಟೇ ಅವರಿಂದ ಪಡೆಯುತ್ತಿದ್ದೆ. ನನ್ನಂತೆಯೇ ಉಳಿತಾಯದ ಹಣದಲ್ಲಿ ಅವರೂ ತಮ್ಮ ಮನೆಗೆ ಹಣ ಕಳುಹಿಸುತ್ತಿರಬಹುದೆಂದು ನಾನು ಗ್ರಹಿಸಿದೆ.

ನನ್ನ ಈ ಪಾರ್ಟ್–ಟೈಮ್ ಕೆಲಸ ಪರ್ಶಿಯನ್ ಗಲ್ಫ್‌ನ ಮರಳುತುಂಬಿದ ಕಿನಾರೆಯಲ್ಲಿ ಪ್ರತಿ ಶುಕ್ರವಾರ, ಅಂದರೆ ಅಲ್ಲಿನ ವಾರದ ರಜಾದಿನ ನಡೆಯುತ್ತಿತ್ತು. ಕತ್ತರಿ, ಬಾಚಣಿಗೆ ಮತ್ತೊಂದು ಪ್ಲಾಸ್ಟಿಕ್ ಸ್ಟೂಲು, ಗಿರಾಕಿಗಳು ಕುಳಿತುಕೊಳ್ಳುವುದಕ್ಕೆ ಅಷ್ಟೇ, ನಾನು ಅವರ ಕೂದಲನ್ನು ಕತ್ತರಿಸಿ, ಒಪ್ಪ ಓರಣ ಮಾಡುತ್ತಿದ್ದೆ. ಕೂದಲು ಮತ್ತು ಗಡ್ಡವನ್ನು ಕತ್ತರಿಸುವುದು, ಶೇವಿಂಗ್ ಮಾಡುವುದು ಆ ಜಾಗದಲ್ಲಿ ಕೊಂಚ ಅವ್ಯವಸ್ಥೆಗೆ ಕಾರಣವಾಯಿತು. ಹಾಗೆಂದು, ಜಾಗದ ಒಡೆಯರು ನನ್ನನ್ನು ಆಕ್ಷೇಪಿಸುವುದಕ್ಕೆ ಅಷ್ಟೇ ಸಾಕಾಗಿತ್ತು ಎಂಬುದರಿಂದ, ನಾನು ಜಾಗವನ್ನು ಕೆಲಸದ ನಂತರ ಸ್ವಚ್ಛಗೊಳಿಸಿ, ಎರಚಲ್ಪಟ್ಟ ಕೂದಲನ್ನು ಒಂದು ಪ್ಲಾಸ್ಟಿಕ್ ಬ್ಯಾಗ್‌ಗೆ ತುಂಬಿಸಿ, ನನ್ನ ವಾಸ್ತವ್ಯದ ಕೋಣೆಗೆ ಒಯ್ಯುತ್ತಿದ್ದೆ. ಆ ಮೇಲೆ ಆ ಕಚಡಾವನ್ನು ನಾನು ಕಸದ ಬುಟ್ಟಿಗೆ ಎಸೆಯುತ್ತಿದ್ದೆ.

ಆಲ್‌ಸದ್ದ್ ಸ್ಪೋರ್ಟ್ಸ್ ಕ್ಲಬ್ ಆರಂಭವಾದೊಡನೆ ನಾನು ನನ್ನ ನೌಕರಿಯನ್ನು ಫ್ರಂಟ್ ಆಫೀಸಿನ ಆಪರೇಟರ್ ಆಗಿ ನಿರ್ವಹಿಸತೊಡಗಿದೆ. ಅರೇಬಿಕ್ ಭಾಷೆಯ ತುಸು ಜ್ಞಾನದ ಬಲದಿಂದ, ನನಗೆ ಫೋನ್ ಕರೆಗಳನ್ನು ಸ್ವೀಕರಿಸಲೂ, ಕ್ಲಬ್‌ನ್ನು ಸಂದರ್ಶಿಸುತ್ತಿದ್ದ ಸಂಬಂಧಪಟ್ಟ ಸದಸ್ಯರಿಗೆ ಅದನ್ನು ವರ್ಗಾಯಿಸಲು ಸಾಧ್ಯವಾಗುತ್ತಿತ್ತು. ನಾನು ಮುಂಬಯಿಯಲ್ಲಿದ್ದಾಗ ರ್‍ಯಾಪಿಡೆಕ್ಸ್‌ನಿಂದ ಇಂಗ್ಲಿಷ್ ವಾಕ್ಯಗಳನ್ನು ಕನ್ನಡಕ್ಕೆ ಅನುವಾದ ಮಾಡಲು ಕಲಿತಿದ್ದರಿಂದ ನನಗೆ ಸ್ವಲ್ಪ ಇಂಗ್ಲಿಷ್‌ನ್ನು ಅರ್ಥ ಮಾಡಿಕೊಳ್ಳಲು ಸಾಧ್ಯವಾಗುತ್ತಿತ್ತು.

ಅದೊಂದು ಜಂಬದ ಕ್ಲಬ್ ಆಗಿದ್ದು, ಒಳಾಂಗಣ ಮತ್ತು ಹೊರಾಂಗಣದ

ಆಟಗಳನ್ನು ಆಡುತ್ತಿದ್ದು, ಅಲ್ಲಿಗೆ, ವಾಲಿಬಾಲ್, ಫುಟ್‌ಬಾಲ್, ಹಾಕಿ, ಟೇಬಲ್ ಟೆನ್ನಿಸ್, ಲಾನ್‌ಟೆನ್ನಿಸ್ ಮತ್ತು ಸ್ಕ್ವಾಶ್ ಆಡುವ ಕ್ರೀಡಾಪಟುಗಳು ಬರುತ್ತಿದ್ದರು. ಅವರ ಕೋಚ್‌ಗಳೂ ಕ್ಲಬ್‌ನ್ನು ಸಂದರ್ಶಿಸುತ್ತಿದ್ದು, ಅವರ ಆಟಗಳನ್ನು ನೋಡುವ ಅವಕಾಶವನ್ನು ಕಲ್ಪಿಸಿಕೊಡುವ ಜತೆಗೆ ಅವರನ್ನೆಲ್ಲ ವೈಯಕ್ತಿಕವಾಗಿ ಭೇಟಿ ಮಾಡುವ ಅವಕಾಶ ಸಿಗುತ್ತಿತ್ತು.

ನನ್ನ ಕೆಲಸದ ಸಮಯದ ಬಳಿಕ, ನನಗೆ ಮೈದಾನದಲ್ಲಿ ಆಡಲು ಬಿಡುತ್ತಿದ್ದರು. ನಾನು ಎಲ್ಲಾ ಆಟಗಳಲ್ಲೂ ಆಸಕ್ತಿ ಹೊಂದಿದ್ದರೂ, ಫುಟ್‌ಬಾಲ್ ಮಾತ್ರ ನನ್ನ ಅಚ್ಚುಮೆಚ್ಚಿನ ಆಟವಾಗಿತ್ತು. ಬಾಲ್ಯಾವಸ್ಥೆಯಲ್ಲಿ ಯಾವುದೇ ಮನರಂಜನೆಯ ಚಟುವಟಿಕೆಗಳಿಗೆ ಅವಕಾಶವಿಲ್ಲದೆ, ಕ್ರೀಡೆಗಳತ್ತ ನಾನು ತೆರೆದುಕೊಳ್ಳುವುದು, ಸಲೂನಿಗೆ ತರಿಸುತ್ತಿದ್ದ ಮ್ಯಾಗಜ಼ೀನ್‌ಗಳಿಗಷ್ಟೇ ಸೀಮಿತವಾಗಿತ್ತು. ಆದರೆ ಈಗ, ಮಕ್ಕಳ ಥರ ಬಾಲ್‌ನ್ನು ಹಿಡಿದು ಅದನ್ನು ಕಾಲಿನಿಂದ ನೆಗೆಯುವಂತೆ ಮಾಡಿ ಆಟ ಆಡಬಹುದಿತ್ತು. ಕ್ಲಬ್‌ನ ಮ್ಯಾನೇಜರ್, ಆತಿಫ್ ರಿಜ಼್, ಒಬ್ಬ ಸಂಭಾವಿತ ಮನುಷ್ಯ, ನನ್ನ ಕೆಲಸದ ಬಗ್ಗೆ ಅತೀವ ಸಂತುಷ್ಟನಾಗಿದ್ದ. ಕ್ಲಬ್‌ನ ಅತಿಥಿ ಗೃಹದಲ್ಲಿ, ಅದು ಸಾಕಷ್ಟು ದೊಡ್ಡದೂ ಇತ್ತು, ಅಲ್ಲಿ ದೊಡ್ಡ ಕನ್ನಡಿಗಳನ್ನು ಲಗತ್ತಿಸಿ, ಒಂದು ಸುಖವಾಗಿ ಕುಳ್ಳಿರಬಹುದಾದ ಆಸನವನ್ನೂ ಹೊಂದಿಸಿ, ಆತ ಒಂದು ತಾತ್ಕಾಲಿಕ ಸಲೂನ್‌ನ್ನು ಸಂಘಟಿಸಿದ. ರಿಜ಼್ ನನ್ನನ್ನು ಕ್ಷೌರದ 'ಇಂಜಿನಿಯರ್' ಎಂದು ಸಂಬೋಧಿಸುತ್ತ, ಆಗಂತುಕರನ್ನು ಕ್ಷೌರಕ್ಕಾಗಿ ಪ್ರೇರೇಪಿಸುತ್ತಿದ್ದ. ಆತ ನನ್ನನ್ನು ತನ್ನ ಬಂಗಲೆಗೂ ಕರೆದೊಯ್ದು, ಕುಟುಂಬದ ಸದಸ್ಯರೆಲ್ಲರ ಕೇಶವಿನ್ಯಾಸ ಮಾಡುವ ಅವಕಾಶ ಕಲ್ಪಿಸಿಕೊಟ್ಟ.

ಆತನಿಗೆ ನನ್ನಲ್ಲಿನ ಯಾವ ಗುಣ ಹೆಚ್ಚು ಖುಷಿಕೊಟ್ಟಿದ್ದು ಅಂದರೆ, ನಾನು ಯಾವುದೇ ಕೆಲಸವನ್ನು ಕೈಗೊಂಡರೆ ಅದನ್ನು ಸಮರ್ಪಣಾ ಭಾವದಿಂದ ಅದು ಮುಗಿಯುವವರೆಗೆ ನಿರ್ವಹಿಸುತ್ತೇನೆ ಎಂಬುದು. ಫೋನ್ ಆಪರೇಶನ್, ಬಾರ್ಬರ್ ಕೆಲಸಗಳಿಗೆ ಹೊರತಾಗಿ, ಪೂರ್ತಿ ಕ್ಲಬ್ ಪರಿಸರವನ್ನು ಶುಚಿ ಮಾಡುವ ಕೆಲಸವನ್ನು ನನಗೆ ಒಪ್ಪಿಸಿದ. ಆತನ ಎಲ್ಲಾ ಆದೇಶಗಳನ್ನು ನಾನು ಮನಸಾರೆ ನಿರ್ವಹಿಸಿದೆ.

ಸಮಯ ಕಳೆದ ಹಾಗೆ ನನ್ನ ಸಲೂನ್‌ಗೆ ಬರುವ ಮಂದಿಯ ಸಂಖ್ಯೆ ಹೆಚ್ಚಾಯಿತು, ಅದು ಕೇವಲ ಮಾತಿನ ಪ್ರಚಾರದ ಮೂಲಕ. ಶ್ರೀಮಂತ ವ್ಯಕ್ತಿಗಳು ಯಾರ್‍ಯಾರು ಕ್ಲಬ್‌ಗೆ ಬರುತ್ತಿದ್ದರೋ, ಅವರಿಗೆಲ್ಲ ಕ್ಷೌರಕ್ಕೆ ಹತ್ತು ರಿಯಾಲ್‌ಗಳನ್ನು ಚಾರ್ಜ್ ಮಾಡುತ್ತಿದ್ದರೂ, ಕಟ್ಟಡದ ಕೆಲಸಗಾರರಿಗೆ ಮಾತ್ರ ಹಿಂದಿನ ಶುಲ್ಕದಲ್ಲಿ ಬದಲಾವಣೆ ಮಾಡಲಿಲ್ಲ. ಪ್ರತಿ ಶುಕ್ರವಾರ ನಾನು ನನ್ನ ಸಲಕರಣೆಗಳ ಸಂಗಡ ಸಮುದ್ರ ತೀರಕ್ಕೆ ತೆರಳಿ, ಎರಡು ಜಾಗಗಳಲ್ಲಿ ದಂಧೆಯನ್ನು ನಿರ್ವಹಿಸುತ್ತಿದ್ದೆ, ಒಂದು ನನ್ನ ಮೊದಲಿನ ಜಾಗವೇ, ಇನ್ನೊಂದು ಕಟ್ಟಡ ನಿರ್ಮಾಣದ ಜಾಗ. ಅಲ್ಲಿ ನನ್ನ ಸ್ನೇಹಿತ ಅಚ್ಯುತ ಆಚಾರಿ ಕೆಲಸ ಮಾಡುತ್ತಿದ್ದ. ಆತನ ಕೆಲಸಗಾರರು ಕ್ಷೌರ ಮತ್ತು ಶೇವಿಂಗ್‌ಗಾಗಿ ಕ್ಯೂನಲ್ಲಿ ನಿಂತಿರುತ್ತಿದ್ದರು. ಆಚಾರಿ, ಒಬ್ಬ ಕುಶಲ ಮರದ ಕೆಲಸಗಾರನಿದ್ದು, ಈವೊತ್ತು ಆತ ಮಂಗಳೂರಿನಲ್ಲಿ ಹೆಸರಾಂತ ಪೀಠೋಪಕರಣದ ಉದ್ಯಮಿಯಾಗಿದ್ದಾನೆ.

ಕೆಲವೇ ಸಮಯದ ಅವಧಿಯಲ್ಲಿ ನಾನು ಕ್ಲಬ್ಬಿಗೆ ತಾಲೀಮಿಗಾಗಿ ಬರುತ್ತಿದ್ದ

ಕೋಚ್ ಮತ್ತು ಕ್ರೀಡಾಳುಗಳ ಕ್ಷೌರ ಮತ್ತು ಕೇಶಶೈಲಿಯನ್ನು ನಿರ್ವಹಿಸತೊಡಗಿದೆ. ನಾನು ಯಾವ ಗಿರಾಕಿಯ ಶೇವಿಂಗ್, ಟ್ರಿಮ್ಮಿಂಗ್, ಕ್ಲಿಪ್ಪಿಂಗ್ ಮತ್ತು ವಿನ್ಯಾಸಗಳನ್ನು ಮಾಡುತ್ತಿದ್ದೆನೋ, ಅವೆಲ್ಲ ಒಂದು ಬಗೆಯ ಜಾಗತಿಕ ಮಿಶ್ರಣವಾಗಿರುತ್ತಿತ್ತು. ಜತೆಗೆ ಸ್ಥಳೀಯ ಕತಾರಿಗಳು, ಅವರೆಲ್ಲ ವಿವಿಧ ದೇಶಗಳಿಗೆ ಸಂಬಂಧಿಸಿದವರು, ಯೂರೋಪಿಯನ್, ಬ್ರೆಝಿಲಿಯನ್, ಟ್ಯುನೀಷಿಯನ್, ಟರ್ಕಿಷ್, ಇರಾನಿಯನ್, ಈಜಿಪ್ಶಿಯನ್, ಫಿಲಿಪೈನೋ, ಕೊರಿಯನ್, ಪಾಕಿಸ್ತಾನಿ, ಬಾಂಗ್ಲಾ ದೇಶಿ, ಶ್ರೀಲಂಕನ್ ಮತ್ತು ಇಂಡಿಯನ್ ಆಗಿರುತ್ತಿದ್ದರು.

ದೊಡ್ಡ, ಸಣ್ಣ, ನೇರ, ದಪ್ಪದ, ಗುಂಗುರು, ಬಿರುಸಾದ, ನಯವಾದ, ಸಿಲ್ಕಿನಂತಿರುವ, ಸ್ಪೈಕಿ, ವೇವೀ, ರಿಂಗ್ ಹಾಗೂ ಕೆಲವೊಮ್ಮೆ ಇವೆಲ್ಲವುಗಳ ಮಿಶ್ರಣದ ವೈವಿಧ್ಯಮಯ ಕೂದಲುಗಳು ಕತ್ತರಿಗೂ, ವಿನ್ಯಾಸಕ್ಕೂ ಒದಗುತ್ತಿದ್ದವು. ವಿವಿಧ ಬಣ್ಣಗಳ ಸಹಜ ಕೂದಲುಗಳನ್ನೂ–ಕಪ್ಪು, ಕೆಂಚು, ಬೂದು ಮತ್ತು ಕೆಂಗೂದಲು, ಎಲ್ಲಾ ಬಗೆಯವುಗಳ ಮೇಲೂ ಕೆಲಸ ಮಾಡಿದ್ದೇನೆ. ವಿವಿಧ ದೇಶಗಳಿಗೆ ಸೇರಿದ, ಜನರ ಕೂದಲುಗಳನ್ನು ನಿರ್ವಹಿಸುವ ಅನುಭವ, ಅದೂ ಅಷ್ಟೊಂದು ವೈವಿಧ್ಯಮಯ ರಚನೆಯ ಕೂದಲುಗಳು ಒಂದೇ ಜಾಗದಲ್ಲಿ ಸಿಗುವುದು ನನಗೆ ಶ್ರೀಮಂತ ಹಾಗೂ ಅಮೂಲ್ಯವಾದ ಅನುಭವವನ್ನು ನೀಡಿತು.

ಈ ಬಗೆಯ ಅಂತಾರಾಷ್ಟ್ರೀಯ ಮಟ್ಟದ ವೈವಿಧ್ಯಮಯ ಕೂದಲುಗಳನ್ನು ನಿರ್ವಹಿಸಿದ್ದರಿಂದ ಅದು ನನಗೆ ಅತ್ಯದ್ಭುತವಾಗಿ ಉಪಯೋಗಕ್ಕೆ ಬಂತು. ಎಲ್ಲಕ್ಕೂ ಮುಖ್ಯವಾಗಿ, ಕೂದಲಿನ ಗುಣದ ಮೇಲೆ ಅದಕ್ಕೆ ಯಾವ ವಿಧವಾದ ಕೇಶವಿನ್ಯಾಸ ಒಪ್ಪುತ್ತದೆ ಎನ್ನುವುದನ್ನು ನಿರ್ಧರಿಸುವುದು ಸಾಧ್ಯವಾಯಿತು. ಕೂದಲಿನ ವೈವಿಧ್ಯತೆಯ ಜ್ಞಾನ, ಕೂದಲು ಮತ್ತು ನೆತ್ತಿಯ ಸಮಸ್ಯೆಗಳನ್ನು ಪತ್ತೆ ಹಚ್ಚಲು ಅನುಕೂಲವಾಯಿತು. ಈವೊತ್ತು ನಾನು ಗಿರಾಕಿಗಳಿಗೆ ಕೂದಲ ನಿರ್ವಹಣೆ ಮತ್ತು ಅದನ್ನು ಆರೋಗ್ಯಕರವಾಗಿ ಇಟ್ಟುಕೊಳ್ಳಲು ಮಾಡಬೇಕಾದ ಕ್ರಮಗಳ ಕುರಿತು ಮಾರ್ಗದರ್ಶನ ನೀಡಬಲ್ಲೆ. ಅದು ನಾನೊಬ್ಬ ಬಾರ್ಬರ್‌ನಾಗಿ ನನ್ನ ಕೌಶಲ್ಯವನ್ನು ತಿದ್ದಿತೀಡಿದೆ. ಆರ್ಥಿಕವಾಗಿ, ನನ್ನ ಹೆಚ್ಚುವರಿ ಕೆಲಸದ ನಿರ್ವಹಣೆ ಖಂಡಿತವಾಗಿಯೂ ಆದಾಯವನ್ನು ಹೆಚ್ಚಿಸಿದೆ ಮತ್ತು ಅನುಭವಕ್ಕೆ ಸಂಬಂಧಿಸಿ, ಅದು ನನ್ನನ್ನು ಓರ್ವ ನುರಿತ ಕೇಶಕೌಶಲ್ಯದ ವ್ಯಕ್ತಿಯನ್ನಾಗಿ ಮಾರ್ಪಡಿಸಿದೆ.

ಕ್ಲಬ್‌ಗೆ ಬರುತ್ತಿದ್ದ ಕ್ರೀಡಾಪಟುಗಳು ಕ್ಷೌರ ಮುಂತಾದ್ದಕ್ಕೆ ಮುಂಚಿತವಾಗಿ ತಮ್ಮ ಸಮಯವನ್ನು ನಿಗದಿಪಡಿಸಿಕೊಳ್ಳುತ್ತಿದ್ದರು, ಮತ್ತು ತಾವು ತಂಗಿರುವ ಫೈವ್‌ಸ್ಟಾರ್ ಹೊಟೇಲ್‌ನ ಸಲೂನ್‌ಗಳಿಗಿಂತ ತಮ್ಮ ತಮ್ಮ ರೂಂಗಳಲ್ಲೇ ಅದನ್ನು ಮಾಡಿಸಿಕೊಳ್ಳಲು ಇಷ್ಟಪಡುತ್ತಿದ್ದರು. ನನ್ನ ಕೆಲಸವನ್ನು ಕಂಡು ಇಷ್ಟಪಟ್ಟರೆ, ಅವರು ಟಿ–ಷರ್ಟ್, ವಾಚ್, ಸನ್‌ಗ್ಲಾಸ್ ಮತ್ತು ಟ್ರ್ಯಾಕ್ ಪ್ಯಾಂಟ್‌ಗಳನ್ನು ಉಡುಗೊರೆಯಾಗಿ ನೀಡುತ್ತಿದ್ದರು. ನನ್ನ ಕಪಾಟು ಇಂತಹ ವಸ್ತುಗಳಿಂದ ತುಂಬಿ ಅದೊಂದು ಅಂಗಡಿಯ ಥರ ಬಟ್ಟೆ ಮತ್ತಿತರ ಅಂತಾರಾಷ್ಟ್ರೀಯ ಬ್ರ್ಯಾಂಡ್‌ನ ಸಾಮಗ್ರಿಗಳ ರಾಶಿಯಾಗಿರುತ್ತಿತ್ತು.

ನನ್ನ ಕೆಲಸ ಗರಿಷ್ಠ ಪ್ರಮಾಣದಲ್ಲಿ ಸಾಗುತ್ತಿತ್ತು. ಅದು ನನ್ನಲ್ಲಿ ಗಾಢವಾದ ಸಂಪನ್ನತೆಯನ್ನು ತಂದಿತ್ತು. ಬಾಲ್ಯದಿಂದಲೂ ಅಗಾಧ ಹೋರಾಟದಲ್ಲಿ ಸಿಲುಕಿದ್ದ

ನನಗೀಗ ನನ್ನ ದುಡಿತದ ಫಲವಾಗಿ, ಸ್ವಲ್ಪ ಸವಿಯಾದ ಅನುಭವಗಳನ್ನು ಆಸ್ವಾದಿಸಲು ಸಿಕ್ಕಂತಾಯಿತು. ಅದೂ ನನ್ನ ಇಪ್ಪತ್ತರ ಹರೆಯದ ಕೊನೆಯ ಭಾಗದಲ್ಲಿ. ಹಗಲಿನಲ್ಲಿ ದುಡಿಮೆ ಮತ್ತು ಸಂಜೆಯ ಹೊತ್ತು ಕ್ರೀಡಾಂಗಣದಲ್ಲಿ ಆಟ, ನಿಜಕ್ಕೂ ಅದೊಂದು ಚೇತೋಹಾರಿ ಅವಧಿಯಾಗಿತ್ತು. ನನಗೆ ಅನೇಕ ಸ್ನೇಹಿತರಾದರು, ಅವರ ಮನೆಗಳಿಗೆ ನಾನು ಹೋಗುತ್ತಿದ್ದೆ, ಮತ್ತು ಅವರ ಸ್ಥಳೀಯ ಅಡುಗೆಯ ರುಚಿ ನೋಡುತ್ತಿದ್ದೆ ಮತ್ತು ಸೊಗಸಾದ ಬೆಚ್ಚಗಿನ ಹವೆಯಿಂದ ಮುದಗೊಳ್ಳುತ್ತಿದ್ದೆ. ಆಗೆಲ್ಲ ದೋಹಾದಲ್ಲಿ ಉದ್ರೇಕಕಾರಿ ಬಿಸಿಲಿನ ತಾಪವಿದ್ದರೂ, ನನಗೆ ಮಾತ್ರ ಅದು ಹಿತಕಾರಿಯಾಗಿತ್ತು. ನಾನು ಈ ಹಿಂದೆ ಹೇಳಿದ ಹಾಗೆ ನನಗೆ ಚಳಿಯ ಹವೆ ಇಷ್ಟವಾಗುತ್ತಿರಲಿಲ್ಲ.

ಹೆಸರಾಂತ ಖಲೀಫಾ ಕುಟುಂಬದ ಅರಮನೆಗೆ ನನ್ನ ಭೇಟಿ ನಿಜಕ್ಕೂ ಅದೊಂದು ಅವಿಸ್ಮರಣೀಯ ಅನುಭವವಾಯಿತು. ಅತ್ಯಾಧುನಿಕ ಅಲಂಕಾರದ ಅವರ ವಿಲಾಸೀ ಜೀವನವನ್ನು ಕಂಡು ನನಗೆ ನನ್ನ ಕಣ್ಣುಗಳನ್ನೇ ನಂಬಲಾಗಲಿಲ್ಲ. ಎತ್ತರದ ಚಾವಣಿ, ವೈಭವೋಪೇತ ಷ್ಯಾಂಡಿಲಿಯರ್, ಅಲಂಕೃತ ದೀಪಗಳು, ಶ್ರೀಮಂತ ಒರಗು ದಿಂಬುಗಳು, ದುಬಾರಿಯ ಪರದೆಗಳು, ಮತ್ತು ಮೃದುವಾದ ಕಾಲುಹಾಸುಗಳು, ಇವನ್ನೆಲ್ಲ ನೋಡಿ ನಾನು ಬೆಕ್ಕಸಬೆರಗಾದೆ. ಕಾಲುಹಾಸಿನ ಮೇಲೆ ಒಂದು ಪಾದವನ್ನಷ್ಟೇ ಇಟ್ಟಾಗ, ನಾಲ್ಕು ಇಂಚಿನಷ್ಟು ಅದು ಒಳಕ್ಕೆ ಇಳಿಯುತ್ತಿತ್ತು. ಇವೆಲ್ಲ ನಿಜವೇ, ಎಂದು ನಾನು ಭ್ರಮಾಧೀನನಾದೆ.

ಶಾಲೆಯಲ್ಲಿ ಓದುತ್ತಿದ್ದ ಕಾಲದಲ್ಲಿ, ನಮ್ಮ ಇತಿಹಾಸದ ಪುಸ್ತಕಗಳಲ್ಲಿ, ರಾಜ, ರಾಣಿಯರ ಅರಮನೆಯ ವೈಭವಗಳ ವರ್ಣನೆ ಬರುತ್ತಿತ್ತು. ಆ ಎಲ್ಲಾ ಪುಟಗಳು ಇದೀಗ ನನ್ನ ಕಣ್ಣೆದುರೇ ಜೀವಂತವಾಗಿ ಮೂಡಿಬಂದಂತಾಗಿತ್ತು. ಸ್ವಲ್ಪ ಸಮಯ ನಾನು ಮೂಕವಿಸ್ಮಿತನಾದೆ. ಅಲಂಕಾರಿಕವಾಗಿ ವಿನ್ಯಾಸಗೊಳಿಸಿದ ದೊಡ್ಡ ಜಾಡಿಗಳಲ್ಲಿ ಘಾವಾ ಎನ್ನುವ ಸ್ಥಳೀಯ ಕಾಫಿಯನ್ನು ತುಂಬಿಸಿಟ್ಟಿದ್ದನ್ನು ಕಂಡೆ. ಇಲ್ಲಿಗೆ ನಾನು ಹಲವು ಸಲ ಭೇಟಿ ನೀಡಿದ್ದೆನಾದರೂ, ಪ್ರತಿಸಲ ನಾನು ಕೋಕ್‌ನ್ನು ಮಾತ್ರ ಕುಡಿಯಲು ಆಯ್ಕೆ ಮಾಡುತ್ತಿದ್ದೆ.

ದೋಹಾದಲ್ಲಿ ಅನನ್ಯವಾಗಿ ಉತ್ತಮ ಗುಣಮಟ್ಟದ ಆಹಾರ, ತಾಜಾ ತರಕಾರಿಗಳು, ಮಾಂಸಾಹಾರಿ ಪದಾರ್ಥಗಳು, ಶುಷ್ಕ-ಹಣ್ಣುಗಳು, ಕೇಕ್‌ಗಳು, ಐಸ್‌ಕ್ರೀಂಗಳು ಮತ್ತು ಚಾಕೊಲೇಟ್‌ಗಳು ಹೇರಳವಾಗಿ ಸಿಗುತ್ತಿದ್ದವು. ನಾನು ನನ್ನ ತಾಯಿಯವರ ಅನುಪಸ್ಥಿತಿಯನ್ನು ಬಹಳಷ್ಟು ನೆನಪು ಮಾಡಿಕೊಂಡೆ. ಆಕೆ ಈ ತಿನಿಸುಗಳನ್ನು ತಿಂದು ಅನುಭವಿಸುವ, ಮತ್ತು ಈ ವೈವಿಧ್ಯಮಯ ಶ್ರೀಮಂತ ಪರಿಸರವನ್ನು ನೋಡುವ ಅವಕಾಶ ತಪ್ಪಿತ್ತಲ್ಲ ಎಂದು ಮರುಗಿದೆ. ಕತಾರಿನಿಂದ ಹಿಂದಕ್ಕೆ ಮುಂಬಯಿಗೆ ಬಂದ ಬಳಿಕ, ಹೊಸ ಮನೆಯನ್ನು ಸಜ್ಜುಗೊಳಿಸಿದಾಗ, ಅಮ್ಮ ಅಲ್ಲಿಗೆ ಬಂದಿದ್ದು, ಅಂತಾರಾಷ್ಟ್ರೀಯ ಫುಡ್‌ಫೇರ್‌ನಲ್ಲಿ ತಿನಿಸುಗಳ ರುಚಿ ನೋಡಿದ್ದಾಗಿದೆ. ನಾನು ಆಕೆಯನ್ನು ಹೊರಗಡೆ ಕರೆದೊಯ್ದು, ಮಹಾರಾಷ್ಟ್ರಿಯನ್, ನಾರ್ತ್‌ಇಂಡಿಯನ್, ಇಟಾಲಿಯನ್, ಥಾಯ್, ಚೈನೀಸ್ ಮತ್ತು ಮೆಕ್ಸಿಕನ್ ತಿನಿಸುಗಳನ್ನು ತನ್ನಿಸಿದ್ದಿದೆ. ಈ ಎಲ್ಲಾ ಪಾಕಗಳು, ಆಕೆಗೆ ಚಿರಪರಿಚಿತವಾದ ದಕ್ಷಿಣ ಭಾರತದ ಅಡುಗೆಗಿಂತ ಬೇರೆ

ಅನ್ನಿಸಿದ್ದರೂ, ಥಾಯ್ ಅಡುಗೆ ಮಾತ್ರ ನಮ್ಮ ಊರಿನ ತೆಂಗಿನ ಕಾಯಿ ಹಾಕಿದ ಅಡುಗೆಗೆ ಹತ್ತಿರವಾಗಿದೆ ಎಂದು ಹೇಳಿದಳು.

ಕತಾರ್‌ನ ನನ್ನ ಜೀವನ ಅತ್ಯಂತ ಸಂತೃಪ್ತಿದಾಯಕವಾಗಿತ್ತು ಎಂದು ನಾನು ಹೇಳಬಹುದು. ಕೆಲಸದ ಅನುಭವ, ಆಹಾರ, ವಸತಿ, ಮತ್ತು ಎಲ್ಲಕ್ಕೂ ಮಿಗಿಲಾಗಿ ಯಾರ ಜತೆಗೆ ಅಲ್ಲಿನ ಸ್ಟೇಡಿಯಂ ಸಲೂನ್‌ನಲ್ಲಿ ನಾನು ನೌಕರಿ ಮಾಡಿದ್ದೆನೋ, ಆ ಜನರ ಆತ್ಮೀಯ ಮತ್ತು ಸಂಭಾವಿತ ಸ್ವಭಾವ ನನ್ನ ಅಲ್ಲಿನ ವಾಸ್ತವ್ಯ ಸ್ಮರಣೀಯವಾಗಿಸಿತು. ನನ್ನ ಭವಿಷ್ಯದ ಸಾಧನೆಗಳಲ್ಲಿ, ಕತಾರ್‌ನ ಅನುಭವ ನನಗೆ ಕೆಲಸಗಳಿಗೆ ಉತ್ತಮ ಮೌಲ್ಯವನ್ನು ಒದಗಿಸಿತು ಎನ್ನಬಹುದು. ಕೂದಲಿನ ರಚನೆ, ಆಯಾಯ ಸಂಸ್ಕೃತಿ, ದೇಶ ಮತ್ತು ಖಂಡಗಳಿಗೆ ಅನ್ವಯಿಸಿ ಬದಲಾಗುತ್ತದೆ ಎಂದೂ, ಅಂತಹ ವೈವಿಧ್ಯಮಯ ಕೇಶಗಳನ್ನು ಹೇಗೆ ನಿರ್ವಹಿಸುವುದು ಎನ್ನುವುದನ್ನು ನಾನು ಕಲಿಯಲು ಅನುಕೂಲವಾಯಿತು. ಸಲೂನ್‌ನಲ್ಲಿ ಲಭ್ಯವಿದ್ದ ಅಂತಾರಾಷ್ಟ್ರೀಯ ನಿಯತಕಾಲಿಕಗಳಲ್ಲಿ ಪ್ರಕಟವಾಗುತ್ತಿದ್ದ ವಿನ್ಯಾಸ ಮತ್ತು ಶೈಲಿಗಳನ್ನು ನಾನು ಹೇಗೆ ಅಳವಡಿಸಲು ಸಾಧ್ಯ ಎನ್ನುವ ಜಿಜ್ಞಾಸೆ ನನ್ನಲ್ಲುಂಟಾಯಿತು. ಕೇಶವಿನ್ಯಾಸದ ಕ್ಷೇತ್ರದಲ್ಲಿ ನಾನು ಇನ್ನಷ್ಟು ಪಳಗಬೇಕು ಎನ್ನುವ ಅರಿವು ನನಗಾಯಿತು.

ಎಳೆಯ ಶಿವ ತನ್ನ ತಾಯಿಯೊಂದಿಗೆ, ಸ್ಟುಡಿಯೋದಲ್ಲಿ ತೆಗೆದ ಫೋಟೋ

ಶಿವಾ ಅವರ ತಾಯಿಯ ಒಂದು ಹಳೆಯ ಫೋಟೋ, ಅವರು ತಮ್ಮ ಹಳ್ಳಿಯಲ್ಲಿದ್ದಾಗ

ಶಿವಾ ಹುಟ್ಟಿದ ಮನೆ

ಶಿವಾ ಐದನೇ ತರಗತಿಯವರೆಗೆ ಓದಿದ ಸ್ಯೆಂಟ್ ಲಾರೆನ್ಸ್
ಕನ್ನಡ ಮಾಧ್ಯಮ ಪ್ರೈಮರಿ ಶಾಲೆ

ಶಿವಾ ಅವರ ತಾಯಿ ಕೆಲಸ ಮಾಡಿದ್ದ ಹೊಲಿಗೆ ಕೇಂದ್ರ

ಹಟ್ಟೂರಿನ ಈ ಮನೆಯ ನಿರ್ಮಾಣ ಕಾಲದಲ್ಲಿ ಶಿವಾ
ಮತ್ತು ಅವರ ತಾಯಿ ಕೂಲಿ ಕೆಲಸ ಮಾಡಿದ್ದರು

ಕರಿಮಿನಾಬಾಯಿ ಮನೆಯ ಈ ಆಳವಾದ ಬಾವಿಯಲ್ಲಿ ಶಿವಾ ತನ್ನ ಎಳೆಯ ಪ್ರಾಯದಲ್ಲಿ ಇಳಿದು ಕೆಸರು ತೆಗೆದದ್ದು, ಮರಣಭಯವನ್ನು ಅನುಭವಿಸಿದ್ದು

ಎಲೆಮಡಲಿನಲ್ಲಿನ ಎಕರೆಗಟ್ಟಲೆ ವಿಶಾಲವಾದ ಹಸುರಿನಿಂದ
ಕೂಡಿದ ಚಹಾ ಹಾಗೂ ಅಡಿಕೆ ತೋಟಗಳು

ಎಲೆಮಡಲಿನಲ್ಲಿನ ಶಿವಾ ಅವರ ಚಿಕ್ಕಪ್ಪನ ಮನೆ

ಈಗ ಬೀಗಬಿದ್ದಿರುವ, ಕ್ಷೌರದ ಅಂಗಡಿ.
ಇಲ್ಲಿಯೇ ಶಿವಾ ತಮ್ಮ ಬಾಲ್ಯದಲ್ಲಿ ಕೆಲಸ ಮಾಡಿದ್ದು

ಕ್ಷೌರದಂಗಡಿಯ ಈ ತೂಬಿನ ಜಾಗದಲ್ಲಿ ಶಿವಾ ತನ್ನ ಉಳಿತಾಯದ ಹಣದ ಸಣ್ಣ ಮೊತ್ತವನ್ನು ರಹಸ್ಯವಾಗಿ ಇಡುತ್ತಿದ್ದುದು

ಮುಂಬಯಿಗೆ ಬಂದ ಹೊಸದರಲ್ಲಿ ಶಿವಾ ಕೆಲಸ ಮಾಡಿದ ಬಾಂಡುಪ್‌ನ ಅಜಂತಾ ಸಲೂನ್

ಚಿಕ್ಕಪ್ಪನ ಮನೆಯ ಎದುರಿನ ಈ ತೊರೆಯ ದಡದಲ್ಲಿ ಶಿವಾ ನೆಮ್ಮದಿಯ ತಾವನ್ನು ಕಂಡಿದ್ದು

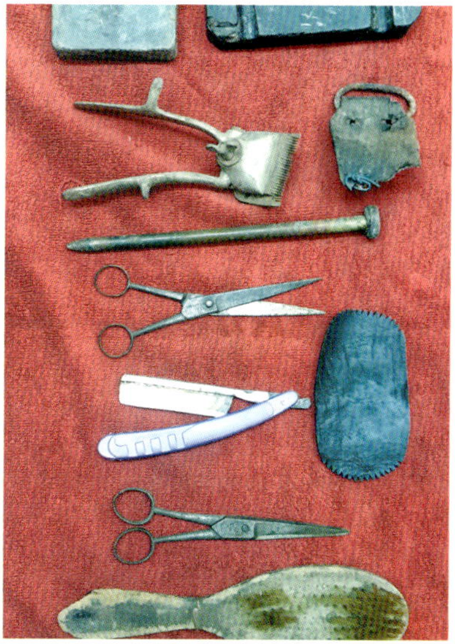

ಎಳೆಯ ಕ್ಷೌರಿಕನಾಗಿದ್ದಾಗ ಶಿವಾ ಬಳಸಿದ ಕ್ಷೌರದ ಸಲಕರಣೆಗಳು

ಮುಂಬಯಿಯ ಬಾಂಡುಪ್‌ನಲ್ಲಿನ ರಘು ಭಂಡಾರಿಯ ಕ್ಷೌರದ ಅಂಗಡಿ, ಕತಾರ್‌ಗೆ ಹೋಗುವ ಮುನ್ನ ಶಿವಾ ಈ ಅಂಗಡಿಯ ಉಸ್ತುವಾರಿ ವಹಿಸಿದ್ದು

ಮುಂಬಯಿಯ ಮಾತುಂಗಾದಲ್ಲಿರುವ ಶಿವಾಸ್ ಪಾರ್ಲರ್

ಪತ್ನಿ, ದಿವಂಗತ ಹರಿಣಾಕ್ಷಿ ಜತೆಗೆ ಶಿವಾ

ಒಂದು ಉದ್ದೇಶವಿರಲಿ. ಆ ಉದ್ದೇಶವನ್ನು ನಿಮ್ಮ ಬದುಕಾಗಿಸಿ–ಅದರ ಬಗ್ಗೆ ಯೋಚಿಸಿ, ಅದರ ಬಗ್ಗೆ ಕನಸು ಕಾಣಿ, ಅದನ್ನು ಜೀವಿಸಿ. ನಿಮ್ಮ ಮಿದುಳು, ಸ್ನಾಯುಗಳು, ನರಗಳು, ನಿಮ್ಮ ದೇಹದ ಪ್ರತಿಯೊಂದು ಭಾಗವೂ, ಆ ಉದ್ಧೇಶದಿಂದಲೇ ತುಂಬಿರಲಿ, ಮತ್ತು ಮಿಕ್ಕುಳಿದ ಸಂಗತಿಗಳನ್ನು ಬಿಟ್ಟುಬಿಡಿ. ಇದುವೇ ಯಶಸ್ಸಿಗಿರುವ ದಾರಿ.

–ಸ್ವಾಮಿ ವಿವೇಕಾನಂದ, ಸಮಾಜ ಸುಧಾರಕ ಮತ್ತು ತತ್ತ್ವಜ್ಞಾನಿ

ಅಧ್ಯಾಯ ಎಂಟು

ವೃತ್ತಿಪರನಾಗಿ ಕಲಿಕೆ

ಹಾಸ್ಯಾಸ್ಪದ, ಮುಜುಗರವನ್ನುಂಟು ಮಾಡುವ ಮತ್ತು ವಿಲಕ್ಷಣ– ಹಾಗಿತ್ತು, ಮುಂಬಯಿಯ ಬ್ರಿಟಿಷ್ ಡೆಪ್ಯುಟಿ ಹೈಕಮಿಷನ್ ಕಚೇರಿಯಲ್ಲಿನ ವೀಸಾ ಆಫೀಸಿನಲ್ಲಿನ ಅಧಿಕಾರಿಗಳೊಂದಿಗಿನ ನನ್ನ ಸಮಾಗಮ ಎಂದು ವಿವರಿಸಬಹುದೇನೋ. ಅವರು ಒಂದು ಪ್ರಶ್ನೆಯನ್ನು ಕೇಳುತ್ತಾರೆ, ನಾನು ನನ್ನ ಸಿದ್ಧಪಡಿಸಿದ ಉತ್ತರವನ್ನು ಅವರಿಗೆ ಹೇಳುತ್ತೇನೆ. ಅವರೇನು ಹೇಳುತ್ತಿದ್ದಾರೆ ಎಂಬುದು ನನಗೆ ತಿಳಿಯುವುದಿಲ್ಲ ಮತ್ತು ನಾನು ಹೇಳುವ ಉತ್ತರಗಳು ಅವರಿಗೆ ಮನದಟ್ಟಾಗುವುದಿಲ್ಲ. ಅದೊಂದು ತೀರಾ ಗೊಂದಲದ ಪರಿಸ್ಥಿತಿ. ನನ್ನ ಕೆಲಸ ಕೆಟ್ಟಿತು ಎಂದೇ ನಾನು ಭಾವಿಸಿದೆ. ನನಗೆ ಇಂಗ್ಲಿಷ್‌ನ ಒಂದು ಶಬ್ದವೂ ಅರ್ಥವಾಗಲಿಲ್ಲ.

ನಾನು ಸಹೃದಯತೆಯಿಂದ ಯು.ಕೆ.ಯಲ್ಲಿ ಸೇರಬೇಕಾಗಿರುವ ಒಂದು ಶೈಕ್ಷಣಿಕ ತರಬೇತಿಯ ಪ್ರವೇಶ ಪತ್ರವನ್ನೂ, ನನಗೆ ಸಿಕ್ಕಿದ ಇತ್ತೀಚಿನ ಪ್ರಶಸ್ತಿಯ ವಿವರಗಳನ್ನೊಳಗೊಂಡ ಪೇಪರ್ ಕಟ್ಟಿಂಗ್‌ನ್ನೂ ಅವರ ಮುಂದೆ ಹಿಡಿದೆ. 1998ರಲ್ಲಿ ಮುಂಬಯಿಯ ವರ್ಲ್ಡ್ ಟ್ರೇಡ್ ಸೆಂಟರ್‌ನಲ್ಲಿ ಜರುಗಿದ ಸಲೂನ್ ಇಂಟರ್‌ನ್ಯಾಶನಲ್, ವರ್ಲ್ಡ್ ಪೀಸ್ ಅವಾರ್ಡ್‌ನವರು ಆಯೋಜಿಸಿದ, ವೈಲ್ಡ್ ಅಂಡ್ ವ್ಯಾಕಿ ಹೇರ್‌ಷೋ ಸ್ಪರ್ಧೆಯಲ್ಲಿ ನನಗೆ ಪ್ರಥಮ ಬಹುಮಾನ ಬಂದಿತ್ತು.

ತೀರ್ಪುಗಾರರಲ್ಲಿ ಒಬ್ಬರಾಗಿದ್ದ ಚೇರ್‌ಮನ್ ಕ್ರಿಸ್ಟೋಫರ್ ಮಾನ್ಸ್–ಫೆಲೋಷಿಪ್ ಆಫ್ ಬ್ರಿಟಿಷ್ ಹೇರ್ ಕಟ್ಟಿಂಗ್ ಅಂಡ್ ಕಮಿಷನರ್– ಸಲೂನ್ ಇಂಟರ್‌ನ್ಯಾಶನಲ್, ನಿಜಕ್ಕೂ ನನ್ನ ವಿನ್ಯಾಸದ ಕೃತಿಯನ್ನು ಬಹಳ ಮೆಚ್ಚಿಕೊಂಡಿದ್ದರು. ಒಬ್ಬ ಮಾಡಲ್‌ನ ತಲೆಯ ಹಿಂದುಗಡೆ ನಾನು ಒಂದು ಶಾಂತಿಯ ಸಂಕೇತವನ್ನು ನಿರ್ಮಿಸಿ ಅದಕ್ಕೆ ಬಣ್ಣ ಕೊಟ್ಟಿದ್ದೆ. ಕ್ರಿಸ್ಟೋಫರ್ ಅವರು ನನಗೆ ಲಂಡನ್‌ನ ವಿದಾಲ್ ಸಸ್ಸೂನ್ ಅಕಾಡೆಮಿಯಲ್ಲಿ ವಿಸ್ತೃತ ಶಿಕ್ಷಣ ತರಬೇತಿಯನ್ನು ಪಡೆಯುವಂತೆ ಸೂಚಿಸಿದರು. ಹಾಗಾಗಿ ನಾನು ವೀಸಾಕ್ಕಾಗಿ ಅಲ್ಲಿದ್ದೆ ಮತ್ತು ಅದು ಸುಲಭವಾಗಿ ದಕ್ಕಬಹುದೆಂದು

ಕೊಂಡಿದ್ದೆ.

ಆಮೇಲೆ ನಾನು ನನ್ನ ಇತರ ಸೃಜನಾತ್ಮಕ ರಚನೆಗಳ ಫೋಟೋಗಳನ್ನು ಅಧಿಕಾರಿಗಳಿಗೆ ತೋರಿಸಿದೆ. ಅದರಲ್ಲಿ ದೇಶೀಯ ವಿನ್ಯಾಸದ ಮಾದರಿಗಳನ್ನು ಗಿರಾಕಿಗಳ ತಲೆಗೂದಲಿನಲ್ಲಿ ಮಾಡಿದ್ದನ್ನು ತೋರಿಸಿದೆ. ಉದಾಹರಣೆಗೆ, ನಾನು ಓರ್ವ ಗಿರಾಕಿಯ ಕೂದಲಿನಲ್ಲಿ 'ಬಝ್ ಎಫೆಕ್ಟ್'ನಲ್ಲಿ ಫೂಟ್‌ಬಾಲ್ ಮೈದಾನವನ್ನು ನಿರ್ಮಿಸಿ, ಅಲ್ಲಿ ಆಟಗಾರರನ್ನು ಸೃಷ್ಟಿಸಿದ್ದೆ. ಇನ್ನೊಬ್ಬರ ತಲೆಯ ಮೇಲೆ ನಾನು ಬಾಸ್ಕೆಟ್ ಬಾಲ್ ಕೋರ್ಟ್‌ನ್ನು ನಿರ್ಮಿಸಿದ್ದೆ. ಇನ್ನೋರ್ವ ವ್ಯಕ್ತಿಯ ತಲೆಯ ಹಿಂಭಾಗ, ಕುಪ್ರಸಿದ್ಧ ಅರಣ್ಯ ಚೋರ ವೀರಪ್ಪನ್‌ನ ಹ್ಯಾಂಡಲ್ ಬಾರ್ ಮೀಸೆಯನ್ನು ತಯಾರಿಸಿದ್ದೆ. ನನಗೆ ಪ್ರಶಸ್ತಿಯನ್ನು ತಂದುಕೊಟ್ಟ ಶಾಂತಿ ಚಿಹ್ನೆಯ ಫೋಟೋವನ್ನು ಕೂಡಾ ಅವರಿಗೆ ತೋರಿಸಿದೆ.

ಚಿತ್ರಗಳನ್ನು ಕಂಡ ಬಳಿಕ ಅವರು ಮಂದಸ್ಮಿತರಾಗಿ ನಕ್ಕರು. ನನ್ನ ಪಯಣಕ್ಕಿರುವ ಕಾರಣವನ್ನು ವೀಸಾ ಅಧಿಕಾರಿಗಳಿಗೆ ಈಗ ಅರ್ಥವಾಗಿತ್ತು. ನನ್ನ ಪೇಪರ್‌ಗಳನ್ನು ಮಗುಚುತ್ತ, ಪರಸ್ಪರ ನಗುವನ್ನು ವಿನಿಮಯ ಮಾಡಿಕೊಳ್ಳುತ್ತ, ಅವರು ತಮ್ಮೊಳಗೆ ಮಾತಾಡಿಕೊಂಡರು. ಅವರು ಏನು ಮಾತಾಡಿಕೊಂಡರು ಎನ್ನುವುದು ಸ್ಪಷ್ಟವಾಗದೆ ಭಾಷೆ ನನಗೊಂದು ತೊಡಕಾಗಿತ್ತು. ಏನಿದ್ದರೂ, ಅವರು ನನ್ನ ಕೆಲಸವನ್ನು ಅನುಮೋದಿಸಿದ್ದಾರೆ ಎಂಬುದಂತೂ ಖಾತ್ರಿಯಾಯಿತು. ಅವರಲ್ಲಿ ಒಬ್ಬ ಅಧಿಕಾರಿ ಸಂಕೇತ ಭಾಷೆಯಲ್ಲಿ ಚಿತ್ರವನ್ನು ತೋರಿಸುತ್ತ, ಅದೇ ರೀತಿಯ ಕೇಶವಿನ್ಯಾಸವನ್ನು ಅವರಿಗೂ ಮಾಡಬಹುದೇ ಎಂದು ಕೇಳಿದರು. ನಾನು ಉತ್ಸಾಹದಿಂದ ಆಗಬಹುದೆಂದೆ. ಅವರು ಪೂರ್ತಿಯಾಗಿ ಸಂತುಷ್ಟರಾಗಿ, ನನಗೆ ವೀಸಾವನ್ನು ನೀಡಿದರು.

ವರ್ಲ್ಡ್ ಪೀಸ್ ಅವಾರ್ಡ್ ನನ್ನ ಸೃಜನಶೀಲ ಕಾಯಕಕ್ಕೆ ಸಂದ ಕೇವಲ ಒಂದು ಶ್ಲಾಘನೆಯಾಗಿರಲಿಲ್ಲ, ಅದೊಂದು ಭಾಗ್ಯದ ಬಾಗಿಲಾಗಿತ್ತು. ಅದು ನನಗೆ ನನ್ನ ರಚನಾತ್ಮಕ ವೃತ್ತಿ ಜೀವನದಲ್ಲಿ, ಅನುಪಮ ಕೊಡುಗೆಯಾಗಿ ಪರಿಣಮಿಸಿ, ಮುಂದೆ ನಾನೊಬ್ಬ ಶ್ರೇಷ್ಠ ಮಟ್ಟದ ಕೇಶ ವಿನ್ಯಾಸಕ, ಕೇಶ ಶೈಲಿಯ ರೂವಾರಿ, ವಿಶೇಷಜ್ಞ ಹಾಗೂ ಕೇಶದ ಮತ್ತು ಸೌಂದರ್ಯ ವಲಯದ ಓರ್ವ ಕುಶಲ ಕಲಾವಿದ ಎಂದು ಗುರುತಿಸಲ್ಪಟ್ಟೆ. ಅದು ನನಗೆ ಅಸಂಖ್ಯ ಸಾಧನಾ ಮಾರ್ಗಗಳನ್ನು ತೆರೆಯಿಸಿತು. ನನ್ನ ವೃತ್ತಿಯಲ್ಲಿ ನನಗೆ ಅನೇಕ ಪ್ರಶಸ್ತಿಗಳು ಬಂದಿದ್ದರೂ, ಪ್ರತಿಷ್ಠಿತ ಪೀಸ್‌ಅವಾರ್ಡ್ ನನ್ನ ಬದುಕಿನ ಮೊತ್ತಮೊದಲ ಪುರಸ್ಕಾರವಾಗಿದ್ದರಿಂದ ಅದನ್ನು ವಿಶೇಷವೆಂದು ಪರಿಗಣಿಸುತ್ತೇನೆ.

ಅಂತಾರಾಷ್ಟ್ರೀಯ ಹೇರ್‌ಸ್ಟೈಲ್ ಸ್ಪರ್ಧೆಯಲ್ಲಿ ಥಾಮಸ್ ಎಂಬ ಕಾಲೇಜ್ ಹುಡುಗ ನನ್ನ ಗಿರಾಕಿಯೂ ಆಗಿದ್ದು, ನನ್ನ ಮಾಡೆಲ್ ಆಗಿದ್ದ. ಹಿಂದೊಮ್ಮೆ ಆತನನ್ನು ರೂಪದರ್ಶಿಯಾಗಿ ಫೋಟೋ ಶೂಟ್ ನಾನು ಮಾಡಿಸಿದ್ದೆ. ಆತನ ತಲೆಯ ಹಿಂದುಗಡೆಯೇ ನಾನು ಈ ಶಾಂತಿ ಸಂಕೇತದ ವಿನ್ಯಾಸವನ್ನು ಬಣ್ಣದಲ್ಲಿ ಮಾಡಿದ್ದೆ.

ಅದೊಂದು ಹೊಳೆಯುವ ನಕ್ಷತ್ರದಂತೆ ಕಂಡು ಬಂದಿತ್ತು. ಅದೇ ಪ್ರಥಮ ಬಾರಿಗೆ ನಾನು ಒಬ್ಬ ಗಿರಾಕಿಯ ತಲೆಯ ಮೇಲೆ ಬಣ್ಣವನ್ನು ಉಪಯೋಗಿಸಿದ್ದೆ. ಆತನ ಮುಂದಲೆಯ ಪಾರ್ಶ್ವದಲ್ಲಿ ನಾನು ಹರಳುಗಳನ್ನು ಪೋಣಿಸಿ, ಅವನಿಗೊಂದು ಆಫ್ರೋ ನೋಟವನ್ನು ನೀಡಿದ್ದೆ. ಥೋಮಸ್‌ನ ಶರ್ಟ್‌ನ ಮೇಲೆ ಅಚ್ಚು ಹಾಕಲಾಗಿದ್ದ ಓಂ ಚಿಹ್ನೆ ಆತನನ್ನು ಓರ್ವ ಸರ್ವ ಸ್ವತಂತ್ರ–ಆಧ್ಯಾತ್ಮಿಕ ವ್ಯಕ್ತಿಯನ್ನಾಗಿ ಪರಿವರ್ತಿಸಿತ್ತು. ಸುಪ್ರಿಯಾ ಎಂಬ ಓರ್ವ ವನಿತಾ ರೂಪದರ್ಶಿ ಜತೆಗೂ ನಾನು ಕೆಲಸ ಮಾಡಿದ್ದು, ಆಕೆಯ ಹೆರಳಿಗೆ ಹೂವುಗಳನ್ನು ಪೋಣಿಸಿದ್ದೆ. ಆ ಪೂರ್ತಿ ಪರಿಕಲ್ಪನೆ ಸ್ವಾತಂತ್ರ್ಯದ ಸಂಕೇತವನ್ನು ಸೂಚಿಸುತ್ತಿದ್ದು, ನಿಜಕ್ಕೂ 60ರ ದಶಕದ ಪುಷ್ಪಶಕ್ತಿಯ ದಿನಗಳನ್ನು ನೆನಪಿಗೆ ತರುತ್ತಿದ್ದವು.

ನಾವು ಶಾಂತಿ ಸಂಕೇತದ ಪ್ರದರ್ಶನವನ್ನು ರ್‍ಯಾಂಪ್‌ನ ಮೇಲೆ ಪ್ರಸ್ತುತ ಪಡಿಸುತ್ತ ಥಾಮಸ್ ನಡೆದು ಬರುತ್ತಿದ್ದ ಹಾಗೆ ಎಲ್ಲರೂ ಎದ್ದು ನಿಂತು ಜಯಘೋಷವನ್ನು ಹಾಕಿದರು. ಒಂದು ಪ್ರಧಾನ ಸಂಗೀತ ಚಾನೆಲ್‌ನ ವೀಡಿಯೋ ಜಾಕಿಯಾಗಿದ್ದು, ಮತ್ತು ತೀರ್ಪುಗಾರರಲ್ಲಿ ಒಬ್ಬರಾಗಿದ್ದ ರೂಬಿ ಭಾಟಿಯಾ, ಬಹಳ ಹೊತ್ತಿನವರೆಗೆ ಚಪ್ಪಾಳೆಯನ್ನು ತಟ್ಟಿದರು. ತೀರ್ಪುಗಾರರು ನನ್ನ ಕೆಲಸವನ್ನು ಮೆಚ್ಚಿಕೊಂಡಿದ್ದಾರೆ ಎನ್ನುವುದೇ ನನ್ನ ಗ್ರಹಿಕೆಯಾಗಿತ್ತು. ನಾನು ಮೊದಲ ಸುತ್ತಿನಿಂದಲೇ ಮೌನವಾಗಿ ಪ್ರಾರ್ಥಿಸುತ್ತಲೇ ಇದ್ದೆ, ಯಾಕೆಂದರೆ ಇತರ ಭಾಗಿಗಳು ಬಹಳ ಬಿರುಸಿನ ಸ್ಪರ್ಧೆಯನ್ನು ನೀಡುವಂತಿತ್ತು. ಅವರ ಪ್ರದರ್ಶನಗಳು ದಿಟ್ಟ ಮತ್ತು ವಿಲಕ್ಷಣ ವಿನ್ಯಾಸಗಳನ್ನು ಹೊಂದಿದ್ದವು.

ಓರ್ವ ಸ್ಪರ್ಧಿ ಬಣ್ಣ ಬಣ್ಣದ ಪಟ್ಟಿಗಳನ್ನು ವಿನ್ಯಾಸಗೊಳಿಸಿದ್ದು, ಅದು ಒಬ್ಬ ರಾಕ್ ಸ್ಟಾರ್‌ನಂತೆ ಕಂಡರೆ, ಇನ್ನೊಬ್ಬ, ರಾಸ್ತಾಫೇರಿನ್ಸ್ ಥರ ಲಾವಣ್ಯದಿಂದ ಪೈಂಟ್ ಮಾಡಿದ ಸ್ಕಾರ್ಫ್‌ನ್ನು ತೊಟ್ಟಿದ್ದ. ಇನ್ನೂ ಮುಂದೆ ಹೋಗಿ ಮತ್ತೊಬ್ಬ ಕರ್ನಾಟಕದ ಯಕ್ಷಗಾನದ ಮುಖವರ್ಣಿಕೆಯನ್ನು ತೀಡುವ ಪ್ರಯತ್ನ ಮಾಡಿದ್ದ. ವೇದಿಕೆಯಂತೂ ವರ್ಣಮಯ ಉಲ್ಲಾಸದೊಂದಿಗೆ ವೈಭವವನ್ನು ಮೆರೆಯಿತು.

ವೇದಿಕೆಯನ್ನೇರುವ ಮೊದಲು, ಥಾಮಸ್, ಇತರ ಸ್ಪರ್ಧಿಗಳ ವರ್ಣಿಕೆಗಳನ್ನು ನೋಡಿ ತುಸು ಉದ್ವಿಗ್ನಗೊಂಡಂತೆ ತೋರಿತು ಮತ್ತು ತನ್ನ ಗೆಲುವಿನ ಬಗೆಗೆ ಆತಂಕವನ್ನು ವ್ಯಕ್ತಪಡಿಸಿದ. ನಾನು ಆತನಲ್ಲಿ ಭರವಸೆಯನ್ನು ತುಂಬಿ, ದಿಟ್ಟವಾಗಿ ಹೆಜ್ಜೆ ಹಾಕುತ್ತಾ ಸಾಗು ಎಂದು ಹೇಳಿದೆ. ಸಂಜೆಯ ಹೊತ್ತು ತೀರ್ಪುಗಾರರು ನಮ್ಮ ಪ್ರದರ್ಶನಕ್ಕೆ ಪ್ರಥಮ ಬಹುಮಾನವನ್ನು ಘೋಷಿಸಿದಾಗ, ನಾವು ಅದನ್ನು ವೈಭವದಿಂದ ಆಚರಿಸುವ ಮನಃಸ್ಥಿತಿಯಲ್ಲಿದ್ದೆವು. ತೀರ್ಪುಗಾರರು ಮತ್ತಷ್ಟು ನಮ್ಮ ಕೃತಿಯನ್ನು ಮೆಚ್ಚಿಕೊಳ್ಳಲು ಕಾರಣವೆಂದರೆ, ನಾವು ಸಹಜವಾದ ರೀತಿಯಲ್ಲಿ ಕೂದಲನ್ನು ಮಾತ್ರ ಬಳಸಿದ್ದೆವು ಹೊರತು ಇನ್ನಿತರ ಸಾಧನಗಳನ್ನು ಬಳಸಿರಲಿಲ್ಲ.

ಕ್ರಿಸ್ಟೋಫರ್ ಮಾನ್ಸ್ ಯು.ಕೆ.ಯಲ್ಲಿ ನಾನೊಂದು ಶಿಕ್ಷಣ ತರಬೇತಿಯನ್ನು ಕೈಗೊಳ್ಳುವುದು ವಿಹಿತವೆಂದರಲ್ಲದೆ, ಇನ್ನಿತರ ವಿವರಗಳಿಗಾಗಿ ತಮ್ಮನ್ನು ಸಂಪರ್ಕಿಸ

ಬೇಕೆಂದು ತಮ್ಮ ವಿಸಿಟಿಂಗ್ ಕಾರ್ಡ್‌ನ್ನು ನನಗೆ ಕೊಟ್ಟರು. ಅವರ ಮಾತುಗಳನ್ನು ನಾನು ಹೆಚ್ಚು ಮೌಲ್ಯಯುತವಾಗಿ ಪರಿಗಣಿಸಿ, ಅವರ ಜತೆಗೆ ನಿರಂತರ ಇ-ಮೈಲ್‌ಗಳ ಮುಖೇನ ಸಂಪರ್ಕದಲ್ಲಿದ್ದು, ಲಂಡನ್‌ನ ವಿದಾಲ್ ಸಸ್ಸೂನ್ ಅಕಾಡೆಮಿಯಲ್ಲಿ ಪ್ರವೇಶವನ್ನು ಪಡೆಯಲು ಯತ್ನಿಸಿದೆ.

ಅದೇ ವರ್ಷ ನಾನು ಒಂದು ವಾರದ ಅವಧಿಯ ಇನ್ನೊಂದು ಶೈಕ್ಷಣಿಕ ತರಬೇತಿಯನ್ನು ಲಂಡನ್‌ನ ಮಾರ್ಬಲ್ ಆರ್ಚ್‌ನಲ್ಲಿರುವ ಪ್ರೀಮಿಯರ್ ಅಕಾಡೆಮಿಯಲ್ಲಿ ಪಡೆದೆ. ನಾನು ಶಾಲೆಯನ್ನು ಬಿಟ್ಟ ಬಳಿಕ ಕ್ಲಾಸಿಗೆ ಹೋಗಿ ಕಲಿಯುವುದು ಅದು ಮೊದಲ ಬಾರಿಯಾಗಿತ್ತು.

ನಾನು ಬಹಳ ಉತ್ಸುಕನೂ ಆಗಿದ್ದೆ ಅದೇ ವೇಳೆ ಸ್ವಲ್ಪ ಉದ್ವಿಗ್ನಗೊಂಡಿದ್ದೆ, ಅಂತಾರಾಷ್ಟ್ರೀಯ ಮಟ್ಟದಲ್ಲಿನ ಹೊಸ ಹೊಸ ಕೇಶ ವಿನ್ಯಾಸಗಳು ಮತ್ತು ನೂತನ ಶೈಲಿಗಳನ್ನು ಕಲಿಯಬೇಕಾಗಿತ್ತು. ಅದೊಂದು ಪ್ರಪಂಚವನ್ನೇ ಮೀರಿ ಹೋಗುವ ಅನುಭವವನ್ನು ನೀಡುವ ತರಬೇತಿಯಗಿತ್ತು.

ಖಂಡಿತವಾಗಿಯೂ ಅದೊಂದು ಅಂಥದ್ದೇ ಅನುಭವ. ಸೃಜನಾತ್ಮಕವಾಗಿ ಏನಾದರೂ ಇದ್ದರೆ, ಅದು ಅದರ ಅಂತಿಮ ಘಟ್ಟವನ್ನು ತಲುಪಿದಂತೆನಿಸಿತು ನನಗೆ. ನಾನು ಸುಲಲಿತವಾಗಿ ಮುಂದೆ ನುಗ್ಗಿ ನನ್ನ ಕಲ್ಪನೆಗಳಿಗೆ ಹೊಸ ರೂಪ ಕೊಡುವ ಮಟ್ಟಕ್ಕೆ ಸಾಗಿದ್ದೆ ಎನ್ನಬಹುದು. ಕ್ಲಾಸಿಗೆ ಮೊದಲ ದಿನ ಪ್ರವೇಶಿಸಿದಾಗ, ನನ್ನ ಹೃದಯ ಬಡಿದುಕೊಳ್ಳುತ್ತಿತ್ತು. ದಿನವಿಡೀ ಮನಸ್ಸನ್ನು ತಲ್ಲಣಗೊಳಿಸುವಷ್ಟು ವೈವಿಧ್ಯಮಯ ಕೇಶ ವಿನ್ಯಾಸಗಳನ್ನು ಕಾಣುವ ಭಾಗ್ಯ ನನ್ನದಾಯಿತು. ನಾನು ನನ್ನ ಕಣ್ಣುಗಳನ್ನೇ ನಂಬಲಿಲ್ಲ. ನಾನೆಂದೂ ನೋಡಿರದ, ವೈವಿಧ್ಯಮಯ ವಿನ್ಯಾಸಗಳ ವ್ಯಾಪ್ತಿಯ ಹರಹಿನಲ್ಲಿ ಒಬ್ಬೊಬ್ಬ ರೂಪದರ್ಶಿ ರ‍್ಯಾಂಪ್‌ನ ಮೇಲೆ ನಡೆಯುತ್ತ ಬಂದ ಹಾಗೆ ನಾನು ಮೂಕವಿಸ್ಮಿತನಾದೆ.

ಅಕಾಡೆಮಿ ನನಗೆ ಇತ್ತೀಚಿನ ಫ್ಯಾಷನ್ ಬ್ರೋಷರ್‌ಗಳನ್ನು ಮತ್ತು ಮ್ಯಾಗಝೀನ್‌ಗಳನ್ನು ತಿರುವಿ ಹಾಕಲು ಅವಕಾಶ ನೀಡಿತು. ನಾನು ಈ ಮೊದಲು ಪರದೇಶದ ಮ್ಯಾಗಝೀನ್ ಗಳಲ್ಲಿ ಫ್ಯಾಷನ್ ಶೈಲಿಗಳನ್ನು ನೋಡಿರಲಿಲ್ಲವೆಂದಲ್ಲ, ದೋಹಾದ ಸ್ಪೋರ್ಟ್ಸ್ ಕ್ಲಬ್‌ನ ಮ್ಯಾಗಝೀನ್‌ಗಳಲ್ಲಿ ನಾನಾ ವಿಧದ ಕೇಶ ವಿನ್ಯಾಸದ ಫೋಟೋಗಳನ್ನು ನಾನು ಹಿಂದೆ ನೋಡಿದ್ದೆ. ಅಂತಹ ಕೆಲಸದ ತಾಣದಲ್ಲಿ ನನಗೆ ಚಾಲ್ತಿಯಲ್ಲಿದ್ದ ಸಾಕಷ್ಟು ಅಂತಾರಾಷ್ಟ್ರೀಯ ಮಟ್ಟದ ಶೈಲಿಗಳ ಪರಿಚಯವಾಗಿತ್ತು.

ಆದರೆ ಇಲ್ಲಿನ ಅಕಾಡೆಮಿಯಲ್ಲಿ, ಅಂತಹ ಸೃಜನಾತ್ಮಕ ಶೈಲಿಗಳನ್ನು ನನ್ನ ಕಣ್ಣ ಮುಂದೆಯೇ ಸೃಷ್ಟಿಯಾಗುತ್ತಿರುವುದು ವಿಶೇಷವೆನ್ನಿಸಿತು. ಇಲ್ಲಿನ ಬೋಧಕರು, ಬೇರೆ ಬೇರೆ ಕೇಶ ವಿನ್ಯಾಸದ ತಂತ್ರಗಳನ್ನು ನಿರಂತರವಾಗಿ ಕಾರ್ಯರೂಪದಲ್ಲಿ ಮಾಡಿ ತೋರಿಸುತ್ತಿದ್ದರು. ತರಬೇತಿಯ ಅವಧಿಯಲ್ಲಿ ಆಯ್ದ ರೂಪದರ್ಶಿಗಳನ್ನು ಕರೆಸಿ, ಕೆಲವು ಅಸಾಮಾನ್ಯ ವಿನ್ಯಾಸಗಳನ್ನು ತೋರಿಸಿ ನಮ್ಮ ಪ್ರತಿಕ್ರಿಯೆಗೆ ಭಾಜನರಾಗುತ್ತಿದ್ದರು.

ನನ್ನ ಕಲ್ಪನೆಯನ್ನಂತೂ ಅಸೀಮಿತ ಉತ್ತುಂಗಕ್ಕೆ ಏರುವಂತೆ ಮಾಡಿದೆ. ನಾನು ಹಲವು ಬಗೆಯ ಕಟ್‌ಗಳನ್ನು, ಬಣ್ಣಗಳನ್ನು ಮತ್ತು ಕೇಶವಿನ್ಯಾಸದ ಲಭ್ಯವಿರುವ ಎಲ್ಲಾ ಸಾಧನಗಳನ್ನು ಬಳಸಿ ಪ್ರಯೋಗಕ್ಕೆ ಎರವಾದೆ.

ನಾನು ನನ್ನ ಮನಸ್ಸಿನೊಳಗೆಯೇ, ಕೆಲವೊಂದು ಅಂತಾರಾಷ್ಟ್ರೀಯ ಶೈಲಿಗಳನ್ನು ನಮ್ಮ ದೇಶೀಯ ಶೈಲಿಗಳೊಡನೆ ಹೋಲಿಸುತ್ತಿದ್ದೆ. 80ರ ದಶಕದಲ್ಲಿ, ಜನರು ಈಗಿನ ಹಾಗೆ ಸಾಹಸಿಗಳಾಗಿರಲಿಲ್ಲ. ಮಹಿಳೆಯರು ಸ್ವಲ್ಪ ಅಲಂಕಾರಕ್ಕೆ ಒತ್ತು ಕೊಡುತ್ತಿದ್ದರೂ, ಗಂಡಸರು ಇದ್ದ ಹಾಗೆಯೇ ಇರುವುದಕ್ಕೆ ಬಯಸುತ್ತಿದ್ದರು. ಹೊರ ದೇಶಗಳಲ್ಲಿ ಜನರು ಸಣ್ಣ ಕೂದಲನ್ನು ಒಂದು ಪ್ರಾಯೋಗಿಕ ನೆಲೆಯಲ್ಲಿ ಇಷ್ಟಪಡುತ್ತ, ತಮ್ಮ ಕಲ್ಪನೆಯನ್ನು ಸಾಕಾರಗೊಳಿಸುವತ್ತ ಸಾಗಿದ್ದರು. ಒಂದು ಬಾಬ್ ಕಟ್‌ನ ಒಂದು ಪಾರ್ಶ್ವ ಬೇರೆಯೇ ಬಣ್ಣದಲ್ಲಿದ್ದದ್ದು ಮತ್ತು ಇತರ ಭಾಗ ಸಹಜ ಬಣ್ಣದಲ್ಲಿದ್ದದ್ದು ಕಂಡಾಗ, ನನ್ನ ಬೆರಗಿನ ಔಚಿತ್ಯವನ್ನು ಊಹಿಸಿಕೊಳ್ಳಬಹುದು. ಅಥವಾ ಕೂದಲ ಗುಪ್ಪೆಯನ್ನು ಎರಡೂ ಪಾರ್ಶ್ವಗಳಲ್ಲಿ ಕುರಿಯ ಕಿವಿಗಳ ಹಾಗೆ ನೇತಾಡಲು ಬಿಟ್ಟು ಸಣ್ಣ ಕೂದಲು ನಡುವೆ ಮುಖ್ಯ ಭಾಗವನ್ನು ಅಲಂಕರಿಸಿದರೆ ಹೇಗೆ?

ಭಾರತದಲ್ಲಿ ಇಂತಹ ದಿಟ್ಟ ಕೇಶವಿನ್ಯಾಸವನ್ನು ಯಾರಾದರೂ ಪ್ರಯತ್ನಿಸಲು ಧೈರ್ಯ ಮಾಡುವರೇ? ಆ ಬಗ್ಗೆ ಚಿಂತಿಸಿ. 90ರ ದಶಕದ ಕೊನೆಯ ಭಾಗದಲ್ಲೂ, ಗಿರಾಕಿಗಳು ಕೂದಲ ಶೈಲಿಗಳ ಬಗ್ಗೆ ಎಷ್ಟೊಂದು ಮಡಿವಂತಿಕೆಯನ್ನು ತೋರಿಸುತ್ತಿದ್ದರು. ಹೆಚ್ಚಿನ ಮಹಿಳೆಯರು ಉದ್ದ ಕೂದಲನ್ನು ಹೊಂದಿದ್ದು, ಇಲ್ಲೊಂದು ಅಲ್ಲೊಂದು ಸಣ್ಣ ಪ್ರಮಾಣದ ಪುಟಿದು ಕಾಣುವ ಆಕಾರವನ್ನು ನೀಡುತ್ತಿದ್ದರು. ಹಣೆಯ ಮೇಲಿನ ಕೂದಲ ಚಿಕ್ಕ ಅಂಚಿನ ನಮೂನೆಯನ್ನು ಕಂಡಾಗ, ಭಾರತದಲ್ಲಿ 'ರಸ್ನಾ ಕಟ್' ಎಂದು ಪ್ರಚಾರಕ್ಕೆ ಬಂದಿದ್ದು, ಅದು 90ರ ದಶಕದ ಆದಿ ಭಾಗದಲ್ಲಿ, ಆ ಪಾನೀಯದ ಜಾಹೀರಾತಿನ ಹುಡುಗಿಯ ಕೇಶಶೈಲಿಯಾಗಿತ್ತು. ಅದಕ್ಕೂ ಮೊದಲಿನ ಅಂತಹ ಕೂದಲ ಅಂಚು 'ಸಾಧನಾ ಕಟ್' ಎಂದು ಪ್ರಖ್ಯಾತವಾಗಿತ್ತು; ಬಾಲಿವುಡ್‌ನ ಸಿನಿಮಾ ತಾರೆ ದಿ। ಸಾಧನಾರ ಆ ಶೈಲಿ ಅಂದು ಮನೆಮಾತಾಗಿತ್ತು, ಯಾಕೆಂದರೆ ಆಕೆ ತನ್ನ ಹೆಚ್ಚಿನ ಸಿನಿಮಾಗಳಲ್ಲಿ ಅದೇ ಶೈಲಿಯನ್ನು ಅನುಸರಿಸುತ್ತಿದ್ದರು; ಅದು ಹಾಲಿವುಡ್‌ನ ತೇಜಸ್ವೀ ಸಿನಿಮಾ ನಟಿ ದಿ। ಆ್ಯಡ್ರೀ ಹೆಪ್‌ಬರ್ನ್‌ನ ಅನುಕರಣೆಯಾಗಿತ್ತು. ಈಗಷ್ಟೇ ಗಿರಾಕಿಗಳು ವಿಲಕ್ಷಣದ ಮತ್ತು ಅಸಂಪ್ರದಾಯಿಕ ಶೈಲಿಗಳನ್ನು ಆಗ್ರಹಿಸುತ್ತಿರುವುದು.

ವಾರದಾದ್ಯಂತ ನಡೆದ ತರಬೇತಿಯಲ್ಲಿ, ನಾನು ಹಲವು ತಂತ್ರಗಳನ್ನು ಮತ್ತು ಶೈಲಿಗಳಲ್ಲಿನ ಸೂಕ್ಷ್ಮ ಪ್ರಕಾರಗಳನ್ನು ಕಲಿತುಕೊಳ್ಳಲು ಸಾಧ್ಯವಾಯಿತು. ಹೆಚ್ಚು ಶಕ್ತಿಯ ಹೇರ್ ಡ್ರೈಯರ್, ವಿವಿಧ ಬಗೆಯ ಬಾಚಣಿಗೆ, ಕತ್ತರಿ, ಬ್ರಶ್, ಹೈಲೈಟ್‌ಗಳು ಮತ್ತು ಬಣ್ಣ ನೀಡುವ ಕಲೆಗಾರಿಕೆಯನ್ನು ಕಲಿತೆ. ಒಂದು ಪೆಡಲ್ ಬ್ರಶ್ ಮತ್ತು ಟೆಲಿ–ಕೂಂಬ್‌ಗಳ ನಡುವಿನ ವ್ಯತ್ಯಾಸವನ್ನು ಬಣ್ಣಗಾರಿಕೆ ಮತ್ತು ಜಾಗತಿಕ ವ್ಯಾಪ್ತಿಯ ಹೈಲೈಟಿಂಗ್ ಮತ್ತು ಸೆರಮ್, ಮೌಸ್ಸೆ ಮತ್ತು ಸಿಂಪಡಿಕೆಗಳ ಸೂಕ್ತ ಬಳಕೆಯ

ವಿಧಾನಗಳನ್ನು ಕಲಿತೆ. ವಿನ್ಯಾಸವನ್ನು ಒದಗಿಸುವ ಸಮಯ, ಹಿಂದಿನ ಭಾಗದಲ್ಲಿ 90 ಕೋನದಲ್ಲೂ, ಪಾರ್ಶ್ವಗಳಲ್ಲಿ 60 ಡಿಗ್ರಿಯಲ್ಲೂ ಕೂದಲನ್ನು ಹಿಡಿದು ಕತ್ತರಿಸುವುದರಲ್ಲೂ ಪಳಗಿದೆ.

ಬಹುತೇಕ ಪಾಶ್ಚಿಮಾತ್ಯರಲ್ಲಿ ಕೂದಲು ಮೃದುವಾಗಿದ್ದು ಮತ್ತು ತಲೆಯ ಮೇಲ್ಪದರು ಸೂಕ್ಷ್ಮವಾಗಿರುತ್ತದೆ. ತಲೆಯ ಮೇಲ್ಭಾಗದ ಚರ್ಮ ನವಿರಾಗಿದ್ದು, ಪ್ರಾಯಶಃ ಅದು ವಿವಿಧ ಉತ್ಪನ್ನಗಳ ಮತ್ತು ಅವುಗಳಲ್ಲಿನ ರಾಸಾಯನಿಕಗಳ ಬಳಕೆಯಿಂದಾಗಿರಬಹುದು. ತಲೆಯೋಡಿನ ಮೇಲೆ ಬಾಚಣಿಗೆಯನ್ನು ಓಡಿಸುವಾಗ ಹೇಗೆ ಅದನ್ನು ನವಿರಾಗಿ ಬಳಸಬೇಕು ಎಂಬ ಅರಿವು ಅಗತ್ಯವಿರುತ್ತದೆ, ಕೂದಲಿನ ಗಂಟುಗಳನ್ನು ಹೋಗಲಾಡಿಸುವಾಗ, ಅದನ್ನು ಎಳೆಯುವಾಗ, ಜಗ್ಗುವಾಗ ಹೆಚ್ಚಿನ ಎಚ್ಚರ ವಹಿಸಬೇಕಾಗುತ್ತದೆ. ಅಂತಹ ಒರಟಾಗಿ ಕೂದಲನ್ನು ಬಾಚುವ ಕ್ರಮ ಭಾರತದಲ್ಲಿ ಸಾಮಾನ್ಯವಾಗಿರುತ್ತದೆ. ಹಳ್ಳಿಗಳಲ್ಲಿ ಹೆಂಗಳೆಯರು ಬಾಚಣಿಗೆಯನ್ನು ಬಿರುಸಾಗಿ ಕೂದಲ ಮೇಲೆ ಮತ್ತು ತಲೆಯ ಮೇಲೆ ಎಳೆಯುತ್ತಾರೆ ಮತ್ತು ಕೂದಲ ಕೊನೆಯಲ್ಲಿ ತುರುಬು ಇಲ್ಲವೇ ಕೂದಲನ್ನು ಜಡೆಯಾಗಿ ಹೆಣೆದು ಬಿಡುತ್ತಾರೆ. ನಮ್ಮ ನೆತ್ತಿಯ ಭಾಗ ಒರಟಾದ ಬಾಚುವಿಕೆಗೂ ಬಲವಾಗಿ ಒಗ್ಗಿಕೊಳ್ಳುತ್ತದೆ.

ನನ್ನ ಪ್ರಕಾರ, ಯುರೋಪಿಯನ್‌ಗಳು, ಶೈಲಿಗಳ ಪ್ರದರ್ಶನದ ಬಗ್ಗೆ ಹೆಚ್ಚು ಕಾಳಜಿ ವಹಿಸುತ್ತಾರೆ. ಅಲ್ಪ ಕೂದಲಿನಲ್ಲೇ ಅವರು ಬಹಳ ಸೊಗಸಾಗಿ ಸಿದ್ಧಗೊಳಿಸಿ, ಲಾವಣ್ಯವತಿಯರಾಗಿ ಮತ್ತು ಫ್ಯಾಷನ್‌ನೊಂದಿಗೆ ಕಾಣಿಸುತ್ತಾರೆ.

ಕೂದಲಿಗೆ ಶಾಂಪೂ ಮತ್ತು ಕಂಡಿಷನರ್‌ಗಳನ್ನು ಹಾಕಿ ಹಿಂದಲೆ ವಾಶ್ ಮಾಡುವ ಕಲೆಯನ್ನು, ಗಿರಾಕಿಗೆ ಯಾವುದೇ ಇರಿಸುಮುರಿಸು ಆಗದಂತೆ ಮಾಡುವಂತೆ ಕಲಿಸಿಕೊಟ್ಟರು. ನೀರನ್ನಾಗಲೀ, ಯಾವುದೇ ರಾಸಾಯನಿಕ ಉತ್ಪನ್ನವನ್ನಾಗಲೀ ಗಿರಾಕಿಯ ಮುಖ ಅಥವಾ ಮೈಮೇಲೆ ಬೀಳದಂತೆ ಎಚ್ಚರ ವಹಿಸುವುದೂ ಅವಶ್ಯವಿತ್ತು.

ಅಕಾಡೆಮಿಯ ಸಮವಸ್ತ್ರ- ಒಂದು ಕಪ್ಪು ಓವರ್‌ಕೋಟ್- ಒಂದು ನಗೆಯ ಹೆಮ್ಮೆ ಮತ್ತು ಗೌರವವನ್ನು ನೀಡುವಂತಿತ್ತು. ಅಂತಹ ವಸ್ತ್ರ ಧಾರಣೆ ಒಟ್ಟಂದದಲ್ಲಿ, ನಮ್ಮ ವೃತ್ತಿಗೆ ಮನ್ನಣೆಯನ್ನು ತಂದುಕೊಡುವ ರೀತಿಯಲ್ಲಿತ್ತು. ವೈದ್ಯರು ಮತ್ತು ವಕೀಲರು ಕಪ್ಪು ಮತ್ತು ಬಿಳುಪು ಬಟ್ಟೆಯನ್ನು ಧರಿಸುವ ಹಾಗೆ, ಇತರ ವೃತ್ತಿನಿರತರಿಗಿಂತ ಭಿನ್ನವಾಗಿ ತೋರುತ್ತಾರೆ.

ತರಬೇತಿಯ ಸಮಯದಲ್ಲಿ ಬಟ್ಟೆ ಧರಿಸುವ ಮತ್ತು ಕೇಶವಿನ್ಯಾಸದ ಬದಲಾವಣೆಯ ಕುರಿತಾದ ಜನರಲ್ಲಿನ ಆಸಕ್ತಿಯನ್ನು ಗುರುತಿಸಿದೆ. ಸ್ವಾಗತಕಾರಿಣಿ ಕೂಡಾ ಪ್ರತಿನಿತ್ಯ ಒಳ್ಳೆಯ ಕೇಶವಿನ್ಯಾಸವನ್ನು ಮಾಡಿರುತ್ತಿದ್ದಳು. ತಲೆಯ ಮೇಲೆ ಕೆಲವೇ ಕೂದಲು ಇದ್ದರಷ್ಟೂ ಸಾಕು, ಅದನ್ನು ಅಚ್ಚುಕಟ್ಟಾಗಿ ಕತ್ತರಿಸಲೂ ಬಹುದು, ಬಣ್ಣ ಬಳಿದು ಫ್ಯಾಷನ್ ಕೂಡಾ ಮಾಡಲು ಸಾಧ್ಯ. ಅಂತಹ ಅರಿವು ಇಂದು ಭಾರತದಲ್ಲೂ ವ್ಯಾಪಿಸತೊಡಗಿದೆ.

ನನ್ನ ಬಹುದೊಡ್ಡ ನ್ಯೂನತೆ ಅಂದರೆ ನನ್ನ ಇಂಗ್ಲಿಷ್. ಅಂದು ನನ್ನ ಭಾಷಾ

ಜ್ಞಾನ ಇಂದಿನ ಹಾಗಿರಲಿಲ್ಲ. ಅನೇಕ ಅಧ್ಯಯನದ ವಿಷಯಗಳನ್ನು ಕ್ಲಾಸ್‌ರೂಂನ ಕಪ್ಪುಹಲಗೆಯ ಮೇಲೆ ಬರೆದಿರುತ್ತಿದ್ದರು. ಅದನ್ನು ತಿಳಿಯುದಾದರೂ ಹೇಗೆ? ಅಂತಹ ಯಾವುದೇ ಮಾಹಿತಿಯನ್ನು ನಾನು ಕಳೆದುಕೊಳ್ಳುವುದಕ್ಕೆ ತಯಾರಿರಲಿಲ್ಲ. ಅದು ನನ್ನನ್ನು ಮೊದಮೊದಲು ಕಾಡಿತು, ಆದರೆ ಅದೊಂದು ನನ್ನ ಕಲಿಕೆಗೆ ತೊಡಕಾಗಬಾರದು ಎಂದು ಭಾವಿಸಿದೆ.

ಅಧ್ಯಾಪಕರು ನನ್ನ ಸಾಹಸಮಯ ಪ್ರವೃತ್ತಿಯನ್ನು ತಿಳಿದಿದ್ದರು ಮತ್ತು ಪಾಠಗಳನ್ನು ವಿವರಿಸುವಾಗ ಅವರು ಸಹಾಯವನ್ನು ಒದಗಿಸುತ್ತಿದ್ದರು ಮತ್ತು ನನ್ನ ಕಲಿಕೆಯಲ್ಲಿ ಸಹಕರಿಸುತ್ತಿದ್ದರು. ಬೋಧಕರನ್ನು ಸಮೀಪಿಸುವುದಕ್ಕೆ ನಾನೆಂದೂ ಹಿಂದೇಟು ಹಾಕುತ್ತಿರಲಿಲ್ಲ. ಎಲ್ಲಾ ಬಗೆಯ ವಿಸ್ತೃತ ಶೈಲಿಗಳನ್ನೂ ಹೊಸ ಉತ್ಪನ್ನಗಳನ್ನೂ ನಾನು ಕಲಿಯಬೇಕೆಂದುಕೊಂಡಿದ್ದೆ, ಹಾಗಾಗಿ ನಾನು ಪದೇ ಪದೇ ಪ್ರಶ್ನೆಗಳನ್ನು ಕೇಳುತ್ತ ನನ್ನ ಸಂದೇಹಗಳನ್ನು ಪರಿಹರಿಸಿಕೊಳ್ಳುತ್ತಿದ್ದೆ. ಅವರು ನನ್ನ ಪ್ರಶ್ನೆಗಳಿಗೆ ಉತ್ತರಿಸುವುದರ ಜತೆಗೆ ಎಲ್ಲವನ್ನೂ ಬೇಕೆಂದೇ ನಿಧಾನವಾಗಿ ವಿವರಿಸುತ್ತ, ನನಗೆ ಪ್ರತಿಯೊಂದು ಪದವೂ ತಿಳಿಯುವಂತೆ ಮಾಡುತ್ತಿದ್ದರು.

ಹನ್ನೆರಡು ವಿದ್ಯಾರ್ಥಿಗಳಿದ್ದ ತರಗತಿಯಲ್ಲಿ ಕೆಲವರು ಬೆಲ್ಜಿಯಂ ಮತ್ತು ಗ್ರೀಸ್‌ನವರಿದ್ದರು, ನಾನೊಬ್ಬನೇ ಭಾರತದಿಂದ ಹೋಗಿದ್ದೆ ಮತ್ತು ನನಗಷ್ಟೇ ಭಾಷೆ ಬರುತ್ತಿರಲಿಲ್ಲ. ಈ ಸಮಸ್ಯೆಯನ್ನು ದೂರೀಕರಿಸುವ ಸಲುವಾಗಿ ನಾನು ಕ್ಲಾಸಿನಲ್ಲಿ ಒದಗಿಸಿದ ಹೆಡ್‌ಫೋನ್‌ನ್ನು ಉಪಯೋಗಿಸುತ್ತಿದ್ದೆ, ಅದರಿಂದ ನನಗೆ ಹೆಚ್ಚು ಗಮನವನ್ನು ಕೇಂದ್ರೀಕರಿಸಲು ಸಾಧ್ಯವಾಗುತ್ತಿತ್ತು. ಥಿಯರಿಯನ್ನು ವಿವರಿಸುವಾಗ ಹೆಡ್‌ಫೋನಿನ ಬಳಕೆ ನನಗೆ ಬಹಳಷ್ಟು ಅನುಕೂಲವಾಯಿತು. ಮನೆಗೆ ಹಿಂದಿರುಗಿದ ಬಳಿಕ, ಅವೇ ಧ್ವನಿಮುದ್ರಣಗಳನ್ನು ನಾನು ಮತ್ತೆ ಮತ್ತೆ ಕೇಳುತ್ತ ಅದನ್ನು ಸಂಪೂರ್ಣವಾಗಿ ಮನದಟ್ಟು ಮಾಡಿಕೊಳ್ಳುತ್ತಿದ್ದೆ. ಪ್ರಯೋಗದ ಪಾಠಗಳು ನನಗೆ ಹೆಚ್ಚು ಸುಲಭವಾಗಿ ಕಂಡಿದ್ದವು, ಯಾಕೆಂದರೆ ನಾನು ಅವನ್ನು ನೋಡುತ್ತಲೇ ಕಲಿಯಬಹುದಾಗಿತ್ತು. ಆ ಶೈಲಿಯ ತಂತ್ರಗಳನ್ನು ಮತ್ತು ವಿನ್ಯಾಸದ ಉತ್ಪನ್ನಗಳನ್ನು ನಾನು ಅಲ್ಲಿ ನಮಗೆ ಕಲಿಕೆ ಭಾಗವಾಗಿ ಒದಗಿಸುತ್ತಿದ್ದ ರೂಪದರ್ಶಿಗಳ ಮೇಲೆ ಪ್ರಯೋಗಿಸಲು ಸಾಧ್ಯವಾಗುತ್ತಿತ್ತು. ನನ್ನ ಬೋಧಕರು ನನ್ನ ಕೆಲಸವನ್ನು ಕಂಡು ಬಹಳ ಸಂಪ್ರೀತರಾಗಿದ್ದರು.

ನನ್ನ ಕೇಶಶೈಲಿ ಯಾವುದೇ ರೂಪದರ್ಶಿಗೆ ಸಮಾಧಾನವನ್ನು ಕೊಟ್ಟಿದ್ದರೆ, ಆಕೆ ಬಂದು ನನಗೆ ವಂದನೆ ಹೇಳುವುದರ ಜತೆಗೆ ಕೆನ್ನೆಗೆ ಒಂದು 'ಪೆಕ್'ನ್ನು ಕೊಡುವುದರ ಮೂಲಕ ತನ್ನ ಸಂತಸವನ್ನು ವ್ಯಕ್ತಪಡಿಸುತ್ತಿದ್ದಳು. ಈ ಬಗೆಯ ಪ್ರಕ್ರಿಯೆ ನನಗೆ ಹೊಸತೇ ಆಗಿತ್ತು. ಅವರ ಪ್ರಶಂಸೆಯನ್ನು ನಾನು ನಗುತ್ತಾ ಸ್ವೀಕರಿಸುತ್ತಿದ್ದೆ.

ನಮ್ಮ ತರಬೇತಿಯ ಕೊನೆಯ ದಿನ ನಮಗೆಲ್ಲ ಸರ್ಟಿಫಿಕೇಟ್‌ಗಳನ್ನು ಪ್ರದಾನ ಮಾಡುತ್ತ, ಅದನ್ನು ಶಾಂಪೇನ್ ಹೊಮ್ಮಿಸಿ ಚಿಮುಕಿಸುವುದರ ಮೂಲಕ ಸಂಭ್ರಮಿಸಿದರು. ಈ ಸಂದರ್ಭದಲ್ಲಿ ನಾನೊಂದು ಸೂಟ್‌ನ್ನು ಧರಿಸಿದ್ದೆ. ಎಲ್ಲರೂ ನನ್ನನ್ನು ಅಭಿನಂದಿಸುತ್ತ, ನಾನು ಸುಂದರವಾಗಿ ಕಾಣಿಸುತ್ತಿದ್ದೇನೆ ಎಂದು ಹೇಳಿದರು. ಅದು ನನಗೆ ಸಂತಸ

ನೀಡಿತು. ನಮ್ಮ ಮುಖ್ಯ ಅಧ್ಯಾಪಕರು, ಒಂದು ಸಣ್ಣ ಕೂದಲಿನ ಜೊಂಪೆ ನನ್ನ ಕಿವಿಯ ಬದಿಯಲ್ಲಿ ಇಳಿಬಿದ್ದಿದ್ದನ್ನು ಕಂಡರು. ಅದಕ್ಕೆ ನಾನು ಹೆಚ್ಚು ಮಹತ್ವ ನೀಡಿಲ್ಲವೆಂದಾದರೂ ಅವರು ಅದನ್ನು ಅಸಹಜವೆಂದು ಹೇಳಿದರು ಮಾತ್ರವಲ್ಲ ಒಂದು ಕಾರ್ಡ್‌ಲೆಸ್ ಟ್ರಿಮ್ಮರ್‌ನ್ನು ಉಪಯೋಗಿಸಿ ಅದನ್ನು ನೀಗಿಸಿಬಿಟ್ಟರು.

'ಈಗ ಇದು ಪರಿಪೂರ್ಣವಾಗಿ ಕಾಣಿಸುತ್ತಿದೆ' ಎಂದು ಪ್ರತಿಕ್ರಿಯಿಸಿದರು. ಒಂದು ಹಾರ್ದಿಕ ನಗುವಿನೊಂದಿಗೆ ನಾನು ಅವರನ್ನು ವಂದಿಸಿದೆ. ಅಕಾಡೆಮಿಯಲ್ಲಿ ಪ್ರತಿಯೋರ್ವರೂ ಯಾವುದೇ ಒಂದು ಸಣ್ಣ ಉಪಕಾರಕ್ಕೂ ಧನ್ಯವಾದ ಹೇಳುವುದನ್ನು ನಾನು ಗಮನಿಸಿದ್ದೆ. ಅವರ ಆ ಸರಳ ನಡವಳಿಕೆಯನ್ನು ನಾನು ಕೂಡಾ ನನ್ನ ದೈನಂದಿನ ವ್ಯವಹಾರದಲ್ಲಿ ಅಳವಡಿಸಿಕೊಳ್ಳಲು ಪ್ರಜ್ಞಾಪೂರ್ವಕವಾಗಿ ಪ್ರಯತ್ನಿಸಿದ್ದೇನೆ.

ಲಂಡನ್‌ನಲ್ಲಿ ನಾನು ಸುಮಾರು ಒಂದು ತಿಂಗಳ ಕಾಲವಿದ್ದೆ. ನನ್ನ ಅತಿಥೇಯರಾದ ಪುರುಷೋತ್ತಮ ಸೋಟಾ ತಮ್ಮ ಪತ್ನಿ ಕುಮುದ್‌ಬೆನ್, ಮಕ್ಕಳಾದ ರಾಹುಲ್ ಮತ್ತು ಆಶಿಕ್ ಹಾಗೂ ಮಗಳು ಪ್ರಿಯಾ ಅಂತೆಯೇ ಆಕೆಯ ಪತಿ ಭವೇಶ್ ಕೋಟಕ್, ಓರ್ವ ಎಲುಬು ತಜ್ಞ ಡಾಕ್ಟರ್ ಜತೆಗೆ ವಾಸ್ತವ್ಯದಲ್ಲಿದ್ದರು.

ನನ್ನ ತರಬೇತಿಯ ಬಳಿಕ ನಾನು ಲಂಡನ್‌ನ ಪ್ರವಾಸಕ್ಕೆ ತೆರಳಿ ಅಲ್ಲಿನ ರಮ್ಯಮನೋಹರ ದೃಶ್ಯಗಳನ್ನೂ, ಜತೆಗೆ ಸ್ಥಳೀಯರ ಫ್ಯಾಷನ್ ಜಾಗೃತಿಯನ್ನೂ ಮನದಣಿಯೆ ಆಸ್ವಾದಿಸಿದೆ. ನಾನು ರಸ್ತೆಯಲ್ಲಿ ನಡೆದಾಡುವಾಗೆಲ್ಲ, ನನ್ನ ಕಣ್ಣುಗಳು ಜನರ ಕೇಶದ ಮೇಲೆಯೇ ನೆಟ್ಟಿರುತ್ತದೆ. ತಮ್ಮ ಕೂದಲನ್ನು ಅವರು ಹೇಗೆ ಇಟ್ಟಿದ್ದಾರೆ ಎಂಬುದೇ ನನ್ನ ಜಿಜ್ಞಾಸೆ. ಸದಾ ಸಿದ್ಧ ಎನ್ನುವ 'ಅಪ್‌ಡು' ಶೈಲಿಯ ಸಮ್ಮಿಲನವೇ ಹೆಚ್ಚು ಜನಜನಿತವಾಗಿದ್ದು, ಪ್ರಾಯಶಃ ಉದ್ಯೋಗಸ್ಥ ಮಹಿಳೆಯರಿಗೆ ಅದು ಹೆಚ್ಚು ಪ್ರಾಯೋಗಿಕವಾಗಿದ್ದಿರಬೇಕು ಮತ್ತು ತಮ್ಮ ಕೆಲಸದ ತಾಣಕ್ಕೆ ತಲುಪಲು ಸುಲಭವಾಗುವಂತಿದ್ದಿರಬೇಕು.

ಈ ಅಪ್‌ಡುಗಳಲ್ಲೂ ವೈವಿಧ್ಯತೆಯನ್ನು ಕಾಣಬಹುದಿತ್ತು– ಕೆಲವರು ತಮ್ಮ ಕೂದಲನ್ನು ಬನ್ ಥರಾ, ಗಂಟಿನ ಥರಾ, ಒಂದು ಚಿಗ್ನೋನ್ ಥರಾ ಇಲ್ಲವೇ ಪೋನಿಟೈಲ್‌ನ್ನು ಕಟ್ಟಿರುತ್ತಿದ್ದರು. ಅಪ್‌ಡು ಶೈಲಿ ಧಾರಕರ ಸೌಕರ್ಯವಾಗಿದ್ದು, ಕೂದಲು ಗಂಟು ಬೀಳುವ ಸಾಧ್ಯತೆ ಬಹಳ ಕಡಿಮೆಯಾಗಿರುತ್ತದೆ. ಅಂತಹ ಅಪ್‌ಡು ಶೈಲಿ ಹೆಂಗಸರಿಗೆ ಓರಣವಾದ, ಒಪ್ಪವಾದ ಮತ್ತು ಮೃದುವಾದ ಸೊಬಗನ್ನು ನೀಡುತ್ತದೆ. ಕೆಲವೊಮ್ಮೆ ಅದನ್ನು ಮುತ್ತುಗಳಿಂದ, ಗುಂಗುರಿನಿಂದ, ಚಿಕ್ಕ ಜಡೆಗಳಿಂದ ಅಥವಾ ಯಾವುದೇ ಬಗೆಯ ಹೆಚ್ಚುವರಿ ಜೋಡಣೆ ಅದನ್ನು ಪಾರ್ಟಿಗೆ ಹೋಗುವ ನೋಟವನ್ನು ನೀಡಬಲ್ಲುದು.

ಇನ್ನೊಂದು ವರಸೆ ಪ್ರಚಲಿತದಲ್ಲಿದ್ದುದು ಅಂದರೆ ಚುಚ್ಚುವುದು– ಕಿವಿ ಚುಚ್ಚುವುದಂತೂ ಸಾಮಾನ್ಯ, ಭಾರತೀಯರಲ್ಲಿ ಪ್ರಚಲಿತದಲ್ಲಿರುವ ಹಾಗೆ, ಆದರೆ ತುಟಿಗಳಿಗೆ, ಕಣ್ಣುಗಳಿಗೆ ಮತ್ತು ಹೊಕ್ಕುಳಲ್ಲಿ ಚುಚ್ಚುವುದನ್ನು ನಾನು ಮೊದಲ ಬಾರಿಗೆ ನೋಡಿದ್ದೆ. ಅಂತಹ ವಿಲಕ್ಷಣ ಪ್ರವೃತ್ತಿಗಳು ಅವರ ದೇಹದ ಭಾಗಗಳನ್ನು

ಊನಗೊಳಿಸಿದಂತಾಗುತ್ತದೆ ಎಂದು ನನಗೆ ತೋಚಿತು. ಟ್ಯಾಟ್ಟೂಗಳು ಇನ್ನೊಂದು ಜನಮರಳು, ಶರೀರದಾದ್ಯಂತ ಬಣ್ಣಗಳಿಂದ ಹಚ್ಚೆಕೊಚ್ಚಿಕೊಳ್ಳುವುದು. ಹೆನ್ನಾವನ್ನು ಉಪಯೋಗಿಸಿ ಟ್ಯಾಟ್ಟೂಗಳ ತಾತ್ಕಾಲಿಕ ವಿನ್ಯಾಸಗಳನ್ನು ಬರೆದುಕೊಳ್ಳುವುದು ಹೊಸ ಸಾಧ್ಯತೆ. ಕಾಲಿನಲ್ಲಿ, ಪಾದದಲ್ಲಿ, ಕೈಗಳಲ್ಲಿ, ಕೊರಳು ಮತ್ತು ಹಣೆಯಲ್ಲಿ ಹೆನ್ನಾವನ್ನು ಬಳಸಿ ವಿನ್ಯಾಸಗಳನ್ನು ಬರೆಯುವುದಿದೆ. ಈ ಪ್ರವೃತ್ತಿ ನನಗೆ ಬಹಳವಾಗಿ ಹಿಡಿಸಿತು.

ತನ್ನ ಲಾವಣ್ಯಕ್ಕಾಗಿ, ಫ್ಯಾಷನ್‌ನ ಅರಿವು, ಜೀವನ ಮಟ್ಟ ಮತ್ತು ತಮ್ಮ ಕ್ಷೇತ್ರದಲ್ಲಿ ದುಡಿಯುವ ಹುಮ್ಮಸ್ಸನ್ನು ತೋರುವ ವೃತ್ತಿಪರರು, ಅದೂ ಒಂದು ಸಂಸ್ಕೃತಿ ಎಂದು ನಾನು ಮೆಚ್ಚಿಕೊಂಡರೆ, ಒಬ್ಬ ಸಾಂಪ್ರದಾಯಿಕ ಭಾರತೀಯ ಹಿನ್ನೆಲೆಯಿಂದ ಬಂದಿದ್ದ ನನ್ನಂಥವನಿಗೆ ಅದೊಂದು ಬೆರಗು ಮೂಡಿಸುವ ವಿಷಯವೂ ಆಗಿತ್ತು.

ಸುತ್ತಣ ಪ್ರಪಂಚವನ್ನೇ ಲೆಕ್ಕಿಸದೆ, ಹುಡುಗರು ಮತ್ತು ಹುಡುಗಿಯರು ಧೂಮಪಾನದಲ್ಲಿ ತೊಡಗಿರುವುದನ್ನು ಕಂಡು ನಾನು ವಿಚಲಿತನಾದೆ ಮತ್ತು ಅಷ್ಟೇ ಅತೀವವಾಗಿ ದಿಗ್ಭ್ರಮೆಗೊಂಡೆ.

ಹದಿನೆಂಟರ ಪ್ರಾಯದಲ್ಲೇ, ಮಕ್ಕಳು ತಮ್ಮ ತಮ್ಮ ಹೆತ್ತವರನ್ನು ತ್ಯಜಿಸಿ ಸ್ವತಂತ್ರವಾಗಿ ಜೀವಿಸಲು ತೊಡಗುವುದನ್ನು ಕಂಡು ನಾನು ನಿಬ್ಬೆರಗಾದೆ. ಭಾರತದಲ್ಲಿ ಇದು ತದ್ವಿರುದ್ಧ. ಹದಿನೆಂಟರಲ್ಲಿ ನಾವು ಇನ್ನೂ ಹೆತ್ತವರೊಂದಿಗೆ ಜತೆಯಾಗಿಯೇ ಇರುತ್ತೇವೆ ಮತ್ತು ಮುಂದಿನ ದಿನಗಳಲ್ಲಿ ಅವರನ್ನು ನೋಡಿಕೊಳ್ಳುವುದಕ್ಕೆ ಇಷ್ಟಪಡುತ್ತೇವೆ. ನಿಜಕ್ಕೂ ನಾನು ಊರಲ್ಲಿದ್ದಾಗ, ಮನೆ ಬಿಟ್ಟು ಹೋಗುವ ವೇಳೆ ತಾಯಿಯ ಕಾಲಿಗೆರಗಿಯೇ, ಅವಳಿಂದ ಆಶೀರ್ವಾದವನ್ನು ಪಡೆದುಕೊಂಡೇ ಹೊರಗಡೆ ಹೋಗುತ್ತಿದ್ದೆ. ಪಾಶ್ಚಿಮಾತ್ಯ ದೇಶಗಳಲ್ಲಿ ಕುಟುಂಬದ ಸಂಬಂಧಗಳು ಬೇರೆಯಾಗಿರುತ್ತವೆ, ಅವರು ಸ್ನೇಹಿತರಂತೆ ಇರಲು ಬಯಸುತ್ತಾರೆ.

ನಾನು ಹಿಂದಿರುಗುವ ವೇಳೆ ದುಬೈಯಲ್ಲಿ ಎರಡು ದಿನವಿದ್ದು, ಪ್ರವಾಸದೊಂದಿಗೆ ಸ್ವಲ್ಪ ಖರೀದಿಗಳನ್ನು ಮಾಡಿಕೊಂಡೆ. ನಾನು ಅನೇಕ ಗಾಡ್ಜೆಟ್‌ಗಳನ್ನು ಕೊಂಡೆ, ಅವು ನನ್ನ ಕೆಲಸದಲ್ಲಿ ಉಪಯೋಗಕ್ಕೆ ಬರಬಹುದೂಂತ. ಅವುಗಳು ಯಾವುವೆಂದರೆ, ಮುಖದ ಮಸಾಜ್‌ರ್, ಮೊಡವೆ ನೀಗಿಸುವ ಆ್ಯಕ್ನಿ ರಿಮೂವರ್, ಕೆಲವು ಸೌಂದರ್ಯ ವರ್ಧಕಗಳು, ಮತ್ತೊಂದು ಮೊಬೈಲ್ ಫೋನ್. ನನ್ನ ಕಾರ್ಯಕ್ಷೇತ್ರದಲ್ಲಿ ಉಪಯೋಗಕ್ಕೆ ಬೀಳುವಂಥ ಅನೇಕ ವಸ್ತುಗಳನ್ನು ಕೊಂಡುಕೊಳ್ಳಲು ಲಂಡನ್‌ನಲ್ಲೂ ನಾನು ಕೈಬಿಚ್ಚಿ ಖರ್ಚು ಮಾಡಿದ್ದೆ– ಕತ್ತರಿಗಳು, ಬ್ರಶ್ಶುಗಳು, ಮತ್ತಿತರ ಸಲಕರಣೆಗಳನ್ನು ಕೊಂಡಿದ್ದೆ. ಈವೊತ್ತಿಗೂ ನಾನು ಆ ಕತ್ತರಿಗಳನ್ನು ನನ್ನ ಗಿರಾಕಿಗಳಲ್ಲಿ ಉಪಯೋಗಿಸುತ್ತ ಬಂದಿದ್ದೇನೆ.

ಒಂದು ಅಧಿಕೃತ ಅಕಾಡೆಮಿಯಿಂದ ಒಂದು ಅರ್ಹತಾಪತ್ರವೆಂದರೆ, ಅದೊಂದು ಸಾಧನೆಯೇ ಸರಿ; ಅದನ್ನು ಪಡೆದಾಗ ನಿಜಕ್ಕೂ ನಾನು ಸಂಪ್ರೀತನಾದೆ ಮತ್ತು ಅಲ್ಲಿ ಗಳಿಸಿದ ಅನುಭವ ಅಷ್ಟೇ ಅಮೂಲ್ಯವಾದುದ್ದೆಂದು ತಿಳಿದಿದ್ದೇನೆ. ಮುಂಬಯಿಗೆ ಹಿಂದಿರುಗಿದ ಬಳಿಕ, ನಾನು ಕಲಿತದ್ದನ್ನು ಎಷ್ಟರಮಟ್ಟಿಗೆ ನನ್ನ ಗಿರಾಕಿಗಳ ಮೇಲೆ ಪ್ರಯೋಗಿಸಬಹುದೆಂಬ ಜಿಜ್ಞಾಸೆಗೆ ಒಳಗಾದೆ. ನನ್ನ ತಾಂತ್ರಿಕ ಕೌಶಲ್ಯಗಳ ಕಲಿಕೆ,

ಅದು ಸಾರ್ವಕಾಲಿಕವಾಗಿದ್ದು, ಅದನ್ನು ಯಾವತ್ತೂ ಉಪಯೋಗಿಸಬಹುದಾಗಿದೆ, ಆದರೆ ನನ್ನ ಕಲಿಕೆಯ ಬಹುಪಾಲು ಉನ್ನತ ಮಟ್ಟದ ಫ್ಯಾಷನ್‌ಗೆ ಸಂಬಂಧಿಸಿದ ಕೌಶಲ್ಯಗಳದ್ದಾಗಿದೆ- ಅದನ್ನು ನಮ್ಮ ಭಾರತೀಯ ಗಿರಾಕಿಗಳು ಎಷ್ಟರ ಮಟ್ಟಿಗೆ ಸ್ವೀಕರಿಸಬಹುದೆಂಬುದೇ ನನ್ನ ಆತಂಕವಾಗಿತ್ತು.

ಭಾರತದಲ್ಲಿ ಮಹಿಳೆಯರು ಬ್ಲೋ-ಡ್ರೈಯಿಂಗ್ ಇಲ್ಲವೇ ಕೂದಲನ್ನು ಗುಂಗುರು ಮಾಡುವುದನ್ನು ಇಷ್ಟಪಡುತ್ತಾರೆ. ಈ ಅವಕಾಶವನ್ನು ಉಪಯೋಗಿಸಿಕೊಂಡು, ನಾನು ಹೇರ್ ಡ್ರೈಯರ್‌ನ್ನು ಮತ್ತು ಕರ್ಲರ್‌ನ್ನು ಬಹುತೇಕ ಉಪಯೋಗಿಸುವುದಕ್ಕೆ ತೊಡಗಿದೆ, ಅಲ್ಲಿ ಇಲ್ಲಿ ಕೆಲವು ಸಣ್ಣಪುಟ್ಟ ಬದಲಾವಣೆಗಳ ಸಹಿತವಾಗಿ. ಉದ್ದದ ಕೂದಲನ್ನು ಪದರುಗಳಾಗಿ ಒಪ್ಪಗೊಳಿಸಲು ಯತ್ನಿಸಿದೆ, ಅದು ಇನ್ನೂ ಒಂದು ಆಗ್ರಹವಾಗಿ ಪರಿವರ್ತಿತವಾಗಬೇಕಷ್ಟೇ. ಒಂದು ಒಳತಿರುವು ಮುಂದೆಯೂ, ಒಂದು ಹೊರತಿರುವು ಹಿಂದೆಯೂ ಕೊಡುವ ಪ್ರಯತ್ನವನ್ನು ಮಾಡಿದೆ. ಸಣ್ಣ ಕೂದಲಿನ ಸಂದರ್ಭ, ಕೆಲವು ಉದ್ದದ ಎಳೆಗಳನ್ನು ಮುಂದೆಯೂ, ಮತ್ತು ಹಿಂಭಾಗದಲ್ಲಿ ಸಣ್ಣ ಕೂದಲುಗಳನ್ನು ಇರಿಸುವ ಶೈಲಿಯನ್ನು ಮಾಡಿದೆ. ಎಲ್ಲಕ್ಕೂ ಮಿಗಿಲಾಗಿ, ಇಂದಿನವರೆಗೆ ನಾನು ಪ್ರಾಮಾಣಿಕವಾಗಿ ಹೇಳುವುದಾದರೆ, ಕೂದಲ ಸಂರಕ್ಷಣೆ, ಕೂದಲ ಕ್ಷೌರ, ಶೈಲಿ ಹಾಗೂ ಫ್ಯಾಷನ್‌ಗಳಲ್ಲಿ ನನ್ನ ಮಾತೃ ಸಂಸ್ಥೆ, ವಿದಾಲ್ ಸಸ್ಸೂನ್ ಅಕಾಡೆಮಿ ಕಲಿಸಿದ ವೈಖರಿಗಳನ್ನೇ ಅನುಸರಿಸುತ್ತ ಬಂದಿದ್ದೇನೆ.

ಮೂರು ಸಾಮಾನ್ಯ ವಿಷಯಗಳಿಗೆ ನಾವು ಅಷ್ಟೇನೂ ಮಹತ್ವ ಕೊಡುವುದಿಲ್ಲ, ಆದರೆ ಅವುಗಳೇ ನಮ್ಮ ಯಶಸ್ಸಿಗಿರುವ ಸೂತ್ರಗಳು. ಅವು ಯಾವುವೆಂದರೆ, ಕಠಿಣ ದುಡಿಮೆ, ನಿರಂತರ ಪರಿಶ್ರಮ ಮತ್ತು ತಳಮಟ್ಟದ ಪ್ರಾಮಾಣಿಕತೆ.

–ಅಜೀಮ್ ಪ್ರೇಮ್‌ಜಿ, ಅಧ್ಯಕ್ಷರು–ವಿಪ್ರೋ ನಿಯಮಿತ, ಮತ್ತು
ಕ್ಸಾರ್ ಆಫ್ ದಿ ಇಂಡಿಯನ್ ಐಟಿ ಉದ್ದಿಮೆ

ಅಧ್ಯಾಯ ಒಂಭತ್ತು

ಶ್ರೇಯೋಭಿಲಾಷಿಗಳು–ಭಾವನಾತ್ಮಕ ಸಂಬಂಧಗಳ ಕೊಂಡಿ

ದಿವಂಗತ ಬಾಳಾಸಾಹೇಬ್ ಠಾಕ್ರೆ, ಸಂಸ್ಥಾಪಕರು ಮತ್ತು ಶಿವ ಸೇನಾ ರಾಜಕೀಯ ಪಕ್ಷದ ಪರಮೋಚ್ಚ ನೇತಾರ

ಹಲವು ವರ್ಷಗಳ ಹಿಂದೆ, ಒಂದು ಫಿಲ್ಮ್ ಪ್ರಶಸ್ತಿ ಪ್ರದಾನ ಸಮಾರಂಭದಲ್ಲಿ ನಾನು ಸಾಹೇಬ್‌ನ್ನು ಕಂಡೆ– ಹಾಗೆ ಬಾಳಾಸಾಹೇಬ್ ಠಾಕ್ರೆಯನ್ನು ಎಲ್ಲರೂ ಸಂಬೋಧಿಸುತ್ತಿದ್ದುದು –ಮುಂದಿನ ಸಾಲಿನಲ್ಲಿ ಕುಳಿತ್ತಿದ್ದು, ಹಿಂಗಡೆಯಲ್ಲಿ ಸದಾ ಕ್ರೀಯಾಶೀಲರಾಗಿದ್ದ ಬಾಡಿ ಗಾರ್ಡ್‌ಗಳ ಪಹರೆಯಿತ್ತು. ಅವರದ್ದು ಒಂದು ಪ್ರಭಾವೀ ವ್ಯಕ್ತಿತ್ವವಿದ್ದು, ಸದಾ ಮಂದಹಾಸದ ಮುಖ, ಹಾಗಿದ್ದೂ ಸುತ್ತ ಒಂದು ವಿಧವಾದ ಭಯದ ವಾತಾವರಣ ಹಬ್ಬಿತ್ತು. ನಾನು ಯಾವಾಗಲೂ ಸುಪ್ರಸಿದ್ಧ ವ್ಯಕ್ತಿಗಳ ಕೇಶ ವಿನ್ಯಾಸವನ್ನು ಮಾಡಲು ಉತ್ಸುಕನಾಗಿದ್ದು, ಆ ಮೂಲಕ ನನ್ನ ದಂಧೆಯ ಅಸ್ತಿತ್ವವನ್ನು ಉಳಿಸಿಕೊಳ್ಳಲು ಯತ್ನಿಸುವವ. ಈಗಲೂ ಹಾಗೆ. ಯಾವುದಾದರೂ ಖ್ಯಾತ ವ್ಯಕ್ತಿಯನ್ನು ಕಂಡರೆ, ಅವರ ಕೇಶಶೈಲಿಯನ್ನು ಹೇಗೆ ಸಂಭಾಳಿಸಿದರೆ ಅವರ ವ್ಯಕ್ತಿತ್ವಕ್ಕೆ ಮೆರುಗನ್ನು ತರಬಹುದು ಎಂದು ನಾನು ಯೋಚಿಸುತ್ತಿರುತ್ತೇನೆ. ಹಾಗೆಯೇ, ನಾನು ಸಾಹೇಬ್‌ನ್ನು ಕಂಡಾಗ, ಅವರ ಗಡ್ಡ ಮತ್ತು ಕೂದಲನ್ನು ಹೇಗೆ ನಾನು ನನ್ನ ಶೈಲಿಗೆ ಅಳವಡಿಸಬಹುದು ಎಂದು ಯೋಚಿಸತೊಡಗಿದೆ.

ಹೋ! ಉಸಿರು ಬಿಗಿಹಿಡಿಯಿರಿ! ಹಲವು ವರ್ಷಗಳ ಬಳಿಕ, ಒಂದು ಪ್ರಶಸ್ತ ದಿನ, ಸಾಹೇಬ್‌ರಿಂದ ನನಗೆ ಕರೆ ಬಂತು, ಅವರ ಕ್ಷೌರವನ್ನು ಮಾಡಬೇಕಂತ, ಯಾಕೆಂದರೆ ಅವರ ಮಾಮೂಲು ಕ್ಷೌರಿಕ ರಜೆಯ ಮೇಲೆ ಹೋಗಿದ್ದನಂತೆ.

ನನ್ನ ಕಿವಿಗಳನ್ನೇ ನಂಬಲಾಗಲಿಲ್ಲ. ನನ್ನನ್ನು ಸಾಹೇಬ್‌ರ ಗಡ್ಡವನ್ನು ಮಾಡುವುದಕ್ಕೆ ಕರೆಯಲಾಗಿದೆ! ನಮ್ಮ ಪ್ರಥಮ ಭೇಟಿಯಲ್ಲಿ, ನನಗೆ ಅವರು ಬಹಳಷ್ಟು ಪ್ರಶ್ನೆಗಳನ್ನು ಕೇಳಿದರು–ನನ್ನ ಹೆಸರೇನು? ಎಲ್ಲಿಂದ ಬರುತ್ತಿರುವುದು? ಮುಂಬಯಿಯಲ್ಲಿ ಎಷ್ಟು

ವರ್ಷದಿಂದ ಕೆಲಸ ಮಾಡುತ್ತಿರುವುದು? ಮರಾಠಿ ಬರುತ್ತಿದೆಯೇ? ಅರ್ಥ ಮಾಡಿಕೊಳ್ಳಲು ಮಾತ್ರವೇ ಅಥವಾ ಮಾತಾಡಲೂ ಬರುತ್ತಿದೆಯೇ? ಕೊನೆಯಲ್ಲಿ, ಅವರು ನನ್ನಲ್ಲಿ ಮರಾಠಿಯಲ್ಲೇ ಮಾತಾಡಲು ಇಷ್ಟಪಟ್ಟರು. ನಾನು ಬಾಂಡುಪ್‌ನಲ್ಲಿ ಕೆಲಸ ಮಾಡುತ್ತಿದ್ದಾಗ ಮರಾಠಿಯನ್ನು ಕಲಿತ್ತಿದ್ದೆ, ಆದರೆ ಸುತ್ತಮುತ್ತ ಆಡುವ ಮರಾಠಿಗೆ ಗೌರವ ರಹಿತ ಲೇಪವಿತ್ತು. ನನ್ನ ಸಂಭಾಷಣೆ ಅಷ್ಟೊಂದು ಸುಲಲಿತವಾಗಿರದಿದ್ದರೂ, ಸಂಭಾಳಿಸಲು ಸಾಧ್ಯವಿತ್ತು.

ನನ್ನ ಸಂದರ್ಶನ ಅವ್ಯಾಹತವಾಗತೊಡಗಿದಾಗ, ಸಾಹೇಬ್ ಜತೆಗೆ ಮಾತಾಡುತ್ತ ನನ್ನ ಮರಾಠಿ ಸುಧಾರಿಸಿತು; ಅವರಿಂದ ಭಾಷೆಯ ಪರಿಷ್ಕೃತ ರೂಪವನ್ನೂ ಅದರ ಶುದ್ಧತೆಯನ್ನೂ ಕಲಿಯುವಂತಾಯಿತು. ಅವರು ಬಹಳ ವಾಚಾಳಿ ವ್ಯಕ್ತಿಯಾಗಿದ್ದರು. ಅವರು ಮಾತಾಡುತ್ತಿದ್ದ ಹಾಗೆ ನಾನು ತಲೆಯಾಡಿಸುತ್ತ ಕೇಳಿಸಿಕೊಳ್ಳುತ್ತಿದ್ದೆ, ಆದರೆ ಅವರ ಪ್ರತಿಯೊಂದು ಶಬ್ದವನ್ನೂ ಬಹಳ ಎಚ್ಚರದಿಂದ ಆಲಿಸುತ್ತಿದ್ದೆ. ನನ್ನ ಉತ್ತರ ಮರಾಠಿಯಲ್ಲೇ ಅವರು ನಿರೀಕ್ಷಿಸುತ್ತಿದ್ದರು. ನಾನು ಮೊದಲು ಅವರ ಗಡ್ಡ ಮತ್ತು ಕೂದಲ ಕೆಲಸ ಮಾಡುತ್ತಿದ್ದೆ, ಕೂಡಲೇ ಅವರು ಬಹಳ ಹೊತ್ತು ಕನ್ನಡಿಯನ್ನು ನೋಡುವುದರಲ್ಲೇ ಮಗ್ನರಾಗಿರುತ್ತಿದ್ದರು. ಅವರು ತಮ್ಮ ಸೌಂದರ್ಯದ ಬಗ್ಗೆ ಹೆಚ್ಚು ಕಾಳಜಿ ವಹಿಸುತ್ತಾರೆ. ಒಂದೊಂದು ಕೂದಲ ಎಳೆಯೂ ಯಾವ ಯಾವ ಜಾಗದಲ್ಲಿರಬೇಕೋ ಅಲ್ಲಿಯೇ ಇರಬೇಕು. ಮತ್ತೆ ಅವರು ಸುತ್ತ ತಿರುಗಿ ನನ್ನ ಕಡೆಗೆ ಒಂದು ಪ್ರಶಂಸೆಯ ನೋಟವನ್ನು ಬೀರುತ್ತಾರೆ. ಅವರು ಹೇಳುತ್ತಾರೆ, 'ಛಾನ್ (ಚಂದಾಗಿದೆ),' ಎನ್ನುತ್ತಾ 'ಆಆಆ'ವನ್ನು ಸಂತೃಪ್ತಿಯಿಂದ ದೀರ್ಘ ಎಳೆಯುತ್ತಾರೆ.

ನಾನು ಕತ್ತರಿಯನ್ನು ತುಂಬಾ ಭರವಸೆಯಿಂದ ಹಿಡಿಯುತ್ತೇನೆ ಎಂದು ಹೇಳಿ, ಮತ್ತೆ ತಾನು ಕರೆದಾಗೆಲ್ಲಾ ಬರುವಂತೆ ಹೇಳಿದರು. ಅವರು ನನ್ನ ಕೆಲಸವನ್ನು ಹೊಗಳಿದ್ದರಿಂದ ನನಗೆ ಬಹಳ ಸಂತೋಷವಾಯಿತು.

ಅವರ ಗಡ್ಡಕ್ಕೆ ನಾನು ಯಾವಾಗಲೂ ಒಂದು ಅಂಡಾಕಾರದ ವಿನ್ಯಾಸವನ್ನು ನೀಡುತ್ತಿದ್ದೆ. ಅದು ಅವರ ವ್ಯಕ್ತಿತ್ವಕ್ಕೆ ಸರಿಹೊಂದುತ್ತಿತ್ತು. ಅವರ ತಲೆಗೂದಲಿಗೆ ಸಂಬಂಧಿಸಿದಂತೆ, ಅದಕ್ಕೆ ಆಗಿಂದಾಗ್ಯೆ ತುಸು ಕತ್ತರಿ ಪ್ರಯೋಗ ಬೇಕಾಗುತ್ತಿತ್ತು.

ನಾನು ಒಮ್ಮೆ ಮುಂಬಯಿಯ ಹೊರಗಡೆ ಇದ್ದಾಗ ಅವರ ಕಾರ್ಯದರ್ಶಿ ನನಗೆ ಕರೆ ಮಾಡಿದರು. ಅವರ ಗಡ್ಡವನ್ನು ಮಾಡಬೇಕಾಗಿತ್ತಂತೆ. ಆದಿನ ಅದು ಅಸಾಧ್ಯವೆಂದೂ, ನಗರಕ್ಕೆ ಹಿಂದಿರುಗಿದ ದಿನವೇ ಬರುತ್ತೇನೆ ಎಂಬುದಾಗಿಯೂ ಹೇಳಿದೆ. ನಾನು ಹಿಂದಿರುಗಿದ ದಿನ, ಬೇರೆಯೊಬ್ಬ ಕೇಶಶೈಲಿಗನೊಂದಿಗೆ ಮಾಡಿಸಿಕೊಂಡ ಗಡ್ಡ ತೃಪ್ತಿ ನೀಡಿಲ್ಲವೆಂದು ಹೇಳಿದರು.

'ವತ್ ಲಾನ್ ತಕ್ಲಿ (ಹಾಳು ಮಾಡಿದ),' ಎಂದು ಅವರು ಮರಾಠಿಯಲ್ಲಿ ವಿವರಿಸಿದರು. ನನ್ನ ಅನುಪಸ್ಥಿತಿಯಲ್ಲಿ ಮಾಡಿಸಿಕೊಂಡ ಕ್ಷೌರ ಮತ್ತು ಗಡ್ಡದ ಬಗ್ಗೆ ಅವರು ಅಸಂತುಷ್ಟರಾಗಿದ್ದರು. ಆತ ತಾನೊಬ್ಬ ಪ್ರಶಸ್ತಿ ಪುರಸ್ಕೃತ ಹೇರ್‌ಡ್ರೆಸರ್ ಅಂತ ಜಂಭಕೊಚ್ಚಿಕೊಳ್ಳುತ್ತಿದ್ದ, ಆದರೆ ಅವನ ಕೈಗಳು ನಡುಗುತ್ತಿದ್ದವು ಎಂದರು– ಅವರು ಆ ವ್ಯಕ್ತಿಯ ಬಗ್ಗೆ ದೂರು ಹೇಳಿದ್ದರು.

ಅವರು ನನಗೆ ಹೇಳಿದರು, ಮುಂದೆ ಎಂದಾದರೂ ನಾನು ಮುಂಬಯಿ ಬಿಟ್ಟು

ಹೊರಗಡೆ ಹೋಗುವುದಿದ್ದಲ್ಲಿ ಮುಂಚಿತವಾಗಿ ಅವರ ಕಾರ್ಯದರ್ಶಿಯವರಿಗೆ ಹೇಳಿಟ್ಟಿರಬೇಕೆಂದೂ, ಆ ಮೂಲಕ ಅವರು ನನ್ನ ಸೇವೆಯನ್ನು ನಾನು ನಗರವನ್ನು ಬಿಡುವ ಮೊದಲೇ ಮಾಡಿಸಿಕೊಳ್ಳಬಹುದೆಂದೂ ಹೇಳಿದರು. ಹಾಗಾಗಿ ಮುಂದಿನ ದಿನಗಳಲ್ಲಿ ನಾನು ಮುಂಬಯಿಯಿಂದ ಹೊರಗೆ ಪಯಣಿಸುವ ಸಮಯ, ಮಾತೋಶ್ರೀ (ಸಾಹೇಬರ ವಾಸ್ತವ್ಯದ ಮನೆ) ಗೆ ಫೋನ್ ಮಾಡಿ, ನನ್ನ ಅಗತ್ಯವಿದೆಯೇ ಎಂದು ಕೇಳಿ ಗಟ್ಟಿಮಾಡಿಕೊಳ್ಳುತ್ತಿದ್ದೆ. ಅವರು ಜೀವಿಸಿದಷ್ಟು ಕಾಲ ಈ ವಿಧಾನ ಮುಂದುವರಿಯಿತು. ಅವರು ಎಂದಿಗೂ, ಎಂತಹ ಸಂದರ್ಭದಲ್ಲೂ ನಮ್ಮ ನಿರ್ಧರಿತ ಭೇಟಿಯನ್ನು ವಜಾ ಮಾಡಿದ್ದು ಇರಲಾರದು ಎಂಬುದೇ ಅವರ ವಿಶೇಷ.

ಅವರು ನಾನಾ ವಿಷಯಗಳ ಬಗ್ಗೆ ವ್ಯಾಪಕವಾಗಿ ಮಾತನಾಡಲು ಇಷ್ಟಪಡುತ್ತಿದ್ದರು, ಅದರಲ್ಲಿ ನಮ್ಮ ಕುಟುಂಬದ ಕುರಿತು, ನನ್ನ ಕೆಲಸದ ಕುರಿತು ಮತ್ತು ಆರೋಗ್ಯದ ಕುರಿತು ವಿಷಯಗಳು ಪ್ರಸ್ತಾಪಕ್ಕೆ ಬರುತ್ತಿದ್ದವು. ನಮ್ಮ ಬೆಳಗ್ಗಿನ ತಿಂಡಿ ದೋಸೆ ಮತ್ತು ಚಟ್ನಿ ಆಯಿತೇ ಎಂದು ಕೇಳುತ್ತಿದ್ದರು. ಆ ದಿನ ಬೆಳಿಗ್ಗೆ ಅವರ ಗಡ್ಡವನ್ನು ಮಾಡುತ್ತಿರುವಾಗ, ಇನ್ನೂ ನನ್ನ ಬೆರಳುಗಳಲ್ಲಿ ತೆಂಗಿನ ಕಾಯಿ ಪರಿಮಳದ ತುಸು ಎಲರು ಅವರಿಗೆ ತಾಕಿರಬೇಕು. ಅವರು ತನ್ನ ಸುತ್ತಮುತ್ತಲಿನ ಸಣ್ಣ ಮತ್ತು ಸೂಕ್ಷ್ಮವಾದ ವಿಷಯಗಳಿಗೂ ಗಮನ ನೀಡುತ್ತಿದ್ದರು.

ಓಶಿವಾರದಲ್ಲಿ ನಾನೊಂದು ನಾಲ್ಕು ಬೆಡ್-ರೂಂನ ಫ್ಲ್ಯಾಟ್ ಕೊಂಡುಕೊಂಡಿದ್ದೇನೆ ಎಂದು ಹೇಳಿದ್ದೆ. 'ಅಲ್ಲಿ ಅಡುಗೆ ಕೋಣೆಯ ವಿಷಯ ನನಗೆ ಹೇಳಲು ಮರೆತ್ತಿದ್ದೀಯಾ' ಎಂದು ಅವರು ಛೇಡಿಸಿದ್ದೂ ಇದೆ. ನನಗೆ ನಗು ತಡೆಯಲಾಗಲಿಲ್ಲ. ಅವರು ತನ್ನದೇ ಅಂತಿಮ ತೀರ್ಮಾನವಾಗಬೇಕೆಂದು ಬಯಸುತ್ತಿದ್ದರು.

ಅವರ ಮಾತುಕತೆಯಲ್ಲಿ ನನ್ನ ಹೆಸರನ್ನು ಆಗಾಗ್ಗೆ ಉಚ್ಚರಿಸುತ್ತಿದ್ದರು. ಅವರು ಮಾತನ್ನು ಶುರು ಮಾಡುವುದೇ 'ಶಿವಾ...', ಎನ್ನುತ್ತ ಮತ್ತು ಮಧ್ಯೆ ಮಧ್ಯೆ ಶಿವಾ ಎನ್ನುತ್ತಲೇ ಮಾತನ್ನು ಕೊನೆಗೊಳಿಸುವುದೂ 'ಶಿವಾ...' ಎನ್ನುತ್ತಲೇ. ಅದು ಅವರ ಮಾತಿನ ಮರ್ಜಿ ಮತ್ತು ಅದನ್ನು ನಾನು ಅತೀವವಾಗಿ ಮೆಚ್ಚಿಕೊಂಡಿದ್ದೆ. ಅದು ಅವರ ಜತೆಗಿನ ಬಂಧುತ್ವವನ್ನು ಏರ್ಪಡಿಸುತ್ತಿತ್ತು.

ನಾನು ಮುಂಬಯಿಗೆ ಬಂದು ನನ್ನ ಜೀವನ ನಿರ್ವಹಣೆಯನ್ನು ಪ್ರಾರಂಭಿಸಿದ್ದು ಒಳಿತೇ ಆಯಿತು, ಇಂತಹ ಮಹಾನ್ ವ್ಯಕ್ತಿತ್ವಗಳ ಕೇಶಗಳನ್ನು ನಿರ್ವಹಿಸುವುದೇ ಭಾಗ್ಯವೆಂದು ಎಣಿಸುತ್ತೇನೆ. ಅವರ ಜತೆಗೆ ನಾನು ಕಳೆದ ಸಮಯವೆಲ್ಲ ನನ್ನ ಅತ್ಯಂತ ಸ್ಮರಣೀಯ ಅನುಭವಗಳಾಗಿದ್ದವು. ಪ್ರತಿಸಲ ಅವರನ್ನು ಭೇಟಿ ಮಾಡಿದಾಗ, ಅವರ ಪಾದಗಳನ್ನು ಸ್ಪರ್ಶಿಸಿಯೇ ಮುಂದುವರಿಯುತ್ತಿದ್ದೆ, ಅವರೂ ಹಾಗೆ, ನನ್ನ ತಲೆಯ ಮೇಲೆ ಬಹಳ ಸಮಯ ಹಸ್ತಗಳನ್ನಿರಿಸಿ ನನಗೆ ಹರಸುತ್ತಿದ್ದರು. ಅದು ನನ್ನ ಬದುಕಿನಲ್ಲಿ ಪ್ರಬಲವಾದ ಪರಿಣಾಮ ಬೀರಿದ್ದವು, ಯಾಕೆಂದರೆ ಅವರು ಯಾವತ್ತೂ ಒಳ್ಳೆಯ ಮಾತುಗಳನ್ನೇ ಆಡುತ್ತಿದ್ದರು. ಕ್ಷೌರದ ನಡುವಿನಲ್ಲಿ ಯಾವಾಗಲೊಮ್ಮೆ ಅವರು ನನ್ನತ್ತ ಪ್ರಶ್ನೆಯೊಂದನ್ನು ಎಸೆದು, ನನ್ನ ಉತ್ತರಕ್ಕಾಗಿ ಕಾಯುತ್ತಿದ್ದರು. ನನ್ನ ಸಾಮಾನ್ಯ ಉತ್ತರಕ್ಕೆ ಅವರು 'ಛಾನ್!' ಎಂದು ಪ್ರತಿಕ್ರಿಯಿಸುತ್ತಿದ್ದರು. ಅವರ ಉತ್ತರ ನನ್ನನ್ನು ಚಕಿತನನ್ನಾಗಿ ಮಾಡುತ್ತಿತ್ತು. ನಾನು ನಿಜಕ್ಕೂ ಸೂಕ್ತವಾದ ಉತ್ತರವನ್ನು

ಕೊಟ್ಟಿದ್ದೇನೆಯೇ ಎಂಬ ತಾಕಲಾಟ ನನ್ನನ್ನು ಕಾಡುತ್ತಿತ್ತು.

ಅವರಿಗೆ ಅಪಾರ ಜ್ಞಾಪಕಶಕ್ತಿಯಿತ್ತು, ಅವರು ಹಿಂದೆ ನಡೆದ ಅನೇಕ ವಿಷಯಗಳನ್ನು ಮತ್ತು ಘಟನೆಗಳನ್ನು ನೆನಪಿಸಿಕೊಂಡು ನನಗೆ ಹೇಳುತ್ತಿದ್ದರು. ಅದೊಂದು ಗೌರವದ ಸಂಕೇತವಾಗಿ ನಾನು ಅವರನ್ನು ಭೇಟಿ ಮಾಡುವಾಗೆಲ್ಲ ಅವರಿಗೆ ಮಲ್ಲಿಗೆ ಹೂವನ್ನು ಕೊಡುತ್ತಿದ್ದೆ. ಅದನ್ನು ಅವರು ಕೊಂಡಾಡುತ್ತಿದ್ದರು. ಸಾಹೇಬರು ಅದನ್ನು ಶ್ರದ್ಧೆಯಿಂದ ತಮ್ಮ ಕುಟುಂಬ ದೇವತೆ ಮತ್ತು ಗತಿಸಿದ ತಮ್ಮ ಪತ್ನಿಯ ಫೋಟೋಗಳ ಬಳಿ ಇಡುತ್ತಿದ್ದರು.

ಆಗಿಂದಾಗ್ಯೆ ಅವರು ತಮ್ಮ ಮುಂದಲೆಯ ಕೂದಲುಗಳ ನಡುವೆ ಬೆರಳುಗಳನ್ನು ಆಡಿಸಿ ಅದನ್ನು ಓರಣವಾಗಿ ಇರಿಸುತ್ತಿದ್ದರು. ಅದು ಅವರ ವೈಶಿಷ್ಟ್ಯದ ಮುದ್ರೆಯಾಗಿತ್ತು.

ಓರ್ವ ಕೇಶವಿನ್ಯಾಸಕನಾಗಿ ನನ್ನ ಒಂದು ಸಂದರ್ಶನವನ್ನು ಅವರು ತಮ್ಮ ಶಿವಸೇನಾ ಪಕ್ಷದ ಮುಖವಾಣಿ ಸಾಮನಾದಲ್ಲಿ ಪ್ರಕಟಿಸಿದ್ದರು. ಅದು ಪ್ರಕಟವಾಗಿದ್ದ ಆ ದಿನ ಬೆಳಿಗ್ಗೆ ಸುಮಾರು 9.15ರ ಹೊತ್ತಿಗೆ ಅವರು ನನಗೆ ಕರೆ ಮಾಡಿ: 'ಸಾಮನಾದಲ್ಲಿ ನಿಮ್ಮ ಸಂದರ್ಶನ ಬಂದಿದೆ. ನೋಡಿದ್ದೀರಾ?' ಎಂದು ಕೇಳಿದರು. ಅಷ್ಟು ದೊಡ್ಡ ವ್ಯಕ್ತಿಯೊಬ್ಬರು ನನಗೆ ವೈಯಕ್ತಿಕವಾಗಿ ಫೋನ್ ಮಾಡಿ ತಮ್ಮ ಪತ್ರಿಕೆಯಲ್ಲಿ ಬಂದ ಒಂದು ಸಣ್ಣ ಪ್ರಕಟಣೆಯನ್ನು ತಿಳಿಸಬೇಕಾದರೆ, ನಾನು ನಿಜಕ್ಕೂ ವಿನೀತನಾದೆ.

ಅವರು ತಮ್ಮ ಮಗ ಉದ್ಧವ್ ಮತ್ತು ಮೊಮ್ಮಕ್ಕಳು ಆದಿತ್ಯ ಹಾಗೂ ತೇಜಸ್‌ರನ್ನು ನನ್ನಿಂದ ಕ್ಷೌರ ಮಾಡಿಸಿಕೊಳ್ಳಲು ನಿರ್ದೇಶಿಸುತ್ತಿದ್ದರು.

ಅವರ ಮರಣಾನಂತರ ನನ್ನೊಬ್ಬ ಕುಟುಂಬದ ಸದಸ್ಯರನ್ನು ಕಳಕೊಂಡ ಭಾವನೆ ನನ್ನಲ್ಲುಂಟಾಯಿತು. ನಾನು ಅವರನ್ನು ನಿಜಕ್ಕೂ ಕಳಕೊಂಡಿದ್ದೇನೆ. ಇಂದು ಕೂಡಾ ನಾನು ಮಾತೋಶ್ರೀಗೆ ಭೇಟಿ ನೀಡಿದಾಗೆಲ್ಲ, ಅವರ ಸಾನಿಧ್ಯವನ್ನು ನಾನು ಸ್ಪಷ್ಟವಾಗಿ ಗುರುತಿಸುತ್ತೇನೆ.

ಉದ್ಧವ್ ಠಾಕ್ರೆ, ಶಿವ ಸೇನೆಯ ಪ್ರಮುಖ

ಉದ್ಧವ್ ಒಬ್ಬ ಮೃದು ಮಾತಿನ ವ್ಯಕ್ತಿಯಾಗಿದ್ದು, ಅವರಿಗೆ ಸಾಮಾನ್ಯ ಕ್ಷೌರವೇ ಇಷ್ಟವೆಂದು ತಿಳಿದಿದ್ದೇನೆ. ಬಹಳ ದಯಾಪರ ವ್ಯಕ್ತಿಯಾಗಿರುವ ಅವರು ಮಿತಭಾಷಿ. ನಾನು ಅವರಿಗೆ ಎಂದಾದರೂ ಕೇಶ ಶೈಲಿಯ ಬಗ್ಗೆ ಸಲಹೆ ನೀಡಿದಾಗ, ಅವರು ನಗುತ್ತಾ ತನಗೆ ತೀರಾ ಸರಳ ರೀತಿಯದ್ದಾಗಿರಲಿ ಎನ್ನುತ್ತಾರೆ. ಅವರ ಕೂದಲಿಗೆ ಬಣ್ಣ ಹಾಕಲೆಂದು ನಾನು ಪ್ರಯತ್ನಿಸಿದರೆ, ಅದು ಸಹಜವಾಗೇ ಇರಲಿ ಎಂದು ಹೇಳುತ್ತಾರೆ. ತಮ್ಮ ತಂದೆಯ ಬಗ್ಗೆ ಅವರಿಗೆ ಅಪಾರ ಭಯಭಕ್ತಿ ಮತ್ತು ಗೌರವವಿದೆ.

ಉದ್ಧವ್ ಅವರ ಪತ್ನಿ ರಶ್ಮಿಜಿ, ಓರ್ವ ಕ್ರಿಯಾಶೀಲ ವ್ಯಕ್ತಿಯಾಗಿದ್ದು, ಅವರು ತಮ್ಮ ಮಕ್ಕಳು ಮತ್ತು ಕುಟುಂಬದ ಬಗ್ಗೆ ಬಹಳವೇ ಹೇಳುತ್ತಾರೆ. ಅವರು ನನ್ನ ತಾಯಿಯ ಕುರಿತು ಮತ್ತು ಸಲೂನ್‌ನ ಬಗೆಗೆ ವಿಚಾರಿಸುತ್ತಲೇ ಇರುತ್ತಾರೆ. ನಾವು ಭೇಟಿಯಾದಾಗಲೆಲ್ಲ ನೈಸರ್ಗಿಕ ಆಹಾರದ ಬಗ್ಗೆ, ಮತ್ತು ಅವುಗಳ ಆರೋಗ್ಯಪೂರ್ಣ ಲಾಭಗಳ ಬಗ್ಗೆ ಚರ್ಚಿಸುತ್ತಲೇ ಇರುತ್ತೇವೆ– ನಿತ್ಯದ ಊಟದಲ್ಲಿ ತಾಜಾ ಮೊಸರಿನ ಬಳಕೆ ಇತ್ಯಾದಿ. ಒಬ್ಬ ಅತ್ಯಂತ ಒಳ್ಳೆಯ ಅತಿಥೇಯರಾಗಿರುವ ಆಕೆ, ಬಂದ ಅತಿಥಿಗಳಿಗೆ

ಮನಸಾರೆ ನೋಡಿಕೊಳ್ಳುತ್ತಾರೆ.

ಹಿರಿಯ ಮಗ ಆದಿತ್ಯನಿಗೆ ಕಾರ್ಪೊರೇಟ್ ಕಟ್‌ನ್ನು ನಾನು ಮಾಡಿದರೆ, ಕಿರಿಯವ ತೇಜಸ್, ಹೆಚ್ಚು ಫ್ಯಾಷನ್ ಇಷ್ಟಪಡುತ್ತಾನೆ. ಪರಿವಾರದಲ್ಲೇ ಹೆಚ್ಚು ಎತ್ತರದ ಆತ ಫೂಟ್‌ಬಾಲ್ ಆಟವನ್ನು ನೆಚ್ಚಿಕೊಂಡು, ನೈಸರ್ಗಿಕ ಉತ್ಪನ್ನಗಳತ್ತವೇ ಅವನಿಗೆ ಒಲವು ಹೆಚ್ಚು. ಪ್ರಚಲಿತ ಶೈಲಿಗಳನ್ನೇ ಅನುಸರಿಸುತ್ತಾನೆ. ಅವನ ಕೇಶ ವಿನ್ಯಾಸವನ್ನು ಮಾಡುವ ವೇಳೆ ನಾನು ಪ್ರತಿ ಸಲವೂ ಹೊಸದೇ ನಮೂನೆಯನ್ನು ಮಾಡುತ್ತ ಬಂದಿದ್ದೇನೆ.

ಮಧೂರ್ ಭಂಡಾರ್‌ಕರ್, ರಾಷ್ಟ್ರೀಯ ಪ್ರಶಸ್ತಿ ಪುರಸ್ಕೃತ ಸಿನಿಮಾ ನಿರ್ದೇಶಕ ಮತ್ತು ಪದ್ಮಶ್ರೀ ಪುರಸ್ಕೃತರು

ಮಧೂರ್ ಭಮಡಾರ್‌ಕರ್ ಮೊದಲ ಬಾರಿಗೆ ನನ್ನ ಲೋಖಂಡವಾಲಾ ಸಲೂನ್‌ಗೆ ಭೇಟಿಕೊಟ್ಟಾಗ, ಮುಂಬಯಿಯ ಡ್ಯಾನ್ಸ್ ಬಾರ್‌ಗಳ ನೈಜ ಚಿತ್ರಣವನ್ನು ನೀಡುವ ಚಾಂದನಿ ಬಾರ್ ಸಿನಿಮಾ ಹೆಸರು ಗಳಿಸಲು ತೊಡಗಿತ್ತು. ಅವರು ಶೇವ್ ಮಾಡಿಸಿಕೊಳ್ಳಲು ಬಂದಿದ್ದರು. ಮುಂದೆ ಅನೇಕ ಸಲ ಸಲೂನ್‌ಗೆ ಬರುತ್ತಾ ಅವರಿಗೆ ಶಿವಾಸ್ ಸಲೂನ್‌ನ ಸೇವೆಗಳು ಇಷ್ಟವಾದವು ಎಂದು ಹೇಳುವುದಿತ್ತು. ಅನಂತರ ನಮ್ಮ ಸಂಬಂಧ ಸ್ನೇಹಮಯವಾಗಿ ಮಾರ್ಪಟ್ಟಿತು. ಅವರಿಗೆ ಮೊದಲ ರಾಷ್ಟ್ರೀಯ ಪುರಸ್ಕಾರ ಬಂದಾಗ, ಅವರು ನನಗೆ ಕರೆ ಮಾಡಿ ತಮ್ಮ ಸಂತೋಷವನ್ನು ಹಂಚಿಕೊಂಡಿದ್ದರು.

ಅವರೊಬ್ಬ ವಾತ್ಸಲ್ಯಮಯ ವ್ಯಕ್ತಿಯಾಗಿದ್ದು, ಅವರ ಜತೆಗೆ ಯಾರೇ ಆಗಲಿ ಹಿತವಾಗಿ ವ್ಯವಹರಿಸುತ್ತಾರೆ. ಅವರ ಕೂದಲಿನ ಮೇಲೆ ನಾನು ಹಲವು ವರ್ಷಗಳಿಂದ ನಾನಾ ಬಗೆಯ ಪ್ರಯೋಗಗಳನ್ನು ಮಾಡುತ್ತ ಬಂದಿದ್ದೇನೆ. ಅದು ಗಡಸು ನಮೂನೆಯದ್ದಾಗಿದ್ದು, ಆ ದಟ್ಟ ಕೂದಲಿಗೆ ವೈವಿಧ್ಯಮಯ ಕ್ಷೌರಗಳನ್ನು ನೀಡಿದ್ದೇನೆ. ಒಮ್ಮೆ ಆತ ಅದೊಂದು ಪ್ರಶಸ್ತಿ ಪ್ರದಾನ ಸಮಾರಂಭಕ್ಕೆ ಹೋಗುವ ವೇಳೆ ಕಾರ್ಪೊರೇಟ್ ಶೈಲಿಯನ್ನು ನೀಡುತ್ತ ಪಾರ್ಶ್ವಗಳನ್ನು ಚೊಕ್ಕಗೊಳಿಸಿ, ನಾಜೂಕಾದ ಮೆರುಗನ್ನು ನೀಡಿದ್ದೆ. ಆ ಶೈಲಿ ಅವರಿಗೆ ಬಹಳ ಹಿಡಿಸಿತು. ಏನಿದ್ದರೂ ಅವರು ಕಾರ್ಪೊರೇಟ್ ಶೈಲಿಯಲ್ಲಿ ನಾಜೂಕು ಮೆರುಗನ್ನೇ ಇಷ್ಟಪಡುತ್ತಾರೆ ಎಂದು ಕಂಡುಕೊಂಡಿದ್ದೇನೆ. ಅದೊಂದು ಅನುಕೂಲವೆನಿಸುವ ಶೈಲಿಯಾಗಿದ್ದು ಅವರಿಗೆ ನಿರಾಳವಾಗುತ್ತದೆ. ಓರ್ವ ನಿರ್ದೇಶಕನಾಗಿ, ಅವರಿಗೆ ದೊಡ್ಡ ದೊಡ್ಡ ಸಾರ್ವಜನಿಕ ಸಮಾರಂಭಗಳಲ್ಲಿ ಭಾಗವಹಿಸಬೇಕಾಗುತ್ತದೆ ಅಥವಾ ಒಂದು ಸಾಮಾಜಿಕ ಭೇಟಿಯನ್ನು ನೀಡಬೇಕಾಗುತ್ತದೆ, ಅದೂ ಒಂದೇ ದಿನದಲ್ಲಿ. ಒಬ್ಬ ಸೆಲೆಬ್ರಿಟಿಯಾಗಿರುವುದರಿಂದ ಅವರನ್ನು ಎಲ್ಲರೂ ನೋಡುತ್ತಿರುತ್ತಾರೆ, ಎಲ್ಲಾ ಸಮಯವೂ. ಅವರು ನನ್ನ ಸಲೂನ್‌ಗೆ ಭೇಟಿ ನೀಡಿದ ಸಂದರ್ಭಗಳಲ್ಲಿ ಗಿರಾಕಿಗಳು ಅವರ ಬಗ್ಗೆ ಕೇಳುವುದಿದೆ ಮತ್ತು ಅವರ ಆಟೋಗ್ರಾಫ್ ಕೂಡಾ ಪಡೆದುಕೊಳ್ಳುತ್ತಾರೆ.

ನನ್ನ ಮೊದಲ ಬಾಲಿವುಡ್‌ನ ಸಂಬಂಧ– ಅದು ಮಧೂರ್ ಸರ್ ಅವರಿಂದ ತೊಡಗಿ, ಅವರಿಂದಲೇ ಸಿನಿಮಾ ಜಗತ್ತಿನ ಅನೇಕ ಸುಪ್ರಸಿದ್ಧ ವ್ಯಕ್ತಿತ್ವಗಳ ಪರಿಚಯಕ್ಕೆ

ಕಾರಣವಾಯಿತು. ನಾನು ಅವರ ಹೊಸ ಸಿನಿಮಾಗಳು ತೆರೆಗೆ ಬರುವುದನ್ನೇ ಕಾಯುತ್ತಿರುತ್ತೇನೆ. ಅವರ ಫ್ಯಾಷನ್ ಮತ್ತು *ದಿಲ್ ತೋ ಬಚ್ಚಾ ಹೈ ಜೀ* ಸಿನಿಮಾಗಳ ತಯಾರಿಯ ಸಂದರ್ಭಗಳಲ್ಲಿ ಅಲ್ಲಿದ್ದೆ. ಆತ ನನ್ನನ್ನು ಇತರರಿಗೆ ಪರಿಚಯ ಮಾಡಿ ಕೊಡುವ ಸಂದರ್ಭ 'ಇವರು ನನ್ನ *ಸಂಕಷ್ಟದ* ಸಮಯದ ಮಿತ್ರರು' ಎಂದು ಹೇಳುವುದಿದೆ.

ಹಿರೋಯಿನ್ ಫಿಲ್ಮ್‌ನಲ್ಲಿ ಅವರು ಶಿವಾಸ್ ಅಕಾಡೆಮಿಯ ಒಂದು ಸಣ್ಣ ದೃಶ್ಯದಲ್ಲಿ ನನ್ನನ್ನು ಸೇರ್ಪಡೆಗೊಳಿಸಿದ್ದರು, ಪ್ರಖ್ಯಾತ ನಟಿ ಕರೀನಾ ಕಪೂರ್‌ನ ಒಬ್ಬ ಹೇರ್‌ಸ್ಟೈಲಿಸ್ಟ್ ಆಗಿ. *ಕ್ಯಾಲೆಂಡರ್ ಗರ್ಲ್ಸ್*‌ನಲ್ಲಿ ಫಿಲ್ಮ್‌ನ ಟೈಟಲ್ ದೃಶ್ಯದಲ್ಲಿ ನನ್ನನ್ನು ಒಬ್ಬ ಕೇಶಶೈಲಿಯ ವ್ಯಕ್ತಿಯಾಗಿ ಮತ್ತು *ಇಂದೂ ಸರ್ಕಾರ್*‌ನಲ್ಲಿ ನಾನೊಬ್ಬ ಪ್ರಮುಖ ಉದ್ಯಮಿಯಾಗಿ ದೃಶ್ಯವೊಂದರಲ್ಲಿ ನಟಿಸಿದ್ದೆ. ಮಧೂರ್ ಸರ್ ಅವರು ನನ್ನನ್ನು ಅವರ ಸಿನಿಮಾಗಳಲ್ಲಿ ನಟಿಸಲು ಅವಕಾಶ ಕೊಟ್ಟಿದ್ದರೆ ಅದು ನಮ್ಮ ಸ್ನೇಹದ ದ್ಯೋತಕವೆಂದು ಭಾವಿಸುತ್ತೇನೆ.

ಅವರನ್ನು ಓರ್ವ ಸಹಜ ಪ್ರವೃತ್ತಿಯ ಮನುಷ್ಯನೆಂದು ನಾನು ಪರಿಗಣಿಸುತ್ತೇನೆ. ಮಗಳಿಗೆ ಓರ್ವ ಅಕ್ಕರೆಯ ತಂದೆಯಾಗಿ ಮತ್ತು ಹೆಂಡತಿ ರೇಣು ಅವರಿಗೆ ಒಬ್ಬ ಪ್ರೀತಿಯ ಗಂಡನಾಗಿ ಅವರು ಪರಿವಾರ ಸಹಿತವಾಗಿ ಬಾಳುತ್ತಿದ್ದಾರೆ.

ಮಹೇಶ್ ಶೆಟ್ಟಿ, ಚೇರ್‌ಮನ್ ಮತ್ತು ಮ್ಯಾನೇಜಿಂಗ್ ಡೈರೆಕ್ಟರ್, ಎಂ.ಟಿ. ಎಜುಕೇರ್

1993ರಲ್ಲಿ ಮಹೇಶ್ ಅಣ್ಣ ನನ್ನ ಮುಲುಂದ್‌ನ ಶಿವಾಸ್ ಸಲೂನ್‌ಗೆ ಭೇಟಿಕೊಟ್ಟಿದ್ದರು. ಆಮೇಲೆ ಆಗಿಂದಾಗ್ಯೆ ಅವರು ಬರುತ್ತಾ ಇರುತ್ತಾರೆ. ಮುಲುಂದ್ ಮತ್ತು ಚೆಂಬೂರ್‌ನಲ್ಲಿ ಅವರ ವಿದ್ಯಾರ್ಥಿಗಳಿಗೆ ಟ್ಯೂಟೋರಿಯಲ್ ಕ್ಲಾಸುಗಳು ನಡೆದಾಗ, ವಿದ್ಯಾರ್ಥಿಗಳಿಗೆ ನನ್ನ ಬಗ್ಗೆ ಹೇಳುತ್ತಿದ್ದರಂತೆ. ನಾನೊಬ್ಬ ಸ್ವೋದ್ಯೋಗಿ ಆಗಬೇಕೆಂಬ ಗುರಿಯನ್ನಿಟ್ಟುಕೊಂಡು ಸಾಗಿದ್ದಕ್ಕೆ ನನ್ನ ಉದಾಹರಣೆಯನ್ನು ಪಾಠದ ಅಂಗವಾಗಿ ಉಲ್ಲೇಖಿಸಿದರಂತೆ. ನಾನು ಅವರನ್ನು ಅಣ್ಣ ಎಂದು ಸಂಬೋಧಿಸುತ್ತಿರುವುದು ಗೌರವ ಸೂಚಕವಾಗಿ.

'ಶಿವಾ ಈಗ ಒಬ್ಬ ಪ್ರಸಿದ್ಧ ಕೇಶವಿನ್ಯಾಸಕರು. ಅವರೊಂದು ಸಣ್ಣ ಅಂಗಡಿಯ ರೂಪದಲ್ಲಿ ಬೀಜವನ್ನು ಬಿತ್ತಿದ್ದು, ಇಂದು ಅದು ಸರಣಿ ಸಲೂನ್‌ಗಳಾಗಿ ಬೆಳೆದಿವೆ,' ಎಂದು ವಿದ್ಯಾರ್ಥಿಗಳಲ್ಲಿ ಮಹಾತ್ವಾಕಾಂಕ್ಷೆಯನ್ನು ಮೂಡಿಸಲು ಹೇಳುತ್ತಾರೆ. 'ಸ್ವಲ್ಪವೇ ಪ್ರಾರಂಭಿಕ ಪ್ರಯತ್ನದಿಂದ ನೀವು ಕೂಡಾ ಮಹತ್ತರವಾಗಿ ಬೆಳೆಯಬಹುದು' ಎಂದು ಅವರಿಗೆ ಹೇಳುವುದಿದೆಯಂತೆ.

ಅವರ ಭೇಟಿಗಾಗಿ ನಾನು ಸದಾ ಸಲೂನ್‌ನಲ್ಲಿ ಕಾದುಕೊಂಡಿರುತ್ತೇನೆ. ನನಗೆ ಏನಾದರೂ ಹೊಸದಾಗಿ ತೋಚಿದರೆ, ನಾನು ಅವರಲ್ಲಿ ಅದನ್ನು ಚರ್ಚಿಸಿ ಅವರ ಮಾರ್ಗದರ್ಶನವನ್ನು ಪಡೆದು ಮುಂದಕ್ಕೆ ಹೋಗುತ್ತೇನೆ. ನನ್ನ ಭವಿಷ್ಯದ ವ್ಯಾಪಾರೀ ಯೋಜನೆಗಳ ಬಗೆಗೆ ನಾವು ಬಹಳ ಹೊತ್ತು ಚರ್ಚಿಸುತ್ತೇವೆ ಮತ್ತು ಅವರು ಸಮಯದೊಂದಿಗೆ ನಾವು ದಾಪುಗಾಲು ಹಾಕಬೇಕೆಂದು ನನಗೆ ಉತ್ತೇಜಿಸುವುದಿದೆ. ಅವರು ಜಗತ್ತಿನ ಅತ್ಯಂತ ಶ್ರೇಷ್ಠ ಉದ್ಯಮಿಗಳ ವೈಯಕ್ತಿಕ ಕಥೆಗಳನ್ನು ನನಗೆ ಹೇಳುತ್ತ, ಅವರು ಹೇಗೆ ಯಶಸ್ಸನ್ನು ಪಡೆದರು ಎಂದು ವಿವರಿಸುವುದಿದೆ. ಅವರನ್ನು ಪ್ರತಿ ಸಲ ಭೇಟಿಯಾದಾಗಲೂ ನಾನೇನೋ ಹೊಸದನ್ನು ಕಲಿತಂತೆ ನನಗನಿಸುತ್ತದೆ.

ಅವರು ಯಾವತ್ತೂ ಬಹಳ ಮಿದುವಾಗಿ ಮಿತವಾಗಿ ಮಾತಾಡುವವರು. ಅವರ

ಪ್ರಭಾವಕ್ಕೆ ಒಳಗಾದವರು ಬಹಳ ಗೌರವದಿಂದ ಅವರನ್ನು ಕಾಣುತ್ತಾರೆ. ಒಬ್ಬ ಸಂಭಾವಿತ ವ್ಯಕ್ತಿಯಾಗಿರುವ ಅವರು, ಇಂಗ್ಲಿಷ್‌ನ್ನು ಸುಲಲಿತವಾಗಿ ಮಾತನಾಡುತ್ತಾರೆ, ಕನ್ನಡ ಮತ್ತು ತುಳುವಿನಲ್ಲೂ ಅಷ್ಟೇ ಸಹೃದಯವಾಗಿ ಸಂಭಾಷಿಸುತ್ತಾರೆ. ಅವರ ಪ್ರತಿ ಮಾತನ್ನೂ ನಾನು ಶ್ರದ್ಧೆಯಿಂದ ಆಲಿಸಿಕೊಳ್ಳುತ್ತ ಮನನ ಮಾಡಿಕೊಳ್ಳುವುದು ನನ್ನ ಜಾಯಮಾನ.

ನನ್ನ ಸಿಬ್ಬಂದಿಗಳಲ್ಲೂ ಅವರು ಮಾತಾಡುತ್ತ, ಅವರ ಬಗ್ಗೆ ವಿಚಾರಿಸಿಕೊಳ್ಳುತ್ತ, ಹಣದ ಮೌಲ್ಯದ ಬಗ್ಗೆ ಅವರಿಗೆ ತಿಳಿಹೇಳುತ್ತಾರೆ. ತಮ್ಮ ಸಂಪಾದನೆಯಲ್ಲಿ ಒಂದು ದೊಡ್ಡ ಮೊತ್ತವನ್ನು ಉಳಿತಾಯ ಮಾಡಬೇಕೆಂದು ಅವರಿಗೆ ಕಿವಿಮಾತು ಹೇಳುತ್ತಾ, ಏನೇ ಪ್ರಲೋಭನೆಗಳಿದ್ದಾಗ್ಯೂ ಹಣವನ್ನು ವ್ಯಥಾ ಪೋಲು ಮಾಡಬಾರದು ಎಂಬುದಾಗಿಯೂ ತಿಳಿಹೇಳುತ್ತಾರೆ.

ಮಹೇಶ್ ಅಣ್ಣನ ಮಗ ಪೃಥ್ವಿ ಮತ್ತು ಅವರ ಪತ್ನಿ ರೂಪ ಅವರದ್ದು ನನಗೊಂದು ಅಮೂಲ್ಯವಾದ ಪ್ರೇರಣೆಯ ಸ್ರೋತ ಎಂದೇ ಹೇಳಬಹುದು.

ಅಶೋಕ್ ಧಾಮನ್‌ಕರ್. ನಿರ್ದೇಶಕರು, ಮೇಗ್ನಾ ಪಬ್ಲಿಕೇಶನ್ಸ್

ಬಹಳ ಮೃದು ಮಾತಿನ, ಸಂಭಾವಿತ ಸ್ವಭಾವದ ಮತ್ತು ಶುಭ್ರವಸ್ತ್ರಧಾರಿ ಧಾಮನ್‌ಕರ್ ಸರ್, ತಮ್ಮ ಪರಿಮಿತಿಯನ್ನು ಲೆಕ್ಕಿಸದೆ ಇನ್ನೊಬ್ಬರಿಗೆ ಸಹಾಯ ಮಾಡುವ ವ್ಯಕ್ತಿ. ಅವರು ತಮ್ಮ ಪ್ರಕಟಣಾ ಉದ್ಯಮದಲ್ಲಿ ಅನೇಕ ವರ್ಷಗಳಿಂದ ಮುಂದುವರಿದಿದ್ದು, ಸಿನಿಮಾದಂತಹ ಮೋಹಕ ಜಗತ್ತಿನ ಜತೆಗಿನ ಅವರ ಸಂಬಂಧ ಬಹಳ ಕಾಲದಿಂದಿದ್ದು, ಅವರ ಮಾರ್ಗದರ್ಶನದ ಸಹಾಯವೇನಾದರೂ ನನಗೆ ಬೇಕಿದ್ದಲ್ಲಿ ಅವರ ಬಳಿಗೆ ನಾನು ಹೋಗುವುದಿದೆ, ಅವರು ನನಗೆ ಸೂಕ್ತ ನಿರ್ದೇಶಗಳನ್ನು ನೀಡುವುದೂ ಇದೆ. ನನ್ನ ಸಲೂನ್‌ಗೆ ಅವರು ಭೇಟಿ ನೀಡಿದ ಬಳಿಕ ನಾವು ಆತ್ಮೀಯರಾದೆವು.

ಮಿತಭಾಷಿಯಾದರೂ, ಅವರು ಏನಾದರೂ ಹೇಳಿದರೆ ಅದು ನನ್ನ ಹೃದಯವನ್ನು ಮುಟ್ಟುವಂತಿತ್ತು. ಅವರು ಗುಣನಡತೆಯ ಬಗ್ಗೆ, ವೃತ್ತಿಪರ ಶಿಷ್ಟವರ್ತನೆ ಬಗ್ಗೆ, ನನ್ನ ಶಿವಾಸ್ ಬ್ರ್ಯಾಂಡ್‌ನ್ನು ಪ್ರಗತಿದಾಯಕವಾಗಿ ಮುನ್ನಡೆಸುವ ಬಗ್ಗೆ, ಕಿವಿಮಾತುಗಳನ್ನು ಹೇಳುತ್ತಿರುತ್ತಾರೆ ಮಾತ್ರವಲ್ಲ, ಅವರ ವಾರ್ಷಿಕ ಪ್ರಶಸ್ತಿ ಸ್ಟಾರ್‌ಡಸ್ಟ್ ಮತ್ತು ಇನ್ನಿತರ ಪ್ರಧಾನ ಸಮಾರಂಭಗಳಿಗೆ ನನ್ನ ಕೇಶಶೈಲಿಯ ತಂಡವನ್ನು ಅವರಿಗೆ ಸಹಾಯನೀಡುವಂತೆ ಕರೆಯುತ್ತಾರೆ, ಮತ್ತು ಅಷ್ಟೇ ಮುಖ್ಯವಾಗಿ ನನ್ನ ಹೊಸದಾಗಿ ತೆರೆಯಲ್ಪಡುವ ಪ್ರತಿಯೊಂದು ಸಲೂನ್‌ನ ಉದ್ಘಾಟನೆಗೆ ತಪ್ಪದೆ ಹಾಜರಾಗಿ, ಸೂಕ್ತ ಸಲಹೆ ಸೂಚನೆಗಳನ್ನು ನೀಡಿ ಪ್ರೋತ್ಸಾಹಿಸುತ್ತ ಬಂದಿದ್ದಾರೆ. ಅವರಿಗೆ ಕಠಿಣವಾಗಿ ದುಡಿಯುವ ಮಂದಿಯನ್ನು ನೋಡಿದರೆ ಬಹಳ ಪ್ರೀತಿ ಮತ್ತು ನನ್ನ ವೃತ್ತಿಗೆ ನಾನು ಕೊಡುವ ಮಹತ್ವವನ್ನು ಬಹಳಷ್ಟು ಹೊಗಳುತ್ತಾರೆ.

ವಿಲ್ಲಿಯಂ ಸಿಕ್ವೇರಾ, ವೈಸ್-ಚೇರ್‌ಮನ್, ಮಾಡೆಲ್ ಕೊ-ಆಪರೇಟೀವ್ ಬ್ಯಾಂಕ್, ನಿಯಮಿತ

ವಿಲ್ಲಿಯಂ ಸರ್, ನನ್ನ ಮುಲುಂದ್‌ನ ಸಲೂನ್‌ಗೆ ಕ್ಷೌರಕ್ಕಾಗಿ 1993ರಲ್ಲಿ ಬಂದಿದ್ದರು.

ನಾವು ತುಳುವಿನಲ್ಲಿ ಮಾತಾಡಿದೆವು, ಹೇಗೆಂದರೆ ನಾವಿಬ್ಬರೂ ಮಂಗಳೂರಿನ ಮಗ್ಗುಲಿನ ಪೇಟೆಗಳಿಂದ ಬಂದವರಾಗಿದ್ದೇವೆ. ಅವರು ಬೀಳ್ಕೊಡುವ ಸಮಯ ಹೇಳಿದರು, ನಾವಿಬ್ಬರೂ ಸಮಾನ ಮಟ್ಟದಲ್ಲಿರುವವರು, ಆದ್ದರಿಂದ ಯಾವುದೇ ಅಂಜಿಕೆಯಿಲ್ಲದೆ ನಾನು ಅವರನ್ನು ಏನೇ ಸಹಾಯಕ್ಕೆ ಸಮೀಪಿಸಬಹುದೂಂತ.

ಆ ಮೇಲಿನ ದಿನಗಳಲ್ಲಿ, ನನಗೆ ಆರ್ಥಿಕ ವಿಷಯಗಳಲ್ಲಿ ಅವರು ಮಾರ್ಗದರ್ಶನ ಮಾಡುತ್ತಾ, ಬ್ಯಾಂಕ್ ಲೋನ್‌ಗಳನ್ನು ಪಡೆಯುವಲ್ಲಿ ಸೂಕ್ತ ತಿಳುವಳಿಕೆಯನ್ನು ನೀಡುತ್ತ ಬಂದಿದ್ದಾರೆ. ಅವರೊಬ್ಬ ಆತ್ಮೀಯ ಸ್ನೇಹಿತರಾಗಿದ್ದು, ಅಂತಹ ಓರ್ವ ವ್ಯಕ್ತಿಯನ್ನು ನನ್ನ ಸಲಹಾ ಮಿತ್ರರಾಗಿ ಪಡೆದದ್ದು ನನ್ನ ಅದೃಷ್ಟವೆಂದೇ ಭಾವಿಸುತ್ತೇನೆ.

ಅವರು ನಮ್ಮ ಮಾತುಗಳನ್ನು ಶ್ರದ್ಧಾಪೂರ್ವಕ ಕೇಳಿಸಿಕೊಂಡು, ನಮ್ಮ ಯಾವುದೇ ಸಮಸ್ಯೆಗಳಿಗೆ ಸೂಕ್ತ ಪರಿಹಾರವನ್ನು ಒದಗಿಸುವವರು. ಮೃದು ಸ್ವಭಾವದ ಮತ್ತು ಸದಾ ಉಲ್ಲಾಸಭರಿತ ವ್ಯಕ್ತಿಯಾಗಿ ನಾನು ಅವರನ್ನು ಕಂಡಿದ್ದೇನೆ. ಯಾವನೇ ಕಠಿಣತರ ಸಮಸ್ಯೆಯಲ್ಲಿ ಒದ್ದಾಡುತ್ತಿದ್ದರೂ, ಆತನ ಮುಖದಲ್ಲಿ ನಗುವನ್ನು ತರಿಸುವ ಸಾಮರ್ಥ್ಯ ಅವರಲ್ಲಿದೆ. ಪ್ರಾಮಾಣಿಕ ಸ್ವಾದ್ಯೋಗಿಗಳನ್ನು ಗುರುತಿಸಲು ಸಮರ್ಥರಿರುವ ಅವರು, ಅಂತಹವರಿಗೆ ತಮ್ಮ ಬ್ಯಾಂಕ್‌ನಿಂದ ಆರ್ಥಿಕ ಸಹಾಯವನ್ನು ಒದಗಿಸಲು ಅವರೆಂದೂ ಹಿಂದೆಮುಂದೆ ನೋಡುವುದಿಲ್ಲ.

ಲೋಖಂಡವಾಲಾದಲ್ಲಿ ನನ್ನ ಶಿವಾಸ್ ಸಲೂನ್ ಸರಣಿಯ ಮೂರನೇ ಸಲೂನ್‌ನನ್ನು ಸ್ಥಾಪಿಸುವ ಯೋಜನೆಯನ್ನು ಹೇಳಿ, ಅವರಿಗೆ ನನ್ನ ಅತ್ಯಾಧುನಿಕ ಮಾದರಿಯ, ಸಿನಿಮಾ ಮತ್ತು ಟೆಲಿವಿಷನ್ ಮಂದಿಯನ್ನು ಆಕರ್ಷಕವಾಗಿ ಸೆಳೆಯಬಹುದಾದ ಉದ್ಯಮದ ಬಗ್ಗೆ ಚರ್ಚಿಸಿದಾಗ, ಬಹುದೊಡ್ಡ ಮೊತ್ತದ ಸಾಲವನ್ನು ಅವರು ಪಡೆಯಲು ಸಹಾಯ ಮಾಡಿದರು.

ಅವರ ಪತ್ನಿ ಜನೆಟ್, ಮಗ ಕೆನಿತ್ ಮತ್ತು ಮಗಳು ಕರೇನ್ ನನ್ನ ಕುಟುಂಬದ ಸದಸ್ಯರಂತೆಯೇ ನಾನು ಕಾಣುತ್ತೇನೆ. ಅವರು ದೀಪಾವಳಿಯ ದಿನ ನಮ್ಮನ್ನು ಹರಸಲು ಎಂದಿಗೂ ಮರೆಯುವುದಿಲ್ಲ. ಕ್ರಿಸ್‌ಮಸ್‌ನ ಸಂದರ್ಭದಲ್ಲಿ ನಾನು ಕೂಡಾ ಅವರಿಗೆ ಶುಭಾಶಯಗಳನ್ನು ಸಲ್ಲಿಸುತ್ತೇನೆ. ಹರಿಣಾಕ್ಷಿ ಅಸೌಖ್ಯದಿಂದ್ದಾಗ, ಆ ಕಷ್ಟದ ದಿನಗಳಲ್ಲಿ, ಅವಳಿಗೆ ದಿನಾ ಮಾತನಾಡಿಸುತ್ತ, ಅವಳನ್ನು ಲವಲವಿಕೆಯಿಂದ ಇರುವಂತೆ ಅವರು ಮಾಡುತ್ತಿದ್ದರು.

ವಿನೋದ್ ಛೋಪ್ರಾ, ಉದ್ಯಮಿ

ಒಮ್ಮೆ ಕ್ಷೌರದ ಸಲುವಾಗಿ ವಿನೋದ್‌ಜಿ ನಮ್ಮ ಸಲೂನ್‌ಗೆ ಬಂದಾಗ ನಮ್ಮ ಗೆಳೆತನ ಕುದುರಿತು. ಅವರು ಯಾವತ್ತೂ ಕಾರ್ಪೊರೇಟ್ ಕಟ್‌ನ್ನೇ ಇಷ್ಟಪಡುತ್ತಿದ್ದು, ಷರ್ಟ್‌ನ್ನು ಇನ್‌ಶರ್ಟ್ ಮಾಡಿ ಸಾಮಾನ್ಯ ಟ್ರೌಸರ್‌ಗಳನ್ನು ತೊಡುತ್ತಾರೆ. ಅವರ ವ್ಯಕ್ತಿತ್ವಕ್ಕೆ ಅನುಗುಣವಾಗಿ ನಾನು ಅವರಿಗೆ ಸಾದಾ ಬನಾವಣೆಯ ನೋಟವನ್ನು ನೀಡುತ್ತೇನೆ. ನಾವಿಬ್ಬರೂ ಉದ್ಯಮಿಗಳಾಗಿರುವುದರಿಂದ ನಮ್ಮೊಳಗೆ ಉತ್ತಮ ವ್ಯವಹಾರದ ಸಂಬಂಧ ಬೆಳೆದಿರುತ್ತದೆ. ಅವರು ನನ್ನ ಉದ್ಯಮದಲ್ಲಿ ಹೇಗೆ ವಿವಿಧ ರೀತಿಯಲ್ಲಿ ನನ್ನ ಬ್ರ್ಯಾಂಡ್‌ನ್ನು ಬೆಳೆಸಬಹುದು ಎಂಬ ಸಲಹೆಯನ್ನು ನೀಡುತ್ತಾರೆ. ಸ್ವಾದ್ಯೋಗದಲ್ಲಿ ಆಸಕ್ತಿಯುಳ್ಳವರಿಗೆ

ಶಿವಾಸ್ ಬ್ರ್ಯಾಂಡ್‌ನಲ್ಲಿ ಸಲೂನ್‌ಗಳನ್ನು ಸ್ಥಾಪಿಸಲು ಉತ್ತೇಜನ ನೀಡಬಹುದೆಂದು ಅವರು ಸಲಹೆಗಳನ್ನು ಕೊಡುತ್ತಾರೆ.

ಅವರು ತಮ್ಮ ಕಾನೂನು ಪರಿಣಿತಿಯ ತಳಹದಿಯಲ್ಲಿ ನನಗೆ ಕಾನೂನಿನ ಮಾಹಿತಿಗಳನ್ನೂ ನೀಡುವುದಿದೆ. ನನ್ನ ಕಷ್ಟದ ದಿನಗಳಲ್ಲಿ ಆತ ನನ್ನ ಜತೆಯಲ್ಲಿ ಬಹಳಷ್ಟು ಸಹಕಾರವನ್ನು ಒದಗಿಸಿದ ವ್ಯಕ್ತಿಯಾಗಿದ್ದಾರೆ. ಅವರು, ಹರಿಣಾಕ್ಷಿಯ ನಿಧನದ ಬಳಿಕದ ಚಿತಾಭಸ್ಮವನ್ನು ಬನಾರಸ್‌ನಲ್ಲಿ ಅರ್ಪಿಸುವ ವೇಳೆ ನನ್ನ ಜತೆಗೆ ಬಂದಿದ್ದರು. ಅವರು ನನ್ನನ್ನು ಎಂದಿಗೂ ಒಬ್ಬಂಟಿಯಾಗಿ ಬಿಟ್ಟವರೇ ಅಲ್ಲ. ನನ್ನ ಬದುಕಿನಲ್ಲಿ ಅವರದ್ದು ಒಂದು ಮಹಾಶಕ್ತಿಯ ಸ್ರೋತವೆಂದೇ ಹೇಳಬಹುದು.

ನೀವು ಮಾಡುವುದನ್ನು ಅತ್ಯಂತ ಉತ್ತಮವಾಗಿ ಮಾಡಿರಿ, ಅದನ್ನು ಅವರು ಪುನರಪಿ ನೋಡಲು ಬಯಸಬಹುದು ಮಾತ್ರವಲ್ಲ ಅವರು ಅದನ್ನು ತಮ್ಮ ಸ್ನೇಹಿತರಿಗೂ ತೋರಿಸಲು ಕರೆತರುವರು

–ವಾಲ್ಟ್ ಡಿಸ್ನೇ, ಡಿಸ್ನೇ ಪ್ರೊಡಕ್ಷನ್ಸ್

ಅಧ್ಯಾಯ ಹತ್ತು

ಶಿವನ ಕೈಗಳಲ್ಲಿನ ಮಾಂತ್ರಿಕತೆ–ಪೋಷಕ ಮಂದಿಯ ಮಾತುಗಳು

ಸತೀಶ್ ಶಹಾ, ಉದ್ಯಮಿ, ಕಂಪಾಲಾ, ಉಗಾಂಡಾ

ಶಿವಾ ಅವರ ಬೆರಳುಗಳಲ್ಲಿ ಅದೇನೋ ಮಾಂತ್ರಿಕ ಶಕ್ತಿಯಿದೆ. ಜನರು ಹೇಳುವುದಿದೆ, ಲತಾ ಮಂಗೇಶ್ಕರ್ ಅವರ ಗಂಟಲಲ್ಲಿ ದೇವಿ ಸರಸ್ವತಿ ನಲಿದಾಡುತ್ತಿದ್ದಾಳೆ ಅಂತ; ನನ್ನ ಎಣಿಕೆ ಪ್ರಕಾರ ದೇವಿ ಸರಸ್ವತಿ ಶಿವನ ಕೈಗಳಲ್ಲಿ ನಲಿದಾಡುತ್ತಿದ್ದಾಳೆ ಅಂತ. ಅವರು ಆತ್ಮಾರ್ಪಣಾ ಭಾವದಿಂದ ತಮ್ಮ ಕೆಲಸದಲ್ಲಿ ಮಗ್ನರಾಗಿರುತ್ತಾರೆ. ನಾನು ಅನೇಕ ಕೇಶ ವಿನ್ಯಾಸಕರಿಂದ ಕೇಶಶೈಲಿಯನ್ನು ಮಾಡಿಸಿಕೊಂಡಿದ್ದೇನೆ–ನೀವು ನಿಮ್ಮ ತಲೆಯನ್ನು ಯಾವುದೇ ಕ್ಷೌರಿಕನ ಕೈಗೆ ನೀಡಿದಾಗ, ಬಹಳ ಆತಂಕಿತರಾಗಿರುತ್ತೀರಿ. ಆದರೆ ಶಿವಾ ಅದಕ್ಕೆ ಅಪವಾದ. ಅವರ ಬೆರಳುಗಳು ಒಂದು ಗರಿಯ ತುಪ್ಪಳದಂತೆ ಮೃದುವಾಗಿರುತ್ತದೆ. ಅವರು ನಿಮ್ಮ ಕೂದಲನ್ನು ಹಿಡಿದು ಕತ್ತರಿಸಲು ತೊಡಗಿದಾಗ ನಿಮಗೆ ಆಹ್ಲಾದಕರ ಅನುಭವವಲ್ಲದೆ ಬೇರೇನೂ ಆಗುವುದಿಲ್ಲ.

ನಾನು ಭಾರತಕ್ಕೆ ಬಂದಾಗಲೆಲ್ಲ, ಅವರಿಂದಲೇ ಕೇಶವಿನ್ಯಾಸ ಮಾಡಿಸಿಕೊಳ್ಳುತ್ತೇನೆ. ಕಳೆದ ಏಳು ವರ್ಷಗಳಿಂದ ನಾನು ಅವರ ಗಿರಾಕಿ. ವರ್ಷಂಪ್ರತಿ ನಾನು ಭಾರತಕ್ಕೆ ಐದು ಸಲವಾದರೂ ಬರುತ್ತಿದ್ದು, ನನ್ನ ವಾಸ್ತವ್ಯ ಶಿವಾಸ್ ಜುಹು ಸಲೂನ್‌ಗೆ ಸಮೀಪವಿರುವುದರಿಂದ ಅಲ್ಲಿಯೇ ನನ್ನ ಕ್ಷೌರ ಮುಂತಾದ ಕೆಲಸಗಳು ನಡೆಯುತ್ತವೆ. ಬೇರೆ ಯಾವ ಸಲೂನ್‌ಗೂ ನಾನು ಹೋಗಲಾರೆ.

ಶಿವಾ ನನ್ನ ತಲೆಗೂದಲಿಗೆ ಹೇಗೆ ಬಣ್ಣ ಲೇಪಿಸುತ್ತಾರೆ ಅಂದರೆ ಅವರೊಂದು ಪೈಂಟಿಂಗ್‌ನಲ್ಲಿ ಭಾವಚಿತ್ರ ಮೂಡಿಸಿದ ಹಾಗೆ. ಆತ್ಮವಿಶ್ವಾಸವಿರುತ್ತದೆ ಅವರ ಕೈಗಳಲ್ಲಿ ಮತ್ತು ಅವುಗಳು ಎಂದಿಗೂ ನಡುಗುವುದಿಲ್ಲ. ಅವರ ಕೆಲಸ ಎಷ್ಟೊಂದು ಸ್ವಚ್ಛ ಮತ್ತು ನಿಖರವೆಂದರೆ, ನನ್ನ ಬಟ್ಟೆಗಳಲ್ಲಿ ಅವರು ಉಪಯೋಗಿಸುವ ಯಾವುದೇ ರಾಸಾಯನಿಕ ಬಣ್ಣವೂ ತಗಲುವುದಿಲ್ಲ. ಅವರ ಸಲೂನ್ ನನ್ನ ಕಣ್ಣಿಗೆ ಬಿದ್ದದ್ದು ಅಕಸ್ಮತ್ತಾಗಿ, ನಾನೊಮ್ಮೆ ನಗರದ ಜುಹು ತಾರಾ ರಸ್ತೆಯಲ್ಲಿ ಅಡ್ಡಾಡುವ ಸಮಯ ಹಠಾತ್ ಆಗಿ ಅವರಲ್ಲಿಗೆ ಹೋಗಿದ್ದು.

ನನ್ನ ಮೊದಲ ಸಂದರ್ಶನದಲ್ಲಿ, ಅಲ್ಲಿನ ಸಿಬ್ಬಂದಿಗಳು, ಶಿವಾ ಅವರು ತಮ್ಮ ಬಾಸ್ ಎಂದೂ, ಸದ್ಯ ಅವರು ಸಲೂನ್‌ನಲ್ಲಿ ಇಲ್ಲವೆಂದೂ ಹೇಳಿದರು. ನನಗನಿಸಿತು, ನನ್ನ ಕೂದಲನ್ನು ಕತ್ತರಿಸುವವರು ಅವರಷ್ಟೇ, ಮತ್ತು ಅವರೇ ನನಗೆ ಬೇಕಿದ್ದರು. ಶಿವಾ ನನಗೋಸ್ಕರ ಬಿಡುವು ಮಾಡಿಕೊಂಡು ಬಂದರು. ಆಮೇಲೆಲ್ಲ ನಾನು ಅವರ ಅಪಾಯಿಂಟ್‌ಮೆಂಟ್ ತೆಗೆದುಕೊಂಡೇ ಸಲೂನ್‌ಗೆ ಭೇಟಿ ನೀಡುತ್ತಿದ್ದೆ. ಮತ್ತು ಅವರೆಂದೂ, ಆ ಭೇಟಿಯನ್ನು ತಪ್ಪಿಸಿಕೊಂಡವರಲ್ಲ. ಅಷ್ಟೊಂದು ಶ್ರದ್ಧಾವಂತ ಅವರು.

ರೋಶಿನಿ ಕೊಟಾರಿ, ಮೀಡಿಯಾ ಮಾರ್ಕೆಟಿಂಗ್ ವೃತ್ತಿಪರರು, ಮುಂಬಯಿ

ನಾನು ಶಿವಾ ಅವರಿಂದ ಮೊತ್ತಮೊದಲ ಸಾರಿಗೆ ಕೂದಲನ್ನು ಕತ್ತರಿಸಿಕೊಂಡಾಗ ಅದೊಂದು ಪರಿಪೂರ್ಣ ಮಾಲಿಕತ್ವದ ವರ್ಗಾವಣೆಯಾದಂತೆ ಆಗಿತ್ತು. ನನ್ನ ಮುಖಭಾವ ಪೂರ್ತಿ ಬದಲಾಗಿತ್ತು. ನನಗೆ ಸೊಂಟದ ತನಕದ ಕೂದಲಿತ್ತು, ಅವರು ಅದನ್ನು ಸಾಕಷ್ಟು ಕತ್ತರಿಸಿ, ಅದರ ನೋಟ ತುಸು ಸ್ವೇಚ್ಛೆಯಾಗಿ ಬಿಟ್ಟಿದ್ದರು. ಅದನ್ನು ನಾನು ತೀರಾ ಇಷ್ಟಪಟ್ಟೆ. ಅದನ್ನು ನಾನೆಂದೂ ಹೀಗಾಗುತ್ತದೆ ಅಂದುಕೊಂಡಿರಲಿಲ್ಲ.

ಅದು ನಾನು ಜೂನಿಯರ್ ಕಾಲೇಜ್‌ನಲ್ಲಿ ಓದುತ್ತಿದ್ದಾಗ, ಸುಮಾರು 15 ವರ್ಷಗಳಿಗೆ ಮುಂಚೆ. ನಾನು ಅವರ ಮುಲುಂದ್, ಲೋಖಂಡವಾಲಾ ಮತ್ತು ಜುಹುವಿನಲ್ಲಿರುವ ಸಲೂನ್‌ಗಳಿಗೆ ಭೇಟಿಕೊಡುತ್ತಲೇ ಇರುತ್ತೇನೆ, ಯಾಕೆಂದರೆ ಶಿವಾ ಅವರಲ್ಲಿ ಮಾತ್ರ ನನ್ನ ಕೂದಲಿನ ಬಗ್ಗೆ ಭರವಸೆ ಇರುವಂಥದ್ದು. ನಾನು ಕೂದಲನ್ನು ಕತ್ತರಿಸಿಕೊಳ್ಳಲು ಶಿವಾ ಅವರಲ್ಲಿಗೆ ಹೋಗುವಾಗ, ಇಂಥದ್ದೇ ಶೈಲಿ ಅಂತ ನಾನೆಂದೂ ಹೇಳುವುದಿಲ್ಲ, ಅಥವಾ ಅವರು ಯಾವುದೇ ಚಿತ್ರವನ್ನು ತೋರಿಸುತ್ತಾ ಹೀಗಾಗಬಹುದೇ ಎಂದು ಕೇಳುವುದಿಲ್ಲ. ನನ್ನ ವ್ಯಕ್ತಿತ್ವಕ್ಕೆ ಯಾವುದು ಸರಿಹೊಂದುತ್ತದೆ ಎಂಬುದು ಅವರಿಗೆ ಸ್ಪಷ್ಟವಾಗಿ ಗೊತ್ತು, ಮತ್ತು ನನ್ನ ಅಲೆಯೋಪಾದಿಯ ಕೂದಲ ರಚನೆಗೆ ಯಾವ ಬಗೆಯ ಮೋಡಿ ಮಾಡಬೇಕೆಂದು ಅವರು ಬಲ್ಲರು. ನನ್ನ ತಲೆ ಹೊಟ್ಟು ಮತ್ತು ಸೀಳು ಕೂದಲಿನ ಸಮಸ್ಯೆಯೂ ಅವರ ಮಾರ್ಗದರ್ಶನವನ್ನು ಅನುಸರಿಸಿದ ಬಳಿಕ, ಅಂದರೆ ನೆತ್ತಿಯನ್ನು ಹೇಗೆ ಸಂಭಾಳಿಸಬೇಕೆಂದು ತಿಳಿದ ಬಳಿಕ, ಅದು ಹೇಳ ಹೆಸರಿಲ್ಲದಾಯಿತು.

ನಾನು ನನಗೆ ಇಷ್ಟವಾದ ವಿವಿಧ ಬಣ್ಣಗಳನ್ನು ಹೇರಳವಾಗಿ ನನ್ನ ಹೆರಳ ಮೇಲೆ ಪ್ರಯೋಗಿಸುತ್ತೇನೆ, ಅದು ಕೆಂಪು, ಬಂಗಾರದ, ನಸುಗೆಂಪು, ನೇರಳೆ ಅಥವಾ ಯಾವುದೇ ಬಣ್ಣ ಆಗಿರಬಹುದು. ಶಿವಾ ಒಂದು ಮಿತಿಯೊಳಗೆ ಯಾವುದು ಚಂದವೋ ಅದನ್ನು ಪ್ರಾಯೋಗಿಕವಾಗಿ ಬಳಸಿ ನೋಡುತ್ತಾರೆ. ಅವರ ಕ್ಷಮತೆಯ ಮೇಲೆ ನನಗೆ ಸಂಪೂರ್ಣವಾದ ಭರವಸೆ ಇದೆ. ಒಂದು ಹಂತದಲ್ಲಿ ಅವರು ನನ್ನ ಕೂದಲನ್ನು ಕೊರಳಿಗೆ ಸಮವಾಗಿ ಕತ್ತರಿಸಿದರು, ಆದರೆ ಈಗ ನಾನು ಭುಜದ ಮಟ್ಟಕ್ಕೆ ಹೆರಳನ್ನು

ಇಟ್ಟುಕೊಂಡಿದ್ದೇನೆ. ನನ್ನ ಪರಿವಾರದ ಸದಸ್ಯರೆಲ್ಲ–ನನ್ನ ತಂದೆ, ಗಂಡ, ಸಹೋದರ ಮತ್ತು ಅಮೆರಿಕಾದಲ್ಲಿರುವ ಸಹೋದರಿ–ಎಲ್ಲರೂ ಶಿವಾ ಅವರಲ್ಲೇ ಕೇಶವಿನ್ಯಾಸ ಮಾಡಿಸಿಕೊಳ್ಳುತ್ತಾರೆ.

ನಾನು ಯಾವಾಗಲೂ ಅವಸರದಲ್ಲಿರುವಾಕೆ, ಹಾಗಾಗಿ ನನ್ನ ಹೆರಳಿನ ಮೇಲೆ ನನಗೆ ಸಾಕಷ್ಟು ಸಮಯ ವಿನಿಯೋಗಿಸುವುದಕ್ಕೆ ಬಾರದು. ನನ್ನ ಕೂದಲನ್ನು ನಾನು ಬಾಚುವುದೂ ಕಡಿಮೆಯೇ, ಯಾವಾಗಲಾದರೊಮ್ಮೆ ಕೂದಲ ಎಳೆಗಳನ್ನು ಬೆರಳೋಡಿಸಿ ಕೂದಲ ಸಿಕ್ಕುಗಳನ್ನು ಬಿಡಿಸಿಕೊಳ್ಳುವುದು. ಶಿವಾ ಅವರಿಗೆ ಗೊತ್ತು, ನನಗೆ ಹೆರಳಿನ ಕಡೆಗೆ ಧ್ಯಾನ ನೀಡುವುದಕ್ಕೆ ಸಮಯವಿಲ್ಲ ಅಂತ, ಹಾಗಾಗಿ ಅವರು ನನಗೆ ಸುಲಭಸಾಧ್ಯವಾದ ರೀತಿಯ ವಿನ್ಯಾಸವನ್ನು ಕೊಟ್ಟು, ಆಕರ್ಷಕವಾಗಿ ಕಾಣುವಂತೆ ಮಾಡುತ್ತಾರೆ.

✂

ರಿಯಾ ಪರಿಯಾಣಿ, ಮನವಾರ್ತೆಯ ಮಹಿಳೆ, ಮುಂಬಯಿ

ನನ್ನದು ಒರಟಾದ ಕೂದಲು, ಆದ್ದರಿಂದ ನಾನು ಅದನ್ನು ಪಾರ್ಲರ್‌ಗಳಲ್ಲಿ ನೇರ ಮಾಡಿಸಿ, ತುಸು ಮೃದುವಾಗಿಸಿಲು ಯತ್ನಿಸಿದ್ದೆ. ಇದೊಂದೇ ದಾರಿಯಲ್ಲಿ ನಾನು ಸಾಕಷ್ಟು ಸಮಯದ ಬಳಿಕ, ಒಮ್ಮೆ ಜುಹುವಿನಲ್ಲಿನ ಶಿವಾಸ್‌ಗೆ ನಾನು 2000ದಲ್ಲಿ ಭೇಟಿ ಕೊಟ್ಟಾಗ, ಹೆರಳನ್ನು ಸುಧಾರಿಸುವ ನನ್ನ ಪರಿಕಲ್ಪನೆಯೇ ಬದಲಾಯಿತು. ನನ್ನ ಹೆರಳನ್ನು ಪರೀಕ್ಷಿಸಿದ ಶಿವಾ, ನನ್ನ ಕೂದಲಿನ ಸಹಜತೆಯನ್ನು ಉಳಿಸಿಕೊಳ್ಳಲು ಇಲೆಕ್ಟ್ರಿಕ್ ಸಾಧನಗಳನ್ನು ಬಳಸಬಾರದು, ಅದರಿಂದ ಕೂದಲ ಮೇಲೆ ಅನಪೇಕ್ಷಿತ ಪರಿಣಾಮ ಬೀರಬಹುದು ಎಂದು ನನಗೊಂದು ಸಲಹೆಯನ್ನು ನೀಡಿದರು. ಅದನ್ನು ನಾನು ಒಪ್ಪಿಕೊಂಡು ಅವರ ಪ್ರಾಮಾಣಿಕ ಸಲಹೆಯನ್ನು ಮನ್ನಿಸುತ್ತ ಬಂದಿದ್ದೇನೆ.

ಈಗ ನನ್ನ ಹೆರಳು ಅಷ್ಟು ಗಡುಸಾಗಿ ಇಲ್ಲವಾದರೂ, ತುದಿಗಳಲ್ಲಿ ಗುಂಗುರಿನ ಕಾರಣದಿಂದಾಗಿ ತುಸು ಅಲೆಯಾಗಿ ಓಲಾಡುತ್ತದೆ. ಶಿವಾ ಅವರು ನನ್ನ ಹೆರಳಿಗೆ ಏರಿಳಿತದ ಮೂಲಕ ಸಹಜತೆಯನ್ನು ತರಲು ಯತ್ನಿಸುತ್ತಾರೆ. ಅವರ ತೀರ್ಮಾನವನ್ನು ನಾನು ಪೂರ್ತಿಯಾಗಿ ನಂಬುತ್ತೇನೆ ಯಾಕೆಂದರೆ ಅವರ ಬೆರಳುಗಳಲ್ಲಿ ಅಂತಹ ಮಾಂತ್ರಿಕ ಶಕ್ತಿಯಿದೆ. ಅದು ಅದ್ಭುತವಾಗಿ ಕಾಣಿಸುವುದಕ್ಕೆ ಹೇಗೆ ಕತ್ತರಿಸಬೇಕೆಂದು ಅವರು ನಿಶ್ಚೈಸುತ್ತಾರೆ.

✂

ಅಮಿತ್ ಮೆಹತಾ, ಉದ್ಯಮಿ/ಹೊಟೇಲ್ ಮಾಲೀಕ, ಪೂನಾ

1992ರಲ್ಲಿ ನಮ್ಮೀರ್ವರ ಸಮಾನ ಮನಸ್ಕ ಸ್ನೇಹಿತರೊಬ್ಬರು ನನಗೆ ಮುಲುಂದ್‌ನ ಶಿವಾಸ್ ಪಾರ್ಲರ್‌ಗೆ ಪರಿಚಯಿಸಿದರು. ಅಂದಿನಿಂದ ನಾನು ಯಾವತ್ತೂ ಕ್ಷೌರಕ್ಕಾಗಿ ಬೇರೊಂದು ಪಾರ್ಲರ್‌ಗೆ ಹೋದವನಲ್ಲ. 2005ರಲ್ಲಿ ನಾನು ನನ್ನ ಪರಿವಾರದ

ವಾಸ್ತವ್ಯವನ್ನು ಪೂನಾಕ್ಕೆ ಬದಲಾಯಿಸಿದೆ. ನಾನು ಮುಂಬಯಿಗೆ ಪ್ರಯಾಣಿಸುವುದೆಂದರೆ ವಿಶೇಷವಾಗಿ ಶಿವಾಸ್‌ನಲ್ಲಿ ಆರು ಅಥವಾ ಏಳು ವಾರಕ್ಕೊಮ್ಮೆ ಕ್ಷೌರ ಮಾಡಿಸಿಕೊಳ್ಳುವ ಸಲುವಾಗಿ ಮಾತ್ರ. ನಾನು ನನ್ನ ಭೇಟಿಯನ್ನು ಮುಂಚಿತವಾಗಿ ತಿಳಿಸುತ್ತ, ಪೂನಾದಿಂದಹೊರಡುತ್ತೇನೆ. ಅದು ಶಿವಾ ಅವರಿಗೆ ಅನುಕೂಲವೆನಿಸುವ ಮುಲುಂದ್, ಲೋಖಂಡವಾಲಾ ಇಲ್ಲವೇ ಜುಹು ಸಲೂನ್‌ಗೆ ನಾನು ಹೋಗುತ್ತೇನೆ.

ಒಮ್ಮೆ ಅವರ ಸಲೂನ್‌ನ ಕುರ್ಚಿಯ ಮೇಲೆ ನಾನು ಕುಳಿತೆನೆಂದರೆ ಪೂರ್ತಿ ವಿಶ್ರಾಂತಿಯನ್ನು ಅನುಭವಿಸುತ್ತೇನೆ. ಚಾಲ್ತಿಯಲ್ಲಿರುವ ಫ್ಯಾಷನ್‌ಗೆ ಅನುಸಾರವಾಗಿ, ಅವರು ನನ್ನ ಕೂದಲನ್ನು ಕತ್ತರಿಸುತ್ತ, ಹಿಂದಲೆಯಲ್ಲಿ ಸ್ವಲ್ಪ ಚಿಕ್ಕದಾಗಿಸಿ ಓರಣವಾಗಿಸುತ್ತಾರೆ. ವರ್ಷಗಳಿಂದ ನಮ್ಮೊಳಗಿನ ಈ ಬಂಧುತ್ವ ಬೆಳೆಯುತ್ತಲೇ ಹೋಗಿದೆ. ನನ್ನೊಬ್ಬ ಸಹೋದರನಂತೆ ಅವರನ್ನು ಭಾವಿಸುತ್ತೇನೆ. ನನ್ನ ತಂದೆ ಮತ್ತು ಸಹೋದರಿ ಕೂಡಾ ಅವರ ಸಲೂನ್‌ಗೆ ಭೇಟಿ ನೀಡುತ್ತಾರೆ.

ಜಿತೇಂದ್ರ ವೀರ್‌ಚಂದ್ ಜೈನ್, ಮೆಡಿಕಲ್ ಶಾಪ್ ಮಾಲೀಕ, ಭಾಂಡುಪ್

ಶಿವಾ ಭಾಂಡುಪ್‌ನಲ್ಲಿ ಅಜಂತಾ ಎಂಬ ಒಂದು ಸಣ್ಣ ಸಲೂನ್‌ನಲ್ಲಿ ಕೆಲಸ ಮಾಡುತ್ತಿದ್ದಾಗಲಿಂದ ನನಗೆ ಗೊತ್ತು. ನಮ್ಮ ಈ ಪರಿಚಯ ಮೂವತ್ತು ವರ್ಷಗಳನ್ನೂ ಮೀರಿ ಹೋಗಿದ್ದು, ಅದು ಈಗಲೂ ಮುಂದುವರಿದಿದೆ. ಎಲ್ಲರೂ ಕರೆಯುವ ಹಾಗೆ ಆತ ನನ್ನನ್ನು ಜೀತೂಭ್ಯಾ ಎಂದೇ ಕರೆಯುತ್ತಿದ್ದು, ನಾನು ಸಣ್ಣವನಿದ್ದಾಗಿನಿಂದ ಅಜಂತಾದಲ್ಲಿ ನನ್ನ ಕ್ಷೌರ ಮಾಡುತ್ತ ಬಂದವರು. ಅವರ ಥಾಣೆಯ ಸಲೂನ್ ತೆರೆದ ಬಳಿಕ ನಾನು ನಿರಂತರವಾಗಿ ಮತ್ತು ತದನಂತರ ಮುಲುಂದ್‌ನಲ್ಲಿ ಒಂದು ಶಾಖೆಯನ್ನು ತೆರೆದಾಗ, ಅಲ್ಲಿಗೂ ಹೋಗುತ್ತ ಅವರನ್ನು ಪ್ರೋತ್ಸಾಹಿಸುತ್ತ ಬಂದಿದ್ದೇನೆ–ಅದು ನನ್ನ ಮನೆಗೂ ಸಮೀಪವಿದ್ದು, ಆ ಅನುಕೂಲತೆಯೂ ಇದೆ.

ಶಿವಾ ಅವರು ಬಹಳ ಪ್ರತಿಕೂಲ ಮತ್ತು ಕಷ್ಟದ ದಿನಗಳಲ್ಲಿ ಕಠಿಣವಾಗಿ ದುಡಿಯುತ್ತಿದ್ದುದನ್ನು ನೋಡಿದವನು ನಾನು. ಭಾಂಡುಪ್‌ನಲ್ಲಿದ್ದಾಗಿನ ನಮ್ಮ ಕೆಲವು ನೆಚ್ಚಿನ ನೆನಪುಗಳನ್ನು ಹಂಚಿಕೊಳ್ಳುವುದಿದೆ. ಆ ದಿನಗಳಲ್ಲಿ ಶಿವಾ ನನ್ನ ಅಂಗಡಿಗೆ ಬಂದು ಕೆಲವು ದಾಖಲೆಗಳ ಕ್ಸೆರಾಕ್ಸ್‌ಗಳನ್ನು ಪಡೆಯುತ್ತಿದ್ದರು, ಆಗ ನಾನು ನಮ್ಮ ಅಂಗಡಿಯಲ್ಲಿ ಒಂದು ಕ್ಸೆರಾಕ್ಸ್ ಮೆಷಿನ್‌ನ್ನು ಕೂಡಾ ಇಟ್ಟುಕೊಂಡಿದ್ದೆ. ಅದಾದ ಬಳಿಕ ರಾತ್ರಿಯ ಹೊತ್ತು ನಾವು ನಮ್ಮಂಗಡಿಯ ಹಿಂದಿರುವ ಒಬ್ಬ ಹಾಲು ಮಾರುವವನ ಬಳಿಗೆ ಹೋಗಿ ಹಾಲು ಕುಡಿಯುತ್ತಿದ್ದುದುಂಟು, ಅದೂ ಬಹಳ ಕೆನೆ ತುಂಬಿದ ಹಾಲನ್ನು. ಆ ಸಮಯದಲ್ಲಿ ನಾವು ಅಂದಿನ ದುಡಿಮೆಯ ಬಗೆಗೆ ಪರಸ್ಪರ ಮಾತಾಡಿಕೊಳ್ಳುವುದಿತ್ತು. ನಾನು ಅವರ ಮಲಾಡ್ ಮತ್ತು ಲೋಖಂಡವಾಲಾ ಸಲೂನ್‌ಗಳಿಗೂ ಭೇಟಿ ನೀಡಿದ್ದೇನೆ.

ದೇವರು ಎಲ್ಲಾ ಕಡೆಯೂ ಇರುವುದಕ್ಕಾಗುವುದಿಲ್ಲ ಹಾಗಾಗಿ ಅವನು ತಾಯಂದಿರನ್ನು ಸೃಷ್ಟಿಸಿದ.

–ರುಡ್ಯಾಡ್ ಕ್ಲಿಪಿಂಗ್, ಇಂಗ್ಲಿಷ್ ಲೇಖಕ ಮತ್ತು ಕವಿ

ಅಧ್ಯಾಯ ಹನ್ನೊಂದು

ತಾಯಿ- ಸರಳತೆಯ ಸಾಕಾರಮೂರ್ತಿ

ಉಪ್ಪಿಗಿಂತ ರುಚಿಯಿಲ್ಲ, ತಾಯಿಗಿಂತ ದೇವರಿಲ್ಲ

ಇದು ಕನ್ನಡದ ಪ್ರಖ್ಯಾತ ಗಾದೆ ಮಾತು.

ನನ್ನನ್ನು ದೇವಸ್ಥಾನಗಳತ್ತ ಸೆಳೆಯಲು ಕಾರಣವಾದದ್ದು ಅಲ್ಲಿ ಭಕ್ತಿರಿಗೆ ಉಚಿತವಾಗಿ ಊಟವನ್ನು ಕೊಡುತ್ತಿದ್ದರು. ನಾನೇನೂ ಅಂತಹ ಧಾರ್ಮಿಕತೆಯಿಂದ ಹೋಗಿದ್ದಲ್ಲ, ಅಲ್ಲಿ ಪುಷ್ಕಳ ಭೋಜನ ಸಿಗುತ್ತಿತ್ತು ತಾನೆ. ಊಟವಾದ ಬಳಿಕ ನಾನಲ್ಲಿ ಓರ್ವ ಪ್ರವಾಸಿಗನಂತೆ ಸುತ್ತಾಡುತ್ತ, ಅಲ್ಲಿನ ಗೋಡೆಗಳ ಮೇಲೆ ಚಂದವಾದ ಅಕ್ಷರಗಳಲ್ಲಿ ಬರೆದಿರುವ ಬರಹಗಳನ್ನು ಓದುತ್ತಿದ್ದೆ. ಈ ಆರಾಧನಾ ತಾಣಗಳಲ್ಲಿ ಪ್ರಾಚೀನ ಕಾಲದ ವಿಗ್ರಹಗಳು, ವಾಸ್ತುಶಿಲ್ಪಗಳು ಮತ್ತು ಕಂಭಗಳಲ್ಲಿನ ಕೊರೆದ ಶಿಲ್ಪಗಳನ್ನು ಕಾಣಬಹುದಿತ್ತು. ಗೋಡೆಗಳ ಮೇಲೆ ಹಿಂದೂ ದೇವದೇವತೆಗಳ ಚಿತ್ರಗಳನ್ನು ಸಾಲಾಗಿ ಪ್ರದರ್ಶಿಸುತ್ತಾರೆ.

ಆ ಗೋಡೆ ಬರಹಗಳಲ್ಲಿ ವಿಶೇಷವಾದ ಅರ್ಥವನ್ನು ಮನಗಾಣಬಹುದಿತ್ತು, ಹೆಚ್ಚಿನವು ತತ್ತ್ವಜ್ಞಾನಕ್ಕೆ ಸಂಬಂಧಿಸಿದವು. ಒಮ್ಮೆ ಆಳವಾಗಿ ಅಧ್ಯಯನ ಮಾಡಿದರಷ್ಟೇ ಅವು ಅರ್ಥವಾಗುತ್ತಿದ್ದವು. ನಾನು ಆ ಬರಹಗಳನ್ನು ಒಂದು ಸಣ್ಣ ಪುಸ್ತಕದಲ್ಲಿ ಬರೆದಿಡುತ್ತಿದ್ದೆ. ಆಗಾಗ ನಾನು ಆ ಯೋಚನಾ ಲಹರಿಗಳನ್ನು ಓದುತ್ತಲಿದ್ದೆ. ತಾಯಿಯ ಕುರಿತಾಗಿ ಮೇಲೆ ಹೇಳಿದ ಗಾದೆ ಮಾತು ಅಂತಹ ಒಂದು ವಾಕ್ಯವಾಗಿತ್ತು, ಮತ್ತು ಅದು ನನ್ನ ಮೇಲೆ ಭಾವನಾತ್ಮಕವಾಗಿ ಬಹಳ ಪರಿಣಾಮ ಬೀರಿತ್ತು. ನನ್ನ ತಂದೆಯನ್ನೂ, ಆಮೇಲೆ ಅದರ ಹಿಂದೆಯೇ ನನ್ನ ತಂಗಿಯನ್ನೂ ಕಳೆದುಕೊಂಡ ಬಳಿಕ, ನನಗೆ ಭರವಸೆಯನ್ನೂ ಒಡನಾಟವನ್ನೂ ನೀಡುತ್ತಿದ್ದವಳು ತಾಯಿಯೊಬ್ಬಳೇ. ಹಾಗೆಯೇ ನಾನು ಅವಳ ಬಲವೂ, ಏಕೈಕ ಆಧಾರವೂ ಆಗಿ ಹೋದೆ.

ಅವಳು ತನ್ನ ಜೀವನ ಪೂರ್ತಿ ನಿರಂತರವಾಗಿ ಅಗ್ನಿಪರೀಕ್ಷೆಗೆ ಗುರಿಯಾಗುತ್ತಾ, ಬಹಳ ನೋವನ್ನು ಅನುಭವಿಸಿದವಳು. ತನ್ನ ಹೆತ್ತವರನ್ನು ಬಹು ಬೇಗನೇ ಕಳೆದುಕೊಂಡು ಅದರ ನೋವನ್ನು ಅದಾಗಲೇ ಅನುಭವಿಸಿದ್ದಳು. ಅವಳ ವೈವಾಹಿಕ ಜೀವನ

ದೀರ್ಘಕಾಲೀನವಾಗಿರಲಿಲ್ಲ, ಯಾಕೆಂದರೆ, ಅವಳು ನಮ್ಮ ಹಳ್ಳಿಯಲ್ಲೇ ಹೆಚ್ಚಿನ ಸಮಯದ ಬದುಕನ್ನು ನೀಗಿಸುತ್ತಿದ್ದರೆ, ತಂದೆ ಮುಂಬಯಿಗೆ ಕೆಲಸದ ಮೇಲೆ ತೆರಳಿರುತ್ತಿದ್ದರು. ಅವಳು ತಂದೆಯವರನ್ನು ನಗರದಲ್ಲಿ ಸೇರಿಕೊಂಡ ಕಾಲದಲ್ಲಿ ಅವರು ರೋಗಗ್ರಸ್ತರಾಗಿ ಸ್ವಲ್ಪ ಸಮಯದಲ್ಲೇ ಅಸುನೀಗಿದ್ದರು. ಆಕೆಗೆ ಎರಡು ಮಕ್ಕಳನ್ನು ಸಾಕುವ ಹೊಣೆಗಾರಿಕೆ ಬಂತು. ಬಡತನದ ಬೇಗೆಯಲ್ಲಿ ಬೆಂದ ಅವಳಿಗೆ ಮಗಳಿಗೆ ತಕ್ಕ ಔಷಧೋಪಚಾರ ಮಾಡಲಾಗದೆ ಮರಣ ಹೊಂದುವಂತಾಯಿತು. ಆಮೇಲೆ ನನ್ನನ್ನು ನೋಡಿಕೊಳ್ಳುವ ಸಲುವಾಗಿ ಆಕೆಗೆ ಅನೇಕ ವಿಧವಾದ ತ್ಯಾಗಗಳನ್ನು ಮಾಡಬೇಕಾಗಿ ಬಂತು. ತನಗೆ ಒದಗಿ ಬಂದ ಯಾವುದೇ ಕೆಲಸವನ್ನು ಅವಳು ಮಾಡಬೇಕಾಗಿ ಬಂತು–ಕಟ್ಟಡದ ಕೆಲಸದಲ್ಲಿ ಕೂಲಿಯಾಳಾಗಿ, ಬಟ್ಟೆ ಹೊಲಿಯುವ, ಪರಿವಾರಗಳಲ್ಲಿ ಅಡುಗೆಯಾಳಾಗಿ ಮತ್ತು ಹೊಲಗದ್ದೆಗಳಲ್ಲಿ ಕೆಲಸದವಳಾಗಿ ಜೀವನ ಸಾಗಿಸಿದಳು. ಅವೆಲ್ಲವೂ ತೊಂದರೆಗಳ, ತಡೆಗಳ, ಆತಂಕಗಳ ಅಪಹಾಸ್ಯಗಳನ್ನು ಎದುರಿಸಬೇಕಾದ ಪ್ರಸಂಗಗಳಾಗಿದ್ದವು.

ಆದರೆ ನಾವಿಬ್ಬರು ಎಂದಿಗೂ ಪರಸ್ಪರ ಬಿಟ್ಟುಕೊಟ್ಟವರಲ್ಲ. ನಾನೊಬ್ಬನೇ ಅವಳ ಒಂದು ನೆಮ್ಮದಿಯ ಆಶಾಕಿರಣವಾಗಿದ್ದೆ. ಇಂದಿಗೂ ಆ ವಿಷಯಗಳ ಮತ್ತು ಅವಳ ಕಷ್ಟಗಳ ಬಗೆಗೆ ಯೋಚಿಸುವಾಗ ಅತೀವ ಬೇಸರವಾಗುತ್ತದೆ. ಮನೆಯಲ್ಲಿ ಅವಳು ಒಂದು ನಂದಾದೀಪದಂತೆ, ಶಕ್ತಿಯನ್ನು ಪ್ರದಾನಿಸುವ ಸ್ರೋತದಂತೆ ಬಲವನ್ನು ತುಂಬುವ ಆಕರದಂತೆ ಕಂಡು ಬಂದಿದ್ದಾಳೆ. ಅವಳ ಅಸ್ತಿತ್ವದಿಂದಾಗಿಯೇ ನಾನು ಇಲ್ಲಿಯವರೆಗೆ ಸಾಧಿಸಲು ಸಾಧ್ಯವಾಯಿತು. ನನ್ನೆಲ್ಲ ವೃತ್ತಿ ಬದುಕಿನ ಯಶಸ್ಸಿಗೆ ಅವಳೇ ಕಾರಣ.

ಅವಳಿಗೆ ಸಾಧ್ಯವಾದಷ್ಟು ಸುಖವನ್ನು ನೀಡಲು ನನ್ನ ಕೈಲಾದಷ್ಟು ಶ್ರಮಿಸಿದ್ದೇನೆ. ಇದೀಗ ಎಂಭತ್ತರ ಮಾಗಿದ ಜೀವವಾದ ಅವಳು ವಿಶ್ರಾಂತಿಯನ್ನು ಪಡೆಯುತ್ತ ಶಾಂತಿಯಿಂದ ಇರಬೇಕೆಂಬುದೇ ನನ್ನ ಆಸೆ.

ಈ ಪುಸ್ತಕವನ್ನು ಬರೆಯುವ ಮೂಲಕ ನಮ್ಮೊಳಗಿನ ಬಂಧ ಇನ್ನಷ್ಟು ಬಲಿಯಲು ಸಾಧ್ಯವಾಯಿತು ಎನ್ನಬಹುದು. ನಾವು ನಮ್ಮ ಬದುಕನ್ನು ಮತ್ತೆ ಜೀವಿಸಲು ಸಾಧ್ಯವಾಗಿದೆ, ಆ ಹಿಂದಿನ ಘಟನೆಗಳನ್ನು ಮೆಲುಕು ಹಾಕುತ್ತ, ಕೆಲವು ಸಂಭವಗಳ ವಿವರಗಳನ್ನು ಒರೆಗೆ ಹಚ್ಚುತ್ತ, ನಾನು ಮಗುವಾಗಿದ್ದಾಗ, ಬಂದೆರಗಿದ ಕೆಲವು ದಾರುಣ ಪರಿಸ್ಥಿತಿಗಳನ್ನು ಮತ್ತು ಅಂತಹ ಸಮಯದಲ್ಲಿನ ಅಸಹಾಯತೆಗಳನ್ನು ಮಾತನಾಡುತ್ತ, ಆಮೇಲೆ ಹಳ್ಳಿಯಲ್ಲೂ ನಗರದಲ್ಲೂ ಬದುಕಿನಲ್ಲಿ ಎದುರಾದ ತೀಕ್ಷ್ಣವಾದ ವ್ಯತ್ಯಾಸಗಳನ್ನು ವಿಶ್ಲೇಷಿಸುತ್ತ, ಹಾಗೂ ನಮ್ಮ ಸಂಬಂಧಿಗಳ ಮತ್ತು ಸಹಯೋಗಿಗಳೊಂದಿಗಿನ ನಮ್ಮ ವ್ಯವಹಾರವನ್ನು ಚರ್ಚಿಸುತ್ತ ನೆನಪಿಸಿಕೊಳ್ಳುವುದು ಇದೀಗ ಸಾಧ್ಯವಾಗಿದೆ. ನಾವು ಊಟಕ್ಕೆ ಕುಳಿತಾಗ ಮಂಗಳೂರಿನ ಆಹಾರವನ್ನು ಸೇವಿಸುತ್ತಿರುವಾಗ ನಮ್ಮ ಮಾತಿಗೆ ಗ್ರಾಸವಾಗುವುದು ಈ ವಿಷಯಗಳೇ. ನಾವು ಯಾವತ್ತೂ ಬಹಳ ಆತ್ಮೀಯವಾಗಿಯೇ ಇರುತ್ತೇವೆ.

ಆದರೆ ಈಗ ಅಂತಹ ಕಳೆದು ಹೋದ ವಿಚಾರ ವಿನಿಮಯದಲ್ಲಿ ಭಾವನಾತ್ಮಕವಾಗಿ

ನಮಗೆ ಅದೇನೂ ಆತಂಕದ ಪರಿಸ್ಥಿತಿ ಇಲ್ಲವಾದ್ದರಿಂದ, ನಮ್ಮ ಸಂಕಷ್ಟಗಳೆಲ್ಲ ದೂರವಾಗಿರುವುದರಿಂದ ಹಾಯಾಗಿ ಮಾತಾಡುತ್ತೇವೆ.

ನೆನಪಿನ ಆಳಕ್ಕೆ ಇಳಿದಂತೆಲ್ಲ, ಅದರದೇ ಅದ ನರಕ ಯಾತನೆಗಳಿರುತ್ತವೆ. ಆತಂಕದ ಅಂತಹ ಘಟನೆಗಳು ಒಮ್ಮೆ ಮನಸ್ಸಿಗೆ ಬಂದರೆ, ಅದು ಕೆಟ್ಟ ನೆನಪುಗಳನ್ನು ಒಮ್ಮೆಲೆ ಹೊರಕ್ಕೆ ನೆರೆಬಂದಂತೆ ಚಿಮ್ಮುತ್ತವೆ. ಅಂತಹ ನೆನಪುಗಳು ಅವಳಲ್ಲಿ ಅಸಂಖ್ಯವಾಗಿವೆ– ಆಕೆ ಹದಿನೆಂಟು ವರ್ಷ ಪ್ರಾಯದಲ್ಲಿ ಮದುವೆಯಾಗಿ ಬಂದಾಗಿನಿಂದ, ಒಬ್ಬಂಟಿಯಾಗಿ ತನ್ನ ಮಾವನ ಮನೆ ನಿಟ್ಟೆಯಲ್ಲಿಯೇ ಇದ್ದಾಗ, ತಂದೆಯವರು ಮುಂಬಯಿಯಲ್ಲಿ ಕೆಲಸ ಮಾಡುತ್ತಿದ್ದರು, ಮತ್ತೆ ಬಂತು ಸಿಡಿಲೆರಗಿದಂತಹ ತಂದೆಯವರ ಮರಣದ ಸುದ್ದಿ, ಆಮೇಲೆ ನರಕ ಸದೃಶ ಬದುಕನ್ನು ಬಾಳಬೇಕಾಯಿತು, ಕಿತ್ತುಕೊಂಡ ಸೌಭಾಗ್ಯ ಒಂದೆಡೆಯಾದರೆ, ಇನ್ನೊಂದೆಡೆ ಅಸಹನೀಯ ಏಕಾಕಿತನ.

ಹಳೆಯ ನೆನಪುಗಳನ್ನೆಲ್ಲ ಮೆಲಕು ಹಾಕುವಾಗ, ಅವಳು ಎಲ್ಲೆಲ್ಲಿಗೋ ಹೋಗಿಬಿಡುತ್ತಾಳೆ. ಅಂತಹ ಸಂದರ್ಭಗಳಲ್ಲಿ ಅವಳ ಯೋಚನಾ ಪರವಶತೆಯನ್ನಾಗಲೀ, ಭಾವಾವೇಷವನ್ನಾಗಲೀ, ಹದ್ದುಬಸ್ತಿನಲ್ಲಿರಿಸುವುದೇ ಕಷ್ಟ. ಅವಳ ಅಂತಹ ನೋವು ಕೊಡುವ ಅಂತರಾಳದ ನೆನಪುಗಳನ್ನು ಶೋಧಿಸುವುದೇ ಕಷ್ಟ. ನಾನು ಅವಳನ್ನು ಸಮಾಧಾನ ಪಡಿಸುತ್ತಿರುತ್ತೇನೆ. ನನ್ನ ಪ್ರತಿಯೊಂದು ಮಾತನ್ನೂ ಹೃತ್ಪೂರ್ವಕವಾಗಿ ಆಲಿಸಿ ಆ ಸಲಹೆಗಳನ್ನು ಅವಳು ತೆಗೆದುಕೊಳ್ಳುತ್ತಾಳೆ. ಹಾಗೆ ಆ ಅಸಹನೀಯ ಕಳೆದುಹೋದ ದಿನಗಳ ನೆನಪುಗಳಿಗೆ ಒಂದು ಪೂರ್ಣವಿರಾಮ ಹಾಕುವಂತೆ ಅವಳು ಹೇಳುವುದಿದೆ: 'ಮರೆತು ಬಿಡು... ಅವನ್ನೆಲ್ಲ ನಾವು ಮಾತಾಡುವುದು ಬೇಡ.' ನನ್ನ ಕಣ್ಣುಗಳಲ್ಲೇ ಅವಳು ಅದೇ ರೀತಿಯ ನನ್ನ ನೋವಿನ ಭಾವನೆಗಳನ್ನು ಅರಿಯಲು ಯತ್ನಿಸಿದ್ದಿದೆ.

ಮುಂಬಯಿಯಲ್ಲಿನ ಅವಳ ಪ್ರಾರಂಭಿಕ ಜೀವನದ ಅನುಭವಗಳು, ಹಳ್ಳಿಯಲ್ಲಿನವುಗಳಿಗಿಂತ ಭಿನ್ನವಾಗಿಯೇ ಇದ್ದವು. ತಂದೆಯವರು ರೋಗಪೀಡಿತರಾಗಿ ಏಗುತ್ತಿದ್ದರು, ನನಗಾಗ ಬರೀ ಎರಡು ವರ್ಷ. ನಗರದ ಹೊರವಲಯದ ಅಷ್ಟೊಂದು ಅಭಿವೃದ್ಧಿ ಕಾಣದ ಮಲಾಡ್‌ನ ಒಂದು ಚಾಳ್‌ನಲ್ಲಿ ನಮ್ಮ ವಸತಿಯಿತ್ತು. ಅಂತಹ ಚಾಳ್‌ನಲ್ಲಿ ಹಲವು ಮಂದಿ ಬಾಡಿಗೆ ಮನೆಗಳಲ್ಲಿ ವಾಸ್ತವ್ಯ ಹೂಡಿದ್ದು, ಅವರಿಗೆಲ್ಲ ಒಂದೇ ಶೌಚಾಲಯವಿತ್ತು. ಅದೊಂದು ಸಾಮಾನ್ಯ ಕಟ್ಟಡವಾಗಿದ್ದು, ಇಲೆಕ್ಟ್ರಿಕ್ ಮತ್ತು ನೀರು ಸರಬರಾಜಿನ ಯಾವುದೇ ಅವಶ್ಯಕ ಅನುಕೂಲತೆಗಳು ಅಲ್ಲಿರಲಿಲ್ಲ. ನಾವು ಎಣ್ಣೆಯ ದೀಪಗಳನ್ನು ಉಪಯೋಗಿಸುತ್ತ, ಬೋರ್‌ವೆಲ್‌ನಿಂದ ಬರುತ್ತಿದ್ದ ನೀರನ್ನೇ ಹಂಚಿಕೊಂಡು ಉಪಯೋಗಿಸುತ್ತಿದ್ದೆವು.

ತಂದೆಯವರು ಕೆಲಸಕ್ಕೆಂದು ಹೊರಗಡೆ ಹೋದಾಗ, ತಾಯಿಯವರು ನನ್ನನ್ನು ಒಂದು ಡ್ರಮ್‌ಗೆ ಕಟ್ಟಿ ಹಾಕಿ, ಹೊರಗೆ ಅಂಗಡಿಯಿಂದ ಸಾಮಗ್ರಿಗಳನ್ನು ತರಲು ಹೋಗುತ್ತಿದ್ದಳಂತೆ. ನಾನೊಬ್ಬ ಬಹಳ ತುಂಟ ಹುಡುಗನಾಗಿದ್ದರಿಂದ, ಆ ಡ್ರಮ್‌ನ್ನು ಹತ್ತಿ ಅದರಲ್ಲಿ ತುಂಬಿದ ನೀರಿನಲ್ಲಿ ಬಿದ್ದುಬಿಡಬಹುದೆಂಬ ಭಯವೂ ಆಕೆಗೆ ಆಗುತ್ತಿತ್ತಂತೆ.

ನನ್ನ ತಂದೆಯವರು ಗತಿಸಿದ ಸಮಯದಲ್ಲಿ ನನಗೆ ಮೂರು ವರ್ಷವೂ ನನ್ನ ತಂಗಿಗೆ ಒಂದು ವರ್ಷವೂ ಪ್ರಾಯವಾಗಿತ್ತು. ತಾಯಿ ಹಳ್ಳಿಯ ನಮ್ಮ ಮನೆಗೆ ಹಿಂದಿರುಗಿದಳು, ಆದರೆ ಕುಟುಂಬದ ಸದಸ್ಯರೆಲ್ಲ ಅವಳನ್ನು ಪರಿತ್ಯಜಿಸಿ ಬಿಟ್ಟರು.

ಒಬ್ಬ ಏಕಾಂಗಿ ತಾಯಿಗೆ, ನಮ್ಮ ದೈನಂದಿನ ಅವಶ್ಯಕತೆಗಳನ್ನು ಪೂರೈಸುವುದು ಅಸಾಧ್ಯದ ಮಾತಾಗಿತ್ತು. ಮಗುವೆಂದು ನನ್ನ ತಂಗಿ ಬತ್ತಲೆಯಾಗಿಯೇ ಇದ್ದರೆ, ನನಗೊಂದು ತೆಳ್ಳಗಿನ ಕೌಪೀನ ಮಾತ್ರ ಮಾನ ಮುಚ್ಚುವ ಬಟ್ಟೆಯಾಗಿತ್ತು.

ನಮ್ಮ ಬತ್ತಲೆಯ ಪರಿಸ್ಥಿತಿ ನಮ್ಮ ಚಿಕ್ಕಪ್ಪ, ಮಾವಂದಿರಿಗೆ ಅಸಹನೀಯವೆಂದು ಕಾಣುತ್ತಿತ್ತು. ಮನೆಗೆ ಅತಿಥಿಗಳು ಬಂದಾಗಲೆಲ್ಲ, ಅವರು ನಮ್ಮನ್ನು ಅವಮಾನಿಸುವ ಯಾವುದೇ ಅವಕಾಶವನ್ನೂ ಕಳೆದುಕೊಳ್ಳುತ್ತಿರಲಿಲ್ಲ. ಆದರೆ ಒಂದು ಚಿಕ್ಕಾಸನ್ನೂ ನಮಗೆ ಕೊಡುತ್ತಿರಲಿಲ್ಲ. ಅವರು ನಮಗೆ ಬಟ್ಟೆಬರೆಗಳನ್ನು ನೀಡಿ ಸಹಾಯ ಮಾಡಬಹುದಿತ್ತು, ಮನೆಯ ಇನ್ನಿತರ ಮಕ್ಕಳು ತೊಡುವ ಹಾಗೆ. ಮುಂಬಯಿಯಲ್ಲಿ ಬೀದಿ ಬದಿಯ ಅನಾಥ ಮಕ್ಕಳಿಗೆ ಕೂಡಾ ಬಟ್ಟೆಬರೆ ಮತ್ತು ಆಹಾರ ಸಿಗುತ್ತದೆ, ಅವರನ್ನು ಚೆನ್ನಾಗಿ ನಡೆಸಿಕೊಳ್ಳುತ್ತಾರೆ. ಅಂತಹ ತೀಕ್ಷ್ಣವಾದ ಅನುಭವಗಳನ್ನು ನೆನೆದಾಗ ಇಂದಿಗೂ ಅಮ್ಮನ ಕಣ್ಣುಗಳು ತುಂಬಿ ಕಣ್ಣೀರು ಉದುರುತ್ತವೆ.

ಅಮ್ಮನ ಶಾಂತ ಸ್ವಭಾವ ಮತ್ತು ಮುಗ್ಧತೆಯಿಂದಾಗಿ, ಜನರ ಜತೆಗಿನ ವ್ಯವಹಾರಗಳಲ್ಲಿ ಅವಳ ಕಷ್ಟದ ಪಾಡು ದ್ವಿಗುಣಗೊಳುತ್ತಿದ್ದುವು. ಚಿಕ್ಕಪ್ಪ ಗೋವಿಂದ ನಮ್ಮ ತಂದೆಯ ಹಕ್ಕಿನ ಆಸ್ತಿಯ ಪಾಲನ್ನು ಕಬಳಿಸಿದಾಗ, ಅವಳು ಮೋಸಹೋದೆವೆಂದು ಅಳಲು ತೋಡಿಕೊಳ್ಳುತ್ತಿದ್ದಳು. ಆತ ಮಾರಾಟ ಮಾಡಿದ ನಮ್ಮ ಆಸ್ತಿಯ ಬಹಳ ಪಟ್ಟು ನಾನು ಸಂಪಾದನೆ ಮಾಡಬಲ್ಲೆ ಎಂದು ಅವಳಿಗೆ ಸಾಂತ್ವನದ ಮಾತುಗಳನ್ನು ಹೇಳುತ್ತಿದ್ದೆ: 'ಅವರಿಗೇನು ಬೇಕೋ ಅವನ್ನೆಲ್ಲ ತೆಗೆದುಕೊಳ್ಳಲಿ. ಅದಕ್ಕೋಸ್ಕರ ಬೇಸರಿಸಬೇಡ. ನಾನು ನನ್ನ ಸಂಪಾದನೆಯಿಂದಲೇ ಜಾಗವನ್ನು ಖರೀದಿ ಮಾಡಿ ಮನೆ ಕಟ್ಟಿಸಿ ನಿನ್ನನ್ನು ಸುಖವಾಗಿ ಇಟ್ಟಿರುತ್ತೇನೆ. ನನ್ನ ಕಠಿಣ ದುಡಿಮೆಯಿಂದಲೇ ಅದು ಸಾಧ್ಯ' ಎಂದಿದ್ದೆ.

ನಾನು ಶಾಲೆಯಲ್ಲಿ ಓದುತ್ತಿದ್ದ ಸಮಯ, ನಾನು ಅವಳನ್ನು ಕಳೆದುಕೊಳ್ಳುತ್ತೇನೆ ಎಂದೇ ಭಾವಿಸಿ ಬಹಳ ಹೆದರುತ್ತಿದ್ದೆನೆಂದು ಹೇಳುತ್ತಿದ್ದಳು. ಹಾಗೆ ಹೆದರಿಕೆಯಾದಾಗಲೆಲ್ಲ ನಾನು ಅವಳ ಸೆರಗನ್ನು ಹಿಡಿದು ಅವಳ ಸಮೀಪವೇ ಇರುತ್ತಿದ್ದೆನಂತೆ. ನಾನು ಶಾಲೆಯಲ್ಲಿ ನನ್ನ ಸಹಪಾಠಿಯೊಬ್ಬ ದಾರುಣವಾಗಿ ಅಳುತ್ತಿದ್ದುದನ್ನು ನೋಡಿದ್ದೆ. ಅವನ ತಾಯಿ ಮರಣಹೊಂದಿದ್ದಾರೆ ಎಂದು ಆಮೇಲೆ ನಮ್ಮ ಉಪಾಧ್ಯಾಯರು ನಮಗೆ ತಿಳಿಸಿದ್ದರು. ನನ್ನ ತಂದೆ ಮತ್ತು ತಂಗಿಯನ್ನು ಕಳೆದುಕೊಂಡ ಇತಿಹಾಸದ ಹಿನ್ನೆಲೆಯಲ್ಲಿ ನನ್ನ ತಾಯಿಯನ್ನೂ ಕಳೆದುಕೊಳ್ಳುವ ಭಯ ನನಗಿತ್ತು.

ನಾನು ನನ್ನ ಹೆತ್ತವರಿಗೆ ಹುಟ್ಟಿದ್ದು ಅವರು ಮದುವೆಯಾಗಿ ಏಳು ವರ್ಷಗಳು ಕಳೆದ ಬಳಿಕ. ನಾನು ಹುಟ್ಟುವ ಮೊದಲು ನನ್ನ ತಾಯಿ ಬಂಜೆ ಎಂದೇ ಕುಟುಂಬದ ಸದಸ್ಯರೆಲ್ಲ ಭಾವಿಸಿದ್ದರು. ತಾಯಿ ತನ್ನ ಮುಗ್ಧತೆಯಲ್ಲಿ ಹೇಳುವುದಿತ್ತು, ತನ್ನ ಗಂಡ ದೂರದ ಮುಂಬಯಿಯಲ್ಲಿ ಇದ್ದು, ತಾನು ಅಲ್ಲಿಗೆ ಹೋಗದೆ ಇದ್ದುದರಿಂದ ತಾನು

ಗರ್ಭಿಣಿಯಾಗಿಲ್ಲ ಎಂದು ಸಮಜಾಯಿಷಿ ಹೇಳುತ್ತಿದ್ದಳು.

ಅವರ ಮದುವೆಯ ಬಳಿಕ ತಂದೆಯವರು ಮುಂಬಯಿಯಲ್ಲಿ ಒಂದು ಸಣ್ಣ ಕೋಣೆಯಲ್ಲಿ ವಾಸ್ತವ್ಯಕ್ಕಿದ್ದುದರಿಂದ, ಮತ್ತು ಅಲ್ಲಿ ಇಬ್ಬರ ವಸತಿಗೆ ಅನುಕೂಲ ಇಲ್ಲದ್ದರಿಂದ ಅಮ್ಮನನ್ನು ಒಯ್ದಿರಲಿಲ್ಲವಂತೆ. ನಮ್ಮ ಮಂಗಳೂರಿನ ಮನೆಗೆ ಅವರು ಆಗಿಂದಾಗ್ಗೆ ಭೇಟಿ ನೀಡಲು ಆಗದಿದ್ದುದು ಬಸ್ಸಿನ ವಿಪರೀತ ವೆಚ್ಚ. ತಾಯಿಯವರು ತಂದೆಯಿಂದ ದೂರ ಉಳಿದಿದ್ದರಿಂದ ಬಹಳ ಬೇಸರಪಟ್ಟುಕೊಳ್ಳುತ್ತಿದ್ದುದೂ ಇದ್ದಿತು.

ಆ ಸಮಯದಲ್ಲೆಲ್ಲ ಸಂಬಂಧಿಗಳು ಆಕೆಯನ್ನು ಹೀಯಾಳಿಸುವ ನುಡಿಗಳಿಂದ ಅವಮಾನಿಸುವ ಸ್ವಾತಂತ್ರ್ಯವನ್ನು ಯಥೇಷ್ಟ ತೆಗೆದುಕೊಳ್ಳುತ್ತಿದ್ದರು. ನಾನು ಮುಂಬಯಿಗೆ ಮತ್ತು ಆ ನಂತರ ದೋಹಾಕ್ಕೆ ನೌಕರಿಯ ನಿಮಿತ್ತ ಹೋದಾಗಲೆಲ್ಲ, ನನ್ನ ಬಗ್ಗೆ ಕಟ್ಟುಕತೆಗಳನ್ನು ಹೇಳುತ್ತ, ನಾನು ಆಕೆಯನ್ನು ಸದಾ ಕಾಲಕ್ಕೆ ತೊರೆದು ಬಿಟ್ಟಿದ್ದೇನೆ ಎಂದು ಅಮ್ಮನಲ್ಲಿ ಭಯಹುಟ್ಟಿಸುತ್ತಿದ್ದುದುಂಟು. ನಾನು ವಿದೇಶಕ್ಕೆ ಹೋಗಿ ದುಡಿದರೇ ಒಳಿತು ಎನ್ನುವುದು ಅಮ್ಮನ ಆಕಾಂಕ್ಷೆಯಾಗಿತ್ತಷ್ಟೇ. ಆದರೆ ಅವಳ ಸುತ್ತಮುತ್ತಲಿನ ಮಂದಿ ಹಾಗೆ ಆಕೆಯನ್ನು ಭಯಹುಟ್ಟಿಸಬಹುದೆಂಬ ಕಲ್ಪನೆ ಅಮ್ಮನಿಗಿರಲಿಲ್ಲ. ಸರಕಾರದ ಸಿಬ್ಬಂದಿಗಳಿಗೆ ಏನೇನೋ ಹೇಳಿದ್ದರಿಂದ ಪಬ್ಲಿಕ್ ಡಿಸ್ಟ್ರಿಬ್ಯೂಶನ್ ಸಿಸ್ಟಮ್ (ಪಿಡಿಎಸ್)ನಲ್ಲಿ ಅಮ್ಮನಿಗೆ ರೇಶನ್ ಕಾರ್ಡ್ ಮಂಜೂರಾಗದಂತೆ ಮಾಡಿಬಿಟ್ಟಿದ್ದರು. ಆಹಾರ ಪದಾರ್ಥಗಳನ್ನು ಕಡಿಮೆ ಬೆಲೆಗೆ ಪಡಕೊಳ್ಳುವ ಅವಳ ಅವಕಾಶವನ್ನು ಕಿತ್ತುಕೊಂಡಿದ್ದರಿಂದ, ಅವಳು ಆ ಬಗ್ಗೆ ಬಹಳ ವ್ಯಥೆ ಪಟ್ಟಿದ್ದಳು.

ಅಂತಹ ಆತಂಕ ಮತ್ತು ಒತ್ತಡಗಳನ್ನು ಸಹಿಸಲಾಗದೆ, ತನ್ನನ್ನು ತಂಪಾಗಿಸಲು ತಣ್ಣೀರನ್ನು ತಲೆಯ ಮೇಲೆ ಹೊಯ್ದುಕೊಳ್ಳುತ್ತಿದ್ದಳಂತೆ ಅಮ್ಮ. ಆತ್ಮಹತ್ಯೆ ಮಾಡಿಕೊಳ್ಳುವ ಒತ್ತಡ ಕೂಡಾ ಆಕೆಗೆ ಅನೇಕ ಸಾರಿ ಬಂದಿತ್ತಂತೆ. ಅದರಲ್ಲಿ ಆಕೆ ಯಶಸ್ವಿಯಾಗದಿದ್ದುದೇ ಬಹುದೊಡ್ಡ ದೇವರ ಅನುಗ್ರಹ.

ನನ್ನ ಬಾಲ್ಯದಿಂದಲೂ, ನಂತರ ಯುವಾವಸ್ಥೆಯಲ್ಲೂ, ಅಮ್ಮ ನಿರಂತರವಾಗಿ ದುಡಿಮೆಯ ಹೊರೆಯನ್ನು ಹೊತ್ತು ದಣಿಯುತ್ತಿದ್ದುದನ್ನು ನಾನು ನೋಡಿದ್ದೇನೆ. ಮನೆವಾರ್ತೆಯ ಕೆಲಸಗಳು, ಅಡುಗೆ, ಪದಾರ್ಥಕ್ಕೆ ತೆಂಗಿನ ಕಾಯಿಯನ್ನು ಅರೆಯುವುದು, ಬಾವಿಯಿಂದ ನೀರನ್ನು ಸೇದುವುದು, ಮರಗಳಿಗೆ ನೀರುಣಿಸುವುದು, ತೆಂಗಿನ ಮತ್ತು ಹಲಸಿನ ಮರಗಳಿಗೆ ವಿಶೇಷವಾಗಿ, ಮತ್ತು ಬಟ್ಟೆ ಹೊಲಿಯುವುದು– ಒಂದೇ ಎರಡೇ, ಆಕೆ ಸದಾ ಕಾಲ ಕೆಲಸದಲ್ಲೇ ಮೈಮರೆಯುತ್ತಿದ್ದಳು.

ಬಹುತೇಕ ದಕ್ಷಿಣ ಭಾರತದ ಅಡುಗೆಗಳಲ್ಲಿ ಅರೆಯುವ ದಂಧೆ ಇದ್ದದ್ದೇ. ಇಡ್ಲಿ ಅಥವಾ ದೋಸೆಯನ್ನು, ಚಟ್ನಿ, ಪದಾರ್ಥಗಳನ್ನು ಮಾಡಬೇಕಾದರೆ ಅರೆಯುವುದು ಅನಿವಾರ್ಯ. ಹಾಗೆ ಅಮ್ಮ ಒಂದು ಹಳೆಯ ಸವಕಲಾದ ಕಲ್ಲನ್ನು ಕೊಂಡುಕೊಂಡಿದ್ದಳು, ಮತ್ತು ಅದಕ್ಕೆ ಸಾಣೆ (ಕುಟ್ಟಿ ಹಾಕುವುದು) ಹಿಡಿದು ಉಪಯೋಗಿಸತೊಡಗಿದಳು. ಅದಕ್ಕೂ ಮಿಗಿಲಾಗಿ ನಮಗೆ ಹೆಚ್ಚಿನದೇನನ್ನೂ ಕೊಂಡುಕೊಳ್ಳುವ ಶಕ್ತಿ ಇರಲಿಲ್ಲವೆನ್ನಿ.

ಆ ಕಷ್ಟ ಕಾರ್ಪಣ್ಯಗಳ ಕಾರಣದಿಂದಾಗಿ ಅಮ್ಮ ಬಹಳ ನಿಂತ್ರಾಣದಿಂದಿರುತ್ತಿದ್ದಳು ಮತ್ತು ಬಹಳ ಕೃಶವಾಗಿ ಬಳಲಿದವಳಂತೆ ತೋರುತ್ತಿದ್ದಳು.

ಅವಳ ಮುಖದ ಮೇಲೆಲ್ಲಾ ಕಪ್ಪು ಕಲೆಗಳು ಎದ್ದಿದ್ದವು–ನಿರಂತರ ಒತ್ತಡ ಮತ್ತು

ಕೆಲವು ಪೌಷ್ಟಿಕ ಆಹಾರದ ಕೊರತೆಯ ಫಲಸ್ವರೂಪವಾಗಿ ಹಾಗಾಗಿತ್ತು.

ಈವೊತ್ತಿಗೂ ಆಕೆ ತನ್ನ ತಂಗಿ ರತ್ನನ ಬಗ್ಗೆ ಕೃತಜ್ಞತಾ ಮಾತುಗಳನ್ನು ಹೇಳುತ್ತಾಳೆ, ಅವರ ಜತೆಗೆ ತುಂಬಾ ಆತ್ಮೀಯತೆಯೂ ಇದೆ. ಬಹಳ ಕಷ್ಟದಲ್ಲಿದ್ದಾಗ, ಅವರೇ 5 ರೂಪಾಯಿಯನ್ನು ತೆತ್ತು ಹೊಲಿಗೆ ಕಲಿಯಲು ಸಹಾಯ ಮಾಡಿದ್ದಂತೆ. ಈವೊತ್ತು ಆ ಮೊಬಲಗು ತೀರಾ ಸಣ್ಣದಾಗಿ ಕಾಣಬಹುದು, ಆದರೆ ಅರುವತ್ತರ ದಶಕದಲ್ಲಿ ಅದಕ್ಕೆ ಬಹಳ ಮೌಲ್ಯವಿತ್ತು. ಅಷ್ಟೇ ಅಲ್ಲ, ಆ ಹಣದ ಸಹಾಯದಿಂದಾಗಿ ಅಮ್ಮ ಹೊಲಿಗೆಯನ್ನು ಕಲಿತ್ತದ್ದೇ ಅಲ್ಲ, ಒಂದು ಹೊಲಿಗೆಯ ಸಂಸ್ಥೆಯಲ್ಲಿ ಸಣ್ಣ ವೇತನಕ್ಕೆ ಅವಳಿಗೆ ದುಡಿಯುವ ಅವಕಾಶವೂ ಸಿಕ್ಕಿತ್ತು. ನನ್ನ ಅದೇ ಚಿಕ್ಕಮ್ಮನ ಮಗ ಕೃಷ್ಣ, ಅವನ ಬಗ್ಗೆ ಈ ಹಿಂದಿನ ಅಧ್ಯಾಯಗಳಲ್ಲಿ ಹೇಳಿದ್ದೇನೆ, ಅವನು ನನ್ನ ಬಾಲ್ಯದ ಸ್ನೇಹಿತ ಮಾತ್ರವಲ್ಲ, ಅವನೊಂದಿಗೆ ನನಗೆ ಬಹಳ ಆತ್ಮೀಯತೆ ಬೆಳೆದಿತ್ತು.

1989ರಲ್ಲಿ, ಥಾಣೆಯಲ್ಲಿ ನನ್ನ ಮೊದಲ ಸಲೂನ್ ಪ್ರಾರಂಭವಾದಾಗ, ಅಮ್ಮ ನನ್ನ ಜತೆಗೆ ವಾಸ್ತವ್ಯ ಹೂಡಿದಳು. ಅವಳು ನಮ್ಮ ಸಿಬ್ಬಂದಿವರ್ಗದ ಹುಡುಗರಿಗೆಲ್ಲ ಅಡುಗೆ ಮಾಡಿ ಹಾಕುತ್ತಿದ್ದಳು. ಅವರೆಲ್ಲ ನಮ್ಮ ಹಳ್ಳಿಯ ಸಮೀಪದ ಮಂಗಳೂರಿನಿಂದ ಬಂದವರಾಗಿದ್ದರು. ನಮ್ಮ ಪ್ರಾಂತ್ಯದ ಕೆಲವು ವಿಶೇಷ ತಿಂಡಿಗಳನ್ನು ಅವಳು ತಯಾರಿಸಿ ಬಡಿಸುತ್ತಿದ್ದಳು, *ಬಾಣಲಡ್ಡೆಯೋ, ಸಾರಡ್ಡೆಯೋ* ಮುಂತಾಗಿ. ಅವನ್ನು ಕುಚ್ಚಲಕ್ಕಿಯಿಂದ ತಯಾರಿಸಿ, ಸಾಂಬಾರು ಜೀನಸುಗಳ ಜತೆಗೆ ಸಾಸಿವೆ ಮತ್ತು ಕರಿಬೇವಿನ ಸೊಪ್ಪುಗಳನ್ನು ಹಾಕಿ ಒಗ್ಗರಣೆ ಕೊಟ್ಟು ರುಚಿಕರವಾಗಿ ಮಾಡುತ್ತಿದ್ದಳು.

ನಾನು ಸಣ್ಣವನಿದ್ದಾಗ, ಅವಳು ತಯಾರಿಸುತ್ತಿದ್ದ ಬೇಳೆ ಸಾರು, ಅದಕ್ಕೆ ಒಣ ಮೆಣಸು, ಸಾಸಿವೆ ಮತ್ತು ಕರಿಬೇವಿನ ಎಲೆಗಳನ್ನು ಹಾಕಿ ತಯಾರಿಸುತ್ತಿದ್ದುದು, ನನಗೆ ಬಹಳ ಇಷ್ಟವಾಗುತ್ತಿತ್ತು. ಅವಳು ಅಡುಗೆ ತಯಾರಿಸುವ ಸಮಯ ಮನೆಯೆಲ್ಲಾ ಅಡುಗೆಯ ಪರಿಮಳ ಸೇರಿಕೊಂಡರೆ, ಅದು ಸ್ವಾದಿಷ್ಟವೆಂದೇ ತಿಳಿದು ನಾನು ಸೀದಾ ಅಡುಗೆ ಕೋಣೆಗೇ ಲಗ್ಗೆಯಿಡುತ್ತಿದ್ದೆ. ಈವೊತ್ತು ಅಂತಹ ಅಡುಗೆಯನ್ನು ಅವಳು ಕೆಲವು ವಿಶೇಷ ದಿನಗಳಲ್ಲಿ ಮಾತ್ರ ಮಾಡುತ್ತಾಳೆ.

ವಿದೇಶಗಳಿಗೆ ಹೋಗುವ ಉತ್ಸುಕತೆ ಅವಳಲ್ಲಿದ್ದರೂ, ಗಲ್ಫ್ ದೇಶಗಳು ಬೀರಿದ ಪರಿಣಾಮ ಅನನ್ಯವೆನ್ನಬೇಕು. ಕುವೈತ್, ಆಫ್ರಿಕಾ ಮತ್ತು ನೆದರ್‌ಲ್ಯಾಂಡ್‌ಗಳಿಗೆ ಭೇಟಿ ನೀಡಿದ್ದ ಅವಳು, ಇಂದು ಸಕಲ ಅದ್ದೂರಿಯ ಸೌಕರ್ಯಗಳನ್ನು ಹೊಂದಿದ ಮನೆಯಲ್ಲಿ, ಕುಟುಂಬ ಹಾಗೂ ಮೊಮ್ಮಕ್ಕಳ ಸಂತೋಷದೊಂದಿಗೆ ಅವರ ಜತೆಗೆ ಆಟವಾಡುತ್ತ ಕಳೆಯುತ್ತಿದ್ದಾಳೆ. ನನ್ನ ಮಗ ರೋಹಿಲ್ ಮತ್ತು ಮಗಳು ಆರಾಧ್ಯಳ ಜತೆಗೆ ಆಡುವುದೆಂದರೆ ಅವಳಿಗೆ ಬಹಳ ಇಷ್ಟ.

ಕನ್ನಡ ಚಾನೆಲ್‌ಗಳಲ್ಲಿ ಬಿತ್ತರಗೊಳ್ಳುವ ಸೀರಿಯಲ್‌ಗಳನ್ನು ನೋಡುವುದೆಂದರೆ ಅವಳಿಗೆ ಬಹಳ ಇಷ್ಟದ ಕೆಲಸ. ಸೀರಿಯಲ್‌ಗಳ ಕಥೆಗಳಲ್ಲೇ ಅವಳು ಮುಳುಗಿ ಹೋಗುವುದಿದೆ.

ನನಗೆ ಅವಳು ಆ ಕಥೆಗಳನ್ನು ಹೇಳುವ ಸಮಯ ಉತ್ತಮ ಪಾತ್ರಗಳ ಬಗ್ಗೆ ಬಹಳ ಕರುಣೆಯನ್ನು ವ್ಯಕ್ತಪಡಿಸಿದರೆ, ಕೆಟ್ಟ ಪಾತ್ರಗಳ ಬಗೆಗೆ ಸಹಾನುಭೂತಿಯನ್ನು ತೋರುತ್ತಾಳೆ.

ಅವಳನ್ನು ನಾನು ಶ್ರದ್ಧೆಯಿಂದ ಕೇಳಿಸಿಕೊಳ್ಳುತ್ತ, ಅವೆಲ್ಲ ಪಾತ್ರಗಳು ಕಥೆ ಮತ್ತು ಸಂಭಾಷಣೆಕಾರರು ಬರೆದಂತೆ ಹೇಳುತ್ತಾರೆ ಹೊರತು ಅವೆಲ್ಲ ನಿಜವಲ್ಲ ಎಂದು ಮನದಟ್ಟು ಮಾಡಬೇಕಾಗುತ್ತದೆ. ಜನರಿಗೆ ಮನರಂಜನೆಗೋಸ್ಕರ ಅವೆಲ್ಲ ಕಟ್ಟುಕತೆಗಳು, ಹೊರತು ಅದರಿಂದ ನಮಗೆ ಏನೂ ಆಗಬೇಕಾಗಿಲ್ಲವೆಂದು ನಾನು ಹೇಳುವುದಿದೆ. ಅವಳು ಸುಮ್ಮನೆ ನಿರ್ವ್ಯಾಜ ನಗುವನ್ನು ನಗುತ್ತಾಳೆ ಅಷ್ಟೇ.

ಏನಿದ್ದರೂ, ನನ್ನ ಅಭಿಪ್ರಾಯದಲ್ಲಿ ಟಿವಿಯಲ್ಲಿ ಬರುತ್ತಿರುವ ಯಾವುದೇ ಧಾರಾವಾಹಿಯನ್ನು ನೋಡಿದರೂ ಅವಳಲ್ಲಿ ಅದೇನೂ ಪರಿಣಾಮ ಬೀರುವುದಿಲ್ಲ, ಯಾಕೆಂದರೆ ಅವಳು ಅಷ್ಟು ಸರಳವಾದ ಹೃದಯವಂತಿಕೆಯಿರುವ ವ್ಯಕ್ತಿ. ಅವಳ ಜೀವನದಲ್ಲಿ ಅನೇಕ ಸದ್ಗುಣಿಗಳನ್ನೂ ಅವಳು ಕಂಡಿದ್ದಾಳೆ, ಅಷ್ಟೇ ದುಷ್ಟ ಸ್ವಭಾವದವರನ್ನೂ ಕಂಡಿದ್ದಾಳೆ. ಹಾಗಾಗಿ ಟಿವಿಯಲ್ಲಿ ಬರುವ ಪಾತ್ರಗಳನ್ನು ನಿಜಜೀವನದ ಈ ಪಾತ್ರಗಳ ಜತೆಗೆ ಹೋಲಿಸುತ್ತಿರಬಹುದೇನೋ. ಹಾಸ್ಯ ಧಾರಾವಾಹಿಗಳನ್ನು ಅವಳು ಇನ್ನಷ್ಟು ಇಷ್ಟಪಡುತ್ತಾಳೆ.

ಟಿವಿ ಧಾರಾವಾಹಿಗಳ ಹೊರತಾಗಿ, ಕರ್ನಾಟಕದಲ್ಲಿ ಅತ್ಯಂತ ಪ್ರಸಿದ್ಧವಾದ ಸಾಂಪ್ರದಾಯಿಕ ಯಕ್ಷಗಾನ ಆಟಗಳನ್ನು ನೋಡಲು ಅವಳಿಗೆ ಬಹಳ ಇಷ್ಟ. ರಾತ್ರಿಪೂರ್ತಿ ಆಡಲಾಗುವ ಈ ಯಕ್ಷಗಾನದಲ್ಲಿ ಹಿಮ್ಮೇಳದ ಜತೆಗೆ ಭಾಗವತರ ಸಹಿತವಾಗಿ ಪುರಾಣ ಕಥೆಗಳನ್ನು ಹಾಡುವ ಮತ್ತು ಅದಕ್ಕೆ ತಕ್ಕುದಾಗಿ ವರ್ಣಮಯ ವೇಷಭೂಷಣ ಮತ್ತು ಕಿರೀಟಗಳನ್ನು ಧರಿಸಿ ರಂಗಸ್ಥಳದಲ್ಲಿ ನೃತ್ಯಾದಿ ಅಭಿನಯಗಳ ಜತೆಗೆ ಸಂಭಾಷಣೆಯ ವಾಕ್‌ಚಾತುರ್ಯದಿಂದ ವೈವಿಧ್ಯಮಯ ಪಾತ್ರಗಳು ಪ್ರಸ್ತುತ ಪಡಿಸುವ ಒಂದು ಮನಮೋಹಕ ಕಲೆ ಎನ್ನಬಹುದು. ತುಳು ನಾಟಕಗಳಂತೆ, ಭಜನೆಯ ಹಾಡುಗಳು ಕೂಡಾ ಅವಳ ಪ್ರಿಯವಾದ ಮನರಂಜನೆಯ ಮಾಧ್ಯಮಗಳು.

ಪ್ರತಿಯೊಂದೂ ಯಾವುದಾದರೂ ಒಂದು ಕಾರಣದಿಂದಾಗಿಯೇ ಸಂಭವಿಸುತ್ತದೆ, ಅದನ್ನು ತಿಳಿಯುವ ಸಾಕಷ್ಟು ಜ್ಞಾನ ನಮಗಿರುವುದಿಲ್ಲ.

–ಒಪ್ರಾಹ್ ವಿನ್‌ಫ್ರೇ, ದಿ ಒಪ್ರಾಹ್ ವಿನ್‌ಫ್ರೇ ಪ್ರದರ್ಶನದ ಆತಿಥೇಯ

ಅಧ್ಯಾಯ ಹನ್ನೆರಡು

ಪ್ರತಿಯೊಬ್ಬರ ಹೃದಯದಲ್ಲಿ ಜಾಗ ಗಿಟ್ಟಿಸಿದ ನಗುಮೊಗದ ಹುಡುಗಿ

ದಿವಂಗತ ಹರಿಣಾಕ್ಷಿ (4ನೇ ಡಿಸೆಂಬರ್ 1973–10ಮಾರ್ಚ್ 2008)

ಬನಾರಸ್‌ನ ಪವಿತ್ರ ಗಂಗಾ ನದಿಯಲ್ಲಿ ದೋಣಿ ತೇಲುತ್ತಿದ್ದಿತು. ಅದೊಂದು ವಿಚಿತ್ರವಾಗಿ ಬಹಳ ಶಾಂತ ವಾತಾವರಣದ ದಿನವಾಗಿತ್ತು. ಹರಿಣಾಕ್ಷಿಯ ಚಿತಾಭಸ್ಮವನ್ನು ಸೇವಂತಿಗೆ ಹೂವಿನ ಜತೆಗೆ ನೀರಿನಲ್ಲಿ ಅರ್ಪಣೆ ಮಾಡಿದ್ದಾಯಿತು. ಅಲ್ಲಿನ ಪುರೋಹಿತರು ಧಾರ್ಮಿಕ ವಿಧಿವಿಧಾನಗಳನ್ನು ಪೂರೈಸಿದ ಬಳಿಕ ಇನ್ನಷ್ಟು ಹೂವುಗಳನ್ನೂ ಹೂವಿನ ದಳಗಳನ್ನೂ ನನ್ನ ಕೈಯಲ್ಲಿಟ್ಟು ನೀರಿಗೆ ಅರ್ಪಿಸುವಂತೆ ಹೇಳಿದರು. ಅದುವೇ ನಾನು ಹರಿಣಾಕ್ಷಿಯನ್ನು ಕಟ್ಟಕಡೆಗೆ ನೋಡಿದ್ದು, ನೆಮ್ಮದಿಯಿಂದ ಗಂಗಾನದಿ ನೀರಿನಲ್ಲಿ ತೇಲಿಹೋದದ್ದು, ಆ ಸೌಮ್ಯ ಅಲೆಗಳು ಅವಳನ್ನು ತನ್ನ ಜತೆಗೆ ತೇಲಿಸಿಕೊಂಡು ಹೋಗಿತ್ತು. ಅದೊಂದು ಸುಂದರವಾದ ತಾಣಕ್ಕೆ. ಯಾವುದೇ ನೋವಿಲ್ಲದ ಜಾಗಕ್ಕೆ... ದುಃಖವೇ ಇಲ್ಲದ... ಸಂಕಟವೇ ಇಲ್ಲದ ಜಾಗಕ್ಕೆ. ಬರೀ ಶಾಂತಿ ಮತ್ತು ಉಲ್ಲಾಸ ಮಾತ್ರ.

1993ರಲ್ಲಿ ನಮ್ಮೊಳಗಿನ ಸಂಬಂಧ ಕುದುರಿ, ಆರು ತಿಂಗಳ ಬಳಿಕ ಹಿಂದೂ ಸಂಪ್ರದಾಯದಂತೆ ನಮ್ಮ ವಿವಾಹ ಮಹೋತ್ಸವ ತುಸು ವಿಜೃಂಭಣೆಯಿಂದಲೇ ನಡೆಯಿತು. ಹದಿನಾಲ್ಕು ವರ್ಷಗಳ ನಮ್ಮ ದಾಂಪತ್ಯ ಜೀವನ ಸುಖಮಯವಾಗಿತ್ತು.

ಒಂದು ಹೊಸ ಮಾರುತದ ಅಲೆಯಂತೆ ಹರಿಣಾಕ್ಷಿ ನನ್ನ ಬದುಕನ್ನು ಪ್ರವೇಶಿಸಿದ್ದಳು. ಅದು ಸವಿಯಾಗಿತ್ತು, ಸೊಗಸಾಗಿತ್ತು. ಉಲ್ಲಾಸದ ಖನಿಯಾಗಿದ್ದಳು ಅವಳು, ಬಹುಶಃ ಅವಳ ಲವಲವಿಕೆಯನ್ನು ವರ್ಣಿಸಬೇಕಾದರೆ ಅದೊಂದೇ ಶಬ್ದದಿಂದ ಸಾಧ್ಯವೆನ್ನ

ಬಹುದು. ನಿಜವಾದ ಆನಂದ ಏನೆಂದರೆ ಅದು ಅವಳ ವ್ಯಕ್ತಿತ್ವದಿಂದಲೇ ನನಗೆ ಸಾಂಕ್ರಾಮಿಕವಾಗಿ ಬಂದು ತಲುಪಿತೇನೋ. ಬದುಕಿನಲ್ಲಿನ ಸಣ್ಣ ಸಣ್ಣ ವಿಷಯಗಳನ್ನು ಹೇಗೆ ಆಸ್ವಾದಿಸಬೇಕೆಂಬುದೇ ನನಗೆ ತಿಳಿದಿರಲಿಲ್ಲ. ಬಹುಶಃ ನನ್ನ ಜೀವನಾಡಿಯಾಗಿ ಅವರ ಜತೆಗೆ ನನ್ನ ಸುಂದರ ಕ್ಷಣಗಳನ್ನು ಹಂಚಿಕೊಳುವುದಕ್ಕೆ ಯಾರೂ ಇರಲಿಲ್ಲವೆನ್ನಿ. ಹರಿಣಾಕ್ಷಿಯ ಜತೆಗೆ ದೈನಂದಿನ ತಾಕಲಾಟವೋ, ಒದ್ದಾಟದ ವಿಷಯಗಳನ್ನೊ ಹೇಳಿಕೊಂಡು ಆಹ್ಲಾದಗೊಳ್ಳುವುದಕ್ಕೆ ಅವಕಾಶವಾಯಿತು.

ಅವಳೊಬ್ಬ ಬಹಳ ಒಳ್ಳೆಯ ಹುಡುಗಿ. ಒಬ್ಬ ಉತ್ತಮ ಸಂಗಾತಿಯಾಗುವ ಯೋಗ್ಯತೆ ಅವಳಲ್ಲಿತ್ತು.

ಶಬ್ದಗಳಲ್ಲಿ ಪ್ರಾಯಶಃ ಸತ್ಯವನ್ನು ಹಿಡಿದಿಡುವುದು ಕಷ್ಟವೇ ಸರಿ. ನನ್ನ ಸ್ನೇಹಿತರೊಬ್ಬರು, ಆನಂದ ಭಂಡಾರಿ ಅಂತ, ಮಂಗಳೂರಿನ ಸಮೀಪದ ಕಿನ್ನಿಗೋಳಿಯವರು, ಮದುವೆಮುಂಜಿಗಳ ದಲ್ಲಾಳಿ ಆತ, ಹರಿಣಾಕ್ಷಿಯ ವಿಷಯ ನನಗೆ ಹೇಳಿದರು. ಆಕೆ ಒಬ್ಬ ಅಡುಗೆಯವಳಾಗಿ ಕೆಲಸ ಮಾಡುತ್ತಿದ್ದಾಳೆ ಎಂದಾಗಲಂತೂ ನನ್ನ ಮನಸ್ಸು ಕರಗಿತು. ಅವಳನ್ನು ಭೇಟಿಯಾಗುವುದಕ್ಕೆ ನಾನು ಕೂಡಲೇ ಒಪ್ಪಿಗೆ ನೀಡಿದೆ.

ದರೆಗುಡ್ಡೆ ಗ್ರಾಮದವಳಾದ ಹರಿಣಾಕ್ಷಿ, ಆನಂದನ ಸಂಬಂಧಿಯ ಮನೆಯಲ್ಲಿ ಅಡುಗೆಯವಳಾಗಿ ಕೆಲಸ ಮಾಡುತ್ತಿದ್ದಳು, ಅವರೇ ಅವಳ ಸಾಕು ಹೆತ್ತವರಾಗಿದ್ದರು. ಅನಂತ ಮತ್ತು ರುಕ್ಮಿಣಿ ಭಂಡಾರಿ ದಂಪತಿಗಳು ಬಹುರಾಷ್ಟ್ರೀಯ ಕಂಪೆನಿಯಾದ ಲಾರ್ಸನ್ ಅಂಡ್ ಟರ್ಬೋದಲ್ಲಿ ಕೆಲಸ ಮಾಡುತ್ತಿದ್ದರು, ಮತ್ತು ಹರಿಣಾಕ್ಷಿಯ ಮನೆಯವರು ಅವರಿಗೆ ಚೆನ್ನಾಗಿ ಗೊತ್ತಿತ್ತು.

ನಾನು ಒಬ್ಬ ಸಾದಾ ಮತ್ತು ಸರಳ ಹುಡುಗಿಯನ್ನು ಮದುವೆ ಮಾಡಿಕೊಳ್ಳಬೇಕೆಂದಿದ್ದೆ. ಹರಿಣಾಕ್ಷಿ ನನ್ನ ಹಿನ್ನೆಲೆಯನ್ನು ಮತ್ತು ನನ್ನ ಕಷ್ಟದ ದಿನಗಳನ್ನು ಅರಿತುಕೊಂಡು ನನ್ನ ಬಾಳುವೆ ನಡೆಸಬಹುದೆಂದು ನನಗೆ ಅನ್ನಿಸಿತು.

ನಮ್ಮ ಪ್ರಥಮ ಸಮಾಗಮದ ಬಗ್ಗೆ ಬಹಳ ಕಾತರತೆಯಿಂದಿದ್ದ ನಾನು, ಆ ದಂಪತಿಗಳ ಪರಿಚಯವಿದ್ದ, ನನ್ನ ಸ್ನೇಹಿತ ಸೋಮಶೇಖರ ಭಂಡಾರಿಯ ಜತೆಗೆ ಮೋಟಾರ್ ಬೈಕ್‌ನಲ್ಲಿ ಡಬ್ಬಲ್‌ರೈಡ್ ಹೋದೆವು. ಸೋಮಶೇಖರ್ ಅಂದಿಗೆ ಮುಂಬಯಿಯಲ್ಲಿ ಸ್ಟಿವಾರ್ಡ್(ಪ್ರಯಾಣಿಕರ ಪರಿಚಾರಕ)ಆಗಿದ್ದವನು ಇಂದು ಬೆಂಗಳೂರಿನಲ್ಲಿ ಓರ್ವ ಮಾಧ್ಯಮ ವ್ಯಕ್ತಿಯಾಗಿದ್ದು, ಒಂದು ಪ್ರತಿಷ್ಠಿತ ವೃತ್ತಪತ್ರಿಕೆಯನ್ನು ನಡೆಸುತ್ತಿದ್ದಾನೆ.

ಅಪಾರ್ಟ್‌ಮೆಂಟ್‌ನ ಬಾಗಿಲ ಮೇಲಿನ ಕರೆಗಂಟೆಯನ್ನು ನಾನು ಒತ್ತಿದಾಗ, ಒಬ್ಬ ಸರಳವಾಗಿ ತೋರುವ ಹೆಣ್ಣು ಮಗಳೊಬ್ಬಳು ಬಾಗಿಲು ತೆರೆದರು. ತಕ್ಷಣವೇ ನನಗೆ ಅರ್ಥವಾಯಿತು, ಅವಳೇ ಹರಿಣಾಕ್ಷಿ ಇರಬೇಕಂತ. ನಮ್ಮನ್ನು ಸ್ವಾಗತಿಸಿದ ರುಕ್ಮಿಣಿಯವರು, ಅದೂ ಇದೂ ಮಾತಾಡುತ್ತ, ಹವಾಮಾನದಿಂದ ತೊಡಗಿ, ನಮ್ಮ ಸಮುದಾಯದ ಜನರ ಬಗೆಗೆ, ಅದೂ ಸೋಮಶೇಖರ ಒಬ್ಬ ಸಮಾಜ ಸೇವಕ ಎಂಬುದರಿಂದ, ಆ ವಿಚಾರಗಳನ್ನು ಚರ್ಚಿಸುತ್ತ ನಾವು ನಿರಾಳವಾಗಿರುವಂತೆ ಮಾಡಿದರು.

ನಮ್ಮ ಭೇಟಿ ಹರಿಣಾಕ್ಷಿಯನ್ನು ನೋಡುವುದಕ್ಕಾಗಿತ್ತು ಎನ್ನುವುದನ್ನು ನಾವು ಮುಂಚಿತವಾಗಿ ಹೇಳಿರಲಿಲ್ಲ. ಈ ನಡುವೆ, ಹರಿಣಾಕ್ಷಿ ಅವಳ ಹೆಚ್ಚಿನ ಸಮಯವನ್ನು ಅಡುಗೆ ಕೋಣೆಯಲ್ಲಿ ಕಳೆದಂತೆ ತೋರಿತು. ಅವಳು ನಮಗೆ ಚಹಾ ಮತ್ತು ಬಿಸ್ಕತ್ತುಗಳನ್ನು ತಂದು ನೀಡಿದಳು.

ಒಂದು ಉದ್ದನೆಯ ಹತ್ತಿಬಟ್ಟೆಯ ಉಡುಪು, ಆ ಕಡೆ ನೈಟಿಯೂ ಅಲ್ಲ, ಇತ್ತ ಮ್ಯಾಕ್ಸಿಯೂ ಅಲ್ಲ, ಅಂಥದ್ದೊಂದು, ಕೊಂಚ ಭುಜದ ಭಾಗದಲ್ಲಿ ಹರಿದಿತ್ತೇನೋ, ಜಡೆಹಾಕಿದ್ದ ಅವಳು ಬಹಳ ವಿನೀತಳಾಗಿ ಪೂರ್ವಾಗ್ರಹವಿಲ್ಲದವಳಂತೆ ಕಂಡಳು. ಅದೊಂದು ಭಾವನಾತ್ಮಕ ಕುರುಹಾಗಿ, ನಮ್ಮ ಪ್ರಥಮ ಭೇಟಿಯಲ್ಲಿ ತೊಟ್ಟಿದ್ದ ಈ ಹರಿದ ಉಡುಪನ್ನು ಆಕೆ ಸೊಗಸಾಗಿ ಮಡಚಿ, ನಮ್ಮ ಕಪಾಟಿನಲ್ಲಿ ಜೋಪಾನವಾಗಿ ಕಾದಿಟ್ಟುಕೊಂಡಿದ್ದಳು ಅವಳು ಕೊನೆಯುಸಿರಿರುವ ತನಕ.

ಅವಳ ಸರಳತೆ ನನಗೆ ತುಂಬಾ ಹಿಡಿಸಿತು. ಅವಳ ನಗುವೂ ಸವಿಯಾಗಿತ್ತು. ಅವಳ ಲಾಲಿತ್ಯದ ವರ್ತನೆ ನನ್ನ ಮನಸ್ಸಿನಲ್ಲಿ ಸದಾ ಕಾಲ ಉಳಿಯುತ್ತದೆ.

ಒಂದು ವಿವಾಹ ಸಂಬಂಧವನ್ನು ಬೆಳೆಸುವ ಪ್ರಸ್ತಾಪ ಮಾಡಿದಾಗ, ಅವಳ ಹೆತ್ತವರು ದರೆಗುಡ್ಡೆ ಗ್ರಾಮದಲ್ಲಿ ಒಂದು ಮುರುಕಲು ಮನೆಯಲ್ಲಿದ್ದಾರೆಂದು ತಿಳಿಯಿತು. ವಿದ್ಯುತ್‌ನ ಸೌಲಭ್ಯವಿಲ್ಲದ ಕಾರಣ ಅವರು ಚಿಮಿಣಿ ಎಣ್ಣೆಯ ದೀಪಗಳನ್ನು ಉರಿಸುತ್ತಿದ್ದು, ಅಡುಗೆಯ ಕೆಲಸಕ್ಕೆ ಸೌದೆಯ ಕಟ್ಟಿಗೆಯನ್ನು ಉಪಯೋಗಿಸುತ್ತಾರೆ ಎಂದು ತಿಳಿಯಿತು. ತೆಂಗಿನ ಗರಿಗಳ ಆ ಮನೆಯ ಮಾಡು, ಮಳೆಗಾಲದಲ್ಲಿ ಸೋರುತ್ತಿದ್ದಿತು.

ಮೂವರು ಮಕ್ಕಳಲ್ಲಿ ಹರಿಣಾಕ್ಷಿ ಎರಡನೆಯವಳು. ಅವಳ ತಂದೆ ಕುಡುಕ, ರಸ್ತೆ ಬದಿಯಲ್ಲಿ ಒಂದು ಬಾರ್ಬರ್ ಶಾಪ್ ಇಟ್ಟುಕೊಂಡಿದ್ದರು. ಅವಳ ಬಡತನದ ಸ್ಥಿತಿಯ ಹಿನ್ನಲೆ, ಅವಳ ಬಳಿಗೆ ಇನ್ನಷ್ಟು ಸಮೀಪಕ್ಕೆ ನನ್ನನ್ನು ಕರೆದೊಯ್ದಿತು. ನಾನು ಅದಾಗಲೇ ನನ್ನ ಮನಸ್ಸಿನಲ್ಲಿ ತೀರ್ಮಾನಿಸಿದ್ದೆ. ಆದರೂ ತಕ್ಷಣ ನಾನು ನನ್ನ ನಿರ್ಧಾರವನ್ನು ಹೇಳಿರಲಿಲ್ಲ, ಯಾಕೆಂದರೆ, ನನಗೆ ನನ್ನಮ್ಮನ ಸಮ್ಮತಿಯೂ ಬೇಕಾಗಿತ್ತು. ಸೋದರ ಮಾವ ಸಂಜೀವರಿಗೂ ನಾನು ತಿಳಿಸಬೇಕಾಗಿತ್ತು, ಯಾಕೆಂದರೆ ಅವರು ನನಗಾಗಿ ಕೆಲವು ಶ್ರೀಮಂತರ ಮನೆಯ ಹೆಣ್ಣುಗಳನ್ನು ನೋಡಿದ್ದರು. ಅವರೆಲ್ಲರನ್ನೂ ನಾನು ವಸ್ತುನಿಷ್ಠವಾಗಿ ತಿರಸ್ಕರಿಸಿದ್ದೆ.

ಸಹಜವಾಗಿ, ಅವರು ಹರಿಣಾಕ್ಷಿಯ ಜತೆಗಿನ ಈ ಸಂಬಂಧವನ್ನು ಪುರಸ್ಕರಿಸಲಿಲ್ಲ. ಎಲ್ಲಿಯವರೆಗೆ ನನ್ನಮ್ಮನ ಬೆಂಬಲವಿದ್ದಿತೋ ಅದು ದೊಡ್ಡ ವಿಷಯವಾಗಲಿಲ್ಲ.

ಒಂದು ಅನೌಪಚಾರಿಕ ನೆಂಟಸ್ತನ ನಿಶ್ಚಿತಾರ್ಥ ನಡೆಯಿತು, ನಮ್ಮೀರ್ವರ ಕುಟುಂಬಗಳ, ಅಂದರೆ, ಅವಳ ತಂದೆ ಅಪ್ಪು ಮತ್ತು ರತ್ನಾ ಭಂಡಾರಿಯವರ ಸಮಕ್ಷಮದಲ್ಲಿ. ನಿಶ್ಚಿತಾರ್ಥಕ್ಕೆ ನಾನು ಅವಳಿಗೆ ಒಂದು ಸೀರೆಯನ್ನೂ, ಚಿನ್ನದ ಉಂಗುರವನ್ನೂ, ಒಂದಿಷ್ಟು ಮಲ್ಲಿಗೆ ಹೂವನ್ನೂ ಉಡುಗೊರೆಯಾಗಿ ನೀಡಿದೆ.

ನಾವು ಕೂಡಲೇ ಫೋನ್ ಮೂಲಕ ಮಾತನಾಡಲು ತೊಡಗಿದೆವು. ಅವಳ ಪಾಲಕರು ಕಚೇರಿಗೆ ಹೋದ ಬಳಿಕ ನಾವು ಮನಸಾರೆ ಮಾತಾಡುತ್ತಿದ್ದೆವು. ನಾನು ಒಂದು ಫೋನ್ ಬೂತ್‌ನಿಂದ ಕರೆ ಮಾಡುತ್ತಿದ್ದೆ, ಯಾಕೆಂದರೆ, ಅಂದಿನ ದಿನಗಳಲ್ಲಿ

ಲ್ಯಾಂಡ್ ಲೈನ್ ಫೋನ್‌ಗಳು ಸಿಗಬೇಕಾದರೆ ಬಹಳ ದೊಡ್ಡ ವೈಟಿಂಗ್ ಲಿಸ್ಟ್ ಇದ್ದಿರುತ್ತಿತ್ತು ಮತ್ತು ಮೊಬೈಲ್ ಅಸ್ತಿತ್ವದಲ್ಲೇ ಇರಲಿಲ್ಲವೆನ್ನಿ.

ನಾನು ಅವಳಿಗೆ ನನ್ನ ನೆರೆಯವರ ಫೋನ್ ನಂಬರ್ ಕೊಟ್ಟಿದ್ದೆ, ಯಾವುದೇ ತುರ್ತು ಕರೆ ಮಾಡುವುದಕ್ಕಾಗಿ, ಅನ್ಯಥಾ, ನಾನೇ ಅವಳಿಗೆ ಕರೆ ಮಾಡಿ ಮಾತಾಡುತ್ತಿದ್ದೆ, ಅವಳಿಗೆ ಫೋನ್ ಕರೆ ಪಾವತಿಯ ಹೊರೆಯನ್ನು ತಪ್ಪಿಸುವುದಕ್ಕಾಗಿ.

ನಮ್ಮ ಮುಂದಿನ ಭೇಟಿ ಮುಲುಂದ್‌ನ ನನ್ನ ಹೊಸ ಸಲೂನ್‌ನಲ್ಲಾಗಿತ್ತು; ಅದಿನ್ನೂ ಜೀರ್ಣೋದ್ಧಾರದ ಸ್ಥಿತಿಯಲ್ಲಿತ್ತು. ಅವಳು ಅನಂತನ ಜತೆಗೆ ಬಂದಿದ್ದಳು. ಹಸಿರು ಬಣ್ಣದ ಹತ್ತಿ ಬಟ್ಟೆಯ ಸೀರೆಯನ್ನು ಮುದ್ದಾಗಿ ತೊಟ್ಟಿದ್ದು, ಮಲ್ಲಿಗೆ ಹೂವನ್ನು ಮುಡಿದು ತುಂಬಾ ಸುಂದರವಾಗಿ ಕಾಣುತ್ತಿದ್ದಳು.

ನಗುತ್ತಾ ನಾವಿಬ್ಬರೂ ಪರಸ್ಪರ ಶುಭಾಶಯ ವಿನಿಮಯ ಮಾಡಿಕೊಂಡೆವು. ನಮ್ಮೊಳಗೆ ಮೌನ ಬಂಧವೊಂದು ಅದಾಗಲೇ ಸೃಷ್ಟಿಯಾಗಿತ್ತು.

ಸ್ವಲ್ಪವೇ ಸಮಯವನ್ನು ನಾನು ಅವಳಲ್ಲಿ ಮಾತಾಡಲು ಅನುಕೂಲಿಸಿಕೊಂಡೆ. ಅವಳು ಹ್ಯಾಗಿದ್ದಾಳೆ, ಊರಲ್ಲಿ ತಂದೆ ತಾಯಿ ಹೇಗಿದ್ದಾರೆ ಎಂದು ಕೇಳಿದೆ. ನಮ್ಮ ಸಂಭಾಷಣೆ ಕೇವಲ ಕೆಲವೇ ನಿಮಿಷಗಳವರೆಗೆ ನಡೆಯಿತು. ಹೊರಡುವ ಮುನ್ನ ಅವಳು ನನಗೊಂದು ಕಾರ್ಡ್‌ನ್ನು ನೀಡಿದಳು, ಅದನ್ನು ಅವಳೇ ಸ್ವತಃ ತಯಾರಿಸಿದ್ದಳು, ಹೂಗಳ ಚಿತ್ರದ ನಡುವೆ 'ಗುಡ್ ಲಕ್' ಎಂದು ಬರೆದಿದ್ದಳು. ನನ್ನ ಸಂತೋಷಕ್ಕೆ ಪಾರವೇ ಇರಲಿಲ್ಲ.

ಮರುದಿನ ಅವಳು ಭೇಟಿನೀಡಿದ್ದಕ್ಕಾಗಿ ಕೃತಜ್ಞತೆ ಹೇಳಿದೆ. ನಾವು ಏನೇನೋ ಮಾತಾಡಿದೆವು, ಏನೆಲ್ಲಾ ಮಾತಾಡಿದೆವು, ಆ ಸವಿ ಮಾತುಗಳಿಗೆ ತುದಿಮೊದಲಿರಲಿಲ್ಲ. ನಮಗೊಂದು ಮಾತಾಡಲು ನೆಪ ಮಾತ್ರ ಬೇಕಾಗಿತ್ತು. ನಮ್ಮ ಪ್ರಣಯ ಅದ್ವಿತೀಯವಾಗಿ ಅರಳಿತು.

ಶನಿವಾರ ಮತ್ತು ಭಾನುವಾರ ನಾವು ಬಿಡುವಿಲ್ಲದ ಆತ್ಮಗಳಾದೆವು. ಅನಂತ್ ಮತ್ತು ರುಕ್ಮಿಣಿ ಮನೆಯಲ್ಲಿರುವ ವೇಳೆ ಕರೆ ಮಾಡುವುದು ಅನುಚಿತವೆನಿಸುತ್ತಿತ್ತು. ಅದೂ ವಾರಾಂತ್ಯಗಳಲ್ಲಿ. ಅವರ ರಜೆಗಳು ದೀರ್ಘವಾಗಿ, ಅವು ಪೊಳ್ಳು ದಿನಗಳಾಗಿ ಗೋಚರಿಸುತ್ತಿತ್ತು. ನಾವು ವಾರದ ಪ್ರಾರಂಭಕ್ಕಾಗಿ ಕಾತರದಿಂದ ಕಾಯುತ್ತಿದ್ದೆವು. ಸೋಮವಾರ ಬೇಗನೇ ಬೆಳಗಾಗಬಾರದೇ ಎಂಬುದಾಗಿತ್ತು ನಮ್ಮ ತವಕ.

ಕೆಲವು ದಿನಗಳ ಬಳಿಕ, ನಾನು ಅವಳನ್ನು ಭೇಟಿಯಾಗುವುದಕ್ಕೆ ಹಾರೈಸಿದೆ. ಆದರೂ, ಮದುವೆಯ ತಯಾರಿಗಳು ನಡೆಯುವ ಹಂತದಲ್ಲಿ ಮತ್ತು ಅದಾಗಲೇ ನಿಶ್ಚಿತಾರ್ಥವಾಗಿರುವ ಕಾರಣ, ಪರಸ್ಪರ ಭೇಟಿ ಉಚಿತವಲ್ಲವೆಂದು ನಾನೆಣಿಸಿದೆ. ನಿಶ್ಚಿತಾರ್ಥ ಕಳೆದ ಬಳಿಕ ಎರಡೂ ಕುಟುಂಬಗಳ ಅನುಮತಿಯಿಲ್ಲದೆ, ಗಂಡು ಹೆಣ್ಣು ಪರಸ್ಪರ ಭೇಟಿ ಮಾಡುವುದು ಯೋಗ್ಯವಾದ ಪ್ರವೃತ್ತಿಯಲ್ಲವೆಂಬ ಸಾಂಪ್ರದಾಯಿಕ ಅಲಿಖಿತ ಆದೇಶವಿದ್ದಂತಿತ್ತು. 'ಸ್ವೀಕಾರಾರ್ಹ'ವಲ್ಲದ ಲಕ್ಷ್ಮಣ ರೇಖೆಯನ್ನು ದಾಟುವುದು ಸಮ್ಮತವಾಗಿರಲಿಲ್ಲ.

ಹಾಗಿದ್ದರೆ ಎಷ್ಟು ಸಮಯ ತಾನೇ ನಾನು ತಡೆದುಕೊಳ್ಳಬಲ್ಲೆ? ನನ್ನ ಅಶಾಂತಿ ನನ್ನಿಂದ ಒಳಿತನ್ನೇ ತಂದಿತು. ಕೆಲವು ದಿನಗಳ ಬಳಿಕ ನಾನು ಪೂರ್ವ ಸೂಚನೆ

ಇಲ್ಲದೆ ಅಲ್ಲಿಗೆ ಹೋಗುವುದಕ್ಕೆ ತೀರ್ಮಾನಿಸಿದೆ. ಅವಳ ಪಾಲಕರು ಮನೆಯಲ್ಲಿಲ್ಲವೆಂದು ಖಾತ್ರಿಪಡಿಸಿಕೊಂಡು ನಾನು ಬೈಕನ್ನು ಏರಿ ಆ ಕಡೆಗೆ ಹೊರಟೆ. ನನ್ನ ಆಗಮನದ ಮಾಹಿತಿ ಅವಳಿಗೆ ಇರಲಿಲ್ಲ.

ಅವಳು ಬಾಗಿಲು ತೆರೆದಾಗ ಹೇಳಿದೆ ಇಲ್ಲೇ ಪರಿಸರದಲ್ಲಿದ್ದೆ, ಹಾಗೆ ಸುಮ್ಮನೆ ನೋಡಿಕೊಂಡು ಹೋಗೋಣವೆಂದು ಬಂದೆ ಎಂದೆ. ನಾನು ಏನನ್ನು ಹೇಳ ಬಯಸಿದ್ದೆನೋ ಅದನ್ನು ನನ್ನ ಹೃದಯದ ಭಾಷೆ ಅವಳಿಗೆ ತಿಳಿಸಿರುತ್ತದೆ.

ಅವಳನ್ನು ಕಂಡೊಡನೆ ನಾನು ಕೆಂಪೇರಿದೆ. ನನ್ನ ಸುಳ್ಳನ್ನು ಕಂಡುಹಿಡಿದಂತೆ ಅವಳು ನಸುನಕ್ಕಳು. ಸುದೈವದಿಂದ ಮದುವೆಯ ತಯಾರಿಗಳು ತರಾತುರಿಯಿಂದ ನಡೆಯುತ್ತಿದ್ದುದರಿಂದ ಮತ್ತೆ ನಮ್ಮ ರಹಸ್ಯ ಮಿಲನಕ್ಕೆ ಅವಕಾಶ ಸಿಗಲಿಲ್ಲ. 1994ರಲ್ಲಿ ನಮ್ಮ ಮದುವೆಯಾಯಿತು. ಮತ್ತೆ ನಾವು ಪರಸ್ಪರ ಅರಿತುಕೊಳ್ಳಲು ಸುಲಭವಾಯಿತು, ಅದೂ ನಮ್ಮ ಮಧುಚಂದ್ರದ ಸಂದರ್ಭಗಳಲ್ಲಿ, ಊಟಿ ಹಾಗೂ ಕೊನೂರ್ ನೈಸರ್ಗಿಕ ಚೆಲುವನ್ನು ಆಸ್ವಾದಿಸುತ್ತ, ಅಂತೆಯೇ ಮೈಸೂರು ಮತ್ತು ಬೆಂಗಳೂರಿನ ಐತಿಹಾಸಿಕ ಸ್ಮಾರಕಗಳಿಗೆ ನಾವು ಭೇಟಿಯಿತ್ತೆವು.

ಅವಳು ಏಳನೇ ತರಗತಿಯವರೆಗೆ ತನ್ನ ಹಳ್ಳಿಯ ಶಾಲೆಯಲ್ಲಿ ಓದಿದವಳು, ನಂತರ ಶಾಲೆ ಬಿಟ್ಟಿದ್ದಳು. ನಾನು ಐದನೇ ಈಯತ್ತೆಯಲ್ಲೇ ಶಾಲೆ ಬಿಡಬೇಕಾಗಿ ಬಂದಿತ್ತು. ಕಲೆಯ ಬಗ್ಗೆ ಆಸಕ್ತಿಯಿದ್ದುದರಿಂದ ಅವಳು ಸ್ವಲ್ಪ ಸಮಯ ನಮ್ಮ ಥಾಣೆಯ ಬ್ಯೂಟಿ ಪಾರ್ಲರ್‌ನಲ್ಲೂ ದುಡಿದಿದ್ದಳು. ಅವಳು ಬಹಳ ಒಳ್ಳೆಯ ಅಡುಗೆ ಮಾಡುತ್ತಿದ್ದಳು, ಅಲ್ಪ ಸಮಯದಲ್ಲೇ ಮಂಗಳೂರಿನ ಸ್ವಾದಿಷ್ಟ ಅಡುಗೆಯನ್ನು ತಯಾರಿಸಿಬಿಡುತ್ತಿದ್ದಳು. ಸುಶ್ರಾವ್ಯವಾಗಿ ಭಜನೆ ಪದ್ಯಗಳನ್ನು ಹಾಡುತ್ತಿದ್ದಳು. ಮನೆಯ ಮುಂಬಾಗಿಲಿಗೆ ಯಾವಾಗಲೂ ರಂಗೋಲಿ ಹಾಕುತ್ತಿದ್ದುದುಂಟು. ಹತ್ತಿಬಟ್ಟೆಯ ಸೀರೆಗಳಲ್ಲಿ ಅವಳು ಮೋಹಕವಾಗಿ ಕಾಣಿಸುತ್ತಿದ್ದಳು.

ಅವಳ ಇಷ್ಟವಾದ ಭಜನೆಗಳೆಂದರೆ, ಪ್ರಸಿದ್ಧವಾದ ಹಿಂದೂ ದೇವರ ನಾಮಗಳು, 'ಕಾಪಾಡು ಶ್ರೀಸತ್ಯನಾರಾಯಣ... ಮತ್ತು ಗಣೇಶನ ಆರಾಧನೆಯ 'ಗಜಮುಖನೆ ಗಣಪತಿಯೆ ನಿನಗೆ ವಂದನೆ...' ಮೊದಲಾದ್ದು.

ಪ್ರತಿ ಮುಂಜಾನೆ ಬೇಗನೇ ಎದ್ದು ಸ್ನಾನ ಮಾಡಿ, ಪ್ರಾರ್ಥನೆ ಸಲ್ಲಿಸಿ, ನಮ್ಮ ಫ್ಲ್ಯಾಟ್‌ನ ಕಟಕಿಯ ಅಂಚಿನ ಗಿಡಗಳಿಗೆ ಹಾಡನ್ನು ಗುಣುಗುಣಿಸುತ್ತ ನೀರನ್ನು ಎರೆಯುತ್ತಿದ್ದಳು. ಹೂಗಳನ್ನೂ, ಅಲೆವೆರಾ ಗಿಡಗಳನ್ನೂ ಪೋಷಿಸುತ್ತಿದ್ದಳು. ಅವಳ ಬೆಳಗ್ಗಿನ ಆಚರಣೆಯ ಭಾಗವಾಗಿ ಒಂದು ನಂದಾದೀಪವನ್ನು ತುಳಸಿಕಟ್ಟೆಯ ಎದುರುಗಡೆ ಉರಿಸಿ ಇಡುತ್ತಿದ್ದಳು. ಮನೆ ನಿಜವಾಗಿಯೂ ಅದೊಂದು ಗೃಹವಾಗಿ ಪರಿವರ್ತಿತವಾಗುತ್ತಿತ್ತು. ಮನೆತುಂಬ ಅವಳ ಲವಲವಿಕೆಯ ಶಕ್ತಿ ಸಂಚಾರವಾಗುತ್ತಿತ್ತು.

ಹರಿಣಾಕ್ಷಿ ಜನ್ಮದಿನಗಳನ್ನು ಮತ್ತು ವಾರ್ಷಿಕ ಸಮಾರಂಭಗಳನ್ನು ಆಚರಿಸುವುದರಲ್ಲಿ ಉತ್ಸಾಹವನ್ನು ತೋರುತ್ತಿದ್ದಳು. ಅವಳು ನನ್ನ ಬಾಳಿನಲ್ಲಿ ಬರುವುದಕ್ಕೆ ಮುಂಚೆ ನನ್ನ ಜನ್ಮದಿನ ಯಾವುದೇ ಇನ್ನೊಂದು ದಿನದ ಹಾಗೆ ಬಂದು ಹೋಗುತ್ತಿತ್ತು. ಅದರ ಪ್ರಾಶಸ್ತ್ಯವೂ ನನಗೆ ತಿಳಿದಿರುತ್ತಿರಲಿಲ್ಲ. ನಾನು ಆ ದಿನವನ್ನೂ ಮರೆತುಬಿಡುತ್ತಿದ್ದೆ.

ನಮ್ಮ ಮದುವೆಯಾದ ಬಳಿಕ, ಮೊದಲ ಬಾರಿಗೆ ನನ್ನ ಇಷ್ಟದ ಪಾಯಸದ ತಯಾರಿಯೊಂದಿಗೆ ಹರಿಣಾಕ್ಷಿ ಆಚರಿಸಿದಳು. ಅವಳು ನನಗೆ ಒಂದು ಪರ್ಸ್‌ನ್ನು

ಉಡುಗೊರೆಯಾಗಿ ನೀಡಿದಳು, ನೋಟುಗಳನ್ನು ಅದರಲ್ಲಿ ಕ್ರಮಬದ್ಧವಾಗಿ ಇಟ್ಟಳು ಮತ್ತು ಅದನ್ನು ಹೇಗೆ ಉಪಯೋಗಿಸಬೇಕಂತ ನನಗೆ ಹೇಳಿಕೊಟ್ಟಳು. ಅದಕ್ಕೆ ಮೊದಲು ಹಣವನ್ನು ನಾನು ಪರ್ಸ್‌ನಲ್ಲಿ ತುರುಕಿಸಿ ಇಡುತ್ತಿದ್ದೆ.

ನಾನು ಅವಳಿಗೆ ಅಚ್ಚರಿ ಪಡುವ ಹಾಗೆ–ಒಂದು ಚಿನ್ನದ ನೆಕ್ಲೆಸ್‌ನ್ನು–ಉಡುಗೊರೆಯಾಗಿ ನೀಡಿದೆ, ನಮ್ಮ ಮದುವೆಯಾದ ಬಳಿಕ ಅವಳ ಜನ್ಮದಿನವನ್ನು ಡಿಸೆಂಬರ್ 4ರಂದು ಆಚರಿಸಿದ ಸಂದರ್ಭದಲ್ಲಿ. ಅವಳ ಸಂತೋಷಕ್ಕೆ ಎಣೆಯೇ ಇರಲಿಲ್ಲ. ಅವಳಿಗೆ ಆಭರಣಗಳನ್ನು ಧರಿಸುವುದು ಬಹಳ ಇಷ್ಟ. ಸಲೂನ್‌ನಲ್ಲಿ ನಾವು ಒಂದು ಚಿಕ್ಕ ಪಾರ್ಟಿಯನ್ನು ಮಾಡಿ, ಕೇಕ್‌ನ್ನು ಕಟ್ ಮಾಡಿ, ಸಿಬ್ಬಂದಿಗಳು ಹಾಡುಹಾಡುತ್ತ, ನೃತ್ಯ ಮಾಡುತ್ತ ಆಚರಿಸಿದೆವು.

ನಮ್ಮ ಸಿಬ್ಬಂದಿಗಳು ಅವಳಿಗೆ ಬಹಳ ಗೌರವವನ್ನು ನೀಡುತ್ತಿದ್ದರು, ಕೇವಲ ಒಂದೇ ಕಾರಣದಿಂದ: ಪ್ರತಿಯೊಬ್ಬರೂ ಅವಳ ಕಣ್ಣಲ್ಲಿ ಸಮಾನರಾಗಿ ಕಾಣುತ್ತಿದ್ದರು. ಸಿಬ್ಬಂದಿಗಳಲ್ಲಿ ಒಬ್ಬರಿಗೆ ಒಂದು ಚಪ್ಪಲಿಯನ್ನು ಖರೀದಿಸಿದರೆ, ಎಲ್ಲರಿಗೂ ಅಂತಹುದೇ ಚಪ್ಪಲಿಯನ್ನು ಖರೀದಿಸಿಕೊಡಬೇಕು. ನಮ್ಮ ವಾರಾಂತ್ಯದ ರಜೆಯಲ್ಲಿ ನಾವು ಬೀಚ್‌ಗೆ ಹೋಗುವುದಿತ್ತು, ಅವಳು ಮನೆಯಲ್ಲಿ ವಿಶೇಷ ಅಡುಗೆಯನ್ನು ತಯಾರಿಸಿ ಅವರಿಗೆಲ್ಲ ಬಡಿಸುತ್ತಿದ್ದು ಅಥವಾ ಅವರ ಕೆಲಸದ ಜಾಗದಲ್ಲಿ ಅಚ್ಚರಿ ಮೂಡಿಸುವ ಹಾಗೆ ಐಸ್‌ಕ್ರೀಂನ್ನು ಕೊಡಿಸುತ್ತಿದ್ದಳು.

ಅವಳು ಬಹಳ ಆತ್ಮೀಯ ಸ್ವಭಾವದ ಹುಡುಗಿಯಾಗಿದ್ದು, ಜನರನ್ನು ಖುಷಿಪಡಿಸುವುದರಲ್ಲಿ ಆನಂದವನ್ನು ಪಡೆಯುತ್ತಿದ್ದಳು. ಸಾಮಾಜಿಕ ಚಟುವಟಿಕೆಗಳಲ್ಲಿ ಆಸಕ್ತಿ ವಹಿಸುತ್ತ, ಸಮಾಜ ಸೇವೆಗೂ ಮುಂದಾಗುತ್ತಿದ್ದಳು. ನವಿ ಮುಂಬಯಿಯ ಐರೋಳಿಯಲ್ಲಿನ ಒಂದು ಅನಾಥಾಶ್ರಮದ ಬಗ್ಗೆ ಅವಳಿಗೆ ಅತೀವ ಕಾಳಜಿಯಿತ್ತು. ಅವಳು ಅಲ್ಲಿಗೆ ಭೇಟಿ ನೀಡುತ್ತ, ಮಕ್ಕಳಿಗೆ ಉಡುಗೊರೆಗಳನ್ನು ನೀಡುತ್ತ, ಅಲ್ಲಿನ ಯೋಜನೆಗಳಿಗೆ ಧನ ಸಹಾಯ ಒದಗಿಸುತ್ತಿದ್ದಳು. ಅವಳಿಂದ ನಾನು ದಯಾಪರತೆಯನ್ನೂ ಬಡವರಿಗೆ ಸಹಾಯ ಮಾಡುವ ಕಾತರತೆಯನ್ನೂ ಕಲಿತೆ.

ನಮ್ಮ ವಿವಾಹದ ಎರಡು ವರ್ಷಗಳ ಬಳಿಕ, ಮುಲುಂದ್‌ನ ನಮ್ಮ ಅಂಗಡಿಯ ಪಕ್ಕದ ಅಂಗಡಿಯನ್ನು ಕೊಂಡುಕೊಂಡು, ಅಲ್ಲಿ ಮಹಿಳೆಯರಿಗಾಗಿಯೇ ಪ್ರತ್ಯೇಕ ಪಾರ್ಲರ್‌ನ್ನು ಪ್ರಾರಂಭಿಸಿದೆವು. ಅವಳು ಅಲ್ಲಿ ಕೆಲಸದಲ್ಲಿ ತೊಡಗಿದ ಕೆಲವೇ ದಿನಗಳಲ್ಲಿ ನಮ್ಮ ವಹಿವಾಟು ಗ್ರಾಹಕರ ಸಂಖ್ಯೆ ಹೆಚ್ಚಾಯಿತು. ನನ್ನ ಅಭಿಪ್ರಾಯದಲ್ಲಿ ಹರಿಣಾಕ್ಷಿ ನನಗೆ ಯಥೇಷ್ಟ ಅದೃಷ್ಟವನ್ನೂ ಸಂಪತ್ತನ್ನೂ ತಂದು, ನಮ್ಮ ಸಲೂನ್‌ಗಳು ಅಭಿವೃದ್ಧಿ ಹೊಂದಿದವು ಮತ್ತು ಅವು ಇಂದಿಗೂ ಅವಳ ಆಶೀರ್ವಾದದೊಂದಿಗೆ ಹಾಗೆಯೇ ಮುಂದುವರಿದಿದೆ.

ದಂಪತಿಗಳಾಗಿ ನಾವು ಒಬ್ಬರಿಗೊಬ್ಬರು ಹೇಳಿ ಮಾಡಿಸಿದಂತಿದ್ದೆವು, ನಮ್ಮ ಯೋಚನೆಗಳೆಲ್ಲ ಸಮನಾಗಿ ಒಂದೇ ನಾಡಿಯಲ್ಲಿ ಹರಿಯಿತಿತ್ತೇನೋ. ಅವಳು ನನ್ನ ಯೋಚನೆಗಳನ್ನು ಮುಂಚಿತವಾಗಿಯೇ ಹೇಳಿಬಿಡುವುದಿತ್ತು, ನಾನು ಪ್ರಕಟಿಸುವ ಮುನ್ನವೇ. ಮತ್ತು ಇತರ ಸಮಯದಲ್ಲಿ ಅವಳ ಮನಸ್ಸಿನಲ್ಲಿದ್ದುದನ್ನು ನಾನು ಗಟ್ಟಿಯಾಗಿ ಹೇಳಿಬಿಡುತ್ತಿದ್ದೆ.

ಅದು ನಿಗೂಢವೇ ಸರಿ, ಆದರೂ ಆಕರ್ಷಕವೆಂದರೆ, ನಾವು ಎರಡು ಹೃದಯಗಳು ಸೇರಿ ಒಂದೇ ಆತ್ಮವಾಗಿದ್ದೇವೇನೋ. ಅದು ನನಗೆ ಒಗಟಾಗಿಯೇ ಕಂಡರೂ, ಅದೊಂದು ಹರ್ಷದಾಯಕ ವಿಚಾರವಾಗಿತ್ತು. 'ಮೇಡ್ ಫಾರ್ ಈಚ್ ಅದರ್' ಎಂದು ನಾಣ್ನುಡಿ ನಿಜವಾದ ಅರ್ಥದಲ್ಲಿತ್ತು ಮತ್ತು ನಮಗೆ ಅದು ಹೊಂದುತ್ತಿತ್ತು.

ಅವಳು ತಲೆಬಾಚುವುದನ್ನು ಇಷ್ಟಪಡುತ್ತಿದ್ದುದರಿಂದ ಅವಳ ಹೆರಳನ್ನು ನಾನು ವಿನ್ಯಾಸಗೊಳಿಸಿ, ಅಥವಾ ಕೆಲವೊಮ್ಮೆ ಕತ್ತರಿಸಿ ಓರಣಗೊಳಿಸುತ್ತಿದ್ದೆ.

ಅವಳು ನನ್ನನ್ನು ಪುಟ್ಟ, ಅಂದರೆ ಚಿಕ್ಕ ಮಗು ಎನ್ನುವ ಹಾಗೆ ಪ್ರೀತಿಯಿಂದ ಕರೆದರೆ, ನಾನು ಅವಳನ್ನು ಅಮ್ಮಿ ಎಂದು ಕರೆಯುತ್ತಿದ್ದೆ. ಹಾಗೆಂದರೆ, ಚಿಕ್ಕ ಹೆಣ್ಮಗಳು. ಸಾಮಾನ್ಯವಾಗಿ ಅವಳು 'ನನ್ನ ಪುಟ್ಟ ತುಂಬಾ ತುಂಟ' ಎನ್ನುತ್ತ ನನ್ನನ್ನು ಛೇಡಿಸುತ್ತಿದ್ದಳು.

ಹರಿಣಾಕ್ಷಿ ತಾನು ತಾಯಿಯಾಗಬೇಕೆಂದು ಬಹಳ ಆಸೆಪಟ್ಟಿದ್ದಳು. ಎರಡು ವರ್ಷಗಳ ಕಾಲ ಅವಳು ಅದಕ್ಕೋಸ್ಕರ ಹೆಸರಾಂತ ಪ್ರಸೂತಿ ತಜ್ಞೆ ಡಾ। ಇಂದಿರಾ ಹಿಂದೂಜ ಅವರಲ್ಲಿ ಐವಿಎಫ್ (ಇನ್ ವಿಟ್ರೋ ಫರ್ಟಿಲೈಸೇಶನ್) ಚಿಕಿತ್ಸೆಯನ್ನು ಪಡೆಯುತ್ತ, ಟೆಸ್ಟ್‌ಟ್ಯೂಬ್ ಬೇಬಿಯನ್ನಾದರೂ ಪಡೆಯಬಹುದೆಂದು ಕಾತರಿಸಿದ್ದಳು. ನಿರಂತರವಾಗಿ ಇಂಜೆಕ್ಷನ್‌ಗಳನ್ನು ತೆಗೆದುಕೊಳ್ಳಬೇಕಾಗಿದ್ದರಿಂದ ಅವಳು ಒಬ್ಬಂಟಿಯಾಗಿಯೇ ಮುಂಬಯಿಯ ದಕ್ಷಿಣದ ಕಡೆ ಇದ್ದ ಮಾಹಿಮ್‌ಗೆ ಪ್ರಯಾಣಿಸುತ್ತಿದ್ದಳು. ನನಗೆ ಸಲೂನ್‌ನಲ್ಲಿ ಒತ್ತಡದ ಕೆಲಸವಿದ್ದುದರಿಂದ ಅವಳು ಏಕಾಂಗಿಯಾಗಿ ಹೋಗಬೇಕಿತ್ತು. ಏನಿದ್ದರೂ, ಚಿಕಿತ್ಸೆ ಫಲದಾಯಕವಾಗಲಿಲ್ಲ.

ಸಮಯ ಸರಿದ ಹಾಗೆ ಅವಳು ಆಗಾಗ್ಯೆ ಅನಾರೋಗ್ಯದಿಂದ ಬಳಲುವುದಕ್ಕೆ ಪ್ರಾರಂಭವಾಯಿತು. ಕೆಲವು ಸಲ ದೀರ್ಘಕಾಲದವರೆಗೆ ಅವಳು ಅಸೌಖ್ಯದಿಂದ ನರಳುತ್ತಿದ್ದಳು. ನಾವು ಹತ್ತಿರದ ಒಬ್ಬ ವೈದ್ಯರನ್ನು ಭೇಟಿಯಾಗಿ ಪರೀಕ್ಷಿಸಿದಾಗ, ಲೆಪ್ರೋಸ್ಕೋಪಿ ಮಾಡಿಸುವುದು ಒಳಿತೆಂದು ಹೇಳಿದರು. ಆದರೆ ವೈದ್ಯರು ಅವಳ ಪರೀಕ್ಷಾ ಫಲಿತಾಂಶವನ್ನು ಮುಂದಿನ ಪರೀಕ್ಷೆಗೆ ಕಳುಹಿಸದೆ, ಅದು ನಮಗೆ ಆಮೇಲೆ ತಿಳಿಯಿತು, ಔಷಧಗಳನ್ನು ಸೂಚಿಸುತ್ತ, ಅವಳಿಗೆ ಟಿ.ಬಿ. ಇದೆಯೆಂದು ತಾವೇ ತೀರ್ಮಾನಿಸಿಬಿಟ್ಟಿದ್ದರು. ಆ ಸನ್ನಿವೇಶದಲ್ಲಿ ನಾವು ಅವರನ್ನು ನಂಬಿಬಿಟ್ಟಿದ್ದೆವು.

ಅವಳಿಗೆ ಆ ರೋಗ ಇಲ್ಲದೆಯೂ, ಒಂದೂವರೆ ವರ್ಷಗಳ ಕಾಲ ಅವಳು ಟಿ.ಬಿ.ಗೆ ಬೇಕಾದ ಗುಳಿಗೆಗಳನ್ನು ಸೇವಿಸಿದಳು. ಅವಳ ಪರಿಸ್ಥಿತಿಯಲ್ಲಿ ಯಾವುದೇ ಸುಧಾರಣೆಯನ್ನು ಕಾಣಲು ಸಾಧ್ಯವಾಗದಾಗ, ನಾವು ಮುಲುಂದ್‌ನಲ್ಲಿದ್ದ ಇನ್ನೋರ್ವ ಪ್ರಸೂತಿ ತಜ್ಞೆ ಡಾ। ಸಂಗೀತಾ ಶೆಟ್ಟಿಯವರನ್ನು ಸಂಪರ್ಕಿಸಿದೆವು. ಟಿ.ಬಿ.ಯ ರೋಗನಿದಾನ ತಪ್ಪೆಂದು ಅವರು ಹೇಳಿದರು. ಆ ಔಷಧಗಳನ್ನು ನಾವು ತಕ್ಷಣದಿಂದಲೇ ನಿಲ್ಲಿಸಿದೆವು. ಲೆಪ್ರೋಸ್ಕೋಪಿಯನ್ನು ಮಾಡಿಸಿದ್ದರೂ, ನಿಜವಾದ ಸಮಸ್ಯೆಯನ್ನು ಅರಿಯುವ ಸಲುವಾಗಿ, ಆ ಮಾದರಿಯನ್ನು ಯಾವತ್ತೂ ಪರಿಕ್ಷೆಗೋಸ್ಕರ ಕಳುಹಿಸಿಲ್ಲವೆಂದು ಡಾ। ಶೆಟ್ಟಿ ಹೇಳಿದರು.

ನಾವು ಮೋಸಹೋಗಿದ್ದೆವು. 'ಮಾದರಿಯನ್ನು ಪರೀಕ್ಷೆಗೆ ಕಳುಹಿಸದೆ, ಅವರಿಗೆ ಟಿ.ಬಿ. ಇದೆಯೆಂದು ಹೇಗೆ ತಾನೇ ಹೇಳಲು ಸಾಧ್ಯ?' ಅವರ ಪ್ರಶ್ನೆಗೆ ನಮ್ಮಲ್ಲಿ ಉತ್ತರವಿರಲಿಲ್ಲ.

ಹರಿಣಾಕ್ಷಿಯ ಕಾಯಿಲೆ ಇನ್ನಷ್ಟು ಗಂಭೀರ ಸ್ವರೂಪದ್ದು ಎಂದು ಗ್ರಹಿಸಿದ ಡಾ। ಶೆಟ್ಟಿ ಅವರು, ಪ್ರಿನ್ಸ್ ಅಲಿ ಖಾನ್ ಆಸ್ಪತ್ರೆಯ ಬಹಳ ಗೌರವಾನ್ವಿತ ಅನಕಾಲಜಿಸ್ಟ್ ಡಾ। ಸುಲ್ತಾನ್ ಪ್ರಧಾನ್ ಅವರಲ್ಲಿಗೆ ಪರೀಕ್ಷಿಸುವುದಕ್ಕೆ ಕಳುಹಿಸಿದರು.

ಅವಳ ಗರ್ಭಾಶಯದಲ್ಲಿ ಬಹಳಷ್ಟು ಫೈಬ್ರೋಯ್ಡ್‌ಗಳಿವೆ ಎಂದೂ, ಅವು ಅತೀ ವೇಗವಾಗಿ ಪ್ರತ್ಯುತ್ಪತ್ತಿಗೊಳ್ಳುತ್ತ ಹೋಗುತ್ತಿವೆ ಎಂದೂ ಹೇಳಿದರು.

ತಕ್ಷಣ ಶಸ್ತ್ರಚಿಕಿತ್ಸೆಯನ್ನು ಕೈಗೊಳ್ಳಲಾಯಿತು– ಅದು ಅವಳ ಮೊದಲ ಶಸ್ತ್ರಚಿಕಿತ್ಸೆ, 1999ರಲ್ಲಿ ನಡೆದದ್ದು. ಆ ಫೈಬರೋಯ್ಡ್‌ಗಳನ್ನು ನೀಗಿಸಿದ ಬಳಿಕ ಅವಳು ಮೊದಲಿನ ಹಾಗೆ ಓಡಾಡಿಕೊಂಡಿರಬಹುದೆಂದು ನಾವು ಭಾವಿಸಿದೆವು. ಅವಳ ಸ್ಥಿತಿ ಇನ್ನೂ ಚಿಂತಾಜನಕವಾಗಬಹುದೆಂದು ನಾವು ಕಲ್ಪಿಸಿರಲಿಲ್ಲ. ಹರಿಣಾಕ್ಷಿ ಸರ್ವಿಕಲ್ ಕ್ಯಾನ್ಸರ್‌ನಿಂದ ಬಳಲುತ್ತಿದ್ದಾಳೆ ಎಂದಾಗ ನಾನು ದಿಗ್ಭ್ರಾಂತಗೊಂಡೆ.

ವೈದ್ಯರ ಜತೆಗಿನ ಖಾಸಗಿ ಮಾತುಕತೆಯಲ್ಲಿ, ಸ್ವಲ್ಪ ಸಮಯಕ್ಕಾದರೂ, ಅವಳು ಆ ರೋಗದಿಂದ ಬಳಲುತ್ತಿದ್ದಾಳೆಂದು ತಿಳಿಸುವುದು ಬೇಡವೆಂದೂ, ಔಷಧಗಳಿಂದ ಅವಳು ಸುಧಾರಿಸಬಹುದೆಂದು ನಾವು ಎಣಿಸಿದೆವು. ನಾನು ಆ ದುರ್ದೈವದ ವಾರ್ತೆಯನ್ನು ಅವಳಿಗೆ ಹೇಳಲು ಹಿಂಜರಿದೆ. ಫಲಿತಾಂಶವನ್ನು ಕೇಳಿ ಅವಳು ಜರ್ಝರಿತಳಾಗುತ್ತಾಳೆ ಎಂದು ನಾನು ಭಾವಿಸಿದ್ದೆ. ಅದಕ್ಕೂ ಹೆಚ್ಚಾಗಿ, ನನಗೆ ಅವಳು ನೋವಿನಿಂದ ನರಳುವುದನ್ನು ನೋಡಲಾಗುತ್ತಿದ್ದಿರಲಿಲ್ಲ.

ಮುಂದಿನ ನಡೆ ಅಂದರೆ, ಹರಿಣಾಕ್ಷಿಯ ಆಹಾರದಿಂದ ಅವಳ ರೋಗನಿರೋಧಕ ಶಕ್ತಿಯನ್ನು ಹೆಚ್ಚಿಸುವುದು ಮತ್ತು ಅವಳ ಸಾಮಾನ್ಯ ದೈಹಿಕ ಕ್ಷಮತೆಯನ್ನು ವೃದ್ಧಿಸುವುದಾಗಿತ್ತು. ನೇಚರೋಪತಿ ವೈದ್ಯರಾದ ಡಾ। ವೇಣು ನಾಯರ್, ನಮ್ಮ ಆಹಾರದಲ್ಲಿ ಆರೋಗ್ಯಕರ ಸಾಮಗ್ರಿಗಳನ್ನು ಸೇರಿಸಿ, ನಮಗೆ ಯೋಗ ಕಾರ್ಯಕ್ರಮ ಕೈಗೊಳ್ಳುವಂತೆ ಮಾಡಿದರು. ಇಲ್ಲಿ 'ನಾವು' ಯಾಕೆ ಹೇಳುತ್ತಿದ್ದೇನೆಂದರೆ, ಹರಿಣಾಕ್ಷಿಯ ಆಹಾರ ಪದ್ಧತಿಯನ್ನು ನಾನೂ ಅನುಸರಿಸಲು ತೊಡಗಿದೆ. ಅದರಲ್ಲಿ ಹಣ್ಣುಗಳು, ಮುಖ್ಯವಾಗಿ ಕೆಂಪು ದ್ರಾಕ್ಷಿ, ಅದು ಆ್ಯಂಟಿ ಆಕ್ಸಿಡೆಂಟ್ ಗುಣವನ್ನು ಹೊಂದಿದ್ದು, ಅದರಿಂದ ಕೆಂಪು ರಕ್ತದ ಕಣಗಳ ಸಂಖ್ಯೆ ಹೆಚ್ಚುವ ಸಾಧ್ಯತೆಯಿತ್ತು.

ನಾವು ಸೋರೆಕಾಯಿಯ ಜ್ಯೂಸ್ ಮತ್ತು ಮನೆಯ ಕಿಟಕಿಯ ಅಂಚಿನಲ್ಲೇ ಬೆಳೆಸಿದ ಗೋಧಿಯ ಹಸಿಹುಲ್ಲನ್ನು ತಿನ್ನಲು ಪ್ರಾರಂಭಿಸಿದೆವು. ಈ ಹೊಸ ಆಹಾರ ಪದ್ಧತಿ ನನ್ನ ಆರೋಗ್ಯದಲ್ಲಿ ಸಾಕಷ್ಟು ಪ್ರಗತಿಯನ್ನುಂಟು ಮಾಡಿತು. ನನ್ನ ಅತಿಯಾದ ಚಿಂತೆ ಕಡಿಮೆಯಾಯಿತು, ಉಸಿರಾಟದ ವ್ಯಾಯಾಮ ನನ್ನನ್ನು ಶಾಂತವಾಗಿಸಿತು, ಮತ್ತು ನನ್ನ ಕೂದಲು ಬೆಳ್ಳಗಾಗುವುದು ನಿಂತುಹೋಯಿತು. ಹರಿಣಾಕ್ಷಿ ಕೊಂಚ ಸುಧಾರಿಸಿದಂತೆ ಕಂಡಳು, ಆದರೆ ಅವಳ ಸಮಗ್ರ ಆರೋಗ್ಯದಲ್ಲೇನೂ ಪ್ರಗತಿ ಕಾಣಿಸಲಿಲ್ಲ.

ಎರಡು ವರ್ಷಗಳ ಹಿಂದೆ ನಡೆದ ಮೊದಲ ಶಸ್ತ್ರಚಿಕಿತ್ಸೆಯ ಬಳಿಕ ಅತಿ ವೇಗದಿಂದ ಬೆಳೆಯುತ್ತಿದ್ದ ಹೊಸ ಫೈಬ್ರೋಯ್ಡ್‌ಗಳನ್ನು ನೀಗಿಸುವ ಸಲುವಾಗಿ, ಎರಡನೆಯ ಶಸ್ತ್ರಚಿಕಿತ್ಸೆಯನ್ನು ಕೈಗೊಳ್ಳಬೇಕಾಯಿತು. ಈ ಸಲ, ಅವಳ ತೀವ್ರವಾದ ವಿರೋಧದ ಹೊರತಾಗಿಯೂ, ಗರ್ಭಾಶಯವನ್ನು ನೀಗಿಸಬೇಕಾಯಿತು. ಈ ತೀರ್ಮಾನ ಬಹಳ ನೋವಿನ ಪ್ರಕರಣವಾಗಿದ್ದು, ಅವಳ ಮಗುವಿನ ಆಸೆಯಿಂದ ಸದಾ ಕಾಲಕ್ಕೆ

ಪೂರ್ಣವಿರಾಮ ಹಾಕಿದಂತಾಗಿತ್ತು. ವೈದ್ಯರು ಯಾರ ಮಾತನ್ನೂ ಕೇಳುವ ಸ್ಥಿತಿಯಲ್ಲಿರಲಿಲ್ಲ, ಯಾಕೆಂದರೆ, ಫೈಬ್ರೋಡ್‌ಗಳು ತೀವ್ರವಾಗಿ ಪ್ರತ್ಯುತ್ಪತ್ತಿಗೊಳ್ಳುತ್ತಲೇ ಹೋಗಿತ್ತು; ಅದನ್ನು ತಡೆಗಟ್ಟಲು ಸಾಧ್ಯವಿರಲಿಲ್ಲ.

ಅದು ಹರಿಣಾಕ್ಷಿಗೆ ನಿಜಕ್ಕೂ ದುಃಖದ ದಿನವಾಗಿತ್ತು. ಪ್ರಾರಂಭಿಕ ಹಂತಗಳಲ್ಲಿ ಅವಳು ಪರಿಸ್ಥಿತಿಯ ಗಂಭೀರತೆಯ ಬಗೆಗೆ ಎಳ್ಳಷ್ಟೂ ಯೋಚಿಸಿರಲಿಲ್ಲ, ನಾನೂ ಅಷ್ಟೇ, ಬದುಕನ್ನು ಇಷ್ಟೊಂದು ಸಂಧಿಗ್ಧತೆಗೆ ಒಯ್ಯಬಹುದೆಂದು ಎಣಿಸಿರಲಿಲ್ಲ. ಗರ್ಭಾಶಯವನ್ನು ಹೊರತೆಗೆದಾಗ ಅವಳು ನಿಜಕ್ಕೂ ದಿಗ್ಭ್ರಮೆಗೊಂಡಳು.

ನನಗನಿಸಿತು, ಈಗಲಾದರೂ ಅವಳ ಹೆತ್ತವರಿಗೆ ಹರಿಣಾಕ್ಷಿಯ ಆರೋಗ್ಯದ ಸಮಸ್ಯೆಯನ್ನು ಹೇಳುವುದು ಉಚಿತವೆಂದು. ಅಲ್ಲಿಯವರೆಗೆ ಅವರಲ್ಲಿ ಆ ವಿಷಯವನ್ನು ರಹಸ್ಯವಾಗಿ ಇಟ್ಟಿದ್ದೆವು. ಅವಳು ಅಸೌಖ್ಯದಿಂದ ಇದ್ದಾಳೆ ಎಂಬುದು ಅವರಿಗೆ ತಿಳಿದಿದ್ದರೂ, ಇಷ್ಟೊಂದು ಗಂಭೀರ ಸಮಸ್ಯೆಯಿಂದ ನರಳುತ್ತಿದ್ದಾಳೆ ಎಂಬುದು ಮಾತ್ರ ತಿಳಿದಿರಲಿಲ್ಲ. ವಯಸ್ಸಾದ ಸ್ಥಿತಿಯಲ್ಲಿ ನೋವನ್ನು ಅನುಭವಿಸುವುದು ದುಸ್ಸಾಧ್ಯ. ನಾನು ಮನಸ್ಸು ಗಟ್ಟಿಮಾಡಿಕೊಂಡು ವಿಷಯವನ್ನು ಅವರಿಗೆ ತಿಳಿಸಿದೆ. ಅವರ ಗೋಳಾಟ ಹೇಳತೀರದು. ನಾವೆಲ್ಲರೂ ಧೃತಿಗೆಡುವ ಸ್ಥಿತಿಯಲ್ಲಿ ಅತೀವ ಆತಂಕವನ್ನು ಅನುಭವಿಸುತ್ತಿದ್ದೆವು. ಏನಿದ್ದರೂ, ಆ ವ್ಯಾಕುಲದ ಕ್ಷಣಗಳಲ್ಲಿ ನನ್ನೊಂದಿಗೆ ವೇದನೆಯನ್ನು ಹಂಚಿಕೊಳ್ಳುವುದಕ್ಕೆ ಬೇರೊಬ್ಬರು ಇದ್ದಾರೆ ಎಂಬ ಸಮಾಧಾನವಾದರೂ ನನಗಾಯಿತು. ನಾನು ಇದುವರೆಗೆ ನನ್ನ ದುಂಖವನ್ನು ಹರಿಣಾಕ್ಷಿಯಿಂದಲೂ, ನನ್ನಮ್ಮನಿಂದಲೂ ಮುಚ್ಚಿಟ್ಟು ತೋರಿಕೆಗೆ ನಿರ್ಭಯನಾಗಿದ್ದಂತೆ ಕಾಣಿಸಿಕೊಂಡಿದ್ದೆ.

ಅವಳ ತಂದೆ, ಮದ್ಯಪಾನಕ್ಕೆ ದಾಸರಾಗಿದ್ದವರು ಹರಿಣಾಕ್ಷಿಯ ಒತ್ತಡದಿಂದ ಸಂಪೂರ್ಣವಾಗಿ ಅದರಿಂದ ಮುಕ್ತರಾಗಿದ್ದರು. ನಾವು ಮದುವೆಯಾಗಿ ಐದು ವರ್ಷವಾಗಿದ್ದಾಗ, ಹರಿಣಾಕ್ಷಿ ಒಳ್ಳೆಯ ಆರೋಗ್ಯದಲ್ಲಿದ್ದಾಗ, ಒಂದು ಸಾಂಪ್ರದಾಯಿಕ ಕೋಲವನ್ನು ಏರ್ಪಡಿಸಿ ತಂದೆಯ ಕುಡಿತವನ್ನು ಬಿಡಿಸಿದ್ದಳು. ಮಂಗಳೂರು ಮತ್ತು ಸುತ್ತಮುತ್ತಲಿನ ಪ್ರದೇಶಗಳಲ್ಲಿ ಕೋಲದಂಥ ಆಚರಣಾ ನೇಮಗಳನ್ನು ಮಾಡಿಸುವುದು ಪದ್ಧತಿ. ಅದೊಂದು ನಂಬಿಕೆಯ ಮಾಧ್ಯಮ. ಅದೊಂದು ದುಬಾರಿಯ, ರಾತ್ರಿಯಿಡೀ ನೃತ್ಯಾದಿ ಕೌಶಲ್ಯಗಳಿಂದ ದೈವಶಕ್ತಿಯನ್ನು ಒಲಿಸಿ ನಡೆಸುವ ಆಚರಣೆ. ಅವುಗಳೇ ಸ್ಥಳೀಯ ಸರಹದ್ದಿನ ಯಜಮಾನ ದೇವರ್ಕಳು ಎಂಬ ನಂಬಿಕೆ. ಹರಿಣಾಕ್ಷಿ ತನ್ನ ತಂದೆಯುನ್ನು ದೈವದ ಎದುರಿಗೆ ಬರವಾಡಿಕೊಂಡು ಇನ್ನು ಮೇಲೆ ಕುಡಿಯುವುದಿಲ್ಲವೆಂದು ಅವರಿಂದ ಭಾಷೆ ತೆಗೆದುಕೊಂಡಿದ್ದಳು. ಅದನ್ನು ಎಂದಿಗೂ ಮೀರುವಂತಿರಲಿಲ್ಲ. ಆ ದಿನದಿಂದ ಅವಳ ತಂದೆ ಮದ್ಯಪಾನವನ್ನು ಮಾಡಿರಲಿಲ್ಲ.

ನಾನು ಕೂಡಾ ಮದ್ಯಪಾನವನ್ನು ಬಿಡಬೇಕಾಗಿ ಬಂದಿತು, ಯಾಕೆಂದರೆ ಅದನ್ನು ಅವಳ ಕಾಹಿಲೆಯ ವ್ಯಸನದಿಂದ ತೆಗೆದುಕೊಳ್ಳುತ್ತಿದ್ದೇನೆ ಎಂದು ಅವಳು ಭಾವಿಸಿದ್ದು. ವಿಸ್ಕಿಯನ್ನು ಕುಡಿಯುತ್ತ ನಾನು ನನ್ನ ನೋವನ್ನು ಮರೆಯಲು ಯತ್ನಿಸುತ್ತಿದ್ದೇನೆ ಎಂಬುದು ಅವಳ ಎಣಿಕೆ. ನಾನು ನನ್ನ ಸಿಬ್ಬಂದಿಗಳ ಜತೆಗೆ ಅಥವಾ ಒಬ್ಬಂಟಿಯಾಗಿ ಕೆಲವು ಪೆಗ್‌ಗಳನ್ನು ಸೇವಿಸುವುದಿತ್ತು. ನನ್ನ ಕುಡಿತದ ಬಗ್ಗೆ ಅವಳು ತಲೆಕೆಡಿಸುವುದು ಬೇಕಿಲ್ಲ, ಅದು ಅವಳ ಅನಾರೋಗ್ಯದ ಬೇಸರದಿಂದ ತೆಗೆದುಕೊಳ್ಳುತ್ತಿಲ್ಲ, ಬದಲಾಗಿ

ನನ್ನ ಸ್ವಂತ ದಣಿವನ್ನು ನಿವಾರಿಸಿಕೊಳ್ಳಲು ತೆಗೆದುಕೊಳ್ಳುತ್ತಿದ್ದೇನೆ ಎಂದು ಸಮಾಧಾನ ಪಡಿಸಿದ್ದೆ.

ಏನಿದ್ದರೂ, ಅವಳ ಸಂತೊಷಕ್ಕಾಗಿ ಇನ್ನು ಮುಂದೆ ಕುಡಿಯುವುದನ್ನು ಬಿಡುತ್ತೇನೆ ಎಂಬುದಾಗಿ ಅವಳಿಗೆ ಭರವಸೆ ನೀಡಿದೆ. ಅವಳು ಒಂದೇ ಒಂದು ಶಬ್ದದಿಂದಷ್ಟೇ ಉತ್ತರಿಸಿದಳು, "ದಯವಿಟ್ಟು". ಪ್ರಾಮಾಣಿಕವಾಗಿ ನಾನು ಅಂದಿನಿಂದ ಬಿಟ್ಟುಬಿಟ್ಟೆ.

ಕೆಲವು ತಿಂಗಳುಗಳ ಬಳಿಕ ಅವಳ ಅನಾರೋಗ್ಯದ ಸ್ಥಿತಿ ಉಲ್ಬಣಿಸುತ್ತ ಹೋಯಿತು, ಯಾಕೆಂದರೆ ಸೋಂಕು ಅವಳ ಶರೀರವನ್ನೆಲ್ಲ ವ್ಯಾಪಿಸಿಬಿಟ್ಟಿತ್ತು. ವೈದ್ಯರು ಮೂರನೇ ಸಲ ಶಸ್ತ್ರಚಿಕಿತ್ಸೆಗೆ ನಿರ್ಧರಿಸಿದರು. ಆಮೇಲೆ ಕೆಮೋಥೆರಪಿಯನ್ನು ಮಾಡಿಸಬೇಕಾಗಿತ್ತು. ಮೂರನೇ ಶಸ್ತ್ರಚಿಕಿತ್ಸೆಯ ಬಳಿಕ, ವೈದ್ಯರು, ಅವಳ ಏನಾದರೂ ಆಸೆಗಳಿದ್ದರೆ ಪೂರೈಸಿಬಿಡಿ ಎಂದು ನನಗೆ ಸಲಹೆ ನೀಡಿದರು.

ಅವಳಿಗೆ ಇನ್ನು ಸ್ವಲ್ಪವೇ ಸಮಯ ಉಳಿದಿರುವುದೆಂದು ಅವರು ಹೇಳಿದರು. ನಾನು ಏನನ್ನು ಕೇಳಿಸಿಕೊಂಡೆನೆಂಬುದನ್ನು ನನಗೆ ನಂಬಲೇ ಆಗಲಿಲ್ಲ. ಅವಳು ಗಂಭೀರವಾಗಿ ರೋಗಗ್ರಸ್ಥೆಯಾಗಿದ್ದಾಳೆ, ಇನ್ನು ಕೆಲವೇ ಸಮಯದಲ್ಲಿ ನನ್ನನ್ನು, ನಮ್ಮನ್ನೆಲ್ಲಾ ಬಿಟ್ಟು ಹೋಗಿಬಿಡುತ್ತಾಳೆ ಎಂಬ ವಾರ್ತೆ ಸೈರಿಸಿಕೊಳ್ಳಲೇ ಆಗಲಿಲ್ಲ.

ಅವಳ ಪರಿಸ್ಥಿತಿ ಎಷ್ಟೊಂದು ಡೋಲಾಯಮಾನವಾಗಿತ್ತು ಅಂದರೆ ಆಹಾರ ನಾಳ ತಿರುಚಲ್ಪಟ್ಟು, ನುಂಗಿದ ಆಹಾರವೆಲ್ಲ ಮುಂದಕ್ಕೆ ಬರುತ್ತಿತ್ತು. ಹೀಗಿದ್ದರೂ, ಪರಿಸ್ಥಿತಿಯ ತೀಕ್ಷ್ಣತೆಯನ್ನು ಅವಳ ಅರಿವಿಗೆ ತರಲಿಲ್ಲ. ಅದೇನಾದರೂ ಪವಾಡ ನಡೆದರೂ ನಡೆಯಬಹುದು, ಯಾಕೆಂದರೆ, ಅವಳು ಬಹಳ ದೈವಭಕ್ತೆ ಮತ್ತು ಧಾರ್ಮಿಕ ಆಚರಣೆಗಳನ್ನೂ ತಪ್ಪದೆ ಮಾಡುತ್ತಿದ್ದಳು ತಾನೇ?

ಅವಳಿಗೆ ಏನೂ ಅರಿವಿಗೆ ಬರದಂತೆಯೇ ಅಡಗಿಸಿಟ್ಟರೆ, ಅದೊಂದು ದಿನ ಔಷಧದ ಬಾಟಲಿಯ ಮೇಲಿನ ಲೇಬಲ್‌ನ್ನು ಕಂಡು ಹೌಹಾರಿದಳು. ಅದರಲ್ಲಿ ಕ್ಯಾನ್ಸರ್‌ಗೋಸ್ಕರದ ಔಷಧವೆಂದು ಬರೆದಿತ್ತು. ಆ ಮರಣಾಂತಿಕ ಭಯವನ್ನು ಅವಳ ಮುಖದಲ್ಲಿ ನಾನು ನೋಡಿದೆ. ನಾನು ಸ್ವತಃ ಏನೂ ಹೇಳಲಾಗದೆ ಮೂಕನಾದ ಸ್ಥಿತಿಯಲ್ಲಿದ್ದೆ.

ನಾನು ಏನು ತಾನೇ ಹೇಳಬಲ್ಲೆ? ಅವಳ ರೋಗನಿವಾರಣೆಗೆ ಸಾಧ್ಯವಾದಷ್ಟು ಔಷಧಗಳನ್ನು ನೀಡಿ ಗುಣಪಡಿಸಬಲ್ಲೆನೆಂದೇ? ನಾನು ಯಾವ ಹಂತಕ್ಕೂ ಸಾಗಿ ಅವಳ ರೋಗನಿವಾರಣೆಗೆ ಯತ್ನಿಸುತ್ತೇನೆ ಎಂಬ ಭರವಸೆ ಅವಳಲ್ಲಿತ್ತು. ನಾನು ಅವಳ ಕಾಹಿಲೆಗಾಗಿ ಏನನ್ನು ಕೂಡಾ ಅನುಭವಿಸಲು ತಯಾರು ಎನ್ನುವ ವಿಚಾರವೂ ಅವಳಿಗೆ ತಿಳಿದಿತ್ತು.

ನನ್ನ ಆಂತರ್ಯದಲ್ಲಿ ಕೋಪ ಕುದಿಯುತ್ತಿದೆ ಎಂದು ನನಗನಿಸುತ್ತಿತ್ತು. ನಾನು ಸ್ವತಃ ಕ್ರುದ್ಧನಾದಂತೆ ಟೊಳ್ಳಾದ ಸ್ಥಿತಿಯನ್ನು ಅನುಭವಿಸುತ್ತಿದ್ದೇನೋ ಎಂಬುದಾಗಿ ಅನ್ನಿಸುತ್ತಿತ್ತು. ಅದೊಂದು ಸನ್ನಿವೇಶ ನನ್ನ ಅಂಕಿತದಲ್ಲೇ ಇರಲಿಲ್ಲ. ಅವಳ ನೋವನ್ನು ಅವಳಿಂದ ಹೊರತೆಗೆಯಲು ನನ್ನಿಂದ ಸಾಧ್ಯವಿಲ್ಲದ ಪರಿಸ್ಥಿತಿ.

ನಾನಿಷ್ಟನ್ನೇ ಹೇಳಬಲ್ಲೆ, ಅವಳಿಗಾಗಿ ಸದಾ ಸನ್ನದ್ಧನಾಗಿದ್ದೆ.

ವೈದ್ಯರ ಸಲಹೆಯನ್ನು ಗಂಭೀರವಾಗಿಯೇ ಪರಿಗಣಿಸಿ, ನಾವು ಎರಡೇ ವಾರದಲ್ಲಿ

ಸ್ಥಳೀಯ ಪ್ರವಾಸೀ ತಂಡದ ಸಹಾಯದಿಂದ ಸಿಂಗಾಪುರ್ ಮತ್ತು ಮಲೇಷ್ಯಾದಲ್ಲಿದ್ದೆವು, ಪ್ರೇಕ್ಷಣೀಯ ಸ್ಥಳಗಳನ್ನು ನೋಡುವುದಕ್ಕಾಗಿ. ಆ ಪ್ರವಾಸದ ಸಮಯದಲ್ಲಿ ದಂಪತಿಗಳ ಗುಂಪುಗಳೇ ಭಾಗವಹಿಸಿದ್ದು, ಅದೊಂದು ಅವರ್ಣನೀಯ ಅನುಭವವಾಯಿತು. ಏನೂ ಸಂಭವಿಸಿಯೇ ಇಲ್ಲವೆಂಬಂತೆ, ಅಹ್ಲಾದಪೂರ್ವಕ ನಾವು ಸುತ್ತಾಡಿದ್ದೇ ಸುತ್ತಾಡಿದ್ದು. ಮನಃತುಂಬ ರುಚಿಗಟ್ಟಾದ ಭೋಜನವನ್ನು ಅವಳು ಸವಿದಳು, ತಂಗಿದ ಜಾಗವನ್ನೂ ಅವಳು ಮೆಚ್ಚಿಕೊಂಡಳು, ನಗುತ್ತಾ, ಮಾತಾಡುತ್ತ, ವಸ್ತುಗಳನ್ನು ಖರೀದಿಸುತ್ತ ಅವಳು ಸಮಯ ಕಳೆದಳು.

ಹಿಂದಿನ ವಾರ ಆಸ್ಪತ್ರೆಯ ಮಂಚದ ಮೇಲೆ, ಮೂಗಿನಲ್ಲಿ ಕೊಳವೆ ಮತ್ತು ಆರೋಗ್ಯದ ಕ್ಷಣ ಕ್ಷಣ ತಪಾಸನೆಗಾಗಿ ದೇಹಕ್ಕೆ ಮೆಷಿನ್ ಜೋಡಿಸಿಕೊಂಡು ಮಲಗಿದ್ದು ಇದೇ ವ್ಯಕ್ತಿಯೇ ಎಂದು ಯಾರಿಗೂ ಊಹಿಸಲು ಸಾಧ್ಯವಾಗುತ್ತಿರಲಿಲ್ಲ. ನಮ್ಮ ಅಚ್ಚರಿಯೆಂಬಂತೆ ಅವಳು ಬೇಗನೇ ಚೇತರಿಸಿಕೊಂಡಿದ್ದಳು. ಅದು ಅವಳ ವರಸೆ, ಅವಳ ಪ್ರಬಲ ಮನಸ್ಸಿನ ಶಕ್ತಿ, ಬೇಗನೇ ಗುಣಹೊಂದುವ ತವಕ. ರೋಗದ ಗಂಭೀರತೆಯ ಪ್ರಜ್ಞೆ ಇದ್ದಾಗ್ಯೂ, ಬದುಕಬೇಕೆಂಬ ಮಹದಾಸೆಯಲ್ಲಿ ರೋಗದ ವಿರುದ್ಧವಾಗಿ ಹೋರಾಡುವ ಎದೆಗಾರಿಕೆ ಅವಳಲ್ಲಿತ್ತು.

ಆರು ತಿಂಗಳ ಬಳಿಕ, 2005ರಲ್ಲಿ ನಾವು ಕೇಶ ವಿನ್ಯಾಸದಲ್ಲಿ ಮುಂದುವರಿದ ಶಿಕ್ಷಣ ತರಬೇತಿಗಾಗಿ ಸೆಂಟ್ರಲ್ ಲಂಡನ್‌ನ ಮಹತ್ವದ ಶಿಕ್ಷಣ ಸಂಸ್ಥೆಗಳಿಗೆ ಹೋಗಲು ನಿರ್ಧರಿಸಿದೆವು. ನಾವು ಯುಕೆಯಲ್ಲಿ ಸುಮಾರು ಐವತ್ತೈದು ದಿನಗಳಿದ್ದೆವು. ನಾನು ಪ್ರಸಿದ್ಧಿ ಪಡೆದ ಬ್ಯೂಟಿ ಅಂಡ್ ಕೇರ್ ವಿಶೇಷಜ್ಞರಾದ ಟೋನಿ ಅಂಡ್ ಗೈ ಸಂಸ್ಥೆಯನ್ನು ಸೇರಿದರೆ, ಅವಳು, ನಾನು ಹಿಂದೆ ನನ್ನ ತರಬೇತಿಯನ್ನು ಮುಗಿಸಿದ್ದ ವಿದಾಲ್ ಸಸ್ಸೂನ್‌ನ್ನು ಸೇರಿದಳು.

ಹಿಂದಿನ ಸಲ ನನ್ನ ತರಬೇತಿಯ ಸಮಯದಲ್ಲಿ ನಾನು ಲಂಡನ್‌ನಲ್ಲಿ ಎಲ್ಲಿ ಉಳಕೊಂಡಿದ್ದೆನೋ ಅದೇ ಆತಿಥೇಯರಲ್ಲಿ ಈಸಲವೂ ಉಳಿದೆವು–ಪುರುಷೋತ್ತಮ ಸೋಟ, ಅವರ ಪತ್ನಿ ಕುಮುದ್‌ಬೇನ್, ಅವರ ಮಕ್ಕಳು ರಾಹುಲ್ ಮತ್ತು ಆಶಿಕ್ ಮತ್ತು ಮಗಳು ಪ್ರಿಯಾ ಹಾಗೂ ಆಕೆಯ ಪತಿ ಭವೇಶ್ ಕೋಟಕ್ ಅವರ ಕುಟುಂಬದ ಜತೆಗೆ. ಹರಿಣಾಕ್ಷಿ ಆ ಕುಟುಂಬದ ಜತೆಗೆ ಸುಲಭವಾಗಿ ಬೆರೆತುಕೊಂಡು, ದಕ್ಷಿಣ ಭಾರತದ ಅಡುಗೆಗಳನ್ನು ತಯಾರಿಸುತ್ತ, ನೀರ್‌ದೋಸೆ ಮತ್ತು ತೆಂಗಿನ ಕಾಯಿ ಚಟ್ಣಿಗಳನ್ನು ತಯಾರಿಸುತ್ತ, ಕಳೆದಳು. ಅವರ ಗುಜರಾತಿ ಅಡುಗೆ ತೀರಾ ಭಿನ್ನವಾಗಿದ್ದರೂ, ಇವಳ ಅಡುಗೆಯನ್ನು ಅವರು ಇಷ್ಟಪಟ್ಟರು.

ಹರಿಣಾಕ್ಷಿಯ ಋಣಭಾರ ನಿಜಕ್ಕೂ ತುಂಬಿತುಳುಕುತ್ತಿತ್ತು. ಕೆಲವೇ ತಿಂಗಳ ಹಿಂದೆ ಅವಳಿಗೆ ಶಸ್ತ್ರಚಿಕಿತ್ಸೆ ನಡೆದಿದೆ ಎಂದಾಗಲೀ, ವೈದ್ಯರೆಲ್ಲ ಅವಳ ಬದುಕುವ ಆಸೆಯನ್ನು ಬಿಟ್ಟುಬಿಟ್ಟಿದ್ದಾರೆ ಎಂದಾಗಲೀ ಅವಳನ್ನು ಕಂಡಾಗ ಯಾರಿಗೂ ತೋರುತ್ತಿರಲಿಲ್ಲ. ನಮ್ಮ ಆತಿಥೇಯರಿಗೆ ಅವಳ ರೋಗದ ಕುರಿತು ತಿಳಿದಿದ್ದರೂ ಆ ಬಗ್ಗೆ ಎಂದೂ ಅವಳಲ್ಲಿ ಚಕಾರವೆತ್ತಲಿಲ್ಲ. ಆದರೆ ಅವರು ತಮ್ಮ ಆತಂಕವನ್ನೂ ಅಚ್ಚರಿಯನ್ನೂ ನನ್ನಲ್ಲಿ ಪ್ರಕಟಿಸುತ್ತಿದ್ದರು.

ನನ್ನ ತರಬೇತಿ ಒಂದು ವಾರದಲ್ಲೇ ಕಳೆದು ಹೋದರೂ ಅವಳದ್ದು ಹದಿನೈದು

ದಿನಗಳ ತನಕ ಮುಂದುವರಿಯಿತು. ಮಿಕ್ಕುಳಿದ ದಿನಗಳನ್ನು ಕೋಟೆಗಳನ್ನೋ, ಮ್ಯೂಸಿಯಂಗಳನ್ನೋ ನೋಡುತ್ತಾ, ಪಾರ್ಕ್‌ಗಳಲ್ಲಿ, ಹುಲ್ಲುಗಾವಲುಗಳಲ್ಲಿ ಅಲೆದಾಡುತ್ತಾ, ಹೋಪ್-ಆನ್-ಹೋಪ್-ಆಫ್ ಬಸ್ಸುಗಳಲ್ಲಿ ತಿರುಗಾಡುತ್ತ ಆನಂದದಿಂದ ಕಳೆದವು. ನಾವು ಹೊರಗೆ ಕಾಲಿಟ್ಟಾಗಲೆಲ್ಲ ನಮ್ಮನ್ನು ಸ್ವಾಗತಿಸುತ್ತಿದ್ದ ತುಂತುರು ಹನಿಮಳೆಯ ಆನಂದದಲ್ಲಿ ತೊಯ್ದು ಅವಳು ಅಹ್ಲಾದಗೊಳ್ಳುತ್ತಿದ್ದಳು. ಆ ಇಂಗ್ಲಿಷ್ ಬೇಸಗೆಯನ್ನು ಅವಳು ಮನಸಾರೆ ಮೆಚ್ಚಿಕೊಳ್ಳುತ್ತ, ಅರಳುವ ಹೂಗಳು ಮತ್ತು ಅವುಗಳ ಮೇಲಿನ ಮಂಜು ಹನಿಗಳು ಅವನ್ನು ಬೆಳಗುವುದನ್ನು ಕಂಡು ಅವೆಲ್ಲಕ್ಕೂ ಸಾಕ್ಷಿಯಾದಳು. ಹಳ್ಳಿಗಳ ಹುಲ್ಲುಗಾವಲಿನಲ್ಲಿ ಮೇಯುತ್ತಿರುವ ದನಗಳನ್ನು ಕಂಡು ಅವಳ ಖುಷಿ ಇಮ್ಮಡಿಯಾಗುತ್ತಿತ್ತು. ಹಾದಿಯಲ್ಲಿ ಸಾಗುತ್ತಿದ್ದ ಹಾಗೆ ಒಳ್ಳೆಯ ದೃಶ್ಯಗಳ, ಮನೆಗಳ ಮತ್ತು ಹೂದೋಟಗಳ ಫೋಟೋಗಳನ್ನು ಸೆರೆಹಿಡಿಯುವುದರಲ್ಲಿ ಸಂತಸಪಟ್ಟಳು. ಪಾರ್ಕ್‌ಗಳ ಮತ್ತು ಹಸಿರು ಹೊಲಗಳ ನಡುವಿನ ಸಾಗಾಟ ಅವಳಲ್ಲಿ ಹೊಸ ಹುರುಪನ್ನೂ ಅಮಿತವಾದ ಆನಂದವನ್ನು ತುಂಬಿದವು.

ಶಾಪಿಂಗ್‌ಗೆ ಹೋದಾಗಲೆಲ್ಲ ಅವಳು ಹೂಗಳ ಪ್ರಿಂಟೆಡ್ ಬಟ್ಟೆಯನ್ನು ಮೆಚ್ಚಿಕೊಂಡು ಆರಿಸುತ್ತಿದ್ದಳು. 'ಇವೆಲ್ಲಾ ಈ ಸುಂದರವಾದ ದೇಶದ ಹಾಗೇ ಇವೆ' ಎಂದು ಅವಳು ಉದ್ಗರಿಸುತ್ತಿದ್ದಳು. ಭೂಗತ ಟ್ಯೂಬ್ ಸರ್ವಿಸ್‌ನ್ನು ಅವಳು ಬಹಳವಾಗಿ ಇಷ್ಟಪಟ್ಟು, ದುರ್ದೈವದಿಂದ ಒಂದು ದಿನ ನಾವು ಅಲ್ಲಿ ನಮ್ಮ ದಾರಿ ತಪ್ಪಿದೆವು. ನಮ್ಮ ಮಂಕುಬುದ್ಧಿಯನ್ನು ಕಂಡು ನಗುತ್ತಲೇ, ನಾವು ಅಷ್ಟೂ ದೂರವನ್ನು ನಡಿಗೆಯಿಂದಲೇ ಸಾಗುತ್ತಾ, ಪರಿಚಿತ ನೆಲೆ ಕಂಡಾಗ ನಿಟ್ಟುಸಿರು ಬಿಟ್ಟೆವು. ಆ ದಿನವನ್ನು ನಾನೆಂದೂ ಮರೆಯಲಾರೆ, ಯಾಕೆಂದರೆ ಆ ದಿನವಷ್ಟೇ ಅವಳು ತೀರಾ ಬಳಲಿದವಳಂತೆ ಕಂಡಳು. ನಿಜಕ್ಕೂ ಅದು ನನ್ನದೇ ತಪ್ಪು. ನನಗೆ ನಮ್ಮ ಆತಿಥೇಯರ ಮನೆಯ ದಾರಿ ತಪ್ಪಿಹೋಗಿತ್ತು.

ವೈದ್ಯರು ಹೇಳಿದ ಪ್ರಕಾರ ಅವಳು ಅಬ್ಬಬ್ಬಾ ಅಂದರೆ ಎರಡು ತಿಂಗಳಷ್ಟೇ ಬದುಕಬಹುದೆಂದರೆ, ಮುಂದಿನ ಎರಡು ವರ್ಷಗಳ ಪರ್ಯಂತ ಅವಳಿಗೆ ಏನೂ ಸಂಭವಿಸಲಿಲ್ಲ. ಅದು ಕೇವಲ ಅವಳ ದೃಢಸಂಕಲ್ಪ ಮತ್ತು ಆತ್ಮಶಕ್ತಿಯ ಬಲವೆಂದರೂ ತಪ್ಪಾಗದು. ಅವಳ ಚೇತರಿಸಿಕೊಳ್ಳುವ ಶಕ್ತಿಯಂತೂ ಶ್ಲಾಘ್ಯನೀಯ. ಶಿಥಿಲವಾಗಿ ಹೋಗಿದ್ದ ದೇಹದಲ್ಲೇ ಅವಳು ಕ್ರಿಯಾಶೀಲಳಾಗಿರುವಂತೆ ಮನಸ್ಸು ಮಾಡಿದ್ದಳು.

ಮುಂಬಯಿಗೆ ಹಿಂದಿರುಗಿದ ಬಳಿಕ ಅವಳು ಎಂದಿನ ಮನೆವಾರ್ತೆಯ ಕೆಲಸಗಳಲ್ಲಿ ತೊಡಗಿಸಿಕೊಂಡಳು, ಸಲೂನ್‌ನ ಉಸ್ತುವಾರಿ, ಅಡುಗೆ ಮತ್ತು ದೈನಂದಿನ ದೇವರ ಕೈಂಕರ್ಯಗಳೂ ಸೇರಿದಂತೆ. ಒಂದು ಸಾಕುಮಗುವನ್ನು ದತ್ತಕ್ಕೆ ತೆಗೆದುಕೊಳ್ಳುವ ಬಗ್ಗೆಯೂ ಅವಳು ಮನಸ್ಸು ಮಾಡಿ, ಐರೋಳಿಯ ಅನಾಥಾಶ್ರಮಕ್ಕೆ ಭೇಟಿ ನೀಡಿದ್ದಳು. ಅವಳ ಶಾರೀರಿಕ ಪೀಡೆಯ ಹೊರತಾಗಿಯೂ ಅನವರತ ನಗುಮುಖವನ್ನೇ ಹೊಂದಿದ್ದು ಅವಳದ್ದೊಂದು ಹೆಗ್ಗಳಿಕೆ ಎನ್ನಬಹುದು.

ಆದರೆ ಕ್ರಮೇಣ ಕೆಮೋಥೆರಪಿಯಿಂದಾಗುವ ಶಕ್ತಿಹೀನತೆಯ ಚಿಹ್ನೆಗಳು ಕಾಣಲು ಪ್ರಾರಂಭವಾಗಿದ್ದವು. ಅವಳ ತುಂಬಿದ ತುರುಬಿನ ದಪ್ಪನೆಯ ಹೆರಳು ನಿಧಾನವಾಗಿ ಉದುರಲು ಪ್ರಾರಂಭವಾಗಿತ್ತು. ಒಣಗಿದ ಶುಷ್ಕ ಗೋಡೆಗಳಿಗೆ ಅಂಟಿದ ಇಟ್ಟಿಗೆಯ

ಗೋಡೆಯ ಮೇಲಿನ ಕಳೆಗಿಡಗಳಂತೆ ಅವಳ ಕೂದಲು ಗೊಂಚೆ ಗೊಂಚೆಯಾಗಿ ಬೀಳಲು ತೊಡಗಿತು. ನಾವಿಬ್ಬರೂ ಸಹಿಸಲಸದಳವಾದ ವ್ಯಾಕುಲತೆಯಲ್ಲಿ ಮುಳುಗಿದೆವು.

ಹರಿಣಾಕ್ಷಿ ಒಬ್ಬ ದಿಟ್ಟ ಹೆಣ್ಣು ಮಗಳು. ಅವಳು ಅಷ್ಟು ಸುಲಭವಾಗಿ ಬಿಟ್ಟುಕೊಡುವವಳಲ್ಲ. ತನ್ನ ತಲೆಯ ಮೇಲೆ ಒಂದು ಬಟ್ಟೆಯನ್ನು ಸುತ್ತಿ, ಏನಾಗಿದೆ? ಎಂದು ಕೇಳುವ ಗಿರಾಕಿಗಳಿಗೋ ಬೇರಾರಿಗೋ ಇಷ್ಟೇ ಹೇಳುವವಳು, ಆಂಧ್ರ ಪ್ರದೇಶದಲ್ಲಿ ತಿರುಪತಿ ಎಂಬ ದೇವಸ್ಥಾನವಿದ್ದು ಪ್ರಾರ್ಥನೆ ಸಲ್ಲಿಸಿ, ಹರಕೆ ಹೊತ್ತು, ತನ್ನಿಮಿತ್ತ ತಲೆ ಬೋಳಿಸಿದ್ದು ಅಂತ.

ಆದರೆ, ಅವಳ ನಾಲ್ಕನೇ ಶಸ್ತ್ರಚಿಕಿತ್ಸೆಯ ಬಳಿಕ ಅವಳ ಕೆಲಸಗಳೆಲ್ಲ ಒಂದು ಹಂತಕ್ಕೆ ಸ್ತಬ್ಧವಾಯಿತು. ಆ ಕಿತ್ತುತಿನ್ನುವ ನೋವನ್ನು ಅದೆಷ್ಟು ಕಾಲ ತಾನೇ ಸೈರಿಸಿಕೊಳ್ಳಲು ಅವಳಿಂದ ಸಾಧ್ಯವಾದೀತು? ನಾನು ಅವಳನ್ನು ಸಮಾಧಾನಪಡಿಸುತ್ತ ಮುಂದುವರಿದರೂ ನನ್ನ ಒಳಗಿನ ಬೇಗುದಿಯನ್ನು ಯಾರಲ್ಲಿ ಹೇಳಿಕೊಳ್ಳಲಿ? ಆಸ್ಪತ್ರೆಯಿಂದ ಹೊರಕ್ಕೂ ಒಳಕ್ಕೂ ಸಾಗುತ್ತ, ಹಲವು ಸಿಟಿ ಸ್ಕ್ಯಾನ್‌ಗಳಿಗೆ ಎರವಾಗುತ್ತ, ಲೆಪ್ರೋಸ್ಕೋಪಿ ಪರೀಕ್ಷೆಗಳನ್ನು ಮಾಡಿಸುತ್ತ, ಅವಳು ಕೆಮೋಥೆರಪಿಯನ್ನು ಹದಿನಾರು ಸಲ ಮಾಡಿಸಿಕೊಳ್ಳಬೇಕಾಯಿತು!

ಅವಳು ಹೇಳುವುದಿತ್ತು, ಹೊಟ್ಟೆಯೊಳಗೆ ಕೀಟಗಳು ಹರಿದಾಡಿದಂತಾಗುತ್ತಿದೆ, ಅವು ಕಚ್ಚುತ್ತಲೂ, ಕೆರೆಯುತ್ತಲೂ ಇವೆ ಎಂದೋ, ಇನ್ನು ಕೆಲವೊಮ್ಮೆ, ಯಾರೋ ಹರಿತವಾದ ಸೂಜಿಯಿಂದ ಹೊಟ್ಟೆಯ ಒಳಗಿನಿಂದ ತಿವಿಯುತ್ತಿರುವ ಹಾಗೆ, ಅವಳಿಗೆ ಅನ್ನಿಸುತ್ತಿತ್ತು. ಹಾಸಿಗೆಯಲ್ಲಿ ಮಲಗಿದಾಗ, ಯಾರೋ ಅವಳ ಮೈಯನ್ನು ಚಿವುಟಿದ ಹಾಗೆ, ಇಲ್ಲವೇ ಚರ್ಮ ಮತ್ತು ಮಾಂಸವನ್ನು ತಿರುಚಿದ ಹಾಗೆ ಅವಳಿಗೆ ತೋರುತ್ತಿತ್ತು. ಕಚ್ಚುವಂಥ, ತಿವಿಯುವಂಥ, ಚಿವುಟುವಂಥ ಪೀಡೆಗಳು ಅವಳಿಗೆ ಕ್ಷಣಕ್ಷಣಕ್ಕೂ ಆಗುತ್ತಲೇ ಹೋಗಿತ್ತು. ಹಾಗಾಗಿ ರಾತ್ರಿ ಬೆಳಗಾಗುವ ತನಕ ಅವಳು ಎವೆ ಮುಚ್ಚದೆ ಜಾಗೃತಳಾಗಿಯೇ ಇರುತ್ತಿದ್ದಳು.

ಅದಕ್ಕೋಸ್ಕರ ನಾನು ಅವಳ ಮನಸ್ಸನ್ನು ಕ್ರಿಯಾಶೀಲವಾಗಿರುವಂತೆ ನೋಡಿಕೊಳ್ಳುತ್ತಿದ್ದೆ. ಕೆಲವು ಕಾಲ್ಪನಿಕ ಕಥಾನಕಗಳನ್ನು ಹೇಳುತ್ತ ಅವಳ ಮನಸ್ಸನ್ನು ಬೇರೆಡೆಗೆ ತಿರುಗಿಸುತ್ತಿದ್ದೆ. ನಾನು ಸವಿಯಾಗಿ ಅವಳ ಕಿವಿಗಳಲ್ಲಿ ಉಸುರುತ್ತ ಅವಳ ಮನಸ್ಸಿಗೆ ಮುದನೀಡುವ ನಿಟ್ಟಿನಲ್ಲಿ ಪ್ರಯತ್ನಿಸುತ್ತಿದ್ದೆ. ಆ ಮೂಲಕ ಅವಳ ನೋವು ಶಮನವಾಗುವಂತೆ, ಅದರಿಂದಾಗುವ ಶ್ರಮ ಮತ್ತು ಭಯವನ್ನು ನೀಗಿಸಲು ಯತ್ನಿಸುತ್ತಿದ್ದೆ. ಅವಳ ಜತೆಗೆ ನಾನೂ ಅತ್ತುಬಿಡುತ್ತಿದ್ದೆ. ಅವಳ ನೋವು ನನಗೆ ದೈಹಿಕವಾಗಿ ಅನುಭವಿಸಲಿಕ್ಕೆ ಆಗದಿದ್ದರೂ, ನಾನು ಅದನ್ನು ಸಂವೇದನಾತ್ಮಕವಾಗಿ ಅನುಭವಿಸುತ್ತಿದ್ದೆ. ನಾನು ಎಲ್ಲಾದರೂ ಅತ್ತುಕರೆದರೆ, ಅವಳೂ ಹಾಗೆ ಮಾಡುವಳೆಂಬ ಭಯ ನನಗೆ. ಹಾಗಾಗಿ ನಾನು ನಿರ್ಲಿಪ್ತತೆಯ ಮುಖವಾಡ ಧರಿಸಿರುತ್ತಿದ್ದೆ.

ಈ ನಡುವೆ ನಮ್ಮ ಅನೇಕ ಸ್ನೇಹಿತರೂ, ಗಿರಾಕಿಗಳೂ ಅವಳ ಕಾಹಿಲೆ ಬಗ್ಗೆ ತಿಳಿದುಕೊಂಡಿದ್ದರು. ಬಹಳ ಕಾಲದವರೆಗೆ ಅದನ್ನು ರಹಸ್ಯವಾಗಿಡಲು ಆಗಲಿಲ್ಲ. ನಮ್ಮ ಓರ್ವ ಗಿರಾಕಿ ಮುಂಬಯಿಯಿಂದ 160 ಕಿಲೋಮೀಟರ್ ದೂರದ ನಾಸಿಕ್‌ನ ತ್ರಯಂಬಕೇಶ್ವರದ ದೇವೋಬಾಪ್ಪ ಎಂಬ ಆಯುರ್ವೇದ ಪಂಡಿತರ ಕುರಿತು ನಮಗೆ

ಹೇಳಿದರು. ಅಸಂಖ್ಯ ರೋಗಿಗಳಿಗೆ ಔಷಧ ನೀಡುತ್ತಿದ್ದ ಅವರು, ಹರಿಣಾಕ್ಷಿಯ ಕಾಯಿಲೆ ಅದರ ಕೊನೆಯ ಹಂತಕ್ಕೆ ತಲುಪಿದೆ ಎಂದೂ, ಅದನ್ನು ಗುಣಪಡಿಸುವ ಬಗ್ಗೆ ಯಾವುದೇ ಭರವಸೆಯನ್ನು ನೀಡಲಾಗದು ಎಂದು ಹೇಳಿದರು.

ಅವರ ಔಷಧದಲ್ಲಿ ಮರದ ಒಂದು ಗೆಲ್ಲನ್ನು ನೀರಿಗೆ ಹಾಕಿ ಕುದಿಸಿ ಕಶಾಯ ಮಾಡಿ ಕುಡಿಯುವುದಾಗಿತ್ತು. ಅವಳ ಪರಿಸ್ಥಿತಿ ಬಿಗಡಾಯಿಸಿದಾಗಲೆಲ್ಲ, ನಾನು ತಕ್ಷಣ ದೇವ್ರೋಬಾಪ್ಪರಲ್ಲಿಗೆ ಕಾರು ಕೊಂಡೊಯ್ದು ಸಂಬಂಧಿತ ಔಷಧದ ಗಿಡಮೂಲಿಕೆಗಳನ್ನು ತರುತ್ತಿದ್ದೆ. ಒಂಭತ್ತು ತಿಂಗಳ ಅವಧಿಯಲ್ಲಿ ನಾನು ಅಲ್ಲಿಗೆ ನಲ್ವತ್ತೇಳು ಸಲ ಹೋಗಿದ್ದೆ. ಹರಿಣಾಕ್ಷಿಯೂ ನನ್ನೊಂದಿಗೆ ಹದಿನೈದು ಸಲ ಬಂದಿದ್ದಳು. ಅವಳ ಜೀವವನ್ನು ಉಳಿಸುವುದಕ್ಕಾಗಿ ಅದು ನಮ್ಮ ಕೊನೆಯ ಪ್ರಯತ್ನವಾಗಿತ್ತು. ಅನೇಕ ಸಾರಿ, ನನ್ನ ಗಿರಾಕಿಗಳೊಂದಿಗಿನ ಅಪಾಯಿಂಟ್‌ಮೆಂಟ್‌ನ್ನು ಬಿಟ್ಟು, ಸಮಯದ ಉಳಿತಾಯದ ದೃಷ್ಟಿಯಿಂದ, ರಾತ್ರಿ ಅಲ್ಲಿಗೆ ತೆರಳಿ ಔಷಧದೊಂದಿಗೆ ಮರುದಿನ ಬೆಳಿಗ್ಗೆ ಮುಂಬಯಿಗೆ ಬಂದದ್ದೂ ಇದೆ.

ನಾಸಿಕ್‌ಗೆ ನನ್ನ ಪ್ರಯಾಣ ತ್ರಾಸದಾಯಕವಾಗಿತ್ತು. ನಿದ್ದೆಯಿಲ್ಲದೆ ನಾನು ನಿತ್ರಾಣವನ್ನು ಅನುಭವಿಸುತ್ತಿದ್ದೆ. ನನ್ನ ಗಿರಾಕಿಗಳು, ನಿಮಗೇನಾದರೂ ಸಮಸ್ಯೆ ಇದೆಯಾ ಎಂದು ಕೇಳುವುದಿತ್ತು. ನನ್ನ ಒತ್ತಡ ಕುಡಿತಕ್ಕೋ, ಡ್ರಗ್ ಸೇವನೆಗೋ ಸೆಳೆದಿದೆಯೇ ಎಂದು ಕೇಳುವವರಿದ್ದರು. ನನ್ನ ಕಣ್ಣುಗಳು ರಕ್ತದಂತೆ ಕೆಂಪಗಾಗಿ, ಚರ್ಮ ಸುಕ್ಕುಗಟ್ಟಿ, ಆರೋಗ್ಯ ಪೂರ್ತಿಯಾಗಿ ಅಲ್ಲೋಲಕಲ್ಲೋಲವಾಗಿತ್ತು. ತೀವ್ರತರವಾದ ವ್ಯಾಧಿಯಿಂದ ಬಳಲುತ್ತಿದ್ದ ಅನೇಕರನ್ನು ದೇವ್ರೋಬಾಪ್ಪ ಗುಣಪಡಿಸಿದ್ದಿದೆ. ಅದು ನನಗೆ ಅವರಲ್ಲಿ ಹರಿಣಾಕ್ಷಿಯ ಬಗೆಗಿನ ಆಶಾದಾಯಕ ಭಾವನೆಯನ್ನು ಕುದುರಿಸಿತ್ತು.

ಯಾರೂ ಸಾಯುವುದಕ್ಕೆ ಬಯಸುವುದಿಲ್ಲ. ಪ್ರತಿಯೊಬ್ಬರೂ ಬದುಕಲು ಬಯಸುವವರೇ. ಅಷ್ಟೇ ಅಲ್ಲ ಹರಿಣಾಕ್ಷಿ ಇನ್ನೂ ಚಿಕ್ಕ ಪ್ರಾಯದವಳಾಗಿದ್ದು, ಹತಾಶ ಭಾವನೆಯಿಂದ ನಾವು ಏನನ್ನೂ ಮಾಡುವುದಕ್ಕೆ ತಯಾರಿದ್ದೆವು–ಚಿಕಿತ್ಸೆ, ಪರ್ಯಾಯ ಔಷಧ, ಕಂದಾಚಾರದ ವಿಧಾನ, 'ದೇವ ಮಾನವ'ರಿಂದ ಅನುಗ್ರಹ, ಯಾವುದೇ ಗುಣಪಡಿಸಬೇಕಿತ್ತು.

ಇನ್ನೊಬ್ಬರು ಪಥರ್‌ವಾಲಾ ಬಾಬಾ, ಅಂದರೆ 'ಕಲ್ಲಿನ ದೇವಮಾನವ' ಎಂಬ ಆಧ್ಯಾತ್ಮಿಕ ಪುರುಷರ ಬಗ್ಗೆ ಹೇಳಿದರು. ಅವರಿಗೆ ಆ ಹೆಸರು ಬರಲು ಕಾರಣವೆಂದರೆ, ಅವರು ರೋಗಿಯ ಕೈಯ ಮೇಲೆ ಒಂದು ಕಲ್ಲನ್ನು ಇರಿಸಿ ರೋಗದ ಬಗ್ಗೆ ಕೂಲಂಕಷ ಮಾಹಿತಿಯನ್ನು ನೀಡುತ್ತ, ಗಿಡಮೂಲಿಕೆಯನ್ನು ಔಷಧವಾಗಿ ನೀಡುತ್ತಿದ್ದರು. ಇದು ನಿಜಕ್ಕೂ ಪರಿಣಾಮಕಾರಿಯಾಗಿ, ನೋವು ಶಮನವಾಗುತ್ತಿತ್ತು. ಆದರೆ ರೋಗದಿಂದ ಚೇತರಿಕೆಯ ಅಂಶ ಮಾತ್ರ ದೂರವೇ ಉಳಿಯಿತು.

ಅವಳ ಸ್ವಸ್ಥತೆ ತೃಪ್ತಿಕರವಾಗಲಿಲ್ಲ. ಆ ದಿನಗಳಲ್ಲಿ ಅವಳು ತೀರಾ ತಳಮಟ್ಟಕ್ಕೆ ಕುಸಿದು, ಆತಂಕದಿಂದ ನರಳುವಂತಾಯಿತು, ಅದಾಗಲೇ ತಾನು ಇನ್ನು ಹೆಚ್ಚು ಸಮಯ ಉಳಿಯಲಾರೆ ಎಂಬ ಭಾವನೆ ಅವಳ ಮನಸ್ಸನ್ನು ಹೊಕ್ಕಿದ್ದು ಇದಕ್ಕೆ ಕಾರಣವಿರಬಹುದು. ಅವಳು ಸಾಮಾಜಿಕ ಸೇವೆಯಲ್ಲಿ ಇನ್ನಷ್ಟು ತೊಡಗಿಸಿಕೊಂಡು, ದೇವಸ್ಥಾನಗಳಿಗೆ, ಅಂತೆಯೇ ಸಮಾಜ ಸುಧಾರಣೆಯ ಸಂಸ್ಥೆಗಳಿಗೆ ಉದಾರವಾಗಿ

ದಾನಗಳನ್ನು ಮಾಡಲು ಪ್ರಾರಂಭಿಸಿದಳು. ಪ್ರಾರ್ಥನೆ ಸಲ್ಲಿಸುವುದರಲ್ಲಿಯೇ ಅವಳು ಹೆಚ್ಚಿನ ಸಮಯವನ್ನು ವಿನಿಯೋಗಿಸುತ್ತ, ಸಲೂನ್‌ನಲ್ಲಿ ಗಿರಾಕಿಗಳನ್ನು ಭೇಟಿಯಾಗುವುದಕ್ಕೆ ಒಲ್ಲೆನೆಂದಳು.

ಅವಳ ಕೊನೆಯ ಮೂರು ವರ್ಷಗಳಲ್ಲಿ, ದರೆಗುಡ್ಡೆಯಲ್ಲಿ ನಾವು ಕಟ್ಟಿಸುತ್ತಿದ್ದ ಅವಳ ಕನಸಿನ ಮನೆ ದುರ್ಗಾನಿಲಯದ ಕಡೆ ಜತನದಿಂದ ತನ್ನ ಸರ್ವಸ್ವವನ್ನು ಅರ್ಪಿಸುತ್ತ ಅದು ಪೂರ್ತಿಯಾಗುವಂತೆ ನೋಡಿಕೊಂಡಳು. ಆ ಅವಳ ಸಾನಿಧ್ಯ ಆ ಮನೆಯಲ್ಲಿ ಇಂದಿಗೂ ಸ್ಪಷ್ಟವಿತ್ತು; ಒಂದು ನಗುಮುಖದ ಫೋಟೋವನ್ನು ಎದುರುಗಡೆಯ ಗೋಡೆಯಲ್ಲಿ ಇಟ್ಟಿದ್ದೇವೆ, ಎಲ್ಲರನ್ನೂ ಮನೆಗೆ ಆಹ್ವಾನಿಸುವ ತೆರದಲ್ಲಿ. ಮನೆಯಲ್ಲಿ ಅನೇಕ ವಸ್ತುಗಳು ಅವಳ ನೆನಪನ್ನು ಜಾಗೃತಗೊಳಿಸುವಂತಿದೆ– ಅಡುಗೆ ಮನೆಯಲ್ಲಿನ ಎಲ್ಲಾ ಪಾತ್ರೆಪಗಡಿಗಳು, ಹಜಾರದಲ್ಲಿನ ಮೇಲ್‌ಹೊದಿಕೆ, ಸ್ನಾನದ ಮನೆಯ ಟೈಲ್ಸ್–ಅವೆಲ್ಲವನ್ನೂ ಹರಿಣಾಕ್ಷಿ ವೈಯಕ್ತಿಕವಾಗಿ ಆಯ್ಕೆ ಮಾಡಿ ಕೊಂಡಿದ್ದಾಗಿದ್ದವು.

ಅವಳ ಇನ್ನೂ ಕೆಲವು ಸ್ವತ್ತುಗಳು ಅಲ್ಲಿವೆ, ಅವಳ ಸೀರೆಗಳು, ಅವೆಲ್ಲ ಗಾಢ ಬಣ್ಣದವು, ಕಪಾಟಿನಲ್ಲಿ ಅವಳು ಹೇಗೆ ಓರಣವಾಗಿ ಇಟ್ಟಿದ್ದಳೋ ಹಾಗೆಯೇ ಇವೆ. ಆ ಮನೆಯಲ್ಲಿ ಅವಳು ಹಲವು ವರ್ಷಗಳ ಕಾಲ ಕಳೆಯಬೇಕೆಂದು ಹಾರೈಸಿದ್ದು. ಅದು ಸಾಧ್ಯವಾಗದಾಗ, ಕನಿಷ್ಠ ಪಕ್ಷ ಅವಳು ಪ್ರೀತಿಯಿಂದ ಆಯ್ಕೆ ಮಾಡಿ ತಂದಿದ್ದ ಅವಳ ಬಯಕೆಯ ಮನೆಯ ಅಲಂಕಾರಿಕ ವಸ್ತುಗಳಾದರೂ ಅಲ್ಲಿರಲಿ ಎಂಬುದು ನನ್ನ ಭಾವನೆ.

10ನೇ ಮಾರ್ಚ್ 2008

ಅಂದು ಬೆಳಿಗ್ಗೆ ಹರಿಣಾಕ್ಷಿಯ ಮ್ಲಾನತೆಯನ್ನು ಕಂಡಾಗ ನನಗೇಕೋ ಅಸದಳವಾದ ದುಃಖ ಉಮ್ಮಳಿಸಿ ಬಂತು. ನಾನು ದಕ್ಷಿಣ ಮುಂಬಯಿಯಲ್ಲಿ ಅವಶ್ಯವಾಗಿ ಕೋರ್ಟ್‌ಗೆ ಹಾಜರಾಗಬೇಕಾಗಿತ್ತು. ಹೊಟ್ಟೆಯಲ್ಲಿ ತಿವಿಯುವಂಥ, ಕೊರೆಯುವಂಥ ಅನುಭವವಾಗುತ್ತಿದೆ ಎಂದು ಹರಿಣಾಕ್ಷಿ ಅಲವತ್ತುಕೊಂಡಳು. ನನ್ನ ವಕೀಲರು ಕೋರ್ಟ್‌ನಲ್ಲಿ ನನ್ನ ಉಪಸ್ಥಿತಿ ಅನಿವಾರ್ಯವೆಂದ ಕಾರಣ ನನ್ನ ಇಚ್ಛೆಗೆ ವಿರುದ್ಧವಾಗಿ ಕೋರ್ಟ್‌ಗೆ ಹೋಗಲು ನಿರ್ಧರಿಸಿದೆ. ಅವಳ ಪಕ್ಕದಿಂದ ಒಂದಿಷ್ಟೂ ಕದಲದಂತೆ ಮನಸ್ಸು ಒಪ್ಪಿರಲಿಲ್ಲ.

ಹರಿಣಾಕ್ಷಿ ಹಾಸಿಗೆಯ ಮೇಲೆ ಮಲಗಿದ್ದಳು. ಅವಳು ಬಹಳ ನಿತ್ರಾಣಗೊಂಡಿದ್ದಳು, ಕೃಶಳಾಗಿದ್ದಳು. ನಾನು ಅವಳನ್ನು ಬೀಳ್ಕೊಡುವ ಸಮಯ ಎಂದಿನಂತೆ ನನ್ನ ಕೆನ್ನೆಯ ಮೇಲೆ ತಟ್ಟಿದಳು. ಅಂತಹ ಮರಣಾಂತಿಕ ಸ್ಥಿತಿಯಲ್ಲೂ, ನಾನು ಕೇಸೊಂದರಲ್ಲಿ ಸಿಲುಕಿಕೊಂಡಿರುವುದರ ಬಗ್ಗೆ ಅವಳಿಗೆ ಬಹಳ ವ್ಯಥೆಯಾಗಿತ್ತು.

'ನೀವು ನನ್ನಿಂದಾಗಿ ಬಹಳ ಆತಂಕ ಪಡುತ್ತಿದ್ದೀರಿ. ಮತ್ತೆ ಇದೀಗ ಈ ಕೇಸು... ನೀವು ಬಹಳಷ್ಟು ಸಮಸ್ಯೆಗಳಿಂದ ಕೊರಗುತ್ತಿದ್ದೀರಿ.'

ಅವಳು ತನ್ನ ಕ್ಷೀಣ ಬೆರಳುಗಳನ್ನು ನನ್ನ ಮುಖದ ಮೇಲೆ ಆಡಿಸುತ್ತ, ನಿಮ್ಮ

ಬಗ್ಗೆ ಕಾಳಜಿ ವಹಿಸಿ ಎಂದು ಹೇಳಿದಳು. ಬೆಳಿಗ್ಗೆ 8.20ಕ್ಕೆ ನಾನು ಮನೆಯನ್ನು ಬಿಡುವ ಸಮಯ, ಮಧ್ಯಾಹ್ನದ ಹೊತ್ತಿಗೆ ಖಂಡಿತ ಹಿಂದಿರುಗುತ್ತೇನೆ ಎಂದು ಆಶ್ವಾಸನೆ ನೀಡಿದೆ.

ಕೋರ್ಟ್‌ಗೆ ಹೋಗುವ ದಾರಿಯಲ್ಲಿ, ನನ್ನ ಫೋನ್‌ನಲ್ಲಿ ಕರೆಯೊಂದು ಬಂತು. ರಘು (ರಾಘವ ಭಂಡಾರಿ), ನನ್ನ ಜತೆಗೆ ಬಹಳಷ್ಟು ಕಾಲ ದುಡಿಯುತ್ತಿದ್ದವ, ಕರೆ ಮಾಡಿ ಹರಿಣಾಕ್ಷಿಯ ಸ್ಥಿತಿ ಚಿಂತಾಜನಕವಾಗಿದೆ ಎಂದೂ, ನಾನು ತಕ್ಷಣ ಮರಳಬೇಕೆಂದೂ ಹೇಳಿದ. ನೋವು ಅದರ ಉತ್ಕಟ ಸ್ಥಿತಿಗೆ ಏರಿತ್ತು. ಅವಳು ಬೊಬ್ಬಿಡುತ್ತಾ ಸಹಾಯಕ್ಕಾಗಿ ಬೇಡುತ್ತಿದ್ದಳಂತೆ. ಅವಳ ಹೆತ್ತವರು, ನನ್ನಮ್ಮ, ಕೆಲವು ಕುಟುಂಬದ ಸದಸ್ಯರು ಮತ್ತು ಸಲೂನ್‌ನ ಸಿಬ್ಬಂದಿಗಳು ಅದಾಗಲೇ ಅವಳ ಹಾಸಿಗೆಯ ಸುತ್ತ ನೆರೆದಿದ್ದರು.

ಅವಳ ಕಣ್ಣುಗಳು ಅವುಗಳ ಗುಂಡಿಗಳಲ್ಲಿ ಹೊರಳಾಡುತ್ತಾ, ಕಾಲುಗಳನ್ನು ಮತ್ತು ಕೈಗಳನ್ನು ಎತ್ತಿ ಹಾಕುತ್ತಿದ್ದಳಂತೆ– ಅದು ಅವಳ ಶರೀರದ ನರನಾಡಿಗಳು ಮತ್ತು ಮಾಂಸಖಂಡಗಳು ತಮ್ಮ ತ್ರಾಣವನ್ನು ಕಳೆದುಕೊಳ್ಳುವ ಸ್ಥಿತಿಯಾಗಿತ್ತು. ವೈದ್ಯರನ್ನು ಕೂಡಲೆ ಕರೆಯಲಾಗಿ ಅವಳ ಸ್ಥಿತಿಯನ್ನು ಪರೀಕ್ಷಿಸಿದರು. ತಕ್ಷಣ ಆಸ್ಪತ್ರೆಗೆ ಆ್ಯಂಬುಲೆನ್ಸ್ ಮೂಲಕ ಸಾಗಿಸಿ ದಾಖಲಿಸಲಾಯಿತು. 10ನೇ ಮಾರ್ಚ್ 2008ರಂದು ಬೆಳಿಗ್ಗೆ ಸುಮಾರು 11ಗಂಟೆಯ ಹೊತ್ತಿಗೆ ಅವಳು ಕೊನೆಯುಸಿರೆಳೆದಳು. ಅವಳಿಗೆ ಮೂವತ್ತೈದು ವರ್ಷ ಪ್ರಾಯವಾಗಿತ್ತು.

ಡಾ। ಮಹೇಶ್ ಮೋಟ್‌ವಾನೆ, ಅವಳ ಕೊನೆಯ ಕ್ಷಣಗಳಲ್ಲಿ ಹತ್ತಿರವಿದ್ದವರು, ಹೇಳಿದ್ದು, ಅವಳು ಮನೆಯಲ್ಲಿರುವಾಗಲೇ ಪ್ರಾಣ ತ್ಯಜಿಸಿದ್ದಳು ಅಂತ. ನಾನು ಕೋರ್ಟ್ ಆವರಣದಲ್ಲಿ ಇದ್ದಾಗಲೇ ನನ್ನ ಸಂಬಂಧಿಯೊಬ್ಬರು ನನಗೆ ಕರೆ ಮಾಡಿ ಅವಳ ಆತ್ಮ ದೇಹದಿಂದ ಹೊರಟುಹೋಯಿತು ಎಂದು ತಿಳಿಸಿದರು. ನಾನು ಮಂಜುಗಡ್ಡೆಯಂತೆ ಶೀತಲಗೊಂಡೆ. ಯಾವ ರೀತಿಯ ಸ್ಪಂದನವೂ ನನ್ನಿಂದ ಹೊರಬರಲಿಲ್ಲ.

ಅವಳು ಗತಿಸುವ ಎರಡು ದಿನಗಳ ಹಿಂದೆ ನೋವನ್ನು ಸಹಿಸಲಾಗದ ಸ್ಥಿತಿಯಲ್ಲಿ ಡಾ। ಮೋಟ್‌ವಾನೆಯವರ ಆಶಯದಂತೆ ಅವಳನ್ನು ಆಸ್ಪತ್ರೆಗೆ ದಾಖಲಿಸಿದ್ದೆ. ಆಹಾರ ಸೇವಿಸಲು ಆಗದಿದ್ದರಿಂದ ಅವಳಿಗೆ ಗ್ಲುಕೋಸ್‌ನ್ನು ಕೊಡಲಾಗುತ್ತಿತ್ತು.

ಅವಳು ಎಷ್ಟು ನಾಜೂಕು ಸ್ಥಿತಿಯನ್ನು ತಲುಪಿದ್ದಳೆಂದರೆ, ಅವಳ ಎಲುಬುಗಳು ಚರ್ಮದ ಮೂಲಕ ಎದ್ದು ಕಾಣುತ್ತಿದ್ದವು. ಅಂತಹ ಕಾಯಿಲೆಯ ನಿರ್ಣಾಯಕ ಸ್ಥಿತಿಯಲ್ಲೂ ಅವಳ ಕೂದಲು ಸಾಕಷ್ಟು ಸುಂದರವಾಗಿ ಬೆಳೆದಿತ್ತು, ಕೆಲವು ಸಮಯ ಕೆಮೋಥೆರಪಿಯನ್ನು ನಿಲ್ಲಿಸಿದ ಘಟ್ಟದಲ್ಲಿ. ಆದರೆ ಅವಳ ಒಟ್ಟಂದ ಪರಿಸ್ಥಿತಿ ಹದಗೆಡುವುದಕ್ಕೆ ಪ್ರಾರಂಭವಾಗಿತ್ತು. ಜನರು ಅವಳನ್ನು ಕಾಣಲು ಬಂದಾಗ, ಅವಳಿಗೆ ಮಾತನಾಡಲೂ ಆಗುತ್ತಿರಲಿಲ್ಲ. ವಿಚಾರ ವಿನಿಮಯ ಮಾಡುವ ಸ್ಥಿತಿಯಲ್ಲೂ ಅವಳು ಇರಲಿಲ್ಲ. ಅವಳು ಅದಾಗಲೇ ಕುಸಿಯುತ್ತಿದ್ದಾಳೆ ಎಂಬ ಸೂಚನೆ ನನಗೆ ಸಿಕ್ಕಿತ್ತು.

ಅವಳು ಹೊರಟುಹೋದ ಸುದ್ದಿಯನ್ನು ಕೇಳಿದ ಬಳಿಕ ಕೋರ್ಟ್‌ನಲ್ಲಿ ನನ್ನ

ಕೈಕಾಲುಗಳು ನಡುಗಲು ಪ್ರಾರಂಭಿಸಿದವು. ನನ್ನ ಸುತ್ತಮುತ್ತಲಿನ ವಸ್ತುಗಳೆಲ್ಲ ಕುಸಿದು ಬೀಳುವಂತಾದವು. ನನ್ನ ಕಾಲುಗಳ ಮೇಲೆ ನನಗೆ ನಿಲ್ಲಲು ಸಾಧ್ಯವಾಗದಂತಾಯಿತು. ಕೋರ್ಟ್‌ಗೆ ನನ್ನ ಜತೆಗೆ ಬಂದಿದ್ದ ಸ್ನೇಹಿತ ವಿನೋದ್ ಭೋಪ್ರ, ಬೆಂಚೊಂದರ ಮೇಲೆ ನನಗೆ ಕುಳಿತುಕೊಳ್ಳುವಂತೆ ಸಹಕರಿಸಿದ. ಯಾರೋ ಒಬ್ಬರು ನನಗೆ ಕುಡಿಯುವುದಕ್ಕೆ ಒಂದು ಬಾಟಲ್‌ನಲ್ಲಿ ನೀರು ಕೊಟ್ಟರು. ನಾನು ಏನೋ ಹೇಳುವುದಕ್ಕೆ ಪ್ರಯತ್ನಿಸುತ್ತಿದ್ದೆ, ಆದರೆ ನನ್ನ ಗಂಟಲಿನಿಂದ ಧ್ವನಿ ಹೊರಡುತ್ತಿರಲಿಲ್ಲ. ನನಗೆ ಅಲ್ಲಿ ಉಸಿರುಗಟ್ಟಿದ ಅನುಭವವಾಯಿತು.

ನಾವು ನನ್ನ ಕಾರನ್ನು ತೆಗೆದುಕೊಳ್ಳಲು ಕಾಯಲಿಲ್ಲ. ಅದನ್ನು ಕೋರ್ಟ್ ಆವರಣದಿಂದ ಸ್ವಲ್ಪ ದೂರವೇ ನಿಲ್ಲಿಸಲಾಗಿತ್ತು. ಒಂದು ಕ್ಯಾಬ್‌ಗೆ ನನ್ನನ್ನು ಸೇರಿಸಿ, ಮನೆಗೆ ಆದಷ್ಟು ಬೇಗನೇ ತಲುಪುವಂತೆ ಮಾಡಲಾಯಿತು.

ನಮ್ಮ ಕ್ಯಾಬ್‌ನ ಪಕ್ಕಗಳಲ್ಲಿ ವಾಹನಗಳ ದಟ್ಟ ಓಡಾಟ ನನ್ನ ಅರಿವಿಗೆ ಬರುತ್ತಿತ್ತು; ಆದರೆ ಮುಂಬಯಿ ರಸ್ತೆಗಳಲ್ಲಿನ ಅವ್ಯಾಹತವಾಗಿ ಕೇಳಿಸುವ ಹಾರ್ನ್‌ಗಳ ಶಬ್ದ ಮಾತ್ರ ಕೇಳಿಸುತ್ತಿರಲಿಲ್ಲ. ನನ್ನ ಕ್ಯಾಬ್ ಡ್ರೈವರ್ ನನ್ನನ್ನು ಏನೋ ಕೇಳುತ್ತಿದ್ದ; ಆತ ನನ್ನತ್ತ ತಿರುಗಿ ಅದೇನೋ ಕೇಳುತ್ತ ಸನ್ನೆ ಮಾಡಿದ, ಆದರೆ ಆತ ಕೇಳಿದ ಯಾವ ಶಬ್ದವೂ ನನ್ನ ಮನಸ್ಸಿಗೆ ಹೋಗಲಿಲ್ಲ. ನಾನು ಅಷ್ಟೊಂದು ದಿಗ್ಭ್ರಮೆಗೊಂಡಿದ್ದೆ, ನಾನೊಂದು ಕಲ್ಲಿನ ಥರ ಕಿವುಡನಾಗಿ ಮಾರ್ಪಟ್ಟಿದ್ದೆ ಹೊರಜಗತ್ತಿಗೆ.

ನನ್ನ ಮನಸ್ಸಿನ ಆಳದಲ್ಲೆಲ್ಲೋ, ಹರಿಣಾಕ್ಷಿ ಒಂದಲ್ಲ ಒಂದು ದಿನ ಹುಷಾರಾಗಿ ಬರುತ್ತಾಳೆ ಎಂಬ ಭಾವನೆಯೇ ಇತ್ತು. ಆದರೆ ಅವಳ ಆರೋಗ್ಯದ ಹದಗೆಟ್ಟ ಪರಿಸ್ಥಿತಿಯ ಕಠೋರ ಸತ್ಯವೂ ಮನವರಿಕೆಯಾಗುತ್ತ, ಅವಳು ಸ್ವಲ್ಪವೇ ಸಮಯ ನನ್ನೊಂದಿಗೆ ಇರುತ್ತಾಳೆ ಎಂದೂ ಗೊತ್ತಿತ್ತು. ವೈದ್ಯರು ಕಾಲಕಾಲಕ್ಕೆ ಅವಳ ಪರಿಸ್ಥಿತಿಯನ್ನು ನನಗೆ ತಿಳಿಸುತ್ತಲೇ ಬಂದಿದ್ದರು. ಹಾಗಾಗಿ ನನ್ನ ಇನ್ನೊಂದು ಮಗ್ಗಲು ಅದಕ್ಕಾಗಿ ತಯಾರಿ ನಡೆಸುತ್ತ ಬಂದಿತ್ತು. ಪ್ರಾಮಾಣಿಕವಾಗಿ, ಯಾರೂ ಮರಣವನ್ನು ಸ್ವಾಗತಿಸಲು ಇಚ್ಛಿಸುವುದಿಲ್ಲ ತಾನೇ?

ಆ ಕ್ಷಣದವರೆಗೆ ಅವಳು ಇನ್ನಷ್ಟು ಕಾಲ ಜೀವಿಸಬಹುದೆಂದೇ ನಾನು ನಿಜಕ್ಕೂ ಭಾವಿಸಿದ್ದೆ.

ಕ್ಯಾಬ್‌ನಲ್ಲಿ, ನಾನೊಂದು ಸ್ಪಂದನಾ ರಹಿತವಾದ ಮಾಂಸದ ಮುದ್ದೆಯಾಗಿದ್ದೆ. ಸುದ್ದಿ ಕೇಳಿದ ನಂತರದ ಸಮಯದ ಈ ಮರಗಟ್ಟಿದ ಸ್ಥಿತಿ, ಪಶ್ಚಾತ್ತಾಪಕ್ಕೆ ತಿರುಗಿ, ಆಮೇಲೆ ನನ್ನಲ್ಲಿ ಅಸಾಧ್ಯವಾದ ಕೋಪವನ್ನು ಹುಟ್ಟುಹಾಕಿತು, ಅವಳು ನನ್ನನ್ನು ಬಿಟ್ಟುಹೋದದ್ದು ಯಾಕೆ ಎನ್ನುವ ಕೋಪ. ಕ್ಯಾಬ್ ಮನೆಯನ್ನು ಸಮೀಪಿಸುತ್ತಿದ್ದ ಹಾಗೆ, ಕಟ್ಟಡದ ಪರಿಸರದಲ್ಲಿ ಜನ ಗುಂಪುಗೂಡಿದ್ದನ್ನು ಕಾಣಬಹುದಿತ್ತು. ಅಪಾರ್ಟ್‌ಮೆಂಟ್ ಪೂರ್ತಿ ಶೋಕಸಾಗರದಲ್ಲಿ ತೇಲುವಂತಿತ್ತು. ಹರಿಣಾಕ್ಷಿಯ ಹೆತ್ತವರು, ಅವಳ ಪರಿವಾರದ ಸದಸ್ಯರು, ನನ್ನ ತಾಯಿ, ಸಂಬಂಧಿಗಳು, ಸ್ನೇಹಿತರು, ಮತ್ತು ಗಿರಾಕಿಗಳು ನಮ್ಮ ಅಪಾರ್ಟ್‌ಮೆಂಟ್‌ನಲ್ಲಿ ನೆರೆದಿದ್ದರು. ನಾನು ನನ್ನನ್ನು ಸ್ಥಿಮಿತಕ್ಕೆ ತಂದುಕೊಳ್ಳುತ್ತ ಮನೆಯನ್ನು ಪ್ರವೇಶಿಸಿದೆ.

ಆ ದೇಹವನ್ನು ನೋಡುತ್ತಿದ್ದ ಹಾಗೆ ಒಂದಿಷ್ಟು ತಾಸುಗಳ ಹಿಂದೆ ಇವಳೇ

ಅಲ್ಲವೇ ನನಗೆ ಮಾತನಾಡಿಸಿದ್ದು ಎನ್ನುವ ಭಾವನೆ ಬಂತು. ಈಗ ಅವಳು ನೆಲದ ಮೇಲೆ ಮಲಗಿದ್ದಳು, ಸುಮ್ಮನೆ ವಿಶ್ರಾಂತಿ ಪಡೆಯುವ ಹಾಗೆ. ನಾನು ಅವಳ ಗಲ್ಲಗಳ ಮೇಲೆ ನವಿರಾಗಿ ಬಡಿದೆ, ಅವಳನ್ನು ಎಬ್ಬಿಸುವ ಹಾಗೆ. ಅವಳು ನನಗೆಲ್ಲಿ ಪ್ರತಿಸ್ಪಂದಿಸುತ್ತಾಳೆ? ನಾನು ಅವಳನ್ನೇ ನೋಡುತ್ತ ಅಲ್ಲೇ ನೆಲದ ಮೇಲೆ ಕುಳಿತೆ. ಆ ಕ್ಷಣಗಳಲ್ಲಿ ಇನ್ನೊಂದು ಯೋಚನೆ ಬಂತು ಅವಳು ತನ್ನ ನೋವುಗಳಿಂದ ಯಾತನೆಗಳಿಂದ ಸರ್ವಕಾಲಕ್ಕೂ ವಿದಾಯ ಹೇಳಿದ್ದಾಳಲ್ಲ?

ದೇಹಕ್ಕೆ ಸ್ನಾನ ಮಾಡಿಸಿ, ಬಣ್ಣದ ಸೀರೆಯನ್ನು ಉಡಿಸುವ ಮುತ್ತೈದೆಯ ಆಚರಣಾ ಕ್ರಮವನ್ನು ಮಾಡಲಾಯಿತು. ಆ ಕ್ರಮಗಳನ್ನು ಕೈಗೊಳ್ಳುತ್ತಿದ್ದವರಿಗೆ, ಅವಳ ಮೈಮೇಲಿದ್ದ, ಹೃದಯದ ರಚನೆಯ ಪದಕವನ್ನೊಳಗೊಂಡ ಚಿನ್ನದ ಸರ ಅವಳ ಶವ ಸಂಸ್ಕಾರದ ಸಮಯದಲ್ಲೂ ಹಾಗೆಯೇ ಇರಲಿ ಎಂದು ಹೇಳಿದೆ. ಆ ನೆಕ್ಲೆಸ್ ಅಂದರೆ ಅವಳಿಗೆ ಅಷ್ಟೊಂದು ಪ್ರೀತಿಯಿತ್ತು; ನಾವು ಮದುವೆಯಾದ ತಕ್ಷಣ ನಾನು ಅವಳಿಗೆ ನೀಡಿದ ಉಡುಗೊರೆ ಅದಾಗಿತ್ತು. ಅವಳ ಕರಿಮಣಿಸರವೂ, ಕಪ್ಪು ಮಣಿಗಳನ್ನು ಪೋಣಿಸಿದ್ದು, ವಿವಾಹಿತರಾದ ಹಿಂದೂ ವನಿತೆಯರು ಧರಿಸುವ ಮಂಗಳಸೂತ್ರ, ಅದೂ ಕೂಡಾ ಅವಳ ಜತೆಗೇ ಹೋಗಲಿ ಎಂದೆ; ಅದು ಅವಳ ಬಯಕೆಯಾಗಿತ್ತು.

ಸಂಜೆಯಾಗುತ್ತಿದ್ದ ಹಾಗೆ, ಸುಮಾರು 7.30ರ ಸಮಯಕ್ಕೆ, ಇಲೆಕ್ಟ್ರಿಕಲ್ ಚಿತಾಗಾರದಲ್ಲಿ ಅವಳ ದೇಹದ ದಹನಕ್ರಿಯೆ ನಡೆಯಿತು. ಮತ್ತು ಅವಳ ಪವಿತ್ರ ಭಸ್ಮವನ್ನು ನಾಸಿಕದ ಸಮೀಪದ ತ್ರಯಂಬಕೇಶ್ವರದಲ್ಲಿ ಮತ್ತು ನಂತರ ಬನಾರಸ್‌ನ ಕಾಶಿಯ ಗಂಗಾನದಿಯಲ್ಲಿ ವಿಲೀನಗೊಳಿಸಲಾಯಿತು. ಅದರೊಂದಿಗೆ ನನ್ನ ಬಹುದೊಡ್ಡ ಭಾಗ, ನನ್ನ ಆತ್ಮದ ಅಂಶ, ನನ್ನ ಆತ್ಮೀಯ ಸಂಗಾತಿ ಎಂದೆಂದಿಗೂ ಹೊರಟು ಹೋದಳು ಎಂದು ಭಾವಿಸುವಂತಾಯಿತು.

ಅಗಾಗ ಹರಿಣಾಕ್ಷಿ ನನ್ನಲ್ಲಿ ಹೇಳುವುದಿತ್ತು, 'ಒಂದು ಮಗುವಿಗೆ ಅದರ ಹೆತ್ತವರು ಹೇಗೆ ಪೋಷಿಸುತ್ತಾರೋ ಹಾಗೆ ನೀವು ನನ್ನನ್ನು ಪೋಷಿಸಿದ್ದೀರಾ.'

ನಮ್ಮಂತೆ ಎಷ್ಟು ದಂಪತಿಗಳು ಇರಬಹುದೆಂದು ನಾನು ಕೆಲವೊಮ್ಮೆ ಎಣಿಸುವುದಿದೆ. ಹಾಗೊಮ್ಮೆ ಇದ್ದರೂ ಅದು ಬೆರಳೆಣಿಕೆಯಷ್ಟೇ ಎಂದು ನಾನು ಧೈರ್ಯವಾಗಿ ಹೇಳಬಲ್ಲೆ. ನಾವಿಬ್ಬರೂ ಒಂದೇ ಮನಸ್ಸಿನ ಎರಡು ವ್ಯಕ್ತಿಗಳಾಗಿದ್ದೆವು.

ಅವಳಿಲ್ಲದ ಬದುಕು ನೀರಸವಾಗತೊಡಗಿತು. ನನಗೆ ಕೆಲಸಕ್ಕೆ ಹೋಗಲು ಮನಸ್ಸೊಪ್ಪದು, ಮನೆಯಲ್ಲಿ ಕೂರಲೂ ಆಗದು. ನಾನು ತಳಮಳಗೊಳ್ಳತೊಡಗಿದೆ. ಜನರು ಮನೆಗೆ ಬಂದು ಸಂತಾಪ ಸೂಚಿಸಲು ತೊಡಗಿದರೆ, ನಾನು ಅವರನ್ನು ಹೋಗಲು ಬಿಡುತ್ತಿರಲಿಲ್ಲ. ಅವರೆಲ್ಲ ನನ್ನ ಸುತ್ತಲೂ ಇರಬೇಕೆಂಬ ತವಕ. ಸ್ನೇಹಿತರು ನನ್ನನ್ನು ಸಂತೈಸುತ್ತ, ನೀವು ಆಕೆಯನ್ನು ಚೆನ್ನಾಗಿ ಆರೈಕೆ ಮಾಡಿದ್ದೀರಿ, ನೋಡಿಕೊಂಡಿದ್ದೀರಿ ಮತ್ತೇನು ಬೇಕು ಎನ್ನುತ್ತಿದ್ದರು.

ನಾನು ಎಲ್ಲಿಗೆ ಹೋದರೂ ಅವಳ ಅನುಪಸ್ಥಿತಿ ಎದ್ದು ಕಾಣುತ್ತಿತ್ತು. ನಾನು ಟೇರೆಸ್‌ಗೆ ಹೋದಾಗ ಅವಳು ನನ್ನನ್ನು ಕರೆದಂತೆ ಕೇಳಿಸುತ್ತಿತ್ತು, ಆದರೆ ತಿರುಗಿ ನೋಡಿದರೆ ಅಲ್ಲಿ ಬರೀ ಶೂನ್ಯ ಪ್ರದೇಶ. ದೇವರ ಕೋಣೆಗೆ ಹೋದರೆ ಅವಳ

ಅನುಪಸ್ಥಿತಿ ಬಹಳವಾಗಿ ಕಾಡುತ್ತಿತ್ತು, ಯಾಕೆಂದರೆ ಅವಳ ಆಯುಷ್ಯದ ಹೆಚ್ಚಿನ ಸಮಯವನ್ನು ಆ ದೇವರ ಕೋಣೆಯಲ್ಲೇ ಕಳೆದಿದ್ದಳು.

ಅವಳಿಗೆ ಮಕ್ಕಳೆಂದರೆ ಇಷ್ಟವಾಗಿದ್ದ ಕಾರಣ ನಾನು ದರೆಗುಡ್ಡೆಯ ಅವಳ ಶಾಲೆಯ ಮಕ್ಕಳಿಗೆ ಒಮ್ಮೆ ಮಧ್ಯಾಹ್ನದ ಭೋಜನವನ್ನು ನೀಡಿದೆ.

ಹಿಂದೂ ಸಂಪ್ರದಾಯದಲ್ಲಿ ಹೇಳುವಂತೆ, ಅವಳು ನನ್ನ ಸಂಪತ್ತಿನ ದೇವತೆ ಲಕ್ಷ್ಮಿಯಾಗಿದ್ದಳು, ನನ್ನ ಮನೆಗೆ ಅಡಿಯಿಟ್ಟು ನನಗೆ ಶ್ರೀಮಂತಿಕೆಯನ್ನು ನೀಡಿ ನನ್ನ ಬದುಕನ್ನು ಬದಲಾಯಿಸಿದ್ದಳು. ನನಗೆ ಅವಳ ನಗು ಅಗಾಗ ನೆನಪಿಗೆ ಬರುತಿತ್ತು, ಅದೂ ಜೋರಾಗಿ ಅವಳು ನಗುತ್ತಿದ್ದಳು, ಲೋಕವನ್ನೇ ಮರೆತು. ಅವಳು ಪೂರ್ತಿ ಜೀವನವನ್ನು ಅನುಭವಿಸಿದ್ದಳು. ಅವಳನ್ನು ಎಲ್ಲರೂ ತುಂಟಿ ಎಂದು ಚುಡಾಯಿಸುತ್ತಿದ್ದರು. ಅವಳ ಲವಲವಿಕೆ, ಅವಳ ಗುಣಾತ್ಮಕ ಧೋರಣೆ, ಮತ್ತು ಎಲ್ಲರ ಬಗೆಗೆ ಅವಳ ನಿಸ್ವಾರ್ಥ ಕಾಳಜಿ, ಹರಿಣಾಕ್ಷಿಯನ್ನು ಪ್ರತಿಯೊಬ್ಬರ ಹೃದಯದಲ್ಲೂ ಶಾಶ್ವತವಾಗಿ ನೆಲೆನಿಲ್ಲುವಂತೆ ಮಾಡಿತ್ತು.

ಕನಸು ಅಂದರೆ ನಾವು ನಿದ್ದೆ ಮಾಡುವಾಗ ಬೀಳುವುದಲ್ಲ, ನಮಗೆ ನಿದ್ದೆ ಬಾರದಂತೆ ಮಾಡುವುದೇ ನಿಜವಾದ ಕನಸು.

–ಎ.ಪಿ.ಜೆ. ಅಬ್ದುಲ್ ಕಲಾಮ್, ಕ್ಷಿಪಣಿ ವಿಜ್ಞಾನಿ,
ಭೂತಪೂರ್ವ ರಾಷ್ಟ್ರಾಧ್ಯಕ್ಷರು

ಅಧ್ಯಾಯ ಹದಿಮೂರು

ಪದವಿಗಳು, ಅರ್ಹತಾಪತ್ರಗಳು ಮತ್ತು ಪುರಸ್ಕಾರಗಳು

ಇಂಗ್ಲೆಂಡ್‌ನಲ್ಲಿ ಕಲಿತ ಕೇಶವಿನ್ಯಾಸದ ತರಬೇತಿಗಳು

* ಸೃಜನಾತ್ಮಕ ತರಬೇತಿ–ಲಂಡನ್‌ನ ವಿದಾಲ್ ಸಸ್ಸೂನ್ (Vidal Sassoon Academy) ಅಕಾಡೆಮಿಯ ಡಿಪ್ಲೊಮೊ 1998.

* ಮುಂದುವರಿದ ಕ್ಷೌರ ಮತ್ತು ತಾಂತ್ರಿಕ ತರಬೇತಿ–ಟೋನಿ ಅಂಡ್ ಗೈ (TONI & GUY) ಎಜುಕೇಶನ್ ಅಕಾಡೆಮಿಯ ಡಿಪ್ಲೊಮಾ, 2005.

ಪ್ರಶಸ್ತಿಗಳು ಮತ್ತು ಸನ್ಮಾನಗಳು

* ಮೊದಲ ಬಹುಮಾನ, ವೈಲ್ಡ್ ಅಂಡ್ ವಾಕ್ಕಿ (Wild and Wacky) ಹೇರ್‌ಷೋ ಸ್ಪರ್ಧೆ, ಸಲೂನ್ ಇಂಟರ್‌ನ್ಯಾಶನಲ್ ಅವರಿಂದ ಆಯೋಜಿತ. ಟ್ರೋಫಿಯನ್ನು ಕೊಡಮಾಡಿದ್ದು, ಕ್ರಿಸ್ಟೋಫರ್ ಮಾನ್ಸ್, ಅಧ್ಯಕ್ಷರು, ಫೆಲೋಶಿಪ್ ಆಫ್ ಬ್ರಿಟಿಷ್ ಹೇರ್‌ಡ್ರೆಸ್ಸಿಂಗ್ ಮತ್ತು ಕಮಿಷನರ್, ಸಲೂನ್ ಇಂಟರ್‌ನ್ಯಾಶನಲ್, 1998.

* ಶ್ರೀ ಗುರು ಪ್ರಸಾದಿತ ಯಕ್ಷಗಾನ ಮಂಡಲಿ–ವಿಶ್ವೇಶ್ವರಯ್ಯ ಸಭಾಭವನ, ಮಾತುಂಗ ಕರ್ನಾಟಕ ಸಂಘ, 2001

* ಸಾಧನೆ ಮತ್ತು ಸಮಾಜಕ್ಕೆ ನೀಡಿದ ಕೊಡುಗೆಯನ್ನು ಗುರುತಿಸಿ ಸನ್ಮಾನ–ಮುಲುಂದ್ ರಾಯಲ್ಸ್, ಲಯನ್ಸ್ ಕ್ಲಬ್, ಮುಂಬಯಿ, 2010.

* ಸನ್ಮಾನ, ಪಿನ್ನೇಕಲ್ಸ್ ಅವಾರ್ಡ್(Pinnakles Award), ಇಂದಿನ ಮೋಹಕ ಜಗತ್ತಿನಲ್ಲಿ ಸಾಂಪ್ರದಾಯಿಕ ಕೇಶಶೈಲಿಯ ಮತ್ತು ಕೇಶ ಕಲೆಗಾರಿಕೆಯಲ್ಲಿ ನಾವೀನ್ಯತೆಯನ್ನು ತರುವ ಮೂಲಕ ಅಪ್ರತಿಮ ಕೊಡುಗೆಯನ್ನು ನೀಡಿದ್ದಕ್ಕಾಗಿ– ಆಲ್ ಇಂಡಿಯಾ ಹೇರ್ ಬಾರ್ಬರ್ಸ್ ಅಸೋಸಿಯೇಶನ್ (AIHBA), ಮಹಾರಾಷ್ಟ್ರ ಚಾಪ್ಟರ್ ಅವರಿಂದ.

* ಇಂಡಿಯಾ ಬುಕ್ ಆಫ್ ರೆಕಾರ್ಡ್ಸ್ ಅರ್ಹತಾಪತ್ರ. ಶಿವಾಸ್ ಹೇರ್ ಡಿಸೈನ್ಸ್ ಪ್ರೈವೆಟ್ ಲಿಮಿಟೆಡ್‌ನ ಮೂಲಕ ಆಯೋಜಿಸಲಾದ 'ಅತಿ ದೊಡ್ಡ ಹೇರ್ ಕಲರಿಂಗ್ ಮಾರಥಾನ್'. 1,511 ಜನರು ಭಾಗವಹಿಸಿದ ಈ ಉತ್ಸವದಲ್ಲಿ ತಮ್ಮ ತಲೆಗೂದಲಿಗೆ ಬಣ್ಣವನ್ನು ಹಾಕಿಸಿಕೊಂಡರು. ಮುಂಬಯಿಯ ಅಂಧೇರಿಯ ಚಿತ್ರಕೂಟ ಮೈದಾನದಲ್ಲಿ 12ತಾಸುಗಳ ಪರ್ಯಂತ ಇದು ನಡೆದಿತ್ತು. ಗಾದ್ರೇಜ್ ಇಂಡಸ್ಟ್ರೀಸ್ ಸಹಯೋಗದಿಂದ ಏರ್ಪಡಿಸಲಾಗಿತ್ತು, 2011ರಲ್ಲಿ.

* ಚೈನಾದಲ್ಲಿ ನಡೆದ 2011ರ ಸಾಲಿನ ಏಷ್ಯನ್ ಟಾಪ್ ಫ್ಯಾಷನ್ ಹೇರ್ ಸ್ಟೈಲಿಸ್ಟ್ ಆಫ್ ದಿ ಇಯರ್ ಉತ್ಸವಕ್ಕೆ ನಾಮಕರಣವಾಗಿದ್ದು.

* 'ಭಂಡಾರಿ ಕುಲ ರತ್ನ' ಅಭಿದಾನ ಸಲ್ಲಿಕೆ, ವರ್ಲ್ಡ್ ಭಂಡಾರಿ ಫೆಡರೇಶನ್ ವತಿಯಿಂದ, 2011.

* ಅಂತಾರಾಷ್ಟ್ರೀಯ ಹೇರ್ ಡಿಸೈನರ್ ಪ್ರಶಸ್ತಿ, ಭಂಡಾರಿ ಸೇವಾ ಸಮಿತಿ, ಮುಂಬಯಿ (ಕಚ್ಚೂರು ಶ್ರೀ ನಾಗೇಶ್ವರ ದೇವಸ್ಥಾನ, ಬಾರ್ಕೂರು, ಉಡುಪಿ ಜಿಲ್ಲೆ–ಇದರ ಸಹಯೋಗದಲ್ಲಿ), ಕಚ್ಚೂರು ಉತ್ಸವದ ಸಂದಂರ್ಭ, 2011.

* ಸಮಾಜ ರತ್ನ, ಸನ್ಮಾನ, ಸಮಾಜದ ಕುಲಕಸುಬನ್ನು ಎತ್ತಿಹಿಡಿದುದಕ್ಕಾಗಿ ಮತ್ತು ಸಮಾಜಕ್ಕೆ ಕೊಡುಗೆಯನ್ನು ನೀಡಿದ್ದಕ್ಕಾಗಿ–ಭಂಡಾರಿ ಸೇವಾ ಸಮಿತಿ, ಮುಂಬಯಿ, ವಾರ್ಷಿಕ ಪರಿವಾರ ಉತ್ಸವ, 2011.

* ಸನ್ಮಾನ, ಕುಲಾಲ ಸಂಘ, ಮುಂಬಯಿಯ ಸಮಾಜಿಕ–ಆರ್ಥಿಕ ಸಮಿತಿಯ ವತಿಯಿಂದ, ಕುಲಾಲ ನೃತ್ಯ ಉತ್ಸವ, 2012.

* ಸನ್ಮಾನ, ಮುಂಬಯಿ ಸಾಹಿತ್ಯ ಬಳಗ, 2012.

* ಸನ್ಮಾನ ಪತ್ರ, ಉಡುಪಿ ತಾಲೂಕು ಸವಿತಾ ಸಮಾಜ, ಮುಂಬಯಿ.

* ಗೌರವ ಸಮರ್ಪಣೆ, ಮುಂಬಯಿಯಲ್ಲಿ ಕನ್ನಡಿಗರ ಕೊಡುಗೆ, ಕರ್ನಾಟಕದ ಹೆಮ್ಮೆ –ಕರ್ನಾಟಕ ಸಂಘ, ಗೋರೆಗಾಂವ್, ಮುಂಬಯಿ.

* ಸಮಾಜ ರತ್ನ ಪ್ರಶಸ್ತಿ, –ಸಲೂನ್ ಬ್ಯೂಟಿ ಪಾರ್ಲರ್ ಅಸೋಸಿಯೇಶನ್, ಮಹಾರಾಷ್ಟ್ರ, 2013.

* ಸಾಧನಾ ಪುರಸ್ಕಾರ– ಪ್ರೆಸಿಡೆನ್ಸಿ ಸ್ಕೂಲ್ , ಮಹಾವೀರ್ ಫೌಡೇಶನ್, 2013–14.

* ಸನ್ಮಾನ, ಕಟೀಲು ದುರ್ಗಾ ಪರಮೇಶ್ವರಿ ಪ್ರಸಾದಿತ ದಶಾವತಾರ ಯಕ್ಷಗಾನ ಮಂಡಳಿ, 2014.

* ಸನ್ಮಾನ– ಮಂಗಳೂರಿನ ಹೊರನಾಡಿನಲ್ಲಿ ತುಳು ಸಮಾಜದ ಕೊಡುಗೆ ಮತ್ತು ಕೇಶಕೌಶಲ್ಯದಲ್ಲಿ ತುಳು ಸಮಾಜಕ್ಕೆ ಅಂತಾರಾಷ್ಟ್ರೀಯ ಮಟ್ಟದ ಗೌರವವನ್ನು ತಂದು ಕೊಟ್ಟುದ್ದಕ್ಕೆ–ಕಲಾಸಂಸದ, ಮುಂಬಯಿ, ಅಖಿಲ ಭಾರತ ತುಳು ಒಕ್ಕೂಟ, ಬ್ರೈಟ್ ಅವಾರ್ಡ್ ನೈಟ್, 2014.

* ಸನ್ಮಾನ, ಕರ್ನಾಟಕ ಜಾನಪದ ಪರಿಷದ್– ಕೇರಳ ಗಡಿನಾಡ ಘಟಕ, ಕಾಸರಗೋಡು, ಕುಂಬಳೆ, ಬೆಂಗಳೂರು, 2014.

* ಕರ್ನಾಟಕ ಪ್ರಶಸ್ತಿ–ಅಬ್ಬಕ್ಕ ಟಿವಿ, 2014.

* ಗೌರವ ಸಂದಾಯ– ಕನ್ನಡಿಗ ಪತ್ರಕರ ಸಂಘ, ಮಹಾರಾಷ್ಟ್ರ, 11 ಏಪ್ರಿಲ್, 2015.

* ಗೌರವ ಸಂದಾಯ– 11ನೇ ವರ್ಲ್ಡ್ ಕನ್ನಡ ಕಲ್ಚರಲ್ ಕನ್‌ವೆನ್ಶನ್, ಟೊರೆಂಟೋ, ಕೆನಡಾ, 27–28 ಜೂನ್ 2015.

* ಸನ್ಮಾನ, ಔಟ್‌ಸ್ಟ್ಯಾಂಡಿಂಗ್ ಸಪೋರ್ಟ್ ಫಾರ್ ಸ್ಕಿಲ್ ಡೆವೆಲಪ್‌ಮೆಂಟ್ ಪ್ರೋಗ್ರಾಂ (MANAS). ಪ್ರಶಸ್ತಿಯನ್ನು ಡಾ। ನಜ್ಮಾ ಹೆಪ್ತುಲ್ಲಾ ನೀಡಿ ಗೌರವಿಸಿದ್ದು. (ಗೌ. ಕೇಂದ್ರ ಸಚಿವೆ, ಭಾರತ ಸರಕಾರ). ಶ್ರೀ ದೇವೇಂದ್ರ ಫಡ್ನವೀಸ್ (ಗೌ. ಮುಖ್ಯ ಮಂತ್ರಿ, ಮಹಾರಾಷ್ಟ್ರ), ಶ್ರೀ ದಿನೇಶ್ ಸಿಂಗ್ ಬಿಸ್ತ್ (ಜಾಯಿಂಟ್ ಸೆಕ್ರೆಟರಿ, ಭಾರತ ಸರಕಾರ ಮತ್ತು MANASನ ಫೌಂಡರ್ ಚೇರ್‌ಮನ್), ಬಂಟರ ಸಂಘ, ಕುರ್ಲಾ, ಮುಂಬಯಿ, 4ನೇ ಸೆಪ್ಟೆಂಬರ್ 2015.

* ರಾಷ್ಟ್ರೀಯ ವಿಕಾಸ ರತ್ನ ಪ್ರಶಸ್ತಿ (ಶಿವಾಸ್ ಹೇರ್ ಡಿಸೈನರ್ ಪ್ರೈವೆಟ್ ಲಿಮಿಟೆಡ್) ಇಕನಾಮಿಕ್ ಗ್ರೋಥ್ ಸೊಸೈಟಿ ಆಫ್ ಇಂಡಿಯಾ, ದೆಹಲಿ, 12 ಸೆಪ್ಟಂಬರ್,2014.

* ಸನ್ಮಾನ, ರೆಯಾನ್ ಇಂಟರ್‌ನ್ಯಾಶನಲ್ ಗ್ರೂಪ್ ಆಫ್ ಇನ್‌ಸ್ಟಿಟ್ಯೂಶನ್ಸ್, 7ನೇ ಜನವರಿ, 2016.

* ಪ್ರಶಸ್ತಿ, ಪೋಪ್ಯುಲರ್ ಯೂನಿಸೆಕ್ಸ್ ಸಲೂನ್ ಚೈನ್ ಆಫ್ ದಿ ಇಯರ್, ಟೈಮ್ಸ್ ರಿಟೈಲ್ ಐಕಾನ್ಸ್, –ಟೈಮ್ಸ್ ಗ್ರೂಪ್, 9ನೇ ಮಾರ್ಚ್ 2016.

* ಸನ್ಮಾನ, ತನ್ನ ಕ್ಷೇತ್ರದಲ್ಲಿ ಯಶಸ್ವೀ ಉದ್ಯಮಿಯಾಗಿ ಹೊರಹೊಮ್ಮಿದ ಪ್ರಯುಕ್ತ, ಸೆಲೆಬ್ರೇಟಿಂಗ್ ಟ್ರೂ ಐಕಾನ್ಸ್, ಸೊಸೈಟಿ ಐಕಾನ್ ಅವಾರ್ಡ್ಸ್, 2016, ಮೇಗ್ನಾ ಪಬ್ಲಿಷಿಂಗ್ ಕಂ.ಲಿ., ಮುಂಬಯಿ.

* ಸನ್ಮಾನ, ಔಟ್‌ಸ್ಟೇಂಡಿಂಗ್ ಕಾಂಟ್ರಿಬ್ಯೂಶನ್ ಟುವಾರ್ಡ್ಸ್ ಫರ್ದರಿಂಗ್ ಪಾಲಿಸೀಸ್ ಅಂಡ್ ಸ್ಕೀಮ್ಸ್, ಮಿನಿಸ್ಟ್ರಿ ಆಫ್ ಮೈನಾರಿಟಿ ಆಫೇರ್ಸ್, ಫಾರ್ ದಿ ಮೈನಾರಿಟಿ ಕಮ್ಯುನಿಟೀಸ್, ಡಾ। ನಜ್ಮಾ ಹೆಪ್ತುಲ್ಲಾ, (ಗೌ. ಕೇಂದ್ರ ಸಚಿವೆ, ಭಾರತ ಸರಕಾರ), MANAS ಕಾರ್ಯಕ್ರಮದ ಅಂಗವಾಗಿ, ವಿಜ್ಞಾನ ಭವನ, ನವದೆಹಲಿ, 28ನೇ ಮೇ, 2016.

* ಸನ್ಮಾನ, ಬಾಲಿವುಡ್ಸ್ ಹೇರ್‌ಸ್ಟೈಲಿಸ್ಟ್ ಸುಪ್ರಿಮೋ ಮತ್ತು ಸೌಂದರ್ಯ ಮತ್ತು ಕೇಶಶೈಲಿಯಲ್ಲಿ ಮೂವತ್ತು ವರ್ಷಗಳ ಸೇವಾ ಸಾಧನೆ, ಸ್ಟಾರ್‌ಡಸ್ಟ್ ಮ್ಯಾಗಸಿನ್, ಮೇಗ್ನಾ ಪಬ್ಲಿಕೇಷನ್. ಮೇ 2018ರ ಸ್ಟಾರ್‌ಡಸ್ಟ್‌ನ ಸಂಚಿಕೆಯನ್ನು ಶಿವಾ ಅವರಿಗೇ ಮೀಸಲಾಗಿಸಿಟ್ಟು, ಅವರ ಸಾಧನೆ ಮತ್ತು ಉನ್ನತ ಮಟ್ಟಕ್ಕೆ ಏರಿದ ಸಾಹಸಗಾಥೆಯನ್ನು ವಿವರಿಸಲಾಯಿತು.

* 14ನೇ ಜೂನ್ 2018ರಲ್ಲಿ, ಸ್ಟಾರ್‌ಡಸ್ಟ್‌ನ ಮಹತ್ವದ ಯಶಸ್ವೀ ಸಂಚಿಕೆಯ ಸಮಾರಂಭದಲ್ಲಿ ಬಾಲಿವುಡ್‌ನ, ವ್ಯಾಪಾರೋದ್ಯಮ ಕ್ಷೇತ್ರದ, ಮತ್ತು ಮಾಧ್ಯಮಗಳ ಪ್ರತಿಷ್ಠಿತ ವ್ಯಕ್ತಿಗಳ ಸಮ್ಮುಖ, ಶಿವಾ ಅವರ ಇಪ್ಪತ್ತಕ್ಕೂ ಹೆಚ್ಚು ಸರಣಿ ಸಲೂನ್‌ಗಳನ್ನು ಸ್ಥಾಪಿಸಿದ ಸಾಧನೆಯನ್ನು ಮತ್ತು ನಗರದಲ್ಲಿ ಭವಿಷ್ಯದ ಯೋಜನೆಗಳ ವಿಸ್ತರಣೆಯ ಹಿನ್ನೆಲೆಯಲ್ಲಿ, ವಿಫುಲವಾದ ಜನಾದರಣೆಯ ಪ್ರತೀಕವಾಗಿ, ಅಭೂತಪೂರ್ವ ಚಪ್ಪಾಳೆಯೊಂದಿಗೆ ಪ್ರೋತ್ಸಾಹಿಸಲಾಯಿತು.

* ಸನ್ಮಾನ, ಗ್ರೂಮಿಂಗ್ ಎಕ್ಸ್‌ಪರ್ಟ್ ಆಫ್ ದಿ ಇಯರ್, ಟೈಮ್ಸ್ ಪವರ್ ಮೆನ್ 2018, ಆಯೋಜನೆ: ಟೈಮ್ಸ್ ಆಫ್ ಇಂಡಿಯಾ ಗ್ರೂಪ್, ಮುಂಬಯಿ.

* ಪ್ರಶಸ್ತಿ, ಮೋಸ್ಟ್ ಇನ್ನೋವೇಟೀವ್ ಹೇರ್ ಸ್ಟೈಲಿಸ್ಟ್ ಆಫ್ ದಿ ಇಯರ್. ನೀಡಿದವರು, ಗ್ಲೋಬಲ್ ಲೀಡರ್ಸ್ ಅವಾರ್ಡ್ಸ್ ಯುಎಇ. ಈ ಪ್ರಶಸ್ತಿಯನ್ನು, ಅಂತಾರಾಷ್ಟ್ರೀಯ, ರಾಷ್ಟ್ರೀಯ ಮತ್ತು ಪ್ರಾಂತೀಯ ಮಟ್ಟದಲ್ಲಿ, ಸ್ವಾದ್ಯೋಗ, ಸಣ್ಣ ಉದ್ಯಮ ವಲಯಗಳನ್ನು ಪ್ರೋತ್ಸಾಹಿಸುವವರಿಗೆ ನೀಡಲಾಗುತ್ತದೆ.

* ಯುರೋಪಿಯನ್ ಎಂಟ್ರಪ್ರಿನ್ಯುವಲ್ ಪ್ರೊಫೆಶನಲ್ ನಾಲೆಡ್ಜ್ ಡಾಕ್ಟರೇಟ್ ಪದವಿ ಪ್ರದಾನ, ಯುರೋಪಿಯನ್ ಕಾಂಟಿನೆಂಟಲ್ ಯುನಿವರ್ಸಿಟಿಯವರಿಂದ, 9ನೇ ಮೇ, 2015.

ನಿಮ್ಮ ಜ್ಞಾನವನ್ನು ಹಂಚಿಕೊಳ್ಳಿ. ನೀವು ಶಾಶ್ವತವಾಗಿ ಉಳಿಯುವುದಕ್ಕೆ ಅದೊಂದೇ ದಾರಿ.

–ಪರಮ ಪೂಜ್ಯ 14ನೇ ದಲ್ಾಯ ಲಾಮಾ,
ಜಾಗತಿಕ ಶಾಂತಿಗಾಗಿ ಹೋರಾಡುತ್ತಿರುವ ಟಿಬೇಟಿನ ಆಧ್ಯಾತ್ಮಿಕ ಗುರು

ಅಧ್ಯಾಯ ಹದಿನಾಲ್ಕು

ಯುವ ಕೇಶವಿನ್ಯಾಸಕಾರರಿಗೆ ಕಲಿಕಾ ಪಾಠ

'ಶಿವರಾಮ ಭಂಡಾರಿಯವರಿಗೆ ಪ್ರದಾನಿಸಲಾದುದು, ಅವರ ಔಟ್‌ಸ್ಟ್ಯಾಂಡಿಂಗ್ ಕಾಂಟ್ರಿಬ್ಯೂಶನ್ ಫಾರ್ ಫರ್ದರಿಂಗ್ ಪಾಲಿಸೀಸ್ ಅಂಡ್ ಸ್ಕೀಮ್ಸ್ ಆಫ್ ದಿ ಮಿನಿಸ್ಟ್ರಿ ಆಫ್ ಮೈನಾರಿಟಿ ಆಫೇರ್ಸ್, ಫಾರ್ ದಿ ವೆಲ್‌ಫೇರ್ ಆಫ್ ಮೈನಾರಿಟಿ ಕಮ್ಯುನಿಟೀಸ್' ಹೀಗೆ ಫಲಕದಲ್ಲಿ ಬರೆಯಲಾಗಿದೆ.

–ಕೊಡಮಾಡಿದವರು, ಡಾ। ನಜ್ಮಾ ಹೆಪ್ತುಲ್ಲಾ, (ಗೌ. ಕೇಂದ್ರ ಸಚಿವೆ, ಭಾರತ ಸರಕಾರ), MANAS ಕಾರ್ಯಕ್ರಮದ ಅಂಗವಾಗಿ, ವಿಜ್ಞಾನ ಭವನ, ನವದೆಹಲಿ, 28ನೇ ಮೇ, 2016.

ಭಾರತ ಸರಕಾರದ ಅಲ್ಪಸಂಖ್ಯಾತ ವ್ಯವಹಾರ ಸಚಿವಾಲಯ ಮತ್ತು ಮೌಲಾನಾ ಆಝಾದ್ ನ್ಯಾಶನಲ್ ಅಕಾಡೆಮಿ ಫಾರ್ ಸ್ಕಿಲ್ಸ್ (MANAS) ಇದರ ಆಶ್ರಯದಲ್ಲಿ ನಡೆಯುವ ಎಂಟಿ ಎಜ್ಯುಕೇರ್ (MT Educare) ಸಂಸ್ಥೆಯ ಸಹಯೋಗದಲ್ಲಿ ನಾನು ಆಯೋಜಿಸಿದ ಶಿಕ್ಷಣ ತರಬೇತಿಗಳನ್ನು ಗುರುತಿಸಿ ನನ್ನನ್ನು ಸನ್ಮಾನಿಸಲಾಯಿತು. 2015ರ ಫೆಬ್ರುವರಿಯಲ್ಲಿ ನಮ್ಮ ಮೊದಲ ಬ್ಯಾಚ್‌ನಲ್ಲಿ ಹದಿನಾರರಿಂದ ಇಪ್ಪತ್ತು ವಯಸ್ಸಿನೊಳಗಿನ 150 ವಿದ್ಯಾರ್ಥಿಗಳು ತರಬೇತಿ ಪಡೆದರು. ಅಲ್ಪ ಸಂಖ್ಯಾತ ಸಮುದಾಯದ ಹೆಣ್ಣು ಮಕ್ಕಳು ಅಂಧೇರಿಯ ಶಿವಾಸ್ ಟ್ರೈನಿಂಗ್ ಅಕಾಡೆಮಿಯಿಂದ ಸೌಂದರ್ಯ ಮತ್ತು ಕೇಶಶೈಲಿಯ ಕುರಿತಾದ ಉಚಿತ ತರಬೇತಿಯ ಅರ್ಹತಾ ಪತ್ರಕ್ಕಾಗಿ ತಮ್ಮ ಹೆಸರುಗಳನ್ನು ನೋಂದಾಯಿಸಿದ್ದರು.

ನಾಲ್ಕು ಮಂದಿ ವಿದ್ಯಾರ್ಥಿಗಳು, ಅವರಲ್ಲಿ ಇಬ್ಬರು ಶಿವಾಸ್‌ನಲ್ಲೂ ಮತ್ತು ಇನ್ನಿಬ್ಬರು ತಮ್ಮದೇ ಉದ್ಯಮದಲ್ಲಿ ತೊಡಗಿಸಿಕೊಂಡವರು, ಎಂಎಎನ್‌ಎಎಸ್ (MANAS) ನಿಂದ ಆಹ್ವಾನಿಸಲ್ಪಟ್ಟು ವಿಜ್ಞಾನ ಭವನದಲ್ಲಿ ತಮ್ಮ ಅನುಭವ ಮತ್ತು ತರಬೇತಿಯಿಂದ ಗಳಿಸಿದ ಲಾಭಗಳ ಕುರಿತು ಮಾತನಾಡಿದರು.

ಸನ್ಮಾನಗಳನ್ನು ಸ್ವೀಕರಿಸುವುದು ನನ್ನ ಬದುಕಿನ ಅತ್ಯಂತ ಸ್ಮರಣೀಯ ದಿನಗಳಾಗಿದ್ದವು. ಅಂತಹ ಸಂದರ್ಭಗಳು ನನ್ನಲ್ಲಿ ಅನಂತ ಸಾರ್ಥಕತೆಯನ್ನು ತುಂಬಿದ್ದಲ್ಲದೆ, ಕ್ರೀಡಾಪಟುಗಳ ಮತ್ತು ಸೌಂದರ್ಯ ಹಾಗೂ ಕಲೆಯ ಕ್ಷೇತ್ರಗಳಲ್ಲಿ ಮಿನುಗು ತಾರೆಗಳಾಗಿ ಪ್ರಸಿದ್ಧಿ ಹೊಂದಿದವರು ಕುಳಿತ ಮೊದಲ ಸಾಲಿನಲ್ಲಿ ಕುಳಿತುಕೊಳ್ಳುವ ಅವಕಾಶ ದೊರೆತ್ತಿದ್ದು, ಅದೊಂದು ಗೌರವದ ಪ್ರತೀಕವಾಗಿತ್ತು. ನಮ್ಮ ಹಿಂದೆ ಕುಳಿತ ಅನೇಕ ರಾಜಕಾರಣಿಗಳು ನಮ್ಮ ಸಾಧನೆಯನ್ನು ಮೆಚ್ಚಿ ಕರತಾಡನ ಮಾಡುತ್ತಿದ್ದರು.

ಶಿವಾಸ್ ತರಬೇತಿ ಅಕಾಡೆಮಿಯನ್ನು 2010ರಲ್ಲಿ ಪ್ರಾರಂಭಿಸಲಾಗಿದ್ದು, ವರ್ಷ ಪೂರ್ತಿ ಅಲ್ಲಿ ತರಬೇತಿ ನೀಡಲು ವ್ಯವಸ್ಥೆ ಮಾಡಲಾಗಿತ್ತು. ಅದಕ್ಕೂ ಮುಂಚೆ, ಜಾಗತಿಕ ಮಟ್ಟದ ಪ್ರಖ್ಯಾತ ಬ್ರ್ಯಾಂಡ್ ಲಾ'ರೆಲ್ (L'Oreal) ಸಂಸ್ಥೆಯ ಸಹಯೋಗದೊಂದಿಗೆ ಕೇಶದ ಸೌಂದರ್ಯ ಮತ್ತು ವಿನ್ಯಾಸಗಳ ಕುರಿತಂತೆ ತರಬೇತಿ ನೀಡಲಾಗುತ್ತಿತ್ತು. 2015ರ ಬಳಿಕ, ತರಬೇತಿ ಕಾರ್ಯಕ್ರಮಗಳನ್ನು ಪೂರ್ಣ ಪ್ರಮಾಣದಲ್ಲಿ ತೊಡಗಿಸಿ, ಅದಕ್ಕೆ ಎಂಎಎನ್‌ಎಎಸ್(MANAS) ನ ಸಹಕಾರ ಸಿಗುತ್ತಿತ್ತು. ವಿದ್ಯಾರ್ಥಿಗಳ ತರಬೇತಿಗೆ ಮುಂಬಯಿಯ ಸಿನಿಮಾ ನಟ ನಟಿಯರಿಗೆ ಹಾಗೂ ಸೆಲೆಬ್ರಿಟಿಗಳಿಗೆ ಕೇಶ ವಿನ್ಯಾಸ ಒದಗಿಸುವ ನಮ್ಮದೇ ಪ್ರತಿಭಾವಂತ ಸಿಬ್ಬಂದಿಗಳು ಕ್ಲಾಸುಗಳನ್ನು ತೆಗೆದುಕೊಳ್ಳುತ್ತಿದ್ದರು.

ಎಂಎಎನ್‌ಎಎಸ್‌ನ ಮೊದಲ ತರಬೇತಿ ಶಿಬಿರದಲ್ಲಿ, ನಮಲ್ಲಿ ಅನೇಕ ಹೆಣ್ಮಕ್ಕಳು ಸೇರಿದ್ದು, ಅವರಲ್ಲಿ ಹೆಚ್ಚಿನವರು ಹತ್ತನೇ ತರಗತಿಯಲ್ಲಿ ಓದುವವರಾಗಿದ್ದರು. ಅವರೆಲ್ಲ, ಮಾರ್ಚ್‌ಲ್ಲಿ ನಡೆಯುವ ತಮ್ಮ ಅಂತಿಮ ಪರೀಕ್ಷೆಗೆ ನೀಡುವ ತಯಾರಿಯ ರಜೆಯಲ್ಲಿ, ಒಂದೆಡೆ ತರಬೇತಿಗೆ ಹಾಜರಾಗುತ್ತ, ಇನ್ನೊಂದೆಡೆ ಅಂತಿಮ ಪರೀಕ್ಷೆಗೆ ಸಿದ್ಧತೆ ನಡೆಸುತ್ತ ಬಿಡುವಿಲ್ಲದೆ ಓಡಾಡುತ್ತಿದ್ದರು. ಆರ್ಥಿಕವಾಗಿ ದುರ್ಬಲ ಕುಟುಂಬಗಳಿಂದ ಬರುತ್ತಿರುವ ಈ ತರಬೇತಿಯ ವಿದ್ಯಾರ್ಥಿನಿಯರಲ್ಲಿ ಹೆಚ್ಚಿನವರು, ಎಳೆಯ ವಯಸ್ಸಿನ ತಾಯಂದಿರಾಗಿದ್ದು ತರಬೇತಿಗೆ ಬರುವಾಗ ತಮ್ಮ ಪುಟ್ಟ ಕಂದಮ್ಮಗಳನ್ನೂ ಜತೆಯಲ್ಲಿ ತರುತ್ತಿದ್ದರು. ಯಾಕೆಂದರೆ, ಅವರಿಗೆ ಮನೆಯಲ್ಲಿ ಮಗುವನ್ನು ನೋಡಿಕೊಳ್ಳುವವರು ಯಾರೂ ಇರುತ್ತಿರಲಿಲ್ಲ. ಆ ಎಳೆಯ ಹುಡುಗಿಯರು ಮನೆಯ ಜವಾಬ್ದಾರಿಯನ್ನೂ ಹೊತ್ತುಕೊಂಡು, ಬೆಳಿಗ್ಗೆ ಮನೆವಾರ್ತೆಯ ಮಾಮೂಲು ಕೆಲಸಗಳನ್ನು ಮುಗಿಸಿ, ಮಧ್ಯಾಹ್ನದ ನಂತರ ತರಬೇತಿಗೆ ಹಾಜರಾಗುತ್ತಿದ್ದರು.

2015ರಲ್ಲಿ, ಡಾ। ನಜ್ಮಾ ಹೆಪ್ತುಲ್ಲಾ ಮತ್ತು ಮುಖ್ಯಮಂತ್ರಿ ದೇವೇಂದ್ರ ಫಡ್ನವೀಸ್ ಶಿವಾಸ್ ತರಬೇತಿ ಅಕಾಡೆಮಿಯನ್ನು ಸಹಿತವಾಗಿ, ನನ್ನನ್ನು ಸನ್ಮಾನಿಸಿದರು. ಆಗ ವಿದ್ಯಾರ್ಥಿಗಳಿಗೆ ತಮ್ಮ ಸ್ವಂತ ಉದ್ಯಮವನ್ನು ಸಣ್ಣ ರೀತಿಯಲ್ಲಿ ಪ್ರಾರಂಭಿಸುವುದಕ್ಕೆ ಸಾಲವನ್ನು ಮಂಜೂರು ಮಾಡಲಾಗಿತ್ತು. ಎಳೆಯ ಪ್ರತಿಭೆಗಳಿಗೆ ತರಬೇತಿ ನೀಡಿ ಅವರಿಗೆ ಸಂಪಾದನೆ ಮಾಡುವ ಶಕ್ತಿಯನ್ನು ನೀಡಿದ್ದರಿಂದ ನನಗೆ ಆ ಮೂಲಕ ನಿಜಕ್ಕೂ ವೈಯಕ್ತಿಕ ಸಾರ್ಥಕತೆ ಉಂಟಾಯಿತು.

ಈ ಕ್ಷೇತ್ರದಲ್ಲಿ ಅನೇಕ ವಿದ್ಯಾರ್ಥಿಗಳು ಸಾಕಷ್ಟು ಮಟ್ಟಿಗೆ ತಮ್ಮ ಪ್ರತಿಭೆಯನ್ನು ಪ್ರದರ್ಶಿಸಿದ್ದು, ತಮ್ಮ ವೃತ್ತಿ ಜೀವನವನ್ನು ಪ್ರಾರಂಭಿಸಿದ್ದಾರೆ. ಕೆಲವರು ಶಿವಾಸ್ ಸಲೂನ್‌ಗಳಿಂದ ಹಳೆಯ ಪೀಠೋಪಕರಣಗಳನ್ನು ಪಡೆದು, ಸಲೂನ್‌ಗಳನ್ನು

ಸ್ಥಾಪಿಸಿದ್ದಾರೆ; ಇನ್ನು ಕೆಲವರು, ಬೇರೆಡೆಯಿಂದಲೂ ಉಪಯೋಗಿಸಿದ ಕುರ್ಚಿ ಮತ್ತು ಕನ್ನಡಿಗಳನ್ನು ಕೊಂಡು ದಂಧೆ ಶುರು ಮಾಡಿದ್ದಾರೆ. ಮತ್ತಿತರರು, ಎಂಎಎನ್ಎಎಸ್ (MANAS) ನ ಮೂಲಕ ಆ್ಯಕ್ಸಿಸ್ ಬ್ಯಾಂಕ್‌ನಿಂದ ಸಾಲ ಪಡೆದು, ಬಾಡಿಗೆಯ ಅಂಗಡಿಗಳಲ್ಲೋ, ತಮ್ಮ ಮನೆಯ ಪರಿಸರದಲ್ಲೋ ವೃತ್ತಿ ಆರಂಭಿಸಿದ್ದಾರೆ. ಇನ್ನು ಕೆಲವರು ಮನೆ ಮನೆಗೆ ಸೇವೆಯನ್ನು ಒದಗಿಸುವ ನಿಟ್ಟಿನಲ್ಲಿ ಮುನ್ನಡೆ ಸಾಧಿಸಿದ್ದಾರೆ. ಅವರು ಜನರನ್ನು ಅವರ ಮನೆಗಳಲ್ಲೇ ಭೇಟಿಯಾಗಿ, ಗ್ರಾಹಕರ ಚೆಲುವಿನ ಅವಶ್ಯಕತೆಗಳನ್ನು ಪೂರೈಸುತ್ತಾರೆ.

ಅಕಾಡೆಮಿಯ ವಿದ್ಯಾರ್ಥಿಗಳ ತರಬೇತಿಯ ಪಠ್ಯದಲ್ಲಿ ಕೂದಲಿಗೆ ಸಂಬಂಧಿಸಿದ ಎಲ್ಲಾ ಬಗೆಯ ವಿಷಯಗಳನ್ನು, ಅಂದರೆ, ಕೂದಲಿನ ಸಂರಕ್ಷಣೆ, ವಿನ್ಯಾಸ, ಕ್ಷೌರ ಇತ್ಯಾದಿ; ಬೇರೆ ಬೇರೆ ಸಂದರ್ಭಗಳಿಗನುಸಾರವಾಗಿ ಮೇಕ್‌ಅಪ್, ವಧುವಿಗೆ, ಪಾರ್ಟಿಗಳಿಗೆ, ಹಗಲಿನ ಸಮಾರಂಭಗಳು, ಫೋಟೋ ಶೂಟ್‌ಗಳು ಮುಂತಾದವುಗಳು. ಪಾಠಗಳಲ್ಲಿ ಇತ್ತೀಚಿನ ಕ್ರಮಗಳಲ್ಲಿ ಚರ್ಮದ ರಕ್ಷಣೆ, ಮೆನಿಕ್ಯೂರ್, ಪೆಡಿಕ್ಯೂರ್, ವ್ಯಾಕ್ಸಿಂಗ್, ಮೆಹಂದಿಯನ್ನು ಹಾಕುವಿಕೆ, ಕೈಗಳ ಮೇಲಿನ ಮತ್ತು ಕಾಲ್ಗಳ ಮೇಲಿನ ವೈವಿಧ್ಯಮಯ ವರ್ಣಿಕೆಗಳು ಹಾಗೂ ಲೋಶನ್ ಮತ್ತು ಕಾಸ್ಮೆಟಿಕ್ಸ್‌ಗಳ ಬಳಕೆ ಸೇರಿರುತ್ತವೆ.

ವಿದ್ಯಾರ್ಥಿಗಳಿಗೆ ವಿವಿಧ ಬಗೆಯ ಸಲಕರಣೆಗಳನ್ನು ಉಪಯೋಗಿಸುವ ವಿಧಾನಗಳ ಬಗ್ಗೆಯೂ ತರಬೇತಿ ನೀಡಲಾಗುತ್ತದೆ, ಕತ್ತರಿ, ಬಾಚಣಿಗೆಗಳು, ಇತ್ಯಾದಿ. ಮಾರುಕಟ್ಟೆಯಿಂದ ಯಾವ ಬಗೆಯ ವಸ್ತುಗಳ ಕಿಟ್‌ನ್ನು ಕೊಂಡುಕೊಳ್ಳಬೇಕು ಎನ್ನುವುದೂ ಮುಖ್ಯ. ಅಂತೆಯೇ ಪ್ರತ್ಯೇಕ ವ್ಯಕ್ತಿಗೆ ಯಾವ ಸಲಕರಣೆ ಉಪಯುಕ್ತ ಎನ್ನುವ ಮಾಹಿತಿ. ವಿದ್ಯಾರ್ಥಿಗಳಿಗೆ ಹೇರ್ ಡೈಗಳನ್ನು, ಹೇರ್-ಸ್ಟ್ರೈಟನಿಂಗ್‌ಗಳ ಗ್ಯಾಜಿಟ್‌ಗಳನ್ನು, ಟಾಗ್ಸ್ ಮತ್ತು ಇನ್ನಿತರ ಕೇಶಶೈಲಿಯ ಉಪಕರಣಗಳನ್ನು ಸರಿಯಾಗಿ ಬಳಸುವ ವಿಧಾನವನ್ನು ಹೇಳಿಕೊಡಲಾಗುತ್ತದೆ.

ತರಬೇತಿಯಲ್ಲಿ ಮುಖ್ಯವಾದ ಬೋಧಕರಾಗಿ, ಮೆಲಿಸ್ಸಾ ಡಿ'ಕೋಸ್ಟಾ, ಅವರು ಬ್ಯೂಟಿ ಮತ್ತು ಸ್ಪಾ ಥೆರಪಿಯಲ್ಲಿ ಅಂತಾರಾಷ್ಟ್ರೀಯ ಮಟ್ಟದಲ್ಲಿ ಸುಪ್ರಸಿದ್ಧವಾದ ಸಿಡೆಸ್ಕೋ CIDESCO ನಿಂದ ಅಂಗೀಕೃತವಾದ ಮುಂಬಯಿ ಸಲೂನ್‌ನಲ್ಲಿ ತರಬೇತಿ ಪಡೆದಿದ್ದು, ಅವರು, ವಿಶೇಷ ಪಠ್ಯಕ್ರಮವನ್ನು ಆಯೋಜಿಸಿದ್ದು, ಅದರಲ್ಲಿ ಥಿಯರಿ ಮತ್ತು ಪ್ರಾಕ್ಟಿಕಲ್ಸ್‌ಗಳನ್ನು ಪ್ರತ್ಯೇಕವಾಗಿ ಹೇಳಿಕೊಡುತ್ತಾರೆ. ರಾಘವ್ ಭಂಡಾರಿ, ಆಪರೇಷನ್ಸ್ ಮುಖ್ಯಸ್ಥರು ಮತ್ತು ಶ್ವೇತಾ ಭಂಡಾರಿ, ತಾಂತ್ರಿಕ ಮುಖ್ಯಸ್ಥೆ, ಅವರ ಜತೆಗೆ ಶಿವಾಸ್‌ನ ಉನ್ನತ ಮಟ್ಟದ ಕೇಶ ವಿನ್ಯಾಸಕಾರರು, ಜತೆಗೂಡಿ, ತರಬೇತಿ ಕಾರ್ಯಕ್ರಮ ನಿರಾತಂಕವಾಗಿ ನೆರವೇರಿಸುತ್ತ, ವಿದ್ಯಾರ್ಥಿಗಳ ಮತ್ತು ಬೋಧಕರ ನಡುವೆ ಸೌಹಾರ್ದಯುತ ಪ್ರಶ್ನೋತ್ತರಗಳನ್ನು ನಡೆಸುತ್ತ ಬಂದಿದ್ದಾರೆ.

ಡಿ'ಕೋಸ್ಟಾ ಅವರು, ಉದಾಹರಣೆಗೆ ತ್ರೆಡ್ಡಿಂಗ್ ಕ್ರಮಗಳನ್ನು ಕಲಿಸಿಕೊಡುವಾಗ, ಅವರು ಅದನ್ನು ಪ್ರಾತ್ಯಕ್ಷಿಕೆಯೊಂದಿಗೆ, ಹೇಗೆ ದಾರವನ್ನು ಬಳಸಿ, ಹುಬ್ಬಿನಲ್ಲಿರುವ ಬೇಡದ ಕೂದಲನ್ನು ಹೇಗೆ ನೀಗಿಸಬಹುದೆಂದು ಲೀಲಾಜಾಲವಾಗಿ ಹೇಳಿಕೊಡುತ್ತಾರೆ.

ಆಮೇಲೆ ಅವರು, ವಿಭಿನ್ನ ರೀತಿಯ ಚರ್ಮದ ಸಂವಿಧಾನಗಳನ್ನು ವಿವರಿಸುತ್ತ,

ತ್ರೆಡ್ಡಿಂಗ್ ಕ್ರಮವನ್ನು ಹೇಗೆ ಚರ್ಮಕ್ಕೆ ಕುಂದು ಬಾರದಂತೆ ಕೈಗೊಳ್ಳಬೇಕು ಎನ್ನುವುದನ್ನು ತಿಳಿಸಿಕೊಡುತ್ತಾರೆ. ದಾರವನ್ನು ಹೇಗೆ ನಾಜೂಕಾಗಿ ಹಿಡಿದು ಪ್ರಯೋಗಿಸಬೇಕು, ಹೇಗೆ ಅದು ಕಣ್ಣುಗಳ ಮೇಲಿನ ಸೂಕ್ಷ್ಮ ಪದರುಗಳಿಗೆ ಹಾನಿಯಾಗದಂತೆ ಬಳಸಬೇಕು ಎನ್ನುವುದನ್ನೂ ವಿವರಿಸುತ್ತಾರೆ.

ಕ್ಷೌರ ಮತ್ತು ಕೇಶವಿನ್ಯಾಸಕ್ಕೆ ಸಂಬಂಧಿಸಿದಂತೆ ನಡೆಯುವ ಕಲಿಕಾಕ್ರಮ ಪ್ರಾತ್ಯಕ್ಷಿಕೆಗಳ ಸಹಾಯದಿಂದ ದೀರ್ಘ ಸಮಯವನ್ನು ತೆಗೆದುಕೊಳ್ಳುತ್ತ, ಅದನ್ನು ಶಿವಾಸ್‌ನ ಕೇಶಶೈಲಿಯಲ್ಲಿ ನುರಿತ ಸಿಬ್ಬಂದಿಗಳು ನಿರ್ವಹಿಸುತ್ತಾರೆ. ಒಬ್ಬ ಸಿಬ್ಬಂದಿ ಇಲ್ಲವೇ ಸ್ನೇಹಿತನೊಬ್ಬನನ್ನು ನಿಲ್ಲಿಸಿ, ಪ್ರಾತ್ಯಕ್ಷಿಕೆಯನ್ನು ಯೋಜಿಸುತ್ತ, ಪ್ರತಿಯೊಂದು ಸೂಕ್ಷ್ಮ ಸಂಗತಿಯನ್ನೂ ಕೂಲಂಕಷವಾಗಿ ಮತ್ತು ಸರಳ ವಿಧಾನದ ಮೂಲಕ ತಿಳಿಸಿಕೊಡಲಾಗುತ್ತದೆ. ವಿದ್ಯಾರ್ಥಿಗಳು ನಮ್ಮ ಎಚ್ಚರಿಕೆಯ ಮೇಲ್ವಿಚಾರಣೆಯಲ್ಲಿ, ಮಾಡೆಲ್‌ಗಳ ಕೂದಲುಗಳ ಮೇಲೆ ಪ್ರಯೋಗವನ್ನು ನಡೆಸುತ್ತಾರೆ. ತಮ್ಮ ಪರಿವಾರದ ಸದಸ್ಯರಿಗೆ ಅಥವಾ ನೆರೆಕರೆಯ ವ್ಯಕ್ತಿಗಳ ಕೂದಲುಗಳ ಮೇಲೆ ಪ್ರಯೋಗಳನ್ನು ನಡೆಸುತ್ತ ಪ್ರವೀಣರಾಗುವಂತೆ ವಿದ್ಯಾರ್ಥಿಗಳಿಗೆ ನಾನು ಸಲಹೆ ನೀಡುತ್ತಿರುತ್ತೇನೆ.

ಕೇಶ ವಿನ್ಯಾಸ ಮತ್ತು ಕ್ಷೌರದ ಸಮಯ ಅವರು ಮುಕ್ಕಾಲು ಇಂಚಿಗೆ ಸಣ್ಣಗಾಗುವಷ್ಟು ಕತ್ತರಿಸಿ ಪ್ರೌಢಿಮೆ ಮೆರೆದರೆ ಅವರು ತಮ್ಮ ಕಾಯಕವನ್ನು ಸಾಧಿಸಿದ್ದಾರೆ ಎಂದೇ ನಾನು ಸಾಮಾನ್ಯವಾಗಿ ತಿಳಿದುಕೊಳ್ಳುತ್ತೇನೆ.

ಸಣ್ಣ ಕೂದಲಿನ ಮಾಡೆಲ್‌ಗಳ ಮೇಲೆ ಕತ್ತರಿ ಮತ್ತು ಬಾಚಣಿಗೆಯನ್ನು ಹೇಗೆ ಹಿಡಿಯಬೇಕೆನ್ನುವ ತಂತ್ರವನ್ನು ನಾನು ವಿದ್ಯಾರ್ಥಿಗಳಿಗೆ ಹೇಳಿಕೊಡುವುದಿದೆ. ನಾನು ಬಾಚಣಿಗೆಯನ್ನು ಮೇಲ್ಮುಖವಾಗಿ ಹಿಡಿಯುತ್ತ, ಅದರ ಹಲ್ಲುಗಳಿಂದ ಹೊರಕ್ಕೆ ಬರುವ ಕೂದಲುಗಳನ್ನು ಕತ್ತರಿಸುವ ಕ್ರಮವಿದೆ. ಈ ಕ್ರಮವನ್ನು ನಾನು ನನ್ನ ವೃತ್ತಿಜೀವನದ ಪೂರ್ತಿ ಸಮಯ ಅಳವಡಿಸಿ ಬಂದಿದ್ದು, ಇದೊಂದು ಅತ್ಯಂತ ಸರಳ ಮತ್ತು ಅನುಕೂಲದ ತಂತ್ರವಾಗಿದ್ದು, ಎಲ್ಲಾ ಕ್ಷೌರಿಕರಿಗೆ ಈ ವಿಧಾನವನ್ನು ಅಳವಡಿಸಲು ನಾನು ಪ್ರೇರೇಪಿಸುತ್ತೇನೆ. ಇದು ಮೇಲ್ನೋಟಕ್ಕೆ ಬಹಳ ಸರಳ ವಿಧಾನವೆಂದು ಕಂಡು ಬಂದರೂ, ಬಹಳ ಸಮಯದ ಅಭ್ಯಾಸ ಮತ್ತು ಅನುಭವವಿದ್ದಾಗ ಮಾತ್ರವೇ ಲೀಲಾಜಾಲವಾಗಿ ಈ ಕ್ರಮವನ್ನು ಅನುಸರಿಸಲು ಸಾಧ್ಯವಾಗುತ್ತದೆ. ಈ ಕ್ರಮವನ್ನು ಅನುಸರಿಸಿದ್ದೇ ಆದಲ್ಲಿ ಯಾವತ್ತೂ ಯಾವುದೇ ಕೇಶ ವಿನ್ಯಾಸಕ ಗಿರಾಕಿಯ ತಲೆಯ ಮೇಲೆ ಗಾಯವಾಗದಂತೆ ನೋಡಿಕೊಳ್ಳಬಹುದು.

ಉದಾಹರಣೆಗೆ, ಹಿಂದಿನ ಕಾಲದಲ್ಲಿ, ಒಬ್ಬ ಅನುಭವೀ ಕ್ಷೌರಿಕ ಮಾತ್ರವೇ ಹಳೆಯ ಮ್ಯಾನುವಲ್ ಕ್ಲಿಪ್ಪರ್‌ನ್ನು ಬಳಸಿ ಸಣ್ಣ ಸಣ್ಣ ಕೂದಲನ್ನು ರಟ್ಟಿಸುವುದಕ್ಕೆ ಸಾಧ್ಯವಿತ್ತು. ಈಗ ಇಲೆಕ್ಟ್ರಿಕಲ್ ಅಥವಾ ಬ್ಯಾಟರಿ ಚಾಲಿತ ಸಲಕರಣೆಯನ್ನು ಸುಲಭವಾಗಿ ಈ ಕೆಲಸಕ್ಕೆ ಉಪಯೋಗಿಸುತ್ತಾರೆ, ಇದು ಸುಲಭವೂ ಹೌದು, ಸುರಕ್ಷಿತವೂ ಹೌದು.

ನಾನು ವಿದ್ಯಾರ್ಥಿಗಳಿಗೆ ಇಲೆಕ್ಟ್ರಿಕ್ ಕ್ಲಿಪ್ಪರ್‌ನ ವೇಗವನ್ನು ನಿಯಂತ್ರಿಸುತ್ತ ಹೇಗೆ ಅದನ್ನು ಉಪಯೋಗಿಸಬಹುದು ಅಂತ ಪ್ರಾತ್ಯಕ್ಷಿಕೆಯ ಮೂಲಕ ತೋರಿಸಿಕೊಡುತ್ತ, ಮಾಡೆಲ್ ಒಬ್ಬರ ಕತ್ತಿನ ಕೂದಲನ್ನು ನೀಗಿಸುವುದನ್ನು ಕಲಿಸುತ್ತೇನೆ. ಪ್ರತಿಯೊಂದು ಹಂತದಲ್ಲೂ ವ್ಯಾಪಕ ವಿವರಣೆಯ ಅಗತ್ಯವಿದ್ದು, ಪ್ರತಿ ಸಲಕರಣೆಯನ್ನು ಅನನ್ಯವಾಗಿ

ವಿವರಿಸಬೇಕಾಗುತ್ತದೆ. ಇಂದು ಪ್ರತಿದಿನವೂ ಹೊಸ ಮತ್ತು ಸಂಕೀರ್ಣವಾದ ಸಲಕರಣೆಗಳು ಮಾರುಕಟ್ಟೆಗೆ ಬರುತ್ತಿದ್ದು, ಹೆಚ್ಚಿನವರಿಗೆ ನಗರದಲ್ಲಿದ್ದುಕೊಂಡೇ ಅವುಗಳ ಪರಿಜ್ಞಾನವಿರುವುದಿಲ್ಲ.

ಅದೇ ವೇಳೆ ನಾನು ಹಳೆಯ ಸಲಕರಣೆಗಳನ್ನು ಹೊಸ ಅಭ್ಯಾಸಿಗಳ ಮುಂದೆ ಹರವಿ ಅವುಗಳ ಪರಿಚಯ ಮಾಡಿಸಿಕೊಡುವುದಿದೆ. ಸವಕಲಾದ ಒಂದು ಹೇರ್‌ಬ್ರಷ್ ಕೂಡಾ, ಅದರ ರೋಮಗಳು ಕಳೆದುಹೋದರೂ, ಬಾರ್ಬರನ ಇತರ ಸಲಕರಣೆಗಳ ಜತೆಗೆ ಮಹತ್ವ ಪಡೆಯುತ್ತದೆ. ಒಂದು ಅತೀ ಹಳೆಯ ಕಬ್ಬಿಣದ ಭಾರವಾದ ಕತ್ತರಿ–ಈವೊತ್ತು ಎಲ್ಲವೂ ಹಗುರವಾದ ಕತ್ತರಿಗಳೇ–ಅನವರತ ಚಿಮಿಣಿ ಎಣ್ಣೆಯನ್ನು ತಾಗಿಸಿ ಹೇಗೆ ತುಕ್ಕು ಹಿಡಿಯದೆ ಹೊಳೆಯುವಂತೆ ಮಾಡಲಾಗಿದೆ ಎಂದು ತೋರಿಸುವುದಿದೆ. ಇನ್ನಷ್ಟು ಸಲಕರಣೆಗಳೆಂದರೆ, ಬಾರ್ಬರ್‌ನ ಕತ್ತಿ ಮತ್ತು ಶೇವಿಂಗ್ ಬ್ಲೇಡ್‌ಗಳು, ಬ್ಲೇಡ್‌ನ್ನು ಪ್ರತಿ ಮೂರು ಸಲ ಉಪಯೋಗಿಸಿದ ಬಳಿಕ ಹರಿತಗೊಳಿಸಲು ಉಪಯೋಗಿಸುವ ಚರ್ಮದ ಪಟ್ಟಿ, ಮತ್ತು ಒಂದು ಬಾಟಲಿ, ಉದ್ದವಾದ ಒಂದು ಕೊಳವೆಯ ಸಹಿತವಾಗಿ, ಇಂದಿನ ಸ್ಪ್ರೇ ಬಾಟಲ್‌ನ ಪ್ರತಿರೂಪ!

ಮೊದಲ ನೋಟದಲ್ಲೇ ವಿದ್ಯಾರ್ಥಿಗಳು ಬಹಳ ಗೊಂದಲಕ್ಕೆ ಒಳಗಾಗುವುದಿದೆ, ಇಂತಹ ಯುದ್ಧಕೌಶಲದ ಸಲಕರಣೆಗಳನ್ನು ಕಂಡಾಗ. ಇಂದಿನ ಆಧುನಿಕ ಗ್ಯಾಜೆಟ್‌ಗಳನ್ನು ಬಳಸುವ ವಿದ್ಯಾರ್ಥಿಗಳು, ಹಿಂದಿನ ಕಾಲದಲ್ಲಿ ಬಾರ್ಬರ್‌ಗಳು ಹೇಗೆ ತಾನೇ ಈ ಪಳೆಯುಳಿಕೆಯ ಸಾಮಗ್ರಿಗಳನ್ನು ಬಳಸುತ್ತಿದ್ದರು ಎಂದು ಅಚ್ಚರಿ ಪಡೆಯುವುದಿದೆ. ಈ ಹಳೆಯ ಸಲಕರಣೆಗಳು ನನಗೆ ಆಪ್ತವೆಂದರೆ, ಅದು ನನ್ನ ಜೀವನಾಡಿಯಾಗಿ ಬಹಳ ಕಾಲ ನನಗೆ ಸೇವೆ ನೀಡಿದವುಗಳಾಗಿವೆ. ಅವುಗಳ ಹೊರತಾಗಿ, ನಾನು ಇಂದಿನ ಈ ಜಾಗವನ್ನು ಪಡೆಯುತ್ತಿರಲಿಲ್ಲವೆನ್ನಬೇಕು. ಕೆಲವು ಸಮಯದ ಬಳಿಕ ಈ ಎಲ್ಲಾ ಸಲಕರಣೆಗಳನ್ನು ಒಂದು ಪ್ರದರ್ಶನ ಬಾಕ್ಸ್‌ಗೆ ಅಳವಡಿಸಿ ಪ್ರದರ್ಶಿಸಬೇಕೆಂದುಕೊಂಡಿದ್ದೇನೆ.

ತರಬೇತಿಯ ಅವಧಿಯಲ್ಲಿ, ಶಿವಾಸ್ ಸಲೂನ್‌ಗಳ ರಜತಮಹೋತ್ಸವ ಆಚರಣೆಯ ವೀಡಿಯೋವನ್ನು ತೋರಿಸುವುದಿದೆ. ಅಂತೆಯೇ ಕೆಲವು ಪತ್ರಿಕೆಗಳಲ್ಲಿ ಪ್ರಕಟವಾದ ಸಂದರ್ಶನಗಳನ್ನು, ಹಾಗೂ ಟೆಲಿವಿಷನ್‌ನಲ್ಲಿ ಪ್ರಸಾರವಾದ ಕಾರ್ಯಕ್ರಮಗಳನ್ನು ಅವರಿಗೆ ತೋರಿಸುತ್ತೇನೆ.

ನಾನು ನನ್ನ ವೃತ್ತಿ ಜೀವನವನ್ನು ಪ್ರಾರಂಭಿಸಿದ ಕಾಲದಲ್ಲಿ ಬಹಳ ಚಿಕ್ಕವನಿದ್ದು, ನನಗೆ ಸಾಕಷ್ಟು ಅನುಭವವಿರಲಾರದು ಎಂದು ಗಿರಾಕಿಗಳು ನನ್ನ ಸೇವೆಯನ್ನು ಪಡೆಯುವುದಕ್ಕೆ ಹಿಂದೇಟು ಹಾಕುತ್ತಿದ್ದರು ಎಂದು ನಾನು ಅವರಿಗೆ ಹೇಳುವುದಿದೆ. ಅಂತಹ ಗ್ರಾಹಕರನ್ನು ನನ್ನ ಕೆಲಸದ ಮೂಲಕ ಆಕರ್ಷಿಸಿ, ನನ್ನ ಕೌಶಲ್ಯವನ್ನು ಪ್ರದರ್ಶಿಸುತ್ತಿದ್ದೆ ಎನ್ನುವೆ.

ನನ್ನ ಅಂದಿನ ದಿನಗಳ ಬವಣೆಗಳನ್ನು ಹೇಳುವಾಗ ಇಂದಿಗೂ ಬಿಕ್ಕಳಿಕೆಯೊಂದಿಗೆ, ಕೊರಳಿನ ನರಗಳು ಉಬ್ಬಿಬರುವುದನ್ನು ಅವರು ನೋಡುತ್ತಾರೆ. ಕ್ರಮೇಣ, ಪ್ರಸಕ್ತ ಸನ್ನಿವೇಶಕ್ಕೆ ಬಂದು, ಅವರಿಗೆಲ್ಲ ನನ್ನ ಬದುಕಿನ ಕಥೆಯನ್ನು ಹೇಳುವುದಿದೆ. ನನ್ನ ಬದುಕಿನಲ್ಲಿ ಸಾಧಿಸಿದ ಅಭಿವೃದ್ಧಿಯ ಹೊರತಾಗಿಯೂ, ನನಗೆ ಮಾಡಬೇಕೆಂದು

ಕಾಣುವ ವಿಷಯಗಳ ಮೇಲೆ ಪ್ರಭುತ್ವವನ್ನು ಸಾಧಿಸಿದ ಹೊರತಾಗಿಯೂ, ನನ್ನ ಎಳವೆಯಲ್ಲಿ ಏನೇನು ಖರೀದಿಸಲು ಆಸೆ ಪಟ್ಟಿದ್ದೆನೋ ಅವನ್ನೆಲ್ಲ ಖರೀದಿಸುವ ಚೈತನ್ಯ ಇಂದಿಗೆ ಪ್ರಾಪ್ತಿಯಾದ ಹೊರತಾಗಿಯೂ, ನನ್ನ ಬಾಲ್ಯದ ದಿನಗಳನ್ನು ನೆನೆಸಿಕೊಂಡಾಗ ಈಗಲೂ ನನ್ನ ಕಣ್ಣುಗಳು ಉಕ್ಕಿ ಹರಿಯುತ್ತವೆ.

ಅವನ್ನು ಅದುಮಿ ಹಿಡಿಯಲು ನಾನು ಪ್ರಯತ್ನಿಸುತ್ತೇನೆ. ಭಾವನಾತ್ಮಕವಾದ ಅನೇಕ ಗಂಟುಗಳು ಗಂಟಲಲ್ಲಿ ಸಿಕ್ಕಿಕೊಂಡಿವೆ ಎಂದನ್ನಿಸುತ್ತದೆ ನನಗೆ. ಕೆಲವು ಕ್ಷಣಗಳ ಹೊತ್ತು ನಾನು ಸ್ತಬ್ದನಾಗಿ ಬಿಡುತ್ತೇನೆ. ನಾನು ನನ್ನ ನೋವನ್ನು ನುಂಗಲು ಪ್ರಯತ್ನಿಸಿದರೂ ಅದಕ್ಕೆ ಕೆಲವು ಕ್ಷಣಗಳಾದರೂ ಬೇಕಾಗುತ್ತವೆ. ನಾನು ಸ್ವಲ್ಪ ನೀರು ಕುಡಿದು ಮತ್ತೆ ಮಾತಿಗೆ ಪ್ರಾರಂಭಿಸುವುದಿದೆ.

ಆ ಕೆಲವು ನಿಮಿಷಗಳು ನನ್ನ ಮನಸ್ಸು ಆ ಕಠಿಣವಾದ ಮತ್ತು ನೋವು ತುಂಬಿದ ದಿನಗಳನ್ನು ಮತ್ತೊಮ್ಮೆ ನೆನಪಿಸಲು ತವಕಿಸುತ್ತದೆ. ಆ ಘೋರ ಘಟನೆಗಳು ಮತ್ತೊಮ್ಮೆ ಅನುಭವಕ್ಕೆ ಬಂದಂತೆ ಅನ್ನಿಸುತ್ತದೆ. ನಮ್ಮಿಂದ ನೋವೆಲ್ಲಾ ಸಂಪೂರ್ಣವಾಗಿ ಹೊರಟು ಹೋದಾಗ್ಯೂ, ನಮ್ಮ ಸುಪ್ತಪ್ರಜ್ಞಾ ಮನಸ್ಸೊಂದಿದೆಯಲ್ಲಾ? ಅದು ಮರೆಯುವುದಿಲ್ಲವಲ್ಲ. ನಾನು ತಾಳ್ಮೆ ವಹಿಸುತ್ತೇನೆ. ನಾನು ಬಹಳ ಜಾಗೃತೆಯಿಂದ ಮಾತುಗಳನ್ನು ಹೆಕ್ಕಿ, ಅಂದರೆ, ಒಡೆದುಹೋದ ಗಾಜಿನ ಚೂರುಗಳನ್ನು ತಾಗದಂತೆ ಎಚ್ಚರವಹಿಸಿ ಹೆಕ್ಕಿಕೊಳ್ಳುವಂತೆ, ಆರಿಸಿಕೊಂಡು ಮಾತಾಡುತ್ತೇನೆ. ನನ್ನ ಬದುಕಿನ ಮುಖ್ಯ ತಿರುವುಗಳನ್ನು, ಪ್ರತಿ ಶೋಕತಪ್ತ ಘಟನೆಗಳನ್ನು ವಿವರಿಸುವುದಿದೆ.

ಇದು ನನ್ನ ನೋವು ಭರಿತ, ಹಿನ್ನೆಡೆಯ ಬಾಲ್ಯದ ಘಟನೆಗಳನ್ನು ನೆನಪಿಸಿಕೊಂಡಾಗ ಸಾಮಾನ್ಯವಾಗಿ ಸಂಭವಿಸುವಂಥದ್ದು. ಈ ಮಾತುಗಳನ್ನು ತರಬೇತಿಯ ಕೊನೆಯ ಹಂತದಲ್ಲಿ ಹೇಳುತ್ತೇನೆ, ಅದಾಗಲೇ ಅವರು ಮಾನಸಿಕವಾಗಿ ತರಬೇತಿ ಮುಗಿದ ಸಿದ್ಧತೆಯಲ್ಲಿರುತ್ತಾರೆ. ಈ ನಡುವಿನ ಅವಧಿಯಲ್ಲಿ ಆಕಳಿಕೆಯೋ, ನಿದ್ದೆಯ ಮಂಪರಿನಲ್ಲೋ ಮುಳುಗಿರುತ್ತಿದ್ದ ತಲೆಗಳು, ಈ ನನ್ನ ರೋಚಕ ಕಥೆಯನ್ನು ಕೇಳತೊಡಗಿದಾಗ, ಮೈಕೊಡವಿ ಶ್ರದ್ಧೆಯಿಂದ ಕೇಳಿಸಿಕೊಳ್ಳಲು ತೊಡಗುತ್ತಾರೆ.

ಆಗ ನನ್ನ ಕಥೆ ಶುರು. ವಿದ್ಯಾಭ್ಯಾಸವಿಲ್ಲದ, ಅತೀ ಬಡ ಹುಡುಗನೊಬ್ಬನ ಹೋರಾಟ ಮತ್ತು ನೋವಿನಿಂದ ಕೂಡಿದ ಬವಣೆಗಳು ಅವರೆದುರು ಬಿಚ್ಚಿಕೊಳ್ಳುತ್ತದೆ. ಅವರು ನನ್ನೆಡೆಗೆ ಬಹಳ ಎಚ್ಚರಿಕೆಯಿಂದ ವೀಕ್ಷಿಸುತ್ತ, ಅತುಲ ಆಸಕ್ತಿಯನ್ನು ತಳೆಯುತ್ತಾರೆ. ಆ ಎಡರುತೊಡರುಗಳನ್ನು ದಿಟ್ಟವಾಗಿ ಎದುರಿಸಿದ್ದನ್ನೂ, ನನ್ನ ಗುರಿಯನ್ನು ತಲುಪುವುದಕ್ಕಾಗಿ ಹಗಲು ಪೂರ್ತಿ ಮತ್ತು ರಾತ್ರಿ ತಡವಾಗಿ ನನ್ನ ಕೆಲಸವನ್ನು ಮಾಡುತ್ತ ಸಾಗಿದ ಹುಮ್ಮಸ್ಸನ್ನೂ ಅವರೆದುರು ಬಿಚ್ಚಿಡುತ್ತೇನೆ.

ಈ ಹಂತದಲ್ಲಿ ಹೆಚ್ಚಿನ ವಿದ್ಯಾರ್ಥಿಗಳು ನನ್ನ ಕಥೆಯನ್ನು ಆಲಿಸಿ ಸಹಾನುಭೂತಿ ತೋರಲು ತೊಡಗುತ್ತಾರೆ, ಯಾಕೆಂದರೆ ಅವರೆಲ್ಲರೂ ಬಡ ಮನೆತನಗಳಿಂದ ಬಂದವರೇ ಆಗಿದ್ದಾರೆ.

ನನ್ನ ಬದುಕಿನ ಹೋರಾಟವನ್ನು ಅವರಿಗೆಲ್ಲ ಕೇಳಿಸುವುದರ ಪ್ರಾಮುಖ್ಯತೆ ಅಂದರೆ, ಅವರು ತಮ್ಮ ಬದುಕಿನಲ್ಲಿ ನನ್ನಿಂದ ಪ್ರೇರಣೆ ಪಡೆದು ಮುಂದೆ ಸಾಗಲಿ ಎಂಬುದು.

ಪ್ರಾಯಶಃ ನನ್ನ ಈ ಮಾತುಗಳು, ಸೌಂದರ್ಯ ಮತ್ತು ಕೇಶ ವಿನ್ಯಾಸದ

ಪಾಠಪಟ್ಟಿಗೆ ಸಂಬಂಧಪಡದೆ ಇರಬಹುದು, ಆದರೆ ಬದುಕಿನ ಪಾಠದಲ್ಲಿ ಅನೇಕ ವಿಷಯಗಳನ್ನು ಕಲಿಯುವುದಕ್ಕಿರುತ್ತವೆ. ವಿದ್ಯಾರ್ಥಿಗಳು ಕೂಡಾ ತಮ್ಮ ವೃತ್ತಿಜೀವನದಲ್ಲಿ ಅನೇಕ ಅಡೆತಡೆಗಳನ್ನು, ನೋವು ನಲಿವುಗಳನ್ನು ಎದುರಿಸಬೇಕಾದ ಪ್ರಮೇಯ ಬಂದೇ ಬರುತ್ತದೆ ಎಂದು ತಿಳಿಯಲೆಂಬುದೇ ಇದರ ಉದ್ದೇಶ. ಪ್ರಾರಂಭದಲ್ಲಿ ಅವರು ಅನೇಕ ಸೋಲುಗಳನ್ನು, ಸ್ಪರ್ಧೆಗಳನ್ನು, ಮತ್ಸರದ ಸನ್ನಿವೇಶಗಳನ್ನು ಎದುರಿಸಬೇಕಾಗುತ್ತದೆ. ಅವರೆಲ್ಲ ದೀನ ಕುಟುಂಬಗಳಿಂದ ಬಂದವರಾಗಿದ್ದು, ಹೆಚ್ಚಿನವರು ತಮ್ಮ ಹದಿಹರೆಯದ ಅಂತಿಮ ಹಂತದವರಾಗಿದ್ದು, ಅನೇಕರು ತಮ್ಮ ಕುಟುಂಬಗಳಿಗೆ ಸಂಪಾದನೆಯ ಆಧಾರವಾಗಿದ್ದವರಿದ್ದು, ಮತ್ತು ಮಿಕ್ಕವರು, ಹಣ ಸಂಪಾದನೆಗೆ ದಾರಿಕಂಡುಕೊಳ್ಳುವ ಹತಾಶ ಮಂದಿ ಎನ್ನಬಹುದು. ತಮ್ಮ ಗುರಿಯತ್ತ ಶ್ರದ್ಧೆ ಮತ್ತು ನಂಬಿಕೆಯನ್ನು ತಳೆಯುವುದು ಬಹಳ ಮುಖ್ಯವಾಗಿದ್ದು, ಅದು ಅವರನ್ನು ವೃತ್ತಿಯಲ್ಲಿ ಬಹುದೂರಕ್ಕೆ ಒಯ್ಯುವುದರಲ್ಲಿ ಸಂದೇಹವಿರದು.

ವಿದ್ಯಾರ್ಥಿಗಳು ಅಕಾಡೆಮಿಗೆ ಬಂದು ಸೇರುವ ಸಮಯದಲ್ಲಿ, ಅಲ್ಲಿನ ಥಳಕುಬಳುಕಿನ ಪರಿಸರ, ಉನ್ನತ ಮಟ್ಟದ ಅನುಕೂಲತೆಗಳು, ಮತ್ತು ಅತ್ಯಾಧುನಿಕ ಸಲಕರಣೆಗಳನ್ನು ಕಂಡು ಬೆರಗಾಗುವುದು ಸಹಜ. ಗೋಡೆಗಳನ್ನು ಅಲಂಕರಿಸಿರುವ ಆ ಎಲ್ಲಾ ಸಲಕರಣೆಗಳನ್ನು, ಷೋಕೇಸಿನಲ್ಲಿರಿಸಿದ ವಸ್ತುಗಳನ್ನು, ಮ್ಯಾನೆಕ್ವಿನ್ಸ್ (mannequins) ಇಲೆಕ್ಟ್ರಾನಿಕ್ ಗ್ಯಾಜಿಟ್‌ಗಳು, ಎತ್ತರದ ಕನ್ನಡಿಗಳು, ಸೌಂದರ್ಯವರ್ಧನೆಗೆ ಬೇಕಾಗುವ ಬೆಲೆಬಾಳುವ ಕಾಸ್ಮೆಟಿಕ್‌ಗಳು ಮತ್ತು ಲೋಷನ್‌ಗಳು–ಹೀಗೆ ಇವನ್ನೆಲ್ಲ ಕಂಡು ಅಚ್ಚರಿಪಟ್ಟಿರಬಹುದು. ಪರಿಸರ ನಿಜಕ್ಕೂ ಭ್ರಮಾತ್ಮಕ ಅನುಭವಕ್ಕೆ ಈಡು ಮಾಡುತ್ತದೆ. ಅವರಿಗೆ ಇದೊಂದು ಭ್ರಮಾಲೋಕವಾಗಿರುತ್ತದೆ.

ಅನೇಕ ವಿದ್ಯಾರ್ಥಿಗಳು ಸೌಂದರ್ಯ ಮತ್ತು ಕೇಶಶೈಲಿಯ ಸಲಕರಣೆಗಳನ್ನು ಮ್ಯಾಗಜೀನ್‌ಗಳಲ್ಲೋ, ಅಥವಾ ಇತರ ಸಲೂನ್‌ಗಳಲ್ಲೋ ಕಂಡಿರುವ ಸಾಧ್ಯತೆಯಿದೆ. ಆದರೆ ಅವರಿಗೆ ಅವುಗನ್ನು ಒಮ್ಮೆ ಸ್ಪರ್ಶಿಸುವ ಅವಕಾಶವೂ ಸಿಕ್ಕಿರುವುದಿಲ್ಲ. ಆದ್ದರಿಂದ, ಕಲಿಕೆಯ ಆತುರ, ಸಲಕರಣೆಗಳನ್ನು ಉಪಯೋಗಿಸುವ ಮತ್ತು ಅವುಗಳನ್ನು ಸ್ವತಃ ಸ್ವತಂತ್ರವಾಗಿ ಬಳಸುವ ಅನುಭವ ನಿಜಕ್ಕೂ ಪ್ರೇರಣಾತ್ಮಕವಾಗಿದ್ದಿತು. ಆ ಉದ್ವೇಗ ಸ್ಪರ್ಶವೇದ್ಯವೂ, ಸಾಂಕ್ರಾಮಿಕವೂ ಹೌದು.

ಅವರು ಕಿಲಕಿಲನೆ ನಗುತ್ತ, ಮಾತಾಡುತ್ತ, ಶಬ್ದ ಮಾಡುತ್ತ ಇರುತ್ತಾರೆ. ಅಂತಹ ಎಳೆಯ ಮನಸ್ಸಿನಲ್ಲಿ ಆ ಬಗೆಯ ಮುಗ್ಧ ಗುಣಗಳು ಇದ್ದೇ ಇರುತ್ತವೆ. ಈ ಯುವ ಪೀಳಿಗೆಯವರು, ಇನ್ನಷ್ಟೇ ಸೌಂದರ್ಯ ಉದ್ಯಮದ ಬೃಹತ್ ಲೋಕಕ್ಕೆ ತೆರೆದುಕೊಂಡು ಅಲ್ಲಿನ ಪಂಥಾಹ್ವಾನವನ್ನು ಅನುಭವಿಸಬೇಕಷ್ಟೇ. ಸದ್ಯಕ್ಕೆ ಅವರು ಕೇವಲ ವಿನ್ಯಾಸ, ಫ್ಯಾಷನ್ ಮತ್ತು ಮ್ಯಾಕ್–ಅಪ್‌ನ ಕಲಿಕೆಯನ್ನಷ್ಟೇ ಅಧ್ಯಯನ ಮಾಡಿರುತ್ತಾರೆ.

ವಧುವಿನ ಅಲಂಕಾರದ ಅವಧಿಯಲ್ಲಿ ಪೂರ್ತಿ ಉತ್ಸವದ ವಾತಾವರಣವೇ ಹರಡಿರುತ್ತದೆ. ವಿದ್ಯಾರ್ಥಿಗಳು ಎರವಲು ಮದುವಣಗಿತ್ತಿಯ ಬಟ್ಟೆಗಳನ್ನೂ ಸಾಂಪ್ರದಾಯಿಕವಾಗಿ ಅಲಂಕೃತವಾದ ಆಭರಣಗಳನ್ನೂ ತಂದು ತಂಡಗಳನ್ನು ರಚಿಸಿಕೊಳ್ಳುವರು. ಅವರಲ್ಲಿ ಒಬ್ಬರು ಮಾದರಿಯ ವಧುವಿನ ರೂಪದಲ್ಲಿದ್ದು, ಮಿಕ್ಕುಳಿದವರು ಅವಳ ಸುತ್ತ ನೆರೆಯುವರು. ಯಾರಾದರೂ ವಧುವಿನ ಮುಖಕ್ಕೆ

ಮೇಕ್–ಅಪ್‌ನ್ನು ಮಾಡಿ ಇನ್ನುಳಿದವರು ಮದುವೆಯ ಉಡುಗೆಯನ್ನು ತೊಡಿಸುವರು. ಇನ್ನಷ್ಟು ಮಂದಿ ಆಭರಣಗಳನ್ನು ತೊಡಿಸುವಲ್ಲಿ ನಿರತರಾಗುವರು. ಆಮೇಲೆ ಅವರೆಲ್ಲ ತಮ್ಮ ಸ್ಮಾರ್ಟ್ ಫೋನ್‌ಗಳ ಮೂಲಕ ಸೆಲ್ಫಿಯನ್ನು ತೆಗೆಯುತ್ತ, ಉಳಿದ ಸಿಬ್ಬಂದಿಗಳನ್ನು ಫೋಟೋ ಸೆಶ್ಶನ್‌ಗೆ ಕರೆಯುತ್ತಾರೆ. ಫೋಟೋ ಅದೊಂದು ಸುರಕ್ಷಿತವಾಗಿ ಇಟ್ಟುಕೊಳ್ಳುವ ತೆರನಾಗಿರುತ್ತದೆ.

ಇನ್ನು ಕೆಲವು ಮನಮುಟ್ಟುವ ಸನ್ನಿವೇಶಗಳೆಂದರೆ, ವಿದ್ಯಾರ್ಥಿನಿಯರು ತರಬೇತಿ ಕಳೆದ ಬಳಿಕ ಸಣ್ಣ ಸಣ್ಣ ವೀಡಿಯೋ ಕಾರ್ಯಕ್ರಮಗಳನ್ನು ತಯಾರಿಸಿ, ಅದಕ್ಕೆ ಸಂಗೀತವನ್ನು ಸೇರಿಸಿ ಅವರು ನನಗೆ ನನ್ನ ವಾಟ್ಸಪ್‌ಗೆ ಕಳುಹಿಸುವುದಿದೆ. ಅದರಲ್ಲಿ ನನ್ನ ಮಾತುಗಳು, ರ್‍ಯಾಂಪ್‌ನ ಮೇಲಿನ ನಡೆಗಳು, ಕೇಶವಿನ್ಯಾಸಗಳು, ಪ್ರತ್ಯೇಕವಾಗಿ, 2013ರಲ್ಲಿ ನಡೆದ ರಜತ ಮಹೋತ್ಸವದ ತುಣುಕುಗಳು ಎಲ್ಲವೂ ಸೇರಿರುತ್ತವೆ. ಎಲ್ಲರೂ ಶಿವಾಸ್‌ನ ಕೇಶವಿನ್ಯಾಸದ ತಂಡ ಮಾಡಿದ ದಿಟ್ಟ, ಅಸಂಬದ್ಧವಾದ ಕೇಶಶೈಲಿಯ ಪ್ರಾತ್ಯಕ್ಷಿಕೆಯನ್ನು ತೋರಿಸುವುದಕ್ಕೆ ಪ್ರಯತ್ನಿಸಿರುತ್ತಾರೆ. ಅದಕ್ಕೋಸ್ಕರ ಅವರು ಮುಂದಿನ ಕಲಿಕೆಯ ಹಂತಕ್ಕೆ ಕಾಯಬೇಕಾಗುತ್ತದೆ. ಆ ಹಂತದ ಅಧ್ಯಯನಕ್ಕೆ ಅವರು ಕತ್ತರಿ ಮತ್ತು ಬಾಚಣಿಗೆಯನ್ನು ಬಳಸುವ ವಿಧಾನವನ್ನು ಬಹಳಷ್ಟು ಅಭ್ಯಾಸ ಮಾಡುತ್ತ, ಅದರಲ್ಲಿ ನುರಿತವರಾಗಬೇಕು. ಹಾಗಿದ್ದರೆ ಮಾತ್ರ ಗಿರಾಕಿಗಳ ತಲೆಗೆ ಉಪಯೋಗಿಸುವ ಸಲಕರಣೆಗಳಿಂದ ಯಾವುದೇ ಗಾಯವಾಗದಂತೆ ನೋಡಿಕೊಳ್ಳಬುದು.

ಎಷ್ಟು ಹೆಚ್ಚು ಅವರು ಅಭ್ಯಾಸದಲ್ಲಿ ನಿರತರಾಗಿರುತ್ತಾರೋ, ಅಷ್ಟು ಅವರು ತಮ್ಮ ಕೌಶಲ್ಯದಲ್ಲಿ ನಿಪುಣರಾಗುತ್ತಾರೆ ಎಂದು ನಾನು ಅವರಿಗೆ ಹೇಳುವುದಿದೆ. ಕನಿಷ್ಠ ಪಕ್ಷ ಯಾವುದೇ ಸಲೂನ್‌ನಲ್ಲಿ ಆರು ತಿಂಗಳ ಕಾಲವಾದರೂ ನುರಿತವರಾಗಿದ್ದರೆ ಮಾತ್ರ ಅವರು ಮುಂದುವರಿದ ತರಬೇತಿಗೆ ಅರ್ಹರಾಗುತ್ತಾರೆ. ತರಬೇತಿಯು ತಕ್ಷಣ ಅವರಿಗೆ ಕೆಲಸ ಸಿಗದೇ ಹೋದರೆ, ವೇತನವಿಲ್ಲದೆ ಎಲ್ಲಾದರೂ ಸಲೂನ್‌ನಲ್ಲಿ ಸೇರಿಕೊಂಡು ಅಭ್ಯಾಸ ಮಾಡಿಕೊಂಡರೆ ಚೆನ್ನಾಗಿರುತ್ತದೆ ಎಂದು ನಾನು ಅವರಿಗೆ ಮಾರ್ಗದರ್ಶನ ಮಾಡುತ್ತೇನೆ. ಈ ಕಾಲಘಟ್ಟದಲ್ಲಿ ಅವರ ಕ್ಷಮತೆಗೆ ಅನುಗುಣವಾಗಿ, ಅವರಿಗೆ ಯಾವ ವಿಷಯದಲ್ಲಿ ವಿಶೇಷವಾದ ಪರಿಣತಿಯನ್ನು ಆಯ್ದುಕೊಳ್ಳಬಹುದೆಂಬ ಜ್ಞಾನ ಸಿಗುತ್ತದೆ. ಸೌಂದರ್ಯದ ವಲಯದಲ್ಲೋ, ಕ್ಷೌರದ ವಲಯದಲ್ಲೋ, ಮೆಹಂದಿಯ ಬಳಕೆಯೋ ಅಥವಾ ಟ್ಯಾಟೂಗಳ ಅಥವಾ ನಖಗಳ ಸಿಂಗಾರವೋ– ಯಾವುದನ್ನೂ ಅವರು ಆಯ್ಕೆ ಮಾಡಿಕೊಳ್ಳಬಹುದು. ಈ ಕ್ಷೇತ್ರದಲ್ಲಿ ಅಸಂಖ್ಯವಾದ ಆಯ್ಕೆಗಳಿಗೆ ಅವಕಾಶವಿದೆ. ವಿದ್ಯಾರ್ಥಿಗಳು ಅರ್ಪಣಾಭಾವದಿಂದ ಮತ್ತು ಕಠಿಣ ದುಡಿಮೆಗೆ ತಮ್ಮನ್ನು ಒಡ್ಡಿಕೊಂಡರೆ ಅದು ಸಾಧ್ಯ. ಹಾಗಾದಾಗ ಜಗತ್ತು ಅವರ ಕರ್ಮಭೂಮಿಯಾಗುವುದರಲ್ಲಿ ಸಂದೇಹವಿಲ್ಲ.

ಯಾರನ್ನಾದರೂ ಪ್ರೀತಿಸುವುದೆಂದರೆ, ಪರಸ್ಪರ ತಿಳಿಯುವ, ಜೋಡಿಯಾಗಿ
ನಕ್ಕುನಲಿವ, ಹೃದಯಂಗಮ ಮಂದಹಾಸ ಬೀರುವ ಮತ್ತು
ಪರಸ್ಪರ ವಿಶ್ವಾಸ ತೋರುವುದೇ ಆಗಿದೆ.

–ಅನಾಮಿಕ

ಅಧ್ಯಾಯ ಹದಿನೈದು

ಒಬ್ಬ ಮಮತೆಯ ತಾಯಿ ಹಾಗೂ ಓರ್ವ ಸಹನೆಯುಳ್ಳ ಮಡದಿ

ಪ್ರತಿದಿನ ನಾನು– ವಾಹನ ದಟ್ಟಣೆಯಲ್ಲಿ ಏಗುತ್ತ, ಸಲೂನ್‌ಗಳಿಗೆ ಭೇಟಿ ನೀಡುತ್ತ, ಕೆಲವು ವಿಶೇಷ ಗ್ರಾಹಕರಿಗೆ ಸೇವೆ ಸಲ್ಲಿಸುತ್ತ, ಸಿಬ್ಬಂದಿಗಳ ಜತೆಗೆ ಮಾತುಕತೆ ನಡೆಸುತ್ತ, ವಿದ್ಯಾರ್ಥಿಗಳಿಗೆ ತರಬೇತಿಯನ್ನು ನೀಡುತ್ತ, ಸರಬರಾಜಾಗುವ ಹೊಸ ಉತ್ಪನ್ನಗಳ ಬಗೆಗೆ ಕಾಳಜಿ ವಹಿಸುತ್ತ, ಸೌಂದರ್ಯ ಮತ್ತು ಕೇಶವಿನ್ಯಾಸದ ಉದ್ದಿಮೆದಾರರೊಂದಿಗೆ ಭೇಟಿಗಳನ್ನು ನಿರ್ಧರಿಸುತ್ತ, ಇತರ ದಿನಬಳಕೆಯ ವ್ಯವಹಾರಗಳನ್ನು ಮಾಡುತ್ತ ಅವಿರತವಾದ ಚಟುವಟಿಕೆಗಳಲ್ಲಿ ಲೀನವಾಗಿರುತ್ತೇನೆ.

ಹಾಗೆ ಕಳೆದ ಪ್ರತಿಯೊಂದು ವ್ಯಸ್ತ ದಿನದ ಕೊನೆಯಲ್ಲಿ ಮನೆಗೆ ಹಿಂದಿರುಗಿದಾಗಷ್ಟೇ ಕೊಂಚ ನೆಮ್ಮದಿ ಸಿಗುತ್ತದೆ. ಮನೆಯ ಬೆಚ್ಚಗಿನ ವಾತಾವರಣಕ್ಕೆ ಸೇರುವ ತವಕ ಆ ಬಹುಮಹಡಿ ಕಟ್ಟಡವನ್ನು ಕಾರು ಪ್ರವೇಶಿಸುವುದರೊಂದಿಗೆ ಪರ್ಯಾವಸಾನವಾಗುತ್ತದೆ. ನಮ್ಮ ಮನೆಯನ್ನು ಅಂತಹ ನೆಮ್ಮದಿಯ ತಾಣವನ್ನಾಗಿ ಮಾರ್ಪಡಿಸಿರುವ ಶ್ರೇಯಸ್ಸು ನನ್ನ ಪತ್ನಿ ಅನುಶ್ರೀಗೆ ಸಲ್ಲುತ್ತದೆ, ಅವಳನ್ನು ನಾನು ಹರಿಣಾಕ್ಷಿ ಗತಿಸಿದ ಬಳಿಕ ಮದುವೆಯಾಗಿದ್ದು.

ಅನುಶ್ರೀ ಓರ್ವ ಕರುಣಾಮಯಿ ಮಹಿಳೆ. ತಾಳ್ಮೆಯಂತೂ ಅವಳದ್ದೊಂದು ದೊಡ್ಡ ಗುಣವೆನ್ನಬಹುದು. ಅವಳು ನನ್ನ ಮಕ್ಕಳಾದ ರೋಹಿಲ್ ಮತ್ತು ಆರಾಧ್ಯಳಿಗೆ ಪ್ರೀತಿಯ ಮಾತೆ ಮತ್ತು ಜವಾಬ್ದಾರಿಯುತ ತಾಯಿ ಕೂಡಾ ಹೌದು. ನನ್ನ ವಯಸ್ಸಾದ ತಾಯಿಯನ್ನು ನೋಡಿಕೊಳ್ಳುವುದರಲ್ಲಿ ಅವಳದ್ದು ಎತ್ತಿದ ಕೈ. ನನ್ನ ಹೋರಾಟದ ಬದುಕಿನೊಂದಿಗೆ ಸಹಾನುಭೂತಿಯಿಂದ ನಡೆಯುತ್ತ ಸಾಗುವ ಅವಳು ನನಗೆ ಸೂಕ್ತ ಸಂಗಾತಿಯಾಗಬಹುದೆಂದು ಮೊದಲೇ ಎಣಿಸಿದ್ದೆ.

ಹರಿಣಾಕ್ಷಿಯ ದುರಂತಮಯ ಸಾವಿನ ವಿಭ್ರಮೆಯಿಂದ ನನ್ನನ್ನು ಹೊರತಂದವಳು ಅವಳು. ನಮ್ಮ ಬದುಕಿನಲ್ಲಿ ಸಂತಸವನ್ನು ಉಕ್ಕಿಸಿದವಳೂ ಅವಳೇ. ಅವಳಿಂದಾಗಿಯೇ

ನನಗೊಂದು ತೃಪ್ತಿಯ ಸಾರ್ಥಕ ಬದುಕು ಪ್ರಾಪ್ತವಾಯಿತು.

ಅವಳು ಎಲ್ಲಿ ಮನೆಯ ಉಸ್ತುವಾರಿ ಮತ್ತು ಅಡುಗೆಯವಳಾಗಿ ಕೆಲಸಕ್ಕಿದ್ದಳೋ ಅಲ್ಲಿ ನಾವು ಮೊತ್ತಮೊದಲು ಭೇಟಿಯಾದಾಗ, ನಮ್ಮ ಸಮಾಗಮ ಅದೊಂದು ದೈನಂದಿನ ಕೆಲಸದ ಭಾಗವನ್ನು ಪೂರ್ತಿಗೊಳಿಸಿದೆ ಎನ್ನುವ ರೀತಿಯಲ್ಲಿ ಪರಿಗಣಿಸಿದ್ದಳು. ತುಸು ಆತಂಕಗೊಂಡಿದ್ದಳು ಕೂಡಾ. ನನ್ನ ಸ್ನೇಹಿತನಾದ ವಿನೋದ್ ಭೋಪ್ರ ಕೂಡಾ ನನ್ನ ಜತೆಗೆ ಬಂದಿದ್ದು, ಅವಳ ಪರಿವಾರದವರೊಂದಿಗೆ ತಮಾಷೆ, ಕುಶಾಲಿನಿಂದ ಮಾತಾಡಿದ್ದೆವು.

ಬಹಳಷ್ಟು ಮಂದಿ ಕನ್ಯಾನ್ವೇಷಣೆಯ ದೃಷ್ಟಿಯಿಂದ ಅವಳ ಪೋಷಕರಾದ ಶ್ರೀಮತಿ ರೇಖಾ ಮತ್ತು ಶ್ರೀ ರಾಮಚಂದ್ರ ನಾಯಕ್ ಅವರನ್ನು ಭೇಟಿ ಮಾಡಿದ್ದರು. ನಾಯಕ್ ಅವರು ಮಂಗಳೂರಿನಿಂದ ಸುಮಾರು ಐವತ್ತು-ಐವತ್ತೈದು ಕಿಲೋಮೀಟರ್ ದೂರದ ಉಪ್ಪಿನಂಗಡಿಯಲ್ಲಿ, ಬಹಳ ಸುಸಜ್ಜಿತವಾದ ಕಾಯರ್ ಟ್ರೇಡರ್ಸ್ ಎಂಬ ಉದ್ಯಮದ ಒಡೆಯರಾಗಿದ್ದರು. ಅಷ್ಟೆಲ್ಲ ಪ್ರಸ್ತಾಪಗಳು ಬಂದಿದ್ದರೂ, ಅನುಶ್ರೀಯನ್ನು ಯಾರೂ ಒಪ್ಪಿರಲಿಲ್ಲ. ಮೊದಲ ಸಂದರ್ಶನದಲ್ಲೇ ಎಲ್ಲವೂ ಮುರಿದು ಬೀಳುತ್ತಿತ್ತು.

ಸಹಜವಾಗಿ, ನನ್ನ ಪ್ರಸ್ತಾಪ ಕೂಡಾ ಅಂತಹುದರಲ್ಲಿ ಒಂದಾಗಿರಬಹುದೆಂದು ಭಾವಿಸಲಾಗಿತ್ತು. ನಾನು ನಿರಾಕರಿಸುತ್ತೇನೆ ಎಂದು ಅವಳಿಗೆ ನಿಶ್ಚಯವಿತ್ತು. ಅಷ್ಟೊಂದು ಮಂದಿಯಲ್ಲಿ ಈ ಮನುಷ್ಯ ಹೇಗೆ ತಾನೇ ತನ್ನನ್ನು ಒಪ್ಪಬಲ್ಲ ಎಂದುಕೊಂಡಿದ್ದಳು? ಅವಳ ದೃಷ್ಟಿಯಿಂದ ನಾನು ಸ್ಫುರದ್ರೂಪಿ, ದೇಶದ ಆರ್ಥಿಕ ರಾಜಧಾನಿಯೆಂದೇ ಪ್ರಖ್ಯಾತವಾದ ಮುಂಬಯಿಯಲ್ಲಿ ಅನೇಕ ಸಲೂನ್‌ಗಳನ್ನು ಹೊಂದಿದ್ದು ಮನ್ನಣೆ ಗಳಿಸಿದ ಉದ್ಯಮಿ. ಅವಳಾದರೋ ಹದಿಹರೆಯದಿಂದಲೂ ಯಾರದೋ ಮನೆಯಲ್ಲಿ ಮನೆವಾರ್ತೆ ಮಾಡುತ್ತ, ದಿನಕಳೆಯುವ ಬಡ ಹೆಣ್ಣು ಮಗಳು. ಆರನೇ ತರಗತಿಯವರೆಗೆ ಮಾತ್ರ ಓದಿರುವವಳು. ಮುಂಬಯಿಯಲ್ಲಿ ಸಂಪನ್ನನಾಗಿ ನೆಲೆಸಿರುವ ಒಬ್ಬಾತ ತನ್ನಂಥ ಹೆಣ್ಣನ್ನು ಯಾಕಾದರೂ ಮದುವೆ ಮಾಡಿಕೊಳ್ಳಬಹುದು ಎಂದು ಎಣಿಸಿದ್ದೆ ಎಂದು ಮದುವೆಯಾದ ಬಳಿಕ ಅವಳು ನನ್ನಲ್ಲಿ ಹೇಳಿದ್ದಿದೆ.

ಹರಿಣಾಕ್ಷಿ ಗತಿಸಿದ ಬಳಿಕ ನಾನು ಮದುವೆಯಾಗುವುದಕ್ಕೆ ಯಾವತ್ತೂ ಬಯಸಿದವನಲ್ಲ. ಬಹಳಷ್ಟು ಅರ್ಹ ಹುಡುಗಿಯರ ಫೋಟೋಗಳನ್ನು ಅಮ್ಮ ಸಂಪಾದಿಸಿ ನನಗೆ ತೋರಿಸಿದ್ದರೂ, ನಾನು ಬೇಡವೆಂದಿದ್ದೆ. ನಾನಿನ್ನೂ ಹರಿಣಾಕ್ಷಿಯನ್ನು ಕಳೆದುಕೊಂಡ ಶೋಕದಲ್ಲೇ ದಿನ ನೂಕುತ್ತಿದ್ದೆ. ಆ ಶೋಕವನ್ನು ಮರೆಯುವುದಕ್ಕೆಂದೇ ನಾನು ಬಿಡುವಿಲ್ಲದ ಕೆಲಸಗಳಲ್ಲಿ ತೊಡಗಿಸಿಕೊಳ್ಳುತ್ತಿದ್ದೆ. ಮುಂಜಾನೆ ಮನೆಯಿಂದ ಹೊರಟವನು ಮತ್ತೆ ಮನೆ ಸೇರುವುದು ತಡರಾತ್ರಿಯೇ, ಥಾಣೆ, ಮುಲುಂದ್ ಮತ್ತು ಲೋಖಂಡವಾಲಾ ಸಲೂನ್‌ಗಳಿಗೆ ಸಾಗಹಾಕುವುದರಲ್ಲೇ ಸಮಯವಾಗುತ್ತಿತ್ತು.

ನಾನು ಒಂಟಿಯಾಗಿರುವುದಕ್ಕೆ ಮತ್ತು ಹರಿಣಾಕ್ಷಿಯಲ್ಲಿ ನನಗೆ ಮಕ್ಕಳಿಲ್ಲವಾದದ್ದಕ್ಕೆ ಪರಿವಾರದಲ್ಲಿ ಒಂದು ಬಗೆಯ ಗುಸುಗುಸು ಮಾತುಗಳು ನಡೆಯುತ್ತಲೇ ಇದ್ದವು.

ಹಾಗಾಗಿ ನಾನೋರ್ವ ಅರ್ಹ ಬ್ರಹ್ಮಚಾರಿ ಎಂದೇ ಪರಿಗಣಿಸಲ್ಪಡುತ್ತಿದ್ದೆ. ಏನಿದ್ದರೂ, ನನ್ನಮ್ಮ ಮತ್ತು ಹರಿಣಾಕ್ಷಿಯ ಹೆತ್ತವರೂ ನಾನು ಮರುಮದುವೆಯಾಗಬೇಕೆಂದು ದುಂಬಾಲು ಬೀಳುತ್ತಿದ್ದರು.

ಅನುಶ್ರೀಯ ನಂಟಸ್ತನ ನನಗೆ ನನ್ನ ಚಿಕ್ಕಮ್ಮನ ಮಗ ಕೃಷ್ಣನ ಮೂಲಕ ಹೇಗೆ ಬಂತೆಂದರೆ, ಅವನು ನಾಯಕ್ ಅವರ ಬಾಡಿಗೆದಾರನಾಗಿದ್ದ, ಮತ್ತು ರೇಖಾ ಅವರ ವಯಸ್ಸಾದ ಹೆತ್ತವರು ಹರಿಣಾಕ್ಷಿಯ ಶ್ರದ್ಧಾಂಜಲಿಯ ಭಾವಚಿತ್ರವನ್ನು ಸ್ಥಳೀಯ ಪತ್ರಿಕೆಯಲ್ಲಿ ಕಂಡಿದ್ದು, ಕೃಷ್ಣನಲ್ಲಿ ಸಂಬಂಧವನ್ನು ಕುದುರಿಸುವಂತೆ ಹೇಳಿದ್ದರು.

ಆಮೇಲೆ, ನಾಯಕ್ ಅವರ ಕುಟುಂಬ ನನ್ನನ್ನು ಕಾರ್ಕಳದಲ್ಲಿ ನಡೆದ ಮದುವೆ ಸಮಾರಂಭವೊಂದರಲ್ಲಿ ಭೇಟಿಯಾಗುವ ಅವಕಾಶವಾಯಿತು, ಹೇಗೆಂದರೆ, ಮದುವೆಯ ಹುಡುಗಿ ಹರಿಣಾಕ್ಷಿಯ ಸಂಬಂಧದವಳಾಗಿದ್ದಳು. ಹರಿಣಾಕ್ಷಿ ಗತಿಸುವ ಮೊದಲು ಆ ಹುಡುಗಿಗೆ ಒಂದು ಚಿನ್ನದ ನೆಕ್ಲೆಸ್‌ನ್ನು ಕೊಂಡು ತಂದಿದ್ದಳು, ಉಡುಗೊರೆಯಾಗಿ ಕೊಡುವ ಸಲುವಾಗಿ. ಹಾಗಾಗಿ ಆ ಸಂದರ್ಭದಲ್ಲಿ ಅಲ್ಲಿ ನನ್ನ ಪ್ರಸ್ತುತಿ ಅವಶ್ಯವಿತ್ತು.

ಮದುವೆಯ ಮನೆಯಲ್ಲಿ ನಾನು ಕೃಷ್ಣನಿಗೆ ಅಂದಿದ್ದೆ, ನನಗೆ ಯಾವುದೇ ಹುಡುಗಿಯನ್ನು ತೋರಿಸುವ ಪ್ರಯತ್ನ ನಿಜಕ್ಕೂ ವ್ಯರ್ಥ ಅಂತ. ಈ ಸಂಗತಿಯನ್ನು ಶ್ರೀಮತಿ ನಾಯಕ್ ಅವರ ಹೆತ್ತವರಿಗೆ ತಿಳಿಸಿದಾಗ ಪ್ರಸ್ತಾಪ ಮುಗಿಯಿತೆಂದೇ ನಾನು ತಿಳಿದಿದ್ದೆ. ಆದರೆ ನನ್ನ ಎಣಿಕೆ ತಪ್ಪಾಗಿತ್ತು.

ಮದುವೆಯಾಗಬೇಕೆಂಬ ಒತ್ತಡ ಮಿತಿಮೀರಿ ಸಾಗಿತು, ಅದರಲ್ಲೂ ಅಮ್ಮನ ನಿರಂತರ ಒತ್ತಡವಿತ್ತು. ಶ್ರೀಮಂತ ಕುಟುಂಬಗಳೂ ನನ್ನನ್ನು ಸಂಪರ್ಕಿಸುತ್ತ, ಇನ್ನಷ್ಟು ಅಂಗಡಿಗಳನ್ನು ತೆರೆಯುವ ಜಾಗವನ್ನು ವ್ಯವಸ್ಥೆ ಮಾಡುವ ಆಶ್ವಾಸನೆಯೂ ಜತೆಗಿತ್ತು. ಅವರ ಪ್ರಕಾರ ಅವರ ಮಗಳ ಕೈಹಿಡಿಯುವ ಮೂಲಕ ನನ್ನ ಉದ್ದಿಮೆಯಲ್ಲಿ ಪ್ರಗತಿ ಸಾಧಿಸಬಹುದೂಂತ.

ನಂತರ, ನನ್ನಮ್ಮನೂ ಹರಿಣಾಕ್ಷಿಯ ಅಮ್ಮನೂ ಒಂದು ಇಕ್ಕಟ್ಟಿನ ಸಾಂಪ್ರದಾಯಿಕ ಹಿಂದೂ ಪದ್ಧತಿಯ ಸಂಗತಿಯನ್ನು ನನ್ನ ನಡುವೆ ಹರಿಯಬಿಟ್ಟರು. ಆ ಪ್ರಕಾರ, ಯಾವುದೇ ಕುಟುಂಬದಲ್ಲಿ ಸಾವಾದರೆ, ಒಂದು ವರ್ಷದ ಒಳಗೇ ಮತ್ತೆ ಮದುವೆಯ ಸಮಾರಂಭ ನಡೆಯಬೇಕು, ಇಲ್ಲವಾದರೆ ಮತ್ತೆ ಮೂರು ವರ್ಷಗಳ ಕಾಲ ಕಾಯಬೇಕಾಗುತ್ತದೆ, ಎನ್ನುವ ಪ್ರತೀತಿ. ಪ್ರತಿದಿನ ಅಮ್ಮ ನನ್ನನ್ನು ಮರುಮದುವೆಯ ಬಗ್ಗೆ ಒತ್ತಾಯಿಸುತ್ತಲೇ ಹೋದಳು. 'ನಾನು ನಿನ್ನ ಜತೆಗೆ ಎಷ್ಟು ಸಮಯ ಇರುತ್ತೇನೆ ಹೇಳು?' ಎಂದು ಅವಳು ಹಲುಬುತ್ತಿದ್ದಳು.

ಕೊನೆಗೆ, ನಾನು ಅನುಶ್ರೀಯನ್ನು ಭೇಟಿಯಾಗುವುದಕ್ಕೆ ಸಮ್ಮತಿಸಿದೆ. ಕಾರಣವಿಷ್ಟೇ, ಅವಳು ವಿನೀತ ಪರಿವಾರದಿಂದ ಬಂದವಳು ಮತ್ತು ಆ ಹಿನ್ನೆಲೆಯಿಂದ ನನ್ನ ಹೋರಾಟದ ಬದುಕನ್ನು ಅರ್ಥಮಾಡಿಕೊಳ್ಳುವಷ್ಟು ಅವಳು ಪಕ್ವವಾಗಿರುತ್ತಾಳೆ ಎನ್ನುವ ಭಾವನೆ. ಶ್ರೀಮಂತ ಮನೆಯ ಹೆಣ್ಣನ್ನು ಮದುವೆಯಾಗುವುದಕ್ಕೆ ನನಗೆ ಇಷ್ಟವಿರಲಿಲ್ಲ,

ಯಾಕೆಂದರೆ ಅವರಿಗೆ ಅಂತಹ ಶ್ರೀಮಂತಿಕೆಯ ರುಚಿ ಹತ್ತಿರುತ್ತದೆ. ನಾನು ಸಾಧಾರಣ ಜೀವನವನ್ನು ಸಾಗಿಸಬೇಕೆಂಬುದೇ ನನ್ನ ಇರಾದೆಯಾಗಿತ್ತು. ಸಂಜೆ ಶ್ರೀಮಂತ ಹುಡುಗಿಯ ಮುದ್ದು ನಾಯಿಯನ್ನು ಮೇಯಿಸಲು ಒಯ್ಯುವುದೆಂದಾರೆ ಯಾವ ಸಾರ್ಥಕತೆ? ನಾನು ಮೂಲಭೂತವಾಗಿ ಒಬ್ಬ ಸರಳ ಜೀವಿ.

ನಮ್ಮ ಮೊದಲ ಭೇಟಿಯಲ್ಲೇ ಅನುಶ್ರೀ, ನಾನು ಅವಳನ್ನು ಯಾಕಾಗಿ ಮದುವೆಯಾಗುತ್ತಿದ್ದೇನೆ ಎಂದು ಕೇಳಿದಳು. ಹರಿಣಾಕ್ಷಿ ಕೂಡಾ ಒಬ್ಬ ಸರಳ ಹುಡುಗಿಯಾದ್ದಳು, ಅವಳು ಸಹ ಮುಂಬಯಿಯ ಮನೆಯೊಂದರಲ್ಲಿ ಅಡುಗೆಯ ಕೆಲಸ ಮಾಡುತ್ತಿದ್ದವಳು; ಅವಳು ನನ್ನ ಬದುಕಿನಲ್ಲಿ ಒಂದು ವಿಶೇಷ ಸ್ಥಾನವನ್ನು ಹೊಂದಿದ್ದಳು, ಹಾಗಾಗಿ ನಾನು ಇನ್ನು ಮದುವೆಯಾಗುವ ಹುಡುಗಿಯೂ ನನ್ನ ಹೃದಯದಲ್ಲೂ ಬದುಕಿನಲ್ಲೂ ವಿಶೇಷ ಸ್ಥಾನವನ್ನು ಹೊಂದುವಂಥವಳಾಗಬೇಕು ಎಂದೆ. ನಾನು ಇವರಿಬ್ಬರನ್ನೂ ಹೋಲಿಕೆ ಮಾಡುವ ಹಾಗಿರಲಿಲ್ಲ, ಯಾಕೆಂದರೆ ಪ್ರತಿಯೊಬ್ಬರಿಗೂ ತಮ್ಮ ಹಕ್ಕಿನ ವ್ಯಾಪ್ತಿಯಲ್ಲಿ ಅವರದೇ ಆದ ವ್ಯಕ್ತಿತ್ವವಿರುತ್ತದೆ ಎಂದು ಭಾವಿಸುವವ ನಾನು. ಇದು ಅವಳಿಗೆ ಬಹಳ ಹಿಡಿಸಿತು, ಮಾತ್ರವಲ್ಲ, ಮದುವೆಯ ಪ್ರಸ್ತಾಪವನ್ನು ಮಾಡಬಹುದೆಂದು ಒಪ್ಪಿಗೆ ನೀಡಿದಳು.

ಮುಂದೆ ನಾನು ಅವಳನ್ನು ಮದುವೆಯಾಗುತ್ತೇನೆ ಎಂದು ನಿರ್ಧಾರ ತೆಗೆದುಕೊಂಡ ಮೇಲೂ, ಅನುಶ್ರೀ, ನನ್ನನ್ನು ಎಲ್ಲರೂ ತಿರಸ್ಕರಿಸಿರುವಾಗ, ನೀವೇಕೆ ಮದುವೆಯಾಗುತ್ತೀರಿ ಎಂಬ ಮತ್ತದೇ ಪ್ರಶ್ನೆಯನ್ನು ಕೇಳಿದಳು. ಅವಳ ಸಂಶಯ ಕ್ರಮಬದ್ಧವೇ. ಅವಳ ಸ್ಥಾನದಲ್ಲಿ ಯಾರಿಗೂ ಸಂಶಯ ಬಾರದೇ ಇರಲಾರದು. ಅವಳನ್ನು ಮತ್ತೆ ಸಂಧಿಸಿದಾಗ, ನಮ್ಮಿಬ್ಬರಲ್ಲೂ ಸಮಾನವಾದ ಕೆಲವು ಸಂಗತಿಗಳು ಇದ್ದುದನ್ನು ಗುರುತಿಸಿದೆವು. ಆರು ಮಕ್ಕಳಿದ್ದ ಮನೆಯ ನಿರ್ವಹಣೆಗಾಗಿ ಅವಳೂ ನನ್ನಂತೆ ಶಾಲೆಯನ್ನು ಅರ್ಧದಲ್ಲೇ ಬಿಟ್ಟಿದ್ದಳು. ಹಳ್ಳಿಯಲ್ಲಿದ್ದ ಸಣ್ಣ ಸಲೂನಿನಿಂದ ಅವಳ ತಂದೆ ಮನೆಯ ನಿರ್ವಹಣೆ ಮಾಡುವುದು ಕಷ್ಟಸಾಧ್ಯವಾಗಿತ್ತು. ಅವಳ ಸರಳತೆ, ನೇರ ನಡವಳಿಕೆ ಮತ್ತು ವಾಸ್ತವ, ವ್ಯಾವಹಾರಿಕ ಧೋರಣೆಗಳು ನನಗೆ ಹಿಡಿಸಿದವು. ಸಂಧಿಸಿದಾಗ, ಅನುಶ್ರೀ ಆತ್ಮೀಯತೆ ತೋರಿದ್ದರೂ ನನ್ನೊಂದಿಗೆ ಮಾತಾಡುವ ಸಮಯದಲ್ಲಿ ಒಮ್ಮೆಯೂ ನಕ್ಕಿರಲಿಲ್ಲ.

ನಾಯಕ್ ಅವರ ಮನೆಯ ಸಮೀಪದಲ್ಲೇ ಇದ್ದ ಅವಳ ವಾಸ್ತವ್ಯದ ಮನೆಗೆ ನನ್ನನ್ನು ಕರೆದೊಯ್ದು ಅಲ್ಲಿನ ಅಸಹನೀಯ ಪರಿಸ್ಥಿತಿಯನ್ನು ನನಗೆ ತೋರಿಸಿದ್ದಳು. ನಾವು ಒಂದು ಕೊಳಕಾದ ರಸ್ತೆಯಲ್ಲಿ ಸಾಗುತ್ತ, ಮುಳ್ಳುಗಂಟಿಗಳಿಂದ ತರಚಿಸಿಕೊಳ್ಳುತ್ತ, ಕಲ್ಲು ಮಣ್ಣಿನ ಹಾದಿಯಲ್ಲಿ ಸಾಗಿದ್ದೆವು. ಹಾಗೆ ಸಾಗುವ ಸಮಯ ಆಗಾಗ, ಹಿಂದಿರುಗಿ ದಾರಿಯಲ್ಲಿನ ಅಡೆತಡೆಗಳ ಬಗ್ಗೆ ಎಚ್ಚರಿಕೆಯ ಮಾತುಗಳನ್ನು ಅವಳು ಹೇಳುತ್ತಿದ್ದಳು. ಅವಳ ಮುಗ್ಧತೆಯನ್ನು ಕಂಡು ನನಗೆ ನಗು ಬರುತ್ತಿತ್ತು.

ಈವೊತ್ತು ನಾನು ಅತ್ಯುತ್ತಮ ಬ್ರ್ಯಾಂಡ್‌ನ ಷೂಗಳನ್ನು ತೊಡುತ್ತಿರಬಹುದು; ಆದರೆ ಇವೇ ಪಾದಗಳು ಬಹಳ ಒರಟಾದ ನೆಲವನ್ನೆಲ್ಲ ಅಸಂಖ್ಯ ಸಲ ತುಳಿದು ಬಂದಿವೆ. ಇವಳು ನನ್ನ ಕಷ್ಟದ ಹಾದಿಯ ಬಗ್ಗೆ ತಿಳಿದಿರಲಿಲ್ಲ. ಅವಳಿಗೆ ತನ್ನ

ಬಡತನದ ಮತ್ತು ಸುಸಜ್ಜಿತವಲ್ಲದ ಮನೆಯನ್ನು ತೋರಿಸುವಲ್ಲಿ ಸಂಕೋಚವಾಗುತ್ತಿತ್ತು. ನನಗೆ ಹಜಾರದಲ್ಲಿ ಒಂದು ಕುರ್ಚಿಯನ್ನು ನೀಡಿ, ಕುಡಿಯಲು ಎಳನೀರನ್ನು ಕೊಟ್ಟರು. ನನಗೆ ಈ ಭೇಟಿ ಕೇವಲ ಒಂದು ಔಪಚಾರಿಕ ಸಂಗತಿಯಾಗಿತ್ತು. ನನ್ನ ನಿರ್ಧಾರವನ್ನು ಇವೆಲ್ಲ ಪ್ರೇರೇಪಿಸುವ ಹಾಗಿರಲಿಲ್ಲ. ನಾನು ಅದಾಗಲೇ ನನ್ನ ನಿರ್ಧಾರವನ್ನು ತೆಗೆದುಕೊಂಡಿದ್ದಾಗಿತ್ತು. ಊಟವಂತೂ ಬಹಳ ಚೆನ್ನಾಗಿಯೇ ಸಿದ್ಧಪಡಿಸಿದ್ದಳು–ಬೇರೆ ಬೇರೆ ರೀತಿಯ ಅಡುಗೆಗಳನ್ನು ಅವಳು ತಯಾರಿಸಲು ಯತ್ನಿಸುತ್ತಿದ್ದಿರಬೇಕು. ಅದು ನನಗೆ ಬಹಳ ಇಷ್ಟವಾಯಿತು.

ತಮಾಷೆ ಎಂಬಂತೆ, ಅವಳು ಹೇಳಿದ್ದಳು, ಮೊತ್ತಮೊದಲು ನಾನು ಮತ್ತು ನನ್ನ ಸ್ನೇಹಿತ ವಿನೋದ್ ಭೇಟಿಯಾಗಿದ್ದಾಗ, ನಮ್ಮಲ್ಲಿ ವರ ಯಾರು ಎನ್ನುವುದು ಅವಳಿಗೆ ಗೊಂದಲಕ್ಕಿಟ್ಟುಕೊಂಡಿತಂತೆ. ಬಹಳ ಸಮಯದ ಬಳಿಕ ಅವಳು ನನಗೆ ಹೇಳಿದ್ದಳು– ಬೆಲೆಬಾಳುವ ಟಿ–ಷರ್ಟ್, ಸ್ನೀಕರ್ ಬೂಟುಗಳು, ತಂಪು ಕನ್ನಡಕ, ಮತ್ತು ಐಷಾರಾಮಿಯ ಕಾರನ್ನು ಡ್ರೈವ್ ಮಾಡಿಕೊಂಡು ಹೋಗಿದ್ದು, ಇವನ್ನೆಲ್ಲ ಕಂಡು, ನಿಜಕ್ಕೂ ನಾವಿಬ್ಬರೂ ಗೂಂಡಾಗಳಂತೆ ಕಾಣುತ್ತಿದ್ದೆವಂತೆ– ದಕ್ಷಿಣ ಭಾರತದ ಸಿನಿಮಾದಲ್ಲಿನ ಕೃತಕತೆಯ ದುಷ್ಕರ್ಮಿಗಳಂತೆ ಕಾಣುತ್ತಿದ್ದೆವಂತೆ.

ಅವಳನ್ನು ಕೆಲಸಕ್ಕಿಟ್ಟುಕೊಂಡಿದ್ದ ಶ್ರೀಮತಿ ನಾಯಕ್, ಮತ್ತು ಅವಳ ಹೆತ್ತವರು ನನ್ನ ಹಿನ್ನೆಲೆಯ ಕುರಿತು ಸಾಕಷ್ಟು ವಿಷಯಗಳನ್ನು ಕಲೆಹಾಕಿದ್ದರು. ಅವರಿಗೆ ನಾನು ಐಬಿಎನ್7 (IBN7) ಚಾನೆಲ್‌ನಲ್ಲಿ ಬರುತ್ತಿದ್ದ 'ಜ಼ಿಂದಗಿ ಲೈವ್' ಎಂಬ ಹಿಂದಿ ಧಾರಾವಾಹಿಯನ್ನು ನೋಡಲು ಹೇಳಿದ್ದೆ, ಅದರಲ್ಲಿ, ನನ್ನಮ್ಮನ ಮತ್ತು ನನ್ನ ಸಂದರ್ಶನಗಳನ್ನೊಳಗೊಂಡ ಕಾರ್ಯಕ್ರಮವೊಂದು ಬಂದಿದ್ದು, ಅದು ನನ್ನ ಬದುಕಿನ ಕಥೆಯನ್ನು, ನನ್ನ ಹೋರಾಟವನ್ನೂ, ನನ್ನ ಸಾಧನೆಯನ್ನೂ ತೋರಿಸಿತ್ತು.

ರೇಖಾ ಅವರು, ಅನುಶ್ರೀ ಬಗೆಗೆ ಹೇಳುತ್ತಾ, ಆಕೆ ಸರಳ, ಶ್ರಮಶೀಲ, ಆರೈಕೆ ಮಾಡುವ, ಮತ್ತು ಹಣಕಾಸಿನ ಲೆಕ್ಕಗಳನ್ನು ಕಟ್ಟುನಿಟ್ಟಾಗಿ ಇಟ್ಟುಕೊಳ್ಳುವ ಹುಡುಗಿ ಎಂದು ವಿವರಿಸಿದ್ದರು. ಅವರ ಮಗಳು ಗೌರಿಗೆ ಇವಳು ಒಬ್ಬ ಸಾಕುತಾಯಿಯೇ ಎನ್ನಬಹುದೆಂದೂ, ಮಗುವಿರುವಾಗಿನಿಂದ ಗೌರಿಯನ್ನು ಇವಳೇ ಸಲಹಿದ್ದಳೆಂದೂ ಹೇಳಿದರು. ಗೌರಿ ಇದೀಗ ಒಬ್ಬ ದಂತ ವೈದ್ಯೆಯಾಗಿದ್ದು, ಅನುಶ್ರೀಗೆ ಫ್ಯಾಷನ್ ಹಾಗೂ ಆಹಾರದ ಕುರಿತಾಗಿ ಕೆಲವು ಕಿವಿಮಾತುಗಳನ್ನು ಹೇಳುತ್ತಿರುತ್ತಾಳೆ.

ಅನುಶ್ರೀ ಮತ್ತು ನಾನು 2009ರ ಫೆಬ್ರುವರಿ 27ರಂದು ಕಾರ್ಕಳದ ಲಕ್ಷ್ಮಿದೇವಿ ಕಲ್ಯಾಣ ಮಂಟಪದಲ್ಲಿ ಮದುವೆಯಾದೆವು. ಸಂಬಂಧಿಗಳು, ಸ್ನೇಹಿತರು, ನನ್ನ ಸಿಬ್ಬಂದಿಗಳೆಲ್ಲ ಬಂದಿದ್ದರು. ಅದು ದಿನಪೂರ್ತಿಯ ಒಂದು ಸಮಾರಂಭವಾಗಿದ್ದು, ಬೆಳಿಗ್ಗೆ ನಿಶ್ಚಿತಾರ್ಥವೂ, ಮಧ್ಯಾಹ್ನ ಮದುವೆಯೂ ಜರಗಿತು. ಅನುಶ್ರೀಯ ಮೂಲ ಹೆಸರು 'ಲಲಿತ' ಎಂದಾಗಿತ್ತು, ನನ್ನ ತಾಯಿ, ಅನುಶ್ರೀ, ಅಂದರೆ ಲಕ್ಷ್ಮಿಯ ಇನ್ನೊಂದು ನಾಮವನ್ನು ಇಟ್ಟರು.

ಆಮೇಲೆ ನಾವು ಪರಸ್ಪರ ತಿಳಿದುಕೊಳ್ಳಲು ಪ್ರಾರಂಭಿಸಿ, ಕೆಲವು ದಿನಗಳನ್ನು

ಗೋವಾ, ಮುಂಬಯಿಗಳಲ್ಲೂ, ನಂತರ ದುಬ್ಯಾಯಲ್ಲೂ ರಜಾದಿನ ಕಳೆದೆವು. ಹೊಸ ಮನೆಯಲ್ಲೂ, ಹೊಸ ನಗರದಲ್ಲೂ ಅವಳ ಪ್ರಾರಂಭಿಕ ದಿನಗಳು ಸ್ವಲ್ಪ ಆತಂಕ ಮತ್ತು ಭಯದಿಂದ ತುಂಬಿದ್ದವು. ಉಪ್ಪಿನಂಗಡಿಯಂಥ ಸಣ್ಣ ಪೇಟೆಯಲ್ಲಿ ಕಳೆದ ಅವಳಿಗೆ, ಅದಕ್ಕೂ ಹೊರಗಿನ ಮುಂಬಯಿಯಂಥ ಮಹಾನಗರಗಳ ಪ್ರಪಂಚ ದಿಗ್ಭ್ರಮೆ ಹುಟ್ಟಿಸುವಂತಿತ್ತು. ಗಗನ ಚುಂಬಿ ಕಟ್ಟಡಗಳು, ಜನಸಂದಣಿಯ ರಸ್ತೆಗಳು, ಜನದಟ್ಟಣೆಯ ಶಾಪಿಂಗ್ ಮಾಲ್‌ಗಳನ್ನು ಕಂಡರೆ, ಅವಳು ನಗರ ಜೀವನಕ್ಕೆ ಒಗ್ಗಿಕೊಳ್ಳಬೇಕಾಗಿತ್ತು, ಸಲೂನ್‌ಗಳಲ್ಲಿ ವಿದ್ಯುತ್ ಪ್ರವಾಹದಂಥ ಕಾರ್ಯಾಚರಣೆ, ಮನೆಗೆ ಸಿಬ್ಬಂದಿ ವರ್ಗದವರ ಭೇಟಿಗಳೆಲ್ಲ ವಿಶೇಷವೆನಿಸಿದ್ದವು. ರಘುನ ಹೆಂಡತಿ ಶ್ವೇತ, ಹದಿನಾಲ್ಕು ವರ್ಷಗಳಿಂದ ಸಲೂನ್‌ನಲ್ಲಿ ಬ್ಯೂಟೀಶನ್ ಆಗಿದ್ದವಳು, ಹರಿಣಾಕ್ಷಿಯ ಸಂಬಂಧಿಯೂ ಹೌದು, ಅನುಶ್ರೀಗೆ ಸೋದರೀಯ ಬೆಂಬಲದಿಂದಲೂ ಮಾರ್ಗದರ್ಶಕಿಯಾಗಿಯೂ ಪ್ರಾರಂಭದ ಹಂತದಲ್ಲಿ ಮೂಡಿಬಂದಳು.

ದುಬ್ಯಾಯಲ್ಲಿದ್ದಾಗ ನಾವೊಂದು ಸಫಾರಿಯ ಮೇಲೆ ಹೋದಾಗಷ್ಟೇ ನನಗೆ ಅವಳ ಮುಖದಲ್ಲಿ ದೊಡ್ಡ ಪ್ರಮಾಣದ ನಗು ಕಂಡುಬಂದಿದ್ದು, ಮರಳಿನ ಗುಡ್ಡದ ಮೇಲೆ ಪ್ರತಿಸಲ ವಾಹನ ಹೋದಾಗಲೂ ಅವಳು ದೊಡ್ಡದಾಗಿ ನಗುತ್ತಿದ್ದಳು. ಕಟ್ಟಕಡೆಗೆ ಅವಳು ತೆರೆದುಕೊಳ್ಳುತ್ತಿದ್ದಾಳೆ ಎನ್ನುವ ಭಾವನೆ ನನಗೆ ಬರತೊಡಗಿತು. ಬೂಜ್ ಖಲೀಫಾ, ಮೀನಿನ ಅಕ್ವೇರಿಯಂ, ತೆರೆದ ಅಂಗಡಿಯಲ್ಲಿ ಕುರುಕು ತಿಂಡಿಗಳು, ಹಾಗೂ ದೋಣಿಯಲ್ಲಿ ವಿಹಾರಗಳನ್ನು ಮಾಡಿ ಸವಿದೆವು. ಗೋಲ್ಡ್ ಸೌಕ್‌ನಲ್ಲಿ ನಾನವಳಿಗೆ ಒಂದು ಜತೆ ಫ್ಯಾನ್ಸಿ ಡ್ಯಾಂಗ್ಲರ್ (ಲೋಲಾಕು)ಗಳನ್ನೂ, ಕಾಸ್ಮೆಟಿಕ್, ಬ್ಯಾಗುಗಳನ್ನೂ ಖರೀದಿಸಿಕೊಟ್ಟೆ.

ಈಗ ಅವಳು ನಗರದ ಸುಖಮಯ ಜೀವನಕ್ಕೆ ಒಗ್ಗಿಕೊಂಡಿದ್ದು, ಅತಿಥಿಗಳನ್ನು ಸಂಭಾಳಿಸುವುದರಲ್ಲೂ, ಸಾಮಾಜಿಕವಾಗಿಯೂ ಮೇಲುಗೈ ಸಾಧಿಸಿದ್ದಾಳೆ. ಮುಂಬಯಿ ಅಂದರೆ ಇಲ್ಲಿ ಜನರಿಗೆ ನಾನಾ ವಿಧದ ಅವಕಾಶಗಳು, ಅದರಲ್ಲೂ ಮಹಿಳೆಯರಿಗೆ ಇದೆ ಎಂಬುದು ಅವಳ ಭಾವನೆ. ಹುಡುಗಿಯರು ಸಶಕ್ತರಾಗಿದ್ದು, ಬಹಳ ಸ್ವಾತಂತ್ರ್ಯವನ್ನು ಅನುಭವಿಸುತ್ತಿದ್ದು, ತಮಗೆ ಇಷ್ಟ ಬಂದಂತೆ ಸ್ವತಂತ್ರವಾಗಿ ಜೀವನ ನಡೆಸಲೂ ಸಿದ್ಧರಿದ್ದಾರೆ ಎನ್ನುತ್ತಾಳೆ ಅವಳು.

ನಗರ, ರಾತ್ರಿ ಹೊತ್ತಿನಲ್ಲೂ ಹಗಲಿನ ಹಾಗೇ ಪ್ರಜ್ವಲವಾಗಿ ಬೆಳಗುತ್ತಿರುತ್ತದೆ, ಹೆಣ್ಮಕ್ಕಳು ಸಲೀಸಾಗಿ ಓಡಾಡಿಕೊಂಡಿರುತ್ತಾರೆ, ಯಾರೂ ಆ ಬಗ್ಗೆ ಚಕಾರವೆತ್ತುವುದಿಲ್ಲ. ಆದರೆ ಸಣ್ಣ ಪೇಟೆ ಪಟ್ಟಣಗಳಲ್ಲಿ ಹಾಗಲ್ಲ, ಅಲ್ಲಿ ಹೆಣ್ಮಕ್ಕಳು ಜಾಗ್ರತೆಯಿಂದ ನಡೆದುಕೊಳ್ಳಬೇಕು, ಅನೇಕ ನಿಯಮಗಳನ್ನು ಪಾಲಿಸಬೇಕಾಗುತ್ತದೆ.

ಅನುಶ್ರೀ ಶಾಪಿಂಗ್‌ನ್ನು ಬಹಳವಾಗಿ ಇಷ್ಟಪಡುತ್ತಾಳೆ, ಅವಳಿಗೆ ಭಾರತೀಯ, ಅಂತೆಯೇ ಪಾಶ್ಚಾತ್ಯ ಉಡುಪುಗಳೂ ಇಷ್ಟವೇ. ಚೆಡ್ಡಿಗಳು, ಜೀನ್ಸ್, ಟ್ರ್ಯಾಕ್ ಸೂಟ್‌ಗಳು ಹಾಗೆಯೇ ಆಧುನಿಕ ಟಾಪ್‌ಗಳು. ನಾನು ಅವಳಿಗೆ ವಾಚನ್ನು ಧರಿಸುವುದಕ್ಕೆ ಪ್ರೇರೇಪಿಸುತ್ತೇನೆ, ಯಾಕೆಂದರೆ ಅದು ನನಗೂ ಇಷ್ಟ. ಸೌಂದರ್ಯ ವರ್ಧಕಗಳನ್ನು

ಬಳಸುವಲ್ಲೂ ಅವಳು ಹಿಂದೆ ಬಿದ್ದಿಲ್ಲ. ವಿಶೇಷ ಸಂದರ್ಭಗಳಲ್ಲಿ ಕೂದಲಿಗೆ ಬಣ್ಣ ಬಳಿಯುವುದೂ, ಕೇಶವಿನ್ಯಾಸವನ್ನೂ ಅವಳು ಮಾಡಿಕೊಳ್ಳುವುದಿದೆ.

ಗೌರಿಯ ಜತೆಗೆ ದೀರ್ಘವಾದ ಮಾತುಕತೆ ಅಂದರೆ ಅವಳಿಗೆ ಪ್ರಿಯವಾದ ಕೆಲಸ. ಅವರಿಬ್ಬರೂ ಫ್ಯಾಷನ್ ಹಾಗೂ ಮನೆಯ ಅಲಂಕಾರದ ಬಗೆಗೆ ಸಾಮಾನ್ಯವಾದ ಧೋರಣೆಯನ್ನು ಹೊಂದಿದ್ದಾರೆ. ಗೌರಿ, ಅನುಶ್ರೀಯ ಬದುಕನ್ನು ಸಿಂಡ್ರೆಲ್ಲಾಳಿಗೆ ಹೋಲಿಸುವುದಿದೆ. ರಾಜಕುಮಾರ ಬಂದು ಆಕೆಯನ್ನು ತನ್ನ ಅರಮನೆಗೆ ಎತ್ತೊಯ್ದ ಘಟನೆಯನ್ನು ತಾಳೆಹಾಕುತ್ತಾಳೆ. ಅವಳು ನನಗೊಬ್ಬಳು ಪ್ರೀತಿಯ ಪತ್ನಿಯೂ, ಮಕ್ಕಳಿಗೆ ಒಬ್ಬ ಮಮತೆಯ ತಾಯಿಯೂ ಆಗಿದ್ದಾಳೆ. ಅವಳು ಒಬ್ಬ ಉತ್ತಮ ಅಡುಗೆಯವಳೂ ಆಗಿದ್ದು ಅವಳ ತಯಾರಿಗಳಿಗೆ ಮನೆಗೆ ಬರುವುದಕ್ಕೆ ನಾನು ಕಾತುರನಾಗಿರುತ್ತೇನೆ. ಹೆಚ್ಚಿನ ಸಮಯ ನಾನು ಮನೆಯಲ್ಲಿ ಡೈನಿಂಗ್ ಟೇಬಲ್‌ನಲ್ಲಿ ಎಲ್ಲರ ಜತೆಗೆ ಊಟಕ್ಕೆ ಕೂರಲು ಆಗುವುದಿಲ್ಲ, ಹಾಗಾಗಿ ಟಿಫಿನ್ ಬಾಕ್ಸ್‌ನಲ್ಲಿ ಊಟ ಒಯ್ಯುವುದಿದೆ.

ನನ್ನ ಹುಟ್ಟೂರು ದರೆಗುಡ್ಡೆಗೆ ಬಂದಾಗ ಮಾತ್ರ ನಾನು ಮದ್ಯಪಾನ ಮಾಡುವಂಥದ್ದು, ಮತ್ತು ಆ ಚಟಕ್ಕೆ ಅವಳು ತಗಾದೆ ಎತ್ತುತ್ತಾಳೆ. ಅದೂ ನಾನು ಆರಾಮವಾಗಿ ಕುಡಿಯುವ ಸ್ಥಳ. ಅವಳ ಆತಂಕ ನಾನು ಅರ್ಥ ಮಾಡಿಕೊಳ್ಳಬಲ್ಲೆ, ಆದ್ದರಿಂದ ನನ್ನ ಕುಡಿತದ ಮೇಲೆ ನಿಯಂತ್ರಣ ಹೇರುತ್ತೇನೆ.

ಅವಳಲ್ಲಿ ಬಹಳ ಮೆಚ್ಚುವ ಅಂಶವೆಂದರೆ, ಅವಳೆಂದಿಗೂ ಯಾವ ಬಗ್ಗೆಯೂ ದೂರುವ ಕ್ರಮವಿಲ್ಲ. ನನ್ನ ಕೆಲಸದ ಸಮಯಕ್ಕೆ ಲಂಗುಲಗಾಮಿರುವುದಿಲ್ಲ. ನಾನು ಮನೆಗೆ ಪ್ರತಿದಿನ ತಡವಾಗಿ ಬರುತ್ತೇನೆ. ಕೆಲವೊಮ್ಮೆ 11ಗಂಟೆಗೆ, ಇನ್ನು ಕೆಲವು ಸಾರಿ 1ಗಂಟೆ ಆಗುವುದೂ ಇದೆ, ಸಲೂನ್‌ನಲ್ಲಿಯ ನಿಭಿಡತೆಯನ್ನು ಅನುಸರಿಸಿ. ಪ್ರಯಾಣಕ್ಕೂ ಸಾಕಷ್ಟು ಸಮಯ ತೆಗೆದುಕೊಳ್ಳುತ್ತದೆ. ದೊಂಬಿವಿಲಿಯ ಸಲೂನ್‌ಗೆ ಹೋದರೆ, ಅದು ತೀರಾ ಉತ್ತರದಲ್ಲಿದ್ದು, ಅದರ ನೇರ ವಿರುದ್ಧ ದಿಕ್ಕಿನಲ್ಲಿ ಚೌಪಾಟಿಯ ಸಲೂನ್ ಇದೆ, ಮುಂಬಯಿಯ ದಕ್ಷಿಣ ಭಾಗದಲ್ಲಿ. ಮಕ್ಕಳ ವಿದ್ಯಾಭ್ಯಾಸದಲ್ಲಿ ನನ್ನ ಕೊಡುಗೆ ಏನೂ ಇಲ್ಲವೆಂದೋ, ಶಾಲೆಗೆ ಅವರನ್ನು ಸಾಗಿಸುವ ಇಲ್ಲವೇ ಹೊರಗಡೆ ಒಯ್ಯುವುದರಲ್ಲೂ ನನ್ನ ಪಾತ್ರವಿಲ್ಲವೆಂದೋ ಅವಳು ದೂರಿದವಳಲ್ಲ. ನನಗೆ ಸಮಯ ಸಿಕ್ಕಾಗೆಲ್ಲ, ಮಕ್ಕಳ ಸಂಗಡ ಅವರ ಎಲ್ಲಾ ಸದ್ದುಗದ್ದಲಗಳಲ್ಲಿ, ಅವರ ಆಟೋಟಗಳಲ್ಲಿ ನಾನು ಕಾಲಕಳೆಯುವುದಿದೆ.

ಮಕ್ಕಳು ಸ್ಕೂಲಿಗೆ ಹೋದಾಗ ಅನುಶ್ರೀ ಲೋಖಂಡಾವಾಲ ಇಲ್ಲವೇ ಜುಹುವಿನಲ್ಲಿರುವ ನಮ್ಮ ಸಲೂನ್‌ಗಳಿಗೆ ಭೇಟಿ ನೀಡುವುದಿದೆ. ಅವಳಿಗೆ ಔದ್ಯಮಿಕ ಚಾಕಚಕ್ಯತೆ ಮತ್ತು ನಿರ್ವಹಣಾ ಕ್ಷಮತೆ ಸಾಕಷ್ಟು ಇದೆ. ಅವಳು ಹಣಕಾಸಿನ ವ್ಯವಹಾರವನ್ನೂ ಚಾಲಾಕಿನಿಂದ ನಿರ್ವಹಿಸುತ್ತ, ಅತ್ಯಾಧುನಿಕ ವಿನ್ಯಾಸಗಳ ಪ್ರಜ್ಞೆಯೊಂದಿಗೆ ಸಿಬ್ಬಂದಿಗಳ ಕಾರ್ಯಕ್ಷಮತೆಯನ್ನೂ ಅಳೆಯಬಲ್ಲವಳಾಗಿದ್ದಾಳೆ.

ನಾನು ಕೆಲವೊಮ್ಮೆ ಅವಳನ್ನು ಹರಿಣಿ ಎಂದು ಕರೆದದ್ದಿದೆ–ಹರಿಣಾಕ್ಷಿ ಹೆಸರಿನ

ಹ್ರಸ್ವರೂಪ– ನನ್ನ ಮೊದಲ ಪತ್ನಿಯನ್ನು ಹಾಗೇನೇ ಕರೆಯುತ್ತಿದ್ದೆ. ನನ್ನಮ್ಮ ಈ ಕರೆಯನ್ನು ಕೇಳಿಸಿಕೊಂಡರೆ ನನ್ನನ್ನು ತರಾಟೆಗೆ ತೆಗೆದುಕೊಳ್ಳುತ್ತಾಳೆ. ನನ್ನ ಹಳೆಯ ಸಿಬ್ಬಂದಿಗಳು ನಿಬ್ಬೆರಗಾಗಿ ನೋಡುವುದಿದೆ, ಅವರೆದುರು ಹೀಗೆ ಸಂಭವಿಸಿದರೆ. ನಾನು ಇಂತಹ ತಪ್ಪುಗಳನ್ನು ಅಭ್ಯಾಸಬಲದಿಂದ ಮಾಡಿರುತ್ತೇನೆ ಎಂದು ಅವರು ಭಾವಿಸುತ್ತಾರೆ. ಏನಿದ್ದರೂ ನಾನು ತಕ್ಷಣ ನನ್ನನ್ನು ಸರಿಪಡಿಸಿಕೊಂಡು ಅನುಶ್ರೀಯ ಹೆಸರನ್ನೇ ಕರೆಯುತ್ತೇನೆ.

ಅನುಶ್ರೀ ನನ್ನತ್ತ ನೋಡುತ್ತ ನಗುತ್ತಾಳೆ ಅಷ್ಟೇ. ನನಗೇನು ಬೇಕು ಎಂದಷ್ಟೇ ಅವಳು ಕೇಳುವುದಿದೆ. ಯಾವತ್ತೂ ಸಿಟ್ಟು ಮಾಡುವುದಿಲ್ಲ. ಅವೆಲ್ಲ ತನ್ನ ಜಾಯಮಾನಕ್ಕೇ ಒಗ್ಗಿಸಿಕೊಳ್ಳುವುದು ಅವಳ ಗುಣ. ಅದುವೇ ಅವಳ ತಾಳ್ಮೆಯ ಲಕ್ಷಣ. ಅವಳು ಯಾವುದೇ ಸನ್ನಿವೇಶದಲ್ಲೂ ಮಾಗಿದ ಅನುಭೂತಿಯನ್ನು ಪ್ರಕಟಿಸುತ್ತಾಳೆ, ಅದೇ ಅವಳ ಹೆಗ್ಗಳಿಕೆ.

ವೈಯಕ್ತಿಕವಾಗಿ, ಅವಳಿಗೆ ಬದುಕಿನಲ್ಲಿ ನೆಮ್ಮದಿಯಿಂದ ನೆಲೆಸಿದ ಭಾವನೆಯಿದೆ. ಅವಳಿಗೆ ಮದುವೆಯೇ ಆಗದು ಎಂದು ಅಂದುಕೊಂಡವರಿಗೆ ಇದೊಂದು ಸಮಾಧಾನ ತಂದ ಬಾಳು ಎಂದು ಅನ್ನಿಸಬಹುದು. ಅವಳು ಒಬ್ಬಂಟಿಯಾಗಿದ್ದಾಗ ಮತ್ತು ಎಲ್ಲಾ ಪ್ರಸ್ತಾಪಗಳು ನಿರಾಕರಣೆಗೊಳ್ಳುತ್ತಾ ಹೋದಾಗ, ತಾನೊಂದು ಮಗುವನ್ನು ದತ್ತಕ್ಕೆ ತೆಗೆದುಕೊಂಡು ಪುಟ್ಟ ಮನೆಯನ್ನು ಕಟ್ಟಿ ಅಲ್ಲಿ ಜೀವಿಸಬೇಕೆಂದಿದ್ದಳಂತೆ. ನಾಯಕ್ ಪರಿವಾರದವರು, ಸಣ್ಣ ಮನೆಯೊಂದನ್ನು ಅವಳಿಗೋಸ್ಕರ ಹುಡುಕುತ್ತಿದ್ದರಂತೆ ನನ್ನ ಪ್ರಸ್ತಾವನೆ ಬರುವುದಕ್ಕೆ ಮೊದಲು.

ಆರಾಧ್ಯಳ ಜನ್ಮವಾದ ಬಳಿಕ ತನ್ನ ಆಸೆ ಪೂರೈಸಿತು ಎಂದು ಅವಳು ಹೇಳುತ್ತಾಳೆ. ಅವಳಿಗೆ ಉಡುಗೆ ತೊಡುಗೆಗಳನ್ನು ಖರೀದಿಸುವುದು, ಅವಳನ್ನು ಹಾಗೆ ಶೃಂಗರಿಸುವುದು, ಶಾಲೆಯಲ್ಲೇನಾದರೂ ಛದ್ಮವೇಶ ಸ್ಪರ್ಧೆಇದ್ದಾಗಲಂತೂ, ಅನುಶ್ರೀ ಬಹುತೇಕ ಒಂದು ಜೇನುಹುಳದ ಹಾಗೆ ಪೂರ್ತಿ ವ್ಯಸ್ತವಾಗಿ ಬಿಡುತ್ತಾಳೆ. ಶಾಲೆಯವರು ಆರಾಧ್ಯಳಿಗೆ ಒಂದು ಕುದುರೆಯೋ, ಇಲ್ಲ, ಜಿರಾಫೆಯೋ ಆಗುವ ವೇಷ ಹಾಕಬೇಕೆಂದಾಗ, ಅನುಶ್ರೀ ದಿನವಿಡೀ ಅಂತಹ ಪೋಷಾಕನ್ನು ಹುಡುತ್ತ ಮಾರುಕಟ್ಟೆಯಲ್ಲಿ ಅಲೆದಾಡುವುದಿದೆ.

ಅನುಶ್ರೀ ಮೊದಲ ಗರ್ಭಿಣಿಯಾದಾಗ, ಬಾಳೆಹಣ್ಣಿಗೆ ಆಗ್ರಹಿಸುತ್ತಿದ್ದಳು. ನಮಗೆ ಅಚ್ಚರಿ ಅಂದರೆ ಅವಳಿಗೆ ಬಾಳೆಹಣ್ಣೆಂದರೆ ಅಷ್ಟಕಷ್ಟೇ. ನನ್ನಮ್ಮ ಅದು ಮುಂಬರುವ ವಿದ್ಯಮಾನದ ಚಿಹ್ನೆ ಎಂದು ಹೇಳುವಳು. ಮೊದಲ ಮಗು ಹುಡುಗನಾಗಿರಬೇಕು, ಯಾಕೆಂದರೆ ತಾನು ಮೊಮ್ಮಗನಿಗಾಗಿ ಆಗ್ರಹಿಸುತ್ತೇನೆ ಎಂದು ಅವಳು ಹೇಳುವಳು. ಅನುಶ್ರೀಗೆ ಹೆಣ್ಣು ಮಗುವಾಗಬೇಕೆಂಬ ಆಸೆ. ಹಾಗಾಗಿ ನಾವು ಗುಲಾಬಿ ಬಣ್ಣದ ಬಟ್ಟೆಗಳನ್ನು, ಅದೇ ಬಣ್ಣದ ಆಟದ ಸಾಮಾನುಗಳನ್ನು, ಮಗುವಿನ ಇತರ ವಸ್ತುಗಳನ್ನು ಮಾತ್ರವಲ್ಲ ಆ ಕೋಣೆಗೆ ಗುಲಾಬಿ ಬಣ್ಣವನ್ನೇ ಪೈಂಟ್ ಮಾಡಿಸಿದೆವು. ನನಗೋ ಆರೋಗ್ಯಪೂರ್ಣ ಮಗುವಾಗಬೇಕೆಂಬ ಬಯಕೆ. ಅಕ್ಕರೆಯ ಮಗು. ಆದರೆ ಸಾಮಾನ್ಯ

ನಂಬುಗೆಯ ಹಾಗೆ ತಾಯಿಗೆ ಮಾತ್ರ ಅದು ಚೆನ್ನಾಗಿ ಗೊತ್ತು, ಆದ್ದರಿಂದ ಅವಳ ಮಾತನ್ನು ಪುರಸ್ಕರಿಸಬೇಕು.

2010ರ ಸೆಪ್ಟಂಬರ್ 16ರಂದು ರೋಹಿಲ್ ಜನಿಸಿದ. ವೈದ್ಯರು ಅವನಿಗೆ ಸ್ನಾನ ಮಾಡಿಸಿದ ತಕ್ಷಣ ನನಗೆ ಬಂದು ನೋಡಲು ಹೇಳಿದರು. ನನ್ನ ಸಂತೋಷಕ್ಕೆ ಪಾರವೇ ಇರಲಿಲ್ಲ.

ಇಪ್ಪತ್ತು ನಿಮಿಷಗಳ ಬಳಿಕ ವೈದ್ಯರು ಮಗುವನ್ನು ಒಂದು ಬಟ್ಟೆಯಲ್ಲಿ ಸುತ್ತಿ ನನ್ನ ಬಳಿಗೆ ಬಂದರು. ತಲೆಯ ಹಿಂದಿನ ಪೊದೆ ಕೂದಲನ್ನು ನಾನು ಮೊತ್ತಮೊದಲು ನೋಡಿದ್ದು, ಮಗುವನ್ನು ನನ್ನ ಕೈಗೆ ವೈದ್ಯರು ನೀಡಿದಾಗ. ಸಣ್ಣ ಚೌಕಟ್ಟಿನಲ್ಲಿ ಅದು ಹೊರಳಾಡುವ ಶಬ್ದವನ್ನು ಮಾಡುತ್ತಿತ್ತು. ಸ್ವಲ್ಪವೇ ಹೊತ್ತಿನಲ್ಲಿ ನಾವು ಮೂವರು ಆ ಕೋಣೆಯಲ್ಲೇ ಇದ್ದೆವು, ನಾನು ರೋಹಿಲ್ ಮತ್ತು ಅನುಶ್ರೀ.

ನಂತರ ಶ್ವೇತಾ ನಮ್ಮ ಫೋಟೋಗಳನ್ನು ತನ್ನ ಮೊಬೈಲ್ ಫೋನ್‌ನಲ್ಲಿ ತೆಗೆದಳು. ಕೆಲವೇ ಕ್ಷಣಗಳಲ್ಲಿ ನರ್ಸ್ ಬಂದು ಮಗುವನ್ನು ಒಳಗೆ ಒಯ್ದು ಅನುಶ್ರೀ ವಿಶ್ರಾಂತಿ ತೆಗೆದುಕೊಳ್ಳುವಂತೆ ಹೇಳಿದಳು. ನಾನು ನನ್ನ ನಿಕಟ ಮಿತ್ರರಿಗೆ, ಸಂಬಂಧಿಗಳಿಗೆ, ಹಾಗೂ ಸಿಬ್ಬಂದಿಗಳಿಗೆ ನನ್ನ ವಾಟ್ಸ್‌ಅಪ್ ಮೂಲಕ ಫೋಟೋವನ್ನು ಕಳುಹಿಸಿದೆ. ಮತ್ತು ಎಲ್ಲರಿಗೂ ಸಿಹಿಯನ್ನೂ ಹಂಚಿದ್ದಾಯಿತು.

ನನ್ನ ತಾಯಿಯವರಂತೆ, ರೋಹಿಲ್ ಅಥವಾ ರೋಹು, ನಾನು ಹಾಗಂತ ಪ್ರೀತಿಯಿಂದ ಅವನನ್ನು ಕರೆಯುವುದು, ಕೂಡಾ ಮೃದು ಸ್ವಭಾವದ ಹುಡುಗ. ಆರಾಧ್ಯ, ಪ್ರೀತಿಯಿಂದ ಆರು ಎಂದು ಕರೆಯುತ್ತಿದ್ದು, 2013ರ ಜುಲೈ 2ರಂದು ಜನಿಸಿದಳು. ಅವಳು ತನ್ನ ಅಣ್ಣನಿಗೆ ಹೊಡೆಯುವುದಿದೆ, ಪೀಡಿಸುವುದಿದೆ. ಆದರೆ ಅದಕ್ಕೆ ಪ್ರತ್ಯುತ್ತರವಾಗಿ ರೋಹಿಲ್ ಕೇವಲ ನಗುತ್ತಾನಷ್ಟೇ. ಆ ಗುಣವನ್ನು ನಾನು ಬಹಳ ಮೆಚ್ಚಿಕೊಳ್ಳುತ್ತೇನೆ. ಅವನು ಅವಳನ್ನು ಮುದ್ದಿನಿಂದ ನೋಡಿಕೊಳ್ಳುತ್ತಾನೆ, ಅವಳ ರಕ್ಷಣೆಯನ್ನು ಮಾಡುತ್ತಾನೆ. ಇವರಿಬ್ಬರೂ ಆಡುತ್ತಿರುವಾಗ ನನಗೆ ನನ್ನ ತಂಗಿಯ ನೆನಪು ಬರುತ್ತದೆ. ಇದೇ ರೀತಿಯಲ್ಲಿ ನಾವಿಬ್ಬರೂ ಆಡುವುದಿತ್ತು. ನನ್ನ ತಂಗಿಯನ್ನು ನಾನು ಕೂಡಾ ಜತನದಿಂದ ಕಾಪಾಡುತ್ತಿದ್ದೆ.

ನಾನು ನನ್ನ ಬದುಕಿನಲ್ಲಿ ಬಹಳಷ್ಟನ್ನು ಅವಕಾಶಗಳನ್ನು ಕಳೆದುಕೊಂಡಿದ್ದರಿಂದ, ನನ್ನ ಮಕ್ಕಳಿಗೆ ಬೊಂಬೆಗಳನ್ನೋ, ಬಟ್ಟೆಬರೆಗಳನ್ನೋ ಸಣ್ಣಪುಟ್ಟ ಬಹುಮಾನಗಳನ್ನೋ ಕೊಡಿಸುತ್ತಿರುತ್ತೇನೆ, ನನ್ನದೇ ಆದ ಮಿತಿಯಲ್ಲಿ. ಅವರ ಜತೆಗೆ ಕಳೆದ ಪ್ರತಿಯೊಂದು ಕ್ಷಣವೂ ಅಮೂಲ್ಯವಾದುದು ಎಂದು ನಾನು ಭಾವಿಸುತ್ತೇನೆ.

ಭಾನುವಾರಗಳಲ್ಲಿ, ನಾನು ರೋಹಿಲ್‌ನನ್ನು ಸಮೀಪದ ಕ್ಲಬ್‌ಗೆ ಕರೆದೊಯ್ದು ನಾವು ಟೆನ್ನಿಸ್ ಆಡುವುದಿದೆ. ಹಾಗೆ ಹಿಂದಿರುಗಿದ ಬಳಿಕ, ನಾವು ಎಳೆಯ ಕ್ರೀಡಾಪಟುಗಳಂತೆ, ಸ್ನಾನ ಮಾಡಿ, ಬೆಳಗ್ಗಿನ ಉಪಾಹಾರ ತಿಂದು, ಮತ್ತೆ ಸಲೂನ್‌ಗೆ ಹೋಗುತ್ತೇವೆ. ಆರಾಧ್ಯ ಮೂರು ವರ್ಷಕ್ಕೆ ಚಿಕ್ಕವಳಾದ ಕಾರಣ ಇನ್ನೂ ಮಲಗಿರುತ್ತಾಳೆ.

ರೋಹಿಲ್‌ನನ್ನು ಸಲೂನ್‌ಗೆ ಕರೆದುಕೊಂಡು ಹೋಗುವ ಉದ್ದೇಶವೆಂದರೆ ಅವನ

ತಂದೆಯ ವೃತ್ತಿಯ ಬಗ್ಗೆ ಅವನಿಗೆ ತಿಳಿದಿರಲಿ ಅಂತ. ಅವನ ತಂದೆ ಬಹಳ ಕಠಿಣವಾಗಿ ದುಡಿಯುತ್ತಾನೆ ಎಂದಾಗ ಅವನು ಪ್ರಶ್ನೆಗಳನ್ನು ಹಾಕುತ್ತಾನೆ. 'ಕಠಿಣ ದುಡಿಮೆ' ಅಂದರೇನು ಅಂತ? ನಾನು ಬಹಳ ಎಳೆಯ ಪ್ರಾಯದಲ್ಲೇ ದುಡಿಯುವುದಕ್ಕೆ ತೊಡಗಿದ್ದರೂ, ನನ್ನ ಮಗ ಹಾಗೆಯೇ ಮಾಡಬೇಕಿಲ್ಲವಲ್ಲ.

ರೋಹಿಲ್ ಮತ್ತು ಆರಾಧ್ಯ ಸಲೂನ್‌ಗೆ ಬರುವ ಅತ್ಯಾಧುನಿಕ ಕೇಶದ ಉತ್ಪನ್ನಗಳನ್ನೇ ಬಳಸಲು ಬಯಸುತ್ತಾರೆ.

ಶಾಲೆಯ ನಿಯಮದಂತೆ ರೋಹಿಲ್‌ನ ಕೂದಲನ್ನು ಚಿಕ್ಕದಾಗಿ ಕತ್ತರಿಸಿದ್ದೇನೆ. ಕೂದಲಿಗೆ ನೀರನ್ನು ಚಿಮುಕಿಸಿ, ಕೂದಲನ್ನು ನೆತ್ತಿಯ ಮೇಲಕ್ಕೆ ಎತ್ತಿ ನಿಲ್ಲುವಂತೆ ರೋಹಿಲ್ ಯತ್ನಿಸುವುದಿದೆ. ಸಲೂನ್‌ನಲ್ಲಿ ಪ್ರೌಢ ವಯಸ್ಸಿನವರು ಜೆಲ್‌ನ್ನು ಉಪಯೋಗಿಸುವುದನ್ನು ಅವ ನೋಡಿದ್ದಾನೆ. ಆರಾಧ್ಯ ಎಲ್ಲ ಪುಟ್ಟ ಮಕ್ಕಳಂತೆ, ಹೊಸ ಬಟ್ಟೆ ಮತ್ತು ಕೂದಲ ಶೈಲಿಗಳನ್ನು ಮೆಚ್ಚಿಕೊಳ್ಳುತ್ತಾಳೆ. ಅನುಶ್ರೀಯ ಮಾತಿಗೆ ಬಂದರೆ– ಅವಳು ಅತ್ಯಾಧುನಿಕ ಫ್ಯಾಷನ್‌ನ ಉದ್ದನೆಯ ಹೆರಳ ಗುಂಗುರನ್ನು ಬಹು ಪದರಿನ ಸಂಯೋಜನೆಯನ್ನು, ಇಂಗ್ಲಿಷ್‌ನ 'ಯು' ('U')ಆಕಾರದಲ್ಲಿ ಮಾಡಲು ಬಯಸುತ್ತಾಳೆ. ಕೆಲವೊಮ್ಮೆ ಜಡೆಕಟ್ಟಿ ಹೂಗಳನ್ನು ಮುಡಿಯುವುದೂ ಇದೆ.

ನಿಜವಾದ ಜ್ಞಾನವೆಂದರೆ, ತಿಳುವಳಿಕೆಯಲ್ಲ, ಕಲ್ಪನೆ ಮಾಡುವ ಶಕ್ತಿ

–ಅಲ್ಬರ್ಟ್ ಐನ್‌ಸ್ಟೀನ್, ಅಸಾಧಾರಣ ಪ್ರತಿಭೆಯ ವಿಜ್ಞಾನಿ

ಅಧ್ಯಾಯ ಹದಿನಾರು

ಬೆಳ್ಳಿಯಿಂದ ಹಸುರಿಗೆ, ಹಳದಿಗೆ, ಗುಲಾಬಿಗೆ... ಬಂಗಾರಕ್ಕೆ ಕಾಯುವಿಕೆ

ಒಬ್ಬ ಸ್ಫುರದ್ರೂಪಿ ಯುವಕ ನಮ್ಮ ಜುಹು ಸಲೂನ್‌ಗೆ 2013ರ ಪ್ರಾರಂಭದಲ್ಲಿ ಬಂದಿದ್ದ. ಆತ ತನ್ನ ಸರದಿಗಾಗಿ ಕಾದಿದ್ದ. ಅವನಿಗೆ ಕಟ್ಟುಮಸ್ತಾದ ಶರೀರಕಲ್ಪವಿದ್ದು, ಆಕರ್ಷಕವಾಗಿಯೂ ಕಾಣಿಸುತ್ತಿದ್ದ. ನನ್ನ ಸಿಬ್ಬಂದಿಯೊಡನೆ ಆತ ಮಾತನಾಡುವುದನ್ನು ಕೇಳಿದೆ, ಒಂದು ಒಳ್ಳೆಯ ದೇಹದಾರ್ಢ್ಯತೆಯನ್ನು ಪಡೆಯುವಲ್ಲಿನ ತೊಂದರೆಗಳನ್ನು ಅವನು ಸಿಬ್ಬಂದಿಗೆ ವಿವರಿಸುತ್ತಿದ್ದ. ನಂತರ ನಾನು ಆತನ ಕೂದಲನ್ನು ವಿನ್ಯಾಸಕ್ಕೆ ತೆಗೆದುಕೊಂಡಾಗ, ತಲೆ ಮೇಲ್ಗಡೆ ಸ್ಪೈಕ್ಸ್‌ನ್ನು ನಿರ್ಮಿಸಿ, ಎರಡೂ ಬದಿಗಳಲ್ಲಿ ಇಳಿಜಾರನ್ನು ಹೊಂದಿಸಿ ಕತ್ತಿಯನ್ನು ನೇರವಾದ ಒಂದು ಗೀಟಿನಲ್ಲಿ ಓಡಿಸಿದೆ– ಅದು ಅಂದಿನ ಅತ್ಯುತ್ತಮ ಶೈಲಿಯಾಗಿತ್ತು– ಆತನ ಮುಖ ಇದನ್ನು ಕಂಡು ಬೆಳಗಿತು. ಈ ಹೊಸ ನಿಲುವಿನಲ್ಲಿ ಆತ ಬಹಳ ಹಿಗ್ಗಿದವನಂತೆ ತೋರಿಬಂದ.

ಆಗಲೇ ನನಗೊಂದು ವಿಷಯ ಹೊಳೆಯಿತು. ವರ್ಷದ ಕೊನೆಯಲ್ಲಿ ಹಮ್ಮಿಕೊಂಡಿದ್ದ, ಶಿವಾಸ್ ರಜತ ಮಹೋತ್ಸವದ ಸಂದರ್ಭದಲ್ಲಿ ವಿಶೇಷ ಕೇಶವಿನ್ಯಾಸದೊಂದು ರ‍್ಯಾಂಪ್‌ನ ಮೇಲೆ ನಡೆದು ಹೋಗುವ ಒಬ್ಬ ಮಾಡೆಲ್ ಆಗಿ ಬರಬಹುದೇ ಎಂದು ನಾನು ಆತನಿಗೆ ಕೇಳಿದೆ. ಆ ದಿನದಿಂದ ಆತ ನಮ್ಮಲ್ಲಿಗೆ ನಿರಂತರವಾಗಿ ಭೇಟಿ ನೀಡಲು ಶುರು ಮಾಡಿದ. ನಾನು ಹಿಂದೆ ಮಾಡಿದ ಕೇಶಶೈಲಿಯನ್ನೇ ಆತ ಮಾಡಿಸಿಕೊಳ್ಳಲು ಹವಣಿಸುತ್ತಿದ್ದ. ಆದರೆ ಆತ ತನ್ನ ವೈಯಕ್ತಿಕ ಕಾರಣಗಳಿಂದಾಗಿ ನಮ್ಮ ಸಮಾರಂಭಕ್ಕೆ ಬರಲು ಸಾಧ್ಯವಾಗಲಿಲ್ಲ, ಆದರೂ ಅವನ ಸಹೋದರಿ ಮತ್ತು ತಂದೆ ಸಮಾರಂಭಕ್ಕೆ ಬಂದಿದ್ದರು.

ಈ ಘಟನೆ ಯಾತಕ್ಕಾಗಿ ಮುಖ್ಯವೆನಿಸುತ್ತದೆ ಅಂದರೆ, ಆಗಲೇ ನನಗೆ ನಮ್ಮ ಶಿವಾಸ್ ಸಂಸ್ಥೆಯ ಉದ್ಯಮಕ್ಕೆ ಮುಂದಿನ ಎಂಟು ತಿಂಗಳಲ್ಲಿ ಇಪ್ಪತ್ತೈದು ವರ್ಷಗಳು

ತುಂಬಿ ರಜತ ಮಹೋತ್ಸವವನ್ನು ಆಚರಿಸುವ ಯೋಚನೆ ಬಂದಿದ್ದು. ಅಂದು ವಿಶೇಷವಾದ ಆಕರ್ಷಣೀಯ ಪ್ರಸ್ತುತಿಯನ್ನು ನೀಡಬೇಕೆಂಬ ಸಂಕಲ್ಪವಾಯಿತು. ನನಗೆ ಅದುವರೆಗೆ ಬೆನ್ನ ಹಿಂದೆ ನಿಂತು ಪ್ರೋತ್ಸಾಹಿಸಿದ, ಬೆಂಬಲ ನೀಡಿದ, ಮಾರ್ಗದರ್ಶನ ಮಾಡಿದ, ನನ್ನ ಕೆಲಸ ಮತ್ತು ಉದ್ಯಮದ ಕುರಿತಂತೆ ತಿದ್ದುಪಡಿಗಳನ್ನು ತಂದು ಸರಿದಾರಿ ತೋರಿಸಿದ ನನ್ನ ಆತ್ಮೀಯ ಬಳಗಕ್ಕೆ ಕೃತಜ್ಞತೆ ಹೇಳುವ ಅವಕಾಶವಿತ್ತು.

ನನ್ನ ಶಿವಾಸ್‌ನ ಸಹಯೋಗಿಗಳು ಮತ್ತು ನನ್ನ ಸ್ನೇಹಿತರ ಜತೆಗೆ ಸೇರಿ ಸಮಾರಂಭವನ್ನು ಅದ್ಧೂರಿಯಿಂದ, 2013ರ ಡಿಸೆಂಬರ್ ತಿಂಗಳ 7ರಂದು ಪ್ರಸ್ತುತಪಡಿಸುವುದೆಂದು ತೀರ್ಮಾನಿಸಲಾಯಿತು. ನಾವು ಅದೊಂದು ಆಕರ್ಷಕ ದೇಖಾವೆಯಾಗಬೇಕೆಂದು ಬಯಸಿದೆವು, ಶಿವಾಸ್‌ನ ಬರೀ ಸಾಧನೆಗಳನ್ನಷ್ಟೇ ತೋರಿಸದೆ, ಓರ್ವ ಕೇಶಶೈಲಿಗನ ವೃತ್ತಿಪರತೆ ಮತ್ತು ಕೇಶ ವಿನ್ಯಾಸದ ಸಮಗ್ರ ಸಂಸ್ಮರಣೆಯ ಕಾರ್ಯಕ್ರಮವಾಗಬೇಕೆಂದು ಭಾವಿಸಿದೆವು.

ನಾವು ನಮ್ಮ ಕಾರ್ಯಕ್ರಮವನ್ನು ಹಮ್ಮಿಕೊಳ್ಳುವ ಸಮಯ ಎರಡು ಮುಖ್ಯವಾದ ಅಂಶಗಳನ್ನು ದೃಷ್ಟಿಯಲ್ಲಿಟ್ಟುಕೊಂಡೆವು: ಒಂದು, 1960ರಿಂದ ತೊಡಗಿ, 2010ರವರೆಗಿನ ಸಮಗ್ರ ಶೈಲಿಗಳನ್ನು ಪ್ರದರ್ಶಿಸುವುದು, ಮತ್ತು ಎರಡನೆಯದಾಗಿ, 2011ರಿಂದ ಪ್ರಾರಂಭಿಸಿ 2025ರವರೆಗಿನ ಭವಿಷ್ಯದ ಶೈಲಿಗಳನ್ನೂ ಒಳಗೊಂಡಂತೆ ಪ್ರದರ್ಶಿಸುವುದು. ಅದಕ್ಕೋಸ್ಕರ ನಮಗೆ ಮೂವತ್ತು ಮಾಡೆಲ್‌ಗಳು ಬೇಕಾಗಿದ್ದು, ಅದರಲ್ಲಿ ಇಂಡಿಯನ್ ಮತ್ತು ವಿದೇಶೀಯರ ಶೈಲಿಗಳನ್ನೂ ಪ್ರತಿಪಾದಿಸುತ್ತ, ನಲ್ವತ್ತೆರಡು ವಿನ್ಯಾಸಗಳನ್ನು ಪ್ರಸ್ತುತೀಕರಿಸುವುದೆಂದು ತೀರ್ಮಾನಿಸಲಾಯಿತು.

ಕೇಶವಿನ್ಯಾಸದಲ್ಲಿ ಈ ವೈವಿಧ್ಯಮಯ ವ್ಯಾಪ್ತಿಗೆ ಸರಿಯಾಗಿ ಪ್ರಾತ್ಯಕ್ಷಿಕೆಗಳನ್ನೂ ಪ್ರಸ್ತುತೀಕರಿಸುವ ಸಂಕಲ್ಪವಾಯಿತು. ಸುಮಾರು ಐವತ್ತು ವರ್ಷಗಳ ಹಿಂದಕ್ಕೆ ಸಾಗಿ, ಫ್ಯಾಷನ್‌ನ ಒಂದು ವೈಭವೋಪೇತ ಪ್ರದರ್ಶನವನ್ನು ನಮಗೆ ನೀಡಲು ಸಾಧ್ಯವಾಯಿತು. ಅದರಲ್ಲಿ, 60ರ ದಶಕದ ರೆಟ್ರೋ ಮತ್ತು ಹೂವಿನ ಅಲಂಕಾರಗಳು, 70ರ ದಶಕದ ಸ್ವಿಂಗಿಂಗ್, ಅಂದರೆ ಓಲಾಡುವ ಶೈಲಿ, 80ರ ದಶಕದ ಪಣಚೆ, ಹಾಗೂ 90ರ ದಶಕದ ಚಿಕ್ ರೂಪಗಳು ಸೇರಿದವು. ನಾವು ಅದರೊಂದಿಗೆ ಸಮಕಾಲೀನ ಇಪ್ಪತ್ತೊಂದನೇ ಶತಮಾನದ ಶೈಲಿಗಳನ್ನು ಮಿಶ್ರಣ ಮಾಡಿದೆವು. ಅಷ್ಟೇ ಅಲ್ಲದೆ, ಭವಿಷ್ಯದ ಬಗ್ಗೆ ಹೇಳುವ ಒಂದು ಪೂರ್ತಿ ದಶಕದ ಶೈಲಿಯ ಕುರಿತಂತೆ ಹೇಳುತ್ತ, ಇಲೆಕ್ಟ್ರಿಕ್ ಡಿಸೈನ್‌ಗಳನ್ನೂ ವೇದಿಕೆಯಲ್ಲಿ ಪ್ರದರ್ಶಿಸಿದೆವು.

ಪ್ರಖ್ಯಾತ ಕಾರ್ಟೂನ್ ಪಾತ್ರ ರಪುಂಜ಼ಲ್‌ನ ಶೈಲಿಯ ಪ್ರೇರಣೆ ಪಡೆದು, ಅವಳನ್ನು ಮಾಟಗಾತಿಯೊಬ್ಬಳು ಕೂಡಿಟ್ಟ ಕೋಣೆಗೆ ಅವಳ ಪ್ರಿಯತಮ ಅವಳ ಉದ್ದವಾದ ಹೆರಳನ್ನು ಹಿಡಿದುಕೊಂಡು ಏರುವ ಹಾಗೆ, ಸಮಾರಂಭದ ದಿನ, ಮಾಡೆಲ್‌ಗಳು ರಪುಂಜ಼ಲ್‌ನ ಶೈಲಿಯಲ್ಲಿ ಉದ್ದವಾದ ಜಡೆಗಳನ್ನು ಕಟ್ಟಿಕೊಂಡು, ಅದು ಪಾದವನ್ನೂ ಮೀರಿ, ನೆಲವನ್ನೆಲ್ಲ ಗುಡಿಸಿ ಸಾಗುವ ತೆರದಲ್ಲಿ ಮಾಡಿ, ಅವರೆಲ್ಲ ಓಡಾಡಿಕೊಂಡಿರುವ ಹಾಗೆ ಪ್ರದರ್ಶಿಸಲಾಗಿತ್ತು. ಇವನ್ನೆಲ್ಲ ಪ್ರೇಕ್ಷಕರು ಕೌತುಕದಿಂದ ನೋಡುವ ಹಾಗಾಗಿದ್ದವು. ಮರುಕ್ಷಣದಲ್ಲಿ ಅವರೆಲ್ಲ, ಚಪ್ಪಾಳೆ ತಟ್ಟಿ, ವಿಸಿಲ್ ಹಾಕಿ, ಚೀರುತ್ತ ತಮ್ಮ ಸಂತೋಷವನ್ನು ವ್ಯಕ್ತಪಡಿಸಿದ್ದರು.

ಒಮ್ಮಿಂದಲೇ ನಾನು ಆನಂದತುಂದಿಲನಾದೆ, ಕೊಂಚ ಅಪ್ರತಿಭನೂ ಆದೆ ಅನ್ನಿ, ಆದರೆ ಎಲ್ಲೂ ವ್ಯಕ್ತಪಡಿಸಲಿಲ್ಲ. ನಾನು ನನ್ನ ಕೈಗಳನ್ನು ಬಿಗುವಾಗಿ ಅದುಮಿಕೊಂಡೆ. ನನ್ನ ಕೈಗಳ ಮೇಲಿನ ರೋಮಗಳು ಎದ್ದುನಿಂತದ್ದು ನನಗೆ ಕಾಣಿಸಲಿಲ್ಲ, ಯಾಕೆಂದರೆನಾನೊಂದು ಔಪಚಾರಿಕ ಕೋಟನ್ನು ಧರಿಸುತ್ತಿದ್ದೆ. ನನ್ನ ಕಪೋಲಗಳು ಒದ್ದೆಯಾಗಿದ್ದನ್ನಂತೂ ಕಂಡೆ.

ಸಾಂಪ್ರದಾಯಿಕ ಭಾರತೀಯ ಮಹಿಳೆಯರು ತಮ್ಮ ಸೊಂಟದ ಮಟ್ಟಕ್ಕೆ ಉದ್ದನೆಯ ಜಡೆಯನ್ನು ಓಲಾಡಿಸಿಕೊಂಡು ಓಡಾಡಿಕೊಂಡಿರುವುದನ್ನು ನಾನು ಯಾವತ್ತೂ ಮೆಚ್ಚಿಕೊಳ್ಳುತ್ತೇನೆ. ಅಂತಹ ಭಾರತೀಯ ವಧುಗಳನ್ನು ಅಲಂಕರಿಸುವ ಅವಕಾಶ ನನಗೆ ಕೆಲವು ಸಲ ಸಿಕ್ಕಿತ್ತು ಎನ್ನಬಹುದು. ಹಾಗಾಗಿ ರ್‍ಯಾಂಪ್‌ನ ಮೇಲೆ ಮೊದಲ ಅನಿವಾರ್ಯತೆಯೇ ಅಂತಹ ಪ್ರದರ್ಶನವಾಗಿತ್ತು.

ಡಿಸೆಂಬರ್ ಸಮಯದಲ್ಲಿ, ಕ್ರಿಸ್‌ಮಸ್ ಟ್ರೀಯ ಪ್ರೇರಿತ ಹೆರಳ ವಿನ್ಯಾಸ ಹಾಗೂ ಅದಕ್ಕೆ ತಕ್ಕಂಥ ಅಲಂಕಾರಗಳು ಆ ಉತ್ಸವದ ಆಕರ್ಷಣೆಯತ್ತ ಗಮನ ಸೆಳೆಯಿತು. ರಕ್ತವರ್ಣದ ಸಂಧ್ಯಾ ಮೇಲುಡುಪನ್ನು ತೊಟ್ಟು, ಅದನ್ನು ಸೊಂಟದಿಂದ ಇಳಿಬಿಟ್ಟು, ಹೆರಳು ಶಂಕುವಿನ ಆಕೃತಿಯಲ್ಲಿ ಸಜ್ಜುಗೊಳಿಸಿ, ರ್‍ಯಾಂಪ್ ಮೇಲೆ ಕಳುಹಿಸಿದ್ದಾಯ್ತು; ಹೆರಳನ್ನು ಗುಂಗುರಿನಿಂದ ಸುರುಳಿಸುತ್ತಿ ಫರ್‌ಮರದ ಗೆಲ್ಲುಗಳಂತೆ ಇಳಿಬಿಟ್ಟಿರುವ ಶೈಲಿ ಇದು, ಜತೆಗೆ ಓಲಾಡುವ ಪುಟ್ಟ ಪುಟ್ಟ ಫೆಸ್ಟೂನ್ (festoons)ಗಳಂತೆ ತೋರುವ ಹೂಗಳ ಮಾಲೆ, ಇಂತಹ ವಿಲಕ್ಷಣ ಶೈಲಿಗಳು ನಿಜಕ್ಕೂ ದರ್ಶಕರನ್ನು ಮಂತ್ರಮುಗ್ಧಗೊಳಿಸಿದವು.

ಪ್ರತಿಯೊಬ್ಬ ಮಾಡೆಲ್ ಕೂಡಾ ವಿಶಿಷ್ಟತೆಯನ್ನು ಬೀರಿದರು. ಎತ್ತರದ, ಸುಕೋಮಲ ಶರೀರದ ಲಾವಣ್ಯವತಿಯರು, ಕೆಂಪು, ಕಪ್ಪು ಮತ್ತು ಬಿಳಿ ಬಣ್ಣದ ಸಂಧ್ಯಾ ಮೇಲುಡುಗೆಗಳನ್ನು ಧರಿಸಿದ, ಕೆಲವರು ಮಿನಿ ಸ್ಕರ್ಟ್‌ಗಳನ್ನು, ಇನ್ನು ಕೆಲವರು ಲೆದರ್ ಶಾರ್ಟ್ಸ್‌ಗಳನ್ನು ತೊಟ್ಟು, ಮಿಕ್ಕವರು ಶಿಫಾನ್ ಸೀರೆಗಳಲ್ಲಿ ಅಲಂಕೃತರಾಗಿ ಅತ್ಯಾಧುನಿಕ ಆಕರ್ಷಣೀಯ ಹೆರಳ ಜಡೆಗಳಲ್ಲಿ ಶೋಭಿಸಿದರು. ಸೂಕ್ಷ್ಮ ಬನಾವಣೆಗಳು (sported sleek updos), ಡಬಲ್ ಬನ್‌ಗಳು (double buns), ಪೆರ್ಮ್ಸ್ ಮತ್ತು ಪದರುಗಳ ಕಟ್‌ಗಳು (perms and layered cuts), ಫ್ರಿಜ್ಜೀ ಹೆರಳು (frizzy hair), ಬೀಹೈವ್ ಟ್ವಿಸ್ಟ್‌ಗಳು (beehive twists), ಫ್ರೆಂಚ್ ಜಡೆ (French braids)ಗಳನ್ನು ಬನ್ಸ್ ಹಾಗೂ ಪಿಗ್‌ಟೈಲ್ಸ್(pigtails) ಗಳೊಂದಿಗಿನ ತಿರುಪುಗಳು, ಅಲಂಕಾರದ ಅಂಚುಗಳು (fringe bangs), ಒರಟು ಕೂದಲಿನ ಅಲೆಗಳು (shaggy waves), ಅಯಸ್ಕಾಂತದಿಂದ ಸೆಳೆಯಲ್ಪಟ್ಟಂತೆ ತೋರುವ ಇಬ್ಬದಿಗಳಲ್ಲಿ ಇಳಿಬಿಟ್ಟ ಕೂದಲ ಸುರುಳಿಗಳು (side hair rolls), ಮತ್ತು ರಿಂಗ್ಲೆಟ್‌ಗಳು, ಟ್ಯಾಟ್ಟೂ ಹಾಕಿದ ನಗ್ನ ಭುಜಗಳ ಮೇಲೆ ಓಲಾಡಿದವು.

ಹಕ್ಕಿಗರಿ ಪುಕ್ಕಗಳು (ಫೆದರ್ ಪ್ಲೂಮ್ಸ್), ಹೂಗಳು, ಬೀಡ್ಸ್, ರಿಬ್ಬನ್‌ಗಳು ಇಲಾಸ್ಟಿಕ್ ಬ್ಯಾಂಡ್‌ಗಳು, ನೆಟ್‌ಗಳು, ಕ್ಲಿಪ್‌ಗಳು–ಹೀಗೆ ಉಜ್ವಲವಾಗಿ ಬೆಳಗಿದ ವೈವಿಧ್ಯಮಯ ಮೋಹಕ ಮೋಡಿಗಳು ವೈಭವಕ್ಕೆ ಕಳೆಗೂಡಿಸಿದವು. ಹೊಂಬಣ್ಣದ (ಬ್ಲಾನ್‌ಡ್), ಬರ್ಗಂಡಿ ಮತ್ತು ತಾಮ್ರದ ಬಣ್ಣದ ಬನಾವಣೆಗಳು ಆರ್ಕ್ ಬೆಳಕಿನಲ್ಲಿ ಹೊಳೆದು

ನಳನಳಿಸಿದವು.

ಹುಡುಗರ ತಂಡ ಸುಂದರ, ಅನೌಪಚಾರಿಕ ಮತ್ತು ಒರಟಾದ ಪೋಷಾಕುಗಳಲ್ಲಿ, ಸೊಬಗಿನ ಮತ್ತು ವಿಲಕ್ಷಣ ಎರಡೂ ಮಿಶ್ರವಾದ ಶೈಲಿಗಳ ಕೇಶವಿನ್ಯಾಸದೊಂದಿಗೆ ಪ್ರದರ್ಶನಗೊಂಡರು.

ಒರಟಾಗಿ, ಜತೆಗೆ ಆತಂಕಿತರಂತೆ ಕಾಣುವ ಹುಡುಗರು, ರ್‍ಯಾಂಪ್ ಮೇಲೆ ಮಟ್ಟಸವಾಗಿ, ಜಡೆಕಟ್ಟುಗಳೊಂದಿಗೋ, ಕಾರ್ನ್ರೋ (cornrows), ಆಫ್ರೋ (Afro), ಮೋಹೌಕ್ (Mohawk), ಕ್ರಾಪ್, ಪಂಕ್ (punk) ಮತ್ತು ಅನಾದಿಕಾಲದ ಪೋನಿಟೈಲ್‌ಗಳ ತಿರುಪು ಹಾಗೂ ಸುರುಳಿಗಳೊಂದಿಗೋ ಪ್ರದರ್ಶನಗೊಂಡರು. ಬೂದು ಬೆಳ್ಳಿಯ, ನೀಲ ಮತ್ತು ಬಂಗಾರದ ಬಣ್ಣದ ಬನಾವಣೆಗಳು ಪುರುಷರ ಕೂದಲಿನಲ್ಲಿ ಮಿಂಚಿಮಿರುಗಿದವು.

ನನ್ನ ವೃತ್ತಿಜೀವನದ ಆರಂಭದಲ್ಲಿ, ಅಂತಾರಾಷ್ಟ್ರೀಯ ಪ್ರಶಸ್ತಿಯನ್ನು ತಂದುಕೊಟ್ಟ ಶಾಂತಿಯ ದ್ಯೋತಕದ ಲಾಂಛನವನ್ನು ಓರ್ವ ಮಾಡೆಲ್‌ನ ತಲೆಯ ಹಿಂಬದಿಯಲ್ಲಿ ವಿನ್ಯಾಸಗೊಳಿಸಿ ನನ್ನ ಶ್ರದ್ಧಾಪೂರ್ವಕ ಧನ್ಯವಾದಗಳನ್ನು ಅರ್ಪಿಸಿದೆ.

ಭವಿಷ್ಯದ ಶೈಲಿಗಳು ಫ್ಲೂರಸೆಂಟ್ ಬಣ್ಣ (fluorescent shades)ಗಳೊಂದಿಗೆ ಮಿಂಚುವಂತಾದವು–ಬರ್ಗಂಡಿ (burgundy), ಕೋಬಾಲ್ಟ್ ನೀಲಿ (cobalt blue), ಫಾರೆಸ್ಟ್ ಗ್ರೀನ್ (forest green), ಫ್ಲೇಮಿಂಗ್ ಆರೆಂಜ್ (flaming orange) ಮತ್ತು ಶಾಕಿಂಗ್ ಪಿಂಕ್ (shocking pink) ಬಣ್ಣಗಳವು. ಒಪ್ಪವಾದ, ಸರಳವಾದ, ಸೊಂಟದ ಮಟ್ಟಕ್ಕೆ ಬರುವ, ಹೆರಳು, ಮೋನೋಕ್ರೋಮ್ ಹಾಗೂ ಸೈಕೇಡೆಲಿಕ್ ಬಣ್ಣಗಳಲ್ಲಿ, ಮಾಡೆಲ್‌ಗಳು ನವೀನ ಮತ್ತು ಸ್ನೇಝೀ ಒಲವನ್ನು ವ್ಯಕ್ತಪಡಿಸಿದರು.

ಕೆಲಿಡೋಸ್ಕೋಪಿಕ್ (kaleidoscopic) ವೈವಿಧ್ಯಮಯ ಬಣ್ಣಗಳನ್ನು ಉಪಯೋಗಿಸುವುದು ಇಂದು ಜಾಗತಿಕ ಮಟ್ಟದಲ್ಲಿ ಒಂದು ಆಸಕ್ತಿದಾಯಕ ಫ್ಯಾಷನ್ ಆಗಿದೆ. ದಟ್ಟ ವರ್ಣ ಸಂಯೋಜನೆಯೊಂದಿಗೆ ಗಿರಾಕಿಗಳು ತಮ್ಮ ನೈಸರ್ಗಿಕ ಕೂದಲ ಮೇಲೆ ಗೆರೆಗಳನ್ನು ಎಳೆಯುತ್ತ ಪ್ರಯೋಗ ಮಾಡುತ್ತಿರುವುದು ಇಂದಿನ ಪ್ರವೃತ್ತಿಯಾಗಿದೆ. ಸಮಾರಂಭಕ್ಕೆ ಎರಡು ತಿಂಗಳ ಮುಂಚೆ, ನಾನು ಶಿವಾಸ್ ಅಕಾಡೆಮಿಯಲ್ಲಿ, ಬೇರೆ ಬೇರೆ ಮಾದರಿಗಳನ್ನು ಒಟ್ಟುಗೂಡಿಸುವ ನಿಟ್ಟಿನಲ್ಲಿ, ಕೇಶಶೈಲಿಯ ಪ್ರಾತ್ಯಕ್ಷಿಕೆಯೊಂದಿಗೆ ನನ್ನ ಸಿಬ್ಬಂದಿಗಳಿಗೆ ತರಬೇತಿ ನೀಡಿ, ಅಂದಿನ ಪ್ರದರ್ಶನದಲ್ಲಿ ನನಗೆ ಸಹಾಯ ಒದಗಿಸುವಂತೆ ಸಿದ್ಧತೆ ನಡೆಸಿದ್ದೆ. ವಾರದಲ್ಲಿ ಎರಡು ದಿನಗಳನ್ನು ಕೇಶವಿನ್ಯಾಸದ ತರಬೇತಿಗೆಂದೇ ಮೀಸಲಾಗಿಟ್ಟು, ಬಾಲಿವುಡ್ ಹಾಗೂ ಹಾಲಿವುಡ್‌ಗಳ ಸಿನಿಮಾ ಮಾದರಿಗಳನ್ನೂ, ಹಗಲು ಹೊತ್ತಿನಲ್ಲಿ ಮತ್ತು ಪಾರ್ಟಿಗಳಲ್ಲಿ ಧರಿಸುವ ಪೋಷಾಕುಗಳ ನಡುವಿನ ವ್ಯತ್ಯಾಸಗಳನ್ನು ಪತ್ತೆ ಹಚ್ಚುವಂತೆಯೂ, ಅಂತೆಯೇ ಅನೌಪಚಾರಿಕ ಮತ್ತು ಕಾರ್ಪೊರೇಟ್ ನಮೂನೆಯ ಪೋಷಾಕುಗಳ ವ್ಯತ್ಯಾಸಗಳನ್ನೂ ಕಲಿಯುವಂತೆ ಮಾಡಿದ್ದೆ. ವೇದಿಕೆಯ ಹಿಂಭಾಗದಲ್ಲಿ, ಮಾಡೆಲ್‌ಗಳಿಗೆ ಮರು ಟಚ್–ಅಪ್‌ಗಳನ್ನು ತ್ವರಿತವಾಗಿ ಮಾಡುವ ಕೌಶಲ್ಯವನ್ನೂ ನನ್ನ ಸಿಬ್ಬಂದಿಗಳಿಗೆ ಕಲಿಸಿಕೊಟ್ಟು, ಅದರಿಂದ ರ್‍ಯಾಂಪ್ ಮೇಲೆ ಎರಡನೆಯ ಸಲ ಸಾಗುವವವರಿಗೆ ಅನುಕೂಲವಾಗುವಂತೆ ಮಾಡಿದ್ದೆ.

ಈ ಸಮಾರಂಭದ ಒಟ್ಟು ಶ್ರೇಯಸ್ಸು ನನ್ನ ಸಿಬ್ಬಂದಿ ವರ್ಗದ ಅರ್ಪಣಾಭಾವ

ಮತ್ತು ಅವರ ಕಠಿಣ ದುಡಿಮೆಗೆ ಸಲ್ಲಬೇಕು. ಸುಮಾರು ಮೂವತ್ತು ಮಂದಿ, ಈಗ ಅವರು ನನ್ನ ಕುಟುಂಬದ ಸದಸ್ಯರ ಹಾಗೇ ಆಗಿದ್ದಾರೆ. ನನ್ನ ಸೃಜನಾತ್ಮಕ ಕೇಶಶೈಲಿಯ ಬಗ್ಗೆ ಒಂದು ಕಾಫಿ ಟೇಬಲ್ ಬುಕ್‌ನ್ನೂ ಹೊರತಂದಿರುವ ಲಾ'ಒರೆಲ್ ಅವರ ಬೆಂಬಲವನ್ನು ಕೃತಜ್ಞತಾ ಪೂರ್ವಕವಾಗಿ ಸ್ಮರಿಸಿಕೊಳ್ಳುತ್ತೇನೆ.

ಅಂತೆಯೇ ನನ್ನ ಔದ್ಯಮಿಕ ಮಿತ್ರ ರಾಜೀವ್ ಒ. ಖಂಡೇವಾಲ್, ನನಗೆ ಅನೇಕ ಪ್ರಮುಖ ಸಂಗತಿಗಳಲ್ಲಿ, ಅದು ಮಾಡೆಲ್ ಆಗಿರಲಿ, ವೇದಿಕೆ ಆಗಿರಲಿ, ಹಿಂದಿನ ದೃಶ್ಯವಾಗಿರಲಿ ಮತ್ತು ಕ್ಯಾಮರಾದ ಭಂಗಿಗಳಾಗಿರಲಿ, ಮಾರ್ಗದರ್ಶನ ನೀಡುತ್ತ, ಅಷ್ಟೇ ಅಲ್ಲ ಸಮಾರಂಭದ ಸಂದರ್ಭದಲ್ಲಿ ನನಗೆ ಉಡುಗೊರೆಯಾಗಿತ್ತ ನನ್ನ ಕುರಿತಾದ ಸಾಕ್ಷ್ಯಚಿತ್ರವಾಗಿರಲಿ, ಎಲ್ಲಕ್ಕೂ ಋಣಭಾರನಾಗಿದ್ದೇನೆ.

ಕೇವಲ ನಾಲ್ಕು ನಿಮಿಷಗಳ ಅವಧಿಯಲ್ಲಿ ಓರ್ವ ಮಾಡೆಲ್‌ನ ಕೂದಲನ್ನು ಕಟ್‌ಮಾಡಿ, ವಿವಿಧ ಪದರುಗಳಲ್ಲಿ ವಿನ್ಯಾಸಗೊಳಿಸುವ ನನ್ನ ಚಾಕಚಕ್ಯತೆಯನ್ನು ಪ್ರದರ್ಶಿಸುವುದಕ್ಕೆ ಈ ಸಮಾರಂಭ ನನಗೆ ಅವಕಾಶ ನೀಡಿತು. ಈ ಪ್ರಾತ್ಯಕ್ಷಿಕೆಯನ್ನು ಕೇವಲ ಎರಡೇ ನಿಮಿಷದಲ್ಲಿ ಮಾಡಿ ತೋರಿಸುವ ಬಗ್ಗೆ ಇನ್ನೊಮ್ಮೆ ಪ್ರಯತ್ನಿಸಬಹುದು ನಾನು.

ಸಮಾರಂಭ ಇನ್ನಷ್ಟು ವೈಭವೋಪೇತವನ್ನಾಗಿ ಮಾಡಿದ್ದು ನಿಜಕ್ಕೂ ಯಾವುದೆಂದರೆ ಬಾಲಿವುಡ್ ಮತ್ತು ಇನ್ನಿತರ ಕಡೆಗಳಿಂದ ಆಗಮಿಸಿದ ನನ್ನ ಅತಿಥಿಗಳ ಜತೆಗಿನ ಸ್ನೇಹ ಸೌಹಾರ್ದತೆಯ ವೈಖರಿ. ಸಾಮಾನ್ಯವಾಗಿ ಆತ್ಮೀಯವಾಗಿರುವ ಪರಿವಾರಗಳಲ್ಲಿ ಕಾಣುವ ಆ ಅನ್ಯೋನ್ಯತೆ ಇಲ್ಲಿ ಕಂಡು ಬಂದದ್ದೇ ವಿಶೇಷ. ನನ್ನ ಕುಟುಂಬವೂ ಈ ಸಮಾರಂಭವನ್ನು ಮನದಣಿಯೆ ಆಸ್ವಾದಿಸಿತು ಎನ್ನಿ.

ನನ್ನಮ್ಮನಂತೂ ಹೆಮ್ಮೆ ಮತ್ತು ಸಾರ್ಥಕತೆಯ ಭಾವದಿಂದ ಮಿನುಗುತ್ತಿದ್ದಳು. ನನ್ನ ಮಡದಿ ಹಾರ್ದಿಕವಾಗಿ ನಗುತ್ತ, ನನ್ನ ಯಶಸ್ಸಿನ ಬಗೆಗೆ ತೃಪ್ತಿಯನ್ನು ವ್ಯಕ್ತಪಡಿಸುತ್ತಿದ್ದಳು. ನನ್ನ ಮಕ್ಕಳಲ್ಲಿ ಮಗ, ಸಮಾರಂಭ ನಡೆದ ಬಾಂದ್ರಾದ ಫೈವ್‌ಸ್ಟಾರ್ ಹೊಟೇಲ್ ತಾಜ್‌ಲ್ಯಾಂಡ್ಸ್ ಎಂಡ್‌ನ ಹಾಲಿನಲ್ಲಿ, ತುಂಟಾಟಗಳನ್ನು ಆಡುತ್ತ ಬಹಳ ವ್ಯಸ್ತನಾಗಿದ್ದ. ನನ್ನ ಮಗಳು ಕೆಲವೇ ತಿಂಗಳ ಮಗುವಾಗಿದ್ದು, ಹೆಚ್ಚಿನ ಸಮಯ ನಿದ್ದೆ ಮಾಡುತ್ತಿದ್ದು, ಏನು ನಡೆಯುತ್ತಿದೆ ಎನ್ನುವ ಪ್ರಜ್ಞೆಯೇ ಅವಳಿಗಿರಲಿಲ್ಲ. ಮುಂದೆ ಎಂದೋ ಒಂದು ದಿನ, ಅವರು ದೊಡ್ಡವರಾದಾಗ, ಪ್ರಾಯಶಃ, ನನ್ನ ಪಯಣದ ಮಹತ್ವವನ್ನು ತಿಳಿಯಬಹುದು, ಸಮಾರಂಭದ ಫೋಟೋಗಳನ್ನು ನೋಡಬಹುದು ಮತ್ತು ನನ್ನ ಸಾಧನೆಗಳನ್ನು ಗುರುತಿಸಬಹುದು.

ಸಮಾರಂಭದಲ್ಲಿ ಭಾಗವಹಿಸಿದ ಅನೇಕ ಮಂದಿ, ಇಂತಹ ಒಂದು ವಿಶೇಷವಾದ ಫ್ಯಾಷನ್ ಷೋವನ್ನು ತಾವೆಂದೂ ನೋಡಿದ ನೆನಪಿಲ್ಲವೆಂದು ಹೇಳಿದರು. ನಾನು ಭಾವಪರವಶನಾದೆ ಜತೆಗೆ ಅಷ್ಟೇ ದೀನನೂ ಆದೆ. ಅದೊಂದು ಮಹತ್ವದ ಶಕ್ತಿಯಿದ್ದು, ಅದು ಆಧ್ಯಾತ್ಮಿಕವೇ ಇರಬಹುದು, ಈಯೆಲ್ಲಾ ತಿರುವುಗಳನ್ನೂ, ಬದಲಾವಣೆಗಳನ್ನೂ ಮುನ್ನೆಡೆಸುತ್ತಿದೆ ಎಂದು ನಾನು ಭಾವಿಸುತ್ತೇನೆ. ನನಗೆ ಅತಿಯಾಗಿ ಆತ್ಮೀಯರಾಗಿರುವ, ಹೆಚ್ಚಿನವರು ನನ್ನ ಗ್ರಾಹಕರೇ, ನೇರವಾಗಿ ಅಥವಾ ಪರೋಕ್ಷವಾಗಿ ನನ್ನ ಮೇಲೆ ಪ್ರಭಾವ ಬೀರಿದ್ದಾರೆ, ನನಗೆ ಮಾರ್ಗದರ್ಶನ ನೀಡಿದ್ದಾರೆ ಮತ್ತು ನನ್ನ ಯಶಸ್ಸಿನ

ಬಹುದೊಡ್ಡ ಭಾಗವಾಗಿದ್ದಾರೆ. ಅವರಲ್ಲಿ ಅನೇಕ ಮಂದಿ ಬರೀ ನನ್ನ ಯಶಸ್ಸಿನ ಸಂತೋಷದಲ್ಲಿ ಭಾಗವಹಿಸುವುದಕ್ಕೋಸ್ಕರವೇ ಬಿಡುವುಮಾಡಿಕೊಂಡು ಬಂದವರಿದ್ದಾರೆ.ನಿಜಕ್ಕೂ ನಾನು ಅವರಿಗೆಲ್ಲ ಆಭಾರಿಯಾಗಿದ್ದೇನೆ.

ಅವರಲ್ಲಿ ಕೆಲವರು ಅಂದರೆ, ಸಿನಿಮಾ ನಿರ್ದೇಶಕ ಮಧೂರ್ ಭಂಡಾರ್‌ಕರ್, ಸಿನಿಮಾ ನಿರ್ಮಾಪಕ ಸುನಿಲ್ ಲುಲ್ಲಾ ಮತ್ತು ಅವರ ಪತ್ನಿ ಕೃಷಿಕಾ ಲುಲ್ಲಾ, ನಟರಾದ ನೀಲ್ ನಿತಿನ್ ಮುಕೇಶ್, ಮುಗ್ಧಾ ಗೋಡ್ಸೆ, ಅಂಜನ್ ಶ್ರೀವಾತ್ಸವ್ ಮತ್ತು ರಾಜು ಖೇರ್, ನೃತ್ಯ ಕೊರಿಯೋಗ್ರಾಫರ್ ಸಂದೀಪ್ ಸೋಪನ್‌ಕರ್ ಮತ್ತು ಮಾಡೆಲ್ ನೇಹಾ ಹಿಂಗೆ ನನ್ನೊಂದಿಗೆ ವೇದಿಕೆಯಲ್ಲಿದ್ದರು. ನಾನು ಅವರಿಗೆಲ್ಲ ಕೃತಜ್ಞತೆಯನ್ನು ಅರ್ಪಿಸುವುದರೊಂದಿಗೆ ಅವರಿಗೆ ಯಥೇಷ್ಟ ಸಂತೋಷ, ಸಂಪತ್ತು, ಅವರ ಆತ್ಮೀಯರಿಂದ ಪ್ರೀತಿ ದೊರೆಯಲಿ ಮತ್ತು ಎಲ್ಲಕ್ಕೂ ಮಿಗಿಲಾಗಿ ದೇವರ ಆಶೀರ್ವಾದವಿರಲಿ ಎಂದು ಹಾರೈಸುತ್ತೇನೆ.

ಅವರೆಲ್ಲ, ನಮ್ಮೊಳಗಿನ ಮಿತ್ರತ್ವದ ಕುರಿತೂ ನನ್ನ ಯಶಸ್ಸಿನ ಬಗೆಗೂ ಮಾತಾಡಿದರು. ಸಿನಿಮಾ ನಿರ್ದೇಶಕರಾದ ಅಬ್ಬಾಸ್–ಮಸ್ತಾನಾ, ಇದೊಂದು ವಾಣಿಜ್ಯ ಷೋನಂತೆ ತೋರದೆ, ಕೌಟುಂಬಿಕ ಸಮಾರಂಭದಂತೆ ಕಂಡು ಬಂತು ಎಂದರು. ಮಾತನಾಡಲು ನನ್ನ ಸರದಿ ಬಂದಾಗ, ನನಗೆ ಮಾತೇ ಹೊರಡಲಿಲ್ಲ. ಅಂತಹ ಸಂದರ್ಭಗಳಲ್ಲಿ ನನ್ನ ಬಾಯಿಯಿಂದ ಶಬ್ದಗಳೇ ಹೊರಡುವುದಿಲ್ಲ! ನನಗೆ ಬಹಳಷ್ಟು ಹೇಳುವುದಿತ್ತು, ನನ್ನ ಹೃದಯವನ್ನೇ ಬಿಚ್ಚಿಡಬೇಕೆಂದಿದ್ದೆ, ನನ್ನ ಭಾವನೆಗಳನ್ನು, ನನ್ನ ಸಂತೋಷವನ್ನು, ನನ್ನ ತಪ್ಪುಗಳನ್ನು, ನನ್ನ ಭಯಗಳನ್ನು ಎಲ್ಲವನ್ನೂ ತೆರೆದಿಡಬೇಕೆಂದುಕೊಂಡರೆ, ಸಮಾರಂಭದ ಅಗಾಧತೆಯನ್ನು ಕಂಡು ನನಗೆ ಕೆಲವೇ ಶಬ್ದಗಳನ್ನು ಆಡಲು ಸಾಧ್ಯವಾಯಿತು. ಎಲ್ಲರೂ ಸಮಾರಂಭಕ್ಕೆ ಆಗಮಿಸಿದ್ದಕ್ಕೆ ಮತ್ತು ಅದನ್ನು ವಿಶೇಷವಾಗಿಸಿದ್ದಕ್ಕೆ ನಾನು ಎಲ್ಲರಿಗೂ ಕೃತಜ್ಞತೆಯನ್ನು ಸಂದಾಯ ಮಾಡಿದೆ. ನಾನು ಇನ್ನಷ್ಟು ಮಾತಾಡಬೇಕೆಂದು ಬಯಸಿದ್ದೆ... ಅದೊಂದು ಜೀವಮಾನದ ಸಮಾರಂಭವಾಗಿತ್ತು. ಮಾಧ್ಯಮಗಳಿಗೆ ಮಾತನಾಡುವಾಗ, ನನ್ನ ಭಾವೋದ್ವೇಗವನ್ನು ಹದಕ್ಕೆ ತಂದುಕೊಂಡೆ, ಯಾಕೆಂದರೆ, ಅವರು ವರ್ಷಾನುಗಟ್ಟಲೆ ನನ್ನ ಕೆಲಸವನ್ನು ಪ್ರೋತ್ಸಾಹಿಸುತ್ತ ಬಂದವರು. ನಾನು ಯಾವತ್ತಾದರೂ, ಪ್ರಚಲಿತ ವಿದ್ಯಮಾನಕ್ಕೆ ಹೊಂದುವ ಯಾವುದೇ ಸೃಜನಾತ್ಮಕ ಡಿಸೈನ್‌ನ್ನು ಪ್ರದರ್ಶಿಸಿದಾಗ, ಮಾಧ್ಯಮದವರು ಉತ್ಸಾಹದಿಂದ ಅದನ್ನು ತಮ್ಮ ಆವೃತ್ತಿಗಳಲ್ಲಿ ಪ್ರಕಟಿಸಿದ್ದಲ್ಲದೆ, ಟಿವಿಯವರು ಅದನ್ನು ಟೆಲಿವಿಷನ್ ಅಥವಾ ವೆಬ್ ಪೋರ್ಟಲ್‌ಗಳಲ್ಲಿ ಪ್ರಸಾರ ಮಾಡಿದ್ದಿದೆ.

ಆ ದಿನ ಟಿವಿಯ ವಾರ್ತಾ ವಿಭಾಗದವರು ನನ್ನಮ್ಮನನ್ನು ಸಂದರ್ಶಿಸುವಾಗ, ಅವಳಿಗೆ ಬಿಕ್ಕುವುದನ್ನು ಹೊರತು ಬೇರೇನೂ ಮಾತನಾಡಲಾಗಲಿಲ್ಲ. ನನ್ನ ಮಕ್ಕಳೂ, ಮಡದಿಯೂ ಅವರ ಸುತ್ತ ನೆರೆದಿದ್ದರು. 'ನೀನ್ಯಾಕೆ ಅಳುತ್ತಿದ್ದೀಯಾ?' ಅಂತ ನಾನು ಕೇಳಿದೆ. ಅವಳು ಕಣ್ಣುಗಳನ್ನು ಒರೆಸಿಕೊಂಡಳು. ನಾನು ಹಲವು ಸಲ ಅತ್ತುಕರೆದಾಗ, ನೀನು ತಾನೆ 'ಅಳಬೇಡ' ಅಂತ ನನಗೆ ಹೇಳುತ್ತಿದ್ದವಳು? ಈಗ ನೀನೇ ಅಳುತ್ತಿದ್ದೀಯಾ?' ಎಂದು ಸವಿಮಾತಿನಿಂದ ಸಮಾಧಾನಪಡಿಸಿದೆ.

ಅವಳು ಆಮೇಲೆ ಶಾಂತಳಾದಳು. ನನ್ನಂತೆ ಅವಳೂ ಭಾವಪರವಶಳಾಗಿದ್ದಳು, ಅವಳ ಧ್ವನಿ ಗದ್ಗದಿತವಾಗಿ ತಾನು ತನ್ನ ಹೃದಯದಲ್ಲಿ ಮೂಡಿದ್ದನ್ನು ವ್ಯಕ್ತಪಡಿಸಲು ಅವಳಿಗೆ ಅಸಾಧ್ಯವಾಗಿತ್ತು.

ಸಣ್ಣ, ಅನವರತ, ತೋರಿಕೆಗೆ ನಗಣ್ಯವಾಗಿ ಕಾಣುವ ಅಭಿವೃದ್ಧಿ ಮತ್ತು
ನೂತನ ಆವಿಷ್ಕಾರಗಳೇ ದೀರ್ಘಕಾಲೀನ ಸಾಧನೆಗೆ
ಅನುವು ಮಾಡಿಕೊಡುವಂಥದ್ದು.

–ರಾಬಿನ್ ಶರ್ಮಾ, ಲೇಖಕರು ಮತ್ತು ನಾಯಕತ್ವದ ಗುರು

ಅಧ್ಯಾಯ ಹದಿನೇಳು

ಮಿನುಗುವ ನಕ್ಷತ್ರಗಳಿಗೆ, ಹೊಳೆಯುವ ಆಕಾಶಕ್ಕೆ ತಲುಪುವ ತವಕ

ನನ್ನ ಬದುಕಿನ ಪರ್ಯಂತ ನನ್ನ ಮಂಪರಿನ ನಿದ್ದೆಯೇ ನನ್ನ ಆರ್ಥಿಕ ಸ್ಥಿತಿಯನ್ನು ನಿರ್ವಚಿಸಿದೆ. ನಾನೆಲ್ಲಿ ತೂಕಡಿಸಿದ್ದೆನೋ, ಎಲ್ಲಿ ಮಧ್ಯಾಹ್ನದ ನಿದ್ದೆಯನ್ನು ಮಾಡಿದ್ದೆನೋ ಅಲ್ಲೆಲ್ಲ ನನ್ನ ಯಶಸ್ಸಿನ ಮೆಟ್ಟಿಲುಗಳನ್ನು ಏರಿದ್ದೇನೆ.

ನನ್ನ ಎಳೆಯ ಪ್ರಾಯದಿಂದಲೂ ಒಂದು ಮನೆಯನ್ನು ಕಟ್ಟಿಸಬೇಕೆಂಬ ಹಾರೈಕೆ ನನ್ನದಾಗಿತ್ತು. ಒಂದಲ್ಲ ಒಂದು ದಿನ ನನ್ನ ಸ್ವಂತ ಮನೆಯಲ್ಲಿ ನಾನು ವಾಸ ಮಾಡಬಹುದೆಂದು ಕನಸು ಕಂಡಿದ್ದೆ. ಇಂದಿನ ದಿನಗಳಲ್ಲಿ ಮಕ್ಕಳು ಬಟ್ಟೆ, ರಟ್ಟು ಅಥವಾ ಪ್ಲಾಸ್ಟಿಕ್‌ನ ಸಾಧನಗಳನ್ನು ಬಳಸಿ ಟೆಂಟಿನ ಹಾಗಿನ ಆಕಾರಗಳನ್ನು ನಿರ್ಮಿಸುತ್ತಾರೆ. ನಾನು ಏಕಾಂಗಿಯಾಗಿದ್ದೆ; ನನ್ನ ಜತೆಗೆ ಆಡುವುದಕ್ಕೆ ಯಾರೂ ಇರಲಿಲ್ಲ. ಬಿದಿರಿನ ಸಲಾಕೆಗಳನ್ನು ಉಪಯೋಗಿಸಿ ನಾನೊಂದು ಆಟದ ಮನೆಯನ್ನು ನಿರ್ಮಿಸಿದ್ದೆ, ಕಾಂಪೌಂಡಿನ ಒಳಗೆಯೇ, ಅದು ನುಸುಳಿ ಹೋಗುವಷ್ಟು ದೊಡ್ಡದಾಗಿತ್ತು. ಬರೀ ಮಣ್ಣಿನ ಮೇಲೆ ಒಂದು ಗೋಣಿಚೀಲವನ್ನು ಹಾಸಿ ನಾನು ಅಲ್ಲಿ ವಿಶ್ರಾಂತಿ ಪಡೆಯುವುದಿತ್ತು. ಆ ರಚನೆಯನ್ನು ಬೋಗನ್‌ವಿಲ್ಲಾ ಹೂಗಳಿಂದ ಅಲಂಕರಿಸುತ್ತಿದ್ದೆ.

ಆ ಸಮಯದಲ್ಲಿ ನಾನು ಮತ್ತು ನನ್ನಮ್ಮ ಬಹಳ ತತ್ವಾರದಲ್ಲಿದ್ದು, ಒಂದು ಬಾಡಿಗೆಯ ಮನೆಯಲ್ಲಿ, ಟೈಲ್ಸ್ ಹಾಕಿರದ ಮಣ್ಣಿನ ನೆಲದ ಮನೆಯಲ್ಲಿ ವಾಸ್ತವ್ಯ ಹೂಡಿದ್ದೆವು. ಸಗಣಿ ಸಾರಿಸಿದ ನೆಲದಲ್ಲಿ ನಾವು ರಾತ್ರಿ ಮಲಗುತ್ತಿದ್ದೆವು. ಶ್ರೀಮಂತರು ಮಾತ್ರ ಹೊಳೆಹೊಳೆವ ಮೊಸೈಕ್ ನೆಲಗಳನ್ನು ಹೊಂದಿದ ಬಂಗಲೆಗಳಲ್ಲಿ ವಾಸಮಾಡುತ್ತಿದ್ದರು. ಅದು ನಮಗೆ ಮುಖ್ಯವಲ್ಲ. ನಾವು ಬಡವರು, ಮತ್ತು ನಮಗೆ ಟೈಲ್ಸ್ ನೆಲದ ಆಸೆಯೇನೂ ಇದ್ದಿರಲಿಲ್ಲ. ಅಷ್ಟೇ ಅಲ್ಲ ನೆಲದಲ್ಲಿ ಮಲಗಿ ನಿದ್ದೆ ಹೋಗುವುದೇ ನಮ್ಮ ಬದುಕಿನ ವಿಧಾನವಾಗಿತ್ತು ಅಂದು.

ಈವೊತ್ತು ನಾನು ಹಿಂದಿರುಗಿ ನೋಡಿದಾಗ, ಒಂದು ಹುಲ್ಲಿನ ಚಾಪೆ ಹಾಸಿಕೊಂಡು ತಲೆದಿಂಬು ಇಲ್ಲದೆ ಅದರ ಮೇಲೆ ಪವಡಿಸುವುದೆಂದರೆ, ಅದೊಂದು ನಿಜಕ್ಕೂ ಶ್ಲಾಘ್ಯದ ಕಾರ್ಯವೇ ಆಗಿತ್ತು ಎನ್ನಬಹುದು.

ವ್ಯತ್ಯಾಸ ನನ್ನ ಮೇಲೆ ಪರಿಣಾಮ ಬೀರುವುದಕ್ಕೆ ತೊಡಗಿದ್ದು, ನಾನು ಉತ್ತಮ ಸೌಕರ್ಯಗಳನ್ನು ಅನುಭವಿಸುವುದಕ್ಕೆ ತೊಡಗಿದ ಮೇಲಷ್ಟೇ. ಎಲ್ಲಾ ಸಮಯದಲ್ಲೂ ನಾನು ಯಾವುದೇ ಹಾಸಿನ ಮೇಲೆ, ನೆಲದ ಮೇಲೆ, ಬೆಂಚಿನ ಮೇಲೆ ಅಥವಾ ಸೋಫಾದ ಮೇಲೆ ಮಲಗಿದರೆ ತಕ್ಷಣ ನನಗೆ ನಿದ್ದೆ ಬಂದುಬಿಡುತ್ತದೆ. ನಾಳೆಯೇ ಬರುವುದಿಲ್ಲವೆಂಬಂತೆ ನಾನು ಮಲಗಿಬಿಡುತ್ತೇನೆ. ಬಾಲ್ಯದಿಂದಲೂ ಇದೇ ಅಭ್ಯಾಸ ನನಗೆ ತಗುಲಿಹಾಕಿಕೊಂಡಿದೆ–ದಿನವಿಡೀ ದುಡಿದ ಬಳಿಕ ದೇಹ ದಣಿದಿರುವಾಗ, ನಿದ್ದೆ ಸುಲಭವಾಗಿ ಆವರಿಸಿಕೊಳ್ಳುತ್ತದೆ. ನನ್ನ ಪ್ರಾರಂಭಿಕ ವೃತ್ತಿಜೀವನದಲ್ಲಿ ಚಿಕ್ಕಪ್ಪನ ಪೀಡೆಯಿಂದಾಗಿ, ಅದು ದೈಹಿಕವೂ, ಮಾನಸಿಕವಾಗಿಯೂ ಇದ್ದುದರಿಂದ ನನ್ನ ಮೈಮೇಲೆಲ್ಲ, ನೀಲಿಕಪ್ಪು ಬಣ್ಣದ ಬಾಸುಂಡೆಗಳು ಅವರ ಹೊಡೆತ ತಿಂದು ಎದ್ದಿರುವುದರಿಂದ, ದಣಿವು ನನ್ನ ಇಂದ್ರಿಯಗಳ ಮೇಲೆ ಪ್ರಭುತ್ವ ಸಾಧಿಸುತ್ತಿತ್ತು. ಯಾರೂ ಅದಕ್ಕೆ ಪರಿಹಾರವನ್ನು ಸೂಚಿಸುವ ಸ್ಥಿತಿಯಲ್ಲಿರಲಿಲ್ಲ, ನಿದ್ದೆ ಮಾತ್ರ ಅದಕ್ಕೆ ಪರಿಹಾರವಾಗುತ್ತಿತ್ತು.

ನನ್ನಮ್ಮ ಈಗಲೂ ಕೆಲವೊಮ್ಮೆ ತಮಾಷೆ ಮಾಡುವುದಿದೆ, ಹೇಗೆ ಬೆಳಗ್ಗಿನ ಹೊತ್ತು ನನ್ನನ್ನು ಎಬ್ಬಿಸುವುದಕ್ಕೆ ಅವಳು, ಕಿಟಕಿಯ ಗ್ರಿಲ್‌ನ ನಡುವಿನಿಂದ ಒಂದು ಕೋಲನ್ನು ತೂರಿಸಿ ನನ್ನನ್ನು ಕುಟ್ಟುತ್ತಿದ್ದಳು ಎನ್ನುವುದನ್ನು. ಕರಿಮಿನಾಬಾಯಿಯ ಮನೆಯಲ್ಲಿದ್ದಾಗ, ನಾನು ಒಳಗಿನಿಂದ ಚಿಲುಕ ಹಾಕಿ ರಾತ್ರಿ ಕೈಕಾಲು ಚಾಚಿ ರೂಮಿನಲ್ಲಿ ಮಲಗಿಬಿಡುತ್ತಿದ್ದೆ. ಬೆಳ್ಳಂಬೆಳಗಾದರೂ ನನಗೆ ಎಚ್ಚರವಾಗುತ್ತಿರಲಿಲ್ಲ, ಅಮ್ಮ ಬಾಗಿಲು ತಟ್ಟಿದರು ಕೂಡಾ. ಅವಳದ್ದು ಅತೀವ ವಿಲಕ್ಷಣ ವಿಭ್ರಮೆ. ಹಾಗಾಗಿ, ಉದ್ದ ಕೋಲೊಂದನ್ನು ಕಿಟಕಿಯ ಸರಳಿನೊಳಗಿಂದ ತೂರಿಸಿ ನನ್ನನ್ನು ಎಬ್ಬಿಸುತ್ತಿದ್ದಳು. ಅವಳು ನಗುತ್ತಾ ಹೇಳುತ್ತಾಳೆ, ನಾನು ಅವಳ ಕುಟ್ಟುವುದಕ್ಕೆ ಉತ್ತರವಾಗಿ ಮಲಗಿದ್ದಲ್ಲಿಂದಲೇ ಮಗ್ಗುಲನ್ನು ಬದಲಿಸಿ ಮತ್ತೆ ಗೊರಕೆ ಹೊಡೆಯುತ್ತಿದ್ದೆನಂತೆ!

ಮುಂಬಯಿಯ ನನ್ನ ಪ್ರಾರಂಭಿಕ ದಿನಗಳಲ್ಲಿ, ಎಲ್ಲರಿಗೂ ತಿಳಿದಿರುವ ಹಾಗೆ ತಲೆಯ ಮೇಲೊಂದು ಸೂರಿನ ಅವಶ್ಯಕತೆ ಬೃಹತ್ ಸಮಸ್ಯೆಯಾಗಿರುತ್ತಿತ್ತು. ಬಾಂಡುಪ್‌ನಲ್ಲಿ ಮಾವನ ಮಗನ ಜತೆಗಿನ ವಸತಿ ಸುಲಭಸಾಧ್ಯವಾಗಿರಲಿಲ್ಲ. ಆತನ ಸಲೂನ್‌ನಲ್ಲಿ ಕೆಲಸ ಮಾಡುತ್ತ ನಾನು ಸಣ್ಣ ಒಂದು ತಗಡಿನ ಮನೆಯ ಪುಟ್ಟ ಅಟ್ಟದ ಜಾಗದಲ್ಲಿ ಮಲಗಿಕೊಳ್ಳುತ್ತಿದ್ದೆ. ನನ್ನ ಜತೆಗೆ ಇನ್ನೂ ಇಬ್ಬರು ಆ ಇಕ್ಕಟ್ಟಾದ ಜಾಗವನ್ನು ಹಂಚಿಕೊಳ್ಳಬೇಕಾಗಿತ್ತು. ನಾವೆಲ್ಲ ಒಂದೇ ಸಮುದಾಯದ, ಒಂದೇ ಪೇಟೆಯ ಪರಸ್ಪರ ದೂರದ ಅಥವಾ ಹತ್ತಿರದ ಸಂಬಂಧಿಗಳಾಗಿದ್ದು, ಆ ಆತ್ಮೀಯತೆಯ ಬಂಧ ಈ ಇಕ್ಕಟ್ಟಿನ ಪರಿಸ್ಥಿತಿಗೇನೂ ಮಾರಕವಾಗಿರಲಿಲ್ಲ. ಆ ಜಾಗದ ಒಡೆಯರಾಗಿದ್ದ, ನನ್ನ ಮಾವ ಕೆಳಗೆ ನೆಲಮಹಡಿಯಲ್ಲಿ ಮರದ ಮಂಚದ ಮೇಲೆ ಮಲಗುತ್ತಿದ್ದರು.

ಅಬ್ಬಬ್ಬಾ ಅಂದರೆ ಸುಮಾರು ಇನ್ನೂರು ಚದರ ಅಡಿ ವಿಸ್ತೀರ್ಣವಿದ್ದ ಆ ತಗಡಿನ ಗುಡಿಸಲಿನ ಮಾಡು ಇಂಗ್ಲಿಷ್‌ನ 'ವಿ' (V) ಆಕಾರ ಮಗುಚಿಹಾಕಿದ

ಸ್ವರೂಪದಲ್ಲಿತ್ತು. ರಾತ್ರಿಯ ಹೊತ್ತು ನಾವೇನಾದರೂ ಎದ್ದು ಕುಳ್ಳಿರಬೇಕಾದರೆ, ನಮ್ಮ ತಲೆ ಮೇಲಿನ ಮಾಡಿಗೆ ಹೊಡೆಯುತ್ತಿತ್ತು. ಬೆನ್ನನ್ನು ಬಾಗಿಸಿ, ನಾವು ಎಚ್ಚರದಿಂದ ಮಧ್ಯಭಾಗಕ್ಕೆ ಸರಿಯುತ್ತಾ ಅಲ್ಲಿ ಮಾಡು ಕೊಂಚ ಎತ್ತರವಾಗಿದ್ದರಿಂದ ಅಲ್ಲೇ ನಮ್ಮಮಾತುಕತೆಯ ಹರಟೆ ನಡೆಯುತ್ತಿತ್ತು.

ಮುಂದಿನ ನನ್ನ ತಂಗುದಾಣ, ಘಾಟ್‌ಕೋಪರ್‌ನ ರಮಾಬಾಯಿ ಕಾಲನಿ, ಒಂದು ಹಡಿಲು ಬಿದ್ದ ಜಾಗವಾಗಿದ್ದು, ಇಂದು ಅದು ಜನದಟ್ಟಣೆಯ ವಸತಿ ಸಮುಚ್ಚಯಗಳಿಂದ ತುಂಬಿದೆ. ಸಾಲು ಸಾಲಾದ ಬಾಡಿಗೆಯ ಮನೆಗಳನ್ನು ಆಸ್ಬೆಸ್ಟೋಸ್ ಹಲಗೆಗಳಿಂದ ಮುಚ್ಚಲಾಗಿ, ಮುಂಬಯಿಯ ಬೇಯುವ ಮತ್ತು ಬೆವರಿನ ವಾತಾವರಣಕ್ಕೆ ಇನ್ನಷ್ಟು ಕುಮ್ಮಕ್ಕು ನೀಡುವ ವ್ಯವಸ್ಥೆಯಾಗಿತ್ತು. ತಗಡಿನ ತೆಳುವಾದ ಗೋಡೆಗಳ ನಡುವೆ ನಮ್ಮ ಶರೀರಗಳು ಕುಲುಮೆಯಲ್ಲಿ ಹಾಕಿ ಬೇಯಿಸುವ ಮಟ್ಟಕ್ಕೆ ತಲುಪುತ್ತಿತ್ತು.

ಪರಿಸರವಂತೂ ಹೊಲಸು ನಾತದಿಂದ ತುಂಬಿರುತ್ತಿತ್ತು. ಅಂತಹ ಅಸಹನೀಯವಾದ ಪರಿಸರ ನನಗೆ ಅತಿಯಾದ ತಲೆನೋವನ್ನೂ, ಎಡೆಬಿಡದೆ ಬರುವ ಹಲ್ಲು ನೋವನ್ನು ತರಿಸುತ್ತಿತ್ತು. ಅದು ನಗರದ ಕೊಳೆಗೇರಿಯ ಪರಿಸರವಾಗಿತ್ತು, ತೆರೆದ ಚರಂಡಿಗಳು, ದಾರಿಬದಿಗಳಲ್ಲಿ ಕಸಕಡ್ಡಿಗಳ ಗುಡ್ಡ, ತಗಡು, ಬಟ್ಟೆ, ಪ್ಲಾಸ್ಟಿಕ್ ಬಿದಿರಿನ ಗಳುಗಳಿಂದ ತಯಾರಾದ ಗೂಡುಗಳಂತಹ ಮನೆಗಳು, ಅನುದಿನವೂ ಬಗೆಹರಿಯದ ಮುನಿಸಿಪಲ್ ನಳ್ಳಿಯಿಂದ ಬರುವ ನೀರಿನ ಬವಣೆ ಮತ್ತು ಅಡ್ಡಾದಿಡ್ಡಿ ಹರಿಯುವ ಇಲೆಕ್ಟ್ರಿಕ್ ವಯರ್‌ಗಳು. ಅಪಾಯ ಯಾವ ದಿಕ್ಕಿನಿಂದ ಬರಬಹುದೆಂಬ ಕಲ್ಪನೆಯಿರುವುದಿಲ್ಲ, ಯಾಕೆಂದರೆ ನನ್ನಂಥ ಹೋರಾಟದ ಬದುಕನ್ನು ಜೀವಿಸುವವರ ಜತೆಗೆ ಬಡ ಕುಟುಂಬಗಳೂ ವಾಸವಾಗಿದ್ದ ಆ ವಲಯದಲ್ಲಿ ಚೋರಮಂದಿಯ ಜತೆಗೆ ದುಷ್ಕರ್ಮಿಗಳೂ ಸುತ್ತುವರಿದಿದ್ದರು.

ಏನಿದ್ದರೂ, ನನಗೆ ಪ್ರತ್ಯೇಕವಾಗಿ ಕಾಡುತ್ತಿದ್ದುವೆಂದರೆ ಸದಾ ಕಾಲ ನನ್ನ ಕಿವಿಯ ಸುತ್ತ ಗುಂಯ್‌ಗುಡುತ್ತ, ನನಗೆ ಬಹಳಷ್ಟು ಅವಶ್ಯವೆನಿಸಿದ್ದ ನಿದ್ರೆಗೆ ಭಂಗ ನೀಡುತ್ತಿದ್ದ ಸೊಳ್ಳೆಗಳು. ರಕ್ತಪಿಪಾಸುಗಳಂತೆ ಅವು ಸೂಜಿಯ ಥರ ಚರ್ಮದ ಮೇಲೆ ಚುಚ್ಚಿ, ರಕ್ತ ಹೀರುತ್ತಿದ್ದವು. ಬಲಿಷ್ಠವೂ, ಕ್ರೂರವೂ ಅನ್ನಿಸುತ್ತಿದ್ದವು. ನೀರುತುಂಬಿದ ಸಮೀಪದ ಹಳ್ಳಗಳೇ ಅವುಗಳ ವಾಸಸ್ಥಾನವಾಗಿದ್ದು, ತಲೆಯ ಮೇಲೆ ಅವು ನಿರಂತರ ಸುತ್ತುತ್ತಲೇ ಇರುತ್ತಿದ್ದವು. ಜೇನುನೊಣಗಳಿಗೆ ಹೇಗೆ ಜೇನು ಇಷ್ಟವೋ, ಹಾಗೆಯೇ ಸೊಳ್ಳೆಗಳಿಗೆ ಕಪ್ಪುಬಣ್ಣವೆಂದರೆ ಇಷ್ಟ ನಾನು ನನ್ನ ತಲೆಯ ಸುತ್ತ ದಿಕ್ಕೆಟ್ಟ ಕೋಪದಿಂದ ಹೋರಾಡುತ್ತಲೇ ಇರುತ್ತಿದ್ದೆ. ಹೊದೆಯುವ ರಗ್ಗನ್ನು ಪೂರ್ತಿ ಮೈಮುಚ್ಚುವಂತೆ ಹೊದೆದು, ಮುಖ, ತಲೆ ಮತ್ತು ಎಲ್ಲಾ ಭಾಗಗಳನ್ನು ರಕ್ಷಿಸಿಕೊಳ್ಳುತ್ತಿದ್ದೆ. ಈವೊತ್ತಿಗೂ ಸೊಳ್ಳೆಗಳೆಂದರೆ ನಾನು ವ್ಯಗ್ರನಾಗುತ್ತೇನೆ.

ನನ್ನ ದೈನಂದಿನ ಕೆಲಸಗಳು ಬಹಳ ಒತ್ತಡದಿಂದ ಕೂಡಿರುತ್ತಿದ್ದರಿಂದ ನನಗೆ ಒಳ್ಳೆಯ ನಿದ್ದೆಯ ಅವಶ್ಯಕತೆ ಇರುತ್ತಿತ್ತು. ರಾತ್ರಿಯಿಡೀ ಸೊಳ್ಳೆಯ ಕಾಟದಿಂದಾಗಿ, ನಿದ್ದೆ ಸರಿಯಾಗಿ ಬರದೆ, ಬೆಳಿಗ್ಗಿನ ಜಾವ ಮಾತ್ರ, ಮಿನಿಸಿಪಲ್ ನಳ್ಳಿಯ ನೀರು ಬರುವ ಹೊತ್ತಿಗೆ ನನಗೆ ನಿದ್ದೆ ಹತ್ತಿಕೊಳ್ಳುತ್ತಿತ್ತು.

ನೀರಿನ ಬವಣೆ ಹೇಳತೀರದು. ಆದ್ದರಿಂದ ನಾನು ನನ್ನ ನೆರೆಯ ಹೆಂಗಸರಿಗೆ,

ಕರ್ನಾಟಕದ ದರಗುಡ್ಡೆ ಹಳ್ಳಿಯಲ್ಲಿನ ಶಿವಾ ಅವರ ಕನಸಿನ ಮನೆ

ಶಿವಾ ತಮ್ಮ ಪತ್ನಿ ಅನುಶ್ರೀ, ಮಗ ರೋಹಿಲ್ ಮತ್ತು ಮಗಳು ಆರಾಧ್ಯಳ ಜತೆಗೆ

ಮುಂಬಯಿಯ ವಾಲ್ಕೇಶ್ವರ್‌ನಲ್ಲಿನ ಸ್ವಿಸ್ ಅಲಂಕಾರದ
ಶಿವಾಸ್ ಸಿಗ್ನೇಚರ್ ಸಲೂನ್

सामना

फुलोरा

प्रसाद पोतदार

एरवी कचाकचा करणारी कात्री त्याने हातात घेतल्यावर मात्र बोलू लागते. केसावरून सुरुवातीला त्याचा हात अलगद फिरतो. बोटांनी माप घेतले जाते, मग कात्री आणि फणीची जुगलबंदी रंगात येते आणि 'भंडारी घराण्या'ची कात्री चालविणाऱ्या 'शिवा'चा कैफ चढतो. केसांचा भार कमी होतो... त्यांना आकार येतो... चेहरा पार बदलून जातो... मनासारखे काम झाल्यावर तो विचारतो, 'अब कैसा लग रहा है...?' उत्तर येते 'झक्कास!..' तो म्हणतो 'अपनी कैंची बोलती है... सर जी!'

शिवा की कैंची बोलती है...!

तरुणांसाठी संदेश...

जे करायचं ते निष्ठेने, त्यात झोकून द्यायचं. मीही तेच केलं... आणि दुसरी गोष्ट म्हणजे 'लाज' बाळगायचं सोडायला हवं... खर तर केस कापणं ही कला आहे, आज या कलेला प्रचंड ग्लॅमर आहे आणि पैसाही आहे. पण तरीही मराठी तरुण त्यात तितकासा इंटरेस्ट घेत नाही. त्याला उगाच या कलेची लाज वाटते... ही 'लाज' मनातून काढून टाकत त्याने या कलेसाठी झोकून दिलं तर त्याला ग्लॅमरही मिळेल, त्याबरोबर पैसाही.

'शिವಾ ಕಿ ಕೈಂಚಿ ಬೋಲ್ತಿ ಹೈ',
'ಸಾಮ್ನಾ 'ದಲ್ಲಿ ಪ್ರಕಟವಾದ ಲೇಖನ

ಯುರೋಪಿಯನ್
ಕಾಂಟಿನೆಂಟಲ್
ವಿಶ್ವವಿದ್ಯಾಲಯದಿಂದ
ಶಿವಾ ಅವರು ಡಾಕ್ಟರೇಟ್
ಸ್ವೀಕರಿಸಿದ ಸಂದರ್ಭ

1998ರಲ್ಲಿ ಮುಂಬಯಿಯಲ್ಲಿ ಜರುಗಿದ 'ವೈಲ್ಡ್ ಅಂಡ್ ವೇಖಿ'
(Wild and Wacky) ಕೇಶವಿನ್ಯಾಸ ಸ್ಪರ್ಧೆಯಲ್ಲಿ ಶಿವಾ ಅವರು, ಫೆಲೋಶಿಪ್
ಆಫ್ ಬ್ರಿಟಿಷ್ ಹೇರ್ ಡ್ರೆಸ್ಸಿಂಗ್‌ನ ಅಧ್ಯಕ್ಷರೂ, ಸಲೂನ್ ಇಂಟರ್‌ನ್ಯಾಶನಲ್‌ನ ಕಮಿಷನರ್‌ರೂ
ಆದ, ಕ್ರಿಸ್ಟೋಫರ್ ಮಾನ್ಸ್ ಅವರಿಂದ ಪ್ರಥಮ ಬಹುಮಾನವನ್ನು ಪಡೆಯುತ್ತಿರುವುದು

ಲಂಡನ್‌ನಲ್ಲಿ 2005ರಲ್ಲಿ ಟೋನಿ ಅಂಡ್ ಗೈ (TONI & GUY)
ಶಿಕ್ಷಣ ತರಬೇತಿ ಅಕಾಡೆಮಿಯಲ್ಲಿ ಶಿವಾ ಕ್ಷೌರ ಮತ್ತು ಅದರ ತಾಂತ್ರಿಕತೆಯಲ್ಲಿ
ಮುಂದುವರಿದ ಶಿಕ್ಷಣ ತರಬೇತಿಯನ್ನು ಪಡೆದ ಸಂದರ್ಭ

ಲಂಡನ್‌ನ ಹೊಪ್-ಆನ್/ಹೊಪ್-ಆಫ್ ಪ್ರವಾಸೀ ಬಸ್‌ನಲ್ಲಿ ಶಿವಾ

1988ರಲ್ಲಿ ಲಂಡನ್‌ನ ವಿದಾಲ್ ಸಸ್ಸೂನ್ ಅಕಾಡೆಮಿಯಲ್ಲಿ ಶಿವಾ
ಸೃಜನಾತ್ಮಕ ಶಿಕ್ಷಣ ತರಬೇತಿ ಪಡೆಯುತ್ತಿದ್ದ ಸಂದರ್ಭ

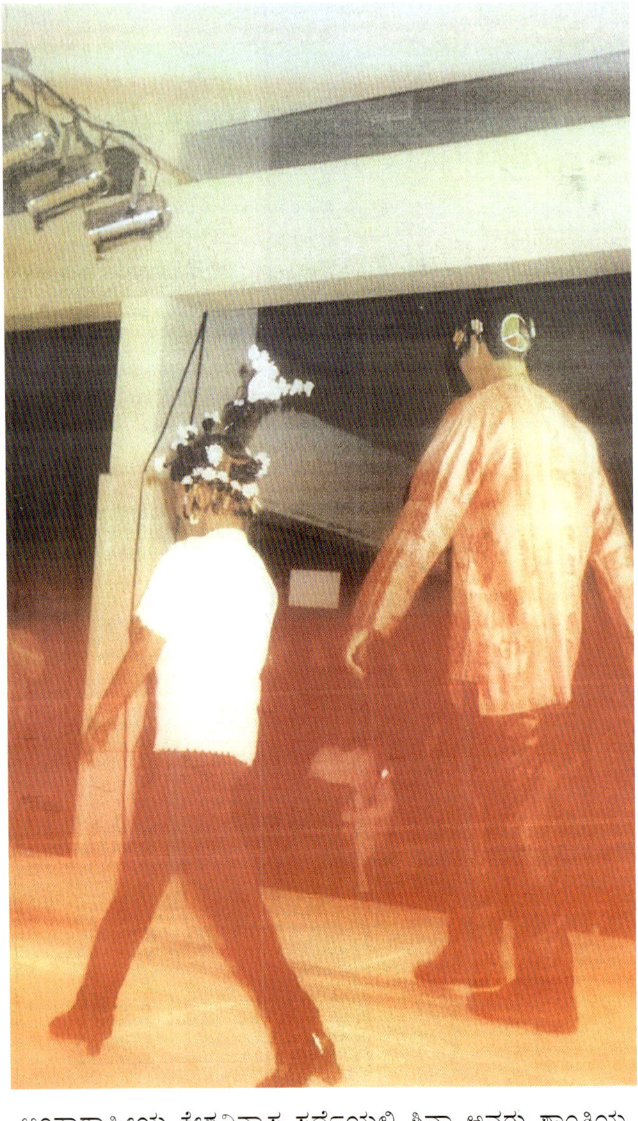

ಅಂತಾರಾಷ್ಟ್ರೀಯ ಕೇಶವಿನ್ಯಾಸ ಸ್ಪರ್ಧೆಯಲ್ಲಿ ಶಿವಾ ಅವರು ಶಾಂತಿಯ ಸಂಕೇತವನ್ನು ರೂಪದರ್ಶಿಯೊಬ್ಬರ ತಲೆಯ ಹಿಂಭಾಗದಲ್ಲಿ ವಿನ್ಯಾಸಗೊಳಿಸಿ, ಜಾಗತಿಕ ಶಾಂತಿ ಪುರಸ್ಕಾರವನ್ನು ಪಡೆದ ಸಂದರ್ಭ

ಶಿವಾಸ್ ತರಬೇತಿ ಸಂಸ್ಥೆಯಲ್ಲಿ ಶಿವಾ ತನ್ನ ವಿದ್ಯಾರ್ಥಿಗಳ ಜತೆಗೆ

ಶಿವಾಸ್ ಅಕಾಡೆಮಿಯಲ್ಲಿ ಕಲಿಸುವ ಭರದಲ್ಲಿ ಶಿವಾ

ಲೋಖಂಡಾವಾಲಾ ಸಲೂನ್‌ನ ಎದುರು ಶಿವಾ ತಮ್ಮ ತಾಯಿ,
ಪತ್ನಿ ಅನುಶ್ರೀ ಮತ್ತು ಮಗ ರೋಹಿಲ್ ಜತೆಗೆ

ಸಿನಿಮಾ ನಿರ್ದೇಶಕ ಮಧೂರ್ ಭಂಡಾರ್ಕರ್ ಜತೆಗೆ ಶಿವಾ

(ಬಲದಿಂದ ಎಡಕ್ಕೆ) ನಟನಟಿಯರಾದ ಮುಗ್ಧಾ ಗೋಡ್ಸೆ ಮತ್ತು ನೀಲ್ ನಿತಿನ್ ಮುಖೇಶ್, ಸಿನಿಮಾ ನಿರ್ದೇಶಕ ಮಧೂರ್ ಭಂಡಾರ್ಕರ್, ಇರೋಸ್ ಇಂಟರ್‌ನ್ಯಾಶನಲ್‌ನ ಸಿನಿಮಾ ನಿರ್ಮಾಪಕರಾದ ಸುನಿಲ್ ಉಲ್ಲಾ ಮತ್ತು ಅವರ ಪತ್ನಿ ಕೃಷಿಕಾ ಜತೆಗೆ

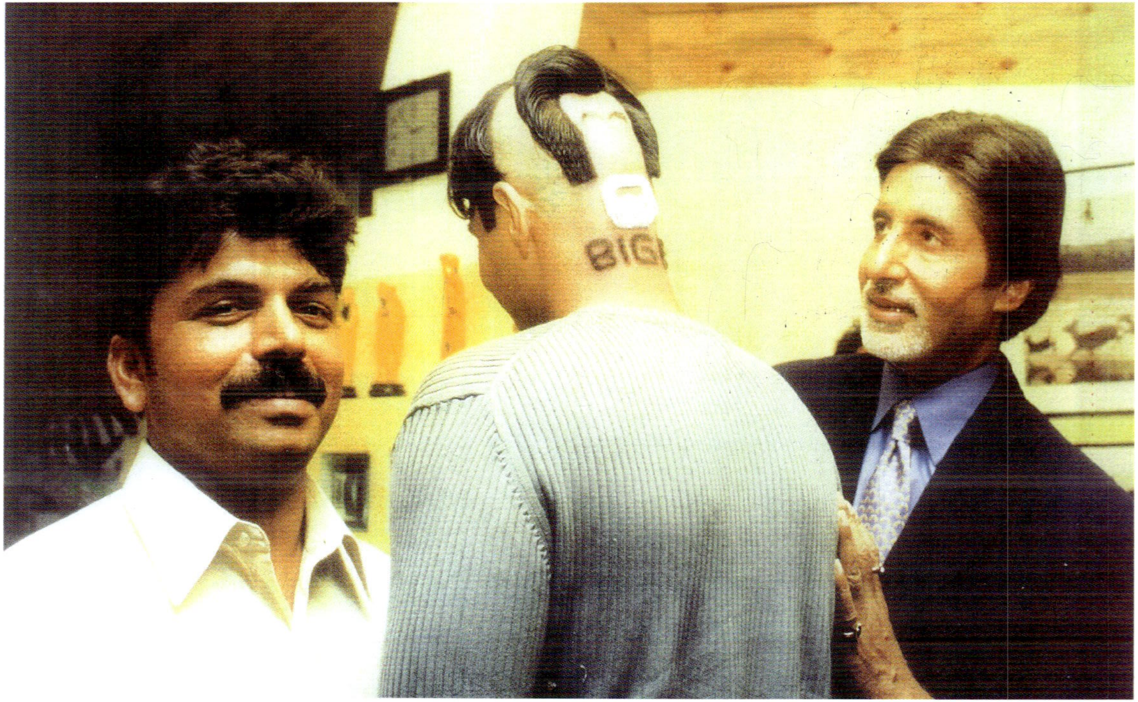

ಸೂಪರ್ ಸ್ಟಾರ್ ಅಮಿತಾಭ್ ಬಚ್ಚನ್ ಅವರ 'ಕೌನ್ ಬನೇಗಾ ಕರೋಡ್‌ಪತಿ' ಟೆಲಿವಿಷನ್ ಧಾರಾವಾಹಿ ಸಂದರ್ಭದಲ್ಲಿನ ಅವರ ಗಡ್ಡದ ಶೈಲಿಯ ಮೂರ್ತರೂಪ. ಈ ವಿನ್ಯಾಸವನ್ನು ಶಿವಾ, ಓರ್ವ ಗ್ರಾಹಕರ ತಲೆಯಲ್ಲಿ ಸಿದ್ಧಪಡಿಸಿ, ಮುಂಬಯಿಯ ಫಿಲ್ಮ್‌ಸಿಟಿಯಲ್ಲಿ ಕೆಬಿಸಿ ಸೆಟ್‌ನಲ್ಲಿ ಮಹಾನಟನಿಗೆ ತೋರಿಸಿದ ಸಂದರ್ಭ

ಬೆಳ್ಳಿಹಬ್ಬದ ಸಂದರ್ಭ ರೂಪದರ್ಶಿಗಳು ಉದ್ದನೆಯ ಜಡೆಗಳೊಂದಿಗೆ ರ್‍ಯಾಂಪ್ ಮೇಲೆ ಹೆಜ್ಜೆ ಹಾಕಿದರು

ದಿವಂಗತ ಬಾಳಾ ಸಾಹೇಬ್ ಠಾಕ್ರೆ ಜತೆಗೆ ಶಿವಾ

ಶಿವರಾಮ ಭಂಡಾರಿ, ಶಿವಸೇನೆಯ ಪ್ರಮುಖರಾದ ಉದ್ಧವ್ ಠಾಕ್ರೆಯವರ ಜತೆಗೆ

ಸಿನಿಮಾ ನಿರ್ದೇಶಕ ಮಧೂರ್ ಭಂಡಾರ್ಕರ್, ಶಿವಾ, ಶಿವಸೇನೆಯ ಯುವ ನೇತಾರ ಆದಿತ್ಯ ಠಾಕ್ರೆ, ಮತ್ತು ಮೇಗ್ನಾ ಪ್ರಕಾಶನದ ನಿರ್ದೇಶಕ ಅಶೋಕ್ ಧಮನ್‌ಕರ್ ಮತ್ತು ಅವರ ಪತ್ನಿ ಜಯಶ್ರೀ

ಮುಂಬಯಿಯಲ್ಲಿ ಜರುಗಿದ ಎಂಎಎನ್‌ಎಎಸ್ (MANAS) ನ ಸಮಾರಂಭದಲ್ಲಿ ಮಹಾರಾಷ್ಟ್ರದ ಮುಖ್ಯಮಂತ್ರಿ ದೇವೇಂದ್ರ ಫಡ್ನವೀಸ್‌ಶಿವಾ ಅವರನ್ನು ಸನ್ಮಾನಿಸಿದ ಸಂದರ್ಭ

ನವದೆಹಲಿಯಲ್ಲಿ ಆಯೋಜಿತ ಎಂಎಎನ್‌ಎಎಸ್ (MANAS) ನ ಸಮಾರಂಭದಲ್ಲಿ ಕೇಂದ್ರ ಸಚಿವೆ ನಜ್ಮಾ ಹೆಫ್ತುಲ್ಲಾ ಶಿವಾ ಅವರನ್ನು ಸನ್ಮಾನಿಸಿದಾಗ

ಶಿವಾ ಅವರು 2019ರ ಜುಲೈಯಲ್ಲಿ, ಪ್ರತಿಷ್ಠಿತ 'ಭಾರತ್ ಗೌರವ್'(ಜೀವಮಾನ ಸಾಧನೆ) ಪ್ರಶಸ್ತಿಯನ್ನು, ಬ್ರಿಟಿಷ್‌ನ ನುರಿತ ಪಾರ್ಲಿಮೆಂಟೇರಿಯನರಾದ ಡಾ। ವೀರೇಂದ್ರ ಶರ್ಮಾ ಅವರಿಂದ ಲಂಡನ್‌ನ ಹೌಸ್ ಆಫ್ ಕಾಮನ್ಸ್‌ನಲ್ಲಿ ಸ್ವೀಕರಿಸುತ್ತಿರುವುದು. (ಚಿತ್ರದಲ್ಲಿ ಎಡದಿಂದ ಬಲಕ್ಕೆ) ಡಾ। ವೀರೇಂದ್ರ ಶರ್ಮಾ, ಬ್ರಿಟಿಷ್ ಪಾರ್ಲಿಮೆಂಟ್‌ನ ಹೌಸ್ ಆಫ್ ಕಾಮನ್ಸ್‌ನ ಸದಸ್ಯರು, ಪಂ.ಸುರೇಶ್ ಮಿಶ್ರಾ– ಅಧ್ಯಕ್ಷರು, ಸಂಸ್ಕೃತಿ ಯುವ ಸಂಸ್ಥೆ, ಎಚ್.ಸಿ. ಗಣೇಶ್, ಪೋಷಕರು ಸಂಸ್ಕೃತಿ ಯುವ ಸಂಸ್ಥೆ ಮತ್ತು ರಾಬರ್ಟ್ ಡೇವಿಸ್, ಯುಕೆಯ ಶಿಕ್ಷಣ ತಜ್ಞರು ಹಾಗೂ ಶಿವಾ ಅವರನ್ನು ಕಾಣಬಹುದು.

ಶಿವಾಸ್ ಸಲೂನ್‌ನ ಭಿತ್ತಿಯನ್ನು ಅಲಂಕರಿಸಿದ ವಾರ್ತಾಪತ್ರಿಕೆ ಹಾಗೂ ನಿಯತಕಾಲಿಕಗಳಲ್ಲಿ
ತಮ್ಮ ಬಗ್ಗೆ ಪ್ರಕಟವಾದ ವರದಿಯ ತುಣುಕುಗಳ ಜತೆಗೆ ಶಿವಾ

ಹೇಳಿ, ನನಗಾಗಿ ನೀರು ಹಿಡಿದು ತುಂಬಿಸಿಕೊಡುವಂತೆ ಪ್ರಾರ್ಥಿಸುತ್ತಿದ್ದೆ, ಅದಕ್ಕೆ ಕೊಂಚ ಹಣವನ್ನೂ ಅವರಿಗೆ ನೀಡುತ್ತಿದ್ದೆ. ಯಾಕೆಂದರೆ ತುಂಬಾ ವ್ಯಸ್ತವಾಗಿರುತ್ತಿದ್ದ ಅವರು ತಮ್ಮ ಮನವಾರ್ತೆಯ ಕೆಲಸಗಳನ್ನು ಬಿಟ್ಟು ನನಗೋಸ್ಕರ ಸೇವೆ ಸಲ್ಲಿಸಬೇಕಾಗಿತ್ತು ತಾನೇ? ಹೀಗೆ ದಿನದಿಂದ ದಿನಕ್ಕೆ ನನ್ನ ತೊಂದರೆಗಳು ತುದಿಮೊದಲಿಲ್ಲದೆ ಹೆಚ್ಚುತ್ತಲೇ ಹೋದರೂ, ನಾನು ಮುಂಬಯಿಯನ್ನು ಬಿಟ್ಟು ಬರಲಾಗದ ಸ್ಥಿತಿಯಲ್ಲಿದ್ದೆ, ಯಾಕೆಂದರೆ ಇಲ್ಲಿ ನನ್ನ ಹೊಟ್ಟೆಹೊರೆಯುವುದಕ್ಕೆ ಸಾಕಷ್ಟು ಸಂಪಾದನೆಯಾಗಿತ್ತಿತ್ತು.

ನನ್ನ ಈ ವರ್ಷಪೂರ್ತಿಯ ಕಥೆಯನ್ನು ನಮ್ಮ ಸಮುದಾಯದ ಪ್ರಮುಖ ವ್ಯಕ್ತಿ ಯಶಸ್ವೀ ಉದ್ಯಮಿಯೂ ಆಗಿರುವ ಸುರೇಶಣ್ಣ (ಭಂಡಾರಿ)ನವರಿಗೆ ಹೇಳುವುದಿತ್ತು. ನಾವು, ರುಕ್ಮಿಣಿ ಮತ್ತು ಆನಂದ ಭಂಡಾರಿಯವರ ಯಾವ ಆಸ್ಬೆಸ್ಟಸ್ ಶೀಟ್‌ನ ವಸತಿಯಲ್ಲಿದ್ದೆನೋ, ಅವರ ಮಗ ದಿನೇಶನ ಮದುವೆಯಲ್ಲಿ ಭೇಟಿಯಾಗಿದ್ದೆವು. ಇದನ್ನು ಕೇಳಿದ ಅವರು ದಿಗ್ಭ್ರಮೆಗೊಂಡಿದ್ದರು, ನನ್ನ ಹಳೆಯ ಕಥೆಗಳೆಲ್ಲ ಅವರಿಗೆ ಅದಾಗಲೇ ಗೊತ್ತಿದ್ದರೂ ಸಹ. ನಾನು ನನ್ನ ಹಳೆಯ ಕಥೆಗಳನ್ನೆಲ್ಲ ಅವರಿಗೆ ಯಾಕಾಗಿ ಹೇಳುತ್ತಿದ್ದೆನೆಂದರೆ, ಅವರೂ ಕೂಡಾ ನನ್ನಂತೆಯೇ ಕಷ್ಟಪಟ್ಟು ಮೇಲೆ ಬಂದವರು. ಅವರಿಗೆ ನನ್ನ ಬಗ್ಗೆ ಸಹಾನುಭೂತಿಯಿದ್ದು ನನ್ನನ್ನು ಅರ್ಥ ಮಾಡಿಕೊಳ್ಳುತ್ತಾರೆ. ಭಂಡಾರಿ ಸಮುದಾಯದ ಸಮಾರಂಭಗಳಲ್ಲಿ ಅವರು ನನ್ನ ಯಶಸ್ಸಿನ ಕಥೆಯನ್ನು ಹೇಳುವುದಲ್ಲದೆ, ಸಾರ್ವಜನಿಕರಲ್ಲಿ ಪ್ರೇರಣೆಯನ್ನು ಉದ್ದೀಪಿಸಿತ್ತಾರೆ.

ಕೆಲವೊಮ್ಮೆ ನಾನು ಈ ಕಳೆದು ಹೋದ ಘಟನೆಗಳ ಬಗ್ಗೆ ಯೋಚಿಸುತ್ತ ನಿಬ್ಬೆರಗಾಗುವುದಿದೆ. ಅನೇಕ ದುರಿತಗಳನ್ನು ಕೂಡಿರುವ ನನ್ನ ಬಾಳುವೆಯ ಬಗೆಗೆ ನನಗೇ ಅಚ್ಚರಿಯಾಗುತ್ತ, ಆ ಭಯಾನಕ ಸನ್ನಿವೇಶಗಳನ್ನು ಹೇಗೆ ನಿಭಾಯಿಸಿದ್ದೆ ಎನ್ನುವುದೂ ಕೌತುಕವನ್ನು ಮೂಡಿಸಿದೆ. ಈಗಲಾದರೂ ನಾನು ನಕ್ಕುಬಿಡಲು ಸಾಧ್ಯವಾಗುತ್ತದೆ.

ಘಾಟ್‌ಕೋಪರ್‌ನಿಂದ ಹಿಂದಿರುಗಿ ನಾನು ಭಾಂಡುಪ್‌ಗೆ ಬಂದು ಮಾವನ ಸಲೂನ್‌ನಲ್ಲಿ ಕೆಲಸ ಮಾಡಲು ಮತ್ತೆ ಅಟ್ಟದ ಮೇಲೆ ಮಗಲು ತೊಡಗಿದೆ. ಒಳ್ಳೆಯ ತಂಗಾಳಿಯ ಉಸಿರಾಟಕ್ಕಾಗಿ ನಾನು ಸಮೀಪದ ದಾರಿಬದಿಯ ದೇವಸ್ಥಾನದ ಪರಿಸರದಲ್ಲಿ ಮಲಗಲು ತೊಡಗಿದೆ, ಹಾಗೆ ದಿನಬಿಟ್ಟು ದಿನ, ಎದುರಿನ ಶಾಲೆಯ ವಠಾರವನ್ನೂ ಮಲಗಲು ಆಯ್ದುಕೊಂಡೆ. ಆ ಹಾಯಾದ ಗಾಳಿ ನನ್ನ ಬೇಸ್ತುಬಿದ್ದ ಎಲುಬುಗಳಿಗೆ ಸಾಂತ್ವನದ ಆರೈಕೆಯನ್ನು ಮಾಡುತ್ತಿದ್ದವು. ಮಳೆಗಾಲದಲ್ಲಿ ಮಾತ್ರ ನನಗೆ ಬೇರೆ ಗತ್ಯಂತರವಿಲ್ಲದೆ ಅದೇ ಅಟ್ಟದ ಮೊರೆಹೋಗಬೇಕಾಗಿ ಬರುತ್ತಿತ್ತು.

ನಾನು ದೋಹಾಕ್ಕೆ ಹೊರಟಾಗ ಒಳ್ಳೆಯ ದಿನಗಳು ನನಗೆ ಕಾದಿರಬಹುದು ಎಂದುಕೊಂಡಿದ್ದೆ. ಆದರೆ ನನ್ನ ಜೀವನ ಮಟ್ಟ ಇನ್ನಷ್ಟು ಹದಗೆಟ್ಟು ಕುಸಿಯಿತು. ನನ್ನ ಕೆಲಸದ ಅಗತ್ಯತೆಯನ್ನು ಕಂಡು ನಾನು ದಿಗ್ಭ್ರಮೆಗೊಂಡಿದ್ದಲ್ಲದೆ, ಅದು ಭೀಕರವಾಗಿದ್ದಷ್ಟೇ ಅಲ್ಲ, ತ್ರಾಸದಾಯಕವೂ ಆಗಿತ್ತು. ಇನ್ನೇನು ಸಿದ್ಧವಾಗುತ್ತಿದ್ದ ಸ್ಟೇಡಿಯಂ ಒಂದರ ಸಲೂನ್‌ನಲ್ಲಿ ನಾನು ಬಾರ್ಬರ್‌ನಾಗಿ ಕೆಲಸ ಪ್ರಾರಂಭಿಸಬೇಕಾಗಿತ್ತು.

ಆದರೆ ನನ್ನ ಕಾರ್ಯಕ್ಷೇತ್ರದ ತಾಣ ಇನ್ನೂ ಸಿದ್ಧವಾಗದೆ ಇದ್ದುದರಿಂದ, ನನ್ನ ಮಾಲೀಕರು ನನಗೆ ಕಟ್ಟಡದ ಸ್ಥಳದಲ್ಲಿ ಇಟ್ಟಿಗೆಯನ್ನು ತಲೆಯ ಮೇಲೂ, ಸಿಮೆಂಟನ್ನು

ಹೆಗಲ ಮೇಲೂ ಹೊರುವ ಕೆಲಸವನ್ನು ನೀಡಿದ್ದರು. ಸ್ವಲ್ಪ ಸಮಯದ ಮಟ್ಟಿಗೆ ನಾನೊಬ್ಬ ಕೂಲಿಕೆಲಸದವನಾಗಿದ್ದೆ. ಆದರೆ ಒಂದು ಅತ್ಯಾಧುನಿಕ ಸಲೂನ್‌ನಲ್ಲಿ ಕೆಲಸ ಮಾಡುವ ಅತ್ಯಂತ ಆಶಾದಾಯಕ ಅವಕಾಶವಿದ್ದುದರಿಂದ ನಾನು ಯಾವುದೇ ಆಕ್ಷೇಪಣೆಯಿಲ್ಲದೆ ನೌಕರಿ ಮಾಡಿದೆ.

ಹವಾಮಾನವಂತೂ ಒಂದೇ ಅತೀ ಗರಿಷ್ಠದ ಉಷ್ಣತೆಗೂ, ಅತೀ ಕನಿಷ್ಠ ಶೀತ ಹವೆಗೂ ನಡುವೆ ಓಲಾಡುತ್ತಿದ್ದಿತು. ಮರುಭೂಮಿಯಲ್ಲಿ ಬೀಸುವ ಗಾಳಿಯ ಕಾರಣದಿಂದಾಗಿ, ಹವೆ ಯಾವುದೇ ಪೂರ್ವಸೂಚನೆಯಿಲ್ಲದೆ ಬದಲಾಗುತ್ತಿತ್ತು. ಇಕ್ಕಟ್ಟಾದ ಮತ್ತು ಗಾಳಿಯೇ ಬೀಸದ ಕೊಠಡಿಯಲ್ಲಿ, ಬಹಳಷ್ಟು ಬಂಕರ್ ಹಾಸಿಗೆಗಳಿದ್ದರೂ, ಇಡೀ ಕೋಣೆಗೆ ಇದ್ದದ್ದು ಒಂದೇ ಒಂದು ಫ್ಯಾನ್. ಅದ್ದರಿಂದ ದಿನವಿಡೀ ದುಡಿದು ದಣಿದು ಬಂದ ದೇಹದಿಂದ ಬೆವರು ಅವ್ಯಾಹತವಾಗಿ ಹರಿಯುತ್ತಿರುತ್ತಿತ್ತು. ಶುಚಿತ್ವದ ಮಟ್ಟಿಗಂತೂ ಪರಿಸರ ಇನ್ನೂ ಕಳಪೆಯಾಗಿತ್ತು. ಒಂದೇ ಶೌಚಾಲಯವಿದ್ದು, ಅದನ್ನು ಎಲ್ಲರೂ ಉಪಯೋಗಿಸಬೇಕಾಗಿದ್ದು, ಮಧ್ಯಭಾಗದಲ್ಲಿ ಮಾತ್ರ ಮರೆಯಿದ್ದು, ತಂಬಿಗೆ ಹಿಡಿದು ಕುಳಿತವ ತನ್ನ ಮಾನ ಕಾಪಾಡುವ ಸಲುವಾಗಿ ಪ್ಯಾಂಟನ್ನು ಪಾದಗಳವರೆಗೆ ಸೆಳೆದುಕೊಳ್ಳುವುದು ಅನಿವಾರ್ಯವಿತ್ತು. ಅದು ಸಾಮಾನ್ಯ ದೃಶ್ಯವಾಗಿತ್ತು. ಕಾಲಕ್ರಮದಲ್ಲಿ ನಾವೆಲ್ಲರೂ ಸನ್ನಿವೇಶಕ್ಕೆ ಹೊಂದಿಕೊಂಡೆವು.

ಯಾರೋ ಹೇಳಿದ್ದಾರಲ್ಲಾ, ಪ್ರತಿಯೊಂದು ಹಿನ್ನೆಡೆಯಲ್ಲೂ ಉತ್ತಮತೆಯನ್ನೇ ಕಾಣಬೇಕಂತ. ನನಗಂತೂ ಅದೇ ಮೊದಲ ಸಲ ಸಮತಟ್ಟಾದ ಹಾಸಿಗೆಯ ಮೇಲೆ ನಿದ್ದೆ ಮಾಡುವ ಸಂಭವ. ಬಂಕರ್ ಹಾಸಿಗೆಗಳನ್ನು ಧಣಿ ಒದಗಿಸಿದ್ದರೆ, ಅದಕ್ಕೆ ಹಾಸನ್ನು ಮತ್ತು ತಲೆದಿಂಬನ್ನು ನಾವೇ ಖರೀದಿಸಬೇಕಾಗಿತ್ತು. ಅಲ್ಲಿಯವರೆಗೆ ಹಾಸಿಗೆಯ ಮೇಲೆ ಹೇಗಿರುತ್ತದೆ ಎಂಬ ಕಿಂಚಿತ್ತಾದರೂ ಕಲ್ಪನೆ ನನಗಿರಲಿಲ್ಲ. ಯಾಕೆಂದರೆ ಅಲ್ಲಿಯವರೆಗೆ ನಾನು ಒಂದೋ ಹುಲ್ಲು ಚಾಪೆಯ ಮೇಲೋ, ಸಾಧಾರಣ ಹೊದಿಕೆಯನ್ನು ಹಾಸಿಕೊಂಡು ಮಲಗುತ್ತಿದ್ದೆ. ಇವು ಹಾಸಿಗೆಗಳಲ್ಲಿ ಅತ್ಯುತ್ತಮ ಎನ್ನಲಾಗದು, ಆದರೆ ಏನೋ ನೆಮ್ಮದಿಯನ್ನು ಅದು ಪೂರೈಸುತ್ತಿತ್ತು.

ಸ್ವಲ್ಪ ಸಮಯದ ಒಳಗೊಳಗಿನ ಕುದಿಯುವಿಕೆಯ ಬಳಿಕ, ನನ್ನನ್ನು ಇನ್ನೂ ನಿರ್ಮಾಣದ ಹಂತದಲ್ಲಿದ್ದ ಹೊಸ ಸ್ಟೇಡಿಯಂನ ತಾಣಕ್ಕೆ ಬದಲಾಯಿಸಲಾಗಿ, ನನಗೆ ನನ್ನದೇ ಆದ ಒಂದು ಕೊಠಡಿಯಲ್ಲಿ ತಂಗುವ ಅವಕಾಶ ಕಲ್ಪಿಸಿಕೊಡಲಾಯಿತು. ಅದು ಸ್ಟೇಡಿಯಂಗೆ ಹೊಂದಿಕೊಂಡಿತ್ತು. ಕ್ರೀಡಾಂಗಣದ ಒಂದು ಮೂಲೆಯಲ್ಲಿ ನಾನು ನನ್ನ ಕೆಲಸವನ್ನು ಪ್ರಾರಂಭಿಸಿದೆ, ವಾಶ್‌ರೂಂಗೆ ಸಮೀಪದಲ್ಲೇ. ಅದರಿಂದ ನೀರಿನ ಬಳಕೆಗೆ ನನಗೆ ಅನುಕೂಲವಾಯಿತು. ಸಲೂನ್‌ನ ನಿರ್ಮಾಣವೂ ಪ್ರಾರಂಭವಾಗಿತ್ತು. ನನ್ನ ಧಣಿ ಈಗ ನನಗೆ ನೀಡಿದ ಅನುಕೂಲತೆಗಳು ನಿಜಕ್ಕೂ ವಿಲಾಸೀ ಮಟ್ಟದ್ದಾಗಿತ್ತು-ಒಂದು ಸಿಂಗಲ್ ಹಾಸಿಗೆ, ಅದಕ್ಕೊಂದು ನುಣುಪಾದ ಮೇಲುಹೊದಿಕೆ, ಒಂದು ತಲೆದಿಂಬು, ಉತ್ತಮ ಹೊದಿಕೆಗಳು, ಮತ್ತು ಅವಕ್ಕೆ ಯೋಗ್ಯವಾದ ಕವರ್‌ಗಳು, ಜತೆಗೆ ವಾಶಿಂಗ್ ಮೆಷಿನ್‌ನನ್ನು ಉಪಯೋಗಿಸುವ ಅವಕಾಶ.

ಮಧ್ಯಪೂರ್ವದ ಜನರು ಜಗತ್ತಿನಲ್ಲಿ ಅತ್ಯಂತ ವೈಭವದ ಜೀವನವನ್ನು

ನಡೆಸುತ್ತಿದ್ದಾರೆ ಎನ್ನುವುದು ನನಗೆ ವೇದ್ಯವಾಯಿತು. ಅವರಿಂದ ನಾವು ಕಲಿಯುವುದು ಬಹಳಷ್ಟು ಇದೆ ಅಂತ ನಾನು ಯೋಚಿಸಿದೆ. ಹೊಸದಾಗಿ ನಿರ್ಮಿಸಲಾದ ಸಲೂನ್‌ನಲ್ಲಿ ಜಗತ್ತಿನಾದ್ಯಂತದ ಅತ್ಯುತ್ತಮವಾದುದನ್ನು ಸಜ್ಜುಗೊಳಿಸಲಾಗಿತ್ತು. ಅದೊಂದು ದೊಡ್ಡ ತಾಣವಾಗಿದ್ದು, ದೊಡ್ಡ ಕುರ್ಚಿಗಳಿಂದಲೂ, ದೊಡ್ಡ ದೊಡ್ಡ ಕನ್ನಡಿಗಳಿಂದಲೂ ಅಲಂಕರಿಸಲಾಗಿತ್ತು. ಗಿರಾಕಿಗಳ ಸೇವೆಗಾಗಿ ಶ್ರೇಷ್ಠ ಗ್ಯಾಜೆಟ್‌ಗಳನ್ನೂ ಅತ್ಯಂತ ಉತ್ತಮ ಉತ್ಪನ್ನಗಳನ್ನೂ ಬಳಸಲಾಗುತ್ತಿತ್ತು. ನೆಲವನ್ನು ಎಲ್ಲಾ ಸಮಯದಲ್ಲೂ ಅಷ್ಟೊಂದು ಹೊಳೆಹೊಳೆವ ರೀತಿಯಲ್ಲಿ ಸುಸ್ಥಿತಿಯಲ್ಲಿ ಇರಿಸಲಾಗುತ್ತಿದ್ದುದು ನನ್ನ ಮೇಲೆ ಬಹಳ ಪರಿಣಾಮ ಬೀರಿತು.

ನಾನು ಶಿವಾಸ್‌ನಲ್ಲೂ ಅಂತಹ ಕೆಲವು ಅಭ್ಯಾಸಗಳನ್ನು ಕಾರ್ಯರೂಪಕ್ಕೆ ತರಲು ಯತ್ನಿಸಿದ್ದೇನೆ. ನನ್ನ ಕೆಲಸಕ್ಕೆ ಸಂಬಂಧಿಸಿದಂತೆ ಹೇಳುವುದಾದರೆ, ಸಾಧ್ಯವಾದಷ್ಟು ಸ್ವಾಸ್ಥ್ಯದ ಗುಣಮಟ್ಟವನ್ನು ಕಾಪಾಡುವುದಕ್ಕೆ ಯಾವತ್ತೂ ಪ್ರಯತ್ನಿಸಿದ್ದೇನೆ– ಶೇವಿಂಗ್‌ನ ಸಲಕರಣೆಗಳನ್ನು ಸ್ವಚ್ಛವಾಗಿಡುವುದು, ಉಪಯೋಗಿಸುವ ಮೊದಲೂ ಅನಂತರವೂ, ಪ್ರತಿಸಲವೂ ಹೊಸ ಬ್ಲೇಡನ್ನು ಉಪಯೋಗಿಸುವುದು, ಜತೆಗೆ ಪ್ರತಿಯೊಬ್ಬರಿಗೂ ಪ್ರತ್ಯೇಕ ಟವೆಲ್‌ನ್ನು ಒದಗಿಸುವುದು. ಇದನ್ನು ಏಡ್ಸ್ (AIDS) ವೈರಸ್ ಬಗ್ಗೆ ಭಯ ಹುಟ್ಟುವುದಕ್ಕೂ ಮೊದಲೇ, ಅಧಿಕೃತವಾಗಿ ಬಾರ್ಬರ್‌ಗಳು ಬ್ಲೇಡ್‌ಗಳನ್ನು ಬದಲಾಯಿಸಬೇಕೆಂಬುದು ಕಾನೂನು ಪ್ರಕಾರ ಕಡ್ಡಾಯ ಮಾಡುವ ಮೊದಲೇ ಜ್ಯಾರಿಗೆ ತಂದಿದ್ದೆ.

ಮಧ್ಯಪೂರ್ವದ ನನ್ನ ಸೌಕರ್ಯಗಳೆಲ್ಲ, ನಾನು ಮತ್ತೆ ಮುಂಬಯಿಗೆ ಹಿಂದಿರುಗಿ ನನ್ನದೇ ಸಲೂನ್‌ನ್ನು ಸ್ಥಾಪಿಸಿದ ಬಳಿಕ ಸ್ಥಗಿತಗೊಂಡವು. ನಾನು ಉಳಿತಾಯ ಮಾಡಿದ್ದ ಸ್ವಲ್ಪವೇ ಹಣದಲ್ಲಿ ಥಾಣೆಯಲ್ಲಿ 194 ಚದರ ಅಡಿಯ ನನ್ನ ಮೊದಲ ಸಲೂನ್ ಅಂಗಡಿಯನ್ನು ಕೊಂಡುಕೊಂಡೆ. ಸುಮಾರು ಹತ್ತು ತಿಂಗಳ ಕಾಲ ನಾನು ಒಂದು ಸಪೂರದ ಬೆಂಚಿನ ಮೇಲೆ ಮಲಗುತ್ತ, ಆಗಿಂದಾಗ್ಗೆ ಕೆಳಗೆ ಬಿದ್ದು ಹೋಗಬಹುದೆಂಬ ಭಯದಿಂದ ಎಚ್ಚರಗೊಳ್ಳುತ್ತ ರಾತ್ರಿಗಳನ್ನು ಕಳೆದಿದ್ದೆ. ಆ ಮರದ ಬೆಂಚು ಕೇವಲ ಐದೂವರೆ ಅಡಿಯಷ್ಟು ಉದ್ದವಾಗಿತ್ತು. ನಾನು ಐದು ಅಡಿ ಏಳು ಇಂಚು ಉದ್ದವಾಗಿದ್ದರಿಂದ ಮಲಗಿದಾಗ ನನ್ನ ಕಾಲುಗಳು ಹೊರಕ್ಕೆ ಚಾಚಿ ಓಲಾಡುತ್ತಿದ್ದವು. ಹಗಲಿನ ಹೊತ್ತು ಗಿರಾಕಿಗಳು ಕುಳಿತುಕೊಳ್ಳುವುದಕ್ಕೆ ಒಂದು ಹುಲ್ಲಿನ ಚಾಪೆ ಆ ಬೆಂಚಿನ ಮೇಲೆ ಹೊದಿಕೆಯಾಗಿದ್ದರೆ, ರಾತ್ರಿ ಒಂದು ತೆಳುವಾದ ಹೊದಿಕೆಯನ್ನು ಅದರ ಮೇಲೆ ಹಾಸಿ, ತಲೆದಿಂಬು ಇಲ್ಲದೆ ನಾನು ಮಲಗುತ್ತಿದ್ದೆ. ತಂಗಾಳಿಯ ಒಳ ಪ್ರವೇಶಕ್ಕಾಗಿ ಬೇಸಗೆಯ ದಿನಗಳಲ್ಲಿ ಬಾಗಿಲನ್ನು ಸ್ವಲ್ಪ ತೆರೆದು ಇಟ್ಟಿರುತ್ತಿದ್ದೆ. ಇತರ ದಿನಗಳಲ್ಲಿ ಅದು ಮುಚ್ಚಿರುತ್ತಿತ್ತು. ಒಳಗಿನ ಗಬ್ಬಿನ ವಾತಾವರಣ ನನ್ನ ಮೇಲೆ ಅಂತಹ ಪರಿಣಾಮ ಬೀರುತ್ತಿರಲಿಲ್ಲವೇನೋ, ಯಾಕೆಂದರೆ ಕೊನೆಯ ಗಿರಾಕಿ ಹೊರಹೋಗುವ ವೇಳೆಗೆ ನಾನು ಬಳಲಿ ಸುಸ್ತಾಗಿರುತ್ತಿದ್ದೆ. ಪ್ರತಿದಿನ ಬೆಳಿಗ್ಗೆ ನಾನು ಬೆಳ್ಳಂಬೆಳಗ್ಗೆ ಎದ್ದು ಸಾರ್ವಜನಿಕ ಶೌಚಾಲಯವನ್ನು ಉಪಯೋಗಿಸಬೇಕಾಗಿತ್ತು ಮತ್ತು ಸಲೂನ್‌ನ ಹಿಂಬದಿಯ ಆವರಣದಲ್ಲಿ ಸ್ನಾನ ಮಾಡಬೇಕಾಗಿತ್ತು. ಹಾಗೂ

ಗಿರಾಕಿಗಳಿಗೆ ಉಪಯೋಗಿಸಲು ಕೊಟ್ಟಿದ್ದ ಟವೆಲ್ಲುಗಳನ್ನು ಒಗೆಯಬೇಕಾಗಿತ್ತು. ನನ್ನ ಸಲೂನ್‌ನ ಮೂಲೆಯಲ್ಲಿದ್ದ ಒಂದು ಕೆರೋಸಿನ್ ಸ್ಟೌವ್ ಚಹಾ ಮಾಡುವುದಕ್ಕೂ ಮೊಟ್ಟೆ ಬೇಯಿಸುವುದಕ್ಕೂ ಸಾಕಾಗುತ್ತಿತ್ತು.

ಈ ಸಣ್ಣ ಗೂಡಿನಲ್ಲಿ ಜೀವಿಸಿದ್ದು ಸಾಕಾಗಿ, ನಾನು ಶಾಂತಿನಗರ ಎಂಬ ಪ್ರದೇಶದಲ್ಲಿ ಒಂದು ರೂಮ್ ಮತ್ತು ಅಡುಗೆ ಕೋಣೆಯಿದ್ದ ಸ್ಥಳಕ್ಕೆ ಬಾಡಿಗೆಯ ಮೇಲೆ ವಾಸ್ತವ್ಯ ಬದಲಾಯಿಸಿದೆ. ಮುಖ್ಯವಾಗಿ ಅಮ್ಮನನ್ನು ಕರೆತರುವುದು ಉದ್ದೇಶವಾಗಿತ್ತು. ಅವಳು ಒಬ್ಬಂಟಿಯಾಗಿ ಅತ್ತೂರು ಹಳ್ಳಿಯಲ್ಲಿದ್ದು, ಹೊಲಿಗೆಯ ಕೆಲಸ ಮಾಡುತ್ತ, ತೋಟದ ಉತ್ಪತ್ತಿಯನ್ನು ಕಳ್ಳಖದೀಮರಿಂದ ರಕ್ಷಣೆ ಮಾಡುತ್ತ ಅವಳಷ್ಟಕ್ಕೇ ದಿನ ನೂಕುತ್ತಿದ್ದಳು. ಅವಳನ್ನು ನನ್ನ ರಕ್ಷಣೆಯ ಸುಪರ್ದಿಗೆ ತರುವುದು ನನ್ನ ಧ್ಯೇಯವಾಗಿತ್ತು.

ನನ್ನ ಉದ್ಯಮ ತುಸು ಪ್ರಗತಿ ಸಾಧಿಸಿದಾಗ, ಊರಿನಿಂದ ಇಬ್ಬರು ಹುಡುಗರನ್ನು ತಂದು ನನ್ನ ಜತೆಗೆ ಶಿಕ್ಷಣಾರ್ಥಿಗಳಾಗಿ ಕೆಲಸಕ್ಕೆ ಹಚ್ಚಿದೆ. ಅವರು ನಮ್ಮ ಜತೆಯಲ್ಲೇ ತಂಗಿದರು; ಅಮ್ಮ ಮನೆಯನ್ನು ಸುಧಾರಿಸುತ್ತ ನಮಗೆ ಅಡುಗೆ ಮಾಡಿ ಹಾಕತೊಡಗಿದಳು. ನಾವು ಮಲಗುವ ಸೌಕರ್ಯಕ್ಕಾಗಿ, ಕೆಲವು ಹಾಸಿಗೆಗಳನ್ನು, ಹೊದಿಕೆಗಳನ್ನು, ತಲೆದಿಂಬುಗಳನ್ನು ಮತ್ತು ಬ್ಲಾಂಕೆಟ್‌ಗಳನ್ನು ಕೊಂಡುತಂದೆವು. ಜತೆಯಲ್ಲೇ ಜೀವಿಸುತ್ತಿದ್ದರಿಂದ ನಾವು ಒಂದೇ ಕುಟುಂಬದವರಂತೆ ಹೊಂದಿಕೊಂಡೆವು.

ಬಾಡಿಗೆಯ ಮನೆಯಲ್ಲಿ ಜೀವನ ಸಾಗಿಸುವುದೆಂದರೆ ಅದರದೇ ಆದ ವ್ಯತಿರಿಕ್ತಗಳು ಇದ್ದೇ ಇರುತ್ತವೆ. ಮನೆಯ ಒಡೆಯರು, ನಮ್ಮ ಬಾಡಿಗೆಯ ಅವಧಿ ಪೂರ್ಣವಾದೊಡನೆಯೇ ಮನೆಯಿಂದ ಎಬ್ಬಿಸಲು ಬಂದಿರುತ್ತಿದ್ದರು, ಅಲ್ಲಿ ನಾವು ಮುಂದುವರಿಯಬಹುದೇ ಎಂಬುದನ್ನೂ ಕೇಳದೆ. ತಮ್ಮ ಕೈಗಳನ್ನು ಹಿಂಗಡೆ ಜಘನಗಳ ಮೇಲಿರಿಸಿ, ಹೊಸ ಬಾಡಿಗೆದಾರರ ಸಹಿತ ಆತ ಮನೆಯ ಮುಂಬಾಗಿಲಿನಲ್ಲಿ ನಿಂತಿರುವಾಗಲೇ, ಆತನ ಜವಾನರು ಮನೆಯ ಒಳಗೆ ಹೋಗಿ ನಮ್ಮ ಸಾಮಾನು ಸರಂಜಾಮುಗಳನ್ನು ಪೀಠೋಪಕರಣಗಳ ಸಹಿತವಾಗಿ ಹೊರಕ್ಕೆ ತಂದಿಡುತ್ತಿದ್ದರು. ಕೆಲವೇ ತಾಸುಗಳಲ್ಲಿ ನಾವು ನಿರಾಶ್ರಿತರಾಗಿರುತ್ತಿದ್ದೆವು. ಆದರೆ ಸುದೈವದಿಂದ, ನನಗೆ ಬೇರೊಂದು ಮನೆಯನ್ನು ಹುಡುಕಲು ತ್ರಾಸವಾಗುತ್ತಿರಲಿಲ್ಲ. ಈ ವಿದ್ಯಮಾನ ಪ್ರತಿ ಹನ್ನೊಂದು ತಿಂಗಳಿಗೆ ಒಮ್ಮೆ ಬಾಡಿಗೆಯ ಅವಧಿ ಮುಗಿದ ತಕ್ಷಣ ಪುನರಾವರ್ತನೆಯಾಗುವುದನ್ನು ನಾನು ಗಮನಿಸಿದೆ.

1991ರಲ್ಲಿ, ಕೊನೆಗೂ ನಾನೊಂದು ಎರಡು ಮಲಗುವ ಕೋಣೆಯ ಅಪಾರ್ಟ್‌ಮೆಂಟನ್ನು ಶಾಂತಿ ವೈಭವ್ ಎಂಬ ಕಟ್ಟಡದಲ್ಲಿ ಕೊಂಡುಕೊಂಡೆ. ನನ್ನ ಉಳಿತಾಯದ ಹಣ ಮತ್ತು ಅತ್ತೂರಿನಲ್ಲಿದ್ದ ನಮ್ಮ ಮನೆಯನ್ನು ಮಾರಾಟ ಮಾಡುವ ಮೂಲಕ ಹಣವನ್ನು ಹೊಂದಿಸಲು ಸಾಧ್ಯವಾಯಿತು. ಕಟ್ಟಡದಲ್ಲಿ ಯಾವುದೇ ಎಲಿವೇಟರ್ ಇಲ್ಲದಿದ್ದ ಕಾರಣ ನಾವು ನಾಲ್ಕು ಮಹಡಿಯನ್ನು ಏರಬೇಕಾಗಿದ್ದರೂ ನನಗೂ ಅಮ್ಮನಿಗೂ ಇದು ಸಮಾಧಾನ ತಂದಿತ್ತು. ನನ್ನ ಬದುಕಿಗೆ ಒಂದು ಅರ್ಥಪೂರ್ಣ ರೂಪ ದಕ್ಕುತ್ತಿದೆಯಲ್ಲಾ ಎಂಬುದು ಈ ಸಮಾಧಾನಕ್ಕೆ ಇನ್ನೊಂದು ಕಾರಣವಾಗಿತ್ತು.

ಈ ನಡುವೆ, ಸಲೂನ್‌ನ ಮರದ ಪೀಠೋಪಕರಣಗಳನ್ನು ಬದಲಿಸುವ ಹಾಗಾಯಿತು, ಹಳೆಯ ಸೆಕೆಂಡ್–ಹ್ಯಾಂಡ್ ಸಾಧನಗಳ ಜಾಗದಲ್ಲಿ ಮರದ ಹೊಸಕುರ್ಚಿಗಳು ಮತ್ತು ಒಂದು ಅಗಲವಾದ ಕನ್ನಡಿಯ ಸಹಿತವಾಗಿ ಈ ಬದಲಾವಣೆ ನಡೆಯಿತು. ಅದೇ ಬಡಗಿ, ನಮ್ಮ ಮನೆಯ ಅಡುಗೆ ಕೋಣೆಯನ್ನು ನವೀಕರಿಸಿದನಲ್ಲದೆ, ಮರದ ಮಂಚ, ಪೀಠೋಪಕರಣಗಳನ್ನೂ ಹೊಸ ಮನೆಗೆ ತಯಾರಿಸಿದ. ಹೊಸ ಡ್ರಾಯರ್‌ಗಳು, ಗಾದ್ರೆಜ್ ಕಪಾಟುಗಳು, ಒಂದು ಮ್ಯೂಸಿಕ್ ಸಿಸ್ಟಮ್, ಒಂದು ಟೆಲಿವಿಷನ್ ಸೆಟ್, ಒಂದು ದಿವಾನ್, ಕುರ್ಚಿಗಳು ಮತ್ತು ಷೋಕೇಸ್‌ಗಳು ಅಲ್ಲಿ ಅಲಂಕರಿಸಿದವು.

ಕಿಟಕಿಯ ದಳಿಗಳನ್ನು ಗುಲಾಬಿ ಮತ್ತು ಮಲ್ಲಿಗೆ ಮುಂತಾದವುಗಳಿದ್ದ ಹೂವಿನ ಕುಂಡಗಳು ಅಂಕರಿಸಿದವು. ತುಳಸಿಯ ಗಿಡಕ್ಕೆ ಒಂದು ಪ್ರತ್ಯೇಕ ಜಾಗವನ್ನು ಮೀಸಲಾಗಿಟ್ಟು ಅಮ್ಮ ನಿತ್ಯವೂ ಬೆಳಿಗ್ಗೆ ಎದ್ದು, ಸಾಂಪ್ರದಾಯಿಕವಾಗಿ ಅದಕ್ಕೆ ದೀಪವನ್ನಿಟ್ಟು ಪ್ರಾರ್ಥಿಸುವ ಪದ್ಧತಿ ಶುರುವಾಯಿತು. ನಮ್ಮ ಊರಿನಿಂದ ಆಗಮಿಸುತ್ತಿದ್ದ ನಮ್ಮ ಸ್ನೇಹಿತರಿಗೂ, ಸಂಬಂಧಿಗಳಿಗೂ ಈ ನಮ್ಮ ಮಾದರಿಯ ಜೀವನ ಸಂತೋಷ ಮತ್ತು ಅಚ್ಚರಿಗೆ ಕಾರಣವಾಗಿತ್ತು.

ನಮಗೆ ವಿದ್ಯುತ್ ಅಡಚಣೆ ಮತ್ತು ನೀರಿನ ತೊಂದರೆಗಳು ಕಾಡಿದರೂ, ಈ ಹೊಸ ಆಯಾಮದಲ್ಲಿ ಅವೆಲ್ಲ ಗಣನೆಗೆ ಬರಲಿಲ್ಲ.

ನನ್ನ ಕೆಲಸ ಕ್ರಮೇಣ ಪ್ರಗತಿಯತ್ತ ಸಾಗಿತ್ತು–ಮನೆಯಲ್ಲಾಗಲೀ ಅಥವಾ ಕೆಲಸದ ಸ್ಥಳದಲ್ಲಾಗಲೀ–ಅದರಿಂದ ನನಗೆ ಖುಷಿಯಾಗುತ್ತಿತ್ತು. ಹರಿಣಾಕ್ಷಿ ನಮ್ಮ ನಿರ್ವಾತವನ್ನು ತನ್ನ ಉಲ್ಲಾಸ ಹಾಗೂ ನಗುವಿನಿಂದ ತುಂಬಿದ್ದಳು. ಅವಳೊಬ್ಬಳು ಲವಲವಿಕೆಯ ವ್ಯಕ್ತಿಯಾಗಿದ್ದು, ಅವಳ ಹರ್ಷೋತ್ಸಾಹ ಸಾಂಕ್ರಾಮಿಕವಾಗಿತ್ತು. ನಮ್ಮ ವಾಸಸ್ಥಳ ನಿಜಕ್ಕೂ ಒಂದು ಮನೆಯಾಗಿ ಪರಿವರ್ತಿತವಾಗಿತ್ತು.

ನಮ್ಮ ಸಂತೋಷ ಹೆಚ್ಚುಕಾಲ ಉಳಿಯಲಿಲ್ಲ. ನಮ್ಮ ಮದುವೆಯಾದ ಐದು ವರ್ಷಕ್ಕೆ ಹರಿಣಾಕ್ಷಿಯು ಆರೋಗ್ಯದ ಚಿಂತೆ ಅವಳನ್ನು ಕುಸಿಯುವಂತೆ ಮಾಡಿದ್ದಲ್ಲದೆ, ಉಲ್ಲಾಸದಾಯಕ ವೈವಾಹಿಕ ಜೀವನದ ಮೇಲೆ ಮಂಕು ಕವಿಯುವಂತೆ ಮಾಡಿತು–ಅವಳಿಗೆ ಮಗು ಬೇಕೆಂಬ ಬಯಕೆ, ವೈದ್ಯರಲ್ಲಿನ ಅನವರತ ಭೇಟಿಗಳು, ರೋಗ ನಿರ್ಣಯದ ತಪ್ಪು ವಿಧಾನದಿಂದಾಗ ಕಳವಳಿಕೆ, ತದನಂತರದ ಕ್ಯಾನ್ಸರ್ ಜತೆಗಿನ ಹೋರಾಟ. ಅವಳ ಎರಡನೆಯ ಶಸ್ತ್ರಚಿಕಿತ್ಸೆಯ ಬಳಿಕ, ನಮ್ಮ ಮನೆಯ ಮಹಡಿಗಳನ್ನು ಹತ್ತಿ ಹೋಗುವುದಕ್ಕೆ ಅವಳಿಂದ ಸಾಧ್ಯವಾಗದೇ ಹೋಯಿತು. ಮನೆಯನ್ನು ಎಲಿವೇಟರ್ ಇರುವ ಇನ್ನೊಂದು ಕಟ್ಟಡಕ್ಕೆ ಬದಲಿಸುವ ನಿರ್ಣಯ ತೆಗೆದುಕೊಂಡೆ.

ನನ್ನ ಸಿಬ್ಬಂದಿವರ್ಗವೆಂದರೆ, ನನ್ನ ಕುಟುಂಬದ ಭಾಗವೆನ್ನಬಹುದು. ಇಂತಹ ವಿಚಿತ್ರ ನಗರದಲ್ಲಿ ಯಾರಿಗೆ ಸ್ವಂತ ಪರಿವಾರದವರು ಇಲ್ಲವೋ ಅವರ ಜವಾಬ್ದಾರಿಯನ್ನು ನಾನೇ ವಹಿಸಿಕೊಳ್ಳುತ್ತಿದ್ದೆ. ತಾವು ಮುಂಬಯಿಯಲ್ಲಿ ತಳವೂರಲು ಪಡುತ್ತಿದ್ದ ಶ್ರಮವನ್ನು ಕಂಡು ನನಗೆ ನನ್ನ ಪ್ರಾರಂಭಿಕ ಸೆಣಸಾಟದ ನೆನಪಾಗುತ್ತಿತ್ತು. ಸಂಬಂಧಿಗಳು ನನಗೆ ಆಶ್ರಯವನ್ನೂ, ಬೆಂಬಲವನ್ನೂ ನೀಡಿದ್ದರು. ನಮ್ಮಲ್ಲಿ ಅನೇಕ ತಪ್ಪುತಿಳುವಳಿಕೆಗಳಿದ್ದರೂ,

ಭಿನ್ನಾಭಿಪ್ರಾಯಗಳಿದ್ದರೂ, ನನ್ನ ಕಷ್ಟದ ಸಮಯದಲ್ಲಿನ ಅವರ ಸಹಾಯವನ್ನು ನಾನು ಕೃತಜ್ಞತಾಪೂರ್ವಕವಾಗಿ ಜ್ಞಾಪಿಸಿಕೊಳ್ಳುತ್ತೇನೆ. ಆ ಬಗೆಯ ಕೃತಜ್ಞತಾರ್ಪಣೆ, ಬಹುಶಃ ನನ್ನ ಸಿಬ್ಬಂದಿಗಳಲ್ಲಿ ಯಾರಿಗೆ ಅತ್ಯವಶ್ಯವೋ, ಅವರ ಜತೆಗಿನ ನನ್ನ ವ್ಯವಹಾರದಲ್ಲಿ ತೋರಿಸುತ್ತ ಅದನ್ನು ತೀರಿಸುತ್ತಿದ್ದೇನೇನೋ.

ಇಂದಿನವರೆಗೆ ನನ್ನ ಥಾಣೆಯ ಸಲೂನ್‌ನಲ್ಲಿ, ಅದನ್ನೀಗ ಸ್ವಲ್ಪ ವಿಸ್ತರಿಸಲಾಗಿದೆ, ಕೆಲಸ ಮಾಡುತ್ತಿರುವ ಸಿಬ್ಬಂದಿಗಳಿಗೆ, ನಮ್ಮ ಹಳೆಯ ಅಪಾರ್ಟ್‌ಮೆಂಟಿನಲ್ಲೇ ತಂಗಲು ವ್ಯವಸ್ಥೆ ಮಾಡಲಾಗಿದೆ. ಅಲ್ಲೊಬ್ಬರು ಮೇಲ್ವಿಚಾರಕರನ್ನು ನಾನು ನಿಯಮಿಸಿದ್ದು, ಅವರು ಹುಡುಗರಿಗೆ ಅಡುಗೆಯನ್ನು ಮಾಡಿ ಬಡಿಸುತ್ತಿದ್ದಾರೆ.

2003ರಲ್ಲಿ, ನಾವು ಮುಂಬಯಿಯ ಮುಲುಂದ್ ಪ್ರದೇಶದ ಇನ್ನಷ್ಟು ಮೇಲ್ಮಟ್ಟದ ಮ್ಯಾರಥಾನ್ ಕಾಸ್ಮೋಸ್‌ಗೆ ವಾಸ್ತವ್ಯವನ್ನು ಬದಲಾಯಿಸಿದೆವು. ಈ ಹೊಸ ಮೂರು ಬೆಡ್‌ರೂಮ್‌ಗಳ ಅಪಾರ್ಟ್‌ಮೆಂಟ್‌ಗೆ ಒಂದು ತಾರಸಿಯಿದ್ದು, ಅದು ಒಂದು ಅಂಗಳದ ಥರ ಉಪಯುಕ್ತವಾಗಿತ್ತು. ಹರಿಣಾಕ್ಷಿ ಇಲ್ಲಿಯೇ ಸಿಬ್ಬಂದಿಗಳಿಗೂ, ಸಂಬಂಧಿಗಳಿಗೂ ಔತಣಕೂಟಗಳನ್ನು ಏರ್ಪಡಿಸುತ್ತ, ಹಬ್ಬಹರಿದಿನಗಳನ್ನು ಆಚರಿಸುತ್ತ, ಧಾರ್ಮಿಕ ಸಮಾರಂಭಗಳನ್ನು ಆಯೋಜಿಸುತ್ತ, ಸ್ನೇಹಿತರಿಗೆ ಚಂದ್ರಪ್ರಕಾಶದ ಊಟ ಇತ್ಯಾದಿಗಳನ್ನು ಸಂಘಟಿಸುತ್ತ ಬಹಳ ಸಂತೋಷದಾಯಕ ಸಮಯವನ್ನು ಕಳೆದದ್ದು. ಕೆಲವು ಔಷಧೋಪಚಾರಗಳೊಂದಿಗೆ ಕೆಮೋಥೆರಪಿಗೆ ಕೂಡಾ ಒಳಗಾಗಿದ್ದ ಹರಿಣಾಕ್ಷಿಗೆ ಹರ್ಷೋತ್ಸಾಹವನ್ನು ನೀಡಿದಂಥ ಅಂಗಳವಿದು. ಅವಳು ಆದಷ್ಟು ಬೇಗನೇ ಮತ್ತೆ ಮೊದಲಿನಂತಾಗುತ್ತಾಳೆ ಎಂದೇ ನಾವೆಲ್ಲ ಭಾವಿಸಿದ್ದೆವು.

ವಾರಾಂತ್ಯದ ರಜೆಯಲ್ಲಿ ನಾನು ನನ್ನ ಸಿಬ್ಬಂದಿಗಳೊಂದಿಗೆ ಕ್ರಿಕೆಟ್ ಆಡುವುದಿತ್ತು ಇಲ್ಲಿ. ಎಷ್ಟೇ ಮೇಲಕ್ಕೆ ಚೆಂಡು ನೆಗೆದರೂ, ಅದು ಹೊರಕ್ಕೆ ಬೀಳದಂತೆ ತಾರಸಿಯ ಸುತ್ತಲೂ ಒಂದು ಎತ್ತರವಾದ ಬಲೆಯನ್ನು ಅಳವಡಿಸಿದ್ದೆವು. ಮಳೆ ಬಂದರೂ ನಾವು ಆಡುತ್ತಿದ್ದೆವು, ಎಲ್ಲ ಒದ್ದೆಮುದ್ದೆಯಾಗಿ, ಆಡಿದ ಬಳಿಕ ಮೃಷ್ಟಾನ್ನ ಭೋಜನ ನಮಗಾಗಿ ಕಾದಿರುತ್ತಿತ್ತು. ಬೇಸಗೆಯ ಸಮಯದಲ್ಲಿ ನನ್ನಮ್ಮ ಟೇರಸ್‌ನ್ನು ಬಹಳಷ್ಟು ಉಪಯೋಗಿಸುತ್ತಿದ್ದಳು. ಧವಸಧಾನ್ಯಗಳು, ತೆಂಗಿನ ಕಾಯಿ, ಮೆಣಸು, ಶುಂಠಿ, ಅರಸಿನ ಹಲಸಿನ ಹಣ್ಣು ಹೀಗೆ ಮುಂತಾದವನ್ನು ಒಣಗಿಸಲೂ, ಅಡಿಕೆಯನ್ನು ಸುಲಿಯಲೂ, ಬಟ್ಟೆ ಒಣಗಿಸಲೂ ಮತ್ತು ಸ್ವಚ್ಛ ಗಾಳಿಯಲ್ಲಿ ವಿಹರಿಸುತ್ತಲೂ ಉಪಯೋಗಿಸುತ್ತಿದ್ದಳು. ಬೆಳಗ್ಗಿನ ಹೊತ್ತು ನಾನು ಆ ಜಾಗವನ್ನು ವ್ಯಾಯಾಮ ಕ್ಕಾಗಿಯೂ, ತಡರಾತ್ರಿಯಲ್ಲಿ ವಿರಾಮಕ್ಕಾಗಿಯೂ ಬಳಸುತ್ತ ಬಂದಿದ್ದೆ.

ಈ ನಮ್ಮ ಹರ್ಷೋತ್ಸಾಹ, ಹರಿಣಾಕ್ಷಿಯ ಆರೋಗ್ಯ ಹದಗೆಡುವುದರೊಂದಿಗೆ ಕಿತ್ತುಕೊಂಡಂತಾಯಿತು. ನನ್ನ ಬದುಕಿನ ಭೀಕರ ಸನ್ನಿವೇಶವೆಂದರೆ, ಅವಳ ಅನಾರೋಗ್ಯದ ದಾರುಣ ಸ್ಥಿತಿ. ಅವಳ ನೋವು ನನಗೇ ಆದಂತೆ ಅನ್ನಿಸುತ್ತಿತ್ತು. ಅವಳಿಗೆ ಎಷ್ಟು ಸಾಧ್ಯವೋ ಅಷ್ಟು ಒಳ್ಳೆಯ ಚಿಕಿತ್ಸೆಯನ್ನು ನೀಡಿದ್ದಾಗ್ಯೂ ಬದಲಾವಣೆ ಕಾಣದಾಗ, ನಾನು ಬಹಳ ವ್ಯಥೆಪಡುತ್ತಿದ್ದೆ. ಅವಳು ಇದೇ ಮನೆಯಲ್ಲಿ ಕೊನೆಯುಸಿರೆಳೆಯುತ್ತ, ನಮ್ಮೊಳಗಿನ ಕೊನೆಯ ಸಂಭಾಷಣೆ ಕೂಡಾ ಇಲ್ಲೇ ನಡೆದಿತ್ತು–

ಆವಾಗ, ಅವಳು ಅಷ್ಟು ಬೇಗನೇ ನಮ್ಮನ್ನು ಬಿಟ್ಟು ಹೋಗುತ್ತಾಳೆ ಎಂದುಕೊಂಡಿರಲಿಲ್ಲ. ಅವಳ ದೇಹವನ್ನು ಇದೇ ಮನೆಯಲ್ಲಿಟ್ಟು ಅಂತಿಮ ಆಚರಣೆಗಳನ್ನು ತೀರಿಸಿ, ಶವಸಂಸ್ಕಾರವನ್ನು ಮಾಡಲಾಗಿತ್ತು.

ಅವಳ ಮರಣ ನನ್ನ ಬದುಕಿನಲ್ಲಿ ದೊಡ್ಡ ನಿರ್ವಾತವನ್ನೇ ಉಂಟು ಮಾಡಿತ್ತು.ನಾನು ನನ್ನನ್ನು ವ್ಯಸ್ತನನ್ನಾಗಿ ಮಾಡಿಕೊಳ್ಳಲು ಯತ್ನಿಸಿದೆ, ಮುಂಜಾನೆಯೇ ಪ್ರಾರಂಭಿಸಿ ತಡರಾತ್ರಿಯ ತನಕ ದುಡಿಯುತ್ತಿದ್ದೆ. ತಾರಸಿಯ ಮೇಲಿನ ಸ್ವಪ್ನಲೋಕ ಇನ್ನೊಂದು ಜೀವನಪೂರ್ತಿಗೆ ಸಲ್ಲುತ್ತಿತ್ತೋ ಏನೋ. ಜಾಗ ಸತ್ತಂತ್ತಾಗಿತ್ತು. ತಾರಸಿಯ ಬಾಗಿಲನ್ನು ತೆರೆಯುವುದಕ್ಕೇ ನಾನು ಹಿಂದೇಟು ಹಾಕುತ್ತಿದ್ದೆ. ಅವಳು ಸಂಜೆಯ ಹೊತ್ತು ನನಗಾಗಿ ಕಾದಿರುತ್ತಿದ್ದುದು ಇಲ್ಲೇ ಎಂಬುದು ನನಗೆ ನೆನಪಾಗುತ್ತಿತ್ತು. ನಾನು ಅಲ್ಲಿ ನಡೆದಾಗೆಲ್ಲ, ಅವಳು ನನ್ನ ಹೆಸರನ್ನು ಹಿಡಿದು ಕರೆದಂತಾಗುತ್ತಿತ್ತು. ನಾನು ಸುತ್ತಲೂ ಒಮ್ಮೆ ಕಣ್ಣೋಡಿಸಿ ತಾರಸಿಗೆ ನಿಟ್ಟೋಟದಿಂದ ಓಡಿಹೋದಾಗ, ಅಲ್ಲಿ ಬರಿದೇ ಸ್ಥಳ ಗೋಚರಿಸುತ್ತಿತ್ತು. ಮನೆಯಲ್ಲಿ ಎಲ್ಲೆಲ್ಲೂ ಅವಳ ಅಸ್ತಿತ್ವವನ್ನು ಕಾಣುತ್ತಿದ್ದೆ. ಬದುಕು ಒಂದು ತಿಪ್ಪರಲಾಗ ಹಾಕಿದಂತೆ ಆಗಿದೆ... ಮತ್ತೊಮ್ಮೆ.

ತಿಂಗಳುಗಳು ಕಳೆದಂತೆ, ನನ್ನ ಲೋಖಂಡವಾಲಾ ಸಲೂನ್ ಬಹಳಷ್ಟು ಗಿರಾಕಿಗಳನ್ನು ಆಕರ್ಷಿಸಲು ತೊಡಗಿತು, ಹೆಚ್ಚಿನವರು ಮೋಹಕ ಜಗತ್ತಿನವರಾಗಿದ್ದರು. ಮುಲುಂದ್‌ನಿಂದ ಹೊರಟು, ಲೋಖಂಡವಾಲಾದಲ್ಲಿ ವಿಶಿಷ್ಟ ಗಿರಾಕಿಗಳಿಗೆ ಸೇವೆ ಸಲ್ಲಿಸಿ, ಇತರ ಮೂರು ಸಲೂನ್‌ಗಳಿಗೆ ಭೇಟಿ ನೀಡಿ, ಅಂಧೇರಿ ಲಿಂಕ್ ರಸ್ತೆಯಲ್ಲಿನ ಅಕಾಡೆಮಿಯಲ್ಲಿ ಅಧ್ಯಾಪನ ಮಾಡಿ ಮುಗಿಸುವಾಗ ಬಿಡುವಿಲ್ಲದೆ ವಿಪರೀತ ಗೊಂದಲದಲ್ಲಿ ಸಿಕ್ಕಿಹಾಕಿಕೊಳ್ಳುತ್ತಿದ್ದೆ. ಹಾಗಾಗಿ ನಾನು ಪಶ್ಚಿಮದ ಹೊರವಲಯಕ್ಕೆ ವಾಸ್ತವ್ಯವನ್ನು ಬದಲಾಯಿಸುವ ತೀರ್ಮಾನ ಮಾಡಿದೆ.

ಓಶಿಯಾವಾರಾದಲ್ಲಿನ ಒಂದು ಹೊಸದಾಗಿ ನಿರ್ಮಾಣವಾದ ಕಟ್ಟಡಕ್ಕೆ ನನ್ನ ಒಬ್ಬ ಗೆಳೆಯ ನನ್ನನ್ನು ಕರೆದೊಯ್ದು. ಆ ಸಂಜೆ ಅದಾಗಲೇ ಸಿದ್ಧವಾದ ಅಪಾರ್ಟ್‌ಮೆಂಟ್‌ಗೆ ನಾನು ಹೋದಾಗ, ಕಿತ್ತಳೆ ಬಣ್ಣದ ಜ್ವಾಲೆಯಂತೆ ತೋರುವ ಆಕಾಶ, ದಿಗಂತದಲ್ಲಿ ಮುಳುಗುತ್ತಿರುವ ಸೂರ್ಯನನ್ನು ಕಂಡು ನಾನು ಸಮ್ಮೋಹಿತನಾದೆ. ಆ ತಕ್ಷಣವೇ ನಾನು ಆ ಜಾಗವನ್ನು ಬಹಳಷ್ಟು ಮೆಚ್ಚಿಕೊಂಡೆ. ಮೂವತ್ತ ಆರನೇ ಮಾಳಿಗೆಯ ವಿಶಾಲವಾದ ಬಾಲ್ಕನಿಯಲ್ಲಿ ನಾನಿದ್ದೆ. ಸೂರ್ಯ ಮುಳುಗುವುದರೊಂದಿಗೆ ಸಣ್ಣ ಸಣ್ಣ ಮಿನುಗುವ ತಾರೆಗಳು ಕಣ್ಣಿಗೆ ಚೇತೋಹಾರಿಯಾಗಿ ಕಂಡವು.

ಅಲ್ಲಿ ನಿಂತಾಗ, ಕೆಳಗಡೆ ಮನೆಗಳಲ್ಲಿ ಒಂದೊಂದಾಗಿ ದೀಪಗಳು ಬೆಳಗುವುದನ್ನು ನೋಡಿದೆ. ದೂರದ ಅಂಚಿನಲ್ಲಿ ಆಕಾಶ ಮಿನುಗುತ್ತಿರುವುದನ್ನು ಕಂಡು ನಾನು ಮೂಕವಿಸ್ಮಿತನಾದೆ. ಅದು ನನ್ನಲ್ಲಿ ಒಂದು ಹೊಸ ಭಾವನೆಯನ್ನೂ, ಭರವಸೆಯನ್ನೂ ಮತ್ತು ಮುಂದಿನ ಹೆಜ್ಜೆಯ ಆಶಾಕಿರಣವನ್ನೂ ಆವಿರ್ಭವಿಸಿತು. ನಾನು ಬಹಳ ಹಿಂದೆ ನನ್ನ ಊರನ್ನು ಬಿಟ್ಟು ಬರುವಾಗ, ಮುಂಬಯಿಯ ಹಾದಿಯಲ್ಲಿ ಬಸ್ಸಿನಲ್ಲಿದ್ದಾಗ, ಆಕಾಶದ ಇದೇ ಮಾಯಾಲೋಕದ ದರ್ಶನವಾಗಿತ್ತು. ಇದು ನನ್ನ ಹೃದಯವನ್ನು ಸಂತೋಷದಿಂದ ತುಂಬಿಬರುವಂತೆ ಮಾಡುತ್ತದೆ.

ಇದು ನನ್ನ, ನನ್ನ ತಾಯಿಗೆ ಮತ್ತು ನನ್ನ ಕುಟುಂಬಕ್ಕೆ ನೂತನ ವಸತಿಯ ತಾಣವೆಂದು ಆಗಲೇ ನಿರ್ಧರಿಸಿದೆ. ಅನುಶ್ರೀ ಅದಾಗಲೇ ನನ್ನ ಬದುಕಿನಲ್ಲಿ ಪ್ರವೇಶಿಸಿದ್ದಾಗಿತ್ತು. ನಮ್ಮ ಮೊದಲ ಮಗು ರೋಹಿಲ್ ಮುಲುಂದ್‌ನ ಅಪಾರ್ಟ್‌ಮೆಂಟ್‌ನಲ್ಲಿದ್ದಾಗಲೇ ಜನಿಸಿದ್ದ.

ಈ ಮನೆ ವಿಶಾಲವಾಗಿದ್ದು, ದೊಡ್ಡ ದೊಡ್ಡ ಕೋಣೆಗಳಿಂದಲೂ, ವಿಶಾಲ ಹಜಾರವನ್ನೂ ಹೊಂದಿದ್ದು, ಮಕ್ಕಳ ಕುಚೇಷ್ಟೆಗಳಿಗೆ ಹೇಳಿಮಾಡಿಸಿದ ತಾಣವಾಗಿತ್ತು. ನಾವು ಇಲ್ಲಿಗೆ ಬಂದ ಮೇಲೆ ಮಗಳು ಆರಾಧ್ಯ ಹುಟ್ಟಿದ್ದಳು. ನನ್ನಮ್ಮನ ಕೋಣೆಯಲ್ಲಿ, ನಮಗೂ ನಮ್ಮೂರಿನ ಜನರಿಗೂ ಅತ್ಯಂತ ಪ್ರಶಸ್ತವಾಗಿ ಆರಾಧಿಸಲ್ಪಡುವ ಕಟೀಲು ದುರ್ಗಾಪರಮೇಶ್ವರಿ ಅಮ್ಮನವರ ಪ್ರತ್ಯೇಕ ಒಂದು ಆವರಣವಿದ್ದು, ಅವಳನ್ನಾರಾಧಿಸುವ ವ್ಯವಸ್ಥೆಯಿದೆ. ಕೆಳಗಿನ ಹುಲ್ಲುಹಾಸಿನಲ್ಲಿ ಮಕ್ಕಳು ಆಡುತ್ತಾರೆ, ಈಜುಕೊಳದಲ್ಲಿ ಜನರು ಈಜುತ್ತಾರೆ, ಸಮುದಾಯ ಭವನದಲ್ಲಿ ಪಾರ್ಟಿಗಳನ್ನು ಆಯೋಜಿಸುತ್ತಾರೆ. ಮಳೆಗಾಲದ ಸಮಯ ವಾತಾವರಣದಲ್ಲಿ ಮಂಜು ತುಂಬಿದಂತೆ, ಮೋಡಗಳು ಸಮೀಪಕ್ಕೆ ಬಂದಂತೆ ತೋರುತ್ತವೆ.

ಕಿಟಕಿಗಳು ದೊಡ್ಡ ಪ್ರಮಾಣದವಾಗಿದ್ದು, ಪಶ್ಚಿಮ ದಿಕ್ಕಿಗೆ ಮುಖಮಾಡಿರುವ ಅವುಗಳಿಂದ ಆಕಾಶದ ದೃಶ್ಯಗಳು ನಿಲುಕುತ್ತವೆ. ತಡರಾತ್ರಿಯಲ್ಲಿ ನಾನು ಮನೆಯಲ್ಲಿ ಮಲಗಿಕೊಂಡಿರುವಾಗ ಆಕಾಶದಲ್ಲಿನ ನಕ್ಷತ್ರಗಳನ್ನು ನೋಡುತ್ತಲೇ ಮನಸ್ಸನ್ನು ತುಂಬಿಕೊಳ್ಳುತ್ತೇನೆ. ಅವು ಮಿನುಗುತ್ತಿರುವಾಗ, ಅವುಗಳನ್ನು ಕೈಚಾಚಿ ಹಿಡಿಯಬೇಕೆನಿಸುತ್ತದೆ.

ತೆಂಗಿನ ಸೋಗೆಗಳಿಂದ ತಯಾರಿಸಿದ ಒಂದು ಚಿಕ್ಕ ಸಲೂನ್‌ನನ್ನು ನಿರ್ಮಿಸಬೇಕೆಂದು ನಾನೊಂದು ಕನಸುಕಂಡಿದ್ದೆ. ಒಂದು ಕುರ್ಚಿ, ಬಾರ್ಬರ್‌ನ ಕತ್ತರಿಗಳು, ಒಂದು ಬಾಚಣಿಗೆ, ಶೇವಿಂಗ್‌ಗೆ ಒಂದು ಕತ್ತಿ ಹಾಗೂ ಒಂದು ಸಣ್ಣ ಕನ್ನಡಿ. ಅದೊಂದು ಚಿಕ್ಕ ಆಸೆಯಾಗಿತ್ತು. ಆದರೆ ದೇವರಿಗೆ ಬೇರೆ ಯೋಜನೆಗಳಿದ್ದವು. ವೈಭವಪೂರ್ಣ ಯೋಜನೆಗಳು.

ಈವೊತ್ತು ಕೆಲಸ ಮತ್ತು ಕೇವಲ ಕೆಲಸ. ಮುಂಜಾನೆ ಎದ್ದೊಡನೆ ನಾನು ಕ್ಲಬ್‌ಗೆ ತೆರಳಿ ಟೆನ್ನಿಸ್ ಆಡುತ್ತೇನೆ, ನಂತರ ಜಿಮ್ನೇಶಿಯಂನಲ್ಲಿ ತುಸು ವ್ಯಾಯಾಮ ಇತ್ಯಾದಿ. ಮತ್ತೆ ದೂರದಾರಿಗಳಿಗೆ ನನ್ನ ಕ್ರಮಬದ್ಧ ಪಯಣದ ಆರಂಭ–ದಕ್ಷಿಣ ಮುಂಬಯಿಯ ಸಲೂನ್‌ಗೆ ಇರಬಹುದು ಅಥವಾ ನಗರದ ಮಧ್ಯಭಾಗದ ಸಲೂನ್‌ಗೆ ಇಲ್ಲವೇ ದೊಂಬಿವಿಲಿಯ ಉತ್ತರದ ತುತ್ತತುದಿಗೆ. ಬಹುತೇಕ ನನಗೆ ಒಂದರ ಹಿಂದೆ ಒಂದರಂತೆ, ಗಿರಾಕಿಗಳ ಪೂರ್ವನಿಗದಿತ ಕೆಲಸಗಳಿರುತ್ತವೆ. ಅವರಲ್ಲಿ ಬಹಳಷ್ಟು ಮಂದಿ ನನ್ನ ಸಲೂನ್‌ಗಳ ಮಾಮೂಲು ಗಿರಾಕಿಗಳಾಗಿರುತ್ತಾರೆ, ಹಲವರು ನನ್ನಿಂದಲೇ ಕ್ಷೌರ ಮಾಡಿಸಿಕೊಳ್ಳುವ ಪೋಷಕ ಮಂದಿ.

ಇಂದಿನ ದಿನಗಳಲ್ಲಿ ನಾನು ನನ್ನ ಬಹುಮಟ್ಟಿನ ಸಮಯವನ್ನು ತಮ್ಮದೇ ಕ್ಷೇತ್ರಗಳಲ್ಲಿ ವಿಶಿಷ್ಟ ಸೇವೆಗಾಗಿ ಗುರುತಿಸಲ್ಪಡುವ ಸೆಲೆಬ್ರಿಟಿಗಳ ಅಥವಾ ಕಾರ್ಪೊರೇಟ್‌ಗಳ ಆಫೀಸಿಗೋ, ಮನೆಗೋ ತೆರಳಿ ಸೇವೆ ಸಲ್ಲಿಸುವುದರಲ್ಲಿ ವಿನಿಯೋಗಿಸುತ್ತೇನೆ. ಅವರ

ಸಮಯದ ಅಭಾವ ಅವರಿಗೆ ಸಲೂನ್‌ಗಳಿಗೆ ಭೇಟಿಕೊಡಲು ಅವಕಾಶ ನೀಡುವುದಿಲ್ಲ. ಹಾಗಾಗಿ ನಾನು ವೈಯಕ್ತಿಕವಾಗಿ ಅವರಲ್ಲಿಗೆ ತೆರಳುತ್ತೇನೆ. ಇದು ನನ್ನ ಬಾಲ್ಯದ ನೆನಪುಗಳನ್ನು ಮತ್ತೆ ತರುತ್ತವೆ, ಆವಾಗ ನಾನು ಜಮೀನ್ದಾರರ ಮನೆ ಮನೆಗಳಿಗೆ ಹೋಗಿ ಸೇವೆ ಸಲ್ಲಿಸುತ್ತಿದ್ದೆ.

ನನಗೆ ಸಾಕಷ್ಟು ವಿಲಾಸೀ ವೈಭವಗಳು ಕೈಗೆಟುಕುವುದರಲ್ಲೇ ಇದ್ದಾಗ್ಯೂ ನಾನು ಇಂದಿಗೂ ದಕ್ಷಿಣ ಭಾರತದ ಮೂಲೆಯ ಆ ಸಣ್ಣ ಹಳ್ಳಿಯ ಅದೇ ಸರಳಮನುಷ್ಯನಾಗಿಯೇ ಉಳಿದಿದ್ದೇನೆ. ಈವೊತ್ತು ಕೂಡಾ ನಾನು ಯಾವುದೇ ಸಂಕೋಚವಿಲ್ಲದೆ, ಎಲ್ಲಾದರೂ ಮಲಗಿಕೊಳ್ಳುವುದಕ್ಕೋ, ವಿರಮಿಸುವುದಕ್ಕೋ ಒಗ್ಗಿಕೊಳ್ಳುತ್ತೇನೆ. ಮುಂಬಯಿಯಲ್ಲಿ ಕೆಲವರು ಬೆಳಿಗ್ಗೆಯ ಉಪಾಹಾರವನ್ನು ಫೈವ್-ಸ್ಟಾರ್ ಹೊಟೇಲಿನಲ್ಲಿ ಮುಗಿಸಿ, ರಾತ್ರಿಯ ಭೋಜನಕ್ಕೆ ಸೆವೆನ್‌ಸ್ಟಾರ್‌ಗೆ ಹೋಗುವುದಿದೆ. ನನಗೋ ನನ್ನ ಮನೆಯಲ್ಲಿ ತಯಾರಿಸಿದ ಊಟದ ಪೊಟ್ಟಣವೇ ಬೇಕು, ಅದನ್ನು ಜತೆಗೆ ಒಯ್ಯುತ್ತೇನೆ. ನನ್ನ ಒಂದೇ ಸಂತೋಷವೆಂದರೆ, ಸಂಜೆಯಾದೊಡನೆ ಮನೆಗೆ ತೆರಳಿ ನನ್ನ ಪರಿವಾರದ ಜತೆಗೆ ಕಾಲಕಳೆಯುವುದು. ನನ್ನ ಅವಶ್ಯಕತೆಗಳೂ ಅಲ್ಪ. ಮುಂಬಯಿಯ ಸೆಖೆಯ ಮತ್ತು ಬೆವರು ಬರಿಸುವ ವಾತಾವರಣದಲ್ಲಿ ನಿಧಾನವಾಗಿ ತಿರುಗುವ ಒಂದು ಫ್ಯಾನ್ ಇದ್ದರಷ್ಟೇ ಸಾಕು, ನನಗೆ ಅದು ನೆಮ್ಮದಿಕೊಡುತ್ತದೆ. ಗಾಳಿಯನ್ನು ತಾಜಾ ಇರಿಸಿದರಷ್ಟೇ ಸಾಕು. ನಿದ್ದೆ ಆವರಿಸಿಕೊಂಡಂತೆ ನನಗೆ ವಿಶ್ರಾಂತಿ ಸಿಗುತ್ತದೆ. ಸಾಮಾನ್ಯವಾಗಿ ಒಂದು ಮಡಚಿದ ಟವೆಲ್ ನನ್ನ ತಲೆಯ ಕೆಳಗೆ ಇರುತ್ತದೆ.

ಪ್ರತಿ ರಾತ್ರಿಯಲ್ಲಿ, ನಾನು ನಿದ್ದೆಗೆ ಹೋಗುವಾಗ, ಮುಗಿಲ ತುಂಬ ವಜ್ರಗಳಂತೆ ಹರಡಿಕೊಂಡಿರುವ ನಕ್ಷತ್ರಗಳನ್ನು ಕಾಣುತ್ತ ಮನಸ್ಸನ್ನು ತುಂಬಿಕೊಳ್ಳುತ್ತೇನೆ. ನನಗೆ ಅದೊಂದೇ ಶಾಂತಿಯ ಹಾದಿ.

ನೀವು ವೇಗವಾಗಿ ಸಾಗಬೇಕೆಂದಾದರೆ, ಒಬ್ಬಂಟಿಯಾಗಿ ನಡೆಯಿರಿ.
ಆದರೆ, ನೀವು ದೂರಕ್ಕೆ ಸಾಗಬೇಕೆಂದಾದರೆ, ಜತೆಯಾಗಿ ನಡೆಯಿರಿ.

–ರತನ್ ಟಾಟಾ, ಭೂತಪೂರ್ವ ಅಧ್ಯಕ್ಷರು, ಟಾಟಾ ಸನ್ಸ್
ಹಾಗೂ ಪ್ರಸಿದ್ಧ ದಾನಿ

ಅಧ್ಯಾಯ ಹದಿನೆಂಟು

ಪರಂಪರಾಗತ ವೃತ್ತಿಯನ್ನು ಸಜೀವವಾಗಿಡಲು ಸಮಾಜದ ಹೆಣಗಾಟ

ಭಂಡಾರಿ ಎಂಬ ಹೆಸರು, ದಕ್ಷಿಣ ಕನ್ನಡ ಮತ್ತು ಉಡುಪಿ ಜಿಲ್ಲೆಗಳ, ಅಂದರೆ, ಮಂಗಳೂರು ನಗರದ ಸುತ್ತಮುತ್ತಲಿನ ಪೇಟೆಪಟ್ಟಣ ಹಾಗೂ ಗ್ರಾಮಾಂತರ ಪ್ರದೇಶಗಳಲ್ಲಿ ಬಾರ್ಬರ್ ಎಂಬುದಕ್ಕೆ ಪರ್ಯಾಯ ಪದವಾಗಿ ಬಳಸಲಾಗುತ್ತದೆ. ಸ್ಥಳೀಯವಾಗಿ ವಾಸಿಸುವವರು ತಮ್ಮ ವಾಸ್ತವ್ಯದ ಪ್ರದೇಶವನ್ನು 'ಊರು' ಎಂದು ಕರೆಯುತ್ತ, ತಮ್ಮ ಪೂರ್ವಿಕರಿಗೆ ಸಂಬಂಧಿಸಿದ್ದೆಂದು ಪರಿಗಣಿಸಿದ್ದರೆ, ಭೌಗೋಳಿಕವಾಗಿ ಹೇಳುವುದಾದರೆ, ಆ ಮನೆತನ ಅಲ್ಲಿನ ಯಾವುದೇ ಪ್ರದೇಶದಲ್ಲಿ ಸ್ಥಿತ್ಯವಾಗಿದ್ದಿರಬಹುದು.

ಒಬ್ಬ ಭಂಡಾರಿಯ ಕತ್ತರಿಯಂತೆ ಬೇರೆ ಯಾರದ್ದೂ ಓಡುವುದಿಲ್ಲ–ಇದು ಸ್ಥಳೀಯ ತುಳು, ಕನ್ನಡ ಅಥವಾ ಕೊಂಕಣಿ ಭಾಷೆಗಳನ್ನು ಮಾತನಾಡುವ ಜನರಲ್ಲಿರುವ ನಾಣ್ನುಡಿ. ಅಂತೆಯೇ ಓರ್ವ ಭಂಡಾರಿಯಂತೆ ಸಲೂನ್ ಉದ್ಯಮದಲ್ಲಿ ಬೇರೆ ಯಾರೂ ಯಶಸ್ಸನ್ನು ಗಳಿಸುವುದಿಲ್ಲ ಎನ್ನುದೂ ಅಷ್ಟೇ ಪ್ರಚಲಿತ ನಂಬಿಕೆ.

ಈ ಪುಸ್ತಕದಲ್ಲಿ ನಮೂದಿಸಲಾದ ನನ್ನ ಎರಡನೆಯ ಹೆಸರು, ಭಂಡಾರಿ ಎಂಬುದು, ನನ್ನ ಎಲ್ಲಾ ಸಂಬಂಧಿಗಳಿಗೂ ಅನ್ವಯಿಸುತ್ತ, ಅದು ಸೋದರ ಕಡೆಯಿಂದಲೂ, ಪಿತೃ ಕಡೆಯ ಕೌಟುಂಬಿಕ ಹಿನ್ನೆಲೆಯಿಂದಲೂ ಬಂದಿರುವಂಥದ್ದು, ಹಾಗೂ ನನ್ನ ಸಮುದಾಯದ ಎಲ್ಲಾ ನನ್ನ ಸ್ನೇಹಿತರಲ್ಲೂ ಕಾಣಬರುವಂಥದ್ದು. ಉಪನಾಮ ಸಾಮಾನ್ಯವಾಗಿರುವುದರಿಂದ, ಈ ಪುಸ್ತಕದಲ್ಲಿ ಹೆಸರಿಸಲಾದ ಅನೇಕ ಬಂಧುಗಳನ್ನು ಗುರುತಿಸುವುದು ಮತ್ತು ನನ್ನ ಜತೆಗಿನ ಅವರ ಸಂಬಂಧವನ್ನು ತಿಳಿಯುವುದು ಕೊಂಚ ತ್ರಾಸದಾಯಕ ಕೆಲಸವೇ, ಯಾಕೆಂದರೆ ಜನರಿಗೆ ಈ ಪ್ರದೇಶದ ಹೆಚ್ಚಿನ ಮಾಹಿತಿಯಿಲ್ಲವಲ್ಲ.

ನಮ್ಮ ಸಂಪ್ರದಾಯದಿಂದ ಬಂದಿರುವ ಈ ಕೆಲಸ ವಿಶಿಷ್ಟ ಪರಂಪರೆಯಿಂದ ಬಂದಿದ್ದು, ಅದು ನಮ್ಮ ಪೂರ್ವಜರಿಂದ ಶುರುವಾಗಿದ್ದಿರಬೇಕು. ಬಾರ್ಬರ್ ವೃತ್ತಿಯನ್ನು ನಮ್ಮ ಸಮುದಾಯದವರು ಯಾವತ್ತಿನಿಂದ ತಮ್ಮ ಕುಲಕಸುಬನ್ನಾಗಿ ಮಾಡಿಕೊಂಡರು ಎಂದು ನಮ್ಮ ಸಮುದಾಯದ ಕೆಲವು ಹಿರಿಯರಿಗೆ ಕೇಳಿದರೆ ಅವರಿಗೆ ತಿಳಿದಿಲ್ಲವೆಂದು ಕೈಚೆಲ್ಲುತ್ತಾರೆ. ಏನಿದ್ದರೂ ಇಷ್ಟು ಮಾತ್ರ ಅವರು ಹೇಳಬಲ್ಲರು, ಅನಾದಿ ಕಾಲದಿಂದಲೂ, ಭಂಡಾರಿ ಸಮುದಾಯದವರನ್ನು ರಾಜಮನೆತನದವರು ಮತ್ತು ಶ್ರೀಮಂತ ಕುಟುಂಬದವರು ತಮ್ಮ ಸೇವೆಗಾಗಿ ಇರಿಸಿಕೊಂಡಿದ್ದರು ಅಂತ.

ಚಾರಿತ್ರಿಕವಾಗಿ ಹೇಳುವುದಾದರೆ, ಭಂಡಾರಿಗಳು ರಾಜರ ಆಸ್ಥಾನಗಳಲ್ಲಿ ಬಾರ್ಬರ್ ಕೆಲಸವನ್ನು ಮಾಡುವುದರ ಜತೆಗೆ ಅವರ ರಾಜದೂತರಾಗಿಯೂ, ನಂಬಿಕಾರ್ಹ ವ್ಯಕ್ತಿಗಳಾಗಿಯೂ ಕಸುಬನ್ನು ನಿರ್ವಹಿಸುತ್ತ ಬಂದವರು ಎನ್ನುವುದು. ಅವರ ಕಸುಬಿನ ಕಾರಣದಿಂದಾಗಿ, ಅವರು ಗಿರಾಕಿಗಳಿಗೆ ದೈಹಿಕ ಸಾಮೀಪ್ಯವನ್ನು ಹೊಂದುವ ಕಾರಣ ಅರಸರಿಗೆ ಸಮೀಪದವರಾದರು. ಪೀಳಿಗೆಯಿಂದ ಪೀಳಿಗೆಗೆ, ಶ್ರೀಮಂತ ಮಂದಿ ಮತ್ತು ಉನ್ನತ ಜಾತಿಯವರು, ಬಾರ್ಬರ್‌ಗಳ ಪೋಷಕರಾಗಿ, ತಮ್ಮ ಮನೆಗಳಿಗೆ ಅವರನ್ನು ಕರೆಸಿಕೊಂಡು ಸೇವೆ ತೆಗೆದುಕೊಂಡಿದ್ದರೆ, ಜನ ಸಾಮಾನ್ಯರು ಸಲೂನ್‌ಗಳಿಗೇ ಬರುವ ಸಂಪ್ರದಾಯ ಶುರುವಾಗಿರಬೇಕು.

ಬಾರ್ಬರ್ ಎನ್ನುವ ಕಸುಬನ್ನು ಕೀಳುಮಟ್ಟದ ವೃತ್ತಿಯೆಂದೂ ಮತ್ತು ಅದನ್ನು ನಿರ್ವಹಿಸುವವರು ಹಿಂದುಳಿದ ಜಾತಿ ಮತ್ತು ಆರ್ಥಿಕವಾಗಿ ಅಸಮರ್ಥರಾದ ಸಮುದಾಯದವರು ಎಂದು ಪರಿಗಣಿಸಲಾಗುತ್ತದೆ. ಕೆಲವು ಅಪವಾದಗಳೆಂದರೆ, ಅವರು ಕೃಷಿ ಕಾಯಕವನ್ನು ಅವಲಂಬಿಸಿ ಅದರ ಉತ್ಪತ್ತಿಯಿಂದ ಜೀವನ ನಿರ್ವಹಣೆ ಮಾಡುವವರಿದ್ದಾರೆ. ಶಿಕ್ಷಣ, ಶಾಲೆಗೆ ಹೋಗುವುದು ಇತ್ಯಾದಿ ಎಂದಿಗೂ ಅವರಿಗೆ ಆದ್ಯತೆಯ ವಿಷಯವಾಗಿರಲಿಲ್ಲ.

ಇಂದು, ಈ ಸಮುದಾಯದ ಸುಮಾರು ಅರುವತ್ತು ಸಾವಿರ ಜನರಿದ್ದು, ಇದರಲ್ಲಿ ಅರ್ಧಾಂಶದಷ್ಟು ಜನರು ಮಂಗಳೂರಿನ ಆಸುಪಾಸಿನಲ್ಲೇ ವಾಸ್ತವ್ಯ ಹೂಡಿದ್ದಾರೆ. ಮಿಕ್ಕವರು ಉತ್ತಮ ಅವಕಾಶಗಳ ದೃಷ್ಟಿಯಿಂದ ಮುಂಬಯಿಗೋ ಅಥವಾ ಮಧ್ಯಪೂರ್ವ ದೇಶಗಳಿಗೋ ವಲಸೆ ಹೋಗಿದ್ದಾರೆ.

ಇವತ್ತಿನ ದಿನಗಳಲ್ಲಿ ಹೊಸತಲೆಮಾರಿನ ಯುವಕರು ಸುಭದ್ರ ಕುಟುಂಬವನ್ನು ಕಟ್ಟುವ ನಿಟ್ಟಿನಲ್ಲಿ ಸನ್ನದ್ಧರಾಗುತ್ತಿದ್ದಾರೆ; ವೈದ್ಯಕೀಯ, ಇಂಜಿನಿಯರಿಂಗ್, ಐಟಿ, ಕಾಮರ್ಸ್, ಕಾನೂನು ಮತ್ತು ಮಾಧ್ಯಮದ ವಲಯಗಳಲ್ಲಿ ಉನ್ನತ ವ್ಯಾಸಂಗ ಮತ್ತು ವೃತ್ತಿಪರವಾಗಿ ಪ್ರಗತಿ ಸಾಧಿಸುವ ಪ್ರಯತ್ನಗಳು ಮುಂದುವರಿದಿದೆ.

ಹಿಂದೆ, ನಮ್ಮ ಸಮುದಾಯದವರಿಗೆ ಈ ನಿಟ್ಟಿನ ಸೆಳೆತ ಇದ್ದಂತೆ ತೋರುವುದಿಲ್ಲ. ಕೆಲವೊಮ್ಮೆ ಅವರು ಮುಂಬಯಿಯ ಹೊಟೇಲುಗಳಲ್ಲಿ ವೈಟರ್‌ಗಳಾಗಿ ಸೇರಿಕೊಂಡಿದ್ದರು, ಆ ಹೋರಾಟದ ಬದುಕಿಗೆ ಹೊರತಾಗಿಯೂ. ಪೇಟೆ ಮತ್ತು ಹಳ್ಳಿಗಳಿಂದ ಬಂದ ಅವರು ಇಕ್ಕಟ್ಟಾದ ಹೊಲಸು ವಸತಿಗಳಲ್ಲಿ ತಮ್ಮ ಸಹೋದ್ಯೋಗಿಗಳ ಜತೆಗೆ ತುಂಬಿಕೊಂಡು ದಿನಪೂರ್ತಿ ದುಡಿಯುತ್ತ, ರಾತ್ರಿಯ ವೇಳೆ ಶಾಲೆಗೆ ಹೋಗುತ್ತಿದ್ದರು.

ಹಾಗೆ ಅರ್ಹತೆಯನ್ನು ಹೊಂದಿದವರ ಸಂಖ್ಯೆ ಬಹಳ ಕಡಿಮೆಯಿದ್ದು, ಅವರೆಲ್ಲ ಒಳ್ಳೆಯ ವೇತನದೊಂದಿಗೋ ಇಲ್ಲವೇ ವೃತ್ತಿಪರ ನೌಕರಿಗಳಲ್ಲೋ ದುಡಿಯುತ್ತ ಬಂದಿದ್ದಾರೆ. ಕೌಟುಂಬಿಕ ಹಿನ್ನೆಲೆಯಲ್ಲಿ ಬಂದ ಕ್ಷೌರದ ಸಲೂನ್‌ಗಳು ಇಕ್ಕಟ್ಟಾದ ಸ್ಥಳಗಳಲ್ಲಿ, ಅಂದರೆ ಒಂದೋ ಮಾರ್ಗದ ತಿರುವಿನಲ್ಲೋ, ಹಾದಿಬದಿಯಲ್ಲೋ ಸ್ಥಾಪಿಸುತ್ತ, ಪುರುಷರಿಗೆ ಮಾತ್ರವೇ ಸಲ್ಲುವ ಪರಿಮಿತಿಯ ಪೀಠೋಪಕರಣಗಳೊಂದಿಗೆ ದಂಧೆಯನ್ನು ಶುರು ಮಾಡಿರುತ್ತಾರೆ. ಯಾವುದೇ ಬಾರ್ಬರ್‌ನ ಉದ್ಯಮ ಅದೊಂದು ಲಾಭದಾಯಕ ವೃತ್ತಿಯೆಂದು ಎಂದಿಗೂ ಪರಿಗಣಿಸಲಾಗಿರಲಿಲ್ಲ. ವರಮಾನ ಮಾತ್ರ ಬಹಳ ಸೀಮಿತವಾಗಿರುತ್ತಿತ್ತು. ಒಂದು ಬಾಚಣಿಗೆ, ಒಂದು ಕತ್ತರಿ, ಅದೊಂದು ನೀರಿನ ಸಿಂಪಡಿಕೆಯ ಬಾಟಲು, ಅಪರಿಷ್ಕೃತ ನಾಲ್ಕು-ಬೆರಳಿನ ಬ್ಲೇಡ್, ಮತ್ತೊಂದು ಶೇವಿಂಗ್ ಕತ್ತಿ ಇದ್ದರಷ್ಟೇ ಸಾಕು ಬಾರ್ಬರನ ಕೆಲಸಕ್ಕೆ, ಕೂದಲನ್ನು ರಟ್ಟಿಸುವುದಕ್ಕೂ, ಶೇವಿಂಗ್‌ಗೋ, ಗಡ್ಡವನ್ನು ಓರಣಗೊಳಿಸುವುದಕ್ಕೋ ಸಾಕಾಗುತ್ತದೆ; ಬೇಕಿದ್ದರೆ, ತಲೆಯ ಮಸಾಜ್‌ನ್ನು ಆಗ್ರಹಿಸಿದರೆ ಮಾತ್ರ ಪೂರೈಸುವಂಥದ್ದು.

ಕಾಲದ ಮುನ್ನೆಡೆಯಲ್ಲಿ, ಹಳೆಯ ವಿಧಾನಗಳು ಲುಪ್ತವಾಗುತ್ತಾ ಹೋಗಿ, ಆಧುನಿಕ ಗ್ಯಾಜೆಟ್‌ಗಳು ಹೆಚ್ಚಿನ ಸೌಲಭ್ಯಗಳೊಂದಿಗೆ ಅದರ ಜಾಗವನ್ನು ತುಂಬಿಕೊಂಡವು. ಸೊಬಗಿನ ಸಲೂನ್‌ಗಳೂ, ಮೇಲ್ಮಟ್ಟದ ಪಾರ್ಲರ್‌ಗಳೂ ನುಸುಳಿಕೊಂಡವು. ಕಳೆದ ಎರಡು ದಶಕಗಳಲ್ಲಿ ಕೇಶ ವಿನ್ಯಾಸದ ದಂಧೆ, ಒಂದು ಲಾಭದಾಯಕ ಉದ್ಯಮವಾಗಿ ಬೆಳೆದಿದೆ, ಮಾತ್ರವಲ್ಲ, ಅದನ್ನು ನಡೆಸುವವರಿಗೆ ಸಾಕಷ್ಟು ಗೌರವವನ್ನೂ, ಸಾಮಾಜಿಕ ಸ್ಥಾನಮಾನವನ್ನೂ ಗಳಿಸಿಕೊಟ್ಟಿದೆ.

2011ರ ಆಗಸ್ಟ್‌ನಲ್ಲಿ ಸಮುದಾಯದ ಜನರನ್ನು ಒಂದೇ ಸೂರಿನಡಿಗೆ ತರುವ ಪ್ರಯತ್ನದ ಅಂಗವಾಗಿ, ಭಂಡಾರಿ ಮಹಾಮಂಡಲ ಅಸೋಸಿಯೇಶನ್ (ಬಿಎಂಎ-BMA) ಯನ್ನು ಸ್ಥಾಪಿಸಲಾಗಿ, ಅದು ಒಂದು ಹೊಸ ಅಲೆಯನ್ನೇ ಸೃಷ್ಟಿ ಮಾಡಿತು. ಎರಡು ಸಾವಿರಕ್ಕೂ ಹೆಚ್ಚು ಸದಸ್ಯರನ್ನು ಹೊಂದಿರುವ ಈ ಘಟಕ ಕರ್ನಾಟಕದ ವಿವಿಧ ಮೂಲೆಗಳಲ್ಲಿ ಹರಿದುಹಂಚಿಹೋಗಿರುವ ಸಮುದಾಯದ ಜನರನ್ನು ಒಂದುಗೂಡಿಸಲು ಯತ್ನಿಸುತ್ತಿದೆ.

ಅಸೋಸಿಯೇನ್‌ನ ಸ್ಥಾಪಕಾಧ್ಯಕ್ಷರಾಗಿರುವ ಶ್ರೀ ಸುರೇಶ್ ಭಂಡಾರಿ, ಮುಂಬಯಿಯ ಓರ್ವ ಸುಪ್ರಸಿದ್ಧ ಉದ್ಯಮಿಯಾಗಿದ್ದು, ಮತ್ತು ಅವರೊಂದಿಗೆ, ಬೆಂಗಳೂರಿನಲ್ಲಿ ಸವಿತಾ ಸಮಾಜವೆಂಬ ಕನ್ನಡದ ಟೇಬಲಾಯ್ಡ್‌ನ್ನು ನಡೆಸುತ್ತಿರುವ ಶ್ರೀ ಸೋಮಶೇಖರ ಭಂಡಾರಿಯುವರು ಸಂಘದ ನೇತೃತ್ವವನ್ನೂ ಜವಾಬ್ದಾರಿಯನ್ನೂ ವಹಿಸಿ ಮುನ್ನೆಡೆಸುತ್ತಿದ್ದಾರೆ. ಅವರು ನಾಡಿನ ಪೇಟೆಗಳಲ್ಲಿ, ಹಳ್ಳಿಗಳಲ್ಲಿ ಅಲೆದಾಡಿ, ಸಣ್ಣ ಸಣ್ಣ ತಂಡಗಳನ್ನಾಗಿ ಸಂಘಟಿಸಿ, ಎಲ್ಲರನ್ನೂ ಬಿಎಂಎಯ ಆಶ್ರಯದಲ್ಲಿ ಒಂದುಗೂಡುವಂತೆ ಮಾಡಿದ್ದಾರೆ.

ಅವರು ಸಂಘಟನೆಯ ಆಶ್ರಯದಲ್ಲಿ ಸಭೆಗಳನ್ನು ಸೇರಿಸಿ, ಸಮೂಹಗಳನ್ನು ಉದ್ಧೇಶಿಸಿ ಭಾಷಣ ಮಾಡುತ್ತ, ಬಡವರಿಗೂ, ಅಶಿಕ್ಷಿತರಿಗೂ ವೃತ್ತಿಪರತೆಯ ವಿಷಯದಲ್ಲಿ ಸೂಕ್ತ ಮಾರ್ಗದರ್ಶನ ನೀಡುತ್ತ ಬಂದಿದ್ದಾರೆ. ಯುವಜನಾಂಗದವರು ಸಲೂನ್‌ನ ಕುಲಕಸುಬನ್ನು ಅನುಸರಿಸುವಂತೆ ಪ್ರೇರೇಪಿಸುತ್ತ, ಈಗಾಗಲೇ ಅವರ ಪರಿವಾರದವರು

ಅದೇ ನೌಕರಿಯಲ್ಲಿ ತೊಡಗಿದ್ದರೆ, ಅಂತವರಿಗೆ ತಮ್ಮ ಕೌಶಲ್ಯ ಹಾಗೂ ನೈಪುಣ್ಯವನ್ನು ಪೂರ್ಣಪ್ರಮಾಣದಲ್ಲಿ ಉಪಯೋಗಿಸುವಂತೆ ಉತ್ತೇಜನ ನೀಡಲಾಗುತ್ತಿದೆ.

ಪ್ರತ್ಯೇಕವಾಗಿ, ಎಳೆಯ ವಯಸ್ಸಿನವರು ಮದ್ಯಪಾನ ಮತ್ತು ಧೂಮಪಾನ ಮಾಡದಂತೆ, ಅವರಿಗೆ ಅದರ ಅಪಾಯಗಳ ಕುರಿತು ತಿಳುವಳಿಕೆ ನೀಡಲಾಗುತ್ತದೆ. ಸಮುದಾಯದ ತೀವ್ರ ಆತಂಕಕ್ಕೆ ಕಾರಣವಾಗಿರುವುದೆಂದರೆ, ಹಳ್ಳಿಯ ಮನೆಮನೆಗಳಲ್ಲಿ ತಯಾರಿಸಲಾಗುವ ಕಳ್ಳಭಟ್ಟಿಯ ಶರಾಬು, ಇದನ್ನು ಹಿಂದಿನ ಪೀಳಿಗೆಯವರೆಲ್ಲ ಕಂಠಪೂರ್ತಿ ಕುಡಿಯುತ್ತ ನಾಶವಾದ ಪರಿಸ್ಥಿತಿಯಿತ್ತು.

ಬಿಎಂಎ, ತನ್ನ ಕಾರ್ಯಶೀಲತೆಯಿಂದ, ಸಿಂಗಾಪುರ್, ಪ್ಯಾರಿಸ್ ಮತ್ತು ಯು.ಕೆ.ಗಳಲ್ಲಿ ಅವಕಾಶವಿರುವ ತರಬೇತಿಗಳ ಕುರಿತು ಮಾಹಿತಿಯನ್ನು ನೀಡುತ್ತ, ಹಾಗೆಯೇ ಉದ್ಯಮವನ್ನು ಸ್ಥಾಪಿಸುವ ಸಲುವಾಗಿರುವ ತಕ್ಕುದಾದ ಸಾಲಗಳನ್ನು ಪಡೆಯುವ ನಿಟ್ಟಿನಲ್ಲೂ ಮಾಹಿತಿಯನ್ನು ಒದಗಿಸುತ್ತದೆ. ವಿದೇಶಗಳಲ್ಲಿರುವ ಅತ್ಯುತ್ತಮ ಕಾಸ್ಮೆಟಿಕ್ ಕಂಪೆನಿಗಳಲ್ಲಿ ವೃತ್ತಿಪರ ತರಬೇತಿಯನ್ನು ಅನೇಕ ಯುವ ವಯಸ್ಸಿನವರು ಪಡೆಯುತ್ತ ಬಂದಿದ್ದಾರೆ. ಇಷ್ಟೆಲ್ಲ ಪ್ರಗತಿಗಳ ಕಾರಣದಿಂದಾಗಿ, ಈವೊತ್ತು ಸಲೂನ್‌ಗಳ ಮಟ್ಟಿಗಿನ ಸಾಂಪ್ರದಾಯಿಕ ಕೀಳರಿಮೆಯ ದೃಷ್ಟಿ ಮತ್ತು ತತ್ಸಾರದ ಭಾವನೆಗಳು ಕ್ರಮೇಣ ಕಡಿಮೆಯಾಗುತ್ತ ಹೋಗಿದೆ ಎನ್ನಬಹುದು.

ಮಹಿಳೆಯರಲ್ಲಿ ಹೆಚ್ಚಿನವರು, ಶಾಲೆ ಬಿಟ್ಟವರಾಗಿದ್ದು, ಇದೀಗ ಅವರನ್ನು ಶಾಲಾ ವ್ಯಾಸಂಗವನ್ನು ಮುಂದುವರಿಸುವಂತೆ ಪ್ರೋತ್ಸಾಹಿಸಲಾಗುತ್ತಿದ್ದು, ಮುಂದೆ ಕೌಶಲ್ಯದ ತರಬೇತಿಗಳನ್ನು ಪಡೆಯಲು ಅನುವು ಮಾಡಿಕೊಡಲಾಗುತ್ತಿದೆ. ಇನ್ನುಳಿದವರು ಉನ್ನತ ವ್ಯಾಸಂಗಕ್ಕೆ ಹೋಗಲು ಬಯಸುವವರಿಗೆ ಆರ್ಥಿಕ ಸಹಾಯವನ್ನು ನೀಡುವುದೋ, ಇಲ್ಲವೇ ಅವರ ಪ್ರತಿಭೆಯನ್ನು ಪ್ರದರ್ಶಿಸಲು ಮಾರ್ಗದರ್ಶನವನ್ನೋ ನೀಡಲಾಗುತ್ತದೆ. ಮನೆವಾರ್ತೆಯಲ್ಲಿ ತೊಡಗಿರುವ ಪೇಟೆಪಟ್ಟಣಗಳ ಮಹಿಳೆಯರು, ತಮ್ಮ ಮನೆಯ ಗ್ಯಾರೇಜಿನಲ್ಲೋ, ಇನ್ನಿತರ ಸಣ್ಣ ಸ್ಥಳಾವಕಾಶಗಳಲ್ಲೋ ಸೌಂದರ್ಯಕ್ಕೆ ಸಂಬಂಧಿಸಿದ ಉದ್ಯಮಗಳನ್ನು ಸ್ಥಾಪಿಸಿ ಉತ್ತಮ ವ್ಯವಹಾರವನ್ನು ನಡೆಸುತ್ತಾರೆ. ಅತ್ಯಾಧುನಿಕ ಬ್ಯೂಟಿ ಉತ್ಪನ್ನಗಳ, ಉನ್ನತ ಮಟ್ಟದ ಕೇಶವಿನ್ಯಾಸಗಳ ಅನುಭವಗಳಿಂದ, ಸ್ಪಾ ಚಿಕಿತ್ಸೆಗಳಿಂದ, ಹಾಗೂ ಹೊಸ ಪ್ರಾದೇಶಿಕ ಥೆರಪಿಗಳಿಂದ ಇಲ್ಲಿ ಸಾಧ್ಯತೆಗಳು ಅಪಾರವಾಗಿವೆ ಎನ್ನಬಹುದು. ಸೌಂದರ್ಯ ಚಿಕಿತ್ಸೆ, ಚರ್ಮ, ಕೂದಲು ಮತ್ತು ಸ್ಪಾ ಸೇವೆಗಳನ್ನು ಒಳಗೊಂಡ ಸಲೂನ್‌ಗಳನ್ನು ಸ್ಥಾಪಿಸಿ ಇಲ್ಲವೇ ಮನೆಮನೆಗಳಿಗೆ ಸೇವೆಯನ್ನು ಒದಗಿಸುತ್ತ ಮಹಿಳೆಯರು ಈ ನಿಟ್ಟಿನಲ್ಲಿ ಯಶಸ್ವಿಯಾಗಬಹುದು.

ಬಿಎಂಎ, ಕೆಲವು ಮಾರ್ಗದರ್ಶಿ ಸೂತ್ರಗಳನ್ನು ನಿಗದಿಪಡಿಸಿದ್ದು, ಅದರಲ್ಲಿ ತರಬೇತಿಯನ್ನು ಪಡೆಯುವ ಸಹಿತವಾಗಿ, ಉದ್ಯಮವನ್ನು ಸ್ಥಾಪಿಸುವ ಬಗ್ಗೆ, ವ್ಯಾಪಾರ ವ್ಯವಹಾರಗಳ ಕುರಿತು, ಹಣಕಾಸಿನ ವ್ಯವಹಾರದ ದೃಷ್ಟಿಯಿಂದ ಸಂಪಾದನೆಯ ಬಗೆಗೆ (ಯಾವುದೇ ಸೇವೆಗೆ ದರವನ್ನು ನಿಗದಿಪಡಿಸುವುದು), ಸೂಕ್ತ ಸಲಕರಣೆಗಳ ಸಂಪಾದನೆ, ಕಲಿಸುವ ಶಿಷ್ಟಾಚಾರ, ಉತ್ತಮವಾದ ಬಾಂಧವ್ಯವನ್ನು ಬೆಳೆಸುವ ಮತ್ತು ಅದನ್ನು ಉಳಿಸಿಕೊಂಡು ಕಾಪಾಡುವ ಹಾಗೂ ಶುಚಿತ್ವಕ್ಕೆ ಮಹತ್ವವನ್ನು ಕೊಡುವ

ನಿಟ್ಟಿನಲ್ಲಿ ಸಮಗ್ರ ಮಾರ್ಗದರ್ಶನವನ್ನು ನೀಡುತ್ತದೆ.

ಈ ಎಲ್ಲಾ ಪೂರಕ ನಡವಳಿಕೆಗಳಿಂದ, ಇಂದು ಕ್ಷೌರದ ಕಸುಬು ಒಂದು ಮಹತ್ವದ ಸೇವಾ ಉದ್ಯಮವಾಗಿ ಬೆಳೆದಿದೆ ಎಂದು ಸಮುದಾಯದ ಜನತೆಗೆ ಅರ್ಥವಾಗುತ್ತ ಬಂದಿದೆ. ಅದೊಂದು ಕಲೆಗಾರಿಕೆಯ ಕಸುಬಾಗಿದ್ದು, ನಿಜಕ್ಕೂ ಸೃಜನಾತ್ಮಕತೆಯ ಅವಶ್ಯಕತೆಯೂ ಇದೆ ಎಂದು ಅವರಿಗೆ ಮನವರಿಕೆಯಾಗತೊಡಗಿದೆ, ಹೊಸತನದಲ್ಲಿ ಅದು ಮಾನ್ಯತೆ ಪಡೆಯುತ್ತಿದೆ. ಸಮಾಜದ ಇತರ ವಿಭಾಗದವರೂ ದೊಡ್ಡ ರೀತಿಯಲ್ಲಿ ಈ ಉದ್ಯಮದಲ್ಲಿ ಅವಕಾಶಗಳನ್ನು ಕಂಡುಕೊಂಡು ಲಾಭದಾಯಕವಾಗಿ ಬೆಳೆಸಲು ಮೊದಲು ಮಾಡಿದ್ದಾರೆ. ಅಷ್ಟೇ ಅಲ್ಲ, ಸೌಂದರ್ಯ ಮತ್ತು ಕೇಶಶೈಲಿಯ ಉದ್ಯಮಕ್ಕೂ ಸಿನಿಮಾ ಜಗತ್ತು, ಟೆಲಿವಿಷನ್ ಮತ್ತು ಮಾಡೆಲಿಂಗ್‌ನ ಥಳುಕುಬೆಳಕಿನ ಜಗತ್ತಿಗೂ ನಿಕಟ ಸಂಬಂಧವಿದೆ ಎಂದು ತಿಳಿಯಲಾಗಿದೆ. ಹಾಗಿದ್ದರೆ ಬಾರ್ಬರ್ ಸಮುದಾಯದವರು ಯಾಕೆ ಹಿಂದೆ ಬೀಳಬೇಕು ಹೇಳಿ?

ಭಂಡಾರಿ ಸಮುದಾಯದವರ ಆರಾಧನಾ ದೇವತೆ ಅಂದರೆ ಉಡುಪಿ ಜಿಲ್ಲೆಯ ಬಾರ್ಕೂರಿನ ಕಚ್ಚೂರು ಶ್ರೀ ನಾಗೇಶ್ವರ ದೇವಸ್ಥಾನವೆನ್ನಲಾಗಿದೆ. ಅದಕ್ಕೆ ಒಂದು ಸಾವಿರ ವರ್ಷಕ್ಕೂ ಹೆಚ್ಚಿನ ಇತಿಹಾಸವಿದೆ ಎನ್ನುತ್ತಾರೆ. ಮಹಾದೇವನಾದ ಶಿವ ಮತ್ತು ದೇವಿ ಅನ್ನಪೂರ್ಣೇಶ್ವರಿ ಮುಖ್ಯ ಆರಾಧನಾ ಮೂರ್ತಿಗಳಾಗಿದ್ದು, ನಾಗೇಶ್ವರ ಅಥವಾ ನಾಗದೇವತೆಯನ್ನು ಕೂಡಾ ಇಲ್ಲಿ ಪೂಜಿಸಲಾಗುತ್ತಿದೆ. ಈ ದೇವಸ್ಥಾನವನ್ನು ಇದೀಗ ದೊಡ್ಡದಾಗಿ ಕಟ್ಟಲಾಗಿದ್ದು, ಧಾರ್ಮಿಕ ಕಾರ್ಯಕ್ರಮಗಳಿಗೆ ವೇದಿಕೆ, ಸಭಾಂಗಣಗಳನ್ನೂ ನಿರ್ಮಿಸಲಾಗಿದೆ. ಅಷ್ಟೇ ಅಲ್ಲ ಪರವೂರಿನಿಂದ ಬಂದ ಭಕ್ತರ ವಸತಿಗೋಸ್ಕರ ವಿಶ್ರಾಂತಿ ಗೃಹಗಳನ್ನೂ ನಿರ್ಮಿಸಲಾಗಿದೆ.

ದೇವಸ್ಥಾನದ ಆವರಣದಲ್ಲೇ ಒಂದು ಬೃಹದಾಕಾರದ ಐದು ಹೆಡೆಗಳ ನಾಗನ ಪ್ರತಿರೂಪವನ್ನು ಸ್ಥಾಪಿಸಲಾಗಿದ್ದು, ಅದನ್ನು ನಾಗಬನವೆಂದು ಕರೆಯಲಾಗುತ್ತದೆ; ಅಂದರೆ, ನಾಗಗಳ ತಂಗುದಾಣ. ನಾಗಾರಾಧನೆಯ ರೂಢಿ, ಹಿಂದೂ ಸಂಪ್ರದಾಯಗಳಲ್ಲಿ ಸಾಮಾನ್ಯವಾಗಿರುತ್ತವೆ. ಸರಳವಾಗಿ ಹೇಳುವುದಿದ್ದರೆ, ಭತ್ತ ಅಥವಾ ಅಕ್ಕಿಯ ಬೆಳೆಯಿಂದ ಜೀವನ ನಿರ್ವಹಣೆ ಮಾಡುವ ರೈತಾಪಿ ವರ್ಗದವರಿಗೆ ಅದನ್ನು ಇಲಿಹೆಗ್ಗಣಗಳಿಂದ ಸಂರಕ್ಷಿಸುವ ಇರಾದೆಯಿಂದ ನಾಗಗನನ್ನು ಆರಾಧಿಸುವ ಕ್ರಮ ಬಂದಿರಬಹುದೆಂದು ಹೇಳುವವರಿದ್ದಾರೆ.

ಹಲವು ವರ್ಷಗಳಿಂದ, ಸಮುದಾಯದ ಜನರು ದೇವಸ್ಥಾನದಲ್ಲಿ ವಿವಿಧ ಆಚರಣೆಗಳನ್ನು ನೆರವೇರಿಸುತ್ತಾ ಬಂದಿದ್ದಾರೆ. 1402ನೇ ಇಸವಿಯಲ್ಲಿ, ಒಂದು ಕಲ್ಲನ್ನು ಸ್ಥಾಪಿಸುವುದರೊಂದಿಗೆ ಅಂದಿನ ಸಮಾಜದವರು, ಪವಿತ್ರವಾದ ನಾಗಮಂಡಲ ಉತ್ಸವವನ್ನು ಆಚರಿಸಿದ್ದರು ಎಂಬ ಸೂಚನೆ ಲಭಿಸುತ್ತದೆ. ಅದೊಂದು ರಾತ್ರಿಪೂರ್ತಿಯ ಸಂಗೀತ ಮತ್ತು ವರ್ಣಪೂರ್ಣ ನಾಗಾರಾಧನೆಯ ಆಚರಣಾ ಮಹೊತ್ಸವವನ್ನು ನಮ್ಮ ಸಮುದಾಯದವರು ಆಯೋಜಿಸಿದ್ದು, ಅದರಿಂದ ನಾಗದೇವತೆಯನ್ನು ಸಂತೃಪ್ತಿ ಪಡಿಸುತ್ತ ಸುಖ ಸಂಪತ್ತನ್ನು ಪಡೆಯುವ ವಿಧಾನವಾಗಿದ್ದು, ಇಂದಿಗೂ ದಕ್ಷಿಣ

ಕನ್ನಡ ಮತ್ತು ಉಡುಪಿ ಜಿಲ್ಲೆಗಳಲ್ಲಿ ಪ್ರಚಲಿತದಲ್ಲಿದೆ. ಆಮೇಲೆ, ಹೆಚ್ಚುಕಡಿಮೆ ನಾಲ್ಕು ಶತಮಾನಗಳ ಸಮಯ ಅಲ್ಲಿನ ಪ್ರತಿಷ್ಠಿತ ಕಾರ್ಯಭಾರದ ಹೊಣೆಯನ್ನು ವಿವಿಧಪಂಗಡದವರು ಹೊಂದಿದ್ದು, ಅವರಲ್ಲಿ ಭಂಡಾರಿ ಸಮಾಜದವರೂ ಸೇರಿದ್ದರು. ಏನಿದ್ದರೂ, ಕಾಲಕ್ರಮದಲ್ಲಿ ದೇವಸ್ಥಾನದ ದುರಸ್ತಿ ಮುಂತಾದವು ಇಲ್ಲದೆ, ಅದು ಹಾಳುಬಿದ್ದ ಸ್ಥಿತಿಗೆ ಹೋಗಿತ್ತು.

1988ರಲ್ಲಿ, ಭಂಡಾರಿ ಸಮಾಜದವರು ಮತ್ತೆ ಒಟ್ಟುಗೂಡಿ, ದೇವಸ್ಥಾನದ ಉಸ್ತುವಾರಿಯನ್ನು ತಮ್ಮ ಸುಪರ್ದಿಗೆ ತೆಗೆದುಕೊಂಡು, ಅಹಿರ್ನಿಶಿ ದುಡಿಯುತ್ತ, ಆಡಳಿತವನ್ನು ಸರಿದೂಗಿಸುತ್ತ, ಸಾನಿಧ್ಯದ ಅಸ್ತಿತ್ವವನ್ನು ಊರ್ಜಿತಗೊಳಿಸುವಂತಾಯಿತು. 1993ರಲ್ಲಿ ಸಮಾಜ ಬಾಂಧವರಿಂದ ದೇಣಿಗೆಯನ್ನು ಸಂಗ್ರಹಿಸಿ, ಅತ್ಯಂತ ವಿಜೃಂಭಣೆಯಿಂದ ಬ್ರಹ್ಮಕಲಶೋತ್ಸವವನ್ನು ನೆರವೇರಿಸಲಾಯಿತು. ತದನಂತರ ದೇವಸ್ಥಾನದ ಆಡಳಿತ, ಧಾರ್ಮಿಕ ಕಾರ್ಯಕ್ರಮಗಳನ್ನು ಆಯೋಜಿಸುವ ಹಕ್ಕುಗಳು ಮತ್ತು ಸಾಮಾಜಿಕ ಚಟುವಟಿಕೆಗಳನ್ನು ಹಮ್ಮಿಕೊಳ್ಳುವುದೆಲ್ಲ ಭಂಡಾರಿ ಸಮಾಜದವರ ಸುಪರ್ದಿಯಲ್ಲೇ ನಡೆಯುತ್ತ ಬಂದಿದೆ. ಸಮಾಜದ ಓರ್ವ ಕ್ರಿಯಾಶೀಲ ಸದಸ್ಯನೆಂಬ ನೆಲೆಯಲ್ಲಿ, ನಾನು ದೇವಸ್ಥಾನದ ಜೀರ್ಣೋದ್ಧಾರಕ್ಕಾಗಿ ಮತ್ತು ಸಂರಕ್ಷಣೆಗಾಗಿ ನನ್ನ ದೇಣಿಗೆಯನ್ನು ನೀಡಿದ್ದೇನೆ.

ಶ್ರೀಯುತ ಸುರೇಶ್ ಭಂಡಾರಿ ಮತ್ತು ಶ್ರೀಯುತ ಸೋಮಶೇಖರ ಭಂಡಾರಿಯವರ ಮುಂದಾಳ್ತನದಲ್ಲಿ, 2013ರ ಮೇ ತಿಂಗಳಲ್ಲಿ ಹಲವು ವರ್ಷಗಳ ಬಳಿಕ ನಾಗಮಂಡಲ ಉತ್ಸವವನ್ನು ಕೈಗೊಳ್ಳಲಾಗಿತ್ತು. ಲಕ್ಷಗಟ್ಟಲೆ ಭಕ್ತ ಜನರು ಈ ಉತ್ಸವದಲ್ಲಿ ಪಾಲ್ಗೊಂಡು ಅನ್ನಪ್ರಸಾದವನ್ನು ಸೇವಿಸಿ ಕೃತಕೃತ್ಯರಾದರು. ಅದನ್ನು ಬೃಹತ್ ಪ್ರಮಾಣದಲ್ಲಿ ಬಿಎಂಎ ಸದಸ್ಯರ ದೇಣಿಗೆಯ ಸಹಾಯದೊಂದಿಗೆ ಕ್ರಮಬದ್ಧವಾಗಿ ಆಯೋಜಿಸಲಾಗಿದ್ದು, ಯಶಸ್ವಿಯಾಗಿ ನೆರವೇರಿತ್ತು.

ಅದಕ್ಕೂ ಮುನ್ನ, ಉಡುಪಿಯ ಮೈದಾನದಲ್ಲಿ, 2012ರ ಏಪ್ರಿಲ್‌ನಲ್ಲಿ, ಸಮಾಜ ಬಾಂಧವರಲ್ಲಿ ಕ್ಷೌರಿಕ ವೃತ್ತಿಯ ಬಗ್ಗೆ ಅರಿವು ಮೂಡಿಸುವ ಸಲುವಾಗಿ ಕೇಶವಿನ್ಯಾಸ ಎಂಬ ಒಂದು ದಿನ ಪರ್ಯಂತದ ಕಾರ್ಯಾಗಾರವನ್ನು ಆಯೋಜಿಸಲಾಗಿತ್ತು. ನಮ್ಮ ಸಮಾಜದ ಬಹುತೇಕ ಮಂದಿ, ಅದರಲ್ಲೂ ಒಳನಾಡಿನಲ್ಲಿ ವಾಸಿಸುವವರು, ನಮ್ಮ ವೃತ್ತಿ ಅಂದರೆ ಬರೀ ಕ್ಷೌರ ಮತ್ತು ಶೇವಿಂಗ್ ಎಂದೇ ತಿಳಿದುಕೊಂಡಿದ್ದರು. ಅವರಿಗೆ ಈ ಕ್ಷೇತ್ರದಲ್ಲಿನ ವ್ಯಾಪಕವಾಗಿ ಹೊಂದಿದ ಹೊಸ ಪ್ರಗತಿಗಳ ಬಗ್ಗೆ ಯಾವುದೇ ಮಾಹಿತಿ ಇರಲಿಲ್ಲ. ಅಥವಾ ಸಮಕಾಲೀನ ಶೈಲಿಗಳ ಬಗ್ಗೆಯೂ ಅರಿವಿರಲಿಲ್ಲ.

ಶಿವಾಸ್ ಸಲೂನ್‌ಗಳ ತಂಡಗಳಿಂದ ಆಯ್ದ ವಿಶೇಷ ಪರಿಣಿತರ ಸಹಾಯದಿಂದ, ನಾನು ಮಾಡೆಲ್‌ಗಳ ಹಾಗೂ ಸ್ಥಳೀಯವಾಗಿ ಸೇರಿದ ಜನಸ್ತೋಮದಿಂದ ಆಯ್ದ ವ್ಯಕ್ತಿಗಳ ಮೂಲಕ ಪ್ರಾತ್ಯಕ್ಷಿಕೆಗಳನ್ನು ನೀಡಿ ನೆರೆದ ಜನರಿಗೆ ವಿವರಿಸಿದೆ. ಅಲ್ಲಿ ಸೇರಿದ ಜನರು ನಾವು ಒದಗಿಸುವ ವೈವಿಧ್ಯಮಯ ಸೇವೆಗಳನ್ನು ಮನದಟ್ಟು ಮಾಡಿಕೊಂಡರು– ಮಹಿಳೆಯರಿಗೂ, ಪುರುಷರಿಗೂ ಸಲ್ಲಿಸಲಾಗುವ ಮೆನಿಕ್ಯೂರ್, ಪೆಡಿಕ್ಯೂರ್, ಕೇಶಶೈಲಿ, ಕೇಶವಿನ್ಯಾಸ ಮುಂತಾದ ಸೇವೆಗಳನ್ನೂ, ಜತೆಗೆ ಟ್ಯಾಟ್ಟೂ, ಕೈಗಳಲ್ಲಿ ಮತ್ತು ಕಾಲುಗಳಲ್ಲಿ

ಮೆಹಂದಿಯ ಆಕೃತಿಗಳ ಚಿತ್ರಣ, ವಧುವಿನ ಅಲಂಕಾರ ಹಾಗೂ ಸ್ಪಾ ಥೆರಪಿ ಅದರಲ್ಲಿ ಸೇರಿದ್ದವು. ಮಾರುಕಟ್ಟೆಗಳಲ್ಲಿ ಲಭ್ಯವಿರುವ ಅನೇಕ ಸೌಂದರ್ಯ ವರ್ಧಕ ಸಲಕರಣೆಗಳನ್ನೂ, ಕೂದಲು ಮತ್ತು ಸೌಂದರ್ಯದ ಚಿಕಿತ್ಸೆಗಾಗಿ ಬಳಸುವ ಹೊಸನಮೂನೆಯ ಗ್ಯಾಜಿಟ್‌ಗಳನ್ನೂ, ವಿವರಿಸಿ ಅವುಗಳ ಉಪಯೋಗದ ಪ್ರಾತ್ಯಕ್ಷಿಕೆಯನ್ನು ಮಾಡಿ ತೋರಿಸಿದೆವು. ಕಾರ್ಯಾಗಾರದ ಉದ್ಧೇಶವೇನಿತ್ತೆಂದರೆ, ಸಲೂನ್ ಉದ್ಯಮದಲ್ಲಿ ಯುವಜನಾಂಗದವರು ಆಸಕ್ತಿ ವಹಿಸಿ ಅದನ್ನು ತಮ್ಮ ವೃತ್ತಿಯಾಗಿ ಆತುಕೊಳ್ಳಬೇಕು ಎನ್ನುವುದು. ಹಾಗಾಗಿ ಅನೇಕ ಹದಿಹರೆಯದ ಮಂದಿ ಕಾರ್ಯಾಗಾರದಲ್ಲಿ ಪಾಲ್ಗೊಂಡು ಸೂಕ್ತ ಮಾಹಿತಿಗಳನ್ನು ಪಡೆದುಕೊಂಡರು.

ಕಾಲಾನುಕ್ರಮದಲ್ಲಿ, ಸಲೂನ್‌ಗಳಲ್ಲಿ ಈವೊತ್ತು ಸಾಕಷ್ಟು ಬದಲಾವಣೆಗಳು ಬಂದಿವೆ. ಇತ್ತೀಚಿನವರೆಗೆ ಗಿರಾಕಿಗಳು ಬೆಳಿಗ್ಗೆ 11ಗಂಟೆಯ ಒಳಗಡೆಯೇ ಕ್ಷೌರವಾಗಬೇಕೆಂದು ಪಟ್ಟುಹಿಡಿಯುತ್ತಿದ್ದರು. ಪುರುಷರು ಕ್ಷೌರದ ಬಳಿಕ ಮನೆಯನ್ನು ಪ್ರವೇಶಿಸುವ ಮೊದಲೇ ಸ್ನಾನವನ್ನು ಪೂರೈಸಬೇಕೆಂಬ ಕಟ್ಟುಕಟ್ಟಳೆಯಿತ್ತು. ಹೆಂಗಳೆಯರಂತೂ ಹಿಂದೆ ತಮ್ಮ ಕೂದಲನ್ನು ಕತ್ತರಿಸುವ ಗೋಜಿಗೇ ಹೋಗುತ್ತಿರಲಿಲ್ಲ. ಬಾರ್ಬರನ ಕೆಲಸವನ್ನು ಓರ್ವ ಅಸ್ಪೃಶ್ಯನ ಕೆಲಸವೆಂದು ಭಾವಿಸುತ್ತಿದ್ದರು, ಮಾತ್ರವಲ್ಲ ಕ್ಷೌರದಂಗಡಿಗೆ ಭೇಟಿ ನೀಡಿದ ಬಳಿಕ ಮನೆಯನ್ನು ಪ್ರವೇಶಿಸುವ ಮೊದಲು, ಆಮೂಲಾಗ್ರವಾಗಿ ಸ್ವಚ್ಛಗೊಳಿಸುವ ಕಾರ್ಯ ನಡೆಯುತ್ತಿತ್ತು.

ಅಂತಹ ಎಲ್ಲಾ ಅಡೆತಡೆಗಳನ್ನು ಈವೊತ್ತು ಮುರಿಯಲಾಗಿದೆ. ಕ್ಷೌರವನ್ನು ಹಗಲು ಅಥವಾ ತಡರಾತ್ರಿಯಲ್ಲೂ ಯಾವುದೇ ಸಮಯದಲ್ಲಿ ಕೈಗೊಳ್ಳಬಹುದೆಂಬ, ಬಹಳ ವ್ಯಸ್ತವಾಗಿರುವ ಮತ್ತು ಸಮಯದೊಂದಿಗೆ ಹೋರಾಡಿ ಏಗಿಸಾಗುವ ಗಿರಾಕಿಗಳಿಗೆ, ಅವರ ಅನುಕೂಲವೆನಿಸುವ ಸಮಯದಲ್ಲಿ ಆಗಬಹುದೆಂಬ ಪ್ರಜ್ಞೆ ಮೂಡಿದೆ. 'ಗ್ರಾಹಕನೇ ರಾಜ' ಎನ್ನುವ ಅಭಿದಾನವನ್ನು ಶಿವಾಸ್ ಸಲೂನ್‌ಗಳಲ್ಲಿ ಅಕ್ಷರಶಃ ಪಾಲಿಸಲಾಗುತ್ತದೆ. ಕೊನೆಯ ಗಿರಾಕಿಯ ಸೇವೆಯ ತನಕ ನಮ್ಮ ಸಲೂನ್‌ಗಳು ತೆರೆದಿರುತ್ತವೆ... ಆತನ ಅಥವಾ ಆಕೆಯ ಮನಸ್ಸಿಗೆ ಸಮಾಧಾನವಾಗುವ ತನಕ.

ಸ್ವಂತದ ಕತ್ತಲೆಯ ಭಾಗಗಳನ್ನು ಎದುರಿಸಬೇಕಾದರೆ ಬೆಳಕು ಮತ್ತು
ಕ್ಷಮೆಗಳಿಂದ ಅದನ್ನು ಹೊಡೆದೋಡಿಸಬಹುದು.
ರಾಕ್ಷಸರೊಂದಿಗಿನ ಕಾದಾಡುವ ನಿಮ್ಮ ಇಚ್ಛೆಯೇ ನಿಮ್ಮ ದೇವದೂತರು
ಹಾಡುವುದಕ್ಕೆ ಕಾರಣವಾಗಬಹುದು.

–ಅಗಸ್ಟ್ ವಿಲ್ಸನ್, ನಾಟಕಕಾರ, ಪುಲಿಟ್ಸರ್ ಪ್ರಶಸ್ತಿ ವಿಜೇತ

ಅಧ್ಯಾಯ ಹತ್ತೊಂಭತ್ತು

ಸ್ವಾದ, ನೋಟ, ನಾದ ಮತ್ತು ಕಂಪು

ಗುಳುಗುಳಿಸುವ ತೊರೆಗಳು

ನೇರಳೆ ಬಣ್ಣದ ಬೋಗನ್‌ವಿಲ್ಲಾ ಗಿಡಗಳ ಮುಳ್ಳುಬೇಲಿಯ ಬದಿಯಲ್ಲಿ ಹರಿಯುತ್ತಿದ್ದ ನೀರಿನ ತೊರೆಯ ಆಪ್ತ ಗುಳಗುಳು ನಿನಾದ ನನ್ನನ್ನು ಸದಾ ಸೆಳೆಯುತ್ತಿತ್ತು. ಎಲೆಮಡಲು ಗ್ರಾಮದ ದುರ್ಗದಬೆಟ್ಟದಲ್ಲಿ, ನೀರು ಪಂಪ್ ಮಾಡುವ ಸ್ಥಾವರವಿದ್ದು, ಅದರ ಹಿಂದುಗಡೆಯೇ ಈಗ ಮುಚ್ಚಿಹೋದ ಸಲೂನ್ ಎಲ್ಲಿದೆಯೋ, ಅಲ್ಲಿ ನಾನು ನಲ್ವತ್ತೊಂಭತ್ತು ವರ್ಷದ ಕಾಫಿತೋಟದ ನೌಕರ ಕಿಟ್ಟು ಅಂಜಾರನನ್ನು ಸಂಧಿಸಿದೆ, ಅವನು ನಳಗಳನ್ನು ಮತ್ತು ನೀರಿನ ಹರಿವನ್ನು ಪರೀಕ್ಷಿಸುವ ಸಮಯ. ಈಗ ಬೀಗ ಹಾಕಿದ, ದಯನೀಯ ಪರಿಸ್ಥಿತಿಯಲ್ಲಿರುವ ಸಲೂನಿನ ಕುರಿತು ಅವನಲ್ಲಿ ವಿಚಾರಿಸಿದೆ. ಆತ ಆ ಜಾಗದ ಬಗ್ಗೆ ನೆನಪಿಸಿಕೊಳ್ಳುತ್ತ, ಸಣ್ಣವನಿದ್ದಾಗ ಅಲ್ಲಿಗೆ ಹೋಗುತ್ತಿದ್ದೆನೆಂದೂ ಕ್ಷೌರ ಮಾಡಿಸಿಕೊಳ್ಳುತ್ತಿದ್ದೆ ಎಂದೂ ಹೇಳಿದ. ಆತ ನನ್ನ ಚಿಕ್ಕಪ್ಪನನ್ನು ಸುಲಭವಾಗಿ ಜ್ಞಾಪಿಸಿಕೊಳ್ಳುತ್ತಿದ್ದರೆ, ನನ್ನ ನೆನಪು ಇದ್ದಂತೆ ಇರಲಿಲ್ಲ.

‘ಅಲ್ಲೊಬ್ಬ ಶಿವರಾಮ ಅಂತ ಚಿಕ್ಕ ಹುಡುಗ ಕೆಲಸಕ್ಕಿದ್ದ,’ ಅಂಜಾರನಿಗೆ ನಾನು ಜ್ಞಾಪಿಸಿಕೊಳ್ಳುವಂತೆ ಹೇಳಿದೆ. ಆತ ನನ್ನ ಕಣ್ಣುಗಳಲ್ಲಿ ಒಂದು ಕ್ಷಣ ನೇರ ದೃಷ್ಟಿ ಬೀರಿ, ಮತ್ತೆ ಮಿಕಿ ಮಿಕಿ ನೋಡಿದ–ಒಂದು ಖಾಲಿ, ಯೋಚನಾಮಗ್ನ ದೃಷ್ಟಿ ಅವನ ಕಣ್ಣುಗಳಲ್ಲಿ ಕಂಡೆ. ಅವನು ತನ್ನ ಯೋಚನಾಲಹರಿಯಲ್ಲೇ ಮುಳುಗಿಹೋದನೇನೋ. ‘ಅವನಿಗೆ ಏನಾಯ್ತು?’ ನಾನು ತುಸು ಉತ್ತೇಜಿಸಿದೆ.

‘ಹೌದು, ನನಗೀಗ ನೆನಪಾಯಿತು,’ ಆತ ಅಂದ. ‘ಆ ಹುಡುಗ ದೊಡ್ಡ ನಗರ ಬಾಂಬೆಗೆ ಕೆಲಸಕ್ಕೆ ಹೋದ ಅಂತ ಕೇಳಿದ್ದೇನೆ.’ ಇತರ ಹಳೆಯ ಕಾಲದ ಎಸ್ಟೇಟ್‌ನ ಮಂದಿಗಳ ಹಾಗೆ, ಅಂಜಾರ ಕೂಡಾ ಅಪರಿಚಿತರಲ್ಲಿ ಹೆಚ್ಚು ಸಲುಗೆಯಿಂದ

ಮಾತನಾಡದವನು ಈಗ ನನ್ನಲ್ಲಿ ಸಲೀಸಾಗಿ ಮಾತನಾಡಿದಾಗ, ನಾನು ಅವನ ನೆನಪನ್ನು ಕೆದಕುತ್ತ ಮಾತಿಗೆಳೆದೆ.

ಅವನು ವಿವರಿಸಿದ. ಆಗ ಆತ ಒಬ್ಬ ಬಾಲಕನಾಗಿದ್ದ, ಎನ್ನುತ್ತ, ಈ ಪುಟ್ಟ ತಿರುವಿನ ಜನನಿಬಿಡ ಪ್ರದೇಶದ ನೆನಪು ಮಾಡಿಕೊಳ್ಳತೊಡಗಿದ. ಕೂಲಿಕಾರ್ಮಿಕರು ಇಲ್ಲಿ ತಮ್ಮ ದೈನಂದಿನ ಅವಿಶ್ರಾಂತ ದುಡಿಮೆ ಮುಗಿಸಿ, ದಣಿವಾರಿಸಿಕೊಳ್ಳುತ್ತಿದ್ದರು; ಬೀಡಿಗಳನ್ನು ಸೇದುತ್ತ, ಅವರು ತಮ್ಮ ತಮ್ಮ ಮನೆಯ ಕಷ್ಟಸುಖಗಳನ್ನು ಹಂಚಿಕೊಳ್ಳುತ್ತ, ಹರಟೆಕೊಚ್ಚುತ್ತ ಸಮಯ ಕಳೆಯುತ್ತಿದ್ದರು, ಎಂದ.

ಆತ ತನ್ನ ಸಣ್ಣ ಪ್ರಾಯದಲ್ಲಿ ಕಂಡಿದ್ದ ಅದೇ ಶಿವರಾಮ ಎಂದು ನಾನು ನನ್ನನ್ನು ಪರಿಚಯಿಸಿಕೊಂಡಾಗ, ನನ್ನೆಡೆಗೆ ದೃಷ್ಟಿಬೀರಿ, ಬಾಯಗಲಿಸಿ, ನಸುನಕ್ಕು, ತನ್ನ ಸೊಟ್ಟಗಾದ ಹಲ್ಲುಗಳನ್ನು ತೋರಿಸಿದ. ಒಂದು ಆತ್ಮೀಯ ಭಾವವನ್ನು ವ್ಯಕ್ತಪಡಿಸುತ್ತ, ನನ್ನ ಕೆಲಸ, ನನ್ನ ಕುಟುಂಬದ ಬಗೆಗೆ ಕೇಳಿದ. ಹಿಂದೆ ಕಂಡಿದ್ದ ಒಬ್ಬ ವ್ಯಕ್ತಿಯನ್ನು ಇದೀಗ ಸಾಕ್ಷಾತ್ ಕಣ್ಣೆದುರೇ ಕಂಡಾಗಿನ ಅವನ ಹಿಗ್ಗನ್ನು ಮರೆಮಾಚಲಿಲ್ಲ. ನಾನಾಗ ಕೇವಲ ಹದಿಹರೆಯದವನಾಗಿದ್ದೆ. ಈಗ ನನ್ನ ವೇಷಭೂಷಣವನ್ನು ಪರೀಕ್ಷಿಸಿದ–ಟಿ–ಷರ್ಟ್ ಮತ್ತು ಪ್ಯಾಂಟು–ಮೇಲಿಂದ ಕೆಳಕ್ಕೆ ಮತ್ತೆ ನೋಡಿ ನಗು ಬೀರಿದ. ಆತನಿಗೆ ನಾನು ನನ್ನ ಯೋಗ್ಯತೆಯನ್ನು ಸಾಧಿಸಿ ತೋರಿಸಿದ್ದೆ.

ಅಂತಹುದೇ ಭಾವನೆಯನ್ನು ಬಡಗಿ ಬೆಣ್ಣ ಗಾಮನೂ ವ್ಯಕ್ತಪಡಿಸಿದ, ಅವನೀಗ ಅರುವತ್ತು ವರ್ಷ ವಯಸ್ಸಿನವನಾಗಿದ್ದು, ಸಲೂನಿಗೆ ರಜಾ ದಿನವಾದ ಪ್ರತಿ ಮಂಗಳವಾರದಂದು, ನಮ್ಮ ಮನೆಯಿಂದ ಹೊರಗೆ ಕೇಳಿಸುತ್ತಿದ್ದ ಬೊಬ್ಬೆ ಮತ್ತು ಗಲಾಟೆಯನ್ನು ಜ್ಞಾಪಿಸಿಕೊಂಡ. ಆತನೂ ಅಂದು ಚಿಕ್ಕವನಿದ್ದ. ಆತ ಆಗ ಚಹಾತೋಟದಲ್ಲಿ ಕೆಲಸ ಮಾಡುತ್ತಿದ್ದ. ನಾನೂ ಅವನೂ ನನ್ನ ಚಿಕ್ಕಪ್ಪನ ಮನೆಯ ಎದುರಿನ ಚಹಾದಂಗಡಿಯಲ್ಲಿ ಭೇಟಿಯಾಗುತ್ತಿದ್ದೆವು. ಮಧ್ಯಾಹ್ನ ಕಳೆದಿದ್ದರಿಂದ ಆತ ಅದಾಗಲೇ ಮೀನು ಮತ್ತು ಅನ್ನದ ಊಟವನ್ನು ತೀರಿಸಿದ್ದ. ನನ್ನ ಚಿಕ್ಕಪ್ಪನ ಕ್ರೂರ ಹಿಡಿತದಿಂದ ತಪ್ಪಿಕೊಂಡು ಹೋದದ್ದು ಎಷ್ಟು ಒಳಿತಾಯಿತು ಎಂದು ಆತ ನನ್ನ ಬೆನ್ನನ್ನು ಚಪ್ಪರಿಸಿದ.

ಅಂತಹ ಮೆಚ್ಚುಗೆಯ ನುಡಿಗಳು ಅಪ್ಪಟವೆಂದು ಕಾಣಿಸುತ್ತದೆ. ಈ ಮಂದಿ ನಗರ ಜೀವನದಿಂದ ಇನ್ನೂ ಕಲುಷಿತಗೊಂಡಿಲ್ಲವೆಂದು ಧಾರಾಳವಾಗಿ ಹೇಳಬಹುದು. ತಮ್ಮ ಮನಸ್ಸಿಗೆ ಏನು ಕಂಡಿತೋ ಅದನ್ನು ಬಿಚ್ಚುಮನಸ್ಸಿನಿಂದ ಇವರು ಹೇಳಿಬಿಡುತ್ತಾರೆ.

ಈ ಇಬ್ಬರ ಮಾತುಗಳು, ಚಹಾ ತೋಟದ ಕೂಲಿಕಾರ್ಮಿಕರು ಕೊಳಕಾದ ಮತ್ತು ಹೊಲಸು ಪರಿಸ್ಥಿತಿಯಲ್ಲಿ ಸಲೂನ್‌ಗೆ ಅಡ್ಡಾಡುವುದನ್ನು ನೆನಪಿಸಿತು. ಪ್ರತಿವಾರ ಸ್ನಾನ ಮಾಡುವ ಮೊದಲು ಅವರು ಸಲೂನ್‌ಗೆ ಬಂದು ಕ್ಷೌರ ಮಾಡಿಸಿಕೊಂಡು ಹೋಗುತ್ತಿದ್ದರು. ಅವರೆಲ್ಲ ಬಡಜನರಾಗಿದ್ದು, ದಿನವಿಡೀ ದುಡಿಯುತ್ತ, ಸಂಜೆಯಾಗುತ್ತಿದ್ದಂತೆ ಕುಡಿದು, ತಮ್ಮ ಗುಡಿಸಲುಗಳಲ್ಲಿ ಹೋಗಿ ಬಿದ್ದುಕೊಳ್ಳುತ್ತಿದ್ದರು.

ಅಂಜಾರನಂಥ, ಇಲ್ಲವೇ ಬೆಣ್ಣನಂಥವನಿಗೂ, ಕಾಲಸರಿಯುತ್ತಿರಲೇ ಇಲ್ಲವೇನೋ. ಅಂದಿನ ದಿನಗಳಲ್ಲಿ, ಶಿಕ್ಷಣದ ಅಭಾವ ಮತ್ತು ಆರ್ಥಿಕ ಮುಗ್ಗಟ್ಟಿನ ಪರಿಸ್ಥಿತಿಗಳಿಂದಾಗಿ,

ಅವರಿಗೆ ಸೀಮಿತ ಅವಕಾಶಗಳಿದ್ದು, ಅವರ ಪ್ರಗತಿ ಕುಂಠಿತವಾಗಿ ಹೋಗಿದ್ದವು, ಅದು ಇಂದಿಗೂ ಅಷ್ಟೇ.

ಬಹುಶಃ ಹೆಚ್ಚಿನ ಕೂಲಿಕಾರ್ಮಿಕರು ಮತ್ತು ಬಡಜನರು, ಕಾಡಿನ ಮತ್ತು ಎಸ್ಟೇಟಿನಪರಿಸರದ ಕೆಲಸವನ್ನು ತೊರೆದು ಹೆಚ್ಚಿನ ಹಸಿರಿನ ಹುಲ್ಲುಗಾವಲು ಪ್ರದೇಶಕ್ಕೆ ವಲಸೆ ಹೋಗಿರಬಹುದು. ಹಾಗಾಗಿ, ಯಾರೇ ತಮ್ಮ ಜೀವನ ನಿರ್ವಹಣೆಯ ನಿಮಿತ್ತ ಈ ವೈಲಕ್ಷಣದ ಗ್ರಾಮವನ್ನು ತೊರೆದು ಹೊರಗಡೆ ಹೋಗಿ, ಮರಳಿ ಬಂದಾಗ, ಇಲ್ಲಿಯೇ ಸ್ಥಾಯಿಯಾಗಿ ಉಳಿದವರು, ಅವರ ಬಗೆಗೆ ಗೌರವದಿಂದ ಕಾಣುವುದು ಸಾಮಾನ್ಯವಾಗಿ ಹೋಗಿದೆ.

ವರ್ಷಗಳು ಕಳೆದು ಹೋದರೂ, ಸೊಬಗಿನ ದುರ್ಗದಬೆಟ್ಟ ಪರಿಸರ ಇನ್ನೂ ತನ್ನ ಅದೇ ಸೌಂದರ್ಯವನ್ನು ಉಳಿಸಿಕೊಂಡಿದೆ. ಚಳಿಗಾಲ ಅದಾಗಲೇ ಮುಗಿಯುತ್ತಿದ್ದು, ಬೇಸಗೆ ಆಗಮಿಸುತ್ತಿದ್ದರೂ, ವಾತಾವರಣ ಹಿತಕರವಾಗಿತ್ತು. ಇಲ್ಲಿ ವರ್ಷಪೂರ್ತಿ ಅಚ್ಚರಿಹುಟ್ಟಿಸುವ ಹಾಗೆ ಮಿತವಾಗಿ ತಂಪಾಗಿರುತ್ತದೆ.

ನಾಲ್ಕು ದಶಕಗಳ ಹಿಂದೆ, ಮುಖ್ಯ ಪೇಟೆಯಾದ ಕಾರ್ಕಳದಿಂದ ಎಲೆಮಡಲಿಗೆ ಬಸ್ ಪ್ರಯಾಣ ಒಂದು ದಿನಪೂರ್ತಿಯ ಶ್ರಮದಾಯಕ ಕಾಯಕವಾಗಿರುತ್ತಿತ್ತು, ಅನೇಕ ಪೇಟೆಗಳಲ್ಲಿ ಬಸ್‌ನ್ನು ಬದಲಿಸುವ ಪ್ರಮೇಯ ಒದಗುತ್ತಿತ್ತು. ಕಾರ್ಕಳದ ಬೆಚ್ಚಗಿನ ವಾತಾವರಣದಿಂದ, ಬಸ್ಸಿನಲ್ಲಿ ಹೆಬ್ರಿಗೆ ಸಾಗಿ, ಇನ್ನೊಂದು ಬಸ್ಸಿನಲ್ಲಿ ದೇವಸ್ಥಾನ ನಗರವಾದ ಸೋಮೇಶ್ವರಕ್ಕೆ ತೆರಳಿ, ತಂಪಾದ ಕೊಪ್ಪ ನಗರಕ್ಕೆ ಆಗುಂಬೆಯಾಗಿ ಹೋಗುವ ಟೆಂಪೋಗಾಗಿ ಒಂದು ತಾಸಿನಷ್ಟು ಕಾಯಬೇಕಾಗಿತ್ತು. ಅಲ್ಲಿಂದ, ಬಸ್ಸಿನಲ್ಲಿ ಜೈಪುರಕ್ಕೆ ಸಾಗಿ, ಅಲ್ಲಿಂದ ಆಟೋದಲ್ಲಿಯೋ, ಬಸ್ಸಿನಲ್ಲೋ ದುರ್ಗದಬೆಟ್ಟವನ್ನು ತಲುಪಬೇಕಿತ್ತು. ಅಲ್ಲೇ ಚಿಕ್ಕಪ್ಪ ಗೋವಿಂದ ವಾಸ್ತವ್ಯ ಮಾಡುತ್ತಿದ್ದು, ಸಲೂನನ್ನೂ ನಡೆಸುತ್ತಿದ್ದುದು.

ಒಂದು ದಿನ ಪರ್ಯಂತದ ಆ ಪ್ರಯಾಣವನ್ನು ನಾನೀಗ ವಿವರಿಸುವುದಾದರೆ ಅದೊಂದು ಹಲವು ಭೂಖಂಡಗಳನ್ನು ಸುತ್ತಿ ಬಂದ ಅನುಭವವನ್ನು ನೀಡುತ್ತಿತ್ತು. ಮುಂಜಾನೆಯೇ ಹೊರಟು, ಬಿಸಿಯಾದ ವಾತಾವರಣದಲ್ಲಿ ಮುಂದೆ ಸಾಗುತ್ತಾ, ತಿರುವುಗಳಿಂದ ಕೂಡಿದ ರಸ್ತೆಗಳಲ್ಲಿ ಜೋಲಾಡುತ್ತ ಮುಂದಕ್ಕೆ ಹೋಗುತ್ತಿದ್ದ ಹಾಗೆ ನನ್ನ ಹೊಟ್ಟೆಯಲ್ಲಿ ಸಹಜವಾಗಿ ಅತೀವ ತಳಮಳ ಶುರುವಾಗುತ್ತಿತ್ತು. ಮತ್ತೆ ಪಯಣವನ್ನು ಜೋಡಿಸುವ ಬಸ್ಸುಗಳಿಗಾಗಿ ಕೊನೆಮೊದಲಿಲ್ಲದೆ ಕಾಯುವುದು, ಸಣ್ಣ ಪೊಟ್ಟಣದಲ್ಲಿ ಮನೆಯಿಂದ ಊಟವನ್ನು ತಿನ್ನುವುದು, ಬಸ್ಸಿನ ಜಂಝಾಟದಲ್ಲಿ ಸಹಪ್ರಯಾಣಿಕರ ಜತೆಗೆ ಜೋತುಬೀಳುವುದು ಇರುತ್ತಿತ್ತು. ಪ್ರಯಾಣದ ಮಧ್ಯೆ ಎಲ್ಲಾದರೂ ವಿಶ್ರಾಂತಿಗಾಗಿ ಸ್ವಲ್ಪ ಸಮಯ ಸಿಕ್ಕರಂತೂ ಅದೊಂದು ನಮ್ಮ ಅದೃಷ್ಟವೆಂದೇ ಹೇಳಬೇಕು.

ಕಾರಿನಲ್ಲಿ ಈವೊತ್ತು ನಾನು ಈ ದೂರವನ್ನು ಕೇವಲ ಮೂರು ತಾಸುಗಳಲ್ಲಿ ಕ್ರಮಿಸುತ್ತೇನೆ. ಆಗುಂಬೆಯ ಇಳಿಜಾರಾದ ತಿರುವುಗಳು ಈ ದಿನಗಳಲ್ಲಿ ಅಂಜಿಕೆಗೆ ಎಡೆಮಾಡುವುದಿಲ್ಲ. ಎತ್ತರದ ಗುಡ್ಡದ ಮೇಲಿನ ಹಾದಿ ಮತ್ತು ಅರಣ್ಯ ಪ್ರದೇಶಗಳು ನಯನ ಮನೋಹರವಾಗಿದ್ದು, ಪ್ರವಾಸಿಗರನ್ನು ಆಕರ್ಷಿಸುವಂತಿದೆ, ಅದರಲ್ಲೂ

ಹೊಸದಾಗಿ ಮದುವೆಯಾದ ದಂಪತಿಗಳು ಸೂರ್ಯೋದಯ ಸೂರ್ಯಾಸ್ತಗಳನ್ನು ಕಣ್ಮನ ತುಂಬಿಸಿಕೊಳ್ಳಲು ಇಲ್ಲಿಗೆ ಬರುತ್ತಿದ್ದಾರೆ.

ಅನೇಕ ಕಾರುಗಳು, ಮೋಟರ್‌ಬೈಕ್‌ಗಳು ಈ ಸಪೂರವಾದ ಮಾರ್ಗದ ಬದಿಯಲ್ಲಿಟ್ಟು ಜನರು ಹಾದಿಬದಿಯ ಎತ್ತರದ ಜಾಗಗಳಲ್ಲಿ ಕುಳಿತುಕೊಳ್ಳುತ್ತಾರೆ, ದಂಪತಿಗಳು ಕೈಕೈಹಿಡಿದು, ದಿಂಗಂತವನ್ನು ವೀಕ್ಷಿಸುತ್ತ, ಪ್ರಕೃತಿದತ್ತ ದೃಶ್ಯಗಳನ್ನು ಸವಿಯುತ್ತಿರುತ್ತಾರೆ. ಸಹ್ಯಾದ್ರಿ ಪರ್ವತಗಳ ಸೌಂದರ್ಯದ ಸಾಲುಗಳು ನಿಮಗೆ ನಿಟ್ಟುಸಿರು ಬಿಡುವಂತೆ ಮಾಡಿಬಿಡುತ್ತವೆ–ಕಂದು, ಕೆಂಪು, ನೇರಳೆ, ಹಸಿರು, ನೀಲ, ಕೇಸರಿ–ಹೀಗೆ ಆಕಾಶ ಚಿನ್ನದ ಬಣ್ಣದೊಂದಿಗೆ ಮಿನುಗುತ್ತಿರುತ್ತದೆ. ಈವೊತ್ತು, ನಾನು ಈ ಪ್ರಕೃತಿ ಸೌಂದರ್ಯವನ್ನು ಆಹ್ಲಾದದಿಂದ ಸವಿಯುತ್ತೇನೆ. ಆದರೆ, ಚಿಕ್ಕ ವಯಸ್ಸಿನಲ್ಲಿ ಇಂತಹುದೇ ಅಥವಾ ಇದಕ್ಕೂ ಕಮ್ಮಿಯಿಲ್ಲದ ಮನೋಹರ ದೃಶ್ಯವಿದ್ದರೂ ಅದು ನನಗೆ ನಗಣ್ಯವಾಗಿತ್ತು; ಅದನ್ನು ಅನುಭವಿಸುವ ಮನಃಸ್ಥಿತಿಯಗಲೀ, ಆರಾಮದ ಅವಕಾಶವಾಗಲೀ ಅಂದು ನನಗಿರಲಿಲ್ಲ.

ನಾವು ದುರ್ಗದಬೆಟ್ಟ ವಸತಿಪ್ರದೇಶಕ್ಕೆ ಬರುತ್ತಿದ್ದ ಹಾಗೆ, ಎಕ್ರೆಗಟ್ಟಲೆ ಹರಡಿಕೊಂಡಿರುವ ಚಹಾತೋಟಗಳು ಹಸಿರು ಹಾಸುಗಳಂತೆ ಕಂಗೊಳಿಸತೊಡಗುತ್ತವೆ. ಬೆಟ್ಟದ ತುದಿಗಳಲ್ಲಿ ಕ್ಯಾಸ್ವರಿನಾ (casuarina) ಮರಗಳು ಗಾಳಿಯಲ್ಲಿ ತುಯ್ದಾಡುವುದು ದೃಷ್ಟಿಗೆ ಬೀಳುತ್ತದೆ. ಬೆಟ್ಟಗಳ ಬುಡದಲ್ಲಿ ನೇರಳೆ ಬಣ್ಣದ ಬೋಗನ್‌ವಿಲ್ಲಾ ಹೂಗಳ ಸಾಲುಗಳು ಚಹಾ ಎಲೆಗಳ ಹಸಿರು ಬಣ್ಣಗಳ ಜತೆಗೆ ಮೇಳೈಸುವುದನ್ನು ಕಾಣಬಹುದು. ಇನ್ನೂ ಕೆಳಗೆ, ದಾರಿಯ ಬದಿಯಲ್ಲಿ, ಪೆರಿವಿಂಕಲ್ (periwinkle)ನ ಬಿಳಿ ಮತ್ತು ನೇರಿಳೆ ಬಣ್ಣಗಳ ಸಾಲುಗಳು, ನೀಲಾಕಾಶದ ಹಿನ್ನೆಲೆಗೆ ಸೂಕ್ತ ಮೋಹಕತೆಯನ್ನು ಒದಗಿಸುವಂತಿರುತ್ತದೆ. ಈ ಭೂಪ್ರದೇಶ ಕಲಾಕಾರರಿಗೊಂದು ಔತಣದ ತಾಣವಾಗಿದ್ದು, ಪ್ರವಾಸಿಗಳಿಗೆ ಆಕರ್ಷಣೆಯ ಪ್ರಸಿದ್ಧಿ ಪಡೆದ ಪ್ರದೇಶವಾಗಿದೆ. ಸಿನಿಮಾ ಶೂಟಿಂಗ್‌ಗಳಲ್ಲಿ ಈ ಪ್ರದೇಶ ಪ್ರಣಯ ದೃಶ್ಯದ ಹಾಡುಗಳಿಗೆ ಹಿನ್ನೆಲೆಯಾಗಿ ಸಂಪನ್ನವಾದ ಅನುಭವ ನೀಡುತ್ತದೆ.

ನನ್ನ ಹದಿಹರೆಯದಲ್ಲಿ ನಾನೆಲ್ಲಿ ಕೆಲಸ ಮಾಡಿ, ಒಬ್ಬ ಕೇಶಕರ್ತನಾಗಿ ಹೆಸರುಗಳಿಸಿದ್ದೆನೋ ಆ ಸಲೂನ್ ರಸ್ತೆಯ ತಿರುವಿನಲ್ಲಿತ್ತು. ಇನ್ನೂ ನಿಖರವಾಗಿ ಹೇಳಬೇಕೆಂದರೆ, ಸ್ಥಳೀಯ ಅಂಚೆಕಚೇರಿ ಎಲ್ಲಿತ್ತೋ ಅದರ ತೀರಾ ವಿರುದ್ಧ ಬದಿಯಲ್ಲಿತ್ತು, ಅಂಚೆಕಚೇರಿ ಇನ್ನೂ ಕಾರ್ಯನಿರ್ವಹಿಸುತ್ತಿದ್ದರೂ, ಸಲೂನ್ ಮಾತ್ರ ಎಂದೆಂದಿಗೂ ಮುಚ್ಚಿದ ಸ್ಥಿತಿಯಲ್ಲಿದೆ. ನಾನು ಕಾರಿನಿಂದ ಹೊರಗೆ ಕಾಲಿಟ್ಟಾಗ, ಎಲ್ಲೆಲ್ಲೂ ನಿಶ್ಶಬ್ದತೆ ಆವರಿಸಿರುವುದನ್ನು ಕಂಡೆ. ಆ ತಂಗಾಳಿಯಲ್ಲಿನ ಸ್ತಬ್ದತೆ ಧೈರ್ಯಗುಂದಿಸುವಂತೆ ತೋರುತ್ತಿತ್ತು. ಬಾಲ್ಯದಲ್ಲಿ ಈ ಪರಿಸರ ಜನಜಂಗುಳಿಯಿಂದ, ವಾಹನಗಳಿಂದ ತುಂಬಿರುತ್ತಿತ್ತು.

ಇದೀಗ ಯಾವುದೇ ಮನುಷ್ಯ ಚಟುವಟಿಕೆ ಕಂಡಹಾಗಿರಲಿಲ್ಲ. ಸಲೂನ್ ಈಗ ಅಸ್ಬೆಸ್ಟೋಸ್‌ನ ಶಿಥಿಲ ಆಕೃತಿಯಾಗಿ ಕಾಣುತ್ತಿತ್ತು. ಎದುರುಗಡೆಯ ಅದೊಂದು ಬೃಹತ್ ಟ್ರಾನ್ಸ್‌ಫೋರ್ಮರ್‌ನ ಕಾರಣದಿಂದಾಗಿ ಕೆಲಸ ಸ್ಥಗಿತಗೊಂಡ ಗ್ಯಾರೇಜಿನ

ಥರ ಅದು ಕಾಣಿಸುತ್ತಿದೆ. ಮಾಡಿನ ಅಂಚುಗಳಲ್ಲಿ ಕಳೆಗಿಡಗಳು ಬೆಳೆದು, ತಗಡಿನ ಹಾಳೆಗಳು ನೈಸರ್ಗಿಕ ಕಾಲಮಾನಕ್ಕೆ ಒಗ್ಗಿ ತುಕ್ಕು ಹಿಡಿದಿದೆ. ಎದುರಿನ ಬಾಗಿಲಿಗೆ ಬೀಗ ಜಡಿದಿದೆ.

ಒಂದು ಹಳದಿ ಬಣ್ಣದ ಕಾಡುಬಳ್ಳಿ, ಬಾಗಿಲ ಸಂದಿಯೊಳಗೆ ರಾಜಾರೋಷವಾಗಿ ನುಗ್ಗಿದೆ, ಯಾರೂ ಅದರ ಅಸ್ತಿತ್ವದ ತಂಟೆಗೆ ಬರುವುದಿಲ್ಲವೆಂಬ ನಂಬಿಕೆಯಿಂದ ಎಂಬಂತೆ.

ಕರ್ಮಸಿದ್ಧಾಂತ ಬಹಳ ವಿಚಿತ್ರವಾಗಿ ಸಾಗುತ್ತದೆ. ಸಲೂನ್‌ನ್ನು ನನ್ನ ತಂದೆಯವರು ಗೇಣಿಯ ಮೇಲೆ ಪಡೆದ ಜಮೀನಿನಲ್ಲಿ ಕಟ್ಟಿದ್ದರೆ, ಅದನ್ನು ಚಿಕ್ಕಪ್ಪ ನಡೆಸುತ್ತಿದ್ದರು, ಆದರೆ ಇದೀಗ ಅದರ ಷಟ್ಟರ್‌ಗಳು ಕೆಳಗಿಳಿದಿವೆ, ಶಾಶ್ವತವಾಗಿ.

ಕಬ್ಬಿಣದ ಗೇಟು ಮತ್ತು ವಯರ್‌ನ ಬೇಲಿಗೆ ಹೊಂದಿಸಿಕೊಂಡು ಹಾಕಿದ ಬೀಗದಿಂದಾಗಿ, ಹೊರಗಿನವರು ಯಾರೂ ಹಿತ್ತಿಲ ಆವರಣದೊಳಗೆ ಅತಿಕ್ರಮಿಸುವಂತಿಲ್ಲ. ಅಲ್ಲಿ ಅಡಿಕೆ ಬೆಳೆಯ ತೋಟವಿದೆ. ಮೇಲ್ಭಾಗಕ್ಕೂ ಸಾಗಿಸಲು ಸಾಕಾಗುವಷ್ಟು ನೀರಿರುವ ಬಾವಿಯೊಂದು, ಕೊಂಬೆರೆಂಬೆಗಳೆಲ್ಲಾ ರಸ್ತೆಗೆ ಚಾಚಿಕೊಂಡಿರುವ ಮಾವಿನ ಮರವೊಂದು, ಒಣಗಿದ ತೆಂಗಿನ ಮರದ ಮಡಲುಗಳು ಅಲ್ಲಲ್ಲಿ ಬಿದ್ದಿರುವುದು, ಹಳೆಯ ಕಳೆದುಹೋದ ದಿನಗಳನ್ನು ಜ್ಞಾಪಿಸುವಂತಿವೆ.

ಇಲ್ಲಿನ ಸಣ್ಣ ಮೈದಾನವನ್ನು ಸ್ಥಳೀಯ ಮಕ್ಕಳು ಕ್ರಿಕೆಟ್‌ನ್ನು ಆಡುವುದಕ್ಕೆ ನಿಜವಾದ ಸವಲತ್ತುಗಳ ಬದಲು, ಒಣಗಿದ ತೆಂಗಿನ ಮಡಲು–ಸೋಗೆಗಳಿಂದ ತಯಾರಿಸಿದ ಬ್ಯಾಟು ಮತ್ತು ಸ್ಟಂಪ್ಸ್‌ಗಳನ್ನು ತಯಾರಿಸಿ, ಆಡುವುದಿತ್ತು. ಕ್ರಿಕೆಟ್ ನನ್ನ ಪ್ರಿಯವಾದ ಆಟವಾಗಿದ್ದರಿಂದ ನಾನು ಕೂಡಾ ಸಮಯ ಸಿಕ್ಕಾಗೆಲ್ಲ ಆ ಮಕ್ಕಳನ್ನು ಸೇರಿಕೊಂಡು ಆಡುವುದಿತ್ತು. ಕೆಲವೊಮ್ಮೆ ಎಸ್ಟೇಟ್‌ನ ಅಧಿಕಾರಿ ತನ್ನ ರಾಯಲ್ ಎನ್‌ಫೀಲ್ಡ್ ಬುಲ್ಲೆಟ್ ಬೈಕ್‌ನ್ನು ಅದೇ ಬಾವಿಯ ಬದಿಯಲ್ಲಿ ಒರಗಿಸಿ ಇಡುವುದಿತ್ತು, ನಾನು ನನ್ನ ಅಮೂಲ್ಯವಾದ ಸಮಯದಲ್ಲಿ ಕೆಲವು ಕ್ಷಣಗಳನ್ನು ಈ ಎರಡು ಗಾಲಿಯ ವಾಹನದ ಮೋಹದಿಂದ ಅದರ ಬಳಿಯಲ್ಲಿ ನಿಂತು ವೀಕ್ಷಿಸುವುದಿತ್ತು. ಮುಂದೆ ಅದೇ ತಯಾರಿಯ ಬೈಕ್‌ನ್ನು ನಾನು ಕೊಂಡುಕೊಂಡೆ; ಅದನ್ನು ಇಂದಿಗೂ ಸಂರಕ್ಷಿಸಿಕೊಂಡು ಉತ್ತಮವಾಗಿ ನಿರ್ವಹಿಸುತ್ತ ನನ್ನಲ್ಲಿಯೇ ಇಟ್ಟುಕೊಂಡಿದ್ದೇನೆ.

ಒಂದು ಅಂಚೆಕಚೇರಿ, ತೀರಾ ಚಿಕ್ಕದಾದ ಒಂದು ಖಾದ್ಯ ಸಾಮಗ್ರಿ ಅಂಗಡಿ, ಒಂದು ದನದ ಕೊಟ್ಟಿಗೆ, ಒಂದು ಪ್ರಾಥಮಿಕ ಆರೋಗ್ಯ ಕೇಂದ್ರ, ಅಲ್ಲಿ ಯಾವುದೇ ರೋಗಿ ಈಗ ಸಂದರ್ಶಿಸುತ್ತಿರುವಂತೆ ಕಾಣಲಿಲ್ಲ, ಆಮೇಲೆ ಚಿಕ್ಕ ಚಿಕ್ಕ ಮನೆಗಳ ಸಾಲುಗಳು ಹಾಗೂ ಅಂಗಡಿಗಳು. ತುಸು ಜೀವಂತವೆನಿಸುವ ತಾಣವೆಂದರೆ, ಒಂದು ಆಟೋ ಸ್ಟ್ಯಾಂಡ್, ಅಲ್ಲಿ ಡ್ರೈವರ್‌ಗಳು ಪ್ರಯಾಣಿಕರಿಗಾಗಿ ಕಾಯುತ್ತಿರುವಂತೆ ತೋರುತ್ತಿತ್ತು, ಅದಿಲ್ಲದೆ ಹೋದರೆ ಅವರು ಹಳೆಯ ಸಿನಿಮಾಗೀತೆಗಳನ್ನು ಕೇಳುತ್ತಲಿದ್ದರು. ಸಲೂನ್‌ನಿಂದ ಸ್ವಲ್ಪವೇ ದೂರದಲ್ಲಿ ರಸ್ತೆಯ ತಿರುವಿನಲ್ಲಿ ಹಾಕಿದ ಮರದ ದಿಮ್ಮಿಗಳು ಬಿಸಿಲಿನಲ್ಲಿ ಒಣಗುತ್ತ ಹಾಗೆಯೇ ಬಿದ್ದುಕೊಂಡಿವೆ, ಮುಂದೆ ಮೇ ಫ್ಲವರ್‌ನ ಮರಗಳು

ಹೇರಳವಾಗಿ ಕೊಂಬೆರೆಂಬೆಗಳಿಂದ ತುಂಬಿ ನಳನಳಿಸುತ್ತಿವೆ.

ಆಗೊಮ್ಮೆ ಈಗೊಮ್ಮೆ ಆ ದಾರಿಯಾಗಿ ಹಾದು ಹೋಗುವ ವಾಹನಗಳಷ್ಟೇ ಸ್ವಲ್ಪ ಅಲ್ಲಿನ ರುದ್ರ ಮೌನವನ್ನು ಮುರಿಯುವುದಕ್ಕೆ ಸಹಕರಿಸುತ್ತಿದ್ದವು. ವಾಹನಗಳ ರಬ್ಬರ್‌ಟಯರ್‌ಗಳ ವೇಗದ ಸದ್ದು ಕೆಲವು ಕಿಲೋಮೀಟರ್‌ಗಳಷ್ಟಾದರೂ ಕೇಳಿಸುತ್ತಲೇ ಇರುತ್ತದೆ. ಪ್ರಯಾಣಿಕರು ಇಳಿಯುವ ಸಲುವಾಗಿ ಬಸ್ಸುಗಳು ಇಲ್ಲಿ ಇನ್ನೂ ನಿಲ್ಲುತ್ತವೆ. ಕೆಲವರು ಹತ್ತುವವರೂ ಇರಬಹುದು.

ಪ್ರಯಾಣಿಕರನ್ನು ತುಂಬಿಸಿಕೊಂಡ ಟ್ರಕ್‌ಗಳು ಏರುಗತಿಯಲ್ಲಿ ವೇಗವಾಗಿ ಚಲಿಸುತ್ತ ಸಾಗಿದರೆ, ದೂರಕ್ಕೆ ಸರಿದಂತೆ ಅವು ನಿಧಾನವಾಗಿ ಹಂತ ಹಂತವಾಗಿ ಕಣ್ಮರೆಯಾಗುವುದನ್ನು ಕಾಣಬಹುದಾಗಿದೆ. ಆ್ಯಂಬುಲೆನ್ಸ್‌ಗಳು ಸಮೀಪದ ಪಟ್ಟಣಕ್ಕೆ ಜರೂರಿನಲ್ಲಿ ಸಾಗಿದರೆ, ಇನ್ನೊಂದು ಬದಿಯಿಂದ ಓರ್ವ ಬೈಕ್‌ನವ ಚಹಾತೋಟಕ್ಕೆ ಹೋಗಿ ಮರೆಯಾಗುವುದನ್ನು ಕಾಣಬಹುದು. ರಸ್ತೆಬದಿಯಲ್ಲಿ ಬೆಳೆದ ದಟ್ಟವಾದ ಹುಲ್ಲುಮೆದೆಯನ್ನು ಆಕಳು ಮೇಯುತ್ತಿರುತ್ತದೆ.

ಈ ಸಣ್ಣ ತಿರುವಿನ ಸ್ಥಳ ಒಂದು ಕಾಲದಲ್ಲಿ ಬಹಳ ವ್ಯಸ್ತ ಚಟುವಟಿಕೆಯ ಕೇಂದ್ರವಾಗಿತ್ತು ಅಂದರೆ ಯಾರು ನಂಬುತ್ತಾರೆ? ನಾನು ಮಾವಿನ ಮರದ ದರೆಯ ಮೇಲೆ ಕುಳಿತ್ತಿದ್ದರೆ ನಿಶ್ಶಬ್ದತೆ ಮೈಗೂಡುತ್ತದೆ. ನನ್ನ ಉಸಿರಾಟ ನನಗೆ ಕೇಳಿಸುತ್ತದೆ, ನನ್ನ ಹೃದಯದ ಬಡಿತ ದೂರದ ಬೆಟ್ಟದಲ್ಲೆಲ್ಲೋ ದುಡಿಯೊಂದನ್ನು ಬಡಿದ ಹಾಗೆ ಕೇಳಿಸುತ್ತದೆ. ನನಗೆ ನನ್ನ ಮೂಗಿನ ಮೂಲಕ ಸೆಳೆದುಕೊಳ್ಳುವ ತಾಜಾ ಗಾಳಿಯ ಅನುಭವವಾಗುತ್ತದೆ, ಅದು ನನ್ನ ಶ್ವಾಸಕೋಶದೊಳಕ್ಕೆ ಸಾಗಿ ಕೆಲವು ಕ್ಷಣ ಅಲ್ಲಿದ್ದು, ಶರೀರದ ವಿವಿಧ ಭಾಗಗಳಿಗೆ ಸಾಗುವಂತೆ ತೋರುತ್ತದೆ. ನಾನು ನಿಟ್ಟುಸಿರು ಬಿಡುತ್ತಲೇ ಇದ್ದೇನೆ. ನನ್ನ ಮನಸ್ಸು ನನ್ನ ಹದಿಹರೆಯದ ದುಡಿಮೆಯ ದಿನಗಳ ನೆನಪುಗಳನ್ನು ಕೆದಕುತ್ತ, ಅದರ ಜತೆಗೆ ನೋವನ್ನೂ ದುಃಖವನ್ನೂ ಬರಿಸಿ, ವಿಧ್ವಂಸಕವಾಗಿ ಆಟವಾಡತೊಡಗುತ್ತದೆ.

ಮಾವಿನ ಮರದ ಎಲೆಗಳು ತಂಗಾಳಿಯಲ್ಲಿ ತೊನೆದಾಡಿ, ಬಿಸಿಲು ಬಿದ್ದ ಮಾರ್ಗದ ಮೇಲೆ ರೇಖಾಚಿತ್ರಗಳ ಮಾದರಿಗಳನ್ನು ಸೃಷ್ಟಿಸುತ್ತಿವೆ. ಈವೊತ್ತಿಗೂ, ಈ ಸ್ನಿಗ್ಧ ಪರಿಸರದ ಹೊರತಾಗಿಯೂ, ನನಗೆ ಈ ತಾಣದಲ್ಲಿ ಕಳೆದಿರುವ ಆ ಭಯಾನಕ ದಿನಗಳನ್ನು ನೆನೆದುಕೊಳ್ಳುವಾಗ ರೋಮಗಳು ನಿಮಿರಿನಿಲ್ಲುತ್ತವೆ. ಆ ಅಸಂತುಷ್ಟ ಘಟನೆಗಳು ಜೀವಂತವಾಗಿ ಎದುರು ನಿಲ್ಲುವುವು, ಈಗ ತಾನೇ ಅದು ನನ್ನೆದುರೇ ನಡೆಯುತ್ತಿದೆ ಎನ್ನುವ ಹಾಗೆ. ನಾನು ಇನ್ನೂ ಹನ್ನೊಂದು ವರ್ಷ ಪ್ರಾಯಕ್ಕೆ ಕಾಲಿಡುತ್ತಿದ್ದಾಗ ಅದು ನಡೆದಿತ್ತು ಎಂದು ತಿಳಿದರೂ, ಕೆಲವು ತಾಣಗಳು ನಮ್ಮ ಒಳ್ಳೆಯ ಅಥವಾ ಕೆಟ್ಟ ಅನುಭವಗಳಿಗೆ ದೃಕ್‌ಸಾಕ್ಷಿಯಾಗಿದ್ದಂತೆ ತೋರುತ್ತವೆ. ಬಹಳ ಸೊಬಗಿನ ಸ್ಥಳ ಕೂಡಾ ನೋವು ಮತ್ತು ದುಃಖದ ಛಾಯೆಯನ್ನು ಉದ್ದೀಪಿಸಬಹುದೇನೋ, ಆ ಕಳೆದುಹೋದ ದಿನಗಳ ಜತೆಗೆ ಸಂಬಂಧವನ್ನು ಕಲ್ಪಿಸುತ್ತ.

ದುರ್ಗದಬೆಟ್ಟಕ್ಕೆ ನನ್ನ ಮೊದಲ ಭೇಟಿ ಅಂದರೆ, ಶಾಲೆಯ ಬೇಸಗೆ ರಜೆಯಲ್ಲಿ

ನಾನು ಚಿಕ್ಕಪ್ಪನ ಮನೆಗೆ ಬಂದಿದ್ದಾಗ, ಆಗ ಅವರು ತಮ್ಮ ಹೆಂಡತಿ ಮತ್ತು ಮೂವರು ಮಕ್ಕಳೊಂದಿಗೆ ಸಲೂನ್‌ನ ಹಿಂಬದಿಯ ವಠಾರದಲ್ಲಿ ವಾಸ್ತವ್ಯಕ್ಕಿದ್ದರು. ಅವರ ಕೆಲಸದಲ್ಲಿ ಸಹಾಯಕನಾಗಿ ದುಡಿಯುವಂತೆ ನನ್ನನ್ನು ಕರೆಯಲಾಗಿತ್ತು. ನಾನಿನ್ನೂ ಎಳೆಯ ಬಾಲಕನಾಗಿದ್ದೆ. ನಾನೊಂದು ಸಣ್ಣ ತಪ್ಪು ಮಾಡಿರಬಹುದೇನೋ ಗೊತ್ತಿಲ್ಲ, ಅದು ಶಿಕ್ಷೆಯನ್ನು ಸ್ವೀಕರಿಸುವ ಮಟ್ಟದ್ದೋ ಎಂಬುದೂ ತಿಳಿದಿರಲಿಲ್ಲ, ನನ್ನ ಚಿಕ್ಕಮ್ಮ ಮೆಣಸಿನ ಹುಡಿಯನ್ನು ನನ್ನ ಮೂಗಿಗೂ, ಗುಪ್ತಾಂಗಗಳಿಗೂ ಸವರಿಬಿಟ್ಟರು. ಅದು ನನಗೆ ಬಹಳ ಯಾತನೆ ಕೊಟ್ಟ ಸಂಭವ. ಸಮಯ ಸಾಗಿದಂತೆ ಗಾಯಗಳು ವಾಸಿಯಾಗಬಹುದು, ಆದರೆ ನೋವು ಯಾವತ್ತೂ ವಾಸಿಯಾಗುವುದಿಲ್ಲ. ಅದರ ಕಲೆಗಳು ಹಾಗೆಯೇ ಉಳಿದಿರುತ್ತವೆ. ಅವನ್ನು ಅಳಿಸಿ ಹಾಕುವುದಾದರೂ ಹೇಗೆ?

ಅಂತಿದ್ದರೂ, ನಾನು ಈ ಜಾಗಕ್ಕೆ ಮಹತ್ವವನ್ನು ಕೊಡುತ್ತೇನೆ, ಯಾಕೆಂದರೆ, ಇಲ್ಲಿಯೇ ತಾನೇ ನಾನು ನನ್ನ ಕಲಿಕೆಯನ್ನು ಶುರು ಮಾಡಿದ್ದು? ಆ ವರ್ಷಗಳಲ್ಲಿ ನಾನು ಒಬ್ಬ ಉದ್ಯೋಗರ್ಥಿಯಾಗಿ ಮತ್ತು ಪ್ರಗತಿದಾಯಕ ನುರಿತ ಕ್ಷೌರಿಕನಾಗಿ ಇಲ್ಲಿ ರೂಪುಗೊಂಡಿದ್ದು, ಇಂದು ನನಗೆ ಆಪ್ತವಾದ ಆ ವೃತ್ತಿಗೆ ರಹದಾರಿಯಾದುದನ್ನು ಕೃತಜ್ಞತೆಯಿಂದ ನೆನೆಯುತ್ತೇನೆ. ಹಲವು ವರ್ಷಗಳ ಹೋರಾಟದ ಬಳಿಕವೂ, ನಾನು ನನ್ನ ವೃತ್ತಿಯ ಬಗ್ಗೆ ಯಾವತ್ತೂ ಗಾಢವಾದ ಭಾವನೆಯನ್ನು ಹೊಂದಿದ್ದೆ ಎನ್ನುವುದು, ಇಂದಿಗೂ ನನಗೆ ಅಪಾರವಾದ ಸಂತೋಷ ಮತ್ತು ನೆಮ್ಮದಿಯನ್ನು ನೀಡುತ್ತದೆ. ಈ ಕೃತಜ್ಞತಾ ಭಾವವೇ ನನ್ನನ್ನು ಎಲೆಮಡಲಿಗೆ ಸೆಳೆಯುತ್ತಿರುತ್ತದೆ, ಅದು ಯಾವುದೇ ಔತಣಕೂಟವಿರಲಿ, ಮದುವೆಯ ಸಮಾರಂಭವಿರಲಿ ಇಲ್ಲವೇ ಹೀಗೇ ವೈಯಕ್ತಿಕ ಭೇಟಿಯಾಗಿರಲಿ.

ಸಲೂನಿನ ಹಿತ್ತಲಕಡೆಯಲ್ಲಿ ಮಾಡಿನ ಇಳಿಜಾರಿನ ಮತ್ತು ಮರದ ಪಟ್ಟಿಯ ನಡುವಿನ ಜಾಗವನ್ನು ನಾನು ಕೈಗೆಟಕುವಂತೆ ಮಾಡಿಕೊಂಡು ಅಲ್ಲಿ ಸಂಭ್ರಮಿಸುವುದಿದೆ. ಅಲ್ಲಿನ ಹನಿಗೂಡಿದ ಮಣ್ಣು ನನ್ನ ಬೆರಳುಗಳಿಗೆ ಮೆತ್ತಿಕೊಳ್ಳುತ್ತದೆ. ಚಿಕ್ಕಪ್ಪನ ಹೊಂಚಿನ ದೃಷ್ಟಿಯನ್ನು ತಪ್ಪಿಸಿಕೊಂಡು ನಾನು ಮಳೆಗಾಲದ ಸಮಯಕ್ಕಾಗಿ ಕೊಂಚ ನನ್ನ ಉಳಿತಾಯವನ್ನು ಈ ಸಂಧಿಯಲ್ಲಿ ಭದ್ರವಾಗಿ ಸಂರಕ್ಷಿಸುವುದಿತ್ತು. ಆತನಿಗೆ ಆ ನನ್ನ ಪುಟ್ಟ ನಿಧಿ, ಯಾವತ್ತೂ ಕಣ್ಣಿಗೆ ಬಿದ್ದರಲಿಲ್ಲ, ವರ್ಷಗಳೇ ಕಳೆದ ಬಳಿಕ ನಾನು ಅವರಿಗೆ ನನ್ನ ಉಳಿತಾಯದ ರಹಸ್ಯವನ್ನು ಹೇಳಿದಾಗ, ಆತ ಮೂಕವಿಸ್ಮಿತರಾಗಿದ್ದರು. ಅದು ಇಂದಿಗೂ ನನಗೆ ಅತೀವ ಸಂತಸವನ್ನು ನೀಡುವ ವಿಷಯ. ಸಣ್ಣ ಹುಡುಗನಾಗಿ ಅವರನ್ನು ವಂಚಿಸಿದ ಈ ಕೃತ್ಯದ ಯಶಸ್ಸು ನನ್ನಲ್ಲಿ ಇಂದಿಗೂ ಹರ್ಷೋತ್ಸಾಹವನ್ನು ಹುಟ್ಟುಹಾಕುತ್ತದೆ.

ಇನ್ನೂ ಕೆಳಗೆ ಗುಳು ಗುಳು ನಿನಾದದೊಂದಿಗೆ ಹರಿಯುವ ತೊರೆ. ಅಲ್ಲಿ ನಾನು ಒಬ್ಬಂಟಿಯಾಗಿ ಸ್ನಾನದಲ್ಲೂ, ಬಟ್ಟೆಗಳನ್ನು ಒಗೆಯುವುದರಲ್ಲೂ, ನೀರಿನಲ್ಲಿ ಆಟವಾಡುವುದರಲ್ಲೂ ನಿರತನಾಗಿರುತ್ತಿದ್ದೆ. ಮುಂಜಾನೆ ಎದ್ದ ತಕ್ಷಣ ನಾನು ನನ್ನ ಚಾಪೆಯನ್ನು ಒಗೆದು ಹಾಕಬೇಕಿತ್ತು, ಯಾಕೆಂದರೆ ರಾತ್ರಿ ನಿದ್ದೆಯಲ್ಲಿ ನಾನು ಅದರಲ್ಲಿ

ಮೂತ್ರ ಮಾಡಿರುತ್ತಿದ್ದೆ. ಈ ನಿಟ್ಟಿನಲ್ಲಿ ಯಾವತ್ತೂ ನಿಯಂತ್ರಣವಿರಲಿಲ್ಲ. ಎಂದಿನವರೆಗೆ ನಾನು ಚಿಕ್ಕಪ್ಪನ ಪೀಡೆಯಲ್ಲಿ ಬಿದ್ದಿದ್ದೆನೋ, ಅಲ್ಲಿಯವರೆಗೆ ಚಾಪೆ ಒದ್ದೆಯಾಗುತ್ತಲೇ ಇತ್ತು. ಚಳಿಯ ಆ ವಾತಾವರಣದಲ್ಲಿ, ಮಂಜುಗಡ್ಡೆಯಂಥ ಹರಿವ ನೀರಿನಲ್ಲಿ ಇಳಿದು ಈ ಒಗೆತದ ಕಾರ್ಯವನ್ನು ಲಗುಬಗನೆ ನಾನು ಮುಗಿಸಬೇಕಿತ್ತು, ಯಾಕೆಂದರೆ ಚಿಕ್ಕಪ್ಪನಿಗೆ ಅದರ ಸುಳಿವು ಸಿಗದಂತಿರಬೇಕಿತ್ತು; ಒಂದು ವೇಳೆ ಸುಳಿವು ಸಿಕ್ಕರಂತೂ ಅವರು ನನಗೆ ಸಿಕ್ಕಾಪಟ್ಟೆ ಹೊಡೆದು ಬಡಿದು, ಚರ್ಮದಲ್ಲಿ ಕಪ್ಪು-ನೀಲಿ ಬಣ್ಣದ ಬೋರೆಗಳು ಏಳುವಂತೆ ಮಾಡಿಬಿಡುತ್ತಿದ್ದರು.

ತೊರೆಯ ಇನ್ನೊಂದು ನನ್ನ ಆಟದ ಅಹ್ಲಾದಕರ ತಾಣವೆಂದರೆ, ಇನ್ನೂ ಕೊಂಚ ಮುಂದಕ್ಕೆ ಸಲೂನ್‌ನಿಂದ ಕೆಲವೇ ಕಿಲೋಮೀಟರ್ ದೂರಕ್ಕೆ ಸಾಗಿದಾಗ ಸಿಗುತ್ತದೆ,

ಅಲ್ಲಿ ಗುಡ್ಡದ ಮೇಲೆ ಚಿಕ್ಕಪ್ಪ ಸಣ್ಣ ಮನೆಯೊಂದನ್ನು ಕಟ್ಟಿದ್ದರು.

ಆ ನೀರಿನ ಒರತೆಯನ್ನು ಸ್ಥಳೀಯವಾಗಿ 'ಕಲ್ಲಗುಂಡಿ' ಎಂದು ಕರೆಯುತ್ತಿದ್ದರು, ಅಂದರೆ ಕಲ್ಲಿನ ತೊರೆ, ಅದು ಮುಂದಕ್ಕೆ ಹರಿದು ಕಗ್ಗಲಿನ ಹಾದಿಯಾಗಿ ಎಸ್ಟೇಟ್ ಮತ್ತು ಕಾಡಿನ ನಡುವೆ ನುಸುಳಿಕೊಂಡು ಮರೆಯಾಗುತ್ತಿತ್ತು. ಇದು ನನ್ನ ಶಾಂತಿಯ ಧಾಮವಾಗಿತ್ತು.

ನನಗೆ ಬೇಸರವಾದಾಗ, ಅದು ಹೆಚ್ಚಿನ ಸಮಯ ಆಗುತ್ತಲೇ ಇತ್ತೆನ್ನಿ, ಚಿಕ್ಕಪ್ಪನ ಮನೆಯ ಎದುರಿನ ಈ ತೊರೆಯ ಸನ್ನಿಧಿಯಲ್ಲಿ ನಾನು ನೆಮ್ಮದಿಯನ್ನು ಕಾಣುತ್ತಿದ್ದೆ. ಅಲ್ಲೇ ತೂಗಾಡುವ ಕಲ್ಲಿನ ಜತೆಗೆ ನಾನು ನನ್ನ ನೋವಿನ ವಿಷಯಗಳನ್ನು ತೋಡಿಕೊಳ್ಳುತ್ತಿದ್ದೆ, ಯಾಕೆಂದರೆ ನನಗೆ ನನ್ನ ಮನಸ್ಸಿನ ದುಗುಡವನ್ನು ಹೇಳಿಕೊಳ್ಳಲು ಯಾರೂ ಇರಲಿಲ್ಲ. ಬಹುಶಃ, ಆಚೆ ಬದಿಯ ಒಣ ಕಾಡಿನ ಉದ್ದನೆಯ ಮರಗಳು ಮತ್ತು ಗಿಡಗಂಟಿಗಳೇ ನನ್ನ ಮೂಕ ಸಂವೇದಿಗಳಾಗಿದ್ದವೇನೋ. ಅವು ನನ್ನ ದುಗುಡವನ್ನು ಅರಿಯಬಲ್ಲವು. ಅವು ಮೌನವಾಗಿ ನನ್ನ ಅಳುವನ್ನೂ ನೋವನ್ನೂ ಆಲಿಸುತ್ತಿದ್ದವು. ಬೆತ್ತದಿಂದ ಬಾರಿಸಿದಾಗ ಏಳುತ್ತಿದ್ದ ಬೆನ್ನಿನ ಬಾಸುಂಡೆಗಳಿಗೆ, ಎಲುಬುಗಳ ನೆಗ್ಗುಗಳಿಗೆ ನೀರಿನಲ್ಲಿನ ಒಂದು ಮುಳುಗು ನನಗೆ ಸಾಂತ್ವನ ಹೇಳುತ್ತಿದ್ದವು.

ನಾನು ಚಿಕ್ಕಪ್ಪನ ಮನೆಗೆ ತೆರಳಿದಾಗೆಲ್ಲ, ಈ ತೊರೆಯ ಸಮೀಪ ಕೆಲವು ಹೊತ್ತು ಕಳೆಯುವುದಿದೆ. ಪ್ರತಿರೋಧದ ಒಂದು ಗುಟುಕು ಔಷಧವಾಗಿ ಅದು ನನ್ನಲ್ಲಿ ಸಂಯಮವನ್ನು ತರುತ್ತದೆ.

ಮನೆ ಹಾಗೆಯೇ ಅಲ್ಲಿ ನಿಂತಿದೆ, ಗುಡ್ಡವನ್ನು ತಲುಪುವವರೆಗಿನ ಮೆಟ್ಟಿಲುಗಳು ಕೂಡಾ, ಅದನ್ನು ನಾನೂ ಚಿಕ್ಕಪ್ಪನೂ ಕಲ್ಲುಗಳನ್ನು ಒಂದರ ಮೇಲೆ ಒಂದನ್ನು ಪೇರಿಸಿಟ್ಟು ನಿರ್ಮಿಸಿದ್ದೆವು. ತೋಟದಲ್ಲಿ ಹೇರಳವಾಗಿ ದಾಸವಾಳ ಮತ್ತು ಗುಲಾಬಿ ಹೂಗಳು ಅರಳಿವೆ, ಜತೆಗೆ ಕಾಫಿ ಗಿಡಗಳೂ ಇವೆ. ಹಿಂಗಡೆಯ ದನದಕೊಟ್ಟಿಗೆ ಬರಿದಾಗಿದೆ. ದನಗಳನ್ನೂ ಎಮ್ಮೆಗಳನ್ನೂ ಕಟ್ಟುವುದಕ್ಕೆ ಉಪಯೋಗಿಸಲು ನಾನು ನೆಟ್ಟ ಮರದ ಗೂಟಗಳು ಬೋಳಾಗಿ ನಿಂತಿವೆ, ಜಾಗವೇ ರಣಗುಡುತ್ತಿದೆ.

ಕಾಫಿ ಕೋಡುಗಳನ್ನು ಮತ್ತು ಕೆಂಪು ಮೆಣಸಿನ ಹಾಸುಗಳನ್ನು ಅಂಗಳದಲ್ಲಿ ಒಣಹಾಕಿದ್ದಾರೆ, ಚಿಕ್ಕಪ್ಪನ ಕುಟುಂಬದ ಸದಸ್ಯರು. ಇದು ಹಳೆಯ ಮನೆಯ ಪಕ್ಕದಲ್ಲಿದ್ದು, ಹಳೆಯ ಮನೆಯನ್ನು ಬಾಡಿಗೆಗೆ ಕೊಡಲಾಗಿದೆ. ನಾನು ಮನೆಯನ್ನು ಬಿಟ್ಟು ತೆರಳಿದ ಬಳಿಕ ಈ ಹೊಸ ಮನೆಯನ್ನು ಕಟ್ಟಿದ್ದರು, ಈ ಹೊಸ ಮನೆ ನಾನು ಅಂದು ತೆಂಗಿನ ಮತ್ತು ಹಣ್ಣಿನ ಗಿಡಗಳಿಗೆ ಗುಳಿ ತೋಡಿದ ಸ್ಥಳದಲ್ಲಿ ಎದ್ದುನಿಂತಿದೆ.

ಮನೆಯ ಜಗುಲಿಯಲ್ಲಿ ಚಿಕ್ಕಪ್ಪ ಗೋವಿಂದ ಭಂಡಾರಿಯ ಫೋಟೋ ಒಂದನ್ನು ಗಾಜಿನ ಷೋಕೇಸಿನಲ್ಲಿ ನೇತುಹಾಕಲಾಗಿದೆ. ನಾನು ಅವರ ಚಿತ್ರವನ್ನು ನೋಡುತ್ತಿದ್ದ ಹಾಗೆ ಆತ ಈಗ ಶಾಂತಿಯಲ್ಲಿರುವಂತೆ ತೋರುತ್ತಿದೆ. ಸಲೂನ್‌ನ ರಜಾ ದಿನಗಳಲ್ಲಿ, ಈ ಮನೆಯಿಂದ ಹೊರಡುತ್ತಿದ್ದ ಗಲಾಟೆ ಗಲಭೆಗಳನ್ನು ನೆರೆಹೊರೆಯವರು ಇಂದಿಗೂ ನೆನಪಿಸಿಕೊಳ್ಳುತ್ತಾರೆ. ಚಿಕ್ಕಪ್ಪ ತನ್ನ ಹೆಂಡತಿಯನ್ನು ಬಯ್ಯುತ್ತ ಜಗಳಾಡುತ್ತಿದ್ದರು, ಕೂಗಾಟ, ಚೀರಾಟಗಳು ಸಾಮಾನ್ಯವಾಗಿದ್ದವು ಮತ್ತು ನನಗೆ ಬೆತ್ತದಿಂದ ಹೊಡೆಯುವುದೂ ನಡೆಯುತ್ತಿತ್ತು. ನೆರೆಹೊರೆಯವರ ಮಾತಿಗೆ ಗ್ರಾಸವಾಗುತ್ತಿದ್ದುದು ಏನೆಂದರೆ, ಚಿಕ್ಕಮ್ಮ ಆಗೊಮ್ಮೆ ಈಗೊಮ್ಮೆ ಮನೆಯ ಹಿತ್ತಲ ಕಡೆಯ ಬಾವಿಗೆ ಹಾರಿ ಆತ್ಮಹತ್ಯೆ ಮಾಡಿಕೊಳ್ಳುತ್ತೇನೆ ಎಂದು ಚಿಕ್ಕಪ್ಪನಿಗೆ ಬೆದರಿಸುತ್ತಿದ್ದುದು.

ಈವೊತ್ತು, ಈ ಮನೆಯಲ್ಲಿ ಒಂದು ಹೊಸ ಮಗುವಿನ ಜನನವಾಗಿದೆ–ನನ್ನ ಚಿಕ್ಕಪ್ಪನ ಮಗನ ಮಗು– ಅಂದರೆ ಚಿಕ್ಕಪ್ಪನ ಮೊಮ್ಮಗು. ಕಾಲಕ್ರಮದಲ್ಲಿ ಈ ಹೊಸ ಪೀಳಿಗೆ ಕಳೆದುಹೋದ ಆತಂಕದ ನಿಮಿಷಗಳನ್ನು ತೊಡೆದುಹಾಕಬಹುದೇನೋ. ವಸಂತ ಋತು, ಈ ಮನೆಯನ್ನು ಸಂತೋಷದಿಂದ ಮುತ್ತಿಕೊಂಡಿರಲಿ.

ಕನಸಿನ ಮನೆ

ಭತ್ತದ ವಿಶಾಲವಾದ ಗದ್ದೆಗಳ ನಡುವಿನ ಸ್ಥಳವೇ ದರೆಗುಡ್ಡೆ, ಸುತ್ತಲೂ ಗುಡ್ಡ ಮತ್ತು ಕಾಡಿನಿಂದ ಆವರಿಸಿಕೊಂಡಿದೆ. ಈ ಸೊಬಗಿನ ತಾಣ ಹಿನ್ನೆಲೆಯಾಗಿ, ಹರಿಣಾಕ್ಷಿಯ ಕನಸಿನ ಮನೆ 'ದುರ್ಗಾ ನಿಲಯ' ನಿಂತಿದ್ದು, ಈ ಬಂಗಲೆಯ ಪ್ರತಿಯೊಂದು ಇಟ್ಟಿಗೆಯನ್ನೂ, ಗಾರೆಯ ಮಿಶ್ರಣವನ್ನೂ ಅವಳು ಖುದ್ದಾಗಿ ಪರೀಕ್ಷಿಸಿ, ಅವಳ ಮೇಲ್ನೋಟದಲ್ಲೇ ಕಟ್ಟಲ್ಪಟ್ಟಿರುವುದು. ಒಂದು ಕೈಯಿಂದ ನೋವಿನ ಹೊಟ್ಟೆಯ ಭಾಗವನ್ನು ಅದುಮಿಕೊಳುತ್ತ, ಇನ್ನೊಂದರಿಂದ ಅವಳು ಕೂಲಿಕಾರರಿಗೆ ಪ್ರತಿಯೊಂದು ಸೂಕ್ಷ್ಮ ವಿವರಗಳನ್ನು ಹೇಳುತ್ತ, ನೋವುಭರಿತ ಕಾಲಾವಧಿಯಲ್ಲಿ ತನ್ನ ರೋಗವನ್ನೂ ಲೆಕ್ಕಿಸದೆ ಕಟ್ಟಿಸಿದ ಮನೆ ಇದು.

ಈವೊತ್ತು ಇದು ನನ್ನ ವಿಶ್ರಾಮಧಾಮವಾಗಿದ್ದು, ಎಂದಾದರೂ ವಿಶ್ರಾಂತಿಯ ಅವಶ್ಯಕತೆಯಿದ್ದಾಗ, ನಾನು ಇಲ್ಲಿಗೆ ಬಂದು ಅದನ್ನು ಪಡೆಯುತ್ತೇನೆ. ನನ್ನೂರಿನಲ್ಲಿ ನನಗೋಸ್ಕರವೇ ಹರಿಣಾಕ್ಷಿ ಈ ಮನೆಯನ್ನು ದಣಿವಿಲ್ಲದಂತೆ ದುಡಿದು ಕಟ್ಟಿಸಿದಳೆಂದು ನನಗನ್ನಿಸುತ್ತಿದೆ. ದರೆಗುಡ್ಡೆ ಮುಖ್ಯ ಪಟ್ಟಣವಾದ ಕಾರ್ಕಳಕ್ಕೆ ಸಮೀಪವಿದ್ದರೂ, ನನ್ನ ವೃತ್ತಿಜೀವನದ ಪ್ರಾರಂಭವನ್ನು ಕಳೆದ ಸ್ಥಳಕ್ಕೆ ಬಹಳ ದೂರದಲ್ಲಿದೆ. ಈ ಜಾಗ ಹರಿಣಾಕ್ಷಿಯ ಊರಿಗೆ ಸೇರಿದ್ದು, ಅವಳ ಹೆತ್ತವರು ಕೂಡಾ ಇಲ್ಲಿಯೇ ಸಮೀಪದಲ್ಲಿ

ವಾಸ್ತವ್ಯಕ್ಕಿದ್ದಾರೆ. ಮುಂಬಯಿಯಲ್ಲಿ ನನ್ನ ಉದ್ಯಮವನ್ನು ಸ್ಥಾಪಿಸಿದ ಬಳಿಕ ನಾವು ಈ ಮನೆಯನ್ನು ಕಟ್ಟಿಸುವ ನಿರ್ಣಯ ತೆಗೆದುಕೊಂಡೆವು. ನನ್ನ ಸಂಬಂಧಿಗಳ ಮನೆಗಳಿಗಿಂತ ದೂರದ ಸುರಕ್ಷಿತ ಸ್ಥಳವೇ ನನಗೆ ಬೇಕಾಗಿತ್ತು. ಅವರ ಸಂಚಿನ ಕಣ್ಣುಗಳಿಂದ ದೂರವಿರುವುದೇ ಲೇಸೆಂದು ನಾನು ಭಾವಿಸಿದ್ದೆ.

ಯಾವತ್ತಾದರೂ ಕೆಲಸದ ಅವಶ್ಯಕತೆಯೋ, ಸಾಮಾಜಿಕ ಬದ್ಧತೆಯ ಕೆಲಸವಿದ್ದಾಗಲೋ ನಾನು ಈ ಊರಿಗೆ ಭೇಟಿ ನೀಡುತ್ತೇನೆ.

ಎಲ್ಲಕ್ಕೂ ಮುಖ್ಯವಾಗಿ, ಈ ಸಂದರ್ಶನ ನನಗೆ ಪುನಃಶ್ಚೇತನಕ್ಕೆ ಅವಕಾಶ ನೀಡುವುದರ ಜತೆಗೆ, ನನ್ನ ಹಾಯಾದ ನಿದ್ದೆಗೂ, ನನ್ನ ಗಂಟಲಿನ ದಾಹವನ್ನು ಬಿಯರ್‌ನಿಂದ ತಣಿಸಲೋ, ಊರಿನ ತಾಜಾ ಮೀನಿನ ಊಟವನ್ನು ಸವಿಯಲೋ ಬೇಕಾಗಿ ಬರುತ್ತದೆ. ಹಿಂದಿನ ದಿನಗಳಲ್ಲಿ ನಾನು ಹರಿಣಾಕ್ಷಿಯ ಹೆತ್ತವರನ್ನು ಬರಹೇಳುತ್ತಿದ್ದೆ, ಅವರು ಮನೆಯ ಉಸ್ತುವಾರಿಯನ್ನು ನೋಡಿಕೊಳ್ಳುತ್ತಿದ್ದರಿಂದ. ಒಂದು ಪೊಗದಸ್ತಾದ ಊಟ ನನಗಾಗಿ ಕಾದುಕೊಂಡಿರುತ್ತಿತ್ತು, ಅದರಲ್ಲಿ ಸ್ಥಳೀಯ ಕುಚ್ಚಿಗೆಯ ಅನ್ನ (ಉರ್ಪೆಲನ್ನ), ಹುರಿದ ಮೀನು, –ಸಮೀಪದ ಹೊಳೆಯಿಂದ ಹಿಡಿದ ತಾಜಾ ಮೀನಿನಿಂದ ತಯಾರಿಸಿದ್ದು– ಮತ್ತು ಹಿತ್ತಲಕಡೆಯ ತೋಟದಿಂದ ಕಿತ್ತ ತಾಜಾ ತರಕಾರಿಗಳಿಂದ ತಯಾರಿಸಿದ ಖಾದ್ಯ ಪದಾರ್ಥಗಳು. 2016ರಲ್ಲಿ ಹರಿಣಾಕ್ಷಿಯ ತಂದೆ ತೀರಿಕೊಂಡ ಮೇಲೆ ಅವಳ ಅಮ್ಮ ಮನೆಯ ಉಸ್ತುವಾರಿಯನ್ನು ನೋಡಿಕೊಳ್ಳುತ್ತಿದ್ದಾರೆ.

ಮಂಗಳೂರಿನ ಬಜಪೆ ವಿಮಾನ ನಿಲ್ದಾಣದಿಂದ ದರೆಗುಡ್ಡೆಗೆ ಕೇವಲ ಒಂದು ಗಂಟೆಯ ಕಾರಿನ ಪ್ರಯಾಣ. ಮುಂಬಯಿಯ ಕರ್ಕಶವಾದ ಸದ್ದುಗದ್ದಲಗಳಿಗೆ ಹೋಲಿಸಿದರೆ, ಅಥವಾ ಅಲ್ಲಿನ ವಿಮಾನ ನಿಲ್ದಾಣದ ಪ್ರಯಾಣಿಕರ ಸ್ವಭಾವಕ್ಕೆ ಹೋಲಿಸಿದರೆ, ವಾತಾವರಣ ತುಸು ಶಾಂತವೆಂದೇ ಹೇಳಬಹುದು. ಅಲ್ಲಿಂದ ಕೆಳಗಿನ ಮಟ್ಟಕ್ಕೆ ತಿರುವುಗಳ ಮೂಲಕ ಹಚ್ಚಹಸಿರಿನ ಮೂಲಕದ ಪ್ರಯಾಣ ಹಿತವಾಗಿರುತ್ತದೆ. ಹಾದಿಯಲ್ಲಿ ಅನೇಕ ಪೇಟೆ ಪಟ್ಟಣಗಳು ಎದುರಾಗುತ್ತವೆ. ಎಲ್ಲವೂ ಒಂದೇ ತೆರನಾಗಿರುವಂಥವು–ಪೋರ್ಚುಗೀಸ್, ಜೈನ್ ಮತ್ತು ಬ್ರಿಟಿಷ್ ಮಾದರಿಯ ಕಟ್ಟಡಗಳ ಜತೆಗೆ ಆಧುನಿಕ ನಿರ್ಮಾಣಗಳು ಕಣ್ಸೆಳೆಯುತ್ತವೆ. ಭತ್ತದ ಗದ್ದೆಗಳ ವ್ಯಾಪಕವಾದ ಹರಹು, ತೆಂಗಿನ, ಅಡಿಕೆ ಮರಗಳ ತೋಟ, ಗೇರುಬೀಜದ ತೋಪು, ಬಿದಿರಮೆಳೆಗಳು ಜತೆಗೆ ಪ್ರಾಕೃತಿಕವಾಗಿ ಹುಟ್ಟಿದ ಮತ್ತು ಬೆಳೆದ ವೈವಿಧ್ಯಮಯ ಹೂಗಳ ತೋಟಗಳು ದಾರಿಯುದ್ದಕ್ಕೂ ಎದುರಾಗುತ್ತವೆ. ಬಣ್ಣ ಬಣ್ಣದ ದಾಸವಾಳ ಮತ್ತು ಮಲ್ಲಿಗೆ ಹೂಗಳು– ದೇವರ ಪೂಜೆಗಳಲ್ಲಿ ಬಳಸುವ ಈ ಹೂಗಳು ಯಥೇಷ್ಟವಾಗಿ ಗೋಚರವಾಗುತ್ತವೆ.

ಧಾರ್ಮಿಕ ಶಿಲ್ಪಗಳೊಂದಿಗೆ ಕಂಗೊಳಿಸುವ ಅಲಂಕಾರಿಕ ಬೃಹತ್ ಕಮಾನುಗಳು ಗ್ರಾಮದ ವಿಶಿಷ್ಟ ಸ್ಥಳಗಳಲ್ಲಿ ಕಂಡುಬರುತ್ತವೆ. ಸಾಂಪ್ರದಾಯಿಕ ಪರಿಸರಗಳು, ಆಧುನಿಕ ಸಮಕಾಲೀನ ಶೈಕ್ಷಣಿಕ ಮತ್ತು ತಾಂತ್ರಿಕ ವಿದ್ಯಾಲಯಗಳ ಜತೆಗೆ ಹೊಂದಿಕೊಂಡು ಸಾಗಿವೆ. ಅನತಿದೂರದಲ್ಲಿ, ಗುಡ್ಡ ಮತ್ತು ಸಮತಲ ವಿಶಾಲ ಪ್ರದೇಶದಲ್ಲಿ ಭಾರತದ

ಔದ್ಯಮಿಕ ಬೃಹತ್ ಸ್ಥಾವರಗಳಾದ ಗ್ಯಾಸ್ ಮತ್ತು ತೈಲಾಗಾರಗಳು, ಪೆಟ್ರೋಕೆಮಿಕಲ್ಸ್, ಗೊಬ್ಬರದ ಕಾರ್ಖಾನೆಗಳು ಮಂಗಳೂರು ನಗರದ ಭವಿಷ್ಯದ ಆಶಾದಾಯಕ ಪ್ರಗತಿಯನ್ನು ಸೂಚಿಸುತ್ತವೆ.

ಬಿಳಿ ಮತ್ತು ಗಾಢ ಗುಲಾಬಿ ಬಣ್ಣದ ಫ್ರಂಗಿಪಣಿ (frangipani) ಮತ್ತು ಪೆರಿವಿಂಕಲ್ (periwinkle) ಹೂಗಳು ಗುಡ್ಡದ ಬದಿಗಳಲ್ಲಿ ಅರಳಿದ್ದವು, ರನವರಾ (ranawara) ಮರ ಪುಟ್ಟ ಹಳದಿ ಬಣ್ಣದ ಹೂಗಳಿಂದ ನಳನಳಿಸುತ್ತಿದ್ದವು, ರಸ್ತೆಯ ಇಕ್ಕೆಲಗಳಲ್ಲಿ ಅವು ಮೇಲ್ಛಾವಣಿಯಂತೆ ತೋರುತ್ತಿದ್ದವು, ಮಳೆಗಾಲದಲ್ಲಿ ಅರಳಿಕೊಳ್ಳುವ ಕ್ಯಾನನ್‌ಬಾಲ್ (cannonball) ಹೂಗಿಡಗಳನ್ನು ಇಲ್ಲಿನ ಪರಿಸರದ ಎಲ್ಲಾ ಶಿಕ್ಷಣ ಸಂಸ್ಥೆಗಳ ಆವರಣ ಗೋಡೆಗಳ ಮೇಲೆ ಕಾಣಬಹುದಾಗಿದೆ. ಮಂಗಳೂರು ವಲಯದಲ್ಲಿ ಅಕ್ಷರತೆಯ ಪ್ರಮಾಣವನ್ನು ಈ ಶಿಕ್ಷಣ ಸಂಸ್ಥೆಗಳು ಪ್ರತಿಬಿಂಬಿಸುತ್ತಿದ್ದು, ಅದು ರಾಷ್ಟ್ರಮಟ್ಟದ ಅರುವತ್ತು ಪ್ರತಿಶತಕ್ಕಿಂತ ಹೆಚ್ಚಾಗಿದ್ದು, ತೊಂಭತ್ತೈದು ಪ್ರತಿಶತವಿದೆ ಎಂಬುದನ್ನು ಸಾದರ ಪಡಿಸುತ್ತವೆ.

ಅದರಲ್ಲೂ ಹೆಣ್ಮಕ್ಕಳ ಶಿಕ್ಷಣಕ್ಕೆ ಈ ಪ್ರದೇಶದಲ್ಲಿ ಹೆಚ್ಚಿನ ಮಹತ್ವವನ್ನು ಕಲ್ಪಿಸಿಕೊಡಲಾಗಿದ್ದು, ಅವರಲ್ಲಿ ಕೌಶಲ್ಯದ ಕೆಲಸಗಳಿಗೆ ಉತ್ತೇಜನ ನೀಡುತ್ತ, ಅಂತಹ ಉದಾಹರಣೆಯನ್ನು ಪೆಟ್ರೋಲ್ ಪಂಪ್‌ಗಳಲ್ಲೂ ನಾವು ಕಾಣಬಹುದು, ದರೆಗುಡ್ಡೆ ಗ್ರಾಮಕ್ಕೆ ಸಾಗುವ ಬೆಳ್ವಾಯಿ ಪೇಟೆಯ ಬಂಕ್‌ನಲ್ಲಿ ಅಂತಹ ನಿದರ್ಶನ ಕಾಣಸಿಕ್ಕಿತು. ಕಾರಿಗೆ ಪೆಟ್ರೋಲ್ ತುಂಬುವ ಸಲುವಾಗಿ ನಾವು ಅಲ್ಲಿ ತಂಗಿದಾಗ, ಪೆಟ್ರೋಲ್ ಬಂಕ್‌ನ್ನು ನಿರ್ವಹಿಸುತ್ತಿದ್ದ ಒಬ್ಬ ಹುಡುಗಿ ಇಂಧನವನ್ನು ತುಂಬಿಸಿದಳು. ನನ್ನ ಬಾಲ್ಯದ ಕಾಲದಲ್ಲಿ ಹಳ್ಳಿಯ ಯಾವ ಹುಡುಗಿಯೂ ಶಾಲೆಯ ಶಿಕ್ಷಣವನ್ನು ಪೂರ್ತಿಗೊಳಿಸಿದ ಉದಾಹರಣೆಗಿಲ್ಲ.

ಮುಂದಿನ ರಸ್ತೆಯ ದಾರಿ ಸುಗಮವಾಗಿತ್ತು. ಒಂದು ಟ್ಯಾಕ್ಸಿ ಮಾಡಿಕೊಂಡು ಮೊದಲ ಬಾರಿಗೆ ಬಂದಾಗ, ಹರಿಣಾಕ್ಷಿ ಜತೆಗಿದ್ದು, ಅಂದು ಕೆಸರು ಧೂಳು ತುಂಬಿದ ರಸ್ತೆಯಾಗಿತ್ತದು. ಆಗ ಧೂಳು ವಾತಾವರಣದಲ್ಲೆಲ್ಲ, ಸುಂಟರಗಾಳಿಯಂತೆ ಮೇಲೇಳುತ್ತಿದ್ದಿತು. ಎದುರಿನ ಕಲ್ಲುಗಳ, ದೊಡ್ಡ ದೊಡ್ಡ ಬಂಡೆಗಳ ಮತ್ತು ಮುಳ್ಳುಗಳನ್ನು ಕೂಡಿದ ಕುರುಚಲು ಕಾಡುಗಳನ್ನು ದಾಟಲು ಕಾರನ್ನು ಅನಿವಾರ್ಯವಾಗಿ ನಿಧಾನಗೊಳಿಸಿ ಓಡಿಸಬೇಕಾಗಿತ್ತು.

ಅದೊಂದು ಎತ್ತಿಹಾಕುವ ಪ್ರಯಾಣವಾದರೂ ಅದರಲ್ಲೇ ಒಂದು ಖುಷಿಯ ಸ್ವಾದವಿತ್ತು. ನಾವಂದು ಆಗಷ್ಟೇ ಮದುವೆಯಾಗಿದ್ದೆವು. ನಾವು ಎಡಕ್ಕೂ ಬಲಕ್ಕೂ ತಿರುಗುತ್ತ, ಕಟ್ಟಕಡೆಗೆ ಒಂದು ಮಣ್ಣು ಮೆತ್ತಿದ ಹುಲ್ಲಿನ ಮಾಡಿನ ಬಡ ಗುಡಿಸಲಿನಂತೆ ಕಾಣುವ ಮನೆಯಲ್ಲಿ ಅಡಿಯಿಟ್ಟಿದ್ದೆವು. ಮನೆಗೆ ವಿದ್ಯುತ್‌ನ ಸಂಪರ್ಕ ಇದ್ದಿರಲಿಲ್ಲ. ನಾವು ಪೂರ್ತಿಯಾಗಿ ಬೆವರಿನಿಂದ ಒದ್ದೆಮುದ್ದೆಯಾಗಿ ಸುತ್ತಲೂ ಹರಡಿದ ಎಣ್ಣೆಯ ದೀಪಗಳ ನಡುವೆ ಆಸೀನರಾಗಿದ್ದೆವು. ನಾನು ಮಾನಸಿಕವಾಗಿ ಈ ಸ್ಥಿತಿಗತಿಗೆ ಹೊಂದಿಕೊಂಡಿದ್ದೆ, ಯಾಕೆಂದರೆ ಅವರ ಅಂದಿನ ಪರಿಸ್ಥಿತಿಯನ್ನು ಹರಿಣಾಕ್ಷಿ ಮೊದಲೇ

ನನಗೆ ಚುಟುಕಾಗಿ ವಿವರಿಸಿದ್ದಳು.

ಅಲುಗಾಟದ ಪ್ರಯಾಣದ ಫಲಸ್ವರೂಪವಾಗಿ ನಮ್ಮ ಎಲುಬುಗಳು ನೋಯುತ್ತಿದ್ದವು. ಏನಿದ್ದರೂ, ತನ್ನ ಹೆತ್ತವರ ಮನೆಯನ್ನು ತಲುಪಿದ ಕ್ಷಣ ಅವಳ ಮುಖದಲ್ಲಿ ಮಂದಹಾಸ ಅರಳಿದಾಗ, ನನ್ನ ಪ್ರಯಾಣದ ನೋವೆಲ್ಲಾ ಮರೆಯಾಗಿ ಹೋಗಿತ್ತು. ಹಿಂದಕ್ಕೆ ನೋಡಿದಾಗ, ಇಂತಹ ಒರಟು ಹಾದಿಯಲ್ಲಿ ಪ್ರಯಾಣ ಬೆಳೆಸುವುದರಲ್ಲೇ ಅದೊಂದು ಬಗೆಯ ಮಜಾ ಸಿಗುತ್ತದೆ ಎಂದು ತೋರುತ್ತದೆ.

ನಮ್ಮ ವೈವಾಹಿಕ ಜೀವನವೂ ಅದೇ ಬಗೆಯ ಏರುತಗ್ಗಿನ ರಸ್ತೆಯ ಹಾಗಿತ್ತು, ಹರಿಣಾಕ್ಷಿಯ ಅಸ್ವಸ್ಥತೆಯ ಕಾರಣ, ಅದು ಪೂರ್ತಿ ಹೋರಾಟ ತುಂಬಿದ, ಎಡರುತೊಡರುಗಳನ್ನು ದಾಟಬೇಕಿದ್ದ, ನೋವುಗಳನ್ನು ಎದುರಿಸಬೇಕಿದ್ದ ಹಾದಿಯಾಗಿತ್ತು. ಹಾಗಿದ್ದರೂ, ನಾವು ಆ ಸಂಕಟದ ಸಮಯದಲ್ಲೂ, ನಾವು ನಡೆಯುತ್ತಲೂ, ಹರ್ಷೋದ್ಗಾರ ಮಾಡುತ್ತಲೂ, ಸಂತೋಷ ಮತ್ತು ತಮಾಷೆಯೊಂದಿಗೆ ಮುನ್ನಡೆದಿದ್ದೆವು.

ದುರ್ಗಾ ನಿಲಯ, ನಿಜಕ್ಕೂ ಹರಿಣಾಕ್ಷಿಯ ಕಲ್ಪನೆಯ ಕೂಸಾಗಿದ್ದು, ಅವಳೇ ಎಲ್ಲಾ ಪರದೆಗಳನ್ನು ಆರಿಸಿದ್ದು, ಮೇಲ್ಭಾವಣಿಯ ಬನಾವಣೆಗಳನ್ನು ಅಯ್ದಿದ್ದಳು, ಊಟದ ತಟ್ಟೆಬಟ್ಟಲು, ಅಡುಗೆಯ ಪಾತ್ರೆಪಗಡಿಗಳನ್ನು ಕೊಂಡಿದ್ದಳು, ಪೀಠೋಪಕರಣಗಳನ್ನು ತಂದಿದ್ದಳು, ಎಷ್ಟರ ಮಟ್ಟಿಗೆ ಅಂದರೆ, ಸ್ನಾನದ ಮನೆಯ ಟೈಲ್ಸ್‌ಗಳನ್ನೂ ಕೊಂಡುಕೊಂಡು ತಂದಿದ್ದಳು. ವೈದ್ಯರ ಸಲಹೆಯನ್ನೂ ಗಣನೆಗೆ ತೆಗೆದುಕೊಳ್ಳದೆ, ಪ್ರತಿಯೊಂದು ವಿವರವನ್ನೂ ಸೂಕ್ಷ್ಮವಾಗಿ ನಿರುಕಿಸುತ್ತ, ಅದು ಹೂಗಳ ತಳಿಗಳಾಗಿರಬಹುದು, ಗುಲಾಬಿಯ ಗಿಡಗಳಾಗಿರಬಹುದು, ಅಡಿಕೆ ಗಿಡಗಳೋ, ಕರಿಮೆಣಸಿನ ಬಳ್ಳಿಗಳೋ, ನೀರಿನ ಸಂಪರ್ಕವೋ, ಸೋಲಾರ್ ಪ್ಯಾನೆಲ್‌ನ ಸ್ಥಿರೀಕರಣವೋ, ಬಳಿಯುವ ಪೈಂಟ್ ಸಹಿತವಾಗಿ ಅವಳು ವಿಶ್ರಾಂತಿಯನ್ನು ತೆಗೆದುಕೊಳ್ಳದೆ ನಿರ್ವಹಿಸಿದ್ದಳು.

ಅವಳ ತಾಯಿ ಅವಳನ್ನು ಯಾವಾಗಲೂ ನೆನೆದುಕೊಳ್ಳುತ್ತಾರೆ, ಅವರ ಕಣ್ಣುಗಳು ತುಂಬಿದಾಗ ಯಾವುದೇ ಸಂತೈಸುವ ಮಾತುಗಳು ಅವರನ್ನು ಸಮಾಧಾನ ಪಡಿಸುವುದಿಲ್ಲ. ಹರಿಣಾಕ್ಷಿಯ ನಗುವ ಫೋಟೋ ಹಜಾರದ ಎದುರಿನ ಗೋಡೆಯಲ್ಲಿದ್ದು ಅದು ಆಗಮಿಸುವ ಅತಿಥಿಗಳನ್ನು ನಗುಮುಖದಿಂದ ಸ್ವಾಗತಿಸುವಂತಿದೆ. ಮನೆಯಲ್ಲಿ ಅವಳ ಸಾನಿಧ್ಯವನ್ನು ನಾನು ಇಂದಿಗೂ ಪಡೆಯುತ್ತೇನೆ.

ಸಂಜೆಯಾಗುತ್ತಿದ್ದಂತೆ, ಸೂರ್ಯನ ಕಿರಣಗಳು ನಾನು ಮಲಗುವಲ್ಲಿ ಬೀಳುತ್ತವೆ. ಹರಿಣಾಕ್ಷಿ ಹೀಗೆ ಸೂರ್ಯದೇವರ ಕೃಪಾಕಟಾಕ್ಷ ತಾನು ಕಣ್ತೆರೆದಾಗ ತನ್ನ ಮೇಲೆ ಆಗಬೇಕೆಂದು ಬಯಸಿದ್ದು. ದೈನಂದಿನ ದಿನಚರಿಯಂತೆ, ನಾನು ತಾರಸಿಯ ಮೇಲೆ ಅಡ್ಡಾಡುತ್ತ ತಾಜಾ ಗಾಳಿಸೇವನೆಯನ್ನು ಮಾಡುತ್ತೇನೆ. ಅವಳ ತಂದೆ ಅಪ್ಪು ಭಂಡಾರಿ ಮನೆ ಮುಂದಿನ ತುಳಸಿ ಗಿಡಕ್ಕೆ ನೀರೆರೆಯುತ್ತಿದ್ದರೆ, ತಾಯಿ ರತ್ನಾ ಭಂಡಾರಿ ಗಿಡಮೂಲಿಕೆಗಳನ್ನು ಸೇರಿಸಿದ ಕಶಾಯ ಮತ್ತು ತಾಜಾ ಜ್ಯೂಸ್‌ನ್ನು ನನಗೆ ಮಾಡಿಕೊಡುತ್ತಾರೆ, ಪರಿವಾರಕ್ಕೆ ಬೆಳಗ್ಗಿನ ಉಪಾಹಾರವನ್ನು ತಯಾರಿಸುವ ಜತೆಗೆ.

ಅದಕ್ಕೂ ಮೊದಲು ಅವರು ಸ್ಥಳೀಯ ಕುಚ್ಚಲಕ್ಕಿಯನ್ನು ತೊಳೆದು ಕಟ್ಟಿಗೆಯ ಬೆಂಕಿಯ ಮೇಲೆ ಇರಿಸಿ ಅಡುಗೆಗೆ ತಯಾರಿ ನಡೆಸುತ್ತಿದ್ದರು, ಯಾಕೆಂದರೆ, ಕುಚ್ಚಲು ಅಕ್ಕಿ ಬೇಯುವುದಕ್ಕೆ ಸಾಕಷ್ಟು ಸಮಯ ಹಿಡಿಯುತ್ತಿದ್ದುದರಿಂದ.

ನಾನು ಮನೆಗೆ ಬಂದಾಗಲೆಲ್ಲ, ಚಟುವಟಿಕೆಗಳಿಂದಾಗಿ ವಾತಾವರಣವೇ ವ್ಯತ್ಯಸ್ತವಾಗಿ ಹೋಗುತ್ತಿತ್ತು. ಚಟ್ನಿಯ ತಯಾರಿಕೆಯ ಸಮಯ ತೆಂಗಿನ ಎಣ್ಣೆಯಲ್ಲಿ ಕರಿಯುವ ಕರಿಬೇವಿನ ಮತ್ತು ಸಾಸಿವೆಯ ಒಗ್ಗರಣೆಯ ಸುವಾಸನೆ ಅಡುಗೆಕೋಣೆಯಿಂದ ಅವ್ಯಾಹತವಾಗಿ ಬರುತ್ತಿತ್ತು. ಇನ್ನೊಂದು ಒಲೆಯಲ್ಲಿ, ಮಕ್ಕಳಿಗೆ, ಅಂದರೆ, ಹರಿಣಾಕ್ಷಿಯ ಸೊಸೆ, ಅಳಿಯಂದರಿಗೆ, ತಯಾರಾಗುತ್ತಿತ್ತು, ಅವರ ಶಾಲೆಗೆ ಹೊರಡುವ ತಯಾರಿಗಾಗಿ. ಅವರೆಲ್ಲ ನನ್ನ ಬರವಿಗಾಗಿ ಹಾರೈಸುತ್ತಿದ್ದರು, ಯಾಕೆಂದರೆ ನಾನು ಅವರನ್ನು ಸಾಕಷ್ಟು ಮುದ್ದು ಮಾಡುತ್ತಿದ್ದೆ. ಮನೆಯಲ್ಲಿ ತಯಾರಿಸಿದ ಅಡುಗೆಯಿಂದಾಗಿ ನನ್ನ ಹಸಿವು ಮತ್ತಷ್ಟು ಉಲ್ಬಣಗೊಳ್ಳುತ್ತಿತ್ತು. ನಮ್ಮ ಮುಂಬಯಿಯ ಅಡುಗೆಗೂ ಇಲ್ಲಿನದಕ್ಕೂ ಬಹಳ ವ್ಯತ್ಯಾಸವಿರುತ್ತಿತ್ತು. ಆದರೆ ಇಲ್ಲಿನ ಅಡುಗೆ ನನಗೆ ಊರಿನ ಪರಿಸರದಲ್ಲಿ ಬಹಳ ಅಪ್ಯಾಯವಾಗಿ ಕಾಣುತ್ತಿದ್ದಿತು. ನಾನು ನನ್ನ ತಂಗುದಾಣವನ್ನು ಕಂಡಂತಾಗುತ್ತಿತ್ತು; ಒಂದು ಕಾಲದಲ್ಲಿ ಯಾವ ಜಾಗದಲ್ಲಿ ನಾನು ಪರಕೀಯನಂತೆ ತೋರುತ್ತಿದ್ದೆನೋ, ಇಂದು ಅದೇ ಜಾಗ ನನ್ನನ್ನು ಕೈಬೀಸಿ ಕರೆಯುತ್ತಿತ್ತು.

ಕತ್ತಲು ಆವರಿಸಿದೊಡನೆ ನಾನು ಬಿಯರ್ ಇಲ್ಲವೇ ಸ್ಕಾಚ್‌ನ ಲಹರಿಯಲ್ಲಿ ಮುಳುಗಿಬಿಡುತ್ತೇನೆ. ಈ ಮನೆಯಲ್ಲಿ ಮಾತ್ರ ನಾನು ಈ ಸ್ವಾತಂತ್ರ್ಯವನ್ನು ತೆಗೆದುಕೊಳ್ಳುತ್ತಿದ್ದೆ, ಯಾಕೆಂದರೆ ಇಲ್ಲಿ ನನಗೆ ಯಾವುದೇ ಗಿರಾಕಿಯನ್ನು ಸಂಭಾಳಿಸುವ ಪ್ರಮೇಯವಿದ್ದಿಲ್ಲ ತಾನೇ? ಈ ನಿಯಮವನ್ನು ನಾನು ನನ್ನಷ್ಟಕ್ಕೇ ಹಾಕಿಕೊಂಡಿದ್ದೆ. ನನ್ನ ಕೆಲಸದ ಸ್ಥಳದಲ್ಲಿ ಅಥವಾ ಮುಂಬಯಿಯಲ್ಲಿ ಸಾಧ್ಯವಾದಷ್ಟು ನಾನು ಮದ್ಯಪಾನವನ್ನು ಮಾಡುತ್ತಿಲ್ಲ. ನನ್ನ ಗಿರಾಕಿಗಳಿಗೆ ಸೇವೆಯನ್ನು ಸಲ್ಲಿಸುವ ಸಮಯದಲ್ಲಿ ಮದ್ಯಪಾನದ ವಾಸನೆ ಅವರಿಗೆ ತಟ್ಟುವುದು ಸರ್ವಥಾ ಸಲ್ಲದು ಎಂಬುದು ನನ್ನ ಭಾವನೆ. ನಾನು ಅವರನ್ನು ಗೌರವ ಪೂರ್ವಕವಾಗಿ ಕಾಣುತ್ತ ನನ್ನ ಸಲೂನ್‌ಗೆ ಭೇಟಿ ನೀಡಿದ್ದಕ್ಕೆ ವಂದನೆಯನ್ನು ಸಲ್ಲಿಸಬೇಕಾಗುತ್ತದೆ. ನನ್ನ ಗಿರಾಕಿಗಳು ನನ್ನಿಂದ ನನ್ನ ಅತ್ಯುತ್ತಮವಾದುದನ್ನು ಬಯಸುತ್ತಾರೆ ಎಂಬುದನ್ನು ನಾನು ಬಲ್ಲೆ.

ಈ ಪ್ರದೇಶದ ಪ್ರತಿಯೊಂದು ತಾಣವೂ ನನ್ನ ಕಥೆಗೆ ಸಂಬಂಧಿಸಿದ್ದೆಂದು ನನಗನಿಸುತ್ತದೆ. ಘಟನೆಗಳು ನೋವಿನಿಂದ ಕೂಡಿದ್ದರೂ, ಅಲ್ಲೊಂದು ಪ್ರಬಲವಾದ ಬಂಧ ಏರ್ಪಟ್ಟಿರುವುದನ್ನು ಕಾಣಬಹುದು. ವರ್ಷಗಳೇ ಕಳೆದರೂ, ಯಾರೂ ತಮ್ಮಲ್ಲಿನ ಋಣಾತ್ಮಕ ಭಾವನೆಗಳಿಗೆ ಕಾರಣವಾದ ಅನುಭವಗಳನ್ನು ತೆಗೆದು ಹಾಕಲು ಸಾಧ್ಯವಿಲ್ಲ; ಇಲ್ಲವೇ ಅದರಿಂದ ದೂರ ಓಡಿಹೋಗಲೂ ಸಾಧ್ಯವಿಲ್ಲ. ಆ ಹಳೆಯ ನೆನಪುಗಳು ಮನಸ್ಸನ್ನು ಕಾಡುತ್ತಲೇ ಇರುತ್ತವೆ. ಬದಲಾಗಿ, ಆ ಘಟನೆಗಳಿಂದ ಶಾಂತಿಯನ್ನು ಸಾಧಿಸಿ ಒಂದು ಆರೋಗ್ಯಪೂರ್ಣ ಸಂಬಂಧವನ್ನು ಅದರ ಸುತ್ತ ಬೆಳೆಸಿದರೆ, ಆ ಪುನರಾವರ್ತನೆಯ ನೆನಪುಗಳನ್ನು ಹಾಗೆಯೇ ಬಿಟ್ಟು, ಆ ಆತಂಕಗಳನ್ನು

ಗೆದ್ದು ಸಾಧಿಸಿದ ಬಗೆಗೆ ನಕ್ಕುಬಿಡಬಹುದೇನೋ.

ಈವೊತ್ತು ನಾವು ಡೈನಿಂಗ್ ಟೇಬಲ್ ಮೇಲೆ ಪೊಗದಸ್ತಾಗಿ ಊಟ ಮಾಡುವ ಸಂದರ್ಭಗಳಲ್ಲಿ, ಅದೂ ಕುಟುಂಬ ಸಹಿತವಾಗಿರುವಾಗ, ನಾನು ಮತ್ತು ನನ್ನಮ್ಮ ಊಟಕ್ಕಿಲ್ಲದೆ ಉಪವಾಸದಿಂದಿದ್ದ ದಿನಗಳು ನೆನಪಿಗೆ ಬರುತ್ತಿದ್ದವು.

ಪಾತ್ರೆ–ಪಗಡಿಗಳು

ಚಿಕ್ಕಪ್ಪನ ಮನೆಯ ಅಡುಗೆಕೋಣೆಯಲ್ಲಿನ ಪಾತ್ರೆಪಗಡಿಗಳ ಕುಕ್ಕುವ ಎತ್ತಿಹಾಕುವ ಗಲಾಟೆಯ ಸದ್ದುಗಳು ಇಂದಿಗೂ ನನ್ನ ಕಿವಿಗಳಲ್ಲಿ ರಿಂಗಣಿಸುತ್ತವೆ. ಸಣ್ಣವನಿದ್ದಾಗ, ಕಾಬೆಟ್ಟು ಮನೆಯ ಚಿಕ್ಕ ಮಕ್ಕಳ ಜತೆಗೆ ನಾನು ಸೇರಿಕೊಳ್ಳಲು ಅಂಜುತ್ತಿದ್ದೆ, ಆಗ ತಂದೆ ತೀರಿಕೊಂಡ ಸಮಯ ನಾನು ಮತ್ತು ಅಮ್ಮ ಆ ಮನೆಯಲ್ಲಿದ್ದೆವು. ದೊಡ್ಡವರ ಪರವಾನಗಿಯಿಲ್ಲದೆ ಊಟ ಮಾಡಬಾರದು ಎನ್ನುವ ಯೋಚನೆಯಿಂದ, ಅಮ್ಮ ತನ್ನ ಹೊಲಿಗೆಯ ಕೆಲಸ ಮುಗಿಸಿ ಹಿಂದಿರುಗಿ ಬರುವವರೆಗೆ ನಾನು ಕಾಯುತ್ತಿದ್ದೆ.

ನನ್ನ ತಾಯಿಯ ಮಲಮಗ, ನನ್ನ ತಂದೆಯವರು ಗತಿಸಿದ ಬಳಿಕ ನಮಗೆ ಆಶ್ರಯ ನೀಡಿದ್ದರು, ಈಗ ಅವರಿಲ್ಲ. ಅವರ ಭಾವಚಿತ್ರವನ್ನು ದೊಡ್ಡದಾಗಿ ಮನೆಯ ಹಜಾರದಲ್ಲಿ ತೂಗುಹಾಕಲಾಗಿದ್ದು, ಅವರೇ ಮನೆಯ ಒಡೆಯನೂ, ಹಿರಿಯನೂ ಎಂಬ ಕಾರಣದಿಂದ. ನಾವಿದ್ದ ಸಮಯದಲ್ಲಿ ಈ ಮನೆಯಲ್ಲಿ ಕನಿಷ್ಠ ಮೂವತ್ತು ಜನರಾದರೂ ಇಲ್ಲಿ ವಾಸಿಸುತ್ತಿದ್ದು, ಇದೀಗ ಅವರ ಮಗಳ ಕುಟುಂಬವಷ್ಟೇ ವಾಸ್ತವ್ಯಕ್ಕಿದೆ. ಮನೆಯ ಸುತ್ತಲಿನ ವಿಶಾಲವಾದ ಸೊತ್ತನ್ನು ಪಾಲು ಮಾಡಿ ಮಕ್ಕಳಿಗೆ ನೀಡಿರಬೇಕು; ಕೆಲವರು ಅಲ್ಲಿಯೇ ಮನೆ ಕಟ್ಟಿಕೊಂಡಿದ್ದರೆ, ಮಿಕ್ಕವರು ಅದನ್ನು ಹಾಗೆಯೇ ಬಿಟ್ಟು ಹೋಗಿದ್ದಾರೆ. ಈಗ ಬಟ್ಟಬಯಲಾಗಿ ಬಿದ್ದುಕೊಂಡಿರುವ ಮೈದಾನ ಅಂದು ಭತ್ತದ ಗದ್ದೆಗಳಾಗಿ, ಋತುಮಾನದ ಹಣ್ಣಿನ ಬೆಳೆಯ ಅಂಗಳವಾಗಿದ್ದವು. ಒಂದು ವಿಶಾಲವಾದ ಹಸುಗಳ ಹಟ್ಟಿಯಿತ್ತು, ಅದು ಪರಿವಾರದ ಸದಸ್ಯರಿಗೆಲ್ಲ ಹಾಲನ್ನು ಪೂರೈಸುವ ಸ್ರೋತವಾಗಿತ್ತು.

ಇದೇ ಜಾಗದಲ್ಲಿ ಪುರಾತನ ಪ್ರಸಿದ್ಧವಾದ ಭೂತ ಕೋಲಗಳು ನಡೆಯುತ್ತಿತ್ತು, ಆ ಕೋಲಗಳ ಮೂಲಕ ಸ್ಥಳೀಯ ದೈವದೇವತೆಗಳನ್ನು ಹಾಗೂ ಚೈತನ್ಯಗಳನ್ನು ಸಂತುಷ್ಟಗೊಳಿಸುತ್ತಿದ್ದರು. ಈ ಮೈದಾನದಲ್ಲಿ ರಾತ್ರಿಯಿಡೀ ನಡೆಯುವ ಕೋಲಗಳಲ್ಲಿ ಸಮಸ್ತ ಗ್ರಾಮದ ಜನರೆಲ್ಲಾ ಪಾಲ್ಗೊಂಡು ಅದಕ್ಕೆ ಸಾಕ್ಷೀಭೂತರಾಗುತ್ತಿದ್ದರು. ಅಂತಹ ಒಂದು ಭೂತಕೋಲವನ್ನು ನಾನು ಕೆಲವು ವರ್ಷಗಳ ಹಿಂದೆ ಆಯೋಜಿಸಿದ್ದು, ನನ್ನ ಪರಿವಾರದ ಜನರೆಲ್ಲ, ಅವರ ಜತೆಗೆ ಹಿಂದೆ ನಮಗೆ ಕಹಿಯಾದ ಸಂಬಂಧವಿದ್ದರೂ ಸಹ, ಅದರಲ್ಲಿ ಪಾಲ್ಗೊಂಡಿದ್ದರು. ನಾನು ಮತ್ತು ನನ್ನಮ್ಮ ಈ ಗದ್ದೆಗಳಲ್ಲಿ ದುಡಿಯುತ್ತ, ಗಿಡಗಳ ತಳಿಗಳನ್ನು ನೆಡುತ್ತಿದ್ದೆವು, ಮರಗಳಿಗೆ ನೀರೆರೆಯುತ್ತಿದ್ದೆವು, ಬಾವಿಯಿಂದ ನೀರು ಸೇದುತ್ತಿದ್ದೆವು, ಸಗಣಿಯನ್ನು ಸಂಗ್ರಹಿಸುತ್ತಿದ್ದೆವು, ಗೊಬ್ಬರವನ್ನು ಮಾಡುತ್ತಿದ್ದೆವು, ಮನೆಯನ್ನು ಗುಡಿಸಿ ಸಾರಿಸುತ್ತಿದ್ದೆವು. ಆ ಮರಗಳು ಇಂದು ಯಾವುದೂ ಇಲ್ಲ,

ಮಣ್ಣು ಅನಾಥವಾಗಿ ಪರಿತ್ಯಜಿಸಿದಂತೆ ಕಾಣುತ್ತದೆ. ಅಂದು ಪೂರ್ತಿ ಪರಿವಾರವೇ ಗದ್ದೆಯಲ್ಲಿ ದುಡಿಯುವುದಿತ್ತು, ಹೆಂಗಳೆಯರು ಹೊರತಾಗಿ, ಅವರು ಅಡುಗೆಯ ಉಸ್ತುವಾರಿಯನ್ನು ನೋಡಿಕೊಳ್ಳುತ್ತಿದ್ದರು.

ಮನೆಯಿಂದ ಕೆಳಗಿನ ರಸ್ತೆಯ ಪಕ್ಕದಲ್ಲಿ ಒಂದು ದೇವಸ್ಥಾನವೂ ಅದರ ಮಗ್ಗುಲಲ್ಲಿ, ಒಂದು ಕೆರೆಯಿದ್ದು, ಇಲ್ಲಿ ನಾನು ನನ್ನ ಬೇಸರದ ಸಮಯವನ್ನು ಕಳೆಯುತ್ತಿದ್ದೆ, ನಾನು ಮನೆಯವರಿಗೆಲ್ಲ ಬೇಡವಾದ ಮಗುವಾಗಿದ್ದೆ ಎಂದು ನೆನೆದುಕೊಂಡಾಗೆಲ್ಲ. ಕೆರೆಯ ಬದಿಯಲ್ಲಿ ಕುಳಿತು ಒಂದೊಂದೇ ಕಲ್ಲುಗಳನ್ನು ನೀರಿಗೆಸೆಯುತ್ತ ಅದರಲ್ಲಿ ಏಳುವ ಉಂಗುರಗಳನ್ನು ನೋಡುವುದೇ ನನ್ನ ಪ್ರಿಯವಾದ ಹವ್ಯಾಸವಾಗಿತ್ತು. ನನ್ನದೇ ಬಳಗದ ನನ್ನ ಕುಟುಂಬದ ಸದಸ್ಯರೇ ಎಷ್ಟೊಂದು ಕ್ರೂರ ಮನಃಸ್ಥಿತಿಯವರು ಎಂದು ನೆನದಾಗ ಸಂಕಟವಾಗುತ್ತದೆ. ಅವರೆಲ್ಲ ನನ್ನನ್ನು ಒಬ್ಬ ಅಸ್ಪೃಶ್ಯನಂತೆ ಕಾಣುತ್ತಿದ್ದರು. ಹಾಗಾಗಿ ಯಾರಾದರೂ ನನ್ನ ಮೇಲೆ ಕರುಣೆ ತೋರಿದಾಗೆಲ್ಲ ನಾನು ಆನಂದತುಂದಿಲನಾಗುತ್ತಿದ್ದೆ.

ನನ್ನ ಮಾವ ಆನಂದ ಭಂಡಾರಿಯ ಮನೆಯಲ್ಲೇನೂ ಹೆಚ್ಚಿನ ಮಟ್ಟಿಗೆ ವ್ಯತ್ಯಾಸವಿರಲಿಲ್ಲ. ಎಷ್ಟು ಹೆಚ್ಚು ಕೈಗಳೋ, ಅಷ್ಟೇ ಗದ್ದೆಗಳಲ್ಲೂ, ಅಡುಗೆ ಕೋಣೆಯಲ್ಲೂ ಆ ಕೈಗಳಿಗೆ ಕೆಲಸದ ಹೊರೆಗಳಿದ್ದವು. ಜನರನ್ನು ದುಡಿತಕ್ಕೆ ತೆಗೆದುಕೊಳ್ಳುವುದೆಂದರೆ, ಅದು ಖರ್ಚಿನ ಬಾಬತ್ತು–ಆ ಕೆಲಸದಾಳುಗಳಿಗೆ ಅಕ್ಕಿ, ಹಣ ಮುಂತಾದ್ದರ ಜತೆಗೆ ಬೆಳಗ್ಗಿನ ತಿಂಡಿ ಮಧ್ಯಾಹ್ನದ ಊಟ ಎಲ್ಲವನ್ನೂ ಕೊಡಬೇಕಾಗಿದ್ದಿತು. ಅಂತಹ ಪರಿಸ್ಥಿತಿಯಲ್ಲಿ ನಾನು ಮತ್ತು ಅಮ್ಮ ಬಿಟ್ಟಿಯಾಗಿ ಸಿಕ್ಕ ಕೂಲಿಯಾಳುಗಳಂತಿದ್ದೆವು. ನಾಲ್ಕು ವರ್ಷಗಳ ಪರ್ಯಂತ ಅಲ್ಲಿ ದುಡಿದ ಬಳಿಕ ನಮಗೆ ಹೊರಕ್ಕೆ ನೂಕಲಾಯಿತು.

ಹೊರಗಿನ ವಠಾರದ ತಾಳೆಮರದ ಬುಡದಲ್ಲಿ ಮೂರು ದಿನಗಳ ಕಾಲ ನಾವು ಅಡುಗೆಯನ್ನು ಮಾಡಿ ಉಂಡು ಜೀವಿಸಿದ್ದೆವು. ಆ ಮರವೀಗ ಒಣಗಿದ ಸ್ಥಿತಿಯಲ್ಲಿದ್ದು, ವರ್ಷಾನುಗಟ್ಟಲೆಯ ಕಾಲ ಎಲ್ಲಾ ವಾದ–ವೈರತ್ವಗಳನ್ನು ಕಂಡೂ ಕಂಡೂ ಸುಸ್ತಾಗಿ ಹೋಗಿ ಈ ಸ್ಥಿತಿಗೆ ಅದು ಬಂದಿರಬೇಕು. ಮಾವ ಸಂಜೀವರು ಈಗ ಮುದುಕರಾಗಿ ಸಣಕಲಾಗಿದ್ದು, ನಮ್ಮ ಜತೆಗೆ ಉತ್ತಮ ಬಾಂಧವ್ಯವನ್ನು ಹೊಂದಿದ್ದಾರೆ. ಅದು ಬರೀ ಮುಖವಾಡ ಆಗಿರಬೇಕೆಂದು ನನ್ನ ಭಾವನೆ.

ತಮ್ಮ ಮನೆಯ ಎದುರುಗಡೆಯ ಸಲೂನ್‌ನಲ್ಲೇ ಅವರು ಕೆಲಸವನ್ನು ಮುಂದುವರಿಸಿದ್ದು ತನ್ನನ್ನು ವ್ಯಸ್ತರನ್ನಾಗಿಸಿಕೊಂಡಿದ್ದಾರೆ. ಹಲವು ದಶಕಗಳು ಕಳೆದರೂ ಸಲೂನ್ ಅಂದಿನ ಪರಿಸ್ಥಿತಿಯಲ್ಲೇ ಇದೆ. ಈ ಸಲೂನ್‌ನಲ್ಲಿ ನನ್ನ ಎಳೆಯ ಪ್ರಾಯದಲ್ಲಿ ಕೂದಲ ಕ್ಷೌರಕ್ಕಾಗಿ ಹೋದರೆ, ಆ ಅನುಭವ ನಾನೆಂದೂ ಅಲ್ಲಿ ಕಾಲಿಡಬಾರದು ಎನ್ನುವ ಹಾಗಿತ್ತು. ನನ್ನ ಕೂದಲನ್ನು ಸಿಕ್ಕಾಪಟ್ಟೆ ಎಳೆದಾಡಿ, ಬಾಚುವ ಬದಲು ತಲೆಯನ್ನು ತಾತ್ಸಾರದಿಂದ ಅತ್ತಿತ್ತ ನೂಕಲಾಗುತ್ತಿತ್ತು. ಕುಟುಂಬದವರು ಹೀಯಾಳಿಸುತ್ತ, ಅದೃಷ್ಟವಂತರಿಗೆ ಮಾತ್ರವೇ ಇಂತಹ ಉತ್ತಮ ಸಲೂನ್‌ನಲ್ಲಿ ಕ್ಷೌರ ಮಾಡಿಸಿಕೊಳ್ಳುವ ಅವಕಾಶವಿರುತ್ತದೆ ಎನ್ನುತ್ತಿದ್ದರು. ನಾನು ಬೇರೊಂದು ಸಲೂನ್‌ಗೆ ಹೋಗುತ್ತಿದ್ದೆ–

ಬಡವರಿಗಾಗಿರುವಂಥದ್ದು–ಅದು ಕಳಪೆಯ ಸ್ಥಿತಿಯಲ್ಲಿದ್ದುದರಿಂದ ಕಡಿಮೆ ಮಜೂರಿಯನ್ನು ತೆಗೆದುಕೊಳ್ಳುತ್ತಿದ್ದರು. ಅಥವಾ ನಾನು ನನ್ನಷ್ಟಕ್ಕೇ ಕೂದಲನ್ನು ಕತ್ತರಿಸಿಕೊಳ್ಳುತ್ತಿದ್ದೆ.

ಈವೊತ್ತು ಕಾರ್ಕಳದಲ್ಲೂ ಸುತ್ತಮುತ್ತಲಿನ ಪ್ರದೇಶಗಳಲ್ಲೂ 'ಶಿವಾಸ್' ಹೆಸರಿನ ಸಲೂನ್‌ಗಳಿವೆ. ಅದು ಕಾಕತಾಳೀಯವಾಗಿರಬಹುದು, ಯಾಕೆಂದರೆ, ಶಿವಾ ಎನ್ನುವಂಥದ್ದು ದೇವರ ಹೆಸರು. ಹಾಗಿದ್ದರೂ, ಅದು ನನ್ನಲ್ಲಿ ಸಂತಸವನ್ನು ಉಕ್ಕಿಸುತ್ತದೆ.

ಕರಿಮಿನಿಬಾಯಿ ಆಕೆಯ ಮನೆಯಲ್ಲಿ ವಾಸಿಸುತ್ತಿಲ್ಲ, ಅದನ್ನು ಆಕೆ ತನ್ನ ಸಂಬಂಧಿಗಳಿಗೆ ಪರಭಾರೆ ಮಾಡಿರಬೇಕು.

ನಾವು ಮಾವ ಸಂಜೀವರ ಕುಟುಂಬದೊಂದಿಗೆ ದೊಡ್ಡ ಗಲಾಟೆಯಲ್ಲಿ ಬೇರ್ಪಟ್ಟ ಸಮಯದಲ್ಲಿ, ಈಕೆ ನಮ್ಮ ನೆರವಿಗೆ ಬಂದು ತನ್ನ ಹಿತ್ತಲಕಡೆಯ ಸೂರಿನಡಿಯಲ್ಲಿ ಬಾಡಿಗೆಯ ಮೇಲೆ ಜೀವಿಸಲು ಅವಕಾಶ ನೀಡಿ, ಅವಳಿಗೆ ಸಹಾಯನ್ನೊದಗಿಸವ ಆದೇಶಕ್ಕೊಂದು ರಹದಾರಿ ಕಂಡುಕೊಂಡಿದ್ದಳು. ಆ ಕೆಲಸಗಳಲ್ಲಿ, ಹಟ್ಟಿಯ ಕೆಲಸ, ದನಕರುಗಳನ್ನು ನೋಡಿಕೊಳ್ಳುವುದು, ಹಾಲು ಕರೆಯುವುದು ಮತ್ತು ಪೇಟೆಯ ಸುತ್ತಮುತ್ತ ಜನರಿಗೆ ಹಾಲನ್ನು ಮಾರಾಟ ಮಾಡುವುದು, ಪೇಟೆಯಿಂದ ವಾರ್ತಾಪತ್ರಿಕೆಗಳನ್ನು ತರುವುದು, ಸಾಂಬಾರು ಜೀನಸುಗಳನ್ನು ಖರೀದಿಸುವುದು, ಹಣ್ಣಿನ, ತರಕಾರಿಗಳ ತೋಟಕ್ಕೆ ಹಾಗೂ ಅಡಿಕೆ ಮತ್ತು ತೆಂಗಿನ ಮರಗಳಿಗೆ ನೀರು ಹಾಯಿಸುವುದು ಎಲ್ಲವೂ ಸೇರಿರುತ್ತಿದ್ದವು.

ಕರಿಮಿನಿಬಾಯಿಯ ವಿಶಾಲವಾದ ಆವರಣ ಇಂದಿಗೂ ವ್ಯಾಪಕವಾಗಿ ಆವರಿಸಿಕೊಂಡಿದೆ. ಅದರಲ್ಲಿ ಹಣ್ಣಿನ ಮರಗಳಾದ ಚಿಕ್ಕು, ಪಪ್ಪಾಯ, ಬಾಳೆ ಮುಂತಾದವು, ತೆಂಗಿನ, ಕಂಗಿನ ತೋಟಗಳು, ತರಕಾರಿಗಳು, ಮಲ್ಲಿಗೆ, ಕೆಂಪು ದಾಸವಾಳ, ಗುಲಾಬಿ ಬಣ್ಣದ ಗುಲಾಬಿ ಗಿಡಗಳು, ಚೆಂಡು ಮಲ್ಲಿಗೆ, ತುಳಸಿ, ಮತ್ತು ಕಾಫಿ ಗಿಡಗಳು ಮುಂಭಾಗದ ಅಂಗಳದಲ್ಲೂ ಬೆಳೆದು ನಿಂತಿವೆ. ಸದ್ಯ ಇವೆಲ್ಲ ಹೂವು ಹಣ್ಣುಗಳು ಸಮೃದ್ಧವಾಗಿ ಬೆಳೆದಿವೆ. ಆವರಣದ ಒಂದು ಭಾಗದ ನಿಗೂಢವಾದ ಜಾಗದಂತೆ ತೋರುವ ಕಡೆ ಕ್ಯಾಸುರಿನಾ ಮತ್ತು ಅಕಾಷಿಯಾ ಮರಗಳ ಕಾಡು ಹಲವು ಬಗೆಯ ಹಾವುಗಳಿಗೆ ಆಶ್ರಯ ತಾಣವಾಗಿರಬೇಕು. ಹಸುರು ಬಣ್ಣದ ಮಂಡಲದ ಹಾವು ಮರಗಳ ಕೊಂಬೆಗಳಲ್ಲಿ ಜೋತಾಡುವುದು ಸಾಮಾನ್ಯ ದೃಶ್ಯವಾಗಿದ್ದಿತು. ಅವುಗಳು ಬಹಳ ವಿಷಪೂರಿತ ಹಾವುಗಳಾಗಿದ್ದು, ಹಲವು ಬಾರಿ ಅವುಗಳನ್ನು ನಾವು ಬಳ್ಳಿಗಳಿರಬೇಕೆಂದು ಮೋಸ ಹೋಗಿದ್ದಿದೆ.

ಹುಲ್ಲಿನ ಮಾಡನ್ನು ಸಿಮೆಂಟ್‌ನ ಕಟ್ಟಡವಾಗಿ ಪರಿವರ್ತಿಸಿ ಈಗ ಸುದೃಢವಾದಂತೆ ತೋರುತ್ತಿದೆ. ಅಂಗಳದ ಬಾವಿ ಅತಿಯಾಗಿ ಬೆಳೆದ ಕಾಡುಗಿಡಗಳಿಂದಾಗಿ ಸ್ವಲ್ಪ ಅವಗಣಿಸಿದ್ದಂತೆ ತೋರುತ್ತದೆ. ನಾನು ಇದೇ ಬಾವಿಯ ಒಳಗಿಳಿದು ಕೆಸರು ಮತ್ತು ಕೊಳೆಯನ್ನು ಬಾಚಿ ಶುದ್ಧ ಮಾಡಿದ ಭಯಾನಕ ಅನುಭವವನ್ನು ಹೇಗೆ ತಾನೇ ಮರೆಯಲು ಸಾಧ್ಯ? ನುರಿತ ಕೆಲಸಗಾರರು ಕೂಡಾ ಇಂತಹ ಆಳದ ಬಾವಿಗೆ ಇಳಿಯಲು ಭಯಭೀತರಾಗುತ್ತಾರೆ.

ಹೆಚ್ಚುವರಿ ಆದಾಯವನ್ನು ಪಡೆದು ಮನೆಯ ಬಾಡಿಗೆಯನ್ನು ಸಂದಾಯ ಮಾಡುವ ಸಲುವಾಗಿ ನಾವು ಈ ಕರಿಮಿನಬಾಯಿಯ ಮನೆಯ ಎದುರಿನ ಬ್ರಾಹ್ಮಣರೊಬ್ಬರ ಮನೆಯ ಕಟ್ಟಡದ ಕೆಲಸಕ್ಕೆ ಕೂಲಿಕಾರ್ಮಿಕರಾಗಿ ಹೋಗುತ್ತಿದ್ದೆವು. ಕೂಲಿಗಳಾಗಿ ನನ್ನಮ್ಮ ತಲೆಯ ಮೇಲೆ ಮರಳಿನ ಮೂಟೆಯನ್ನು ಹೊತ್ತು ಸಾಗಿಸುತ್ತಿದ್ದರೆ, ನಾನು ಇಟ್ಟಿಗೆಯನ್ನು ನನ್ನ ಬೆನ್ನಿನ ಮೇಲೆ ಹೊರುತ್ತಿದ್ದೆ. ಈ ಮನೆಯ ಎದುರುಗಡೆ ಈಗ ನಾನು ಸಾಗುವ ಸಮಯ ನನ್ನೊಳಗೆ ಒಂದು ಹೆಮ್ಮೆಯ ಕಾವು ಅರಳುತ್ತದೆ, ಈ ಬೃಹತ್ ಬಂಗಲೆಯ ನಿರ್ಮಾಣದಲ್ಲಿ ನಮ್ಮ ಕೈಗಳೂ ಸೇವೆ ಸಲ್ಲಿಸಿದ್ದವು ಎಂದು ಜ್ಞಾಪಿಸುತ್ತ. ಇಂದಿಗೂ ಅದು ಅಲ್ಲಿಯೇ ಅಚಲವಾಗಿ ನಿಂತಿದೆ, ಮತ್ತು ರಾಜ ಯೋಗ್ಯವಾದ ನೋಟವನ್ನು ಬೀರುತ್ತಿದೆ.

ಈ ಬಂಗಲೆಯ ಪ್ರಾರಂಭವೋತ್ಸವದ ದಿನ ನಮಗೆಲ್ಲ ಪುಷ್ಕಳವಾಗಿ ಭೋಜನವನ್ನು ನೀಡಿದ್ದು, ನೆನಪಿಸಿಕೊಂಡರೆ, ಅದೊಂದು ಖಾರದ ಮತ್ತು ರುಚಿಕರವಾದ ತೊಗರಿಬೇಳೆ ತೊವ್ವೆ ಕೂಡಾ ಅದರಲ್ಲಿ ಅಡಕವಾಗಿತ್ತು. ಆ ದಿನಗಳಲ್ಲಿ ನಮ್ಮ ಬಡತನದ ಕಾರಣದಿಂದಾಗಿ ರಾತ್ರಿ ಉಪವಾಸ ಮಲಗಬೇಕಾದ ಪರಿಸ್ಥಿತಿಯಿತ್ತು. ನನ್ನ ಸ್ವಾದದ ಮೊಗ್ಗುಗಳು ಮುರುಟಿ ಹೋಗಿದ್ದವೇನೋ. ಆ ತೊಗರಿಬೇಳೆಯ ತೊವ್ವೆ ನನ್ನ ಆ ಸ್ವಾದದ ಮೊಗ್ಗುಗಳನ್ನು ಅರಳಿಸಿದ್ದವು. ಅವರೆಕಾಳಿನ ರುಚಿ, ರಸವನ್ನು ಸಾಂಬಾರು ಪದಾರ್ಥಗಳನ್ನು ಉಪಯೋಗಿಸಿ ಮಾಡಿದಾಗಿನ ಪರಿಮಳ ಈಗಲೂ ನನ್ನ ನಾಲಗೆಯಲ್ಲಿ ನಲಿದಾಡುತ್ತಿವೆಯೇನೋ. ಅನುಶ್ರೀ ಅಂತಹ ತೊವ್ವೆಯನ್ನು ಈಗ ಮಾಡುತ್ತಿದ್ದು, ನನಗದು ಇಷ್ಟವಾದ ಖಾದ್ಯವೆನ್ನಬಹುದು.

ಕೂಲಿಕಾರ್ಮಿಕರಾಗಿ ನಮಗೆ ಆಹಾರವನ್ನು ಬಾಳೆ ಎಲೆಗಳ ಬದಲು, ಅಲೊಕೇಸಿಯಾ ಎಲೆಗಳ ಮೇಲೆ ಬಡಿಸುತ್ತಿದ್ದರು, ಬಾಳೆ ಎಲೆಗಳು ಶ್ರೀಮಂತ ಮತ್ತು ಮೇಲ್ಜಾತಿಯವರಿಗೆ ಮೀಸಲಾಗಿಡುತ್ತಿದ್ದರು. ಹೃದಯಾಕಾರದ ಈ ಅಲೊಕೇಸಿಯಾ ಎಲೆಗಳನ್ನು ತೋಟಗಳಲ್ಲಿ ಬೆಳೆಸಲಾಗುತ್ತಿದ್ದು ಅದನ್ನು ಔಷಧಗಳಲ್ಲಿ ಗಿಡಮೂಲಿಕೆಯಾಗಿಯೂ ಬಳಸುತ್ತಿದ್ದರು. ಊಟದ ಬಳಿಕ ಎಸೆಯಲ್ಪಡುವ ಈ ಎಲೆಗಳನ್ನು ಎರಡು ಸೀಳು ಮಾಡಿ ಒಬ್ಬೊಬ್ಬರಿಗೆ ಒಂದೊಂದು ಸೀಳನ್ನು ನೀಡಲಾಗಿ ಅದರ ಮೇಲೆ ಆಹಾರವನ್ನು ಬಡಿಸಲಾಗುತ್ತಿತ್ತು.

ಸಣ್ಣ ಬಗೆಯ ತಿಂಡಿಯೇನಾದರು ಸಿಗಬಹುದು ಎನ್ನುವ ಆಸೆ, ಉತ್ಸಾಹದಿಂದ ನಾನು ಕೆಲಸ ಕೈಗೊಳ್ಳುವ ಕಾರಣವಾಗಿರುತ್ತಿತ್ತು. ಇಬ್ಬರು ಹಿರಿಯ ಕ್ಯಾಥೋಲಿಕ್ ಹೆಂಗಸರು, ಅಲ್ಲೊಂದು ಕಾಟೇಜ್‌ನಲ್ಲಿ ವಾಸಿಸುತ್ತಿದ್ದು, ಅವರು ತಮ್ಮ ಹಸುಗಳನ್ನು ಹಟ್ಟಿಗೆ ಹಿಂದಿರುಗಿಸಿ ಒಯ್ದರೆ, ಮೀನಿನ ಇಲ್ಲವೇ ತರಕಾರಿಯ ರುಚಿಗಟ್ಟಾದ ತಿನಿಸುಗಳನ್ನು ನೀಡುತ್ತಿದ್ದರು. ನಾನು ಶಾಲೆಗೆ ಹೋಗುವ ಹಾದಿಯಲ್ಲಿ ಅವರ ಹಸುಗಳನ್ನು ಹುಲ್ಲುಗಾವಲಿಗೆ ಬಿಟ್ಟರೆ, ಅವು ಸಂಜೆಯ ತನಕ ಅಲ್ಲೇ ಮೇಯುತ್ತಿದ್ದವು. ನಾನು ಶಾಲೆಯಿಂದ ಹಿಂದಿರುಗಿ ಬರುವ ವೇಳೆ ಅವುಗಳನ್ನು ಹಟ್ಟಿಗಳಿಗೆ ಹಿಂದಿರುಗಿಸುತ್ತಿದ್ದೆ.

ತರಕಾರಿಯ ಮಾರಾಟ

ನಾನು ನನ್ನ ದೊಡ್ಡಮ್ಮನ ಮಗ ಮಿಲಿಟರಿಯಿಂದ ನಿವೃತ್ತರಾದ ಸುಂದರ ಭಂಡಾರಿಯೊಂದಿಗೆ ಒಂದು ಪ್ರಬಲವಾದ ಸಂಬಂಧವನ್ನು ಹೊಂದಿದ್ದೆ, ನನ್ನ ಜನನ ಕೂಡಾ ಅವರ ಮನೆಯಲ್ಲೇ ಆಗಿತ್ತು. ಅವರ ತಾಯಿ ನನ್ನ ದೊಡ್ಡಮ್ಮ ನನ್ನ ತಾಯಿಯ ಬಾಣಂತನವನ್ನು ನಿರ್ವಹಿಸಿದ್ದರು. ಅವರು ಒಮ್ಮೆ ನನಗೆ ಐವತ್ತು ಪೈಸೆಯ ನಾಣ್ಯವನ್ನು ಕೊಟ್ಟು, ನನಗೆ ಖುಷಿ ಬಂದಹಾಗೆ ಅದನ್ನು ಖರ್ಚು ಮಾಡಬಹುದೆಂದು ಹೇಳಿದ್ದು ನನಗಿನ್ನೂ ನೆನಪಿದೆ. ನನಗೆ ಎಷ್ಟೊಂದು ಸಂತೋಷವಾಗಿತ್ತೆಂದರೆ, ನನ್ನ ಕುಟುಂಬದ ವ್ಯಕ್ತಿಯೊಬ್ಬರು ನನಗೆ ಹಣವನ್ನು ನೀಡಿದರಲ್ಲಾ ಎಂಬುದಕ್ಕಾಗಿ–ಅದು ನನಗೆ ತೀರಾ ಹೊಸತಾದ ಅನುಭವವಾಗಿತ್ತು. ಅದು ಅವರದೊಂದು ಕರುಣೆಯ ದ್ಯೋತಕವಾಗಿದ್ದು, ಅದರಿಂದ ಅವರು ನನ್ನಿಂದ ಏನನ್ನೂ ಹಿಂದಕ್ಕೆ ಬಯಸಿದ್ದಿರಲಿಲ್ಲ ಎಂಬುದೇ ವಿಶೇಷ.

ಆ ಸಮಯದಲ್ಲಿ ನಾನು ಹತ್ತು ವರ್ಷದ ಹುಡುಗನಾಗಿದ್ದು, ಪಲಿಮಾರಿನಲ್ಲಿ ಸೈಕಲ್ ಶಾಪು ನಡೆಸುತ್ತಿದ್ದ ಸುಂದರರ ಭಾವ ಸೇಸು ಬಂಡಾರಿಯವರಲ್ಲಿ ಕೆಲಸಕ್ಕೆ ಸೇರಿದರೆ ಹೇಗೆ ಎಂದು ಯೋಚಿಸಿದೆ. ಪಲಿಮಾರು ಸಣ್ಣದೊಂದು ಪೇಟೆಯಾಗಿದ್ದು, ಅಲ್ಲಿಗೆ ದರೆಗುಡ್ಡೆಯಿಂದ ಸುಮಾರು ಒಂದು ಗಂಟೆಯ ಪ್ರಯಾಣ. ದ್ವಿಚಕ್ರ ವಾಹನಗಳಲ್ಲಿ ಓಡಾಡುವ ಒಂದು ಆಶಾದಾಯಕ ಹುಮ್ಮಸ್ಸು ನನ್ನನ್ನು ಸೇಸು ಅವರ ಸಲೂನ್ ಮತ್ತು ಸೈಕಲ್ ಶಾಪಿಗೆ ಸೇರುವಂತೆ ಉತ್ತೇಜಿಸಿತು. ಉಚಿತವಾಗಿ ಸೈಕಲ್‌ನಲ್ಲಿ ಓಡಾಡುವುದಕ್ಕೆ ಇದೊಂದು ಪರಮ ಪಾವನ ಅವಕಾಶವೆಂದು ನಾನು ಬಗೆದೆ.

ಈವೊತ್ತು, ಹಳ್ಳಿಯ ಆ ಟ್ರಾಫಿಕ್ ಸರ್ಕಲ್‌ನಲ್ಲಿ ಕಂಡುಬರುವ ಆ ಶಾಪು ಬರಿದಾಗಿದ್ದು, ಕೆಲವು ಮುರಿದ ಕುರ್ಚಿಗಳೂ, ಒಂದು ವಿಕೃತಗೊಂಡ ಸೈಕಲ್ಲೂ ಅಲ್ಲಿ ಕಾಣಬಹುದು. ಪಕ್ಕದ ಅಂಗಡಿಗೆ ಬೀಗ ಹಾಕಲಾಗಿದ್ದು, ಬಾಗಿಲಿನ ಮೇಲೆ ಒಂದು ಬೋರ್ಡ್‌ನ್ನು ನೇತು ಹಾಕಿರುವುದನ್ನು ಕಾಣಬಹುದು. ಅದರಲ್ಲಿ ಸಲೂನ್ ಸೇವೆಗಳ ಮತ್ತು ಮದುವೆ ಸಮಾರಂಭಗಳಲ್ಲಿ ಸ್ಯಾಕ್ಸೋಫೋನ್ ವಾದ್ಯಮೇಳ ಲಭ್ಯವಿದೆ ಎಂದು ಸೂಚಿಸಲಾಗಿದೆ. ಈ ಹಳ್ಳಿಯಲ್ಲಿ ಕ್ರಿಶ್ಚಿಯನ್ ಮತ್ತು ಹಿಂದೂ ಜನಸಂಖ್ಯೆ ಹೇರಳವಾಗಿರುವುದರಿಂದ ಇಲ್ಲಿ ವಾದ್ಯಮೇಳದವರಿಗೂ, ಕ್ಷೌರಿಕ ವೃತ್ತಿಯವರಿಗೂ ಅಪಾರ ಬೇಡಿಕೆ ಇರಬೇಕೆಂದು ನನಗೆ ಅನ್ನಿಸುತ್ತಿದೆ.

ಮಾರುಕಟ್ಟೆಯ ಪ್ರದೇಶದಲ್ಲಿ ನಾನು ತರಕಾರಿಯನ್ನು ಮಾರುತ್ತಿದ್ದೆ, ಅದು ಸೇಸು ಅವರ ಇನ್ನೊಂದು ವ್ಯಾಪಾರವಾಗಿತ್ತು. ಮುಂಬಯಿಯ ರಸ್ತೆ ಬದಿಯ ವ್ಯಾಪಾರಿಗಳನ್ನು ನೆನಪಿಸುವಂತೆ, ನಾನು ಇಲ್ಲಿ ಗ್ರಾಹಕರ ಜತೆಗೆ ಚೌಕಾಶಿ ಮಾಡುತ್ತ, ಸೇಸು ಅವರ ಹಿತ್ತಲ ಕಡೆಯಲ್ಲಿ ಬೆಳೆಯುತ್ತಿದ್ದ ಕುಂಬಳಕಾಯಿ, ಚೀನಿಕಾಯಿ ಮತ್ತು ಹಲಸಿನ ಹಣ್ಣುಗಳ ವ್ಯಾಪಾರ ಮಾಡುತ್ತಿದ್ದೆ. ಹಸಿಮೆಣಸಿನ ಕಾಯಿಗಳ ಮೇಲೆ ನಾನು ನೀರನ್ನು ಚಿಮುಕಿಸಿ ಅದು ತಾಜಾ ಕಾಣುವಂತೆ ಮಾಡುತ್ತಿದ್ದೆ.

ಸೈಕಲ್ ಶಾಪಿನ ಎದುರುಗಡೆಯ ರಾಮಾಂಜನೇಯ ಬಟ್ಟೆ ಅಂಗಡಿಯ ಮುಂದೆ

ನಿಂತು ನಾನು ಅಲ್ಲಿ ಗಾಜಿನ ಷೋಕೇಸಿನಲ್ಲಿ ನೇತುಹಾಕಿದ ಬಟ್ಟೆಬರೆಗಳನ್ನು ನೋಡುತ್ತ ಮೈಮರೆಯುತ್ತಿದ್ದೆ. ಆ ಅಂಗಡಿಯಲ್ಲಿ ನಾನು ಬಟ್ಟೆ ಕೊಂಡುಕೊಳ್ಳುವ ಕನಸು ಕಾಣುತ್ತಿದ್ದೆ, ಯಾಕೆಂದರೆ ನನ್ನಲ್ಲಿ ಕೇವಲ ಒಂದು ಜತೆ ಚೆಡ್ಡಿ ಮತ್ತು ಒಂದು ಷರಟು ಮಾತ್ರವಿತ್ತು. ಪ್ರತಿ ಯುಗಾದಿಯ ಹೊಸವರ್ಷದ ಸಮಯ ನನಗೆ ಒಂದು ಜತೆ ಹೊಸ ಚೆಡ್ಡಿ ಮತ್ತು ಒಂದು ಷರ್ಟು ಸಿಗುತ್ತಿತ್ತು, ಆ ಸಮಯಕ್ಕೆಲ್ಲ ನನ್ನ ಹಳೆಯ ಬಟ್ಟೆಗಳು ಹರಿದಿರುತ್ತಿದ್ದವು.

ಈಗ ನನ್ನ ಸರಳವಾದ ಆಗ್ರಹಗಳನ್ನು ಕಂಡು ನನಗೆ ನಗು ಬರುತ್ತಿದೆ. ಬಟ್ಟೆಯ ಅಂಗಡಿ ಇಂದಿಗೂ ಆ ಹಳೆಯ ಸೊಬಗನ್ನು ಬೆಳಗುತ್ತಲೇ ಇದ್ದಂತೆ ತೋರುತ್ತದೆ. ಬಟ್ಟೆಗಳನ್ನು ಹೊರಗಡೆ ಹ್ಯಾಂಗರ್‌ಗಳಲ್ಲಿ ನೇತು ಹಾಕಿ ಗಾಳಿಗೆ ಹಾರಿಹೋಗದಂತೆ ಮುಂಜಾಗ್ರತಾ ಕ್ರಮವಾಗಿ ಅದಕ್ಕೆ ಕ್ಲಿಪ್ಪುಗಳನ್ನು ಸಿಕ್ಕಿಸಲಾಗಿದೆ.

ಬೆಳ್ಮಣ್ಣಿನಲ್ಲಿದ್ದ ಚಿಕ್ಕಪ್ಪ ಗೋವಿಂದ ಭಂಡಾರಿಯವರ ಮಾವನವರ ಮನೆಗೆ ಹದಿನೆಂಟು ಕಿಲೋಮೀಟರ್‌ಗಳಷ್ಟು ದೂರ ಪಯಣಿಸುವುದನ್ನು ನಾನು ಹೇಗೆ ತಾನೇ ಮರೆಯಲು ಸಾಧ್ಯ? ಒಂದು ಲಹರಿಯಲ್ಲಿ, ಆತ ನನಗೆ ಸ್ವಲ್ಪ ಹಣವನ್ನು ಕೊಡುವುದಾಗಿ ಹೇಳಿ ಮಂಗಳೂರು ನಗರದ ಹೊರವಲಯದ ನಿಟ್ಟೆ ಎಂಬಲ್ಲಿ ನನ್ನನ್ನು ಕಾದಿರುವಂತೆ ಹೇಳಿದ್ದರು. ನಾನೆಷ್ಟು ಮುಗ್ಧನಾಗಿದ್ದೆನೆಂದರೆ, ಅವರ ಮಾತನ್ನು ನಂಬಿ ಅವರಿಗಾಗಿ ಅಲ್ಲಿ ಕಾದಿದ್ದೆ.

ನಾನು ಕಾಲ್ನಡಿಗೆಯಲ್ಲಿ ಕಾರ್ಕಳದ ನನ್ನ ಅತ್ತೂರು ಮನೆಯಿಂದ ನನ್ನ ತಂದೆಯ ಸಂಬಂಧಿಗಳಿದ್ದ ನಿಟ್ಟೆಗೆ ನಾನು ಹೋಗಿದ್ದೆ. ಆತ ಅಲ್ಲಿಂದ ಅದಾಗಲೇ ಹೊರಟು ಹೋಗಿದ್ದಾನೆ ಎಂಬುದಾಗಿ ಅವರು ನನಗೆ ತಿಳಿಸಿದರು. ಆತ ಬಸ್ಸಿನಲ್ಲಿ ಹೊರಟು ಹೋಗಿದ್ದರೆ, ನಾನು ಬರಿಗಾಲಲ್ಲಿ ನಡೆದು ಹೋಗಬೇಕಾಗಿತ್ತು. ಹಾಗೆ ನಾನು ಮತ್ತೆ ಬೆಳ್ಮಣ್ಣಿನ ಅವರ ಅತ್ತೆಯವರ ಮನೆಗೆ ಹಿಂದಿರುಗಿದಾಗ, ಆತ ಅಲ್ಲಿಂದಲೂ ಹೊರಟು ಹೋಗಿದ್ದರು.

ನನ್ನ ಚಿಕ್ಕಪ್ಪನ ಮೋಸದ ಪ್ರವೃತ್ತಿ ಅಷ್ಟು ಪ್ರಮಾಣದಲ್ಲಿ ನಿರ್ದಯವಾಗಿತ್ತು. ನಾನು ಸೂರ್ಯನ ಉರಿಯುವ ಬಿಸಿಲಿನಲ್ಲಿ ಉದ್ದಕ್ಕೂ ನಡೆದುಕೊಂಡು ಸಾಗಿದ್ದೆ, ಮನೆಯನ್ನು ಸೇರುವಾಗ ರಾತ್ರಿಯಾಗಿತ್ತು. ಕುಟುಂಬದವರು ನನ್ನ ಬಗ್ಗೆ ಕನಿಕರ ತೋರಿ, ಅತ್ತೂರಿನ ನನ್ನ ಮನೆಗೆ ಹೋಗಲು ಸ್ವಲ್ಪ ಹಣವನ್ನು ಕೊಟ್ಟು ಕಳುಹಿಸಿದರು. ಸ್ವಲ್ಪ ಆಹಾರ ಮತ್ತು ನೀರನ್ನೂ ಜತೆಯಲ್ಲಿ ಒಯ್ಯುವುದಕ್ಕೆ ನೀಡಿದರು.

ಮನೆಗೆ ಹಿಂದಿರುಗಿದಾಗ, ಚಿಕ್ಕಪ್ಪ ನನ್ನ ನಿರರ್ಥಕ ಪ್ರಯಾಣದ ಬಗ್ಗೆ ಕೇಳಿ ದಂಗಾದರು. ಪರಿವಾರದ ಎಲ್ಲರೂ ನನ್ನ ಅವಸ್ಥೆಗೆ ಮರುಗಿದರು. ಆ ಜಿಪುಣನ ಮಾತನ್ನು ನಾನು ಸತ್ಯವಾಗಿ ತಿಳಿದೆನಲ್ಲ ಎಂದು ಅವರೆಲ್ಲ ನೊಂದುಕೊಂಡರು. ನಾನು ನಿಜಕ್ಕೂ ಹೈರಾಣಾದೆ.

ಪಲಿಮಾರಿನ ದೇವಸ್ಥಾನಕ್ಕೆ ಭೇಟಿ ನೀಡುವುದರೆಂದರೆ, ಅಂದಿನ ದಿನಗಳಲ್ಲಿ ನನಗೆ ಅದೊಂದು ಹರ್ಷದಾಯಕ ಕಾಯಕ. ದೇಗುಲದಲ್ಲಿ ಹಾಕಲಾಗುವ

ಮುಂಜಾನೆಯ ಭಕ್ತಿಗೀತೆಗಳ ಹಿನ್ನೆಲೆಯಲ್ಲಿ ಸೈಕಲ್ ಏರಿಕೊಂಡು ಅಲ್ಲಿ ಸುತ್ತುಹೊಡೆಯುವುದೆಂದರೆ ಬಹು ಪ್ರಿಯವಾದ ಆಟವಾಗಿತ್ತು ನನಗೆ. ಅಲ್ಲಿ ಅಂತಹ ಹಾಡುಗಳನ್ನು ಈಗ ಹಾಕುವುದಿಲ್ಲವೆಂದು ಪುರೋಹಿತರು ನನಗೆ ಹೇಳಿದರು. ಶಾಂತಿಯುತವಾದ ದೇಗುಲ ಪರಿಸರ ಇಂದಿಗೂ ಹಾಗೆಯೇ ಇದ್ದು, ಕೆಲವು ಹೊಸ ವಾಣಿಜ್ಯ ಮಳಿಗೆಗಳ ಅಸ್ತಿತ್ವ ಬಿಟ್ಟರೆ ಆ ಪರಿಸರದ ಮೌನಕ್ಕೆ, ಸಾನಿಧ್ಯದ ಪ್ರಶಾಂತತೆಗೆ ಯಾವುದೇ ಧಕ್ಕೆ ಬಂದಂತೆ ತೋರುತ್ತಿಲ್ಲ.

ಶಾಂತಿಯ ತೆಕ್ಕೆಯಲ್ಲಿ ತಂಗಿ

ನನ್ನ ಹೃದಯಕ್ಕೆ ತುಂಬಾ ಆಪ್ತವಾದ ಇನ್ನೊಂದು ಸ್ಥಳವೆಂದರೆ, ತುಸು ದೊಡ್ಡದೇ ಅನ್ನಿಸುವ 'ಸೌಮ್ಯ' ಎಂಬ ಮನೆ. ಅದೊಂದು ಹಂಚು ಹೊದಿಸಿದ ಹಳೆಯ ಮನೆಯಾಗಿದ್ದು, ಕೆಂಪು ಇಟ್ಟಿಗೆಯಿಂದ ಕಟ್ಟಿದ್ದು. ಗೋಡೆಗಳಿಗೆ ಮಣ್ಣು ಮತ್ತು ಹುಲ್ಲಿನ ಮಿಶ್ರಣದ ಗಾರೆಯನ್ನು ಬಳಸಲಾಗಿದೆ. ಅದು ಅಗ್ಗದ ಸಾಮಗ್ರಿಗಳಾಗಿದ್ದು, ಸಾಮಾನ್ಯವಾಗಿ ಕೆಳ ಮಟ್ಟದ ಆದಾಯವಿರುವ ಮಂದಿ ಹಾಗೆ ಕಟ್ಟುವುದು ವಾಡಿಕೆ. ಮನೆಯ ನೆಲವನ್ನು ಸಗಣಿಹಾಕಿ ಸಾರಿಸಲಾಗಿದೆ ಮತ್ತು ಸುತ್ತ ಆವರಣಕ್ಕೆ ಗೋಡೆಯ ಬದಲು, ಮರದ ಗೆಲ್ಲುಗಳನ್ನು ಬೇಲಿಯಾಗಿ ಕಟ್ಟಲಾಗಿದೆ. ಶ್ರೀಮಂತರು ಕಲ್ಲಿನಿಂದ ಕಟ್ಟಡಗಳನ್ನು ನಿರ್ಮಿಸುತ್ತಾರೆ. ನಾನು ನನ್ನ ಮೊದಲ ಸಲೂನ್‌ನ್ನು ಮುಂಬಯಿಯಲ್ಲಿ ಪ್ರಾರಂಭಿಸಿದಾಗ, ಅಮ್ಮನನ್ನು ಜತೆಗೆ ಒಯ್ದು, ಈ ಮನೆಯನ್ನು ಸದ್ಯದ ಮಾಲೀಕರಿಗೆ ಮಾರಾಟ ಮಾಡಿದ್ದೆ. ಮನೆಯನ್ನು ಮಾಲೀಕರು ದುರಸ್ತಿಗೊಳಿಸಿ ಚೊಕ್ಕಟವಾಗಿ ಇಟ್ಟಿದ್ದಾರೆ. ಮನೆಯ ಹೊರಗಡೆ ಆಧುನಿಕವಾಗಿ ತೋರುವಂತೆ, ಸಿಮೆಂಟಿನ ವಿನ್ಯಾಸವನ್ನು ಸುದೃಢವಾಗಿ ನಿರ್ಮಿಸಿದ್ದಾರೆ.

ಈ ಮನೆಯ ಅಡಿಸ್ಥಳ ಕಾಡಿಗೆ ತುಸು ಸಮೀಪದಲ್ಲೇ ಇದೆ. ಇಂತಹ ಒಂದೆರಡು ಮನೆಗಳಷ್ಟೇ ಆಸುಪಾಸಿನಲ್ಲಿದ್ದು, ಒಂದು ಬಗೆಯಲ್ಲಿ ಹಡಿಲುಬಿದ್ದಂತೆ ತೋರುತ್ತದೆ. ಈ ಜಾಗವನ್ನು ನಾವು ಬಹಳ ಅಲ್ಪ ಮೊಬಲಗಿಗೆ ಕೊಂಡುಕೊಂಡು–ಮುಂಬಯಿಯ ನೆರೆಕರೆಯವರಿಂದ ಸಂಗ್ರಹಿಸಿದ ಹಣವನ್ನು ಜೋಡಿಸಿಕೊಂಡು, ಅಮ್ಮ ನಿಭಾಯಿಸಿದ ಸೊತ್ತು ಇದು, ನನ್ನ ತಂದೆಯವರು ಕಾಲವಾದ ಕಷ್ಟದ ದಿನಗಳಾಗಿದ್ದವು ಅವು. ನಾವು ಹಳ್ಳಿಗೆ ಮರಳಿದಾಗ, ಈ ಹಣವನ್ನು ಸೋದರಮಾವ ಸಂಜೀವರ ಕೈಗೆ ನೀಡಿ ಮತ್ತೆ ಬಹಳ ಸಮಯದ ನಂತರ ಈ ಜಾಗವನ್ನು ಖರೀದಿಸಿದ್ದು. ಮಿಲಿಟರಿಯಲ್ಲಿದ್ದ ನನ್ನ ದೊಡ್ಡಮ್ಮನ ಮಗ ಸುಂದರ ಭಂಡಾರಿ, ರೂಪಾಯಿ 50ನ್ನು ಮತ್ತು ನಮ್ಮಲ್ಲಿರುವ ಉಳಿತಾಯವನ್ನೂ ಸೇರಿಸಿ ಪರಭಾರೆ ನಡೆಸಿದ್ದು.

ಜಾಗ ಏರುತಗ್ಗುಗಳಿಂದ ಕೂಡಿದ್ದು, ಹಲವೆಡೆ ಕಲ್ಲಿನ ಬಂಡೆಗಳಿದ್ದು, ಬೀದಿನಾಯಿಗಳ ಠಿಕಾಣಿಯ ಸ್ಥಾನವಾಗಿದೆ. ಇವು ಸರಕಾರ ಬಡವರಿಗೋಸ್ಕರ ನೀಡುತ್ತಿದ್ದ ಭೂಮಿಯಾಗಿದ್ದು, ಸಾಮಾನ್ಯವಾಗಿ ಗ್ರಾಮದಿಂದ ಸ್ವಲ್ಪ ದೂರವೇ ಇರುತ್ತದೆ. ಇದೀಗ ಪರಿಸರದಲ್ಲಿ ಸಾಕಷ್ಟು ದೊಡ್ಡ ದೊಡ್ಡ ಬಂಗಲೆಗಳು ತಲೆ ಎತ್ತಿದ್ದು, ವಸತಿ ಪ್ರದೇಶವಾಗಿ

ರೂಪುಗೊಂಡಿದೆ. ಆದರೆ ನಾಯಿಗಳ ಹಿಂಡು ಹಾಗೆಯೇ ಇಲ್ಲಿ ಓಡಾಡುತ್ತಲೇ ಇವೆ.

ನಾನು ನನ್ನ ವಾಹನದಲ್ಲಿ ಮುಂದಕ್ಕೆ ಸಾಗಿದಾಗ, ದಾರಿಹೋಕ ನಾಯಿಯೊಂದು ಮೈಮುರಿದು ನನ್ನತ್ತ ನೋಡಿ, ಕಿವಿಯ ಹಾಳೆಗಳನ್ನು ಅಲ್ಲಾಡಿಸಿ ಚಿಕ್ಕದಾಗಿ ಆಕಳಿಸಿತು. ಇನ್ನೊಂದು ನಾಯಿ ರಸ್ತೆಯ ಚರಂಡಿಯಲ್ಲಿದ್ದದ್ದು, ಎದ್ದು ವಾಹನವನ್ನು ಕಂಡು ಪಿಸುವಾಗಿ ಬೊಗಳಿ ಹಾಗೆಯೇ ಮಲಗಿತು. ಅವುಗಳ ಬೊಗಳುವಿಕೆ ಒಂದರಿಂದ ಒಂದಕ್ಕೆ ವರ್ಗಾವಣೆಯಾಗುತ್ತ, ತಮ್ಮ ಸಾಮ್ರಾಜ್ಯಕ್ಕೆ ಅಪರಿಚಿತರ ಆಗಮನವಾಗಿದೆ ಎಂದು ತಿಳಿಸುತ್ತವೆಯೋ ಏನೋ. ಮಿಕ್ಕವು ರಸ್ತೆಬದಿಯಲ್ಲೇ ಬಿದ್ದು ಹೋಗಿ ಬರುವ ದಾರಿಹೋಕರನ್ನು ಸುಮ್ಮಗೆ ನೋಡುತ್ತ ಗುರುಗುಟ್ಟುತ್ತ ಮತ್ತೆ ಮಲಗಿಕೊಳ್ಳುತ್ತವೆ.

ಆ ನಾಯಿಗಳ ಬೊಗಳುವಿಕೆಯ ಶಬ್ದ ಎಷ್ಟೊಂದು ತೀವ್ರವಾಗಿರುತ್ತದೆ ಅಂದರೆ, ಕಾಡಿನ ಸಮೀಪದ ಇನ್ನೂ ಕೆಲವು ಆ ಜಾತಿಯವು ತಾವೂ ಬೊಗಳುತ್ತ, ಪ್ರತಿಧ್ವನಿಯನ್ನು ಹೊರಡಿಸುತ್ತ, ಹಾಗೆ ಧ್ವನಿ ಹೊರಡಿಸುವುದು ತಮ್ಮ ಜನ್ಮಸಿದ್ಧ ಹಕ್ಕೆಂಬಂತೆ ಸಾರಿ ಹೇಳುವಂತಿತ್ತು. ಪ್ರಾಣಿಗಳು ಹೇಗೆ ತಮ್ಮ ಪಂಗಡಕ್ಕೆ ಸೇರಿದವುಗಳು ನೈಸರ್ಗಿಕವಾಗಿ ತಮ್ಮ ಧ್ವನಿಗಳನ್ನು ಮೇಳೈಸಿಕೊಳ್ಳುತ್ತ ತಮ್ಮ ಜಾಗವನ್ನು ಅತಿಕ್ರಮಿಸುವವರನ್ನು ಹಿಮ್ಮೆಟ್ಟಿಸುತ್ತವೆ ಎಂಬುದು ನಿಜಕ್ಕೂ ಆಸಕ್ತಿದಾಯಕ ವಿಚಾರ. ಏನಿದ್ದರೂ, ನನಗೆ ನಾಯಿಗಳನ್ನು ಕಂಡರೆ ಹೆದರಿಕೆಯಿದ್ದು, ಮಾರುದ್ದ ಓಡುತ್ತೇನೆ.

ಮಣ್ಣಿನ ರಸ್ತೆ, ಇದೀಗ ಒಂದು ತಾರು ರಸ್ತೆಯಾಗಿ ಬದಲಾಗಿದ್ದು, ಆದರೆ ಇನ್ನೂ ಹಿಂದಿನ ಅದೇ ರೀತಿ ಸಪೂರವಾಗಿದೆ. ಒಂದು ಕೊನೆಯಲ್ಲಿ ಕೆಲವು ಕಿಲೋಮೀಟರ್ ಅಂತರದಲ್ಲಿ ಅದು ಅತ್ತೂರಿನ ಮುಖ್ಯ ರಸ್ತೆಯನ್ನು ಸೇರುತ್ತಿದ್ದು, ಅಲ್ಲಿಯೇ ಸರಕಾರದ ಸಾರ್ವಜನಿಕ ಸರಬರಾಜು ಕೇಂದ್ರ ಅಥವಾ ರೇಶನ್ ಅಂಗಡಿಯೊಂದು ಕಾಣಸಿಗುತ್ತದೆ. ಇಲ್ಲಿಯೇ ನಾನು ಮತ್ತು ನನ್ನಮ್ಮ ರೇಶನ್ ಮತ್ತು ಚಿಮಿಣಿ ಎಣ್ಣೆಯನ್ನು ಪಡೆಯುತ್ತಿದ್ದೆವು. ಆಮೇಲೆ ಸ್ವಲ್ಪ ಸಕ್ಕರೆಯೂ ನಮಗೆ ಸಿಗುತ್ತಿತ್ತು. ಹಿಂದಕ್ಕೆ ಬರುವಾಗ, ನಾವು ಬರಿಗಾಲಲ್ಲಿ, ನಡೆದು ಬರುತ್ತಿದ್ದೆವು, ಚಪ್ಪಲಿ ಕೊಳ್ಳುವುದಕ್ಕೆ ಕಾಸೂ ಇರಲಿಲ್ಲ, ಬಸ್ಸಿನಲ್ಲಿ ಪ್ರಯಾಣಕ್ಕೆ ಮೊದಲೇ ಗತಿಯಿರಲಿಲ್ಲ. ನಾನು ಒಂಭತ್ತು ವರ್ಷದವನಾಗಿದ್ದರೂ, ದೊಡ್ಡ ಮೂಟೆಯನ್ನು ಹೆಗಲ ಮೇಲೆ ಹೊತ್ತುಕೊಂಡು ಹೋಗುವುದಕ್ಕೆ ಶಕ್ತನಿದ್ದೆ. ಅವರೆ ಕಾಳಿಗಾಗಿ ನಾವು ಇನ್ನಷ್ಟು ದೂರದ ಧಾನ್ಯದ ಅಂಗಡಿಗೆ ಸಾಗಬೇಕಿತ್ತು. ಸೌಮ್ಯದ ಜಾಗದಲ್ಲಿ ಅಮ್ಮ ತೆಂಗಿನ ಮರಗಳನ್ನು ನೆಟ್ಟು ಬೆಳೆಸಿದ್ದಳು. ಮನೆಯನ್ನಂತೂ ನಾವು ಮುಖ್ಯವಾಗಿ ಬೇಕಾದ ಸಾಮಗ್ರಿಗಳನ್ನಷ್ಟೇ ಬಳಸಿ ಕಟ್ಟಿದ್ದೆವು, ಯಾಕೆಂದರೆ ನಮಗೆ ಹೆಚ್ಚು ಖರ್ಚು ಮಾಡುವಷ್ಟು ಹಣವಿರಲಿಲ್ಲ. ಅವಳ ಸಹೋದರ ಸಂಜೀವ ಈ ಮನೆಯನ್ನು ಕಟ್ಟುವ ಸಮಯ ಕಟ್ಟಡದ ಮೇಲ್ವಿಚಾರಣೆಯನ್ನು ನೋಡಿಕೊಳ್ಳುವುದರ ಜತೆಗೆ ಇಟ್ಟಿಗೆಗಳನ್ನು ಇಡುವಲ್ಲಿ ಸಹಾಯ ಮಾಡಿರುವುದನ್ನು ನೆನಪಿಸಿಕೊಳ್ಳುತ್ತಾಳೆ. ಮುಂದೆ ಅವಳು ಪೇರಳೆ, ನಿಂಬೆ ಮತ್ತು ತರಕಾರಿಗಳನ್ನು ಇಲ್ಲಿ ನೆಟ್ಟು ಬೆಳೆಸಿದ್ದಿದೆ. ದೈನಂದಿನ ದೇವರ ಪೂಜೆಗಾಗಿ ಹೂಗಳನ್ನೂ. ಮನೆಯಲ್ಲಿ ಸಾಕಷ್ಟು ಸೌಕರ್ಯವಂತೂ

ಇದ್ದಿತು. ಆ ಸಮಯದಲ್ಲಿ ತೋಡಿದ ಬಾವಿಯನ್ನು ಇಂದಿಗೂ ಉಪಯೋಗಿಸುತ್ತಿದ್ದಾರೆ. ತಾಯಿ ಇಲ್ಲಿ ಇದ್ದಷ್ಟು ಸಮಯ ಬಹಳ ಬಿಡುವಿಲ್ಲದ ಕೆಲಸವನ್ನು ಮಾಡುತ್ತಿದ್ದಳು– ಹೊಲಿಗೆ ಕೇಂದ್ರದಿಂದ ಸಂಜೆ ಮನೆಗೆ ಬಂದ ತಕ್ಷಣ, ಸ್ನಾನಕ್ಕೆ, ಮನೆವಾರ್ತೆಗೆ, ಬಟ್ಟೆ ಒಗೆಯುವುದಕ್ಕೆ, ಪಾತ್ರೆಪಗಡಿ ತೊಳೆಯುವುದಕ್ಕೆ ಹಾಗೂ ತೋಟದ ಮರಗಳಿಗೆ ನೀರೆಯುವುದಕ್ಕೆ ಇದೇ ಬಾವಿಯಿಂದ ನೀರನ್ನು ಸೇದುತ್ತಿದ್ದಳು. ದಿನವಿಡೀ ಕಠಿಣವಾಗಿ ದುಡಿದು ಬಂದ ಬಳಿಕ ಇದೊಂದು ಬೆನ್ನು ಮುರಿಯುವಂತೆ ಮಾಡುವ ಹೆಚ್ಚುವರಿ ಕೆಲಸವಾಗಿತ್ತು.

ತೋಟವನ್ನು ನೀರೆರೆದು ಕಾಯ್ದುಕೊಳ್ಳುವುದು ಅನಿವಾರ್ಯವಾಗಿತ್ತು, ತರಕಾರಿಗಾಗಿ ಮತ್ತು ಉಪಜೀವನಕ್ಕಾಗಿ. ತೆಂಗಿನಕಾಯಿಯನ್ನು ಅರೆದು ತೆಳುವಾದ ಮುದ್ದೆ ಮಾಡಿದರೆ ಅದು ಚಟ್ಣಿಯಾಗಿ, ಪದಾರ್ಥದ ಉಪಯೋಗಕ್ಕೆ ಬಂದರೆ, ಅಕ್ಕಿಯನ್ನು ಅರೆದರೆ ದೋಸೆಯನ್ನು ತಯಾರಿಸುವುದಕ್ಕೆ ಬರುತ್ತಿತ್ತು. ಅದಾಗಲೇ ಉಪಯೋಗಿಸಿ ಸವೆದ ಕಡೆಯುವ ಕಲ್ಲಿಗೆ ಅಲ್ಲಲ್ಲಿ ಕೊತ್ತುಗಳನ್ನು ಹಾಕಿ ಅದನ್ನು ಉಪಯೋಗಿಸುತ್ತಿದ್ದಳು. ಈಗ ಒಂದು ಇಲೆಕ್ಟ್ರಿಕ್ ಗ್ರೈಂಡರ್ ಇದ್ದು ಹಿಟ್ಟು ಮತ್ತು ಚಟ್ಣಿಯ ತಯಾರಿಗೆ ಉಪಯೋಗಿಸಲಾಗುತ್ತಿದೆ. ಕೆಲವು ಮನೆಯವರು ಮಿಕ್ಸಿಗಳನ್ನೂ ಉಪಯೋಗಿಸುತ್ತಾರೆ.

ಹತ್ತು ವರ್ಷಗಳ ಕಾಲ ನಾವು ಈ ಜಾಗವನ್ನು ಬಳಸುತ್ತಿದ್ದು, ಅಮ್ಮ ಇಲ್ಲಿ ವಸತಿ ಮಾಡಿಕೊಂಡಿದ್ದರೆ, ನಾನು ಆ ಸಮಯ ಕತಾರ್‌ನಲ್ಲಿದ್ದೆ. ಇಲ್ಲಿ ಆಕೆ ಬಹಳಷ್ಟು ಕಷ್ಟಗಳನ್ನು ಅನುಭವಿಸಬೇಕಾಗಿ ಬರುತ್ತಿತ್ತು ಜತೆಗೆ ನೆರೆಯವರು ವೃಥಾ ತೊಂದರೆ ಕೊಡುತ್ತಿದ್ದರು. ಕಾಡು ನಾಯಿಗಳನ್ನು ಮನೆಯ ಆವರಣದಲ್ಲಿ ಬಿಡುವುದು, ಕಲ್ಲುಗಳನ್ನು ಎಸೆದು ತರಕಾರಿಗಳನ್ನು ಹಾಳುಗೆಡಹುವುದು, ಹಣ್ಣುಗಳನ್ನು ತಿರುಚಿ ಮನೆಯನ್ನು ಹಾಳುಗೆಡುಹುದು ಮುಂತಾದವನ್ನು ಮಾಡುತ್ತಿದ್ದರು. ಅಂತಹ ಕೃತ್ಯಗಳು ಅವಳಲ್ಲಿ ವಿಪರೀತ ಹೆದರಿಕೆಯನ್ನು ಉತ್ಪತ್ತಿ ಮಾಡುತ್ತಿತ್ತಂತೆ. ಮನೆಗೆ ಒಳಗಿನಿಂದ ಬೀಗ ಹಾಕಿ ಒಳಗೆ ಕುಳಿತು ತನ್ನ ದುರವಸ್ಥೆಗಾಗಿ ಅವಳು ಅಳುತ್ತಿದ್ದಳಂತೆ. ಇದೇ ಕಾರಣಕ್ಕೋಸ್ಕರ ನಾನು ಕತಾರ್‌ಗೆ ಮತ್ತೆ ಹಿಂದಿರುಗಿ ಹೋಗದಿರುವ ತೀರ್ಮಾನ ಕೈಗೊಂಡು, ಮುಂಬಯಿಯಲ್ಲಿ ನನ್ನದೇ ಸಲೂನ್‌ನ್ನು ಪ್ರಾರಂಭಿಸುವ ನಿರ್ಧಾರ ತೆಗೆದುಕೊಂಡಿದ್ದು.

ಆ ನಿರ್ಧಾರ ನನ್ನ ಬದುಕನ್ನು ಎಂದೆಂದಿಗೂ ಬದಲಾಯಿಸಿಬಿಟ್ಟಿತು.

ನಾನು ಕೆಲವೊಮ್ಮೆ ಯೋಚಿಸುವುದಿದೆ, ಒಂದು ವೇಳೆ ನಾನು ಕತಾರ್‌ಗೆ ಮರಳಿ ಹೋಗಿ, ಸ್ಟೇಡಿಯಂನ ಕೆಲಸಕ್ಕೆ ಮತ್ತೆ ಸೇರ್ಪಡೆಯಾಗಿದ್ದರೆ ಏನಾಗುತ್ತಿತ್ತು ಅಂತ. ನಾನು ನನ್ನ ವೃತ್ತಿಯನ್ನು ಅತ್ಯುತ್ತಮವಾಗಿ ನಿರ್ವಹಿಸುತ್ತ, ಬಹಳಷ್ಟು ಸಂಪಾದನೆ ಮಾಡಿ, ಕೊನೆಗೆ ಮಧ್ಯಪೂರ್ವದ ಆ ದೇಶದಲ್ಲೇ ವಾಸ್ತವ್ಯ ಹೂಡುತ್ತಿದ್ದೆ ಎನ್ನುವುದರಲ್ಲಿ ಸಂಶಯವೇ ಇರಲಿಲ್ಲ. ಆದರೆ ಪ್ರಶ್ನೆ ಏನೆಂದರೆ ಅಲ್ಲಿ ನನ್ನಮ್ಮನನ್ನು ನಾನು ಎಷ್ಟು ಕಾಲ ನನ್ನ ಜತೆಗೆ ಇರಿಸಿಕೊಂಡು ಆರೈಕೆ ಮಾಡಲು ಸಾಧ್ಯವಾಗುತ್ತಿತ್ತು? ಅದಕ್ಕೆ ಉತ್ತರವೇ ಹೊಳೆಯುವುದಿಲ್ಲ.

ಮುಂಬಯಿ ನಮ್ಮ ಮನೆಯಾಗಿ ಬದಲಾಯಿಸಿತು, ನನ್ನ ಉದ್ಯಮವನ್ನು ಬೆಳೆಸಲು

ಅದು ಸಹಕರಿಸಿತು, ಸರಣಿಯ ಸಲೂನ್‌ಗಳನ್ನು ಸ್ಥಾಪಿಸಲೂ ನನ್ನಿಂದ ಸಾಧ್ಯವಾಯಿತು. ಈ ನಗರದಲ್ಲಿ ನಾನೊಬ್ಬ ವ್ಯಕ್ತಿಯಾಗಿ ಮೂಡಿಬರಲು ಸಾಧ್ಯವಾಯಿತು, ನನ್ನ ಶ್ರಮದಿಂದಲೇ, ಕೇಶವಿನ್ಯಾಸಕಾರನಾಗಿ, ಸಾಮಾಜಿಕವಾಗಿ ಒಂದು ಸ್ಥಾನ ಲಭ್ಯವಾಯಿತು, ಮತ್ತು ನನ್ನ ಕ್ಷೇತ್ರದಲ್ಲಿ ಓರ್ವ ಸೃಜನಾತ್ಮಕ ವ್ಯಕ್ತಿಯಾಗಿಯೂ ಗುರುತಿಸಲ್ಪಟ್ಟಿದ್ದೇನೆ. ನನ್ನಲ್ಲಿ ಒಂದು ಬಗೆಯ ಸಮಾಧಾನದ ಭಾವನೆಯಿದೆ, ನನ್ನ ಗಿರಾಕಿಗಳಿಂದ ಸಿಗುವ ಪ್ರೀತಿಯ ಮತ್ತು ಅಮೋಘವಾದ ಉತ್ತೇಜನಗಳಿಂದಾಗಿ. ಎನೇ ತೊಡಕುಗಳು ಎದುರಾದರೂ ಅವನ್ನೆಲ್ಲಾ ಹಿಮ್ಮೆಟ್ಟಿಸಿ ಮುಖವೆತ್ತಿ ನಡೆಯಲು ಅವರ ಸಹಕಾರವೇ ಕಾರಣವೆನ್ನಬಹುದು. ನನ್ನ ಸ್ನೇಹಿತರು, ಶಿವಾಸ್‌ನಲ್ಲಿ ಕೆಲಸ ಮಾಡುವ ನನ್ನ ಸಿಬ್ಬಂದಿಗಳು, ನನ್ನೆಲ್ಲ ಕುಟುಂಬದ ಸದಸ್ಯರು ನನ್ನ ಏಳಿಗೆಗೆ ಆಧಾರವಾಗಿರುವ ಸ್ತಂಭಗಳು ಎನ್ನಬಹುದು. ಭಾರತದಲ್ಲಿ ಉಳಿದಿದ್ದರಿಂದ ಇನ್ನೊಂದು ಅನುಕೂಲವಾಯಿತು, ಅದೆಂದರೆ ನಾನು ನನ್ನ ಸಂಸ್ಕೃತಿಗೆ ಹೆಚ್ಚು ಆಪ್ತನಾಗುವುದಕ್ಕೆ, ಊರಿಗೆ ಆಗಾಗ ಬಂದುಹೋಗುವುದಕ್ಕೆ ಸಾಧ್ಯವಾಯಿತು. ಅದು ನನ್ನಲ್ಲಿ ಒಂದು ಬಗೆಯ ಭದ್ರತೆಯ ಭಾವನೆಯನ್ನು ಮೂಡಿಸುತ್ತದೆ. ಅಷ್ಟೇ ಅಲ್ಲ, ನನ್ನನ್ನು ಚಿಕ್ಕ ಪ್ರಾಯದಲ್ಲಿ ಮೂದಲಿಸಿ, ಈತ ಯಾವುದಕ್ಕೂ ಸಾಲದು ಎನ್ನುವ ಭಾವನೆಯಿದ್ದ ನನ್ನ ಸಂಬಂಧಿಗಳಿಗೆ ನನ್ನ ಕೆಚ್ಚನ್ನು ತೋರಿಸಿ ಕೊಡಲು ಅವಕಾಶವಾಯಿತು. ಈಗ ಅವರೆಲ್ಲ ನನ್ನ ಜತೆಗೆ ಪ್ರೀತಿಯಿಂದ ಮಾತಾಡಿಸುತ್ತಾರೆ, ನಮ್ಮ ಸಮಾಜಕ್ಕೆ ಒಳ್ಳೆಯ ಹೆಸರನ್ನು ತಂದಿದ್ದೇನೆ ಎಂದು ಹೆಮ್ಮೆ ಪಡುತ್ತಿದ್ದಾರೆ. ಯುವಜನಾಂಗದವರಂತೂ ನನ್ನನ್ನು ಗೌರವಿಸುತ್ತಾರೆ.

ಥಾಣೆಯಲ್ಲಿ ಒಂದು ಸಣ್ಣ ಸಲೂನ್‌ನ್ನು ಸ್ಥಾಪಿಸಿದ್ದು ಒಂದು ಚಿಕ್ಕ ಹೆಜ್ಜೆಯಾಗಿತ್ತು, ಆದರೆ ಅದು ನನ್ನ ವೃತ್ತಿಜೀವನದ ಮಹತ್ತಾದ ತಿರುವಾಗಿ ಪರಿಣಮಿಸಿತು. ಅದು ನನ್ನ ಬದುಕನ್ನು ಬದಲಾಯಿಸಿ, ರೂಪಿಸಿತು. ನಾನು ಇದೀಗ ಒಬ್ಬ ಸಂತೃಪ್ತ ವ್ಯಕ್ತಿಯಾಗಿದ್ದೇನೆ. ಕೊನೆಗೂ, ನಾನು ನಮ್ಮೂರಿನ ಮನೆ ಸೌಮ್ಯವನ್ನು ಮಾರಿದ್ದೇನೆ. ಆದರೂ ಈ ಸ್ಥಳವನ್ನು ಸಂದರ್ಶಿಸಬೇಕೆಂದು ನನ್ನ ಮನಸ್ಸು ತಹತಹಿಸುತ್ತಿರುತ್ತದೆ. ಅದು ನನ್ನಲ್ಲಿ ಶಾಂತಿಯುತ ಭಾವನೆಯನ್ನು ಮೂಡಿಸುತ್ತದೆ. ನನ್ನ ಪುಟ್ಟ ತಂಗಿಯನ್ನು ಇಲ್ಲಿಯೇ ಸಮಾಧಿ ಮಾಡಿದ್ದು, ಆ ಜಾಗದ ಮೂಲೆಯಲ್ಲಿ. ಅದೀಗ ಮರಗಳಿಂದ, ಗಿಡಗಂಟಿಗಳಿಂದ ಮತ್ತು ಕಾಡು ಹೂವುಗಳಿಂದ ತುಂಬಿಕೊಂಡಿದೆ.